ಛಂದ ಪುಸ್ತಕ

ಓದಿ ಓದಿ ಮರುಳಾಗಿ!

ತಳಾತಳ

ಕಾದಂಬರಿ

ಬಿ. ಜೆಯಮೋಹನ್

ತಮಿಳಿನಿಂದ ಕನ್ನಡಕ್ಕೆ

ಶಾಂತಿ ಕೆ ಅಪ್ಪಣ್ಣ

Talaatala

– A novel
Originally titled *'Ezham Ulagam'* in Tamil by B. Jeyamohan
Translated to Kannada by Shanti K Appanna

ISBN: 978-81-975991-5-6

Published by:
Chanda Pustaka, I-004, Mantri Paradise, Bannerghatta Road
Bangalore - 560076, M. 98444 22782

ಮೊದಲ ಮುದ್ರಣ: 2025

ಮುಖಪುಟ: ನಿಧಿ ಬಿ ಆರ್
ಕರಡು ತಿದ್ದುವಿಕೆ: ಪುನರ್ವಸು
ಪುಟ ವಿನ್ಯಾಸ: ಅರುಣ್ ಅಂಚೆ
ಪುಟಗಳು: 248 + iv ಬೆಲೆ: ₹ 295
ಕಾಗದ: ಸ್ಟೋರಾ 70 ಜಿಎಸ್ಎಂ, 1/8 ಡೆಮಿ

ಪ್ರತಿಗಳಿಗಾಗಿ ಸಂಪರ್ಕಿಸಿ:
ಛಂದ ಪುಸ್ತಕ
ಐ–004, ಮಂತ್ರಿ ಪ್ಯಾರಡೈಸ್
ಬನ್ನೇರುಘಟ್ಟ ರಸ್ತೆ
ಬೆಂಗಳೂರು–560 076
ಸೆಲ್: 98444 22782
me@vasudhendra.com

ಮುದ್ರಣ:
ಟ್ರಿನಿಟಿ ಅಕಾಡೆಮಿ, ಕುಡ್ಲು ಗೇಟ್, ಹೊಸೂರು ರಸ್ತೆ, ಬೆಂಗಳೂರು

ಬಿ. ಜೆಯಮೋಹನ್

ತಮಿಳುನಾಡಿನ ನಾಗರ್‌ಕೋಯಿಲ್‌ನವರಾದ ಬಿ. ಜೆಯಮೋಹನ್, ಆಧುನಿಕ ತಮಿಳು ಸಾಹಿತ್ಯದ ಪ್ರಖ್ಯಾತ ಲೇಖಕರು ಹಾಗೂ ವಿಮರ್ಶಕರು. ಮಹಾಭಾರತದ ಮರುಕಲ್ಪನೆಯ ಆಧಾರದಲ್ಲಿ ರಚಿತವಾಗಿರುವ 'ವೆಣ್ಮುರಸು' ಇವರ ಮಹತ್ತ್ವದ ಕೃತಿಗಳಲ್ಲೊಂದು. ಇದು ಇಪ್ಪತ್ತಾರು ಸಂಪುಟಗಳಿದ್ದು, ಇಪ್ಪತ್ತೈದು ಸಾವಿರ ಪುಟಗಳಿಗೂ ಮೇಲ್ಪಟ್ಟು ಜಾಗತಿಕ ಸಾಹಿತ್ಯಲೋಕದಲ್ಲಿಯೇ ಅತ್ಯಂತ ದೀರ್ಘಕೃತಿ ಎಂಬ ಹಿರಿಮೆಗೆ ಪಾತ್ರವಾಗಿದೆ.

ಪ್ರಮುಖ ಕಾದಂಬರಿಗಳಾದ ವಿಷ್ಣುಪುರಂ, ಕಾಡು, ಕೊಟ್ರೇವೈ, ಎಳಾಂ ಉಳಗಂಗಳಲ್ಲದೆ ಮುನ್ನೂರಕ್ಕೂ ಹೆಚ್ಚು ಸಣ್ಣಕತೆಗಳು, ಸಾಹಿತ್ಯ ವಿಮರ್ಶಾ ಗ್ರಂಥಗಳು, ವ್ಯಕ್ತಿಚಿತ್ರಣ, ಪ್ರವಾಸಕಥನ, ಭಾರತೀಯ–ಪಾಶ್ಚಾತ್ಯ ಸಾಹಿತ್ಯ ಹಾಗೂ ತತ್ತ್ವಶಾಸ್ತ್ರ–ಪರಂಪರೆಯ ಕುರಿತಾದ ಪ್ರವೇಶಿಕಾ ಪ್ರಬಂಧಗಳನ್ನು ರಚಿಸಿದ್ದಾರೆ. ಅಖಿಲನ್ ಸ್ಮಾರಕ ಪ್ರಶಸ್ತಿ, ಕಥಾಸಮ್ಮಾನ್, ಸಂಸ್ಕೃತಿ ಸಮ್ಮಾನ್, ಇಯಾಲ್ ಪ್ರಶಸ್ತಿ (ಕೆನಡಾ) ಸೇರಿದಂತೆ ಹಲವು ಗೌರವಗಳಿಗೆ ಭಾಜನರಾಗಿದ್ದಾರೆ.

jeyamohan.writerpoet@gmail.com

ಶಾಂತಿ ಕೆ ಅಪ್ಪಣ್ಣ

ಮೂಲತಃ ಕೊಡಗಿನವರು. ತಂದೆ ಅಪ್ಪಣ್ಣ ಕೆ ಎಂ ಹಾಗೂ ತಾಯಿ ದೇವಮ್ಮ. ಓದಿದ್ದು ನವೋದಯ ಶಾಲೆಗಳಲ್ಲಿ. ನಂತರ ನರ್ಸಿಂಗ್ ತರಬೇತಿ ಮುಗಿಸಿ ಇದೀಗ ನೌಕರಿ ನಿಮಿತ್ತ ಚೆನ್ನೈನಲ್ಲಿ ವಾಸ. ಓದಿನ ಸಲುವಾಗಿ ಊರೂರು ಅಲೆದು, ಬದುಕಿನ ಏಕತಾನತೆಯನ್ನು ಮೀರಲೆಂದು ಪಕ್ಷಭೇದವಿಲ್ಲದೇ ಪುಸ್ತಕಗಳನ್ನು ಓದಿಕೊಂಡಿದ್ದಾರೆ. ಬದುಕಿನ ಅನಿರೀಕ್ಷಿತ ಏಟುಗಳು ಮತ್ತದನ್ನು ದಾಟಿ ಬಂದ ಹಾದಿ ಕಟ್ಟಿಕೊಟ್ಟ ಅನುಭವಗಳು ಅಪಾರ. ಇವರ ಕತೆಗಳಿಗೆ ಪ್ರಜಾವಾಣಿ ಮತ್ತು ವರ್ತಮಾನ ಡಾಟ್ ಕಾಮ್‌ನವರು ನಡೆಸುವ ಸ್ಪರ್ಧೆಗಳಲ್ಲಿ ಪ್ರಥಮ ಬಹುಮಾನ ಬಂದಿವೆ. ಇವರ 'ಮನಸು ಅಭಿಸಾರಿಕೆ' ಕೃತಿಗೆ ಛಂದ ಪುಸ್ತಕ ಬಹುಮಾನ, ಡಾ. ಎಚ್ ಶಾಂತಾರಾಮ್ ಪ್ರಶಸ್ತಿ ಮತ್ತು ಕೇಂದ್ರ ಸಾಹಿತ್ಯ ಅಕಾಡೆಮಿಯ ಯುವ ಪುರಸ್ಕಾರ ಲಭಿಸಿವೆ.

shanthiwk@gmail.com | 95001 15109

ಜಯಕಾಂತನ್‌ರವರಿಗೆ

ಮನುಷ್ಯ ವರ್ತನೆಯ ತಳಾತಳ ದರ್ಶನ

ಮನುಷ್ಯ ವರ್ತನೆಯ ತಳಾತಳವನ್ನು ದರ್ಶಿಸುವ ಕಾದಂಬರಿ ಇದು. ಪ್ರತಿ ಪಾತ್ರವೂ ಬಾಹ್ಯದಲ್ಲಿ ನಮ್ಮನಿಮ್ಮೊಂದಿಗೆ ಸುಳಿದಾಡುವ ವ್ಯಕ್ತಿಗಳಂತೆ ಕಂಡರೂ ಅವರ ಭಾವಲೋಕವು ಮಾತ್ರ ನಮ್ಮ ಊಹೆಗೂ ದಕ್ಕದ ಪಾತಾಳಲೋಕದಲ್ಲಿರುತ್ತದೆ. ಅಲ್ಲಿ ಕತ್ತಲೆಗೂ ಬೆಳಕಿಗೂ ಹೇಳಿಕೊಳ್ಳುವ ವ್ಯತ್ಯಾಸವಿಲ್ಲ, ಹಾಗೇ ಬದುಕಿಗೂ ಸಾವಿಗೂ. ಈ ಪಾತ್ರಗಳನ್ನು ಸ್ವೀಕರಿಸುವ ಬಗೆ ಹೇಗೆ? ಇವರ ಬದುಕನ್ನು ನಮ್ಮ ಬದುಕಿನೊಂದಿಗೆ ಯಾವ ಬಗೆಯಲ್ಲಾದರೂ ಸಮೀಕರಿಸಲು ಸಾಧ್ಯವೇ? ಈ ಕಥಾಲೋಕದಲ್ಲಿ ಐಟಮುಗಳು ಮಾಲುಗಳು ಎಂದು ಕರೆಸಿಕೊಳ್ಳುವ ಮನುಷ್ಯರು ಬೇರೆ ಮಾನವೀಯ ಮೌಲ್ಯಗಳ ಮಾತು ಸಾಯಲಿ, ಸಜೀವ-ನಿರ್ಜೀವ ಎಂಬ ಅತಿ ಪ್ರಾಥಮಿಕ ಭೇದಾತ್ಮಕ ನೋಟದಿಂದಲೇ ವಂಚಿತವಾಗುವಾಗ ನಮ್ಮ ಸಾವಿರಾರು ವರ್ಷಗಳ ಕಲಿಕೆಯು ನಮ್ಮಲ್ಲಿ ಏನನ್ನು ಬದಲಿಸಿತು? ಇವೆಲ್ಲ ಪ್ರಶ್ನೆಗಳು ಈ ಪುಸ್ತಕವನ್ನು ಓದಿ ಮುಗಿಸಿದ ಮೇಲೆ ಕಾಡುತ್ತವೆ.

ಬಲು ಭಿನ್ನವಸ್ತುವಿನ ತೀಕ್ಷ್ಣ ನಿರೂಪಣೆಯ ಕಾದಂಬರಿ ಇದು. ಸಂಭಾಷಣೆಯಲ್ಲೇ ಎಲ್ಲವನ್ನು ಕಟ್ಟಿಕೊಡುತ್ತದೆ. ನಾವು ಈವರೆಗೂ ಕೇಳದ ಏನನ್ನೋ ತೀವ್ರವಾಗಿ ಕೇಳಿಸುತ್ತದೆ. ಓದಿ ಮುಗಿಸಿದ ನಂತರವೂ ವಿಷಾದವನ್ನು ಮೀರಿ ಮನಸ್ಸು ಈ ಪಾತ್ರಗಳನ್ನು ಅರಸುತ್ತಲೇ ಇರುತ್ತದೆ. ತಿರುಪೆ ಎತ್ತುವ ಜನರೆಡೆಗೆ ನಾವು ನೋಡುವ ದೃಷ್ಟಿಯು ಶಾಶ್ವತವಾಗಿ ಬದಲಾಗುತ್ತದೆ. ಕತೆಗಾರ ಜಯಮೋಹನ್ ಬರೀ ಕತೆ ಹೇಳುವವರಲ್ಲ, ಕತೆಯ ಮೂಲಕ ನಮ್ಮ ದೃಷ್ಟಿಯನ್ನು ಬದಲಿಸುವವರು.

ತಮಿಳಿನ ಈ ವಿಶೇಷ ಕಾದಂಬರಿಯನ್ನು ಕನ್ನಡಕ್ಕೆ ತರುವ ಮೂಲಕ ಪ್ರತಿಭಾವಂತ ಕತೆಗಾರ್ತಿ ಶಾಂತಿ ಅಪ್ಪಣ್ಣ ಕನ್ನಡ ಸಾಹಿತ್ಯಲೋಕಕ್ಕೊಂದು ವಿಶೇಷ ಕೊಡುಗೆಯನ್ನು ಕೊಟ್ಟಿದ್ದಾರೆ. ಅನುವಾದವು ಕೃತಿಯ ಮೌಲ್ಯಕ್ಕೆ ತಕ್ಕುನಾಗಿ ನಮ್ಮ ಭಾಷೆಯಲ್ಲೇ ಮೊದಲು ಬಂದುದೇನೋ ಎನ್ನುವಷ್ಟು ಸಹಜವಾಗಿದೆ. ಮೂಲಕೃತಿಯ ತಮಿಳು-ಮಲೆಯಾಳಂ ಮಿಶ್ರಿತ ಆಡುಭಾಷೆಯು ಕನ್ನಡ ಆಡುಮಾತಿಗೆ ತನ್ನ ಬದಲಾದ ಸೊಗಡಿನೊಂದಿಗೆ ಸುಂದರವಾಗಿ ರೂಪಾಂತರಗೊಂಡಿದೆ. ಅದಕ್ಕಾಗಿ ಒಂದು ಭಾಷೆಯನ್ನೇ ಅವರು ನಿರ್ಮಿಸಿಕೊಟ್ಟಿದ್ದಾರೆ.

ಕನ್ನಡ ಓದುಗರು ಗಮನಿಸಲೇಬೇಕಾದ ಕೃತಿಯಿದು.

• ಎಂ.ಆರ್. ದತ್ತಾತ್ರಿ

ಕೃತಜ್ಞತೆಗಳು

ತಮ್ಮ ಕೃತಿಯನ್ನು ಅನುವಾದಿಸಬಹುದೆ ಎಂದು ಕೇಳಿದಾಗ ಒಪ್ಪಿಗೆ ಕೊಟ್ಟ ಜೆಯಮೋಹನ್ ಸರ್ ಅವರಿಗೆ, ಏನೆಂದರೆ ಏನನ್ನೂ ಬರೆಯದೆ ಕಾಲಹರಣ ಮಾಡುತ್ತ ಕೂತಿದ್ದ ನನಗೆ ಹೀಗೊಂದು ಅವಕಾಶ ಒದಗಿಸಿ ಕೊಟ್ಟು ಮತ್ತೆ ಬರೆಯಲು ಹಚ್ಚಿದ ವಸು ಸರ್‌ಗೆ,

ಜೋಪಾನವಾಗಿ ತಮ್ಮ ಪರ್ಸನಲ್ ಕಲೆಕ್ಷನ್‌ನಲ್ಲಿ ಇರಿಸಿಕೊಂಡಿದ್ದ ಮೊದಲನೇ ಎಡಿಷನ್ನಿನ ಪ್ರತಿಯನ್ನು ಪ್ರೀತಿಯಿಂದ ನನಗೆ ಕೊಟ್ಟು, ಅನುವಾದಿಸು ಎಂದು ಉತ್ತೇಜನ ಕೊಟ್ಟ ಯಾಳಿನಿ ಮತ್ತು ಶೆನ್ನಿ ದಂಪತಿಗೆ,

ತಮಿಳು ಅನುವಾದ ಮಾಡುವಾಗ ಕೆಲವೆಡೆ ಸಂದೇಹಗಳು ಬಂದಾಗ ಯಾವತ್ತೂ ಮುಖ ಸಿಂಡರಿಸಿಕೊಳ್ಳದೆ ಸಹಾಯ ಮಾಡಿದ ಉಮಾಶಕ್ತಿ ಅಕ್ಕ, ಮನುಷಿ, ಸೆಲ್ವೇಂದ್ರನ್ ಸರ್, ಸಾರಲ್, ಪೂಂಗೊಡಿ ಅಕ್ಕ ಮತ್ತು ನಿವಾಸನ್ ಅವರಿಗೆ,

ಮನೆಯ ಮತ್ತು ಮಕ್ಕಳ ಜವಾಬ್ದಾರಿಗಳನ್ನು ಹೆಗಲಿಗೆತ್ತಿಕೊಂಡು ನಿಭಾಯಿಸುವ ಮಾಲತಿ ಮತ್ತು ಗೋಕುಲ್ ಅವರಿಗೆ,

ಸದಾ ನನ್ನನ್ನು ಬರೆಯುವಂತೆ ಪ್ರೋತ್ಸಾಹಿಸುವ ಅಮ್ಮನಿಗೆ, ತಂಗಿ ಭಾವ ಮತ್ತು ಮುದ್ದು ಚಿಲ್ಟಾರಿಗಳಿಗೆ, ಚಂದು ಮತ್ತು ಬಾಲಚಂದ್ರ ಅವರಿಗೆ, ಪ್ರಿಯ ಗೆಳತಿಯರಾದ ಕುಸುಮಾ, ಸಂಗೀತಾ, ಸಹನಾ ಮತ್ತು ಸುನಿತಕ್ಕ, ಸ್ಮಿತಕ್ಕ ಅವರಿಗೆ,

ಕವರ್ ಪೇಜ್ ಮಾಡಿದ ನಿಧಿ ಬಿ.ಆರ್, ಕರಡು ತಿದ್ದಿದ ಪುನರ್ವಸು ಅವರಿಗೆ,

ಪ್ರೀತಿಯ ವಿವೇಕ್ ಸರ್, ಮಾರುತಿ ಸರ್, ವಾಸುದೇವ್ ಸರ್, ನಲ್ಲತಂಬಿ ಸರ್, ಚೌಗಲೆ ಸರ್ ಮತ್ತು ಇಂದ್ರಕುಮಾರ್ ಅವರಿಗೆ,

ಮತ್ತು ಓದುತ್ತಿರುವ ನಿಮಗೆ ಪ್ರೀತಿಯ ನೆನಕೆಗಳು.

• ಶಾಂತಿ ಕೆ. ಅಪ್ಪಣ್ಣ

1

ಪೋತ್ತಿ ವೇಲುಪಂಡಾರಂ ನಿದ್ರೆಯಿಂದೆದ್ದು ಹಾಗೇ ಕತ್ತಲಿನಲ್ಲಿ ನಡೆಯಲು ಹೋಗಿ, ಕಾಲು ಎಡವಿ ಆಸರೆಗೆಂದು ಮಂಚಕ್ಕೆ ಕಟ್ಟಿದ್ದ ಸೊಳ್ಳೆಪರದೆಯ ಹಿಡಿ ಹಿಡಿದು ಸಂಭಾಳಿಸಿಕೊಂಡು ನಿಂತರು. ಸಣ್ಣದಾಗಿ ತೋರಿದ ತಲೆಸುತ್ತು ಒಂದು ಹದಕ್ಕೆ ಬಂದ ಬಳಿಕ ಹಾಗೇ ಬಲಕ್ಕೆ ತಿರುಗಿ, ನಿಧಾನಕ್ಕೆ ಗೋಡೆ ಹಿಡಿದುಕೊಂಡು ಮಂಚದ ಹಿಂದೆ ಇಟ್ಟಿದ್ದ ಬೆಂಕಿಪೊಟ್ಟಣವನ್ನು ಕೈಗೆತ್ತಿಕೊಳ್ಳುವಷ್ಟರಲ್ಲಿ, ಅಲ್ಲೇ ಇಟ್ಟಿದ್ದ ನೀರಿನ ಚೊಂಬಿಗೆ ಕಾಲು ತಾಕಿ ಅದು ಕಣಕಣಾ ಎಂದು ಶಬ್ದ ಮಾಡುತ್ತಾ ಕೆಳಗೆ ಉರುಳಿತು. ಎಕ್ಕಿಯಮ್ಮ ಎಚ್ಚರಗೊಂಡು ನಿದ್ದೆಗೊರಳಲ್ಲಿ "ಏನನ್ನಾಂತ ಅಲ್ಲಿ ಹಂಗೆ ಉರುಳುಸ್ತಾ ಇದೀರ? ಅದೂ ಈ ಕತ್ಲಲ್ಲಿ? ಬೆಳಕಾಗ್ಲಿ ಇರಿ" ಅಂದಳು.

"ಲೇ, ಈ ಬೆಂಕಿಪೊಟ್ಣ ಎಲ್ಲೇ ಹೋಯ್ತು" ಕೇಳಿದರು ಪಂಡಾರಂ.

"ಅಲ್ಲೇ ಇರತ್ತೆ, ಅದೇನು ಎಲ್ಲಾದ್ರು ಹೋಗಿ ಅವುತ್ಕಳುತಾ ಹೆಂಗೆ, ಇವಾಗ್ಯಾಕೆ ಮದ್ಲು ಬೆಂಕಿಪಟ್ಣ?"

"ಎಷ್ಟು ಗಂಟೆನೇ ಇವಾಗ?"

"ಈಗಿನ್ನೂ ನಾಲ್ಕುವರೆ ಇರ್ಬೇಕು, ಸುಮ್ನೆ ಮಲಗ್ತೀರಾ ಸ್ವಲ್ಪೊತ್ತು?" ಅಂದವಳೇ ಎಕ್ಕಿಯಮ್ಮ ತಾನು ಮತ್ತೆ ಹಾಸಿಗೆಯಲಿ ಉರುಳಿದಳು. ಇತ್ತ ಪಂಡಾರಂ ಬೆಂಕಿಪೊಟ್ಟಣವನು ಹೇಗೋ ಪತ್ತೆ ಹಚ್ಚಿ, ಅದನ್ನೊಮ್ಮೆ ಒರೆಸಿ ದೀಪ ಹಚ್ಚಿ ಬೆಳಕು ಮಾಡಿದರು. ಬತ್ತಿ ದೊಡ್ಡದು ಮಾಡಿ ಬಗ್ಗಿ ಅಲರಾಂ ಗಡಿಯಾರದ ಹಸಿರು ಮುಳ್ಳುಗಳನ್ನು ದಿಟ್ಟಿಸಿ ನೋಡುತ್ತಿರುವಲ್ಲಿ ಪಂಚೆ ಜಾರಿತು. ಅದನ್ನು ಮತ್ತೆ ಬಿಗಿದು ಕಟ್ಟಿಕೊಂಡು "ಲೇ ಗಂಟೆ ಮೂರು ಕಣೇ" ಎಂದು ಉದ್ಗರಿಸಿದವರು ಮತ್ತೆ ಬಂದು ಮಂಚದ ಮೇಲೆ ಕೂತರು. ದಿಂಬಿನಡಿಯಿಂದ ನಶ್ಯದ ಡಬ್ಬಿಯನು ಎತ್ತಿಕೊಂಡು ಅಂಗೈಗಿಷ್ಟು ಹಾಕಿಕೊಂಡು, ಬೆರಳಲ್ಲಿ ಚಿಟಿಕೆ ಎತ್ತಿ ಒದರಿ ಮೂಗಿಗೇರಿಸಿ, ಮುಖ ಮೇಲೆತ್ತಿ ಒಂದರೆಕ್ಷಣ ಧ್ಯಾನಸ್ಥನಾಗಿ ಕುಳಿತು, ಸೀನು ಒತ್ತರಿಸಿಕೊಂಡು ಬಂದರೂ ಸೀನದೆ, ಮುಖ ತಿರುಗಿಸಿ ಅದನ್ನು ತಡೆದು "ಅಪ್ಪನೇ ಮುರುಗಾ" ಎಂದು ಉದ್ಗರಿಸಿ, "ಲೇ ಆ ಕಂಬಳಿ ಕೊಡಿಲ್ಲಿ" ಎಂದು ಕೇಳಿದರು.

"ಈಗೆಲ್ಲಿಗೆ? ಈ ರಾತ್ರೀಲಿ?" ಕೇಳಿದಳು ಎಕ್ಕಿಯಮ್ಮ.

"ನಿದ್ದೆ ಬರ್ತಾ ಇಲ್ಲ ಕಣೇ, ರಾತ್ರಿ ಒಂಬತ್ತು ಗಂಟೆಗೆ ಮನೆಗೆ ಬರ್ತಾ ಹೊಟ್ಟೆಮೇಲೆ ಕೈಯಾಡ್ಸಿ ನೋಡಿದ್ನಾ, ಒಳ್ಳೆ ಅಲುಗಾಟ ಇದೆ, ಹೊಟ್ಟೆ ಜಾರಿದೆ, ಬೆಳಗಾಗೋದ್ರೊಳಗೆ ಈಯೋ ಹಂಗೆ ಕಾಣ್ತದೆ"

"ನಂ ಕುಮರೇಸ ಅಲ್ಲೇ ತಾನೇ ಮಲಕ್ಕೊಂಡಿದಾನೆ?"

"ಅವುನ್ ಕತೆ ಬಿಡು, ತಾಯ್ಗಂಡ, ಚೆನ್ನಾಗಿ ಎಣ್ಣೆ ಹೊಡ್ಕಂಡು ಬಂದು ಮಲ್ಕೊಂಡಾಂದ್ರೆ ಆಮೇಲೆ ಆನೆನೇ ಈದ್ರೂ ಎದ್ದೇಳೋನಲ್ಲ. ಆಮೇಲೆ ನಾಯೋ ನರಿಯೋ ಬಂದು ಹುಟ್ಟಿದ್ನ ಎತ್ಕೊಂಡು ಹೋಯ್ತೂಂದ್ರೆ ಅವ್ನಿಗೇನು ನಷ್ಟ? ಯಾವ್ದಕ್ಕೂ ನೀನೆದ್ದು ಒಂಚೂರು ಸುಂಠಿಕಾಪಿ ಕಾಸ್ತೀಯ?"

"ಅಬ್ಬಬ್ಬಾ, ನನ್ನ ಹೆರಿಗೆಲಿ ಕೂಡ ಈ ತರ ಆತ್ರ ಅವಸರ ಇರ್ಲಿಲ್ವಲ್ಲಾ! ಅಮ್ಮಾ ತಾಯೇ, ಮಂಡೆಕಾಟಮ್ಮಾ" ಎಂದು ಕುಲದೇವತೆ ಮಂಡೆಕಾಟು ಭಗವತಿಯ ಹೆಸರೆತ್ತಿ ಕೂಗುತ್ತ, ಕೈಯೂರಿ ಮೇಲೆದ್ದಳು ಎಕ್ಕಿಯಮ್ಮ.

"ಈ ಕರೆಂಟು ಬರಲ್ವೋ?" ಕೇಳಿದರು ಪಂಡಾರಂ.

"ಯಾರಿಗ್ಗೊತ್ತು ಸತ್ತದ್ದು. ಈ ಸೊಳ್ಳೆಕಾಟವೋ! ಪಾಪ ಮಕ್ಳು. ನಿನ್ನೆ ಚಿಕ್ಕುದ್ರುದು ಮುಖ ನೋಡ್ಬೇಕಿತ್ತು, ಸೊಳ್ಳೆ ಕಚ್ಚೀ ಕಚ್ಚೀ ಕೆಂಪು ಕೆಂಪು ಗಂದೆಗಳಾಗ್ಬುಟ್ಟಿದ್ವು"

"ಅದಕ್ಕೇನು ಮಾಡಕ್ಕಾಗ್ತದೆ ಹೇಳು, ಕರೆಂಟೇನು ಅಂಗ್ಡೀಲಾ ಮಾರ್ತಾರೆ?"

ಎಕ್ಕಿಯಮ್ಮ ಅದಕ್ಕೇನೂ ಉತ್ತರಿಸದೆ ಅಡುಗೆ ಮನೆಗೆ ಹೋದಳು. ಪಂಡಾರಂ ನಶ್ಯದ ಡಬ್ಬಿಯನ್ನು ಸೊಂಟಕ್ಕೆ ಸಿಕ್ಕಿಸಿಕೊಂಡು, ಕಿಟಕಿಯ ಮೂಲಕ ಹೊರಗೆ ನೋಡಿದರೆ ಗಾಢವಾಗಿ ಮಂಜುಮುಸುಕಿ ಬೀದಿದೀಪದ ಬೆಳಕು ಮಂಕಾಗಿ ಹರಡಿಕೊಂಡಿರುವುದು ಕಾಣಿಸಿತು. ಅವರು ಹಾಗೆಯೇ ದೃಷ್ಟಿ ಹರಿಸಿ ವೇಲಪ್ಪದೇವರ ಗುಡಿಯ ದಿಕ್ಕಿಗೆ ನೋಡಿ, ಕೆನ್ನೆಗೆ ಕೈ ಬಡಿದುಕೊಂಡು ಹೊರಗೆ ಹೊರಟರು. ನಡುಮನೆಯಲ್ಲಿ ಅವರ ಮೂವರು ಹೆಣ್ಣುಮಕ್ಕಳು ಒಟ್ಟಿಗೆ ಬೇರೆ ಬೇರೆ ಕೋನಗಳಲ್ಲಿ ಮಲಗಿರುವುದು ಕಾಣಿಸಿತು. 'ಈ ನಡುವಿನವಳ ಎದೆಯಮೇಲೆ ಒಂದು ದಿನವಾದರೂ ದಾವಣಿಸೆರಗು ನಿಲ್ಲುವುದಿಲ್ಲ, ಬಾಯಿ ಬೇರೆ ಸಣ್ಣಗೆ ತೆರೆದುಕೊಂಡು ಮಲಗುತ್ತಾಳೆ. ಹಲ್ಲುಗಳು ಕೂಡ ಸ್ವಲ್ಪ ಉಬ್ಬು, ಎಲ್ಲ ಅವಳಮ್ಮನ ತರ. ಮುದ್ದುಹುಡುಗಿ ಆದರೂ' ಪಂಡಾರಂ ತನ್ನೊಳಗೇ ಅಂದುಕೊಂಡು ಹಿತ್ತಿಲಿಗೆ ಹೋದರು.

"ಏನು ಹಲ್ಲುಜ್ಜಕ್ಕೋಗ್ತಿದೀರಾ?"

"ನೋಡ್ತೀನಿರು, ಈಗ ಸ್ವಲ್ಪೊತ್ತಿಗೆ ಮುಂಚೆ ತಾನೆ ಮಲಗ್ದೆ" ಅಂದವರು ಚೊಂಬಿನಿಂದ ನೀರೆತ್ತಿ ಮುಖ ತೊಳೆದುಕೊಂಡು ಬಾಯಿ ಮುಕ್ಕಳಿಸಿ ದೂರ ಉಗಿದರು. ಉಗಿದ ರಭಸಕ್ಕೆ ನೀರುಸಿಡಿದು ಅಲ್ಲಿದ್ದ ಹೆಗ್ಗಣವೊಂದು ಬೆಚ್ಚಿ ಓಡಿ ಮರೆಯಾಯಿತು.

"ಥೋ, ಈ ಬಿಲನೆಲ್ಲ ಒಂಚೂರು ಮುಚ್ಚಿ ಇಡೀಂದ್ರೆ ಕೇಳಲ್ಲ" ಪಂಡಾರಂ ಗೊಣಗಿದರು. ಅಷ್ಟರಲಿ ಎಕ್ಕಿಯಮ್ಮ ಬಿಸಿಯಾದ ಕಾಫಿಯನ್ನು ಹಿತ್ತಾಳೆ ಲೋಟದಲಿ ಸುರುವಿಕೊಂಡು ಸೆರಗಂಚಿನಲಿ ಸುತ್ತಿ ಹಿಡಿದು ತಂದಳು. ಶುಂಠಿಯ ಘಮ ಎದ್ದಿತು. ಕಾಫಿ ಇಸಕೊಂಡು ಒಂದುಬಾಯಿ ಕುಡಿದವರು "ತೈಪೂಸಂ*ಗೆ ಇನ್ನೂ ಒಂದ್ವಾರ ಕೂಡ ಇಲ್ಲ, ಇದು ಈಗ ಈಯ್ಲಿಲ್ಲಾಂದ್ರೆ ನಾನು ಹೇಗೆ ಪಳನಿಗೆ ಹೋಗಿ ಬರೋದು? ಇವೆರಡೂ ಹಿಂಗೆ ಒಂದೇ ಟೈಮ್‌ಗೆ ಬಂದು ಸಿಕ್ಕಾಕ್ಕೊಳ್ತವೇನೋ ಅಂತ ನಂಗೆ ಒಂದು ತಿಂಗ್ಳಿಂದಾನೇ ಯೋಚ್ನೆ ಆಗೋಗಿದೆ. ಒಂದುವೇಳೆ ಇದು ಇವತ್ತೇ ಈದ್ರೆ ಹೆಂಗೋ ಒಂದ್ವಾರ ಹಾಲು ಕುಡ್ಕಂಡಂಗಾಗ್ತದೆ. ನಂತ್ರ ನೆಮ್ದಿಯಾಗಿ ಪಳನಿಗೆ ಹೋಗಿ ಬರಬಹುದು ನೋಡು" ಅಂದರು ಪಂಡಾರಂ. "ಅದುಕ್ಯಾಕೆ ಚಿಂತೆ ಮಾಡ್ತೀರಿ, ದೇವರು ಮುರುಗ ಜೊತೆಗಿರ್‍ತಾನೆ ಬಿಡಿ" ಸಮಾಧಾನಿಸಿದಳು ಎಕ್ಕಿಯಮ್ಮ.

"ಕಳೆದ ಹೆರಿಗೇಲಿ ನೆನಪಿಲ್ವಾ, ಹಿಂಗೇ ನಾಲ್ಕು ದಿನ ಎಳ್ದಾಕಿ ಬಿಡ್ತಲ್ಲ. ಈಗಾಗ್ಲೇ ಅದುಕ್ಕೆ ವಯಸ್ಸಾಗೋಗಿದೆ. ಹೊಟ್ಟೆ ಎಲ್ಲ ಜೋಲು ಬಿದ್ದೋಗಿದೆ, ಹೆಚ್ಚಂದ್ರೆ ಇನ್ನೊಂದ್ಸಲ ಅಷ್ಟೆ. ಈ ತೈಪೂಸಂಗೆ ಆಗಲ್ಲ, ಆದ್ರೆ ಬರೋವರ್ಷ ತೈಪೂಸಂಗೆ ಪಳನಿಗೆ ಒಯ್ದು ಬಂದ ರೇಟಿಗೆ ಮಾರಿಬಿಡಬೇಕು."

"ಅಲ್ಲಾ, ಯಾಕೆ ಇಷ್ಟನೆಲ್ಲ ಸುಮ್ನೆ ಇಟ್ಕೊಂಡು ಊಟ ಹಾಕ್ತಾ ಇರ್ಬೇಕು ಮದ್ಲು? ಒಂದಷ್ಟನ್ನಾದ್ರೂ ಮಾರಿದ್ರೆ ಬರೋ ದುಡ್ಡನ್ನ ಬ್ಯಾಂಕಲಿಡಬೋದು. ದೊಡ್ಡೋಳಿಗೆ ಏನಾದ್ರೂ ಒಳ್ಳೆ ಕಾರ್ಯ ಮಾಡೋ ಸಮಯ ಬಂದಾಗ ಉಪಯೋಗಕ್ಕಾದ್ರೂ ಬರ್‍ತದೆ."

"ಲೇ ನಿಂಗೇನೇ ಗೊತ್ತು? ಮಾರೋದನ್ನೂ ಕೊಳ್ಳೋದನ್ನೂ ಹುಷಾರಾಗಿ ಮಾಡ್ಬೇಕು ಕಣೆ. ಈಗ ನಮ್ಮತ್ರ ಇರೋದ್ರಲ್ಲಿ ಹತ್ರಲ್ಲಿ ಎಂಟು ಚಿನ್ನದ ಮೊಟ್ಟೆ ಇಡೋ ಕೋಳಿಗಳ ತರ ಇದಾವೆ ಕಣೆ. ಹಂಗಿರೋವಾಗ ಅವುಗಳನ್ನೆಲ್ಲ ಈಗ್ಲೇ ಮಾರಿಬಿಟ್ರೆ ಆಮೇಲೆ ನೀನೇನು ಗಂಡಸರಿಗೆ ಸೆರಗು ಹಾಸಿ ತಿಂಗ್ಳಾ ತಿಂಗ್ಳು ಚೀಟಿ ಕಟ್ತೀಯ ಹೆಂಗೆ?"

"ಹೌದೌದು, ಚಿನ್ನುದು ಸಾಮಾನಿಟ್ಕಂಡಿದಾರೆ ನೋಡಿ ಗಂಡಸ್ರು. ಬರ್‍ತಾರೆ ನಿಗುರ್‍ಸ್ಕೊಂಡು" ಎಕ್ಕಿಯಮ್ಮನಿಗೆ ರೇಗಿತು.

"ಲೇ ಲೇ ಸುಮ್ನೆ ತಮಾಷೆಗಂದೆ ಕಣೆ" ಪಂಡಾರಂ ನಗುತ್ತಾ ಎದ್ದರು. ಹಾಗೆ ಏಳುವಾಗ ದೊಡ್ಡದೊಂದು ತೇಗು ಹೊರಬಿತ್ತು. ಕಾಫಿ ಕುಡಿದ ಬಳಿಕ ಪಂಡಾರಂ ಕಂಬಳಿ ಹೊದ್ದುಕೊಂಡು, ಕಿವಿಗಳನ್ನು ಸರಿಯಾಗಿ ಮುಚ್ಚುವಂತೆ ಮಫ್ಲರ್ ಕಟ್ಟಿಕೊಂಡು, ಕೈಯಲ್ಲೊಂದು ದೊಣ್ಣೆಯನ್ನೂ, ಟಾರ್ಚನ್ನೂ ಹಿಡಿದುಕೊಂಡು ಬೀದಿಗಿಳಿದರು. ಎದುರು ಮನೆಯ ನಾಯಿ ಇವರನ್ನು ನೋಡಿದ್ದೇ ಹೌಹಾರಿ ಬೊಗಳಿ, ಆಮೇಲೆ ಅವರ ಗುರುತು ಹಿಡಿಯಿತೇನೋ ಎಂಬಂತೆ ಮೆಲ್ಲಗೆ ಗುರುಗುಡುತ್ತಾ ಸುಮ್ಮನಾಯಿತು. ಆಕಾಶ ಮಂಕು ಬೆಳಕನ್ನು ಕೆಳಗೆ ಚೆಲ್ಲುತ್ತಿತ್ತು. ಪಂಡಾರಂ ದೇವರನಾಮವೊಂದನ್ನು ಗುನುಗುತ್ತಾ ಅಲ್ಲಿಂದ

* ತಮಿಳು ಕ್ಯಾಲೆಂಡರ್. ಜನವರಿ ಮಧ್ಯಂತರದಿಂದ ಫೆಬ್ರವರಿ ಮಧ್ಯಂತರದವರೆಗೆ ತಯ್ ಮಾಸ. ತೈಪೂಸಂ ಅಂದರೆ, ತಯ್ ಮಾಸದ ಹುಣ್ಣಿಮೆಯ ದಿನ. ಇದು ತಮಿಳು ಕ್ಯಾಲೆಂಡರಿನ ಪ್ರಕಾರ ವರ್ಷದ ಮೊದಲ ಹುಣ್ಣಿಮೆ. ಮುರುಗನಿಗೆ ವಿಶೇಷವಾದ ದಿನ.

ಹೊರಟು, ಬಲಿ ಮಂಟಪವನ್ನೇರಿ ಆ ಕಡೆಗೆ ಇಳಿದು, ಅಲ್ಲಿಂದ ಕೋಣಾರ್ ತೋಪಿನೊಳಗೆ ಹೊಕ್ಕು, ಹಳ್ಳದಲ್ಲಿ ಇಳಿದು ಕಾಲುತೋಯಿಸಿಕೊಂಡು ಹಾಗೇ ಗದ್ದೆಯತ್ತ ಹೋದರು. ಅಷ್ಟರಲ್ಲಿ ಮತ್ತಷ್ಟು ಹೊತ್ತೇರಿ, ಗದ್ದೆಬಯಲ ತುಂಬಾ ತಿಳಿಯಾದ ಬೆಳಕು ಹರಡಿಕೊಂಡಿತ್ತು. ಯಾರೋ ತೆಳ್ಳನೆಯ ಬಿಳೀಬಟ್ಟೆ ಹಾಸಿದ್ದಾರೇನೋ ಎಂಬಂತೆ ಮುಸುಕಿದ್ದ ಮಂಜು ಅಲ್ಲಿನ ಪರಿಸರವನ್ನೆಲ್ಲ ತೋಯಿಸುತ್ತಿತ್ತು. ಬೀಸುತ್ತಿದ್ದ ಕುಳಿರ್ಗಾಳಿಯಲಿ ಬತ್ತದ ತೆನೆಗಳು ಗಲಗಲವೆಂದು ತಲೆದೂಗಿ ಓಲಾಡುತ್ತಿದ್ದವು. ಹುಲ್ಲಿನ ಮೇಲೆ ಚೆಲ್ಲಿಕೊಂಡಿದ್ದ ಇಬ್ಬನಿ ಹನಿಗಳು ಕಾಲುಗಳಿಗೆ ತಣ್ಣಗೆ ತಾಕಿದವು. ಅಲ್ಲಲ್ಲಿ ಇದ್ದ ಕಪ್ಪೆಗಳು ಇವರ ಹೆಜ್ಜೆ ಸದ್ದಿಗೆ ಬೆದರಿ ಜಿಗಿದು ಗದ್ದೆಯ ನೀರಿನೊಳಗೆ ಹಾರಿದವು. ಗದ್ದೆಬಯಲಿನಾಚೆ ಮಬ್ಬುಗತ್ತಲಲಿ ಮುಳುಗಿದ್ದ ಯಕ್ಷಿಯ ದೇವಸ್ಥಾನ, ಅದರಾಚೆಗೆ ಹರಡಿಕೊಂಡಿದ್ದ ಬಿದಿರಿನ ಮೆಳೆ ಕಣ್ಣಿಗೆ ಬಿತ್ತು. ಅದರ ಪಕ್ಕದಲ್ಲೇ ಇದ್ದ ಗುಡಿಸಲಿನ ದಿಣ್ಣೆಯ ಮೇಲೆ ಲಾಂದ್ರದ ಬೆಳಕು ಓಲಾಡಿತು. ಜಗುಲಿಯ ಮೇಲೆ ಕಂಬಳಿ ಹೊದ್ದುಕೊಂಡು ಮಲಗಿದ್ದ ಕುಮರೇಸನೂ ಕಣ್ಣಿಗೆ ಬಿದ್ದಿದ್ದ. ಪಂಡಾರಂ ಮೆಟ್ಟಿಲೇರಿ ಅವನ ಪಕ್ಕ ನಿಂತು ದೊಣ್ಣೆಬಡಿಗೆಯಿಂದ ನೆಲಕ್ಕೆ ಬಡಿದು "ಲೋ ಕುಮರೇಸ ಎದ್ದೇಳೊ" ಅಂದರು. ಅವನು ಗಡಬಡಿಸಿ ಎದ್ದು "ಯಾ... ಯಾರು" ಅಂದ. "ಲೋ ಇದು ನಾನು ಕಣೊ" ಅಂದರು ಪಂಡಾರಂ. ಅವನು ಎದ್ದವನೇ ಚಳಿಗೆ ಕೈಗಳನು ಬಿಗಿದು ಎದೆಮೇಲೆ ಕಟ್ಟಿಕೊಂಡು "ಸ್ವಲ್ಪ ನಿದ್ದೆ ಬಂದ್ಬಿಡ್ತು..." ಎಂದು ತೊದಲಿದ.

"ಚೆನ್ನಾಗಿ ನಿದ್ದೆ ಹೊಡ್ದಿದೀಯ ಬಿಡು. ಸರೀ, ಒಳಗೆ ಸದ್ದೇನಾದ್ರೂ ಕೇಳಿಸ್ತಾ?"

"ಇಲ್ಲ ಒಡೇರೆ"

"ಹೌದೌದು, ನೀ ಮಲ್ಗಿರೋ ಲಕ್ಷಣ ನೋಡಿದ್ನಲ್ಲ. ಅದೆಂಗೆ ನಿಮ್ಮಪ್ಪ ಮುಟ್ಠಾಳ ಸಣ್ಮುಗನ ಬುದ್ಧಿ ನಿಂಗೆ ಬರ್ದೆ ಹೋಗ್ತದೆ?"

ಒಳಗೆ ಲಾಂದ್ರದ ಬೆಳಕು ಮಂದವಾಗಿ ಉರಿಯುತ್ತಿತ್ತು. ಕೆಳಗೆ ಹಾಸಿದ್ದ ಅಗಲವಾದ ಚಾಪೆಯ ಮೇಲೆ ಸಣ್ಣಗೆ ಸರಬರ ಸದ್ದು ಕೇಳಿಸಿತು.

ಒಳಗಿನಿಂದ ಮುತ್ತಮ್ಮ "ಯಾರು ಸಾಮಿಯಾ?" ಎಂದು ಕೇಳಿದಳು.

"ಹೌದು ಕಣೇ ಹೆಂಗಿದೀಯ?"

"ಆಗ್ತಾ ಇಲ್ಲ ಸಾಮೀ, ಒಂದೂ ಆಗ್ತಾ ಇಲ್ಲ"

"ಏನಾಗ್ತಾ ಇದೆ? ಇಳೀತಿರೋದೇನಾದ್ರೂ ಗೊತ್ತಾಗ್ತಾ ಇದೆಯಾ?"

"ಏನೂ ಗೊತ್ತಾಗ್ತಿಲ್ಲ ಸಾಮಿ. ಆದ್ರೆ ಕೈಕಾಲೆಲ್ಲಾ ನೋವೂಂದ್ರೆ ನೋವು. ಎಲ್ಲ ಊದೋಗದೆ."

"ಅದು ಹಂಗೇ ಇರದು ಮತ್ತೆ. ನಿಂಗೇನು ಇದು ಮದ್ಲನೇ ಹೆರಿಗೆನಾ?" ಎಂದವರೇ ಪಂಡಾರಂ ಲಾಂದ್ರದ ಬೆಳಕು ದೊಡ್ಡದು ಮಾಡಿದರು. ಮುತ್ತಮ್ಮ ಬೆತ್ತಲಾಗಿ ಮಲಗಿದ್ದಳು. ಹೊದ್ದಿದ್ದ ದೊಡ್ಡ ಚಾದರ ಸರಿದು ಬಿದ್ದಿತ್ತು. ಒಂದು ಘನಗಾತ್ರದ ವಿಚಿತ್ರ ಪ್ರಾಣಿಯಂತೆ ಕಾಣುತ್ತಿದ್ದಳು. ಒಂದು ಕೈಯೂ ಒಂದು ಕಾಲೂ ದೊಡ್ಡದಾಗಿ ವಿಲಕ್ಷಣವಾಗಿ

ಊದಿಕೊಂಡಿದ್ದವು. ಮತ್ತೊಂದು ಕೈಯೂ ಕಾಲೂ ಮುರುಟಿಕೊಂಡು ತೀರ ಚಿಕ್ಕಮಗುವಿನ ಕೈಕಾಲುಗಳೋ ಎಂಬಂತೆ ಕಾಣುತ್ತಿದ್ದವು. ಕೂದಲಿಲ್ಲದ ಬೋಳಾದ ದೊಡ್ಡ ತಲೆ ಒಂದು ಬದಿಯಲ್ಲಿ ಸುರುಗಿ ಚಪ್ಪಟೆಯಾಗಿ ಅಂಟಿಕೊಂಡಿತ್ತು. ಒಂದೇ ಕಣ್ಣು. ಮತ್ತೊಂದು ಕಣ್ಣಲ್ಲಿ ಬರೇ ಮಾಂಸದ ಮುದ್ದೆ ತುಂಬಿಕೊಂಡಿತ್ತು. ಮೂಗಿರುವ ಕಡೆ ಎರಡು ಗುಳಿಗಳು ಮಾತ್ರ. ಬಾಯಿ ಅಗಲವಾಗಿ ತೆರೆದುಕೊಂಡು ನೀಳವಾದ ಹಳದಿಬಣ್ಣದ ಕೋರೆಹಲ್ಲುಗಳು ಚಾಚಿಕೊಂಡಿದ್ದವು. ಹೊಟ್ಟೆ ಉಬ್ಬಿಕೊಂಡು ಥಳ ಥಳ ಹೊಳೆಯುತ್ತಿತ್ತು. ಹೊಕ್ಕಳು ಬಿರಿದು, ಯಾವುದೋ ಹಳೆಯ ಗಾಯದ ಕಪ್ಪು ಕಲೆಯಂತೆ ವಡ್ಡಾಗಿ ಕಾಣಿಸುತ್ತಿತ್ತು.

ಪಂಡಾರಂ ಅವಳ ಕಿಬ್ಬೊಟ್ಟೆಯನ್ನು ತಳ್ಳಿ ಮೇಲೆ ಸರಿಸಿದರು. ಅವಳು ಆ... ಎಂದು ನೋವಿನಲಿ ಚೀರಿ, ತನ್ನ ಕೈಯನ್ನು ನೆಲಕ್ಕೆ ಬೀಸಿ ಬಡಿದಳು. "ನೋವಿರ್‍ತದೆ ಮತ್ತೆ, ಹಂಗಂತಂದ್ರೆ ಹುಟ್ಲಿಕ್ಕಿರೋದು ಕೆಳಗೆ ಇಳ್ದಿದೇಂತ ಅರ್ಥ. ಇರು ಕುಮರೇಸನನ್ನ ಕಳಿಸಿ ಮುದ್ಕೀನ ಕರ್‍ಕಂಬರಕ್ಕೇಳ್ತೀನಿ. ಬೆಳಕು ಹರಿಯೋದ್ರೊಳಗೆ ಬಂದ್ಬಿಡ್ತಾಳೆ."

"ಅಯ್ಯೋ ನನ್ಕೈಲಿ ಆಗ್ತಾ ಇಲ್ವಲ್ಲಪ್ಪಾ. ಬದ್ಕಕ್ಕೂ ಆಗ್ತಾ ಇಲ್ಲ, ಸಾಯಕ್ಕೂ ಆಗ್ತಾ ಇಲ್ವಲ್ಲಾ..." ಮುತ್ತಮ್ಮ ಪ್ರಲಾಪಿಸಿದಳು.

"ಯಾಕೀಗ ಹಿಂಗೆ ಗೋಳಾಡ್ತಾ ಇದೀಯ? ಏನು ಕೇಡು ನಿಂಗೆ? ಏನೋ ಮೊದ್ಲನೇ ಹೆರಿಗೆ ತರ ಅವತಾರ ಮಾಡ್ತಾ ಇದೀಯಲ್ಲ?" ಪಂಡಾರಂ ಬಯ್ಯುತ್ತಾ ಎದ್ದವರು "ಲೋ ಕುಮರೇಸಾ, ಓಡೋಗಿ ಆ ಮುದ್ಕೀನ ಕರ್‍ಕೊಂಬಾರೋ" ಅಂದರು. ಕುಮರೇಸ ಅತ್ತ ಹೋದಮೇಲೆ ತಾವು ಬಂದು ಜಗುಲಿಯ ಮೇಲೆ ಕೂತರು. ಅಷ್ಟರಲಿ ಹಿತ್ತಿಲ ಬಾಗಿಲು ಗಾಳಿಗೆ ಧಡಾರೆಂದು ಬಡಿದುಕೊಂಡಿತು. "ಥೂ ದರಿದ್ರದೋನು ಹಿತ್ಲ ಬಾಗ್ಲು ತೆರ್‍ದಿಟ್ಟೇ ಮಲ್ಗಿದ್ದಾನಲ್ಲ! ನಾಯೋ ನರಿಯೋ ಬಂದಿದ್ರೆ!" ಎಂದು ಬಯ್ದುಕೊಂಡವರು ಹೋಗಿ ಬಾಗಿಲು ಜಡಿದು ಬಂದರು.

"ನಾಯೋ ನರಿಯೋ ಬರ್‍ದೇ ಇರ್‍ತದಾ? ನನ್ನ ಮಾದಾವೇ*..."

"ಥೀ, ಬಾಯ್ಮುಚ್ಕೆ ಒಂದ್ ಸೊಲ್ಪ ಸುಮ್ನೆ, ಪಿರಿಪಿರೀಂತ ಅನ್ಕಂಡು."

"ಹದಿನೆಂಟು ಹೆತ್ತೆ, ಎಲ್ಲಾ ನಾಯೋ ನರಿಯೋ ತಾನೇ ಹೊತ್ಕಂಡೋಯ್ತು?"

"ಏನೂಂತ ಮಾತಾಡ್ತಿದೀಯ? ಒಂದ್ಸಾವ್ರ ಸರ್ತಿ ಹೇಳಿದೀನಿ, ಎಲ್ಲಾ ಅವವುಗಳ ಪಾಡಿಗೆ ತಿಂದ್ಕಂಡು ಉಂಡ್ಕಂಡು ಆರಾಮಾಗಿದಾವೆ ಅಂತ. ನನ್ ಮಾತಿನ್ ಮೇಲೆ ಅಷ್ಟೂ ನಂಬ್ಕೆ ಇಲ್ವಾ ನಿಂಗೆ?"

"ಅಯ್ಯೋ... ನನ್ನ ಮಾದಾವೇ."

"ಏನೇ?"

---

* ಮೇರಿಮಾತೆ

ಅವಳು ಏನೂ ಉತ್ತರ ಕೊಡಲಿಲ್ಲ. ಅಷ್ಟರಲಿ ವಿಚಿತ್ರವಾದ ಒಂದು ವಾಸನೆ ಒಳಕೋಣೆಯಿಂದ ನುಗ್ಗಿಬಂತು. "ಅಯ್ಯೋ, ಅದೇ ಅದೇ. ಈ ಮುದ್ಕಿ ಬೇರೆ ಕಾಣ್ತಾ ಇಲ್ವಲ್ಲಪ್ಪಾ..." ಪಂಡಾರಂ ಗೊಣಗಿದರು.

"ಅಮ್ಮೇ ಎಂಡೆ ಮಾದಾವೇ... ಎನ್ನೈ ಕೊಂಡು ಪೋನಿಲ್ಲೇ... ಎಂಡೆ ದೈವಮೇ... ಎನಿಕ್ಕು ವಯ್ಯಾಲೋ..."

ಮುತ್ತಮ್ಮ ಒಳಗೆ ಮಲಯಾಳಂನಲ್ಲಿ ಮಾತಾಡುತ್ತಿದ್ದಳು. ಸಹಿಸಲಾರದಷ್ಟು ನೋವಾದಾಗ ಮಾತ್ರವೇ ಅವಳು ಮಲಯಾಳಂನಲ್ಲಿ ಮಾತಾಡುತ್ತಾಳೆ ಎಂಬುವುದನ್ನು ಪಂಡಾರಂ ನೆನಪಿಸಿಕೊಂಡರು. ಅವರಿಗೆ ಅವಳು ಕಳೆದ ಇಪ್ಪತ್ತೊಂಬತ್ತು ವರ್ಷಗಳಿಂದ ಗೊತ್ತು. ಅವಳಂತೆಯೇ ಎಲ್ಲರೂ ಮಲಯಾಳಂ ತಮಿಳು ಬೆರೆಸಿಯೇ ಮಾತಾಡುವುದು.

ಅಷ್ಟರಲ್ಲಿ ಮುದುಕಿ ಬರುವುದು ಕಾಣಿಸಿತು.

"ಎಂಗಪ್ಪಾ ಇದೀಯ? ಎಲ್ಲ ಎಂಗ್ ನಡೀತಾ ಅದೆ? ವ್ಯಾಪಾರ ವೇವಾರ ಎಲ್ಲ? ಒಳ್ಳೆ ದುಡ್ ಬರ್ತಾ ಇರ್ಬೇಕಲ್ಲಾ?" ಮುದುಕಿ ಬಾಯಲ್ಲಿ ಹೊಗೆಸೊಪ್ಪು ನುರಿಸುತ್ತಾ ನಡೆದುಬಂದಳು.

"ಅದೆಲ್ಲ ಆಮೇಲಾಗ್ಲಿ. ಮೊದ್ಲು ಬಾ ನೀನು" ಪಂಡಾರಂ ಅವಸರಿಸಿದರು.

ಮುದುಕಿ "ಎಲ್ಲಿ ಸ್ವಲ್ಪ ಬಿಸಿನೀರು" ಅಂದಳು.

ಕುಮರೇಸ ಬಿಸಿನೀರು ಇಡಲು ಓಡಿದ. ಮುದುಕಿ ಸೆರಗಿಗೆ ಕಟ್ಟಿಕೊಂಡಿದ್ದ ಹೊಸಾ ಬ್ಲೇಡನ್ನೂ, ಡೆಟಾಲಿನ ಬಾಟಲಿಯನ್ನೂ ತೆಗೆದಿರಿಸಿದಳು.

"ಮ್... ಒಂದೂ... ಒಂದ್ಗಂಟೆಯಾದ್ರೂ ಆಯ್ತದೆ ಆಯ್ತಾ? ಇಂತ ಜೀವಗೋಳಿಗೆಲ್ಲ ಸರೀರನೇ ಒಂತರ ಇರ್ತದೆ. ಅಂತದ್ರಲ್ಲಿ ನಾವೊಸಿ ಅನುಸರಿಸ್ಕಂಡೋದ್ರೆ ಕೆಲ್ಸ ಆಗ್ತದೆ, ಇಲ್ಲಾಂದ್ರೆ ಕಷ್ಟ" ಅಂದಳು.

"ಸರಿ, ಏನೋ ಒಂದು ನೋಡಿಮಾಡಿ ಮಾಡು ಅತ್ಲಾಗೆ" ಅಂದರು ಪಂಡಾರಂ.

"ಹಂಗೇ ನೀವೂ ನಂಗೊಂಚೂರು ನೋಡಿಮಾಡಿ ಕೊಡ್ಬೇಕು ನೋಡಿ. ಹೋದ್ಸಲ ಎರ್ಗ್ಲಿ, ನೀವು ದುಡ್ಡು ಕೇಳುದ್ರೆ ಕೊಡ್ದೆಲೆ ಬೇರೆ ತರ ಮಾತಾಡಿದ್ರಿ."

"ಸರಿ ಸರಿ ಮದ್ಲು ಕೆಲಸ ನಡೀಲಿ" ಪಂಡಾರಂ ತಾಳ್ಮೆಗೆಟ್ಟರು.

"ತೈಪೂಸಂಗೆ ಹೋಗೋದಿದೆಯಾ?"

"ಹೋಗ್ಬೇಕು, ಆದ್ರೆ ಅದ್ಕೂ ಮದ್ಲು ಇದೊಂದು ಸರಿಯಾಗಿ ಕೈಗೆ ಸಿಗ್ಬೇಕಲ್ಲಾ..."

"ಇದೋ ಇನ್ನೇನು ಆಗೋಯ್ತಲ್ಲ, ಆಗ್ಲಿಲ್ಲಾಂದ್ರೆ ಕೇಳು, ಅಂಗೆ ಹಿಚ್ಕಿ ತೆಗ್ದಾಕ್ಬುಡ್ತೀನಿ. ಮತ್ತೇ... ಪಳನೀಲಿ ಒಳ್ಳೇ ತಿರುಪೆ ಸಿಕ್ಕಿದ್ರೆ ನಂಗೂ ಒಂದು ನೋಡಪ್ಪ"

"ಯಾಕೇ ಇಲ್ಲಿ ಹೆರ್ಗೆ ಮಾಡ್ಸದು ಸಾಲಲ್ವಾ ನಿಂಗೆ?"

"ಈಗೆಲ್ಲ ಯಾರು ಈ ಮುದ್ಕೀನ ಕರೀತಾರೆ? ಯಾರಾದ್ರು ಗಂಡ ಸತ್ತ ಮುಂಡೇರು, ಒಂಸಲ್ಪ ಸೌದೆ ಪುರ್ಲೆ ಆಯ್ಕೊಡು ಅಂತ ಕರುದ್ರೆ ಉಂಟು. ಅವ್ರ ಕೈಲಿ ಅಮ್ಮಮ್ಮಾಂದ್ರೆ ಏನಿರ್ತದೆ? ಒಂಚೂರು ವಿಷಗಿಷ ತಗಳ್ಳಷ್ಟು ಕಾಸು ಇಟ್ಕಂಡಿರ್ತಾರೆ. ಅಂತದ್ರಲ್ಲಿ ಅವ್ರು ಕೊಡ ಕಾಸ್ನ ನಂಬ್ಕಂಡು ಬದ್ಕದೆಲ್ಲ ಕಷ್ಟಪ್ಪಾ. ನೀನು ನಂಗೂ ಒಂದೊಳ್ಳೆ ತಿರುಪೆ ನೋಡು."

ಒಳಗಿಂದ ಮುತ್ತಮ್ಮ ನರಿ ಊಳಿಟ್ಟಂತೆ ಜೋರಾಗಿ ನರಳಿದಳು.

"ಏಯ್, ಸುಮ್ನೆ ಮುಚ್ಕಂಡು ಮಲ್ಗೇ. ಸತ್ತದ್ದು. ಮುಟ್ಕೋಡುದ್ರೆ ಏನೂ ನೋವು ಸಿಕ್ತಿಲ್ಲ ಒಟ್ಟೆ ಮೇಲೆ, ಸುಮ್ನೆ ಕಿರುಚ್ತವ್ಳೆ. ಏನೊಳ್ಳೆ ರಾಜ್ಕುಮಾರನ್ನಾ ಎರ್ತಾ ಇದೀಯ?" ಅನ್ನುತ್ತ ಬೀಸಿ ಕಾಲಿಗೊಂದು ಏಟು ಕೊಟ್ಟಳು ಮುದುಕಿ.

"ಅಮ್ಮೇ ಎನಿಕು ಈ ಜೆನ್ಮಮ್ ವೇಂಡಾಯೇ... ಎನ್ನೈ ಎಡುತೋಳೇ..." ಮುತ್ತಮ್ಮ ಮೊರೆಯಿಟ್ಟಳು.

"ಮಲಯಾಳದವಳಾ ಇವಳು" ಕೇಳಿದಳು ಮುದುಕಿ.

"ಇವಕ್ಕೆಲ್ಲ ಎಂಥ ಭಾಷೆ? ಎಲ್ಲ ಒಂದೇ ಲೆಕ್ಕ" ಅಂದರು ಪಂಡಾರಂ.

"ಮ್... ನೀನೂ... ನಂಗೊಂದು ಅತ್ತು ವಯಸಿಂದು ತಿರುಪೆನ ತಂದುಕೊಡು. ಏನೋ ನಾನು ಮಾಡಿದ್ದೊಂದಷ್ಟು ಅದಕೂ ಹಾಕಿ ನೋಡ್ಕೋತ್ತೀನಿ."

"ಚಿಕ್ದಾದ್ರೆ ರೇಟು ಜಾಸ್ತಿ, ಇವತ್ತಿನ ರೇಟಿಗೆ ಒಂದ್ಹತ್ತಾದ್ರೂ ಆಗ್ತದೆ."

"ಅತ್ತೂಂದ್ರೆ?"

"ಹತ್ತು ಸಾವಿರ"

"ಅಬ್ಬಾ! ಇರದೇಳಪ್ಪಾ ನೀನು"

"ಬೇಕಾದ್ರೆ ಬಂದು ನೋಡು, ಜೊತೆಲಿ ಬಾ ಪಳನಿಗೆ. ಸುಮ್ನೆ ತಮಾಷೆಗಂದೆ ಅನ್ಕಂಡ್ಯಾ? ಹೇಳಿದ್ದು. ಹಣ್ಣು ಕೊಡೋ ಮರದ ಥರ ಅಲ್ವಾ?"

"ಅದುಕೆ ಹತ್ಸಾವ್ರಕೆ ಜೆರ್ಸಿ ಹಸಾನೇ ಬರ್ತದಲ್ಲ."

"ಹೌದೌದು, ಅದಕೆ ಹುಲ್ಲಾಕ್ಬೇಕು ಹಿಂಡಿ ಹಾಕ್ಬೇಕು, ಲೀಟರ್‌ಗೆ ಎಂಟು ರೂಪಾಯಿ, ಮೇವಿಗೆ ಐವತ್ತು ರುಪಾಯಿ, ಅಲ್ಲಿಗೆ ಲಾಭ ಇಪ್ಪತ್ತೈದು ರುಪಾಯಿ. ಗರ್ಭ ಕಟ್ಟಿದ್ರೆ ಒಂದ್ವರ್ಷ. ಇದು ಹಂಗಾ? ಒಂದು ಸಾಧಾರಣ ತಿರುಪೆ ಕೂಡ ಒಂದಿನಕ್ಕೆ ಕಮ್ಮಿಲ್ಲಾಂದ್ರೂ ಒಂದೈವತ್ತು ರೂಪಾಯಿ ಸಂಪಾದಿಸಿ ತಂದೇ ತರ್ತದೆ, ಅದ್ರ ಮೇಲೆ ಒಂದೈದು ರುಪಾಯಿ ಖರ್ಚು, ದಿನಾ ಹಿಂಗೇ. ಅದೂ ವರ್ಷಪೂರ್ತಿ. ಅದೇ ಜಾತ್ರೆನೋ ಇನ್ನೊಂದೋ ಅಂದ್ರೆ ಅದು ಬೇರೆನೇ ಲೆಕ್ಕ."

ಮುತ್ತಮ್ಮ ಜೋರಾಗಿ ಮುಕ್ಕಿ ನರಳಿದಳು.

"ಮುಕ್ಕಿ ದಾಟಿಸು. ಅಷ್ಟೆ ಅಷ್ಟೆ ಆಯ್ತು ಬಿಡು" ಅಂದಳು ಮುದುಕಿ.

"ಏ ತೆಗ್ದು ನೋಡು, ಎಂಗಿದೆ ಸರಕು?" ಕೇಳಿದರು ಪಂಡಾರಂ.

ಮುದುಕಿ ಅದನ್ನೆತ್ತಿ ಪಂಡಾರಂಗೆ ತೋರಿಸಿದಳು. ರಕ್ತದಲ್ಲಿ ಮುಳುಗಿದ್ದ ವಿಚಿತ್ರ ಪ್ರಾಣಿಯೊಂದು ಜನಿಸಿತ್ತು. ಒಂದು ಕಾಲು, ಅದೋ ಕಿರು ಬೆರಳಿನಷ್ಟೂ ಇಲ್ಲ. ಕೈ ಇರಬೇಕಾದ ಜಾಗದಲ್ಲಿ ಸುಮ್ಮನೊಂದು ಮಾಂಸದ ತುಣುಕು. ದೇಹಕ್ಕಿಂತಲೂ ಎರಡು ಪಟ್ಟು ದೊಡ್ಡದಾದ ಚಪ್ಪಟೆ ತಲೆ. ಒಂದೇ ಒಂದು ಕಣ್ಣು.

"ಮುರುಗಾ, ಎಂಥಾ ಚಮತ್ಕಾರವಯ್ಯಾ" ಎಂದು ಕೈಯೆತ್ತಿ ನಮಸ್ಕರಿಸಿದರು ಪಂಡಾರಂ.

"ಇದನ್ನ ನೋಡ್ದಾಗೆಲ್ಲ ಹೆದ್ರಿ ಸಾಯಂಗಾಗ್ತದಲ್ಲ, ಕೈ ಇರೋ ಜಾಗದಲ್ಲಿ ಕುಂಡಿ ಇದೆ ನೋಡು. ಏನೇ ಆದ್ರೂ ಇದ್ರಿಂದ ಒಳ್ಳೆ ಸಂಪಾದ್ನೆ ಆಗ್ತದೆ ಮಾತ್ರ" ಅನ್ನುತ್ತಾ ಮುದುಕಿ ಮೆಲ್ಲಗೆ ಅದಕೆ ಒಂದೇಟು ಕೊಟ್ಟಳು. ಆ ಏಟಿಗೆ ಬೆದರಿ ಅದು ಅಳತೊಡಗಿತು.

ಮಗು ಅಳುವ ಶಬ್ದಕ್ಕೆ ಎಚ್ಚರಗೊಂಡ ಮುತ್ತಮ್ಮ, "ಎಲ್ಲಿ ನನ್ನ ಮಗು, ಹೆಂಗಿದೆ ನನ್ ಮಗು" ಎಂದು ಆತಂಕದಿಂದ ಕ್ಷೀಣ ಸ್ವರದಲ್ಲಿ ಕೇಳಿದಳು.

"ಇದಾ, ಇಲ್ಲೇ ಇದೆ ನೋಡು" ಉತ್ತರಿಸಿದಳು ಮುದುಕಿ.

"ಹೆಂಗಿದೆ?" ಮುತ್ತಮ್ಮಳ ದನಿಯಲ್ಲಿ ಆತಂಕ ಕಮ್ಮಿಯಾಗಿರಲಿಲ್ಲ.

"ಇನ್ನೆಂಗೇ ಇರತ್ತೆ? ನಿನ್ನಂಗೇ ಅದೆ. ಒಳ್ಳೆ ಮಾರಾಜ್ನಂಗೆ. ಸಾಕಾ?"

"ಅಯ್ಯೋ ಮಾದಾವೇ..." ಮುತ್ತಮ್ಮ ಸಣ್ಣದನಿಯಲ್ಲಿ ಬಿಕ್ಕಿಬಿಕ್ಕಿ ಅಳತೊಡಗಿದಳು.

"ಎಲ್ಲಿ ಬಿಸಿನೀರು?" ಕೇಳಿದಳು ಮುದುಕಿ. ಮಗು ರಚ್ಚೆ ಹಿಡಿದು ಅಳುತ್ತಿತ್ತು. ಅಷ್ಟರಲಿ ಪಂಡಾರಂಗೆ ತಾನು ಬಹಳ ಹೊತ್ತಿನಿಂದ ಉಚ್ಚೆಯ ಅವಸರವನ್ನು ತಡೆಹಿಡಿದಿರುವುದು ಗಮನಕ್ಕೆ ಬಂತು. ಅವರು ಎದ್ದು ಹಿತ್ತಿಲಿನಲ್ಲಿದ್ದ ಚಿಕ್ಕ ತೆಂಗಿನ ಮರದಡಿ ನೆಮ್ಮದಿಯಾಗಿ ಉಚ್ಚೆಹೊಯ್ಯಲು ಕುಳಿತರು. ಆ ಬೆಳಗಿನಲಿ ಹಾಗೆ ನೆಮ್ಮದಿಯಾಗಿ ಉಚ್ಚೆಹೊಯ್ಯುತ್ತಿರುವಾಗ, ಇಷ್ಟು ದಿನ ಎದೆಯೊಳಗೆ ಕಟ್ಟಿಕೊಂಡಿದ್ದ ಕಳವಳ, ಚಿಂತೆ ಎಲ್ಲವೂ ಕರಗಿ, ಉಚ್ಚೆಯೊಡನೆ ಮಿಳಿತವಾಗಿ ಹೊರಟುಹೋಗುತ್ತಿರುವಂತೆ ಅನಿಸಿತು. ಅವರು ತಲೆಮೇಲೆತ್ತಿ ಆಕಾಶವನ್ನು ದಿಟ್ಟಿಸಿ ನೋಡಿದರು. ಅಲ್ಲಿ ಒಂಟಿ ನಕ್ಷತ್ರವೊಂದು ಮಿನುಗುತ್ತಿತ್ತು. ತಾನು ನಕ್ಷತ್ರ ನೋಡಿ ಅದೆಷ್ಟು ದಿನಗಳಾದವಲ್ಲ, ಎಂದು ಪಂಡಾರಂ ಯೋಚಿಸಿದರು. ಎಷ್ಟು ಚಂದವಿದೆ ಈ ನಕ್ಷತ್ರ. ಹೊಂಬಣ್ಣದಲಿ ಹೊಳೆಯುತ್ತಿರುವ ನಕ್ಷತ್ರ ಸಣ್ಣಗೆ ಅಲ್ಲಾಡುತ್ತಿದೆಯೇನೋ ಅನಿಸುತ್ತಿದೆ... ಅಂದುಕೊಳ್ಳುತ್ತಾ ಮೂತ್ರ ವಿಸರ್ಜನೆ ಮುಗಿಸಿ ತಿರುಗಿ ಗುಡಿಸಲಿನೊಳಕ್ಕೆ ಹಿಂತಿರುಗುವಾಗ, ಅವರಿಗೆ ಏನೋ ಒಂದು ಬಗೆಯಾಯಿತು. ಯಾರೋ ತನ್ನನ್ನು ಹಿಂಬಾಲಿಸಿ ಗಮನಿಸುತ್ತಿದ್ದಾರೇನೋ ಅನಿಸಿ ಒಡನೇ ತಿರುಗಿ ನೋಡಿದರು. ಆ ಕ್ಷಣ ಆಕಾಶದ ಒಂಟಿ ನಕ್ಷತ್ರ ತನ್ನನ್ನೇ ದಿಟ್ಟಿಸಿ ನೋಡುತ್ತಿರುವಂತೆ ಅನಿಸಿತು.

"ಏ ಸರಿಯಾದ ಹಠಮಾರಿ ಹೆಂಗಸಿದು, ಸತ್ತದ್ದು" ಒಳಗೆ ಮುದುಕಿ ಛೀಮಾರಿ ಹಾಕುತ್ತಿದ್ದಳು.

"ಯಾಕೆ ಏನಾಯ್ತು?" ಪಂಡಾರಂ ಕೇಳಿದರು.

"ಆಲು ಕೊಡಲ್ಲಾಂತಾಳೆ.."

"ಲೇ ಯಾಕೇ?" ಪಂಡಾರಂ ಮುತ್ತಮ್ಮಳನ್ನುದ್ದೇಶಿಸಿ ಕೇಳಿದರು.

"ಬೇಡ ಸಾಯ್ಲಿ ಅದು. ಇದ್ದು ಕಷ್ಟ ಪಡೋದು ಬೇಡ, ಸಾಯ್ಲಿ ಅದು..." ಮುತ್ತಮ್ಮ ಹಲ್ಲುಕಚ್ಚುತ್ತಾ ಗೊಣಗಿದಂತೆ ಹೇಳಿದಳು.

"ಏ ಇಲ್ನೋಡು, ಇದೆಲ್ಲ ವಿಧಿ. ಒಬ್ಬೊಬ್ಬರಿಗೆ ಒಂದೊಂದು ಥರದ ಹಣೆಬರಹ. ನೀನು ಸುಮ್ನೆ ನಾನೇಳದ್ನ ಕೇಳು" ಅಂದರು ಪಂಡಾರಂ.

"ಏ... ಬೇಡಾನ್ನಿಲ್ಲವಾ? ಸುಮ್ನೆ ತಗಂಡೋಗಿ ಅದ್ನ ಆಚೆ" ಮುತ್ತಮ್ಮ ಉಸಿರು ಬಿಗಿ ಹಿಡಿದು ಜೋರಾಗಿ ಚೀರಿದಳು.

"ಓಹೋ... ಇವ್ಳಿಗೆ ಹಿಂಗೇಳಿದ್ರೆ ತಲೆಗೆ ಹತ್ತಲ್ಲ" ಅಂದವರೇ ಪಂಡಾರಂ ಅವಳ ಬಡಕಲು ಕಾಲಿನ ಮೇಲೆ ತನ್ನ ಕಾಲಿಟ್ಟು ಒತ್ತಿ ಅಮುಕಿ ಹಿಸುಕಿದರು.

ಮುತ್ತಮ್ಮ ನೋವಿನಲಿ ಕಿರುಚಿ ನರಳಿದಳು. ಅವಳ ಇಡೀ ದೇಹ ನೋವಿನಲಿ ಎತ್ತಿಹಾಕಿದಂತೆ ಥರಥರ ನಡುಗಿತು.

"ಅಯ್ಯೋ ಕೊಡ್ತೀನೀ... ಹಾಲುಕೊಡ್ತೀನಿ, ಹಾಲು ಕೊಡ್ತೀನಿ... ಅಯ್ಯೋ ಮಾದಾವೇ" ಮುತ್ತಮ್ಮ ನೋವಿನಲಿ ತತ್ತರಿಸುತ್ತಾ ಮೊರೆಯಿಟ್ಟಳು.

"ಮ್, ಕೊಡು" ಅನ್ನುತ್ತಾ ಪಂಡಾರಂ ಅವಳ ಕಾಲ ಮೇಲಿನಿಂದ ತನ್ನ ಕಾಲು ತೆಗೆದರು.

"ಅಲ್ಲಾ ಆಲು ಕೊಡಕ್ಕೇನು ಕೇಡು? ನಿನ್ ಮಗೂಗೆ ತಾನೆ ಕೊಡ್ತೀಯ? ನಾವೇನು ನಿನ್ ಆಲು ಕರ್ದು ಮಾರಕ್ಕಾ ಕೇಳಿದ್ವಿ?" ಮುದುಕಿ ಹೊಗೆಸೊಪ್ಪನ್ನು ಬಿಡಿಸಿ ಬಾಯಿಗಿಟ್ಟುಕೊಳ್ಳುತ್ತಾ ತಿವಿದಳು.

"ಇದು ಸಾಯ್ಲಿ, ಇದು ಸಾಯ್ಲಿ... ನಂಗಿದು ಬೇಡ"

"ಏಯ್, ಇಲ್ನೋಡು, ಇಂಗೇ ಆಡ್ತಾ ಇದ್ರೆ ನಿಂಗೆ ನನ್ ಕೈಲೇ ಸಾವು ನೋಡ್ಕೋ" ಅಂದರು ಪಂಡಾರಂ.

"ನೀವು ವರ್ಡಿ" ಅನ್ನುತ್ತ ಮುದುಕಿ ಮಗುವನ್ನು ಮುತ್ತಮ್ಮಳ ಹತ್ತಿರ ಮಲಗಿಸಿದಳು. ಒಂದು ಕಡೆ ಭಾರವಾಗಿ ತೊನೆದ ಮೊಲೆ ಸರಿದು ಬಿದ್ದಿದ್ದರೆ ಇನ್ನೊಂದು ಕಡೆ ಮೊಲೆಯೇ ಇರಲಿಲ್ಲ. ಮೌನವಾಗಿ ಬಿಕ್ಕಿಬಿಕ್ಕಿ ಅಳುತ್ತಿದ್ದ ಮುತ್ತಮ್ಮಳ ಮೊಲೆತೊಟ್ಟನ್ನು ಮಗುವಿನ ಬಾಯಿಗೆ ಸಿಕ್ಕಿಸಿದಳು ಮುದುಕಿ. ಮಗು ಒಡನೆಯೇ ಅದನ್ನು ಗಪ್ಪೆಂದು ಹಿಡಿದು ಹೀರತೊಡಗಿತು.

"ಕೈಯೂ ಕಾಲೂ ಇಲ್ಲ ಅಷ್ಟೇ, ಆದ್ರೆ ಬಾಯೂ ವಟ್ಟೆ ಜೋರಾಗೇ ಅದೆ ಪಂಡಾರಂ" ಅಂದಳು ಮುದುಕಿ.

"ಸತ್ತಿದ್ದು ಹೆಂಗೆ ಕುಡೀತಾ ಇದೆ ನೋಡು."

"ಹೌದೌದು ನೋಡು, ಒಳ್ಳೆ ದಿನಗಟ್ಲೆ ಹಸ್ಗಂಡಿದ್ದ ನಾಯಿ ತರ ಕಚ್ಚಿ ಎಳೀತಾ ಇದೆ."

ಮುತ್ತಮ್ಮನ ಕಿವಿಗಳೊಳಗೆ ಕಣ್ಣೀರು ಕೋಡಿಹರಿಯಿತು. ಅವಳು ಸದ್ದಿಲ್ಲದೆ ಬಿಕ್ಕಿಬಿಕ್ಕಿ ಅಳುತ್ತಿದ್ದಳು.

"ಯಾಕೇ ಈಪಾಟಿ ಅಳ್ತಾ ಇದೀಯ?" ಕೇಳಿದಳು ಮುದುಕಿ.

"ಅದು ಯಾವಾಗ಼್ೂ ಇರೋ ಕತೆನೇ, ಇನ್ನೂ ಸುಮಾರೊತ್ತು ನಡಿಯತ್ತೆ. ನೀ ಅದನ್ನ ತೊಳ್ದು ಮಲಗ್ಸು, ನಾನು ಸೊಲ್ಪ ದೇವಸ್ಥಾನಕ್ಕೋಗಿ ಬರ್ತೀನಿ" ಅನ್ನುತ್ತ ಪಂಡಾರಂ ಬಡಿಗೆಯನು ಎತ್ತಿಕೊಂಡು ಎದ್ದರು.

"ಅಣ?" ಕೇಳಿದಳು ಮುದುಕಿ.

"ಕುಮರೇಸನತ್ರ ಕೊಟ್ಟಿದ್ದೀನಿ, ಆಮೇಲೆ ಲೆಕ್ಕ ನೋಡ್ಕಳಣ. ಬರ್ಲಾ?"

ಗದ್ದೆಬಯಲಿನ ಅಂಚನ್ನು ದಾಟುವವರೆಗೂ ಮುತ್ತಮ್ಮಳ ಅಳುವೇ ಅವರ ನೆನಪಿನಲಿ ಉಳಿಯಿತು. ಒಂದೊಂದು ಜೀವಕ್ಕೂ ಒಂದೊಂದು ಬಗೆಯ ಅಳುವನ್ನೂ ನಗುವನ್ನೂ ಬರೆದಿದ್ದಾನೆ ದೇವರು. ಅವನಿಗೆ ಒಂದೊಂದೂ ಒನ್ನೊಂಥರದ ಆಟ... ಅಂದುಕೊಂಡರು.

ಗದ್ದೆಬಯಲಿನಲಿ ಬೆಳಕು ಹರವಾಗಿರುವಂತೆ ತೋರುತ್ತಿತ್ತು. ಆದರೆ ಇನ್ನೂ ಸೂರ್ಯ ಹುಟ್ಟಿರಲಿಲ್ಲ. ಗದಗುಟ್ಟುವ ಚಳಿಯೂ ಇತ್ತು. ಪಂಡಾರಂ ಚಳಿಗೆ ಕಂಬಳಿಯನ್ನು ಸೆಳೆದು ಹೊದ್ದುಕೊಂಡರು. ಅಯಾಚಿತವಾಗಿ ತಲೆಎತ್ತಿ ಆ ಒಂಟಿ ನಕ್ಷತ್ರವನ್ನು ನೋಡಿದರು. ಮರುಕ್ಷಣವೇ ನೋಟ ಬದಲಿಸಿದರು. ಎದೆಯೊಳಗೆ ತೋರಿದ ವಿಚಿತ್ರ ಸಂಕಟದಿಂದ ತಪ್ಪಿಸಿಕೊಳ್ಳಲೆಂಬಂತೆ ದೂರಕ್ಕೆ ಕಾರಿ ಉಗಿದರು.

***

2

ಪಂಡಾರಂ ಮರಳಿ ಮನೆಗೆ ಬಂದಾಗ ಮಗಳು ಸುಬ್ಬಮ್ಮ ಮನೆ ಮುಂದೆ ರಂಗೋಲಿ ಇಡುತ್ತಿದ್ದಳು. ಅದೇ ಆಗಿನ್ನೂ ಸ್ನಾನ ಮಾಡಿದ್ದ ಅವಳ ಒದ್ದೆತಲೆಗೂದಲು ಜಾಕೀಟನ್ನು ನೆನೆಸುತ್ತಿತ್ತು. ಕಾಲಿನಲಿ ಸಗಣಿಯ ಪಸೆ ಹಸಿರಾಗಿ ಅಂಟಿಕೊಂಡಿತ್ತು. ರಂಗೋಲಿ ಒಂದುಕಡೆಯಿಂದ ಹೆಣೆದುಕೊಳ್ಳುತ್ತಾ ಅರಳತೊಡಗಿತ್ತು. ಪಂಡಾರಂ ರಂಗೋಲಿಯನ್ನು ತುಳಿಯದೆ, ಅಂಗಳದ ಅಂಚಿನಿಂದ ನಡೆದು ಒಳಹೊಕ್ಕರು. ಅವರನ್ನು ನೋಡಿದ್ದೇ ಸುಬ್ಬಮ್ಮ ರಂಗೋಲಿಯ ಸಂಪುಟದೊಂದಿಗೆ ಎದ್ದಳು.

ತಲೆಗೂದಲನ್ನು ಬದಿಗೆ ಸರಿಸುತ್ತಾ, "ಈಯ್ತಾ ಅಪ್ಪಾ?" ಎಂದು ಕೇಳಿದಳು.

"ಪಳನಿಮುರುಗನ ದಯದಿಂದ ಯಾವ ತೊಂದರೆಯೂ ಆಗಲಿಲ್ಲ."

"ಪಳನಿಗೆ ಹೋಗ್ತಾ ಇದೀರಾ?"

"ಮುರುಗನ ದಯೆಯಿದ್ದರೆ ಅಲ್ಲಿಗೂ ಹೋಗುವುದೇ. ಅಮ್ಮ ಎಲ್ಲೇ?"

"ದೋಸೆ ಹುಯ್ತಾ ಇದ್ದಾಳೆ"

ಒಳಗೆ ಎಲ್ಲರಿಗಿಂತ ಕಿರಿಯವಳು ಮೀನಾಕ್ಷಿ, ತನ್ನ ಪುಸ್ತಕಗಳನ್ನೆಲ್ಲ ಹರವಿಕೊಂಡು ಒಂದು ಪುಸ್ತಕದ ಮೇಲೆ ಮಕಾಡೆ ಮಲಗಿಕೊಂಡಿದ್ದಳು.

"ಏನೇ, ಹಲ್ಲುಜ್ಜುದ್ಯಾ ಇಲ್ವಾ?" ಕೇಳಿದರು.

"ಉಜ್ಜಾಯ್ತು"

"ನಾರಾಯಣ ಬರ್ತೀನಿ ಅಂದಿದ್ನಲ್ಲ, ಬಂದ್ನಾ?"

"ನಾಣು ಮಾಮನ ಮಗ ಬಂದಿದ್ದ."

"ಏನಂದ?"

"ಏನೋ ಅಮ್ಮನತ್ರ ಹೇಳ್ತಾ ಇದ್ದ."

ನಡುವಿನವಳು ವಡಿವಮ್ಮ ಇನ್ನೂ ಮಲಗೇ ಇದ್ದಳು. ಸರಿದ ಬಟ್ಟೆಯೊಂದಿಗೆ, ಕಟಬಾಯಲ್ಲಿ ಜೊಲ್ಲಿನ ಕರೆಯೊಂದಿಗೆ ಅಸ್ತವ್ಯಸ್ತವಾಗಿ ಬಿದ್ದುಕೊಂಡಿದ್ದಳು. ಪಂಡಾರಂ ಬಡಿಗೆಯನ್ನು ಮೂಲೆಗೆ ಒರಗಿಸಿ, ಕಂಬಳಿಯನ್ನು ನೆಲುವಿನ ಮೇಲೆ ಹಾಕಿ ಒಂದು ಬಾರಿ ನಶ್ಯ ಹಾಕಿದರು.

"ಏಯ್ ಹುಡ್ಗೀ, ನಾರ್ಲ್ಬಾಯಿ ಶನಿಯೇ... ಎದ್ದೇಳೇ. ಮೂದೇವಿ, ಮಲ್ಗಿರದು ನೋಡು ಅಶೋಕವನದ್ದು ರಾಕ್ಷಸಿ ತರ. ಬಿಸ್ನೀರು ತಂದು ಹುಯ್ತೀನಿ ನೋಡೀಗ ನಿನ್ಮೇಲೆ, ಎದ್ದೇಳೂಂದ್ರೆ..." ಎಕ್ಕಿಯಮ್ಮ ಒಳಗಿನಿಂದ ಕೂಗಿದಳು.

ವಡಿವು "ಹೋಗಮ್ಮಾ, ಇನ್ನೂ ಬೆಳ್ಕೇ ಆಗಿಲ್ಲ ಅದ್ರೊಳಗೆ..." ಅಂದಳು.

"ಹೌದೌದು ಬೆಳ್ಕಾಗಿಲ್ಲ, ಇಂಗೇ ಮಲ್ಕಂಡೇ ಇದ್ರೆ ನಿಂಗೆ ಯಾವತ್ತೂ ಬೆಳ್ಕಾಗಲ್ಲ. ಎದ್ದೇಳೇ ಸತ್ತ ಮೂದೇವಿ. ಮಕ ನೋಡು ಮದ್ಲು" ಎಂದು ಬಯ್ಯುತ್ತಾ ಒಳಗಿನಿಂದ ಬಂದ ಎಕ್ಕಿಯಮ್ಮ ಪಂಡಾರಂನನ್ನು ನೋಡಿ, "ಈಯ್ತಾ?" ಎಂದು ಕೇಳಿದಳು.

ಪಂಡಾರಂ "ಮುರುಗನ ದಯದಿಂದ..." ಎಂದವರು "ಅಲ್ಲಾ ಕತ್ತೆ ವಯಸ್ಸಾಯ್ತು ನಿಂಗೆ. ಅಂದ್ರೂ ಬೆಳ್ಬೆಳಗೆ ಬಾಯಲ್ಲಿ ಒಳ್ಳೆ ಮಾತು ಬರಲ್ಲೇನೆ? ಶನಿ ಶನೀಂತ ಮಂತ್ರ ಜಪಿಸ್ತಾ ಇದೀಯಲ್ಲ?" ಅಂದರು.

"ಮತ್ತೆ? ಎಂಗಿದೆ ಹುಟ್ಟಿರದು? ನೋಡುದ್ರಾ?" ಎಕ್ಕಿಯಮ್ಮ ಮಾತು ಬದಲಿಸಿದಳು.

"ಒಳ್ಳೆ ತಿರುಪೆ ಆಗ್ತದೆ, ಅಂಗೆ ದಿಮ್ಮಿರಂಗನಂಗಿದೆ."

"ಎಂಗೋ ಒಂದು, ಅಪ್ಪಾ ದೇವ್ರೇ ಮುರುಗಾ..." ಎಕ್ಕಿಯಮ್ಮ ಉದ್ಗರಿಸಿದಳು.

"ಸರಿ, ನಾನು ಸ್ನಾನ ಮಾಡಿ ದೇವಸ್ಥಾನಕ್ಕೋಗಿ ಬರ್ತೀನಿ. ಚೆನ್ನಾಗಿ ತಿಕ್ಕಿ ಸ್ನಾನ ಮಾಡ್ಬೇಕು."

"ನಾರಾಯಣ ಮಧ್ಯಾಹ್ನದಂಗೆ ಬರ್ತಾನಂತೆ, ಜೊತೆಗೆ ಉಳ್ಳೋರ್ನೂ ಕರ್ಕಂಡು ಬರ್ತಾನಂತೆ. ಅಂಗಂತ ಹೇಳೋದ"

"ಸರಿ"

ನಡುಮನೆಯಲ್ಲಿ ನಡುವಿನವಳಾದ ವಡಿವು ಇನ್ನೂ ಕೊಕ್ಕರಿಸಿಕೊಂಡು ಮಲಗೇ ಇದ್ದಳು.

ಕಿರಿಯವಳು ಮೀನಾಕ್ಷಿ "ಇಂಗಾಲವು ಘನವಾಗಿರುತ್ತದೆ ಇದು..." ಎಂದವಳು "ಅಪ್ಪಾ ಮರಿ ಹಾಕ್ತಾಪ್ಪ?" ಎಂದು ಕೇಳಿದಳು.

"ಹೌದು"

"ಎಂಗಿದೆ?"

"ಏಡಿ ತರ ಇದೆ ಕಣೆ, ನಾಯೇ..." ಪಂಡಾರಂ ತಮಾಷೆಯಾಗಿ ಹೇಳಿದರು.

"ನಾನು ನೋಡ್ಬಹುದಾ?"

"ಕಣ್ಣು ತೆರೆದ್ಮೇಲೆ ಅದೇ ದೇವಸ್ಥಾನಕ್ಕೆ ಬರುತ್ತೆ, ಆಗ ನೋಡುದ್ರೆ ಸಾಕು. ನಿಂಗಿನ್ನೂ ಸಣ್ ವಯ್ಸು. ಈಗ್ಲೇ ಅದ್ನೆಲ್ಲ ನೋಡ್ಬೇಕೂಂತ ಕುಣೀಬೇಡ."

"ನಾನೇನು ಸಣ್ಣುಡ್ಗಿ ಅಲ್ಲ" ಕಿರಿಯವಳು ಮುಖ ಉಬ್ಬಿಸಿಕೊಂಡಳು.

ಪಂಡಾರಂ ಅವಳೊಂದಿಗೆ ಮಾತು ಬೆಳೆಸದೆ, ಹಿತ್ತಿಲಿಗೆ ಹೋಗಿ ಒಂದು ಹಿಡಿ ಇದ್ದಲಿನ ಪುಡಿ ಬಾಚಿ ಹಲಸಿನ ಎಲೆಯಲ್ಲಿ ಮಡಿಚಿಕೊಂಡು, ಹಿತ್ತಿಲಿನಿಂದ ಇಳಿದು, ಸಂದುಗೊಂದುಗಳನು ಹಾದು, ಉತ್ತರದ ಬೀದಿಯನು ದಾಟಿ ಮೆಟ್ಟಿಲಿಳಿದು ಕೊನೆಗೂ ಕೊಳವನ್ನು ತಲುಪಿದರು.

ಕೆಳಗಿನ ಚಿಕ್ಕ ಮೆಟ್ಟಿಲೊಂದರಲ್ಲಿ ಗೂನ ಆಚಾರಿಯೂ, ಕೊಚ್ಚುಪಿಳ್ಳೆಯೂ ಸ್ನಾನ ಮಾಡುತ್ತಿದ್ದರು. ಪಂಡಾರಂ ದಡದಲ್ಲಿ ನಿಂತು ಹಲ್ಲುಜ್ಜಿದರು.

ಕೊಚ್ಚುಪಿಳ್ಳೆ "ಈಯ್ತಾ ಪಂಡಾರಂ?" ಎಂದು ಕೇಳಿದ.

"ಎಲ್ಲಾ ಪಳನಿ ಮುರುಗನ ದಯೆ, ಎಲ್ಲವೂ ಸುಸೂತ್ರವಾಯ್ತು. ಚೆನ್ನಾಗಿದೆ."

"ನಿಮಗೇನಪ್ಪಾ! ಒಳ್ಳೆಯ ತಿರುಪೆ. ಚೆನ್ನಾಗಿ ಬೆಳೀತೂಂದ್ರೆ ಒಂದ್ಹತ್ತಾವ್ರ ಬಂದೇ ಬರ್ತದೆ. ನಮಿಗೆ ಅಂಗಾ... ಹತ್ತಾವ್ರಕ್ಕೆ ಹತ್ತು ಜಾಗಕ್ಕೆ ಮಣ್ಣು ಹೊರ್ಬೇಕು ನೋಡು."

ಅದಕ್ಕೇನೂ ಉತ್ತರಿಸದೆ ಪಂಡಾರಂ "ಮುರುಗಾ" ಎಂದು ಬಾಯಿ ಮುಕ್ಕಳಿಸಿದರು. ಬಾಯೊಳಗೆ ಬೆರಳು ಹಾಕಿ ಗಸಗಸ ತಿಕ್ಕಿ ಕ್ಯಾಕರಿಸಿ ಉಗಿದು, ಕೊಳದೊಳಗೆ ಜಿಗಿದಂತೆ ಇಳಿದರು. ಒಮ್ಮೆ ಮುಳುಗಿ ಎದ್ದವರು "ಎಲ್ಲ ಪಳನಿಮುರುಗನ ಲೆಕ್ಕ. ಲೆಕ್ಕ ಬಲ್ಲವನು ಅವನು. ನಾನು ಬರೇ ಪೂಜಾರಿ ಅಷ್ಟೇ" ಎಂದರು.

"ಈ ಗೂನ ಆಚಾರಿಯನ್ನೂ ಸೇರಿಸಿಕೊಳ್ಳೋಣ ಪಂಡಾರಂ. ಸುಮ್ನೆ ಪಳನಿಗೆ ಒಯ್ದು ಮಾರ್ಬಿಡೋಣ. ಅವ್ನಿಗೂ ಕೂತ ಜಾಗಕ್ಕೆ ಊಟ ಸಿಕ್ದಂಗಾಗ್ತದೆ ನೋಡು" ಕೊಚ್ಚುಪಿಳ್ಳೆ ಕಾಲೆಳೆದ.

ಗೂನ ಆಚಾರಿ ಹ್ಹಹ್ಹಹ್ಹಾ ಎಂದು ನಕ್ಕರು.

"ಕೇಳಿ ಇಲ್ಲಿ, ಕೊಚ್ಚುಪಿಳ್ಳೆ, ಆತ್ಮಗಳಲ್ಲಿ ದೊಡ್ಡದು, ಚಿಕ್ಕದು ಅಂತ ಇರ್ತದೆ. ಈಗ ನಾವು ಮಹಾತ್ಮ ಅನ್ನಲ್ವಾ? ಅದು ದೊಡ್ಡ ಮಹಾನ್ ಆತ್ಮ. ಅದೇ ನಾವೆಲ್ಲ? ನಾವು ಸಾಧಾರಣ ಆತ್ಮ. ನಾವು ನಮ್ಮಂತೆಯೇ ಇರುವ ಇನ್ನೊಂದು ಆತ್ಮವನ್ನ ಗೌರವಿಸಬೇಕು, ಪ್ರೀತಿಸ್ಬೇಕು. ಅದೇ ನಮಗಿಂತ ಚಿಕ್ಕ ಆತ್ಮವನ್ನ ಸಂರಕ್ಷಿಸಬೇಕು, ಒಳ್ಳೇದು ಕೆಟ್ಟದು ತಿಳಿಸಿ ಕಲಿಸಿಕೊಡಬೇಕು. ಈಗ ಈ ತಿರುಪೆಗಳನ್ನೇ ತಗೋ, ಅವಕ್ಕೆ ನಾವಿಲ್ಲಾಂದ್ರೆ ಬೇರೆ ಯಾರಿದ್ದಾರೆ? ಹಾದಿಬೀದಿಲಿ ಬಿದ್ದು, ಹಸ್ದೂ ಹಸ್ದೂ ಒಂದಿನ ದಿಕ್ಕುದೆಸೆಯಿಲ್ದೆ ಸತ್ತೋಗ್ತವೆ. ಈಗ ನಮ್ಮ ಕೈಲಿ ಇರೋದ್ರಿಂದ,

ಅವಕ್ಕೆ ಅದ್ಯಾವ ಚಿಂತೆಯೂ ಮಾಡ್ಬೇಕಿಲ್ಲ. ಹೊತ್ತೊತ್ತಿಗೆ ಊಟ, ಇರಕ್ಕೆ ಜಾಗ, ಹುಷಾರು ತಪ್ಪಿದ್ರೆ ಔಷ್ಧಿ ಎಲ್ಲ ಸಿಗ್ತದೆ" ಪಂಡಾರಂ ಮುಳುಗಿ ಎದ್ದರು. "ಈಗ್ನೋಡೂ, ನಾವು ದನ ಕರ ಸಾಕ್ತೀವಿ. ಕುರಿಮೇಕೆ ಕೋಳಿ ಸಾಕ್ತೀವಿ ಅಲ್ವಾ? ಹಾಗೇ ಈ ಚಿಕ್ಕ ಕ್ಷುಲ್ಲಕ ಆತ್ಮಗಳನ್ನೂ ಸಹಾ..." ಪಂಡಾರಂ ಮತ್ತೆ ಮುಳುಗಿ ಎದ್ದರು.

ಗೂನ ಆಚಾರಿ ನಗುತ್ತಾ "ಹೌದೌದು ನಿಜ, ಇರೋದೇ... ಇರೋದೇ ನೀವೇಳೋದು" ಅಂದರು.

ಕೊಚ್ಚುಪಿಳ್ಳೈ ಟವೆಲ್ಲನ್ನು ಹಿಂಡುತ್ತಾ ಮೆಟ್ಟಿಲೇರಿದವನು "ಬರ್ತೀನಿ ಪಂಡಾರಂ ಅವರೆ, ಇವತ್ತು ಅಪ್ಪು ಪಿಳ್ಳೈ ಮನೇಲಿ ತೆಂಗಿನ ಕಾಯಿ ಸುಲಿಯಲಿಕ್ಕಿದೆ" ಅಂದ.

"ಎಷ್ಟಕ್ಕೆ ಹೋಗ್ತಾ ಇದೆ?"

"ತಿರುವನಂತಪುರದಲಿ ಎಂಟಕೆ ತಗತ್ತಾರೆ, ಇಲ್ಲಿ ಮೂರು ಮೂರುವರೆ ಅಷ್ಟೆ. ಸರಿ ಬರ್ಲಾ" ಅಂದು ಹೊರಟ.

ಪಂಡಾರಂ ಎದ್ದು ತಲೆ ಒರೆಸಿಕೊಳ್ಳುತ್ತಿರುವಂತೇ ಅಲ್ಲಿಗೆ ರಾಮ ಕೋಣಾರರೂ, ಸುಬ್ರಮಣಿ ಮೇಷ್ಟ್ರೂ ಬಂದರು. "ಈಯ್ತಾ ಪಂಡಾರಂ?" ಕೇಳಿದರು ಮೇಷ್ಟ್ರು.

"ಮುರುಗನ ದಯೆಯಿಂದ" ಎಂದ ಪಂಡಾರಂ ಟವೆಲನ್ನು ಹಿಂಡಿ ಒದರಿದರು.

"ತೈಪೂಸಂಗೆ ಹೋಗೋದಿದೆಯಾ?" ಕೇಳಿದರು ಕೋಣಾರ್.

"ಹೋಗಬೇಕು, ದೇವರ ದಯೆಯಿದ್ದರೆ."

ಪಂಡಾರಂ ಅವರಿಗೆ ಉತ್ತರಿಸಿ ಅಲ್ಲಿಂದ ಹೊರಟು, ದೇವರ ಗುಡಿಯನ್ನು ತಲುಪಿ, ಗುಡಿಯ ಮುಂಭಾಗದಲ್ಲಿ ಬೋಗುಣಿಯಲ್ಲಿಟ್ಟಿದ್ದ ವಿಭೂತಿ ತೆಗೆದುಕೊಂಡು ಮೈಗೆಲ್ಲ ಹಚ್ಚಿಕೊಂಡು "ಅಪ್ಪಾ ತಂದೆಯೇ, ಜ್ಞಾನ ಪಂಡಿತನೇ..." ಎನ್ನುತ್ತಾ ಒಳನುಗ್ಗಿದರು.

ವಳ್ಳಿ ಮುದುಕಿ ಮಂಟಪದ ಮೆಟ್ಟಿಲಲ್ಲಿ ಕುಳಿತಿತ್ತು. "ಸ್ವಾಮಿಗಳು ಬಂದ್ರೇನೇ?" ಕೇಳಿದರು ಪಂಡಾರಂ.

"ಆಗ್ಲೇ ಬಂದ್ರು" ಅಂದಳು ವಳ್ಳಿ.

ಪಂಡಾರಂ ಸನ್ನಿಧಿಯತ್ತ ಓಡುನಡಿಗೆಯಲಿ ನಡೆದರು. ಹಿರಿಯ ಪೋತ್ತಿ ತಿಂಗಳಿಗೆ ಒಮ್ಮೆ ಮಾತ್ರ ಬರುವುದು. ಅವರಿಗೆ ರಕ್ತದೊತ್ತಡ ಜಾಸ್ತಿ ಇತ್ತು. ಸಾಮಾನ್ಯವಾಗಿ ಅವರ ಅಳಿಯ ಸುಬ್ಬಪೋತ್ತಿಯೇ ಬರುವುದು. ನೋಡಿದರೆ ಗರ್ಭಗುಡಿಯೊಳಗೆ ಹಿರಿಯ ಪೋತ್ತಿ ಗಂಧ ಅಭಿಷೇಕ ಮಾಡುತ್ತಿದ್ದರು. ಆಳೆತ್ತರದ ಮುರುಗನ ಶಿಲೆಗೆ ಅಭಿಷೇಕ ಮಾಡಿ ಮುಗಿಸಲು ಎರಡು ಗಂಟೆಗಳಾದರೂ ಹಿಡಿಯುತ್ತಿತ್ತು. ಹಿಂದಿನ ಕಾಲದಲ್ಲಾಗಿದ್ದರೆ ಗಂಧಾಭಿಷೇಕಕ್ಕೆ ಇಡೀ ರಾತ್ರಿ ಗಂಧ ಅರೆಯಬೇಕಾಗಿ ಬರುತ್ತಿತ್ತು. ಈಗ ಪೋತ್ತಿಗಳೇ ಗಂಧದ ಪುಡಿ ತಂದು, ಕಲೆಸಿ ಇಟ್ಟುಕೊಳ್ಳುತ್ತಿದ್ದರು.

"ಓ ಯಾರಲೇ ಅದು? ವೇಲು ಪೋತ್ತಿಯಾ?"

"ಸ್ವಾಮಿಗಳೇ, ಸ್ವಲ್ಪ ತಡವಾಯ್ತು.."

"ನಿಂಗೇನಪ್ಪಾ? ನೀನು ಸಾವ್ಕಾರ, ಯಾವಾಗ ಬೇಕಾದರೂ ಬರ್ಬಹುದು ಹೋಗ್ಬಹುದು, ನಮ್ತರನಾ?"

"ಅಲ್ಲಲ್ಲ... ಅಲ್ಲಿ..."

"ಏನು ಗಿಂಜಾಡ್ತಿದೀಯ? ಅಲ್ಲೋ ನೀ ಯಾಕೆ ಈ ದೇವಸ್ಥಾನದ ಕೆಲಸ ಮಾಡ್ತೀಯಾಂತ? ಇದ್ರಲ್ಲಿ ಸಿಗೋ ಪುಡಿಗಾಸಿಗೆ ಶಾಟದಷ್ಟೂ ಕಿಮ್ಮತ್ತಿಲ್ಲ."

"ಇದು ಮುರುಗನ ಹಣ..."

"ಓ ಹಂಗಾದ್ರೆ ಅದು ಸಮಾಚಾರ. ತಿರುಪೆಗಳನ್ನ ಬಾಡಿಗೆಗೆ ಬಿಡೋದು ಅಂದ್ರೆ ನಿಂಗೆ ಅವಮಾನ, ಹೊರಗೆ ಗೊತ್ತಾದ್ರೆ ಅಸಹ್ಯ. ಹಂಗಾಗಿ ಈ ದೇವಸ್ಥಾನದ ಕೆಲಸ ಗೌರವಕ್ಕೆ, ತಿರುಪೆ ಕೆಲಸ ಹಣಕ್ಕೆ"

"ಸ್ವಾಮಿಗಳೆ ನೀವು ಹೀಗಂದ್ರೆ ನಾನೇನನ್ನಣ?"

"ನೀನ್ಯಾವ ಶಾಟಾನೂ ಹೇಳ್ಬೇಡ" ಅಂದರು ಹಿರಿಯ ಪೋತ್ತಿ.

"ವಳ್ಳಿ ನಿನ್ ಕಡೆಯೋಳು ತಾನೆ? ಅವ್ಳು ಬೆಳ್ಗೆ ಎದ್ದು ಸ್ನಾನ ಮಾಡಿದ್ಲಾಳಾ ಕೇಳೋಗು, ಕೇಳು..." ಮತ್ತೆ ಚೀರಿದರು ಹಿರಿಯ ಪೋತ್ತಿ.

'ಮುರುಗನ ಕಾಲಡಿಲಿ ಇದ್ದುಕೊಂಡು,ಇಷ್ಟೊಂದು ಕೊಳಕು ಮಾತು ಆಡ್ತಿದಾರಲ್ಲ. ಅದು ಅಸಹ್ಯ ಆಗಲ್ವಾ ಇವ್ರಿಗೆ...' ತನ್ನೊಳಗೇ ಅಂದುಕೊಂಡರು ಪಂಡಾರಂ.

"ಯಾಕಲೇ? ನಾಲ್ಗೆ ಬಿದ್ಹೋಯ್ತಾ ನಿಂಗೆ? ದೇವ್ರು ಅನ್ನ ಕೊಡ್ತಾನೆ ನಿಜ, ಆದ್ರೆ ಅವ್ನು ಕೈಬಿಟ್ಟಾಂದ್ರೆ ಅದೇ ವಿಷ ಆಗ್ತದೆ. ನಾನು ಏನೂ ಮಾತಾಡ್ಬಾರ್ದೂಂತ ಸುಮ್ನೆ ಇದೀನಿ, ತಿರುಪೆಗಳ ಹಣದಂಗೆ ಅಲ್ಲ ಇದು."

ಅದನ್ನು ಕೇಳಿದ್ದೇ ಪೋತ್ತಿ ವೇಲು ಪಂಡಾರಂ ಕೈಗಳನ್ನು ಇನ್ನಷ್ಟು ಇರುಕಿ, ಎದೆಗೆ ಕಟ್ಟಿಕೊಂಡು ಎದೆ ಎತ್ತರಿಸಿ ನಿಂತು "ಮಾತಾಡಿದ್ರೆ ಜಾಸ್ತಿ ಆಗ್ತದೆ. ತಿರುಪೆ ತಿರುಪೇಂತೀರಲ್ಲ, ಯಾರೀಗ ತಿರುಪೆ ಅಲ್ಲ? ಯಾರತ್ರ ಕೈ ಚಾಚಿದ್ರೂ ಅಷ್ಟೇ. ಕಾವಡಿ ಎತ್ತಕ್ಕೆ ಬರೋನತ್ರನೂ, ತಲೆ ಕೂದ್ಲು ಹೊಡ್ಸಕ್ಕೆ ಬರೋನತ್ರನೂ ನಾಲ್ಕು ಒಳ್ಳೆ ಮಾತಾಡಿ ಕೈ ಚಾಚಿದ್ರೂ ತಿರುಪೆ ಎತ್ತಂಗೆನೇ. ಮಂತ್ರ ಓದಿ, ಕುಂಕುಮ, ಹೂ ಎತ್ಕೊಟ್ಟು ಕೈ ಚಾಚಿದ್ರೂ ತಿರುಪೆ ಎತ್ತಂಗೆನೇ. ಹಂಗೆ ಕೈಯೇ ಚಾಚ್ಬಾರ್ದು ಅನ್ನಂಗಿದ್ರೆ ಮನೆಲಿ ಹತ್ತು ಕಣಜದ ತುಂಬಾ ದವಸ ಧಾನ್ಯ, ಹಣಗಿಣ ತುಂಬಿತುಳುಕ್ತಾ ಇರ್ಬೇಕು ನೋಡಿ" ಅಂದರು. ಆ ಮಾತು ಕೇಳಿ ಹಿರಿಯ ಪೋತ್ತಿ ಗಡಬಡಿಸಿಹೋದರು. ಅವರ ಬಾಯಿಂದ ಒಂದು ಮಾತೂ ಹೊರಬರಲಿಲ್ಲ.

ಪಂಡಾರಂ ತನ್ನೊಳಗೇ ನಗುತ್ತಾ, "ಸ್ವಾಮ್ಗಳೇ, ಒಂದು ಬಾಟ್ಲಿ ಬೆಟ್ಟದ ಜೇನು ಸಿಕ್ಕಿದೆ. ಅಮ್ಮಾವ್ರು ಕೇಳಿದ್ರು ನಿನ್ನೆ, ಒಳ್ಳೆ ಜೇನು ಸಿಕ್ಕಿದ್ರೆ ಕೊಡಪ್ಪಾಂತ. ಆಮೇಲೆ ಮೀನಾಕ್ಷಿ ಕೈಲಿ ಮಠಕ್ಕೆ ಕೊಟ್ಟು ಕಳಿಸ್ತೀನಿ" ಅಂದರು.

ಹಿರಿಯ ಪೋತ್ತಿ "ಮ್" ಎಂದು ಸುಮ್ಮನಾದರು.

"ಯಾರಿರ್ಬೋದು ಈ ಸಲ ತಿರುವನಂತಪುರಂನಿಂದ ಬರೋದು?" ಎಂದರು ಪಂಡಾರಂ.

"ಯಾರು?" ಹಿರಿಯ ಪೋತ್ತಿ ತಟ್ಟನೆ ತಿರುಗಿ ಕೇಳಿದರು.

"ಅಲ್ಲಾ... ತಿರುವನಂತಪುರದೋರು..."

"ನಿನ್ನ ಹತ್ರ ಯಾರ್ಲೇ ಹೇಳಿದ್ದೂ?"

"ಹೇಳ್ಲಿಲ್ಲಾ... ಸುಮ್ನೆ ಕೇಳ್ದೆ"

ದೊಡ್ಡ ಪೋತ್ತಿ ರೇಜಿಗೆಯಿಂದ "ಮ್" ಎಂದು ಹೂಂಕರಿಸಿದರು.

"ಸರಿ ಹೊರಡ್ತೀನಿ ಹಂಗಾದ್ರೆ" ಅಂದರು ಪಂಡಾರಂ, "ಸುಮಾರು ಕೆಲಸ ಇದೆ, ನಮ್ಮ ದೊಡ್ಡ ತಿರುಪೆ ಹತ್ತಿದೆ, ಒಳ್ಳೆ ಮಾಲು. ಒಂದೊಳ್ಳೆ ಪೂಜೆ ಆಗ್ಬೇಕು, ಎಕ್ಕಿಯಮ್ಮ ಬರ್ತಾಳೆ."

"ಸರಿ" ಎಂದರು ಹಿರಿಯ ಪೋತ್ತಿ. ಪಂಡಾರಂ ಹೊರಡುತ್ತಿದ್ದಾರೆ ಅನ್ನುವ ವಿಷಯ ಕೇಳಿ ಅವರಿಗೆ ಹಾಯೆನಿಸಿತು.

"ಕುಲಸೇಕರಂ ತನಕ ಒಂಚೂರು ಹೋಗಬೇಕಿತ್ತು, ಕೆಲಸವಿತ್ತು"

"ತೈಪೂಸಂಗೆ ಹೋಗೋದಿದೆಯಾ?"

"ಮತ್ತೆ ಹೋಗ್ದೆ? ನಮ್ ಮುಖ್ಯ ಉದ್ಯೋಗ ಅಲ್ವಾ ಅದು?"

ಪಂಡಾರಂ ಮಲಗಿ ಸಾಷ್ಟಾಂಗ ನಮಸ್ಕಾರ ಹಾಕಿದರು. ನಂತರ ಮುರುಗನ ಸ್ತೋತ್ರ ಹೇಳುತ್ತಾ, ಗುಡಿಯ ಪ್ರಾಕಾರವನ್ನು ಸುತ್ತಿಬಂದು, ಪರಿವಾರ ದೇವತೆಗಳಿಗೆಲ್ಲಾ ನಮಸ್ಕರಿಸಿ, ವಿಭೂತಿ ಪಡೆದು ಹಣೆಗೆ ಹಚ್ಚಿಕೊಂಡು ಹೊರಗೆ ಬಂದರು. ಬಿಸಿಲು ಚುರ್ರೆಂದಿತು. ವಂಡಿ ಮಲೆಯೂ, ಮಾಧವನ್ ಪೆರುಮಾಳೂ ಮೆಟ್ಟಿಲ ಕೆಳಗೆ ನಿಂತಿದ್ದರು. ಪಂಡಾರಂ ಮೆಟ್ಟಿಲನ್ನು ತನ್ನ ಅಂಗವಸ್ತ್ರದಿಂದ ಝಾಡಿಸಿ ಅಲ್ಲಿ ಕುಳಿತು, ಒಂದು ಚಿಟಿಕೆ ನಶ್ಯ ಏರಿಸಿಕೊಂಡು, "ಮ್?" ಬಂದದ್ದೇನು ಎಂಬ ಭಾವದಲ್ಲಿ ಕೇಳಿದರು.

"ನಾಗರಾಜ ಗುಡಿಯಲ್ಲಿ ಒಂದು ಸಣ್ಣ ಸಮಸ್ಯೆ" ಅಂದರು ಬಂದವರು.

"ಏನದು?" ಕೇಳಿದರು ಪಂಡಾರಂ.

"ಅದೇ ನಮ್ಮ ನಾಗರಾಜ ಗುಡಿಯಲ್ಲಿ ನಮ್ಮದೊಂದು ತಿರುಪೆಯ ತಟ್ಟೆಗೆ ಯಾವನೋ ತಿರುಬೋಕಿ ಪರದೇಸಿ ಕೈಹಾಕಿ ಹಣ ಎತ್ಕಂಡು ಹೊರಟೋದ್ನಂತೆ. ಇದು ಕೆಳಗೆ ಬಿದ್ದು ಅತ್ತು

ಕರ್ದು ಮಾಡ್ತಂತೆ. ಅವ್ನು ಒಂದೇಟು ಹೊಡ್ದು ಹೊರಟೋದ್ನಂತೆ. ನಾನು ಸಾಯಂಕಾಲ ಕಲೆಶನ್‌ಗೆ ಹೋದ್ರೆ ಕಮ್ಮಿ ಇತ್ತು. ಕೇಳಿದ್ರೆ ಈ ಕತೆ ಹೇಳ್ತು. ಅಲ್ಲಿ ನಮ್ದು ಇನ್ನೂ ಎರಡು ತಿರುಪೆಗಳಿದಾವೆ. ಅವೆರಡನ್ನೂ ವಿಚಾರ್ಸಿ ನೋಡಿದ್ರೆ ನಡ್ದ ವಿಚಾರ ನಿಜಾಂತ ಗೊತ್ತಾಯ್ತು. ಆಮೇಲೆ ಆ ಪರದೇಸಿನ ಹಿಡ್ದು ಎರ್ಡು ಒದೆ ಕೊಟ್ಟೆ, ಮುದ್ಕ ಬೇರೆ."

"ಪರದೇಸಿಗಳನ್ನ ನೋಡಿ ಹೊಡೀಬೇಕು. ಅವೆಲ್ಲ ಒಂದು ಸೆಟ್ಟು ಮಾಡಿಕೊಂಡು ಬರ್ತವೆ."

"ಇಲ್ಲಿಲ್ಲ, ಇವ್ನು ಒಂಟಿಬೇವರ್ಸಿ. ಸೆಟ್ಟೆಲ್ಲ ಇಲ್ಲ."

"ಅಲ್ಲಾ ಇವೆಲ್ಲ ಪಳನಿಗೋ, ತಿರುಚೆಂಡೂರಿಗೋ ಹೋಗಿ ಸಾಯದು ತಾನೆ? ಇಲ್ಲೇನಿದೆ ಅಂತ ಇರದ್ನೂ ಕಿತ್ಕೋಳಕೆ ಬರ್ತವೆ? ಸರೀ ಹೇಗೆ ಕಲೆಕ್ಷನ್?" ಕೇಳಿದರು ಪಂಡಾರಂ.

"ಕಲೆಶನ್ ಚೆನ್ನಾಗಿಲ್ಲ, ಈಗ ವಡಿವೀಶ್ವರ ದೇವಸ್ಥಾನದಲ್ಲಿ ಒಂದು ಸೆಟ್ ಇದೆ, ಇನ್ನೊಂದು ಪಾಂಡಿಲಿದೆ. ರಾಮೇಶ್ವರ ಕಲೆಶನ್ ಸ್ವಲ್ಪ ಕಮ್ಮಿನೇ, ಭಾನುವಾರ ಮಾತ್ರ ಸ್ವಲ್ಪ ಜಾಸ್ತಿ ಇರ್ತದೆ" ಹಾಗನ್ನುತ್ತಾ ಮಾಧವನ್ ಪೆರುಮಾಳ್ ತನ್ನ ಮಡಿಲಿನಿಂದ ಕೆಲವಷ್ಟು ಕೊಳೆಯಾದ ನೋಟುಗಳ ಸುರುಳಿಯನ್ನು ಪಂಡಾರಂ ಕೈಗೆ ಕೊಟ್ಟ. ಪಂಡಾರಂ ಅದನ್ನು ಪಡೆದು ಎಣಿಸಿ, ಮತ್ತೂ ಒಮ್ಮೆ ಎಣಿಸಿ "ಅಲ್ಲಿಗೆ ನಾಲ್ಕುಸಾವಿರ ಕಮ್ಮಿ ಬೀಳ್ತದೆ" ಅಂದರು.

"ಬಿಡೀ, ತೈಪೂಸಂ ಕಳೀಲಿ. ಸರಿ ಮಾಡಿಬಿಡುವಾ" ಅಂದ ಮಾಧವನ್ ಪೆರುಮಾಳ್.

"ಬಾಳಷ್ಟು ನೋಡಾಯ್ತು ಬಿಡು. ಸರೀ, ಇವುನುನ್ನ ಯಾಕೆ ಜೊತೆಲಿ ಕಟ್ಕಂಡು ತಿರುಗ್ತೀಯ?"

"ನಂಗೆ ಈ ತಿರುಪೆಗಳನ್ನ ಎತ್ತಕ್ಕೆ ಇಳ್ಸಕ್ಕೆ ಎಲ್ಲ ಶಕ್ತಿ ಸಾಲ್ದು. ಇವ್ನಾದ್ರೆ ಒಂದೇ ಹಿಡ್ತ."

"ಇವ್ನೆಲ್ಲ ಇದುಕ್ಕೆ ಆಗಲ್ಲ. ಇವೆಲ್ಲ ಒಂಥರ ಒರಟು."

ವಂಡಿಮಲೆ ಅವರು ಬೇರೆ ಯಾರ ಕುರಿತೋ ಮಾತಾಡುತ್ತಿದ್ದಾರೇನೋ ಎಂಬಂತೆ ಎತ್ತಲೋ ನೋಡುತ್ತ ನಿಂತಿದ್ದ.

"ಸರಿ ನಾವು ಹೊರಡ್ತೀವಿ. ದೊಡ್ಡ ತಿರುಪೆ ಈಯ್ತಂತೆ?"

"ಯಾರೇಳಿದ್ದು?"

"ಇರುಳಪ್ಪನ್ ಸಿಕ್ಕಿದ್ದ."

"ಏನೋ ಒಳ್ಳೆ ಲಾಟ್ರಿ ಹೊಡ್ದಂಗಲ್ಲ ಮಾತಾಡ್ತಾ ಇದ್ದಾರೆ. ಈಯ್ತು. ಒಳ್ಳೆ ಮರಿನೇ ಅನ್ಕೋ. ಸರಿ, ನೀನು ಸೋಮ್ವಾರ ಬಾ. ತೈಪೂಸಂಗೆ ಏನೇನು ಮಾಡ್ಬೇಕು ಅಂತ ಮಾತಾಡ್ಕಳಣ. ಈ ತಿರುಪೆನ ತೈಪೂಸಂಗೆ ಇಳ್ಸನ ಏನಂತೀಯ?"

"ಸರಿ ಆಗ್ಲಿ" ಅನ್ನುತ್ತಾ ಮಾಧವನ್ ಪೆರುಮಾಳ್ ವಂಡಿಮಲೈಯೊಂದಿಗೆ ಹೊರಟ.

ಪಂಡಾರಂ ಮನೆ ತಲುಪುವ ಹೊತ್ತಿಗೆ ನಡುವಿನವಳು ವಾರಮಲರ್, ದೇವಿ, ರಾಣಿ ಎಲ್ಲಾ ಪತ್ರಿಕೆಗಳನ್ನೂ ಹರಡಿಕೊಂಡು ದಿಣ್ಣೆಯ ಮೇಲೆ ಕುಳಿತಿದ್ದಳು.

"ಓದೋದು ಬರೆಯೋದು ಏನೂ ಇಲ್ವೇನೇ ನಿನಗೆ?"

"ಓದಾಯ್ತು ಅಪ್ಪಾ"

"ಯಾವಾಗ ಓದ್ದೆ?"

"ಇದೋ ಈಗ, ಕೇಳಿ ಬೇಕಾದ್ರೆ ಮೀನನ್ನ. ಮೀನಾ..."

"ಹೌದು ಅವ್ಳು ಸಾಕ್ಷಿ ಹೇಳ್ತಾಳೆ. ನಿನ್ನ ನೋಡಿದ್ರೇ ಅವ್ಳಿಗೆ ಬಾಯೊಣಗತ್ತೆ. ಈ ಸತ್ತವುನೆಲ್ಲ ಎಲ್ಲಿಂದ ಹೊತ್ಕ ಬರ್ತೀಯಲೆ ನೀನು?"

"ಹೋಗಪ್ಪಾ" ಎಂದವಳು ಮತ್ತೆ ಓದಲು ಶುರು ಮಾಡಿದಳು.

ಒಳಗೆ ಎಕ್ಕಿಯಮ್ಮ ಅಡುಗೆ ಮಾಡುತ್ತಿದ್ದಳು. "ದೋಸೆ ತಿಂತೀರಾ? ಕುಮರೇಸ ಬಂದಿದ್ದ. ಗಂಜಿಗೆ ಉಪ್ಪು ಮೆಣಸು ಹಾಕಿ ಕೊಟ್ಟು ಕಳಿಸಿದೀನಿ" ಅಂದವಳು ದೋಸೆಯನ್ನು ತಟ್ಟೆಯಲಿ ಹಾಕಿ, ಚಟ್ನಿಯ ಬೋಸಿಗೆ ಸೌಟು ಹಾಕಿ ನೆಲದ ಮೇಲಿಟ್ಟಳು. ಪಂಡಾರಂ 'ಅಪ್ಪನೇ ಮುರುಗಾ' ಅನ್ನುತ್ತಾ, ಕೆಳಗೆ ಕುಳಿತು ತಿನ್ನತೊಡಗಿದರು.

"ಮಕ್ಳು ತಿಂದ್ವಾ?"

"ದೊಡ್ಡೋಳಿಗೆ ಇವತ್ತು ವಾರ, ನಡುವಿನೋಳು ದೋಸೆ ತಿನ್ನಲ್ವಂತೆ."

"ಯಾಕಂತೆ?"

"ಅದೇನೋ, ಚಂದಾಗ್ಬೇಕಂತೆ."

"ಚಂದಕ್ಕೂ ದೋಸೆಗೂ ಏನು ಸಂಬಂಧ?"

"ಯಾರಿಗೊತ್ತು, ಏನೋ ಪುಸ್ತಕದಲಿ ಬರೆದಿದ್ರಂತೆ. ಸರಿ ಕಾಫಿ ಮಾಡ್ಲಾ?"

"ಸರಿ."

ಬೆಲ್ಲದ ಕಾಫಿಯನ್ನು ಒಂದು ಚೊಂಬು ಕುಡಿದು ಪಂಡಾರಂ ಮತ್ತೆ ಹೊರಡಲು ತಯಾರಾದರು. ಅವರು ಶರಟು ಹಾಕಿಕೊಳ್ಳುತ್ತಿರುವುದನ್ನು ಕಂಡ ಎಕ್ಕಿಯಮ್ಮ "ಪ್ರಾರಬ್ಧ, ಈಗೆಲ್ಲಿಗೆ ಮತ್ತೆ?" ಅಂದಳು.

"ಕೆಲಸ ಇದೆ ಕಣೆ, ಕುಲಸೇಕರಂ ತನಕ ಹೋಗಬೇಕಿದೆ. ನಾರಾಯಣ ಬಂದ್ರೆ ಇರೂಂತ ಹೇಳು."

ಶರಟು ತಗುಲಿಸಿಕೊಂಡು, ಕೊಡೆ ಹಿಡಿದು ಹೊರಡುತ್ತಿರುವಾಗ "ಅಪ್ಪಾ, ನಮ್ಮ ಮರಿಯನ್ನ ನಾನೋಗಿ ನೋಡ್ಲಾ?" ಎಂದು ಕೇಳಿದಳು ವಡಿವು, ನಡುವಿನವಳು.

"ಹೌದೌದು, ಅದೊಂದು ಈಗ ಬಾಕಿ ಇರೋ ಕೆಲಸ ನೋಡು ಕುಟ್ಟಿ."

"ಮತ್ತೆ ಇವ್ವು ಹೇಳ್ತಿದಾಳೆ ಏಡಿ ತರ ಇದೇಂತ?"

"ಎಲ್ಲ ಆಮೇಲೆ ನೋಡದು"

"ಅಪ್ಪಾ ಅಳತ್ತಾ ಅಪ್ಪ ಅದು?"

"ಏಯ್, ಸುಮ್ನೆ ಹೋಗೀಂದ್ರೆ! ಪಿರಿಪಿರಿ ಮಾಡ್ಕಂಡು. ತೆಗೆದು ಬಿಟ್ಟೇಂದ್ರೆ ನೋಡೀಗ" ಮಗಳನ್ನು ಬಯ್ದು, ಪಂಡಾರಂ ಗುಡಿಸಲಿನತ್ತ ಹೊರಟರು.

ಪಂಡಾರಂ ಮತ್ತೆ ಗುಡಿಸಲಿಗೆ ಬಂದಾಗ ಚೆನ್ನಾಗಿ ಬೆವೆತುಬಿಟ್ಟಿದ್ದರು. ಕುಮರೇಸ ದಿಣ್ಣೆಯ ಮೇಲೆ ಕುಳಿತಿದ್ದ. ಒಳಗೆ ಏನೇನೋ ಸದ್ದುಗಳು ಕೇಳಿಸುತ್ತಿದ್ದವು.

"ಊಟ ಮಾಡ್ದೇನೋ?"

"ಗಂಜಿ ಕುಡ್ದೆ"

"ಮುತ್ತಮ್ಮ?"

"ಗಂಜಿ ಕುಡುದ್ಲು"

"ಸರಿ" ಅನ್ನುತ್ತಾ ಒಳಗೆ ಎಟುಕಿಸಿ ನೋಡಿದರು. ಮುತ್ತಮ್ಮಳ ಎದೆಯ ಮೇಲೆ ಮಗು ಮಲಗಿತ್ತು. ಪುಟ್ಟ ಕಾಲ್ಬೆರಳುಗಳನ್ನೂ ಕೈಬೆರಳುಗಳನ್ನೂ ಮುದುರಿಕೊಂಡು ಮಲಗಿತ್ತು. ಅದರ ಮೂತ್ರ, ಬಟ್ಟೆ ಕಟ್ಟಿಟ್ಟಿದ್ದ ಮುತ್ತಮ್ಮಳ ದೊಡ್ಡ ಹೊಟ್ಟೆಯ ಮೇಲಿಂದಿಳಿದು ಕೆಳಗೆ ಜಾರಿ ನೆಲವನ್ನು ತೋಯಿಸುತ್ತಿತ್ತು.

"ನಮ್ಮ ರಾಜಾ ಅಲ್ವಾ, ನಮ್ಮ ಮಾರಾಜಾ ಅಲ್ವಾ, ನಮ್ ದೇವಲೋಕದ ರಾಜಾ ಅಲ್ವಾ ನೀನು..." ಅನ್ನುತ್ತಾ ಮುತ್ತಮ್ಮ ಮಗುವನ್ನು ಮುದ್ದಿಸುತ್ತ ಲಾಲಿಸುತ್ತ, ದೊಡ್ಡ ಕೈಗಳಿಂದ ಮಗುವನ್ನು ಮೆಲ್ಲಗೆ ತಟ್ಟುತ್ತಾ, ಮಗುವಿನ ತಲೆಯನ್ನು ಹೊರಳಿಸಿ ನೋಡುತ್ತಿದ್ದಳು. ಅವಳ ಒಂದು ಕಣ್ಣು ಮುಚ್ಚಿದ್ದರೆ ಮತ್ತೊಂದು ಕಣ್ಣು ಅದುರುತ್ತಿತ್ತು. ಆದರೂ ಅವಳ ಮುಖದ ತುಂಬ ತುಂಬಿಕೊಂಡಿದ್ದ ಸಂತಸದ ಪರವಶತೆಯನ್ನು ಅಚ್ಚರಿಯಿಂದ ನೋಡಿದರು ಪಂಡಾರಂ. ಮತ್ತೆ ತಿರುಗಿ, "ನೋಡ್ಕೊಳ್ಳಲೇ" ಅಂದು ಕೊಡೆ ಅಗಲಿಸಿಕೊಂಡು ಹೊರಗಿಳಿದು ನಡೆಯುವಾಗ ಅವರು ತನಗರಿವಿಲ್ಲದೆಯೇ ನಕ್ಷತ್ರವನ್ನು ಹುಡುಕಿ ತಲೆ ಮೇಲೆತ್ತಿದ್ದರು. ಬಿಸಿಲು ಚುರ್ರೆಂದು ಕಣ್ಣುಚುಚ್ಚಲು, ಮತ್ತೆ ಕೊಡೆ ಸರಿಸಿ ಸರಿಯಾಗಿ ಹಿಡಿದುಕೊಂಡು ನಡೆಯತೊಡಗಿದರು.

***

3

ಪಂಡಾರಂ ಬೆಳ್ಳಬೆಳ್ಳಗೇ ಎದ್ದು ಮನೆಯಲ್ಲೇ ಸ್ನಾನ ಮಾಡಿ ವಿಭೂತಿ ಹಚ್ಚಿಕೊಂಡು ನಶ್ಯ ಹಾಕಿಕೊಳ್ಳುತ್ತಿದ್ದರು.

"ಎರಡು ದೋಸೆ ಸುಟ್ಟು ಬುತ್ತಿ ಕಟ್ಟಿಕೊಡ್ಲಾ?" ಎಂದು ಕೇಳಿದಳು ಎಕ್ಕಿಯಮ್ಮ.

"ಅಯ್, ಏನೇ ನೀನು. ಬುದ್ಧಿ ಇಲ್ವಾ ನಿಂಗೆ? ಅಲ್ಲೇನು ಒಂದೆರಡು ಇಡ್ಲಿಗೂ ಗತಿ ಇರಲ್ವಾ? ನಾವೇನು ಕಾಡಿಗೋ, ಕಾಡುಬೆಟ್ಟಕ್ಕೋ ಹೋಗ್ತಾ ಇದ್ದೀವೇನು?"

"ಅಪ್ಪಾ ನಂಗೆ ಬಳೆ" ಅಂದಳು ಮೀನಾಕ್ಷಿ.

"ಹೋಗಿ ಮಲ್ಗಿ ನಿದ್ದೆಮಾಡು,ಇನ್ನೂ ಇಬ್ನಿ ಬೀಳ್ತಾ ಇದೆ. ಬಳೆ ಗಿಳೆ ಎಲ್ಲ ಆಮೇಲೆ."

ಮೀನಾಕ್ಷಿ ತಲೆ ತಗ್ಗಿಸಿಕೊಂಡಳು. ಅವಳ ಕಂಗಳು ತುಂಬಿಕೊಂಡಿರಬಹುದೆಂದು ಪಂಡಾರಂಗೆ ಗೊತ್ತಾಯಿತು.

"ಓಯ್, ನೀ ಕೇಳಿದ್ರೆ ತಂದುಕೊಡಲ್ಲಾಂತೀನೇ ನಾನು? ನನ್ ಮುದ್ದಲ್ವಾ ನೀನು..." ಅಂದರು.

ಮೀನಾಕ್ಷಿ ತಲೆ ಅಲ್ಲಾಡಿಸಿದಳು.

"ಹೋಗಿ ಮಲ್ಗು, ಆಮೇಲೆ ಶೀತ ಜ್ವರ ಏನಾದ್ರು ಬಂದ್ರೆ ಅದೇ ಸಾಕಾಗ್ತದೆ ನಿಂಗೆ" ಅಂದರು ಪಂಡಾರಂ.

"ನಂಗೇ ಒಂದು ವಾಚು ಬೇಕು"

"ವಾಚಾ?"

"ಸುಮ್ನೆ ಆಟದ ವಾಚು ಸಾಕು, ಓಡ್ದೇ ಇರೋದು. ಬಂಗಾರದ ಬಣ್ಣದ್ದು."

"ಸರಿ ಹೋಗಿ ಮಲ್ಗು."

"ಅವ್ಳೆಲ್ಲಿ ಮಲ್ಗ್ಯಾಳೆ" ಕೇಳುತ್ತಾ ಬಂದಳು ಎಕ್ಕಿಯಮ್ಮ.

"ಎಲ್ಲವ್ಳು? ಎಲ್ಲಿ ಆಯ್ತಾ ಪೆಟ್ಗೆ ಜೋಡ್ಸಿದ್ದು?"

"ಅಪ್ಪಾ, ಟ್ರಂಕಲ್ಲಿ ಹೊಗೆಸೊಪ್ಪು ಡಬ್ಬ ಇಡ್ಲಾ?"

"ಥೋ ಸತ್ತದ್ದು, ಬುದ್ಧಿ ನೋಡು. ಹೊಸಬಟ್ಟೆಗೆ ಹೊಗೆಸೊಪ್ಪು ನಾತ ಹತ್ಕೊಳಲ್ಲವೇನೆ? ಆ ಬಟ್ಟೆ ಬ್ಯಾಗಲ್ಲಿಡು. ವಿಭೂತಿ ಡಬ್ಬ, ಹೊಗೆಸೊಪ್ಪು, ಲಂಗೋಟಿ ಮೂರನ್ನೂ ಆ ಬಟ್ಟೆಬ್ಯಾಗಲ್ಲಾಕಿಡು."

"ಲಂಗೋಟಿಗೆ ಹೊಗೆಸೊಪ್ಪು ನಾತ ಹತ್ತಲ್ವೇನೋ?"

"ಏನಂದೇ?"

"ಏನಿಲ್ಲ"

ಎಕ್ಕಿಯಮ್ಮ ಒಳಗೆ ಹೋದಳು.

"ನೀನು ಸುಮ್ನೆ ಕೂತಿರ್ಬೇಡ, ಇರೋ ಮೂರು ದೇವಸ್ಥಾನಕ್ಕೆ ಹೋಗಿ ಒಂದೆರಡು ರೌಂಡು ಹೊಡ್ಕಂಡು ನೋಡ್ಕಂಡು ಬಾ. ಇಲ್ಲೂ ನಮ್ಗೆ ತಿರುಪೆಗಳಿದ್ದಾವೆ. ಕುಮರೇಸುನ್ನ ಕರ್ಕ ಜೊತೆಗೆ."

ಅಷ್ಟರಲಿ ಹೊರಗೆ ಅಂಗಳದಲ್ಲಿ ಗಾಡಿಯ ಹೆಡ್ಲೈಟಿನ ಬೆಳಕು ಬಿದ್ದಿತು.

"ಅಪ್ಪಾ ಕಾರು ಬಂದ್ಬಿಡ್ತೂ."

"ಲೇ ಯಾಕೇ ಹಾಗೆ ಕೂಕಂತೀಯ? ಅದ್ರಲ್ಲೇನು ನಿಂಗೆ ವರನಾ ಬರ್ತಾ ಇದೆ?" ಬಯ್ದಳು ಎಕ್ಕಿಯಮ್ಮ.

"ಲೇ ಯಾಕೇ ಸುಮ್ಮನೆ ಮಕ್ಳು ಜೊತೆ ಜಗಳಕ್ಕೆ ನಿಂತ್ಕತ್ತೀಯ? ಸರೀ ಎಲ್ಲಿ ವಡಿವು?"

"ಅವ್ಳಿನ್ನೂ ಮಲ್ಗಿದಾಳೆ"

"ಅವ್ಳೆಲ್ಲಿ ಏಳ್ತಾಳೆ ಇಷ್ಟು ಬೇಗ?" ರೇಗಿದಳು ಎಕ್ಕಿಯಮ್ಮ.

"ಅದೂ ಅವ್ಳಿಗೆ ಬೆಳಿಗೇನೆ ಅಂತೆ ಚಂದಚಂದ ಕನ್ಸು ಬೀಳೋದು. ಆ... ಜಿಗುಟ್ತಾ ಇದ್ದಾಳೆ" ಅಂದಳು ಮೀನಾಕ್ಷಿ.

ದೊಡ್ಡವಳು ಮೀನಾಕ್ಷಿಯನ್ನು ತಳ್ಳುತ್ತ "ಏಯ್ ಹೋಗೆ ಒಳಗೆ. ಇವ್ಳಿಗೆ ಬಾಯಿ ದೊಡ್ಡು" ಅಂದಳು.

"ಅವ್ಳೇ ಹೇಳಿದ್ದು, ಮತ್ತೆ ಅವ್ಳಿಗೆ ಕನಸಲ್ಲಿ..."

"ಏಯ್ ಹೋಗೇ ಒಳಗೆ" ದೊಡ್ಡವಳು ಗದರಿದಳು.

ಮಾಧವನ್ ಪೆರುಮಾಳ್ ಗಾಡಿಯಿಂದಿಳಿದು "ಮೊದಲಾಳಿ ಬೇಗ ಹೊರಡಿ. ಬೆಳಕು ಹರಿಯೋದ್ರೊಳಗೆ ನಾಗರ್ಕೋಯಿಲ್ ದಾಟಿರ್ಬೇಕು" ಅಂದ.

"ಲೇ ಬರ್ತೀನಿರ್ಲೇ. ಈ ಸತ್ತಿದ್ದು ಚಪ್ಲಿ ಕಾಣ್ತಾ ಇಲ್ಲ."

"ಅಲ್ಲೇ ಇದೆ ನೋಡಿ"

"ಲೇ ಇಚ್ಚೋಡು ಚಪ್ಲಿನಾ ನಿಮ್ಮಪ್ಪ ನಾಣಪ್ಪ ಹಾಕ್ಕಂತಾನೆ, ತಲೆಲಿ ಸೆಗಣಿ ತುಂಬ್ಕಂಡಿದಾಳೆ ಇನ್ನೇನು ಮತ್ತೆ?"

"ಅಪ್ಪಾ ಇದಾ ತಗ"

"ಕೊಡಿಲ್ಲಿ"

"ಛತ್ರಿ?"

"ಛತ್ರಿ ಕೊಡೇ..." ಎಂದ ಪಂಡಾರಂ "ಸರಿ ವಡಿವು ಎದ್ರೆ ಹೇಳ್ಬಿಡು" ಎಂದು ಹೊರಟರು.

"ಅಪ್ಪಾ ಬಳೆ" ಮೀನಾಕ್ಷಿ ನೆನಪಿಸಿದಳು.

"ಆಯ್ತು ಕಣೇ ಕುಟ್ಟೀ" ಎಂದು ಮೀನಾಕ್ಷಿಯ ಕೆನ್ನೆ ಗಿಂಡಿ ಮುದ್ದುಮಾಡಿ ಪಂಡಾರಂ ಟೆಂಪೋ ಟ್ರಾಕ್ಸಿನ ಒಳಗೆ ಏರಿ ಮುಂದಿನ ಸೀಟಿನಲ್ಲಿ ಕುಳಿತುಕೊಂಡರು.

"ಗಾಡಿ ಒಳ್ಳೆ ಕಂಡೀಶನ್ನಲಿದ್ಯೇನ್ಲೇ?"

"ಮೊದಲಾಳೀ, ಒಳ್ಳೆ ಕಂಡೀಶನ್ನಿಲ್ಲದಿರೋ ಗಾಡಿನ ತೆಗೀತೀವಾ ಮದ್ಲು."

"ಸರಿ ಹಂಗಾರೆ" ಎಂದ ಪಂಡಾರಂ ಗಾಡಿಯಿಂದ ಹೊರಗೆ ನೋಡತೊಡಗಿದರು.

ಗಾಡಿ ವೇಗ ಹೆಚ್ಚಿಸಿಕೊಂಡು ಓಡತೊಡಗಿತು. ಬೀದಿದೀಪದ ಕಂಬಗಳು ಒಮ್ಮೆ ಗಾಡಿಯ ಮುಂಬೆಳಕಿನಲಿ ಮುಖತೋರಿ ಒಡನೇ ಹಿಂದೆ ಸರಿದು ಮಾಯವಾಗತೊಡಗಿದ್ದವು. ಕಣ್ರೆಪ್ಪೆ ಮುಚ್ಚಿ ತೆರೆವಷ್ಟರಲ್ಲಿ ನಾಯೊಂದು ಇನ್ನೇನು ಗಾಡಿಗೆ ಸಿಲುಕಬೇಕೆನ್ನುವಷ್ಟರಲಿ ತಪ್ಪಿಸಿಕೊಂಡು ಬದಿಗೆ ನೆಗೆಯಿತು.

ಕೆರೆಯ ದಡದಲ್ಲಿ ಕುಮರೇಸನೂ ಮುತ್ತಮ್ಮಳೂ ಕಾಯುತ್ತಿದ್ದರು. ಮುತ್ತಮ್ಮ ಮಗುವನ್ನು ಎದೆಗವಚಿ ಹಿಡಿದುಕೊಂಡು ಮಲಗಿಸಿದ್ದಳು.

"ಲೈಟ್ ಹಾಕ್ಲೇ" ಅಂದ ಪಂಡಾರಂ ಕೆಳಗಿಳಿದರು.

"ಏನ್ಲೇ? ನಿದ್ರೆ ಮಾಡ್ತಿದೀರಾ?"

"ಇಲ್ಲ ಮೊದಲಾಳಿ"

"ಅವ್ನೆಲ್ಲೋ ಆರ್ಮುಗಂ?"

"ತಿರುಪೆಗಳ್ನ ತಂದು ಇಲ್ಲಿ ಬಿಟ್ಟು ಕಾಸೀಸ್ಕಂಡೋದ ಮೊದಲಾಳಿ."

"ಒಳ್ಳೆಕತೆ! ಅಲ್ಲಾ ಮತ್ತೆ ನಾಯೋ, ನರಿಯೋ ಬಂದ್ರೆ ನೀ ಏನ್ಲೇ ಮಾಡ್ತೀಯ? ಹಸಿ ಮೈ ಬೇರೆ. ಹತ್ತುಸ್ಲೇ..."

ಮುತ್ತಮ್ಮ "ಅಯ್ಯೋ ನನ್ ಮೊಗಾ." ಅಂದಳು.

"ನಿನ್ ಮಗೂನ ನೀನೇ ಹಿಡ್ಕಳ್ಳೇ... ಸತ್ತದ್ದು. ಇನ್ಮೇಲೆ ಒಂದಷ್ಟು ದಿನ ಹಿಂಗೆ ಮಗು ಮಗೂಂತ ಸಾಯ್ತಿರ್ತದೆ."

ಕುಮರೇಸನೂ ಮಾಧವ ಪೆರುಮಾಳೂ ಅಕ್ಕ ಪಕ್ಕ ಹಿಡಿದುಕೊಂಡು ಹೇಗೋ ಮುತ್ತಮ್ಮಳನ್ನು ಗಾಡಿಯೊಳಗೆ ದಬ್ಬಿ ಕೂರಿಸಿದರು. ಮುತ್ತಮ್ಮ ಮಗು ತನ್ನ ಕೈಗೆ ಬರುವವರೆಗೆ ಕೈಯನ್ನು ಚಾಚಿಯೇ ಇದ್ದಳು. ಮಗು ಕೈಗೆ ಬಂದೊಡನೆ "ಉಳ್ಳುಳ್ಳಾಯಿ... ಅಯ್ಯೋ ನನ್ನ ಚಿನ್ನಾ, ನನ್ ರಾಜಾ... ನನ್ನ ಮುತ್ತೇ" ಎಂದು ಮುದ್ದುಗರೆದಳು.

"ಹಾಲು ಕೊಡೇ" ಎಂದರು ಪಂಡಾರಂ.

ಮಾಧವ ಪೆರುಮಾಳ್ ಹತ್ತಿದ ಮೇಲೆ ಗಾಡಿ ಮತ್ತೆ ಹೊರಟಿತು.

"ವಂಡಿಮಲೆ ಹೆಂಗೋ ಪೆರುಮಾಳ್?" ಕೇಳಿದರು ಪಂಡಾರಂ.

"ಅಯ್ ಹುಷಾರು ಪಾರ್ಟಿ, ರಾತ್ರಿಗೆ ಒಂಚೂರು ಎಣ್ಣೆಗೆ ಕಾಸು ಕೊಟ್ರೆ ಸಾಕು. ಆಮೇಲೆ ತಲೆ ತೆಗ್ದು ಬಾ ಅಂದ್ರೂ ಸರಿಯೇ ತೆಗ್ದುಬಿಟ್ಟು ಬರ್‍ತಾನೆ."

ಗಾಡಿ ಕುಲುಕುತ್ತಾ ಸಾಗುತ್ತಿತ್ತು. ಪಂಡಾರಂ ನಶ್ಯಹಾಕಿಕೊಂಡರು. ಒಂದಷ್ಟು ಹೊಗೆ ಸೊಪ್ಪನ್ನು ಬಾಯಿಗೆ ಹಾಕಿ ಒತ್ತರಿಸಿಕೊಂಡರು. ಹೊಗೆಸೊಪ್ಪು ಇಲ್ಲದಿದ್ದರೆ ಅವರಿಗೆ ಪ್ರಯಾಣವೇ ಆಗಿಬರುತ್ತಿರಲಿಲ್ಲ.

ನಾಗರಾಜ ದೇವಸ್ಥಾನದ ಮೈದಾನದಲ್ಲಿ ವಂಡಿಮಲೆ ಕೈಯಾಡಿಸುತ್ತಾ ನಿಂತಿದ್ದ. ಅವನ ಪಕ್ಕದಲ್ಲೇ ಕೆಳಗೆ ಕೆಲವು ಆಕೃತಿಗಳು ಸರಿದಾಡುತ್ತಿರುವುದು ಕಾಣಿಸುತ್ತಿತ್ತು.

"ಏನ್ಲೇ?" ಕೇಳಿದರು ಪಂಡಾರಂ.

"ಪೋಲೀಸ್ನೋರು ಬಂದು ನೋಡ್ಬಿಟ್ರು, ಎತ್ಲೇ ಇನ್ನೂರು ರುಪಾಯಿ ಅಂದ್ರು. ಇರಿ ಮೊದಲಾಳಿ ಬರ್‍ಲೀಂದೆ. ಹೊಡಿಯಕ್ ಬಂದ್ರು. ಅದುಕ್ಕೆ ನೂರುಪಾಯಿ ಕೊಟ್ಬುಟ್ಟೆ."

"ಇವ್ರಿಗೆ ಎಷ್ಟು ಕೊಟ್ರೂ ಸಾಲಲ್ಲ. ಸರಿ ಹತ್ಸು" ಅಂದರು.

ಕೆಳಗೆ ನೆಲದಲ್ಲಿ ಎಂಟು ಗಂಡಸರೂ, ಆರು ಹೆಂಗಸರೂ, ನಾಲ್ಕು ಮಕ್ಕಳೂ ಇದ್ದವು. ಎಲ್ಲರೂ ಕುಳ್ಳ ಮನುಷ್ಯರು. ವಿಪರೀತ ದಪ್ಪವಾಗಿ ಇನ್ನೇನು ಒಡೆದು ಹೋಗುವುದೇನೋ ಎಂಬಂಥಾ ಶರೀರ ಹೊಂದಿದ್ದ ಅವರಿಂದ ದೇಹವನ್ನು ಅಲ್ಲಾಡಿಸುವುದೂ ಕಷ್ಟವಾಗುತ್ತಿತ್ತು.

"ಮೊದಲಾಳಿ, ಎಲ್ರಿಗೂ ಜಾಗ ಇದ್ಯಾ?"

"ಹೌದೌದು, ಈವಾಗ ಇವುನ್ನ ಟೂರ್ ಕರ್ಕಂಡು ಹೋಗ್ತಾ ಇದೀವಿ ನೋಡು. ಮೊದ್ಲು ದೊಡ್ಡ ತಿರುಪೆನ ಹತ್ಸು, ಆಮೇಲೆ ಅದ್ರ ಮೇಲೆ ಸಣ್ಣಸಣ್ಣವುನ ಹತ್ಸಿ ಕೂರ್ಸು."

ಅವರಂದಂತೆಯೇ ಮಾಧವ ಪೆರುಮಾಳೂ, ವಂಡಿಮಲೆಯೂ ಆ ದೊಡ್ಡ ದೊಡ್ಡ ದೇಹಗಳನ್ನು ಒಂದೊಂದಾಗಿ ಎತ್ತಿ ಒಂದರ ಪಕ್ಕ ಒಂದನ್ನು ಜೋಡಿಸಿ ಕೂರಿಸಿದರು.

"ಅಯ್ಯೋ ಅಪ್ಪಾ" ಕೂಗಿದನು ಸಿಂಗಣ್ಣ.

"ಏನ್ಲೇ?"

"ಸೊಂಟ ನೋಯ್ತಿದೆ ಒಡೇರೆ"

"ನಿನ್ ಸೊಂಟಕ್ಕೆ ಚಿನ್ನುದ್ ಉಡ್ದಾರ ಮಾಡ್ಸಕ್ಕೆ ಹೇಳಿದೀನಿ. ಮುಚ್ಕಂಡು ಕೂರ್ತೀಯ?"

"ಅಮ್ಮಾ ಅಮ್ಮಾ" ಎಂದು ಕೆಲ ಮಕ್ಕಳೂ ಚೀರಿಕೊಂಡವು.

ಒಂದು ಮಗುವಿನ ತಲೆ ತುಂಬಾ ದೊಡ್ಡದಾಗಿ ಇಡೀ ಶರೀರ ಅದಕ್ಕಿಂತಲೂ ಚಿಕ್ಕದಾಗಿ ಇತ್ತು. ಅದು ಜ್ಜುರ್ ಜ್ಜುರ್ ಎಂದು ಸದ್ದು ಮಾಡುತ್ತಿತ್ತು.

"ದೊಡ್ಡ ತಲೆಯೋನು, ಅದೇ ಮಂಡೆಯ, ನರಳ್ತಿದಾನೆ ಮೊದಲಾಳಿ. ಅವ್ನು ನರಳ್ತಿದಾನೆ ಅಂದ್ರೆ ಈಗ ಒಂದೋ ಎರಡೋ ಗ್ಯಾರಂಟಿ."

"ಮೂರೋ ನಾಲ್ಕೋ ಆದ್ರೂನು ಸರಿಯೇ, ಎಲ್ಲೂ ನಿಲ್ಸಂಗಿಲ್ಲ.ಇನ್ಮೇಲೇನಿದ್ರೂ ನೇರ ಸಾತೂರಲ್ಲೇ ನಿಲ್ಸದು"

"ಒಡೇರೆ ನನ್ ಮೊಗಾ..." ಅಂದಳು ಮುತ್ತಮ್ಮ.

"ಅದೆಲ್ಲ ಸಾಯಲ್ಲ, ಒಂದೇಟು ಬಿದ್ರೂ ಏನೂ ಆಗಲ್ಲ ಸುಮ್ನಿರು. ಲೇ ಇವ್ಳೇನ್ಲೇ ಒಳ್ಳೆ ಹಿಂಸೆ ಕೊಡ್ತವ್ಳೆ."

"ಮೊದಲಾಳಿ ಅದು ಮರಿ ಹಾಕಿರ ಪ್ರಾಣಿ ಅಲ್ವಾ, ಸ್ವಲ್ಪ ಸೊಕ್ಕು ಇರ್ತದೆ ಮತ್ತೆ."

"ಅದೇನು ಇವತ್ತು ನಿನ್ನೆಂದನಾ ಹಾಕ್ತಾ ಇದೆ? ಮರಿ ಹಾಕೀ ಹಾಕೀ ಈಗಂತೂ ಮರಿಹಾಕದೂಂದ್ರೆ ಒಳ್ಳೆ ಕೋಳಿ ಮೊಟ್ಟೆ ಇಟ್ಟಷ್ಟು ಸಲೀಸಾಗ್ಬುಟ್ಟದೆ ಅದುಕ್ಕೆ" ಅಂದರು ಪಂಡಾರಂ.

"ಸರಿ ನಾನು ಮಲಗ್ತೀನಿ, ಸಾತೂರು ಬಂದಾಗ ಎಬ್ಸು ಆಯ್ತಾ."

"ಮೊದಲಾಳಿ ಚೆಕ್ ಪೋಸ್ಟ್ ಇದ್ಯಲ್ಲ."

"ಐವತ್ತು ರೂಪಾಯಿ ಕೊಟ್ಬಿಡು. ಇದೇನು ಕಳ್ಳಸರಕಾ? ಮನುಷ್ಯರು ತಾನೇ?"

ಗಾಡಿ ಕುಲುಕಿ ಕುಲುಕಿ, ಹಿಂದುಗಡೆ ಇರುಕಿಕೊಂಡು ಗುಂಪಾಗಿ ಕೂತಿದ್ದವರು ಮುಂದೆ ಬಿದ್ದರು. "ಒಡೇರೇ ಸತ್ತೋಗ್ತೀವಿ ಅನಿಸ್ತಾ ಇದೆ" ಕೂಗಿದರು.

"ಸುಮ್ನೆ ಬಿದ್ದಿರ್ರೋ" ಬಯ್ದು ಬಾಗಿಲಿಗೆ ಜೋತು ಬಿದ್ದಿದ್ದ ವಂಡಿಮಲೆ.

ಅಷ್ಟರಲಿ ಗಾಡಿಯೊಳಗೆ ಕಕ್ಕಸಿನ ನಾತ ಹಬ್ಬಿತು.

"ಥೊ ಯಾರ್ಲೇ ಅದು?"

"ಮೊದಲಾಳಿ ಅದೇ ದೊಡ್ತಲೆಯೋನು, ಮಂಡೆಯ"

"ಸತ್ತಿದ್ದು, ಅದುನ್ನ ನೋಡುದ್ರೆ ಒಂದರ್ಧ ಕಿಲೋನೂ ಇಲ್ವೇನೋ ಅನಿಸ್ತದೆ, ಆದ್ರೆ ದಿನುಕ್ಕೆ ಒಂಬತ್ತು ಕಿಲೋ ಇಳಿಸಿಡ್ತದೆ."

"ಸತ್ತಿದ್ದಕ್ಕೊಂದು ಮಡುಗ್ಲೇ."

"ಅದುಕ್ಕೆ ಹೊಡದು ಪ್ರಯೋಜ್ನ ಇಲ್ಲ ವಂಡಿಮಲೆ. ಅದುಕ್ಕೆ ಯಾರೊಡುದ್ರು, ಯಾಕೊಡುದ್ರು ಒಂದೂ ಗೊತ್ತಾಗಲ್ಲ."

"ಥು ಸತ್ತಿದ್ದು."

"ಹಣ ಇಲ್ಲ" ಅಂದಿತೊಂದು ದನಿ.

"ಯಾರ್ಲೇ ಅದು?" ಕೇಳಿದ ಪೆರುಮಾಳ್.

ಯಾರೊಬ್ಬರೂ ಮಾತಾಡಲಿಲ್ಲ.

"ಯಾರ್ಲೇ ಅದು? ಮಯಿಲ್‌ಸಾಮೀ ನೀಯೇನ್ಲೇ?"

"ನಾನ್ಯಾಕ್ ಸಾಮೀ ಕೇಳ್ಲೀ. ಸಿವನೇ ಅಂತ ಮುದುರ್ಕಂಡು ಮಲ್ಕಂಡಿದೀನಿ."

"ನಾಳ್ಗೆ ಉದ್ದ ಮಾಡುದ್ರೆ ಕತ್ರುಸಾಕ್ತೀನಿ ತಿಳಕ."

"ಹಣದ ಲೆಕ್ಕ ಕೇಳುದ್ರೆ ಕೋಪ ಬರ್ತದೆ."

"ಲೇ ಯಾರ್ಲೇ ಅದು? ನಲುವತ್ತೆಂಟು? ನೀಯೇನ್ಲೇ?"

"ಇಲ್ಲಯ್ಯಾ."

"ಈಗ ಗಾಡಿ ನಿಲ್ಸಿ ಎಲ್ಲಾರ್ನೂ ಇಳ್ಸಿ ಬಾರುಸ್ತೀನಿ ನೋಡ್ತಾ ಇರಿ, ನನ್ ಬಗ್ಗೆ ಗೊತ್ತು ತಾನೇ?"

"ಗೊತ್ತಿರೋದು, ಗೊತ್ತಿಲ್ಲದ್ದು, ತಿಳಿದಿರೋದು, ತಿಳಿದೇ ಇರೋದು ಎಲ್ಲಾ ಗೊತ್ತಿದೆ."

"ಗಾಡಿ ನಿಲ್ಸು, ಗಾಡಿ ನಿಲ್ಸು, ಇವತ್ತು ಇವುಕ್ಕೆ ಒಂದು ಪಾಠ ಕಲಿಸ್ಲೇಬೇಕು."

ಗಾಡಿ ನಿಂತಿತು. ಒಳಗೆ ಲೈಟ್ ಹತ್ತಿಕೊಂಡಿತು. ಪೆರುಮಾಳ್ ಹಿಂದೆ ತಿರುಗಿ ನೋಡಿದ. ಹಲಬಗೆಯ ನೋಟಗಳು ಅವನನ್ನು ನೋಡಿದವು. ಕಿಸುರುಗಣ್ಣಿನವು, ಕೆಂಪನೆಯವು, ಹೊರಚಾಚಿಕೊಂಡ ಕಣ್ಣುಗುಡ್ಡೆಯುಳ್ಳವು, ಫಳಪಳ ಹೊಳೆವ ಕಣ್ಣುಳ್ಳವು, ಹೀಗೆ ಹತ್ತು ಹಲವು.

"ಏನಲೇ?" ಕಟಬಾಯಿಯ ಜೊಲ್ಲೊರೆಸಿಕೊಳ್ಳುತ್ತಾ ಕೇಳಿದರು ಪಂಡಾರಂ.

"ಮೊದಲಾಳಿ ಗೇಲಿ ಮಾಡ್ತಾ ಅವೆ."

"ಯಾರ್ಲೇ"

"ಇವೇ"

"ಇವಾ? ಲೇಯ್, ಇವಕ್ಕೆ ಆತ್ಮನೂ ಇಲ್ಲ, ಅರಿವೂ ಇಲ್ಲ. ನಿಂಗೆಲ್ಲೋ ಹೋಯ್ತು ಬುದ್ಧಿ? ಅವುಗಳಿಗೆ ಬಾಯಿ ಕೊಡ್ತೀಯಾ? ತೆಗಿಯೋ ಮೊದ್ಲು ಗಾಡಿನ, ಒಡನೆ ನಿಲ್ಸವ್ನೆ ನೋಡು" ಗಾಡಿ ಮತ್ತೆ ಹೊರಟಿತು. ಹೊರಟಿದ್ದೇ ಮಾಂಗಾಡು ಸಾಮಿಯ ದನಿ ಎದ್ದಿತು.

ಒಲವ ಅರಿತವರೇ
ಒಳಗ ಮರೆತೀರೋ...
ಪ್ರೀತಿ ಇತ್ತೆಂದರೆ...
ಲೋಕ ಬಲ್ಲವರೇ...
ಹೀಗೆ ಪಾಪ ಮಾಡುತ್ತಾರೋ?

"ಲೋ, ತಿಕಾ ಮುಚ್ಕಂಡು ಬರ್ತೀಯೋ ಇಲ್ವೋ?" ವಂಡಿಮಲೆ ಬಯ್ದ. ಮಾಂಗಾಡು ಸಾಮಿ ಅದನ್ನು ಕಿವಿಗೆ ಹಾಕಿಕೊಳ್ಳಲಿಲ್ಲ.

ಕಣ್ಣೀರಮಾಲೆ ಹಾಕಿ,
ಕೈಮೇಲೆ ಭಾಷೆ ಕೊಟ್ಟು
ಹೆಣ್ಣಾದ ನನಗೆ ಹೇಳಿದ್ದೆಲ್ಲಾ
ಲೋಕಬಲ್ಲವರೇ,
ಬರೀ ಖಾಲಿ ಮಾತು ತಾನೋ?

ಅವನ ಕೊರಳ ದನಿ ಘಣೀರೆಂದು ಕೇಳುತ್ತಿತ್ತು. ಗಾಡಿಯ ಕರ್ಕಶ ಸದ್ದನ್ನೂ ಮೀರಿ ಅದು ಎಲ್ಲರ ಕಿವಿಯೊಳಗೂ ಇಳಿಯುತ್ತಿತ್ತು.

ಊಟ ಇಳಿಯುತ್ತಿಲ್ಲವೋ
ನಿದ್ರೆ ಬರುತ್ತಿಲ್ಲವೋ
ಉಟ್ಟ ಬಟ್ಟೆ ಬರೆಯೆಲ್ಲಾ
ಲೋಕ ಬಲ್ಲವರೇ,
ಸುಟ್ಟ ಹಿಂಡಿಯಂತಾಗಿದೆಯಲ್ಲೋ

ಪಂಡಾರಂ ತಾನು ಕುಳಿತಿದ್ದ ಸೀಟಿನ ಕಂಬಿಯನ್ನು ತಟ್ಟುತ್ತಾ ತಾಳ ಹಾಕತೊಡಗಿದರು. ಗಾಡಿಯೊಳಗೆ ಅಷ್ಟೂ ಹೊತ್ತು ತುಂಬಿದ ನೋವಿನ ದನಿಗಳನ್ನೂ, ಸಿಟ್ಟಿನ ಗೊಣಗಾಟಗಳನ್ನೂ,

ಮನದಾಳದ ಶಾಪಗಳನ್ನೂ ಮರೆಸಿ ಆನಂದರಾಗವೊಂದು ಗಾಡಿಯೊಳಗೆ ಸುಳಿದಾಡಿ ಗಾಡಿಯನ್ನು ಕರೆದೊಯ್ಯುತ್ತಿರುವಂತೆ ಅನಿಸುತ್ತಿತ್ತು.

ಹದಿನೇಳು ವರ್ಷಗಳ ಹಿಂದೆ ಪಳನಿಯಲ್ಲಿ ಎಂಟು ರೂಪಾಯಿ ಕೊಟ್ಟು ಮಾಂಗಾಡುಸಾಮಿಯನ್ನು ಖರೀದಿಸಿದ್ದರು ಪಂಡಾರಂ. ಒಂದು ಕೈಯೂ ಎರಡೂ ಕಾಲುಗಳೂ ಇಲ್ಲದ ಬರೇ ತುಣುಕು ದೇಹವಾಗಿದ್ದ ಮಾಂಗಾಡುಸಾಮಿ. ಚಿಕ್ಕ ತಲೆ. ಯಾವಾಗಲೂ ನಗುತ್ತಿರುವನೋ ಎಂಬಂಥಾ ಮುಖಭಾವ. ಹೊಳೆವ ಪುಟ್ಟಪುಟ್ಟ ಕಂಗಳು. ಮಾಂಗಾಡುಸಾಮಿಯೇ ತಮ್ಮ ಈ ವ್ಯಾಪಾರ ಅಭಿವೃದ್ಧಿಯಾಗಲು ಮುಖ್ಯಕಾರಣವೆಂಬುದು ಅವರ ಆಳವಾದ ನಂಬಿಕೆ. ಇದಕ್ಕಿಂತ ಮುಂಚೆ ಅವರಲ್ಲಿ ಎರಡು ತಿರುಪೆಗಳಿದ್ದವು. ಅದರಲ್ಲಿ ಒಂದು ಸತ್ತು ಹೋಗಿತ್ತು, ಇನ್ನೊಂದನ್ನು ಯಾರೋ ಕದ್ದೊಯ್ದಿದ್ದರು. ಎಕ್ಕಿಯಮ್ಮಳ ತಾಳಿ ಮಾರಿ ಬಂದ ಹಣದಲ್ಲಿ ಮಾಂಗಾಡುಸಾಮಿಯನ್ನು ಖರೀದಿಸಿ "ಅಪ್ಪನೇ ಮುರುಗಾ" ಎಂದು ಕಣ್ಮುಚ್ಚಿ ಬೇಡಿಕೊಂಡು ವೇಲಪ್ಪ ದೇವರ ಗುಡಿಯ ಮೆಟ್ಟಿಲಲ್ಲಿ ಕೂರಿಸಿದ್ದರು. ಅವನಿಂದ ದಿನವೂ ಏಳರಿಂದ ಎಂಟು ರೂಪಾಯಿ ಸಂಪಾದನೆ ಆಗುತ್ತಿತ್ತು. ಆ ನಂತರ ಪಂಡಾರಂ ಸಾಲ ತೀರಿಸಿದರು, ಮನೆ ಕಟ್ಟಿಸಿದರು, ಇನ್ನೂ ಕೆಲ ತಿರುಪೆಗಳನ್ನ ಕೊಂಡರು. ಮಾಂಗಾಡುಸಾಮಿಯ ಮುಖವನ್ನು ಬೆಳಬೆಳಗೇ ನೋಡಿದರೆ ಐಶ್ವರ್ಯ ವೃದ್ಧಿಸುತ್ತದೆ ಎಂದು ಕೂಡ ಕೆಲವರು ನಂಬುತ್ತಿದ್ದರು. ದಿನಕ್ಕೆ ಒಂದು ನಾಣ್ಯವನ್ನಾದರೂ ಮಾಂಗಾಡುಸಾಮಿಗೆ ಕೊಡಬೇಕು ಎಂದು ನಂಬಿದ್ದವರೂ ಇದ್ದರು. ನಾಗರಾಜ ದೇವಸ್ಥಾನದಲ್ಲಿ ಸಾಮಿಗೆ ದಿನಕ್ಕೆ ಏನಿಲ್ಲವೆಂದರೂ ನೂರಕ್ಕೆ ಕಮ್ಮಿ ಸಂಪಾದನೆ ಆಗುತ್ತಿರಲಿಲ್ಲ. ಅದಕ್ಕಾಗಿಯೇ ಒಬ್ಬರನ್ನು ಕಾವಲಿಗೆ ಹಾಕಬೇಕಾಗಿತ್ತು. ಮಾಂಗಾಡು ಸಾಮಿಯೇನು ಬಗೆಬಗೆಯಾಗಿ ಹಾಡುತ್ತಿರಲಿಲ್ಲ. ಅದರಲ್ಲೂ ಭಕ್ತಿಗೀತೆ ಹಾಡಿದ್ದು ಪಂಡಾರಂ ಕೇಳಿಯೇ ಇರಲಿಲ್ಲ. ಕೈಗೆ ಸಿಕ್ಕಾಗ ಕೆಲವು ಋಣಂಗುಡಿಯರ ಹಾಡುಗಳನ್ನು ಹಾಡುತ್ತಿದ್ದ. ಅದರಲ್ಲೂ ಅವೆಲ್ಲ ನಾಯಕಿಯರ ವಿರಹಗೀತೆಗಳಾಗಿರುತ್ತಿದ್ದವು.

ನನ್ನ ವರಿಸುವೆಯೆಂದು ಭಾಷೆ ಕೊಟ್ಟವನೆ
ತೊರೆದೆಲ್ಲಿ ಹೋಗಿಬಿಟ್ಟೆ,
ಈಗ ಸುಟ್ಟು ಉರಿಯುತ್ತಿದೆ ಜಗವೆಲ್ಲಾ
ಕಹಿಯೆನಿಸುತ್ತಿದೆ ಎಲ್ಲಾ,
ನಾನೂ ನಿನಕೂಡೆ ಬರುವೆ ನಲ್ಲಾ
ಕರಕೊಂಡು ಹೋಗೋ..
ನನ್ನಮೇಲೆ ಕರುಣೆ ನಿನಗ್ಯಾಕಿಲ್ಲ?

ಅವನ ಹಾಡುಗಳಲ್ಲಿ ನಗುವೋ ಅಳುವೋ ಇರುತ್ತಿರಲಿಲ್ಲ. ಆದರೆ ಆ ದನಿಯೇ ಕಣ್ಣೀರಲ್ಲಿ ಅದ್ದಿ ತೆಗೆದಂತೆ ಇರುತ್ತಿತ್ತು. ಆ ಹಾಡು ಎದೆಗೆ ಇಳಿಯುತ್ತ ಇಳಿಯುತ್ತ, ಪಂಡಾರಂನ ಮನಸಿನ ತುಂಬ ದುಃಖ ತುಂಬಿಬಿಡುತ್ತಿತ್ತು.

ಕಣ್ಣೀರಲ್ಲಿಟ್ಟ ಸಾಲ
ಪ್ರೇಮಕ್ಕೆ ಬಿಟ್ಟ ಸಾಲ
ಹೆಣ್ಣೆನಗೆ ಹಿರಿದಲ್ಲ
ಲೋಕ ಬಲ್ಲವರೇ, ಇನ್ನು
ಮಾತಾಡಿ ಸುಖವೇನೋ?

ಮಾತಾಡಿ ಸುಖವೇನೋ... ಎಂದು ಸಾಮಿ ಮತ್ತೆ ಮತ್ತೆ ಹಾಡಿದ. ಆ ನಂತರ ಸುಮಾರು ಹೊತ್ತು ಬರಿದೆ ತಾಳ ಮಾತ್ರವೇ ಕೇಳಿಸುತ್ತಿತ್ತು. ತಾಳ ನಿಲ್ಲುವಷ್ಟರಲ್ಲಿ ಗಾಡಿಯೊಳಗಿದ್ದ ಎಲ್ಲಾ ತಿರುಪೆಗಳೂ ಚೆನ್ನಾಗಿ ನಿದ್ರೆಗೆ ಜಾರಿದ್ದವು. ಅವುಗಳ ಉಸಿರಾಟದ ಸದ್ದು ಮಾತ್ರವೇ ಕೇಳಿಸುತ್ತಿತ್ತು.

ಪಂಡಾರಂ ತಿರುಗಿ ಸಾಮಿಯನ್ನು ನೋಡಿದರು. ಅದನ್ನು ಉಳಿದ ತಿರುಪೆಗಳ ಮೇಲೆ ಮಲಗಿಸಿದ್ದರೂ ಗಾಡಿಯ ಅಲುಗಾಟದಲ್ಲಿ ಅದು ಉರುಳಿ ರಾಜಪ್ಪನ ಕಾಲಡಿಯಲ್ಲಿ ಬಿದ್ದುಕೊಂಡಿತ್ತು. ಹೊಳೆವ ಕಂಗಳು ಮಾತ್ರವೇ ಕಂಡವು. ಯಾವುದೋ ಮಹತ್ತರ ಸೋಜಿಗವೊಂದನ್ನು ಕಂಡು, ಸಂತಸಹೊಂದಿ, ಹಾಗೇ ಅದೇ ಆನಂದದಲ್ಲಿ ತೇಲುತ್ತಿರುವಂಥಾ ಮುಖಭಾವ.

***

4

ಪಳನಿಯಲ್ಲಿ ಗಾಡಿ ಒಳಹೋಗಲಿಕ್ಕೇ ಪರದಾಡಬೇಕಾಗಿತ್ತು. ಟ್ರಾಫಿಕ್ ಪೋಲೀಸರು ತಾರುಮಾರಾಗಿ ಕೈ ತೋರಿಸಿ ದಾರಿಮಾಡಲು ಯತ್ನಿಸಿದ ಪರಿಣಾಮ ಎಲ್ಲವೂ ಜಾಮ್ ಆಗಿ ಲಾರಿಗಳೂ, ಟ್ರಕ್ಕುಗಳೂ, ಆಟೋಗಳೂ, ಜೀಪುಗಳೂ, ನಾ ಮುಂದು ತಾ ಮುಂದೆಂಬಂತೆ ಹಾರನ್ನು ಬಾರಿಸುತ್ತ, ಹೊಗೆ ಕಕ್ಕುತ್ತಾ ಜಮಾಯಿಸಿದ್ದವು. ಚೆನ್ನಾಗಿ ಬಿಸಿಲೇರಿತ್ತು.

"ಈ ಪರಿಸ್ಥಿತಿ ನೋಡಿದ್ರೆ ನಾವು ಬೆಟ್ಟದ ಬುಡ ತಲುಪೋಷ್ಟರಲ್ಲಿ ರಾತ್ರಿಯೇ ಆಗಿಬಿಡಬಹುದು ಮೊದಲಾಳಿ" ಅಂದ ಪೆರುಮಾಳ್.

"ನೋಡ್ಲೇ, ಎಲ್ಲಾದ್ರು ಒಂಚೂರು ಸಂದುಗೊಂದು ಕೂಡ ಸಿಗದಂಗಾತ್ತಾ?"

ಎಲ್ಲಾ ಗಾಡಿಗಳಲ್ಲೂ ಭಕ್ತರು. ಜಟಾಧಾರಿಗಳು, ಗುಂಗುರುಕೂದಲಿನವರು, ದಾಡಿಬಿಟ್ಟವರು – ಎಲ್ಲರೂ ಬೆಟ್ಟದ ಬುಡದಲ್ಲಿ ಗುಂಪಾಗಿ ಸೇರಲಿರುವವರೇ.

"ಈ ಕೂದ್ಲನ್ನೆಲ್ಲ ತಗಂಡು ಏನ್ಮಾಡ್ತಾರ್ಲೇ?"

"ಮೊದಲಾಳಿ ಅದುನ್ನ ಪರಂಗಿಯೋರು ತಿಂತಾರಲ್ವಾ?"

"ಥೂ, ಹೋಗ್ಲೇ ಮುಟ್ಠಾಳ."

"ನಿಜ್ವಾಗ್ಲೂ ಯಜ್ಮಾನ್ರೆ, ಅದಿರೋದೇ! ನಾನು ತಂತಿ ಪೇಪರಲ್ಲಿ ಓದಿದೀನಿ. ಅದುನ್ನ ತಗಂಡೋಗಿ ಚೆನ್ನಾಗಿ ತೊಳ್ದು, ಆಮೇಲೆ ಮಾಂಸ ಮಾಡೋತರ ಏನೋ ಒಂದು ಮಾಡ್ತಾರಂತೆ. ತಿಂದ್ರೆ ಭಾಳ ಒಳ್ಳೇದಂತೆ. ಗರಡಿಮಾಡೋ ಪೈಲ್ವಾನ್ರು ಕೂಡ ತಿಂತಾರಂತೆ. ಆರ್ನಾಲ್ಡು ಅಂತ ಒಬ್ಬನೆಸ್ರು ಕೇಳಿದ್ದೀರ? ಒಂದತ್ತು ಜನ ಸೇರುಸ್ಬೇಕು ಅವುನ್ ಸೈಜಿಗೆ. ಕಲಿಯುಗ ಭೀಮ. ಅವುನೂ ಇದುನ್ನೇ ತಿನ್ನದಂತೆ."

"ಹೋಗ್ಲೇ ಮನುಷ್ಯರ್ನೇ ತಿಂತಾರೇನ್ಲೇ?"

"ತಿಂದ್ರೆ ನಾವು ಕತ್ತರಿಸಿ ಮಾಂಸಮಾಡಿ ಕಳ್ಸೋದಾ ನೋಡ್ಲೇ, ಒಳ್ಳೆ ಗಟ್ಟಿ ಮಾಂಸ? ಏನ್ಲೇ ವಂಡಿಮಲೆ?"

ವಂಡಿಮಲೆ ನಕ್ಕ.

ಹಾಗೂ ಹೀಗೂ ಗಾಡಿ ಸಿಕ್ಕಿದ ಸಂದುಗೊಂದಿಗಳಲ್ಲಿ ನುಗ್ಗಿ ಜಾಗಮಾಡಿಕೊಂಡು ಬೆಟ್ಟದ ಬುಡದ ಹಳೆಯ ಕಲ್ಲುಮಂಟಪದ ಬಳಿ ತಲುಪಿತು.

"ಇಲ್ಲೇ ಇಳುಸ್ಲೇ, ಆಮೇಲೆ ನೋಡ್ಕಳಣ" ಅಂದರು ಪಂಡಾರಂ.

ಗಾಡಿ ನಿಲ್ಲಿಸಿದಾಗ ಎಲ್ಲ ತಿರುಪೆಗಳು ಒಳ್ಳೆಯ ನಿದ್ದೆಯಲ್ಲಿದ್ದವು. ಕೆಲವು ಮೂತ್ರ ಮಾಡಿಕೊಂಡು ನೆನೆದು ತೊಪ್ಪೆಯಾಗಿದ್ದವು. "ಥೂ, ಸತ್ತವು ಉಚ್ಚೆಲಿ ಮುಳುಗಿ ನಾರ್ತಾ ಇದಾವೆ" ಬಯ್ದ ಪೆರುಮಾಳ್.

"ಹಂದಿಗಳ ತರ" ಅಂದ ವಂಡಿಮಲೆ.

"ಅವುಗಳಿಗೇನೋ ಗೊತ್ತು? ಆತ್ಮ ಇಲ್ಲದವು ಅವು. ನಾನು ನೀನು ಬೇರೆ. ಅರ್ಥಾಯ್ತಾ? ಸುಮ್ನೆ ಇಳುಸ್ಲೇ ಕೆಳ್ಗೆ."

ಅವರು ಒಬ್ಬೊಬ್ಬರನ್ನೇ ತಟ್ಟಿ ಎಬ್ಬಿಸಿದರು. ರಾಮಪ್ಪ, ಗುಯ್ಯ, ಕುರುವಿ, ಚಂದ್ರಿ – ತಾವಾಗೇ ತೆವಳುತ್ತಾ ಇಳಿದರು. ಕಾಕ, ದೊರಪ್ಪ, ಎರುಕ್ಕು ಮೂವರೂ ಕೈಯೂರಿಕೊಂಡು ಹೇಗೋ ಇಳಿದುಬಿಟ್ಟರು. ಉಳಿದವರನ್ನು ಎತ್ತಿಕೊಂಡು ಹೊರಗೆ ಒಯ್ಯಬೇಕಿತ್ತು. ಮಾಂಗಡಿಸಾಮಿ ಬಿದ್ದಿತ್ತು. ಅದು ಯಾವತ್ತೂ ನಿದ್ರಿಸುತ್ತಿರಲಿಲ್ಲ.

"ಇಳಿಸಿ ಅಲ್ಲಿ ಒಂದು ಸೈಡಲ್ಲಿಡ್ಲೇ. ಲೇ ಅದ್ಯಾರ್ದುಲೇ ಆ ಸೆಟ್ಟು?" ಮಂಟಪದಲ್ಲಿ ಅದಾಗಲೇ ಇಪ್ಪತ್ತು ಇಪ್ಪತ್ತೈದು ತಿರುಪೆಗಳು ಬಿದ್ದಿದ್ದವು. ಕಾವಲಿಗೆಂದು ಮುಂಡಾಸು ಕಟ್ಟಿಕೊಂಡ ಒಬ್ಬ ಕೈಯಲ್ಲಿ ದೊಣ್ಣೆ ಹಿಡಿದುಕೊಂಡು ನಿಂತಿದ್ದ.

"ಯಾರ್ದುಲೇ ಇವು?" ಕೇಳಿದರು ಪಂಡಾರಂ.

"ಏಮಿ?" ಎಂದು ಕೇಳಿದ ಅವನು.

"ತಿರುಪೆಗಳು ಯಾವೂರವು ಅಂದೆ"

"ಗುಂತಕಲ್" ಉತ್ತರಿಸಿದ ಅವನು.

"ಅವನ ಮೂಗಲ್ಲಿ ನತ್ತು ನೋಡಿದ್ಯಾ? ಆಂಧ್ರದವನು ಅವನು."

"ಇಷ್ಟು ದೂರ ಬರ್ತಾರಲ್ಲ?"

"ಮತ್ತೆ ಏನಂದ್ಕಂಡೆ? ಒಂದೊಂದ್ಸಲ ನಾಗ್ಪುರ ಮಾಲು ಬರ್ತದೆ ತಿಳಕ. ಇದುಕ್ಕೂ ಅದಕೆ ತಕ್ಕಂತ ಲೆಕ್ಕ ಇದೆ."

"ಲೇ ನೀ ಇಲ್ಲಿ ನಿಂತ್ಕಳಲೆ, ಲೇ ವಂಡಿಮಲೆ ಕಣ್ಣಲ್ಲಿ ಕಣ್ಣಿಟ್ಟು ನೋಡ್ಕಬೇಕು ನೋಡು. ಸುತ್ತಮುತ್ತ ಕಳ್ಳರು ಸುತ್ತುತ್ತಾ ಇದ್ದಾರೆ."

ಗಾಡಿ ಹೊರಟಿತು. ತಿರುಪೆಗಳು ಮಂಟಪದೊಳಗೆ ತೆವಳಿ ತರಾವರಿಯಾಗಿ ಹರಡಿಕೊಂಡು ಒಂದೊಂದು ಜಾಗ ಹಿಡಿದು ಕೂತವು.

ಮಾಧವ ಪೆರುಮಾಳ್ "ಲೋ ವಂಡಿಮಲೆ ನಾನೋಗಿ ಸ್ನಾನ ಮಾಡಿ ಎರ್ಡು ಇಡ್ಲಿ ಹೊಡ್ದು ಬರ್ತೀನಿ. ಆಮೇಲೆ ನೀನೋಗಿ ಸಾರಾಯಿ ಕುಡಿಬಹುದು. ಸರಿಯಾ?" ಎಂದು ಹೇಳಿ ಹೊರಟ.

ಅವನು ಹೊರಟ ಬೆನ್ನಿಗೆ ತಿರುಪೆಗಳ ನಡುವೆ ನಿಧಾನವಾಗಿ ದನಿಯೇಳತೊಡಗಿತು. ಮುತ್ತಮ್ಮ ಒಂದು ಬದಿಗೆ ಕೂತು ಮಗುವಿಗೆ ಹಾಲು ಕುಡಿಸಿದಳು.

"ಇದು ಯಾರ್ದಮ್ಮಿ ಬೀಜ? ಒಳ್ಳೆ ದಿಮ್ಮಿರಂಗನಂಗದೆ" ಕೇಳಿದ ಗುಯ್ಯ.

"ಇದು ನಂ ದೊರಪ್ಪಂದಲ್ವಾ? ಅವ್ನಲ್ವಾ ಇಖ್ಗೆ ಮಾಡಿರದು? ಕರಿ ಅವ್ನನ್ನ"

ದೊರಪ್ಪ ಎರಡು ಕಣ್ಣುಗಳೂ ಕಾಣದ ಒಬ್ಬ ಗೂನನಾಗಿದ್ದ. ಅವನ ಗೂನು ಬೆನ್ನು ದುಂಬಿಯ ಮೈಯಂತೆ ಫಳಫಳ ಹೊಳೆಯುತ್ತಿತ್ತು.

"ಲೇಯ್ ದೊರಪ್ಪಾ, ಲೋ..."

"ಏನು? ಮಾದಾವೇ..."

"ಮಾದಾ ಅಂತೆ ಮಾದಾ,ಇಲ್ನೋಡು ನಿಂಗೆ ವಾರಸ್ದಾರ ಹುಟ್ಟವ್ನೆ."

ದೊರಪ್ಪ ಮತ್ತೆ "ಮಾದಾವೇ..." ಅಂದ.

"ಯಾವಾಗ ನೋಡುದ್ರೂ ನಿನ್ ತರ ಅಳ್ತಾ ಇರ್‍ತದೆ. ಸರಿಯಾಗಿ ನಿನ್ನ ಬೀಜಕ್ಕೆ ಹುಟ್ಟಿದೆ."

"ಇವ್ನೋ?" ಕೇಳಿದ ರಾಮಪ್ಪ.

"ಮತ್ತೆ? ಕೈಕಾಲು ನೆಟ್ಟಗಿರ್ರೋರನ್ನ ಸೇರಕ್ಕೆ ಕೊಡಲ್ಲ ಪಂಡಾರಂ. ಕಳ್ದ ಏಳೊರ್ಸ ಪಂಡಾರಂ ಆಳುಮಗ ಸುಬ್ಬುಪಿಳ್ಳೈ ಮಾಡ್ತಾ ಇದ್ದ. ಅವುಗಳನ್ನೆಲ್ಲ ಕಳೆದ ವರ್ಷ ಗುರುವಾಯೂರಲ್ಲಿ ಮಾರಿಬಿಟ್ಟರು. ಈಗ ಇವ್ನು ಮಾಡವ್ನೆ. ಒಳ್ಳೆ ಶರೀರ ಅಲ್ವಾ?"

ಗುಯ್ಯ ನಕ್ಕ. "ಮತ್ತೆ? ಈ ಹೀರೋಯಿನನ್ನ ನಂ ಹೀರೋ ಲವ್ವು ಮಾಡುದ್ರೆ ಅದರಲ್ಲೇನು ತಪ್ಪು? ಕಣ್ಣಿತ್ತೂಂದ್ರೆ ಅದು ಬೇರೆ ಮಾತು."

ರಾಮಪ್ಪ "ಲೇ ದೊರಪ್ಪ, ಮಗನಿಗೆ ಒಂದು ಚಿನ್ನದ ಉಂಗ್ರ ಹಾಕೋ" ಅಂದ.

ದೊರಪ್ಪ ವೇಗವಾಗಿ ತನ್ನೊಳಗೇ 'ಮಾದಾವೇ ಮಾದಾವೇ' ಎಂದು ಮಣಮಣಿಸುತ್ತಾ ಕುಳಿತಿದ್ದ.

"ಪಟ್ಟದ ರಾಜ್ಕುಮಾರ ಈಗ ಹಾಲು ಕುಡ್ದು ಮಲ್ಕೊಂಡಿದಾನೆ. ನೋಡಕ್ಕೆ ನಿನ್ ತರಾನೆ ಇದಾನೆ. ಲಕ್ಷಣವಾದ ಮೊಕ, ಒಳ್ಳೆ ತೇಜಸ್ಸಿದೆ. ನೆಗಾಡುದ್ರೆ ನಿಂದೇ ಕಳೆ" ಅಂದ ಗುಯ್ಯ.

"ಬಿಡಪ್ಪಾ" ಅಂದ ರಾಮಪ್ಪ "ಈಗೇನಾದ್ರೂ ನಮಗೆ ತಿನ್ನಕ್ಕೆ ಕೊಡ್ತಾರಾ ಇಲ್ಲಾ ಇವತ್ತು ರಾತ್ರಿ ರಾಮಾ ನಾರಾಯಣಾಂತ ಹೊಟ್ಟೆಗೆ ತಣ್ಣೀರು ಬಟ್ಟೆ ಹಾಕ್ಕೋಬೇಕಾ? ಓಯ್ ಪೈಲ್ವಾನರೇ..." ಎಂದು ಕೂಗಿದ.

"ಏನೋ?" ಕೇಳಿದ ವಂಡಿಮಲೆ.

"ಒಂದು ನಾಲ್ಕು ವಡೆಯೂ ಕರಿಕಾಪಿಯೂ ತಗಬರ್ತೀರಾ?"

"ದುಡ್ಡಿಗೆ ಎಲ್ಲೋಗನ? ನಿನ್ನತ್ರ ಇದ್ಯಾ?"

"ದುಡ್ಡು ಬೆಳಿಯೋ ಮರ ಇದ್ಯಪ್ಪೋ."

"ಸರಿ ಕೊಡು" ಅಂದ ವಂಡಿಮಲೈ.

"ನೀನಾಚೆ ಹೋಗು, ಕಾಸು ಕೊಡ್ತೀನಿ"

ವಂಡಿಮಲೆ ರಸ್ತೆಗಿಳಿದು ನಿಂತ. ರಾಮಪ್ಪ ತನ್ನ ತೊಡೆಯಲ್ಲಿ ಆಗಿದ್ದ ದೊಡ್ಡ ಗಾಯದ ಮೇಲೆ ಹೊಪ್ಪಳೆಯಾಗಿ ಕಟ್ಟಿಕೊಂಡಿದ್ದ ಚರ್ಮದ ಅಡಿಯಲ್ಲಿ ಬಚ್ಚಿಟ್ಟಿದ್ದ ಮೂರು ಐದು ರೂಪಾಯಿ ನಾಣ್ಯಗಳನ್ನ ತೆಗೆದ. ಕೀವು ಮೆತ್ತಿದ ಅವನ್ನು ಚೆನ್ನಾಗಿ ಒರೆಸಿ, ಅವನೆಡೆಗೆ ಚಾಚುತ್ತಾ "ಓಯ್ ತಗೋ" ಅಂದ.

"ಓಯ್, ಎಲ್ಲೋ ಬಚ್ಚಿಟ್ಕಂಡಿದ್ದೇ?" ಕೇಳಿದ ವಂಡಿಮಲೆ.

"ಆಂ? ನಮ್ಮ ತೂತು ನಾರಾಯಣಿ ಮನಿ ಪರ್ಸಲ್ಲಿಟ್ಟಿದ್ದೆ. ನೋಡ್ತೀಯಾ ನನ್ನ ಮನಿಪರ್ಸನ್ನ?" ರಾಮಪ್ಪ ಗೇಲಿಮಾಡುತ್ತ ಕೇಳಿದ.

ಅದನ್ನು ಕೇಳಿ ಗುಯ್ಯ ಜೋರಾಗಿ ಬಿದ್ದು ಬಿದ್ದು ನಕ್ಕ.

"ಐದು ರೂಪಾಯಿ ನೀನಿಟ್ಕೋ. ಬಾಕಿಗೆ ನಾಲ್ಕು ವಡೆ, ಎರಡು ಕಟ್ಟಂಚಾಯ."

ವಂಡಿಮಲೆ ಹಣ ಇಸಿದುಕೊಂಡು ಅವರತ್ತ ದುರುಗುಟ್ಟಿ ನೋಡಿ, ಮುಖ ಕಹಿಮಾಡಿಕೊಳ್ಳುತ್ತ ನಡೆದ. ಅಷ್ಟೊತ್ತಿಗೆ ಮಂಡೈಯ ರಾಗ ತೆಗೆಯತೊಡಗಿದ.

"ಓಓಓ ಸರಿಹೋಯ್ತು. ರಾಮಾ ನೋಡು, ವಡೆ ತಿನ್ನಕ್ಕೆ ತಕ್ಕ ವಾಸನೆ ಶುರುವಾಯ್ತು" ಅಂದ ರಾಮಪ್ಪ.

ಅಷ್ಟರಲಿ ಪಕ್ಕದಿಂದ ಒಂದು ದನಿ ಕೇಳಿಬಂತು.

"ರಾಮಪ್ಪಣ್ಣಾ ನೀವಿದೀರ ಇಲ್ಲಿ?"

"ಯಾರ್ಲೇ ಅದು?"

"ಅಣ್ಣಾ, ನಾನು ಸಿಂಗಿ. ನೆನಪಿಲ್ವಾ?"

"ಓಯ್, ದುರಾಂಕಾರದವನೆ. ಎಲ್ಲೋ ಹಾಳಾಗೋಗಿದ್ದೆ ನೀನು?"

"ಅದಾಯ್ತು, ಐದಾರು ವರ್ಷ. ಒಂದು ಸುತ್ತು ಸುತ್ತಿ ಬಂದಿದೀನಿ. ಈಗ ಇವ್ನೇ ನಮ್ಮ ಓನರು. ಒಬ್ಬ ತೆಲುಗಿನೋನು. ರಾವ್ ಅಂತ, ಕುಂಕುಮಬಟ್ಟು ಇಟ್ಕೊಂಡು ಬರ್ತಾನೆ ನೋಡು. ಸರಿಯಾದ ಜಿಪುಣ. ಒಂದು ಬಾಯಿ ಇರ್ಲಿ, ಅರ್ಧಬಾಯಿ ಗಂಜಿನೂ ಹುಯ್ಯಲ್ಲಾಂತಾನೆ. ಇದೋ ಇಲ್ಲಿ ನಿಂತಿದಾನಲ್ಲ, ಅವುನ್ ಹೆಸರು ಗೌಡ.

"ಗರುಡನಾ?" ಕೇಳಿದ ಗುಯ್ಯ.

"ಗೌಡ, ಹಂಗೇ ಎತ್ತಾಕ್ಬುಡ್ತಾನೆ, ಅಂಥ ಜನ. ನಮ್ಗೆ ಒಂದು ಬಾಯಿ ನೀರಿಗೆ ಸ ಗತಿಯಿಲ್ಲ."

"ಮಾಟ್ಲಾಡೊದ್ದು" ಅಂದ ಕಾವಲಿಗಿದ್ದ ಗೌಡ.

"ನೋಡುದ್ರಾ ಯಾವಾಗ್ನೋಡುದ್ರೂ ಇದೇ, ಮಾಟ್ಲಾಡೊದ್ದು, ಮಾಟ್ಲಾಡೊದ್ದು. ಈಗ ನಿಮಗೆ ಬರೋ ವಡೆಲಿ ಒಂದು ಈಚೆ ಎಸ್ಕೊಟ್ರೆ ನಿಮಗೆ ಪುಣ್ಯ ಬರ್ತದೆ. ಹಳೆ ಋಣ ಅನ್ಕಳಿ."

ಅಷ್ಟರಲಿ ವಂಡಿಮಲೆ ಪೊಟ್ಟಣದೊಂದಿಗೆ ಬಂದ. ಟೀಯನ್ನು ಕೋಪೆಗೆ ಹುಯ್ದು ರಾಮಪ್ಪನ ಪಕ್ಕ ಇಟ್ಟ. ರಾಮಪ್ಪ ಒಂದು ವಡೆಯನ್ನು ಗುಯ್ಯನಿಗೆ ಕೊಟ್ಟು, ಇನ್ನೊಂದನ್ನು ಸಿಂಗಿಯ ಕಡೆ ಎಸೆದ.

"ದೇಶ್ದಲ್ಲಿ ಬರಗಾಲ ಮಿತಿಮೀರಿ ಹೋಗಿದೆ ಅಣ್ಣಾಚಿ. ನೋಡಿಲ್ಲಿ, ವಡೆ ಕೂಡ ಸಣ್ಣ ಆಗೋಗಿದೆ."

"ಆದ್ರೆ ನಿನ್ ಬಾಯಿ ಸಣ್ಣಾಗಲ್ಲ ಕಣ್ಲ ಸಿಂಗಿ."

"ಮಾಟ್ಲಾಡೊದ್ದೂ" ಕಾವಲುಗೌಡ ಮತ್ತೆ ಹೇಳಿದ.

"ಹೋಗೋ" ಅಂದ ಗುಯ್ಯ.

"ಏಮಿ?"

"ನಿಮ್ಮಮ್ಮಂಗೆ ಇಪ್ಪತ್ತೆಂಟು."

"ತೆಲಿದು"

"ನಿಮ್ಮಪ್ಪ ಯಾರು ಗೊತ್ತಾ?"

"ತೆಲಿದು"

"ಹಂಗೇಳು ಮತ್ತೆ, ಮೊಕ ನೋಡಿದ್ರೆ ಗೊತ್ತಾಯ್ತದಲ್ಲ" ಅಂದ ರಾಮಪ್ಪ.

ಗುಯ್ಯ ಬಿದ್ದುಬಿದ್ದು ನಕ್ಕ.

ವಂಡಿಮಲೆ ಪಡೆದ ಐದು ರೂಪಾಯಿಗೆ ಅರಿಷ್ಟ ಕುಡಿದು ಬಂದಿದ್ದನೋ ಏನೋ, ಎರಡು ಸಲ ಡರ್ರೆಂದು ತೇಗಿದ. ರಾತ್ರಿ ಕವಿಯಲು ಆರಂಭಿಸಿತ್ತು. ಸೊಳ್ಳೆಗಳು ಹಿಂಡುಹಿಂಡಾಗಿ ಹೊರಟು ಮಂಟಪವನ್ನು ಮುತ್ತತೊಡಗಿದ್ದವು. ಬಲು ದಪ್ಪವಾದ ಆನೆಕಾಲು ರೋಗವಿದ್ದ ಒಬ್ಬಾತ ಮೆಟ್ಟಿಲ ಮೇಲೆ ಕಾಲುನೀಡಿ ಕುಳಿತುಕೊಂಡು ತೆಲುಗಿನಲ್ಲಿ ಏನೋ ಹಾಡಿದ. ಮುತ್ತಮ್ಮಳ ಮಗು ಅಷ್ಟೊತ್ತಿಗೆ ಎದ್ದು ಅಳತೊಡಗಿತು. ಅವಳು ಇದ್ದೊಂದು ತನ್ನ ಕೈಯಿಂದಲೇ ಮಗುವನ್ನೆತ್ತಿ ಹತ್ತಿರ ಸೆಳೆದುಕೊಂಡು 'ಉಳ್ಳುಳ್ಳಾಯಿ... ನನ್ ರಾಜಾ ಅಲ್ವಾ, ಸಕ್ಕರೆ ಗಟ್ಟಿ. ಭೂಲೋಕದ ರಾಜ ಅಲ್ವಾ...' ಎಂದು ಮುದ್ದುಗರೆಯತೊಡಗಿದಳು.

"ಅಣ್ಣಾ" ಕರೆದ ದೊರಪ್ಪ. "ಅದ್ಯಾರು ನಮ್ಮ ಮಗುನಾ?"

"ನಮ್ಮ ಅಲ್ಲವೋ, ನಿನ್ ಮಗು"

"ಮಾದಾವೇ..."

"ಹತ್ರ ಹೋಗಿ ಮುಟ್ಟಿನೋಡಲ್ವಾ?"

"ಬೇಡ ಮಾದಾವೇ"

"ಓಯ್ ಯಾರು ಎಲ್ಲಿತನಕ ಬದುಕಿರ್ತಾರೆ ಯಾರಿಗ್ಗೊತ್ತು. ಇವತ್ತು ಇರೋರು ನಾಳೆ ಇಲ್ಲ. ಸುಮ್ನೆ ಮುಟ್ನೋಡು. ಹೆತ್ತ ತಂದೆ ಅಲ್ವಾ ನೀನು?"

"ಬೇಡ ಮಾದಾವೇ"

"ಏನವ್ವಾ ಮುತ್ತಮ್ಮಾ, ಆ ಏಡಿ ಮರಿನ ಇತ್ಲಾಗೆ ಕೊಡು. ಅದ್ರಪ್ಪನ ಕೈ ಅದುಕ್ಕೆ ತಗುಲ್ಲಿ."

"ಛಿ, ಕೈ ತೆಗಿಯೋ, ರೋಗ ಬಂದೋನೆ. ನಿಂದು ಕುಷ್ಟ ಹತ್ತಿದ ಕೈನ ನನ್ ಮೊಗಿನ್ ಮೇಲೆ ಇಡ್ತೀಯಾ?"

"ಹೌದೌದು ನಿನ್ ಮಗ ಅಂಗೇ ಚಂದುಳ್ಳಿ ಚೆಲುವ ನೋಡು. ಸತ್ತಿದ್ದು, ತಲೆ ನೋಡುದ್ರೆ ಒಳ್ಳೆ ಕಲ್ಲುಬಂಡೆ ತರ ಇದೆ. ಕುಷ್ಟ ಹತ್ತೋದೊಂದೇ ಬಾಕಿ. ಮಾತಾಡದು ನೋಡು ಎಂಗೇಂತ."

"ಓಯ್ ತಳ್ಳು" ಎಂದಳು ಮುತ್ತಮ್ಮ.

"ಓಯ್ ಇವ್ಳೇನಾರ ಕಚ್ಗಿಚ್ ಬುಟ್ರೆ ಕಾಲಿಂದ ಕಾಲ್ಕೇಜಿ ಮಾಂಸ ಕಿತ್ತಾಕ್ತಾಳೆ ನೋಡು. ಸರ್ಕೋ ಮದ್ಲು" ಅಂದ ಮಯಿಲ್‌ಸಾಮಿ.

"ನಮ್ಗೇನು, ಏನೋ ಅಪ್ಪ ಮಗುನ ಮುಟ್ಟಿ ನೋಡ್ಲೀಂತ ಅನ್ಕಂಡೆ. ಅದೊಂದು ಬೇರೆದೇ ತರದ ಸಂತೋಸ. ನಮಗೂ ಆಗಿದೆ ಮಗು ಗಿಗು ಎಲ್ಲ. ಒಳ್ಳೆ ಇಲಿ ಮರಿ ತರ ಇರತ್ತೆ. ಅದಕ್ಕೊಂದು ಗಮ ಇರತ್ತೆ ಕಣಪ್ಪೋ, ನಾಯಿಮರಿ ಬೆಕ್ಕುಮರಿ ಎಲ್ಲಕ್ಕೂ ಇರತ್ತೆ. ಒಂದು ಸಲ ಮೂಸಿ ನೋಡಿದವನು ಸಾಯ ತನಕ ಮರಿಯಲ್ಲ ಅದನ್ನ. ಅದು ಗರ್ಭದ

ವಾಸನೆ. ಅದೇ ಸ್ವರ್ಗದ ಘಮ. ನಾವು ಸಾಯ್ಬೇಕಾದ್ರೂ ಕಡೇಗೆ ಮೂಗಿಗೆ ಬರೋ ವಾಸ್ನೆ ಅದೇನೇ. ಏಯ್ ದೊರಪ್ಪಾ, ಹೋಗಿ ನೋಡೋ" ಅಂದ ರಾಮಪ್ಪ.

ದೊರಪ್ಪ "ಮಾದಾವೇ..." ಅಂದ.

"ಇವ್ನೂ ಇವನ ಮಾದಾವೂ" ಅನ್ನುತ್ತ ರಾಮಪ್ಪ ಮೆಲ್ಲಗೆ ಕಾಲುನೀಡಿ ಕುಳಿತ.

"ಈ ಸಲ ಇಲ್ಲಿ ಸರಿಯಾದ ಬಿಸ್ಲಿದೆ ಕಣೆ" ಅಂದಳು ಎರುಕ್ಕು. ಅದನು ಕೇಳಿ ಕುರುವಿ ಕ್ಕಿಕ್ಕಿಕ್ಕಿ ಎಂದು ನಕ್ಕಳು. ಅವಳೊಂದಿಗೆ ಯಾರು ಏನು ಮಾತಾಡಿದ್ರೂ ಅವಳು ಹೀಗೇ ನಗುತ್ತಿದ್ದಳು.

"ಕಳ್ದೊರ್ಸ ಇಷ್ಟೊತ್ತಿಗೆ ಒಳ್ಳೆ ಮಳೆ. ಈ ಸಲ ಇಂಥ ಬಿಸ್ಲಲ್ಲಿ, ನಾವು ಒಣಗಿ ಕರಿಕಲ್ಲಾಗಿ ಹೋಗ್ತೀವೀಂತ ಅನುಸ್ತಾ ಇದೆ."

"ಕೆಂಪಗಾಗ್ಲಿಕ್ಕೆ ಮದ್ದಿದೆ ಕಣೇ ಎರುಕ್ಕು, ತಂದು ಹಚ್ಚು. ಒಳ್ಳೆ ಸರೋಜಾದೇವಿ ತರ ಆಗೋಗ್ತೀಯ."

"ಯಾಕೆ ನಾವು ಹಚ್ಚಾರ್ದೋ?"

"ಹಚ್ಕೋಬೇದಲ್ಲಾ, ಇಲ್ಲೊಂದು ಬೆಳ್ಳಗೆ ಸುತ್ತುತಾ ಇರ್ತದೆ ನೋಡು ಹಂದಿ, ಅದು ಸಹಾ ಮದ್ದು ಹಚ್ಚಿ ಬೆಳ್ಳಾಗಿರೋ ಹಂದಿ. ಅದುಕ್ಕಿರೋ ಪವರ್ರು ನೋಡಿದಿಯಾ?"

ಅಷ್ಟರಲಿ ಮಾಧವ ಪೆರುಮಾಳ್ ಸ್ನಾನ ಮಾಡಿ ಒದ್ದೆ ತಲೆಗೂದಲು ಒರೆಸಿಕೊಳ್ಳುತ್ತಾ ಬಂದ. ಬೀದಿದೀಪ ಮಂಜಿನ ಪರದೆಯೊಳಗೆ ಮಿನುಗುತ್ತ ಕೆಂಪಗೆ ಬೆಳಗುತ್ತಿತ್ತು. ಒಂದು ನಾಯಿ ಬಂದು ಮಂಟಪವನ್ನು ಸೇರಿತು. ರಾಮಪ್ಪ ಕೋಲಿನಿಂದ ಅದನ್ನು ಹೊಡೆದ. ಅದು ಬೌವ್‌ವ್... ಎಂದು ಗದರಿದಂತೆ ದನಿಹೊರಡಿಸುತ್ತ ಅಲ್ಲಿಂದ ಓಡಿತು.

ವಂಡಿಮಲೆ ಕೂತಲ್ಲೇ ಹಾಗೆ ಮುಗ್ಗರಿಸಿದಂತೆ ಮಲಗಿದ್ದ.

"ವಂಡಿಮಲೆ, ಓಯ್ ವಂಡಿಮಲೆ... ಓಯ್" ಎಂದು ಪೆರುಮಾಳ್ ಅವನನ್ನು ತಟ್ಟಿ ಎಬ್ಬಿಸಿದ.

ವಂಡಿಮಲೆ ಎದ್ದು "ಮ್..." ಅಂದ.

"ಅದು ಸರೀ, ಇವನತ್ರ ಎಲ್ಲಿಂದಲೇ ದುಡ್ಡು?" ಎಂದು ಕೇಳಿದ.

"ದುಡ್ಡ? ಅವರು ತಪಸ್ ಮಾಡಿ ಪಡ್ಕಂಡಿದಲ್ವಾ?" ಕೇಳಿದ ಗುಯ್ಯ.

"ಹೊಡುದು ಬೆಂಡೆತ್ತಾಕ್ತೀನಿ ನೋಡ್ಕ" ಪೆರುಮಾಳ್ ಹಾಗನ್ನುತ್ತ ಕುಳಿತ.

"ನಾಡಾರೆ, ಒಳ್ಳೆ ದೋಸೆ ಘಮ ಬರ್‍ತಾ ಇಲ್ವಾ?" ಕೇಳಿದ ಗುಯ್ಯ.

"ಹಂಗೆ ಅದೆಷ್ಟೋ ವಾಸ್ನೆ ಬರ್‍ತಾ ಅವೆ. ಮೂಸಿ ನೋಡ್ಕಂಡಿರ್ತೀಯಾ?"

"ಆಳಿಗೊಂದು ದೋಸೆಗೆ ಹೇಳಿಯಪ್ಪಾ"

"ಒಂದಿನ ತಿನ್ಲಿಲ್ಲಾಂದ್ರೆ ಯಾರೂ ಸಾಯಲ್ಲ, ಸುಮ್ನೆ ಬಿದ್ಕೋ. ಏನೋ ಹಂಗೇ ಸಂಪಾದ್ಸಿ ತಂದು ಗುಡ್ಡೆ ಹಾಕ್ಕಂಡಿರಂಗೆ ಕೇಳದು. ಮಲ್ಕಳಿ ಎಲ್ಲ ತೆಪ್ಗೆ."

ಪೆರುಮಾಳ್ ಅಲ್ಲೇ ಒಂದು ಕಂಬಕ್ಕೊರಗಿ ಕುಳಿತು ದೊಡ್ಡದೊಂದು ಸುರುಳಿ ತೆಗೆದುಕೊಂಡು ಅದರ ತುದಿಯನ್ನು ಕಚ್ಚಿ ಉಗಿದ. ಉಗಿದು ಹಾಗೇ ಒಮ್ಮೆ ಮೂಸಿ ನೋಡಿದ. ಆ ನಂತರ ನಿಧಾನವಾಗಿ ಅದನ್ನು ಹೊತ್ತಿಸಿ ಎಳೆದ. ದೂರದಲ್ಲೆಲ್ಲೋ ಸೈರನ್ ಶಬ್ದ ಕೇಳಿಸಿತು.

"ಗಂಟೆ ಒಂಭತ್ತು, ಅರ್ಧರಾತ್ರಿಲಿ ಮೆಟ್ಟಿಲೇರಿ ಜಾಗ ಹಿಡಿಬೇಕು. ಮಲ್ಕಳ್ಳೋರು ಮಲ್ಕಳಿ ಬೇಗ" ಅಂದ.

ಸಿಂಗಿ "ಅಣ್ಣಾ, ಒಂದು ಬೀಡಿ ಕೇಳ್ಕೋಡು" ಅಂದ.

"ಯಾರ್ಲೇ ಅದು?" ಕೇಳಿದ ಪೆರುಮಾಳ್.

ಸಿಂಗಿ ಗಪ್‌ಚುಪ್ ಆದ.

"ಮೀರು ತಿನ್ನಾರ?" ಕೇಳಿದ ಕಾವಲು ಗೌಡ.

"ಆಯಿತು."

"ನೇನು ತಿನ್ನಲ"

"ಸರಿ ಹೋಗಿ ಮಾಡಿ ಬನ್ನಿ."

"ತೊಂದರುಗಾ ವಚ್ಚೇಸ್ತಾನು, ಒಕೇ ನಿಮಿಷಂ" ಹಾಗೆಂದು ಹೇಳಿ ಅವನು ಹೊರಟುಹೋದ.

ಅವನತ್ತ ಹೋಗುತ್ತಿದ್ದಂತೇ ತೆಲುಗಿನಲ್ಲಿ ಜೋರುಜೋರಾದ ಮಾತುಗಳು ಕೇಳಿಬಂದವು.

"ಇಷ್ಟೊತ್ತು ತಡ್ಕಂಡಿದ್ವಾ? ಎಲ್ಲೋ ಪಾಪದ ಕುರಿ ಹಿಂಡೇನೋ ಅನ್ನಂಗೆ ಕೂತ್ಕಂಡು ಯಾಮಾರುಸ್ತಾ ಇದ್ವಲ್ಲ."

ಒಳ್ಳೆ ಮಂಜು ಸುರಿಯುತ್ತಿತ್ತು. ತಿರುಪೆಗಳು ಮೆಲ್ಲಮೆಲ್ಲಗೆ ಹತ್ತಿರ ಹತ್ತಿರ ಸರಿದು, ಕಡೆಗೆ ತಾವೆಲ್ಲ ಒಂದೇ ದೇಹವೇನೋ ಎಂಬಂತೆ ಒತ್ತಾಗಿ ಮಲಗಿದವು.

ಅಷ್ಟರಲಿ ಸೈಕಲಿನ ಮೇಲೆ ಸಾಗುತ್ತಿದ್ದ ಪೋಲೀಸೊಬ್ಬ ಇವರನ್ನು ಕಂಡು ಇಳಿದು ಸ್ಟ್ಯಾಂಡು ಹಾಕಿ ಲಾಠಿಯೊಂದಿಗೆ ಬಂದ. ಪೆರುಮಾಳ್ ಅದನ್ನು ಕಂಡು ಎದ್ದು ನಿಂತ.

"ಯಾರ್ಲೇ?"

"ಸಾರ್, ಭಿಕ್ಷದೋರು"

"ನೀನೂ?"

"ಸಾರ್, ನಾನು... ನಾನು ಜೊತೆಗೆ"

"ಓನರಾ?"

"ಇಲ್ಲ ಕಾವಲಿಗೆ"

"ಮ್.." ಅಂದರು. ಅವನು ಲಾಠಿಯಿಂದೊಮ್ಮೆ ನೆಲವನ್ನು ಕುಟ್ಟಿದ. "ಮಂಟಪದಲ್ಲೆಲ್ಲ ತಂಗಂಗಿಲ್ಲ"

ಪೆರುಮಾಳ್ ಅವನಿಗೆ ಇಪ್ಪತ್ತು ರೂಪಾಯಿ ಕೊಟ್ಟ.

"ಒಂದು ಐವತ್ತಕ್ಕೂ ಜಾಸ್ತಿ ತಿರುಪೆಗಳು ಇರಂಗಿವೆಯಲ್ಲೋ" ಪೋಲೀಸಪ್ಪ ರಾಗ ಎಳೆದ.

"ಅವು ನಮ್ಮವಲ್ಲ ಸರ್, ಬೇರೆಯವು. ಅವನು ಇದೋ ಬರ್ತೀನಿ ಅಂತ ಹೋದ"

ಅವನು ಟಾರ್ಚ್ ಹಾಕಿ ತಿರುಪೆಗಳನ್ನು ಪರೀಕ್ಷಿಸುವಂತೆ ನೋಡಿದ.

"ಎಲ್ಲಾ ಕೈಕಾಲು ಊನ ಇರೋವು ಸಾರ್"

"ಹುಡುಗ್ರು ಯಾರೂ ಇಲ್ವೇನೋ?"

"ಇಲ್ಲ ಸಾರ್, ಮಂಡೈಯನ್, ಮಾಂಗಾ ತಲೈಯನ್ ಇಂಥವರು"

"ಸತ್ತವು ಬಿಡು. ಅದ್ಯಾರುಲೇ"

"ಅದು ಎರುಕ್ಕು, ಹುಡುಗಿ"

"ಅದುನ್ನ ಕರಿ, ಹೆಡ್ ಕಾನ್ಸ್ಟೇಬಲ್ ಕೇಳ್ತಾ ಇದ್ದರು"

"ಅದುಕ್ಕೆ ಕಾಲಿಲ್ಲ ಸಾರ್"

"ಅಯ್ ಕಾಲ್ಯಾಕೋ? ಎತ್ತಿ ಕ್ಯಾರಿಯರಲ್ಲಿ ಕೂರ್ಸು"

ಪೆರುಮಾಳ್ ಅಲ್ಲಿ ಮಲಗಿದ್ದ ದೇಹಗಳ ನಡುವೆ ನಡೆದು ಹೋಗಿ ಎರುಕ್ಕುವನ್ನು ಹೊಡೆದು ಎಬ್ಬಿಸಿದ.

ಎರುಕ್ಕು ಭಯದಿಂದ ಎದ್ದು "ಅಯ್ಯೋ ಅಯ್ಯೋ ನಾಯಿ" ಎಂದು ಕೂಗಿದಳು.

"ಎದ್ದೇಳೇ" ಅಂದ ಪೆರುಮಾಳ್.

"ಏನು ಒಡೇರೆ?"

"ಯಜ್ಮಾನ್ರು ಕರೀತಾ ಇದಾರೆ. ನೀನೊಂದು ಕಡೆ ಹೋಗಿ ಬಾ"

"ಒಡೇರೆ ನಂಗೆ ಉಸಾರಿಲ್ಲ"

"ಛಿ, ಎದ್ದೇಳೆ ಸತ್ತೋಳೆ" ಪೆರುಮಾಳ್ ಅವಳನ್ನು ಝಾಡಿಸಿ ಒದ್ದ. ಅವಳು ಕೈಯೂರಿ ಎದ್ದು ಕೂತಳು. ಅವಳನ್ನು ಹಾಗೇ ಎತ್ತಿ ತಂದು ಸೈಕಲ್ ಮೇಲೆ ಕೂರಿಸಿ "ಹಿಡ್ಕೋ" ಅಂದ.

"ಬೆಳಗ್ಗೆ ಸ್ಟೇಷನಿಗೆ ಬಂದು ತಗಂಡೋಗೋ" ಅಂದ ಪೋಲೀಸಿನವನು ಸೈಕಲ್ ಏರುತ್ತಾ. "ಯಾಕೇ ಸೀತೆ ಅಳ್ತಾ ಇದೀಯ?" ಎಂದು ಕೇಳಿದ.

ಎರುಕ್ಕು ಬಿಕ್ಕಿಬಿಕ್ಕಿ ಅಳತೊಡಗಿದಳು.

"ಏನಿಲ್ಲ ಕಣೇ, ಧೈರ್ಯವಾಗಿ ಹೋಗು. ಮನುಷ್ರು ತಾನೆ? ಏನು ಕಚ್ಚಿ ತಿಂದಾಕ್ತಾರೇನು?"

'ಭಾರಿ ಪಾರ್ಟಿ ಅಂತ ಕಾಣ್ತದೆ' ತನ್ನೊಳಗೇ ಅಂದುಕೊಂಡ ಪೋಲೀಸಪ್ಪ ಪೆರುಮಾಳನ್ನ ಕುರಿತು. "ನಿಂ ಓನರ್‌ನ ಬಂದು ಎಸ್ಸೈನ ನೋಡಕ್ಕೇಳು" ಅಂದವನು ಎರುಕ್ಕುವಿನತ್ತ ತಿರುಗಿ "ತಥ್ ನಿಲ್ಸು, ಏನದು ಅಳೋದು, ಕೂಗೋದು? ನಿಲ್ಸೇ. ಇಲ್ಲಾಂದ್ರೆ ಮಕದ್ಮೇಲೆ ಬಾರುಸ್ತೀನಿ ನೋಡು" ಎಂದು ಗದರಿದ.

ಸೈಕಲ್ ತಳ್ಳಾಡುತ್ತಾ ಸಾಗಿತು. ಅವರತ್ತ ಹೋದಂತೇ ಪೆರುಮಾಳ್ ಮತ್ತೆ ಕೂತ. ಯಾರೋ ತನ್ನತ್ತಲೇ ನೋಡುತ್ತಿರುವಂತೆ ಅನಿಸಿತು. ಅವನು ಮುಖ ತಿರುಗಿಸಿಕೊಂಡ.

***

ಮಧ್ಯರಾತ್ರಿಯ ಹೊತ್ತಿಗೆ ಟೆಂಪೋ ಟ್ರಾವೆಲರ್ ಬೆಳಕು ಚಿಮ್ಮಿಸುತ್ತಾ ಬಂದು ನಿಂತಿತು. ಬೆಳಕು ಬಿದ್ದದ್ದೇ ಪೆರುಮಾಳ್ ಎದ್ದು ನಿಂತ. ಉದ್ದನೆಯ ಸಿಲ್ಕ್ ಜುಬ್ಬಾ ಮತ್ತು ಮಲ್ ಪಂಚೆ ಧರಿಸಿದ್ದ ಪಂಡಾರಂ ತೂರಾಡುತ್ತಾ ಗಾಡಿಯಿಂದ ಕೆಳಗಿಳಿದು ಒಮ್ಮೆ ತೇಗಿದರು. ಗಾಡಿಯೊಳಗೆ ಕತ್ತಲಿತ್ತು. ಅವರು ಪಂಚೆಯನ್ನು ಸರಿಯಾಗಿ ಬಿಗಿದು ಕಟ್ಟಿಕೊಂಡು "ಓಯ್ ಪೆರುಮಾಳ್.." ಎಂದು ಕೂಗುತ್ತ ಹತ್ತಿರ ಬಂದರು. ಅವರ ಬಾಯಿಂದ ಬ್ರಾಂದಿಯ ವಾಸನೆ ಹೊರಡುತ್ತಿತ್ತು. ಮೈಯಿಂದ ಮಲ್ಲಿಗೆಯ ಸೆಂಟಿನ ಪರಿಮಳ ಬರುತ್ತಿತ್ತು.

"ಲೇ, ಬೆಟ್ಟ ಹತ್ತಿಸಿಬಿಡೋಣ್ವೇನೋ" ಕೇಳಿದರು.

"ಮೊದಲಾಳಿ ಅದೆಲ್ಲ ನಾನು ಹತ್ತುಸ್ಕತೀನಿ. ಇದುಕ್ಕೆಲ್ಲ ನೀವು ಬರ್ಬೇಕಾ? ನೀವು ಹೋಗಿ" ಅಂದ ಪೆರುಮಾಳ್.

"ವಂಡಿಮಲೆ ಎಲ್ಲಿ?"

"ಅವ್ನು ಬೆಳ್ಗೆ ಬರ್ತಾನೆ. ಇವುನೆಲ್ಲ ನಾನೊಬ್ನೇ ಹತ್ತುಸ್ಬುಡ್ತೀನಿ ಬುಡಿ."

"ಕಾರು ಕಳಿಸ್ತೇನ್ಲೇ"

"ಮೊದಲಾಳಿ ಪೋಲೀಸಪ್ಪ ಬಂದಿದ್ದ. ನೂರು ರುಪಾಯಿ ಕೊಟ್ಟೆ."

"ನೂರು ರುಪಾಯ?"

"ಮೂರು ಜನ ಮೊದಲಾಳಿ"

"ಥೂ, ಸತ್ತೋರು. ಬದುಕಕ್ಕೆ ಬಿಡಲ್ವಲ್ಲಪ್ಪ."

"ಮೊದಲಾಳಿ ಎರುಕ್ಕುನ ಎತ್ಕಂಡೋಗಿದಾರೆ."

ಪಂಡಾರಂಗೆ ಕುಡಿದ ಮತ್ತಿಳಿಯಿತು. ಒಂದು ಕ್ಷಣ ಅವರಿಗೆ ಏನೂ ತೋಚಲಿಲ್ಲ. "ಥೂ, ಸತ್ತ ಸೂಳೆಮಕ್ಳು. ಲೋ, ಅದು ಬೆನ್ನುಮೂಳೆ ಮುರ್ದೋಗಿರ ಹುಡ್ಗಿ ಅಲ್ವಾ? ಈ ಕೋಣಗಳು ಹತ್ತಿ ಇಳಿದ್ರೆ ಅದು ಸತ್ತೋಗತ್ತೆ ಕಣ್ಲೇ."

"ನಾನ್ ತಾನೇ ಏನ್ಮಾಡಕ್ಕಾಗತ್ತೆ ಮೊದಲಾಳಿ. ಅವ್ರು ಮೂರ್ಜನ ಬೇರೆ. ಬೆಳಿಗ್ಗೆ ಸ್ಟೇಷನ್ನಿಗೆ ಬರಕ್ಕೇಳಿದ್ರು."

"ಯಾರ್ನ? ನನ್ನುನ್ನಾ?"

"ಹೌದು ಓನರ್‌ನ ನೋಡ್ಬೇಕಂತೆ."

"ಒಳ್ಳೆ ಕತೆ. ಕೊಟ್ಟೋನು ಕೋಡಂಗಿ ಈಸ್ಕಂಡೋನು ಈರ್ಭದ್ರ ಅಂದಂಗಾಯ್ತು."

"ಎಲೆ ನೆಕ್ಕಿ ತಿನ್ನೋ ನಾಯಿದು ನಾಲ್ಗೆ ನೆಕ್ಕಿ ತಿನ್ನಕ್ಕೊಂದು ಬಂದಂಗೆ" ಒಳಗಿಂದ ರಾಮಪ್ಪ ಕೂಗಿದ.

"ರಾಮಪ್ಪಾ ಬೇಡಾ..." ಪೆರುಮಾಳ್ ಎಚ್ಚರಿಸಿದ.

ತಿರುಪೆಗಳೆಲ್ಲ ಎದ್ದುಬಿಟ್ಟವು. ಮಗು ಚೀರಿ ಅಳತೊಡಗಿತು. ಮುತ್ತಮ್ಮ ಅದನ್ನು ಎತ್ತಿ "ಚ್ಚುಚ್ಚುಚ್ಚು... ತಾಚಿ ಕೊಡ್ಲಾ ಪಾಪುಗೆ, ತಾಚಿ ಕೊಡ್ಲಾ?" ಎಂದು ಮುದ್ದಿಸಿದಳು.

ಅದನ್ನು ನೋಡಿ ಪಂಡಾರಂ "ಅಲ್ಲಿಗೆ ಎಲ್ಲ ಸರಿಯಾಗಿ ನಡೀತಾ ಇದೆ ಅಂದಂಗಾಯ್ತು" ಅನ್ನುತ್ತಾ ಕಾರಿನತ್ತ ಹೊರಳಿದರು. ಮಂಟಪದೊಳಗಿಂದ ಹೆಣ್ಣು ದನಿಯೊಂದು "ಉಚ್ಚೆ ಹುಯ್ಬೇಕು. ಯಾರಾರ ಕರ್ಕೋಗೀ..." ಎಂದು ಕೂಗಿತು.

"ಇರೇ ಹುಡ್ಗೀ, ನಿಂಗೆ ಉಚ್ಚೆ ಮಾಡ್ಸದಲ್ಲ ನನ್ ಕೆಲಸ" ಪಂಡಾರಂ ಗದರುತ್ತ ಗಾಡಿಯ ಬಾಗಿಲು ತೆರೆದರು. ಹಿಂದೆಯೇ ಕ್ಕಿಕ್ಕಿಕ್ಕಿ ಎಂದು ಮತ್ತೊಂದು ಹೆಣ್ಣಿನ ನಗುವಿನ ದನಿ ಕೇಳಿಸಿತು.

ಗಾಡಿ ಚಿಮ್ಮಿ ಹೊರಟಿತು. ಪೆರುಮಾಳ್ "ನಡಿಯಕ್ಕಾಗೋರೆಲ್ಲ ಎದ್ದು ನಡೀರೋ" ಅಂದ. ರಾಮಪ್ಪನೂ ಗುಯ್ಯನೂ ಒಡನೇ ಎದ್ದು ನಿಂತರು.

"ಹಂಗಾರೆ ಮೊದ್ಲು ಆ ಕೆಲಸ ಆಗ್ಲಿ ಮೇಸ್ತ್ರಿ. ಇಲ್ಲಿ ಸೊಳ್ಳೆ ಕೈಲಿ ಕಚ್ಚುಸ್ಕಂಡು ಸಾಯಕ್ಕಿಂತಾ ಮೆಟ್ಲಲ್ಲಿ ಕೂತ್ಕಂಡು ಬರೋಹೋಗೋರ ಮೊಕನಾರೂ ನೋಡ್ಬಹುದು."

"ಮೊಕ ನೋಡ ವಯಸ್ಸಾ?" ಕೇಳಿದಳು ಸಣ್ಣಪ್ಪಿ.

"ಮತ್ತೆ? ನಿಂದು ಚಪ್ಪೆ ಮೂತಿ ನೋಡನಾ? ಕುಟ್ಟೀ ಒಂದು ತಿಳ್ಕ. ವಯಸ್ಸಾಗಿ ಮುದಿ ಬಿದ್ದೋದ್ರೂ ಸರಿ, ರೋಗ ಬಂದು ಸಾಯಕ್ಕಾಗಿದ್ರೂ ಸರಿ, ಗಂಡಸಿನ ಕಣ್ಣಲ್ಲಿ ಆಸೆ ಇಳಿಯಲ್ಲ ನೋಡು. ಇದೂ ಇಲ್ಲಾಂದ್ರೆ ಈ ಭೂಮಿಲಿ ಬೇರೇನಿದೆ ಹೇಳು? ಮನುಷ್ಯನಿಗೆ ಇರದೇ ಈ ಒಂದು ಸಂತೋಷ. ಹೌದಾ ಇಲ್ವಾ ಹೇಳು."

"ಹಂಗೆ ಅದೇನು ನೋಡ್ತೀರೋ?"

"ಮೊಕ, ತುಟಿ, ಎದೆ, ಹೊಟ್ಟೆ, ಕಾಲು... ಯಾಕೆ ಕಾಲಲ್ಲಿ ಅಂಟ್ಕಂಡಿರೋ ಮಣ್ಣನ್ನ ಕೂಡ ನೋಡ್ಬಹುದು. ಎಲ್ಲ ಚಂದವೇ. ನೋಡ ತರ ನೋಡ್ಬೇಕು ಅಷ್ಟೆ. ಹಂಗೆ ನೋಡ್ಬೇಕಾದ್ರೆ ಮನಸಲ್ಲಿ ಒಂದು ದಾಹ ಇರ್ಬೇಕು ಅಂತ ಹಿಂದೊಂದ್ಸಲ ಒಬ್ಬ ಭೂಪ ಹೇಳ್ತಾ ಇದ್ದ. ದಾಹ

ಕುಟ್ಟಿ, ದಾಹ. ಮತ್ತೆ ದಾಹ ಅಂದ್ರೆ ಬಾಯಾರಿಕೆ ಅಲ್ಲ, ಗಂಟಲಲ್ಲಿ ಹುಟ್ಟ ದಾಹ ಅಲ್ಲ."

"ದೊಣ್ಣೆಲಿ ಹುಟ್ಟ ದಾಹ ಅಲ್ವಾ?"

"ನಿನ್ನತ್ರ ಹೇಳ್ದೆ ನೋಡು, ಲೇ, ಈ ಸರೀರದಲ್ಲಿ ದಾಹವೂ, ಬಿಸಿಯೂ ಎಷ್ಟು ದಿನ ಇರತ್ತೆ ಅನ್ಕಂಡೆ? ಐವತ್ತು ದಾಟಿದ್ಮೇಲೆ ನಿಂಗೆ ಅರ್ಥ ಆಗತ್ತೆ. ಅದೇ ಮಾಂಗಾಡು ಸಾಮಿಯ ಹತ್ರ ಕೇಳಿದ್ರೆ ಆತ್ಮಕೆ ದಾಹ ಅಂತ ಹೇಳ್ತಾನೆ."

"ಮುಚ್ಕಂಡು ಬರ್ತೀರೇನ್ಲೇ?" ಕುರುವಿಯನ್ನು ಎತ್ತಿಕೊಂಡು ಹೊರಟ ಪೆರುಮಾಳ್ ಅವರನ್ನು ಗದರಿದ.

"ರಾಮಪ್ಪುಂಗೆ ಬೆರಳು ನೋಡುದ್ರೇ ಬಿಲ್ಲು ನಿಗುರತ್ತೆ ಗೊತ್ತಾ ಕುಟ್ಟಿ?" ಕೇಳಿದ ಗುಯ್ಯ.

ಅದನ್ನು ಕೇಳಿ ರಾಮಪ್ಪ "ಹೆಹೆಹೆ" ಎಂದು ನಕ್ಕ.

"ಬೆರಳನ್ನಾ?"

"ಹೌದು ಕುಟ್ಟಿ, ಕೈಬೆರಳು, ಕಾಲ್ಬೆರಳು. ಒಳ್ಳೆ ಶಂಖ ಥರ ಹೊಳೆಯೋ ಉಗುರು ಇರೋ, ಕೆಂಪನೆ ಬಣ್ಣ ಇರೋ, ಒಳ್ಳೆ ಕಳಿತ ಹಣ್ಣಿನ ಹಾಗೆ ಇರೋ ಕಾಲು. ಬಾಳೆ ಹೂವಿನ ಹಾಗೆ ಇರೋ ಕೈ. ದೇವರ ಸೃಷ್ಟಿಲಿ ಇದೇ ಚಂದ. ಚಂದದಲಿ ಚಂದ. ಅದೇ ನನ್ನ ಬೆರಳು ಯಾರಾದ್ರೂ ನೋಡ್ತಾರ? ಹಂಗೇನಾದ್ರು ನೋಡ್ತಿದಾರೆ ಅಂದ್ರೆ ನನ್ನ ಕೈಗೆ ಕುಷ್ಟ ಗಿಷ್ಟ ಅಂಟಿಕೊಂಡು ವಿಕಾರವಾಗಿರ್ಬೇಕು, ಆಗ ಬೇಕಾದ್ರೆ ಜನ ನೋಡ್ತಾರೆ. ಇದೇನಪ್ಪಾ ಹಿಂಗಿದೆ ಅಂತ" ಅಂದ ರಾಮಪ್ಪ.

ಬೆಟ್ಟಕ್ಕೆ ಇದ್ದ ಒಳಹಾದಿಯಲ್ಲಿ ಎಲ್ಲರೂ ನಡೆಯತೊಡಗಿದ್ದರು. ಪೆರುಮಾಳ್ ಏದುಸಿರು ಬಿಡುತ್ತಿದ್ದ. "ಒಳ್ಳೆ ಮಂಜು ಬೀಳ್ತಾ ಇದೆ" ಅಂದ ರಾಮಪ್ಪ.

"ಮಂಜು ಬೀಳ್ತಾ ಇದ್ರೆ ಬಿಸ್ಲು ಗೊತ್ತಾಗಲ್ಲ" ಅಂದ ಗುಯ್ಯ.

ಕೆಳಗೆ ಕಾವಡಿಯಾಡುವವರ ಸದ್ದು ಕೇಳಿಸುತ್ತಿತ್ತು. ಪೆಟ್ರೋಮ್ಯಾಕ್ಸ್ ದೀಪದ ಬೆಳಕಿನ ಕೋಲುಗಳು ಮೇಲೆ ಚಿತ್ತಾರ ರಚಿಸಿದ್ದವು. ನೆರಳು ಬೆಳಕಿನ ಚಪ್ಪರದಡಿಯಲ್ಲಿ ಜನರು ಜಗಮರೆತು ಕುಣಿಯುತ್ತಿದ್ದರು. "ಈ ಜನಕ್ಕೆಲ್ಲ ನಿದ್ರೆ ಮಾಡಕ್ಕಿಲ್ವಾ?" ರಾಮಪ್ಪ ರೇಜಿಗೆಯಲ್ಲಿ ಕಾರಿ ಉಗಿಯುತ್ತ ಹೇಳಿದ.

"ಎಂಗೆ ಮಲುಗ್ತಾರೆ? ಭಕ್ತಿ ಹೆಚ್ಚಾಗಿ ಕುಂಡಿಲಿ ಕ್ರಿಮಿ ಕಡೀತಾ ಇರಲ್ವಾ?"

"ಬರ್ತೀರಾ ಇಲ್ವಾ?" ರೇಗಿದ ಪೆರುಮಾಳ್.

"ಬರ್ತೀವೋ ಪೆರುಮಾಳ್, ಏನೋ ಸಂಜೀವನಿ ಪರ್ವತ ಹೊತ್ಕಂಡು ನಡೀತಿರೋ ಹಂಗೆ ಒದ್ದಾಡ್ತಾ ಇದೀಯಲ್ಲ. ಅವ್ಳು ಒಳ್ಳೆ ಒಣಮೀನಿನ ತರ ಇದಾಳೆ. ಅವ್ಳನ್ನ ಹೊತ್ಕಳ್ಳಕೆ ಈ ಪಾಡಾ?"

ಎಲ್ಲರನ್ನೂ ಖಾಲಿ ಇರುವ ಒಂದೊಂದು ಮೆಟ್ಟಿಲ ಮೇಲೆ ಒಬ್ಬೊಬ್ಬರಂತೆ ಕೂರಿಸಲಾಯ್ತು. ರಾಮಪ್ಪ ಒಂದು ತಿರುವಿನ ಮೆಟ್ಟಿಲ ಮೇಲೆ ಕುಳಿತು ತನ್ನ ಊರುಗೋಲನ್ನು ಬದಿಯಲ್ಲಿ ಆನಿಸಿಟ್ಟು "ಪಸ್ಟು ಸರಿಯಾದ ಜಾಗ ಹಿಡಿಬೇಕು ಕಣೋ ಗುಯ್ಯ" ಅಂದ.

"ಇಲ್ಲಿ ಕೂತ್ರೆ ಬಿಸ್ಲೊಡಿತದೆ"

"ಬಿಸ್ಲೊಡಿಬಾರ್ದೂ ಅಂದ್ರೆ ನೀನು ಯಾವ್ದಾರ ಗುಹೆ ಒಳ್ಗೆ ಹೋಗಿ ಕೂತ್ಕಬೇಕಷ್ಟೆ. ಲೋ ಅಲ್ನೋಡು ಎದ್ರುಗಡೆ ಕಟ್ಟೆ. ಈ ಕಡೆಂದ ಮೆಟ್ಲು ಹತ್ಕ ಬರೋ ಅಮ್ಮಣಿಗಳಲ್ಲಿ ಒಂದರ್ಧ ಜನನಾರೂ ಅಲ್ಲಿ ಕೂರ್ದೇ ಮುಂದುಕ್ಕೋಗಲ್ಲ ತಿಳ್ಕ"

"ಸುಮ್ಮಾನ ನೋಡು" ಅಂದ ಗುಯ್ಯ.

"ಕಳ್ದ ಸಲ ತೈಪೂಸಂನಲ್ಲಿ ಒಂದು ಕಾಲು ನೋಡಿದ್ದೆ. ಎಂಥಾ ಕಾಲಂತೀಯಲೇ ಅದು! ಅದರ ಬೆರಳು ಹೆಂಗಲೇ ಯಪ್ಪಾ! ಒಳ್ಳೆ ಸೀಗಡಿ ಮೀನುದು ಸಿಪ್ಪೆ ಹೆಡ್ದಮೇಲೆ ಎಂಗೆ ಪಳಪಳಾಂತ ಹೊಳೀತಿರ್ತದೆ ಹಂಗೆ ಇತ್ತು. ಒಳ್ಳೆ ಕನ್ನಡಿ ತರ ಅನ್ಕೊ. ಸತ್ತದ್ದು, ನಂಗಾ ಹಂಗೇ ಹುಚ್ಚೇ ಹತ್ಕ ಬುಟ್ಟಿತ್ತು ಆ ಕಾಲುನ್ನ ನೋಡಿ."

ಅವರೆದುರಿಗೆ ಜಾಗ ಹಿಡಿದ ಸಣ್ಣಪ್ಪಿ "ಹಂಗೆ ಹುಚ್ಚು ಹತ್ತುದಾಗ ಏನ್ಮಾಡ್ತೀರಿ? ಹೋಗಿ ಕಲ್ಲಿಗೆ ತಲೆ ಜಜ್ಜಕತೀರೋ?" ಎಂದು ಗೇಲಿ ಮಾಡಿ ನಕ್ಕಳು.

ಗುಯ್ಯ ರೇಗಿದ. "ಓಯ್ ಹುಡ್ಗೀ, ಇಲ್ನೋಡು. ಅವ್ನತ್ರ ಇರೋ ಊರುಗೋಲನ್ನ ನೋಡಿದೀಯ? ಏನನ್ಕಂಡಿದೀಯ ಅದುನ್ನ? ಏನನ್ಕಂಡಿದೀಯಾ ಅಂದೆ. ಅದ್ರಲ್ಲಿ ಬಡುದ್ರೆ ಎಂಗಾಗುತ್ತೆ ಗೊತ್ತಾ? ಬೇಕಾರೆ ಇಲ್ಬಂದು ನೋಡು, ಅವನು ಹೊಡ್ದಿರ ಹೊಡ್ತಕ್ಕೆ ಮೆಟ್ಲುಮೇಲೆ ಸಿಮಿಂಟೇ ಕಿತ್ತೋಗದೆ."

ಪೆರುಮಾಳ್ "ಸದ್ದು ಮಾಡ್ದಲೆ ಸುಮ್ನಿರ್ರಲೇ" ಎಂದು ಗದರಿ ಅಂಗವಸ್ತ್ರದಿಂದ ಮುಖ ಒರೆಸಿಕೊಂಡು ಮೆಟ್ಟಿಲಿಳಿದು ಹೋದ.

ಅವನು ಒಬ್ಬೊಬ್ಬರನ್ನಾಗಿ ಎತ್ತಿ ತಂದು ಕೂರಿಸಿ ಮುಗಿಸುವ ಹೊತ್ತಿಗೆ ಒಂದಷ್ಟು ಬೆಳಕು ಮೂಡಲು ಆರಂಭವಾಗಿತ್ತು. ಒಂದು ಟೀ ಅಂಗಡಿ ಬಾಗಿಲು ತೆರೆದುಕೊಂಡಿತ್ತು.

ಪೆಟ್ರೋಮ್ಯಾಕ್ಸ್ ಬೆಳಕಿನಲ್ಲಿ ಟೀ ಬಾಯ್ಲರಿನಿಂದ ಆವಿ ಏಳುವುದು ಕಾಣಿಸುತ್ತಿತ್ತು. ಅವನು ಒಂದು ಟೀಗೆ ಹೇಳಿ ಅಲ್ಲೇ ಬೆಂಚಿನ ಮೇಲೆ ಕುಳಿತ. ಬೆಂಚಿನ ಮೇಲೆ ಅದಾಗಲೇ ಜಡೆಮುಡಿ, ದಾಡಿ ಹೊಂದಿದ್ದ ನಾಲ್ಕೈದು ಭಕ್ತರು ಕುಳಿತುಕೊಂಡು ಟೀ ಹೀರುತ್ತಿದ್ದರು

"ಸಿಂಗಲಾ?" ಕೇಳಿದ ಅಂಗಡಿಯವನು.

"ಹೌದು ಸಾಮಿ" ಅಂದ ಪೆರುಮಾಳ್.

'ಬೆಳ್ಳಾಗೋದ್ರೆ ಈ ದಾರಿಲಿ ಇಳ್ಯಕ್ಕಾಗಲ್ಲ ಅನ್ಸುತ್ತೆ. ಏನ್ ಜನಾ, ಇಂಗ್ ಬಂದು ತುಂಬ್ಕತ್ತಾ ಇದ್ದಾರಲ್ಲ...' ಅವನು ತನ್ನಷ್ಟಕ್ಕೆ ಅಂದುಕೊಂಡ.

"ಅಣ್ಣಾಚಿ ನೀವು ತಿರುನಲ್ವೇಲಿಯವ್ರಾ?" ಕೇಳಿದ ಒಬ್ಬ ಭಕ್ತ.

"ಇಲ್ಲಪ್ಪಾ, ನಾನು ಸಾಮಿತೋಪಿನ ಕಡೆಯೋನು"

"ಎಲ್ಲಿ?"

"ಆರುವಾಮೊಳಿ ದಾಟಿ, ಆ ಕಡೆ"

"ಕನ್ಯಾಕುಮಾರಿಯಾ? ಅದು ಸರಿ. ಏನು ಕೆಲಸ ಮಾಡ್ತೀರಿ?"

"ವ್ಯಾಪಾರ, ದನಗಳಿದಾವೆ. ಒಂದು ಮಾರದು, ಒಂದು ಹಿಡಿಯದು ಹಿಂಗೆ."

"ಓ ಹಂಗೆ"

'ಇನ್ನು ಮುತ್ತಮ್ಮ ಒಬ್ಳು ಬಾಕಿ. ಅವ್ಳನ್ನ ನನ್ನೊಬ್ನಿಂದ ಎತ್ತಕ್ಕಾಗಲ್ಲ. ವಂಡಿಮಲೆ ಬರ್ಲಿ....' ಪೆರುಮಾಳ್ ತನ್ನೊಳಗೆ ಯೋಚಿಸುತ್ತಿರುವಂತೇ ತಟ್ಟೆಂದು ತೀರ ಮುಳ್ಳು ಚುಚ್ಚಿದಂತೆ ಪೆರುಮಾಳ್‌ಗೆ ಒಂದು ವಿಷಯ ಹೊಳೆಯಿತು. ದೊರಪ್ಪನನ್ನು ಇನ್ನೂ ಮೇಲೆ ಹತ್ತಿಸಿರಲಿಲ್ಲ! ಮಂಟಪದಲಿ ಮುತ್ತಮ್ಮ ಬೇರೆ ಒಬ್ಬಳೇ ಇದ್ದಳು!

ಅವನು ಒಡನೇ "ಅಯ್ಯೋ" ಅನ್ನುತ್ತಾ ಮೆಟ್ಟಿಬಿದ್ದು ಎದ್ದ.

"ಏನಾಯ್ತು?" ಅಂಗಡಿಯವನು ಅವನ ಗಾಬರಿ ಕಂಡು ತಾನೂ ಗಾಬರಿಯಲಿ ಕೇಳಿದ. "ನಮ್ ಜತೆ ಬಂದಿದ್ದೊಂದು ಕಾಣುಸ್ತಾ ಇಲ್ಲ" ಹಾಗನ್ನುತ್ತಾ ಹಣ ಕೊಟ್ಟು ಅಲ್ಲಿಂದ ಓಡುನಡಿಗೆಯಲಿ ಹೊರಟು ಮಂಟಪ ತಲುಪಿದ ಪೆರುಮಾಳ್. ತೆಲುಗಿನವರ ಗುಂಪು ಅಲ್ಲಿರಲಿಲ್ಲ. ಮುತ್ತಮ್ಮ ಮಾತ್ರ ನೆಲದಲ್ಲಿ ಮಲಗಿದ್ದಳು. ತನ್ನ ದೊಡ್ಡ ಕೈಗಳಡಿಯಲ್ಲಿ ಮಗುವನ್ನು ಹತ್ತಿರ ಒತ್ತಿ ಸೇರಿಸಿಕೊಂಡು ಮಲಗಿಸಿಕೊಂಡಿದ್ದಳು. ಸ್ವಲ್ಪ ದೂರದಲ್ಲಿ ನಾಲ್ಕೈದು ನಾಯಿಗಳೂ ನಿಂತಿದ್ದವು. ಅವನು ನಾಯಿಗಳನ್ನು ಗದರಿ ಓಡಿಸಿದ.

"ಲೇಯ್ ಎಲ್ಲೇ ದೊರಪ್ಪ?" ಕೇಳಿದ.

"ನಂಗೇನು ಗೊತ್ತು, ನೀವು ತಾನೆ ಎತ್ಕಂಡೋದ್ರಿ?"

"ಏ ನಾನು ಹೊತ್ಕಂಡೋಗ್ಲಿಲ್ಲ. ಸತ್ತವ್ರು, ಬೇರೆವ್ರೇನಾರು ಹೊತ್ಕ ಹೊರಟೋದ್ರಾ?" ಅವನು ಮಂಟಪದ ಇಂಚಿಂಚೂ ಬಿಡದೆ ಹುಡುಕಿದ. ಅಷ್ಟರಲಿ ಹೊರಗೇನೋ ಸದ್ದು ಕೇಳಿಸಿತು. "ದೊರಪ್ಪಾ, ಲೋ ದೊರಪ್ಪಾ?" ಕೂಗಿದ.

"ಆಂ... ಮಾದಾವೇ"

"ಎಲ್ಲಲೇ ಇದೀಯ?"

ಅಲ್ಲೇ ಪಕ್ಕದಲ್ಲಿ ಎಕ್ಕದ ಗಿಡದ ಬುಡದಲ್ಲಿ ದೊರಪ್ಪ ಕುಳಿತಿದ್ದ. ವೇಗವಾಗಿ ಹೋದ ಪೆರುಮಾಳ್ ಅವನನ್ನು ಝಾಡಿಸಿ ಒದ್ದ. ರಕ್ತಕುಡಿದ ಜಿಗಣೆಯೊಂದು ಸುರುಟಿಕೊಂಡು ಉರುಳಿದ ಹಾಗೆ ಅವನ ಗೂನ ದೇಹ ಮುರುಟಿಕೊಂಡು ಉರುಳಿಬಿತ್ತು.

"ಓಯ್ ಓಯ್... ಹೇಳದು ಕೇಳಪ್ಪಾ" ದೊರಪ್ಪ ಮೊರೆಯಿಟ್ಟ. ಪೆರುಮಾಳ್ ಸುತ್ತಮುತ್ತ ನೋಡಿದ. ಅವನ ದೇಹ ಕೋಪದಲಿ ನಡುಗುತ್ತಿತ್ತು. ಅದೇ ಕೋಪದಲಿ ಅವನು ಕೆಳಗೆ ಬಿದ್ದಿದ್ದ ಕೋಲೊಂದನ್ನು ಸೆಳೆದುಕೊಂಡು, ಬಾಯಿಗೆ ಬಂದಂತೆ ಬಯ್ಯುತ್ತಾ ದೊರಪ್ಪನನ್ನು ಹಿಗ್ಗಾಮುಗ್ಗ ಥಳಿಸತೊಡಗಿದ.

ದೊರಪ್ಪ "ಮಾದಾವೇ ಮಾದಾವೇ.." ಎಂದು ಒಡೆದ ದನಿಯಲ್ಲಿ ಚೀರಿ ಅಳತೊಡಗಿದ. ಕೋಲು ಇನ್ನು ಹೊಡೆಯಲಾರದಂತೆ ಛಿದ್ರವಾಗಿ ಮುರಿದುಹೋದ ಬಳಿಕ, ಏದುಸಿರು ಬಿಡುತ್ತಾ ಪೆರುಮಾಳ್ ಮತ್ತೆ ಮಂಟಪದೊಳಕ್ಕೆ ಹೋದ.

"ತಪ್ಪುಸ್ಕಂಡೋಗಕ್ಕೆ ನೋಡ್ತವ್ನೆ ನಿನ್ ಮಿಂಡ. ಇಬ್ರುನ್ನೂ ಹೊಡದು ಕೊಂದು ಹೂತಾಕ್ಬುಡ್ತೀನಿ ನೋಡ್ಕ" ಹಾಗನ್ನುತ್ತ ಅವನು ಇನ್ನೂ ಕೋಪ ತಡೆಯಲಾರದೆ ಮತ್ತೆ ಮಂಟಪದ ಹಿಂಭಾಗಕ್ಕೆ ಹೋದ. ಅವನ ಹೆಜ್ಜೆ ಸದ್ದು ಕೇಳಿದ್ದೇ ದೊರಪ್ಪ ಅವನತ್ತ ತಿರುಗಿ, ಕೈಚಾಚಿಕೊಂಡು ತತ್ತರಿಸುತ್ತಿದ್ದ ದೇಹವನು ಸಂಭಾಳಿಸಿಕೊಂಡು 'ಮಾದಾವೇ ಮಾದಾವೇ' ಎಂದು ಬಿಕ್ಕಳಿಸಿ ಅತ್ತ. ಅವನ ಎದೆಯ ಭಾಗವೆಲ್ಲ ಕಣ್ಣೀರಿನಲ್ಲಿ ತೊಯ್ದಿರುವುದು ಕಾಣಿಸುತ್ತಿತ್ತು.

"ಮುಚ್ಚುಬಾಯಿ" ಅಂದ ಪೆರುಮಾಳ್.

ದೊರಪ್ಪನ ಕೈಗಳು ಯಂತ್ರದ ಕೈಗಳಂತೆ ಜೀವಹೀನವಾಗಿ ಜೋತುಬಿದ್ದವು. ಅವನು ಬಿಕ್ಕುತ್ತಾ ಮೌನವಾದ.

"ಏಯ್ ದೊರಪ್ಪ"

"ಮಾದಾವೇ"

"ಏನ್ಲೇ ನಿಂಗೆ ಬೇಕಾಗಿರದು?"

"ಇಲ್ಲ ಮಾದಾವೇ. ತಪ್ಪುಸ್ಕೋಗಕ್ಕೆ ನೋಡ್ಲಿಲ್ಲ"

"ಮಾದಾ ಅಂತೆ ಮಾದಾ..."

"ನಾನು ಕಣ್ಣಿಲ್ಲದ ಕಪೋತಿ, ನಿಮಗೆ ಕಣ್ಣಿಲ್ವಾ? ಈ ಕುರ್ಡು ಕಣ್ಣಿಟ್ಕಂಡು ಅದೆಷ್ಟು ದೂರ ಹೋದೇನು ಮಾದಾವೇ? ಹಂಗೆ ನಾ ಹೋದ್ರೂ ನಿಮ್ ಕಣ್ಣುಗ್ ಬೀಳಲ್ವಾ? ಹಂಗೆ ಹೋಗದಾದರೂ ನಾ ಎಲ್ಲಿಗೇಂತ ಹೋಗ್ಲಿ ಮಾದಾವೇ ನಿಮ್ಮುನ್ನ ಬಿಟ್ಟು?"

"ಹಂಗಿದ್ರೆ ಎಲ್ಲಿಗ್ಲಾ ಹೊರಟಿದ್ದೆ?"

ದೊರಪ್ಪ ಮಾತಾಡದೆ ಮೌನವಾಗಿದ್ದ.

"ಹೇಳ್ಲೇ"

"ಮೊಗ ನೋಡನಾಂತ..." ದೊರಪ್ಪ ಮೆತ್ತಗೆ ತೊದಲಿದ.

"ಏನೂ?"

"ಮೊಗನ ಮುಟ್ಕೋಡನಾಂತ..."

"ಲೋ ತಿಪ್ಪೆ ನನ್ಮಗನೆ, ಹೋಗೋ... ನಿಂಗ್ಯಾಕೋ ಆ ಆಸೆ?"

ದೊರಪ್ಪ ಕಣ್ಣೀರಿಡುತ್ತಾ ಮೆಲುನಕ್ಕ.

"ನಿಂಗೆ ಮದ್ಲು ಆತ್ಮನೇ ಇಲ್ಲ. ದರಿದ್ರ ಜನ್ಮ. ಇದ್ರಲ್ಲಿ ಮೊಗಿನ್ ಮೇಲೆ ಬೇರೆ ಆಸೆಯಾ? ನಿನ್ನಂಗೇ ಗೂನೂ ಕುರುಡೂ ಇರೋದು ಒಂದು ಹುಟ್ಲೀಂತ ನಿನ್ನತ್ರ ಮಾಡ್ಸವ್ರೆ ಅಷ್ಟೆ. ಅದು ನಿನ್ ಕೆಲ್ಸ. ಅದು ಬುಟ್ಟುಬುಟ್ಟು ಮೊಗಾ ಶಾಟಾ ಅಂತ ಮಾತಾಡುದ್ರೆ ಬಿಡಕ್ಕಾಯ್ತದಾ ನಿನ್ನ? ಮೊಗ ನೋಡಕ್ಕಿತ್ತೂಂದ್ರೆ ಯಾವ ಶಾಟಕ್ಕೇಂತ ಈ ಕಡೆ ಬಂದೆ ಲೇ ನೀನು?"

"ದಾರಿ ತಪ್ಪೋಯ್ತು, ಮತ್ತೆ ಹತ್ತಕ್ಕೂ ಗೊತ್ತಾಗ್ಲಿಲ್ಲ. ರಾತ್ರಿಯೆಲ್ಲ ಇಲ್ಲೇ ಮಲ್ಗಿದ್ದೆ."

"ಲೋ ಕರಿಯಕ್ಕೇನಾಗಿತ್ಲೇ?"

"ಕರೀಲಿಲ್ಲ"

"ಅದೇ ಯಾಕೆ?"

"ನಗ್ತಾರೇಂತ"

"ಓ ಅದು ಬೇರೆ. ಅಲ್ಲಿಗೆ ನಾಚ್ಕೇನೂ ಇದೆ ಅಂದಂಗಾಯ್ತು. ಇವತ್ತು ನಿಂದು ಭಾಗ್ಯ ತಿಳ್ಕ. ದೊಡ್ಡ ಕೋಲು ಸಿಕ್ದಿಲೆ ಹೋಯ್ತು. ಸಿಕ್ಕಿತ್ತೂ ಅಂತಿಟ್ಕ, ಇಷ್ಟೊತ್ತುಗೆ ಮಗ್ನೆ ನೀ ಕೈಲಾಸ ಸೇರ್ಕತಾ ಇರ್ತಿದ್ದೆ ತಿಳ್ಕ."

"ಅಲ್ಲಿಗೆ ನಂಗೆ ಬಿಡುಗಡೆ ಆಗೋಗ್ತಿಲ್ಲ ಮಾದಾವೇ"

"ಆಮೇಲೆ ನಿನ್ನ ಕೊಂದಾಕಿ, ನಾನು ಪಂಡಾರಂಗೆ ನಾಕು ಸಾವ್ರ ಕೊಡ್ಬೇಕಾಗ್ತದೆ... ಒಳ್ಳೆ ಕತೆ ನಿಂದು, ಅದೇನ್ನೋ ಅಂದಂಗೆ. ನಡಿ ಒಳ್ಗೆ" ಪೆರುಮಾಳ್ ಹಾಗನ್ನುತ್ತ ದೊರಪ್ಪನನ್ನು ಎತ್ತಿ ಮಂಟಪದೊಳಗೆ ಕೂರಿಸಿದ.

"ಓಯ್ ಪೆರುಮಾಳ್, ಬರ ಎಂಟ್ಟದಿನ ನನ್ನುನ್ನ ಮೆಟ್ಲು ಮೇಲೆ ಮೊಗೀನತ್ರ ಕೂರ್ಸಪ್ಪ, ಆ ಎಂಟ್ದಿನನಾದ್ರೂ ಮನುಸನಾಗಿ ಬದ್ಕಿ ಸಾಯ್ತೀನಿ."

"ಕಾಸು ಕೊಡ್ತೀಯಾ?"

"ನಿಂಗೇನು ಬೇಕೋ ತಗ"

"ನೀ ಕೊಟ್ರೆ ಸಾಕಾ? ನಿಂದು ಜೋಡಿ ಕೊಡ್ಬೇಕಲ್ಲಾ? ಏನೇ?"

ಮುತ್ತಮ್ಮ ಮೆತ್ತಗೆ "ಅವ್ರವ್ರ ಮಕ್ಳಂದ್ರೆ ಅವ್ರವ್ರಿಗೆ ಆಸೆ ತಾನೇ?" ಅಂದಳು.

"ಮೊಗನಾ ತೋರುಸ್ತೀಯಾ?" ಕೇಳಿದ ದೊರಪ್ಪ.

"ಈಗ ಮಲ್ಗಿದೆ, ಮೆತ್ತುಗೆ ಬನ್ನಿ ತೋರುಸ್ತೀನಿ" ಅಂದಳು.

"ಸರಿ ಬಿಡು ಹಂಗಾರೆ ಆಮೇಲೆ ಮುಟ್ತೀನಿ" ದೊರಪ್ಪ ಹಿಂದೆ ಸರಿದ.

"ಏ ಬನ್ನಿ" ಮುತ್ತಮ್ಮ ಒತ್ತಾಯಿಸಿ ಕರೆದಳು.

"ಮುಟ್ಟುದ್ರೆ ಅವುನು ಅಳಲ್ವೇ?"

"ಮೊಗಾಂದ್ರೆ ಮತ್ತೆ ಅಳ್ದೆ ಇರ್ತದಾ?"

ದೊರಪ್ಪ ಕೈ ಚಾಚಿಕೊಂಡು ನಿಧಾನಕೆ ಸ್ವಲ್ಪ ಮುಂಜರುಗಿದ. ಮತ್ತೆ ಹಿಂಜರಿದು ಸುಮ್ಮನೆ ಕೂತ. "ಮತ್ತೆ ನೋಡದ" ಅಂದ.

ಮುತ್ತಮ್ಮ ನಾಯಿ ಬೊಗಳುತ್ತಿರುವಂತೆ ವಿಚಿತ್ರ ಶಬ್ದ ಹೊರಡಿಸುತ್ತ ನಕ್ಕಳು.

"ಮಾದಾವೇ" ಅಂದ ದೊರಪ್ಪ. ಪರವಶತೆಯೂ, ತಲ್ಲಣವೂ ಬೆರೆತಂಥಾ ಭಾವದಲ್ಲಿ ಕೂಗಿದ "ಮಾದಾವೇ ಮಾದಾವೇ."

"ಇದೆಲ್ಲಿ ಹಿಡ್ಕಂಡೆ ಈ ಮಾದಾನ?" ಕೇಳಿದಳು ಮುತ್ತಮ್ಮ.

"ನಮ್ಮೂರು ವೆಲ್ಲಾಂಗಣಿ ಹಂಗಾಗಿ"

"ನೀನು ಕ್ರಿಸ್ಚನ್ನಾ?"

"ಮತ್ತೆ? ನನ್ನೆಸ್ರು ಜೋಸೆಪ್ಪು"

"ಜೋಸೆಪ್ಪಾ? ಒಳ್ಳೆ ಹೆಸ್ರು"

"ಹೆಸ್ರಲ್ಲೇನಿದೆ..."

"ನೀವು ನೋಡಕ್ಕೂ ಚಂದ ಇದ್ದೀರ"

"ಗೂನ ಕುರುಡ"

"ನಿಂ ನಗು ಎಷ್ಟು ಚನಾಗಿದೆ ಗೊತ್ತಾ"

"ನಿಜವಾ?"

"ನಿಮ್ಮಾಣೆ"

ದೊರಪ್ಪ ನಕ್ಕ. ನಗುವನ್ನು ಅಡಗಿಸಿಕೊಳ್ಳಲು ಮೇಲ್ತುಟಿಯನ್ನು ಕಚ್ಚಿಹಿಡಿದ. ಆದರೂ ನಗು ತುಳುಕಿ ದೇಹ ಅಲ್ಲಾಡಿತು. "ಮೊಗ ಯಾರ್ತರ ಇದೆ?"

"ನಿಮ್ತರಾನೇ"

"ನಿಜವಾ?"

"ಮತ್ತೆ?"

"ನಾನು ಮೊಗುನ ಮುಟ್ಕೋಡ್ಲಾ?"

"ಮುಟ್ಟಿನೋಡಪ್ಪಾ, ಅದುಕ್ಯಾಕೆ ಅಷ್ಟು ಹಿಂಜರ್‍ಕಂಡು ಕೇಳ್ತೀರಿ."

"ಎಲ್ಲಿ ಮುಟ್ಲಿ?"

"ಕುಂಡಿಲಿ"

"ಕುಂಡಿಲಾ?"

ಮುತ್ತಮ್ಮ ಗಹಗಹಿಸಿ ನಕ್ಕಳು. ಅವಳ ಇಡೀ ದೇಹ ಕುಲುಕುಲು ಅಲುಗಾಡಿತು.

"ಏನ್ಲೇ ಅದು ಸದ್ದು? ಏನು ಸಿವಾಜಿ ಗಣೇಶನ್ ಲೆವಲ್ಲಿಗೆ ಲವ್ವಾ?" ಪೆರುಮಾಳ್ ಕೇಳಿದ.

"ಸರಿಯಾದ ಲೂಸು ಕಣ್ರೆ ನೀವು. ಇಲ್ಲಿತನಕ ಮೊಗುನೇ ಮುಟ್ಟಿಲ್ವಾ?"

"ಎಲ್ಲಿ? ನಮ್ಮ ಕೈಗೆಲ್ಲ ಯಾರು ಮೊಗ ಕೊಡ್ತಾರೆ? ಒಂದ್ಸಲ ಯಾರೋ ಒಬ್ಳು ನನ್ನ ಪಕ್ಕನೇ ಮೊಗುನ ಬಿಟ್ಹೋಗಿದ್ಲಾ, ಸರಿ ಮುಟ್ಕೋಡದಾ ಅಂತ ಯೋಚ್ನೆ ಮಾಡ್ದೆ. ಮಾಡ್ದೇ ಮಾಡ್ದೇ ಮಾಡ್ದೆ... ಹಂಗೆ ಯೋಚ್ನೆ ಮಾಡ್ಕಂಡೇ ಸಮಯ ಕಳ್ದೋಯ್ತು. ಆಮೇಲೆ ಆ ಮೊಗಿಂದು ಉಚ್ಚೆನ ಮುಟ್ಕೋಡ್ದೆ. ಎಂಥಾ ಚಂದ ವಾಸ್ನೆ ಅಂತೀಯ!"

ಮುತ್ತಮ್ಮ ಮತ್ತೆ ನಕ್ಕಳು. "ನೀವು ಬಂದು ಮುಟ್ಕೋಡೀಂದ್ರೆ. ಎಂಗೆ ಬೇಕಾದ್ರೂ ಮುಟ್ಕೋಡಿ. ನಿಮ್ದೇ ಮೊಗ ಅಲ್ವಾ, ಮತ್ತೇನು?"

"ಮೊಗುಗೆ ಕಣ್ಣಿದ್ಯಾ?"

"ಇದೆ"

"ಗೂನು ಇದ್ಯಾ?"

"ಇಲ್ಲಪ್ಪಾ ನನ್ ತರ ಇದೆ"

"ಅದು ಪರವಾಗಿಲ್ಲ. ಕಣ್ಣಿದ್ಯಲ್ಲ. ಕಣ್ಣಿದ್ರೆ ಲೋಕನಾರ ಕಾಣಬಹುದು."

"ಬರ್‍ತೀರಾ?"

"ಬಂದೆ ಬಂದೆ" ಅನ್ನುತ್ತಾ ದೊರಪ್ಪ ಮುಂಜರುಗಿ ಮುತ್ತಮ್ಮಳ ಕಾಲನ್ನು ಮುಟ್ಟಿದ.

ಅಷ್ಟರಲಿ ಅವನಿಗೆ ಅಳುವೇ ಬಂದುಬಿಟ್ಟಿತು.

"ಏನಪ್ಪಾ.."

"ಮೊಗಾಂದ್ರೆ ಏನು ಚಿಲ್ರೆ ಬಾಗ್ಯನಾ? ಎಂಥಾ ದೊಡ್ಡ ಪುಣ್ಯ ಇದು... ಮಾದಾವೇ ಮಾದಾವೆ" ದೊರಪ್ಪ ಅಳತೊಡಗಿದ.

"ಅದುಕ್ಯಾಕೆ ಅಳ್ತೀಯ?"

ದೊರಪ್ಪನಿಂದ ಅದರಾಚೆ ಮುಂಜರಿಯಲೇ ಆಗಲಿಲ್ಲ.

"ಈಗ ಮುಟ್ಟದು ಬೇಡ ಆಮೇಲೆ" ಅಂದ ದೊರಪ್ಪ.

"ಇದುಕ್ಯಾಕೆ ದಿನ, ಗಣ ನೋಡ್ತೀಯ? ಮುಟ್ಟೂ..."

ಅಷ್ಟರಲಿ ಹೊರಗೆ ಟೆಂಪೋ ಬಂದು ನಿಂತ ಸದ್ದು ಕೇಳಿಸಿತು. ಅದರ ಹಿಂದೆಯೇ ಒಂದು ಆಂಬುಲೆನ್ಸ್ ಬಂದು ನಿಂತಿತು. ಗಾಡಿಯಿಂದಿಳಿದ ಪಂಡಾರಂ ಪಂಚೆಯನ್ನು ಮಡಿಸಿ ಕಟ್ಟಿಕೊಂಡು "ಎಲ್ರುನ್ನೂ ಹತ್ಸಾಯ್ತೇನ್ಲೆ? " ಎಂದು ಕೇಳುತ್ತಾ ಬಂದರು.

"ಹತ್ಸಾಯ್ತು ಮೊದಲಾಳಿ, ಮುತ್ತಮ್ಮ ಬಾಕಿಯಿದ್ದಾಳೆ. ವಂಡಿಮಲೆ ಬಂದಂಗೇ ಇವ್ಳನ್ನೂ ಹತ್ಸಿಬಿಡ್ತೀನಿ."

"ಇದ್ಯಾರು ದೊರಪ್ಪನಾ? ಇವನೇ ಸಾಕಲ್ಲಾ, ಒಳ್ಳೆ ಗಟ್ಟಿಮುಟ್ಟಾಗಿದಾನಲ್ಲ."

ಆಂಬುಲೆನ್ಸಿನಿಂದ ಇಬ್ಬರು ಬಿಳಿಬಟ್ಟೆಯುಟ್ಟವರು ಇಳಿದರು.

"ನಮ್ಮತ್ರ ಇರೋ ತಿರುಪೆಗಳಲ್ಲಿ ಯಾವ ರೋಗವೂ ಇರದ ಎಂಟುಜನ್ರಲ್ಲಿ ಇದೂ ಒಂದು ನೋಡಿ" ಅಂದರು ಪಂಡಾರಂ.

"ಎಳ್ಕಾಕ್ಲೆ ಇತ್ಲಾಗಿ" ಅಂದರು.

ಪೆರುಮಾಳ್ ದೊರಪ್ಪನನ್ನು ಹಿಡಿದು ಈಚೆಗೆ ತಂದ. ಅವರು ಒಬ್ಬರ ಮುಖವನ್ನೊಬ್ಬರು ನೋಡಿಕೊಂಡರು.

"ನೀವು ಹತ್ತುಸ್ಕಂಡೋಗಿ. ಉಳ್ದಿದ್ದು ನಾನು ಡಾಕ್ಟರತ್ರ ಮಾತಾಡ್ಕತ್ತೀನಿ. ಒಳ್ಳೆ ಗಟ್ಟಿಮುಟ್ಟಾದ ಶರೀರ" ಅಂದರು ಪಂಡಾರಂ.

ದೊರಪ್ಪ ಮಂಗನಂತೆ ಕೈ ಮುಗಿದುಕೊಂಡು ಹೊಟ್ಟೆಗೆ ಕಾಲು ಅವುಚಿಕೊಂಡು ಕುಕ್ಕುರಗಾಲಲ್ಲಿ ಕೂತಿದ್ದ. ಪೆರುಮಾಳ್ ಅವನನ್ನು ಎತ್ತಿ ಆಂಬುಲೆನ್ಸಿನೊಳಗೆ ಕೂರಿಸಿದ. ಅವರು ಹತ್ತುತ್ತಿದ್ದಂತೇ, ಆಂಬುಲೆನ್ಸ್ ಒಮ್ಮೆ ಗುರುಗುಟ್ಟಿ ವೇಗ ಹೆಚ್ಚಿಸಿಕೊಂಡು ಭುರ್ರೆಂದು ಹೊರಟು ಹೋಯಿತು.

ಪಂಡಾರಂ ತಾನೂ ಗಾಡಿ ಹತ್ತುತ್ತಾ "ಲೇ ಮೊದ್ಲು ಅದುನ್ನ ಮೆಟ್ಲು ಹತ್ಸಿ ಲಾಡ್ಜಿಗೆ ಬಾ. ಆ ವಂಡಿಮಲೆನ ಎಲ್ಲೂ ಹೋಗ್ದಿರಂಗೆ ಅಲ್ಲೇ ಇರಕ್ಕೇಳು. ಮೆಟ್ಲು ಮೇಲೆ ಯಾವೊತ್ನಲ್ಲೂ ಜನ ಇರ್ಬೇಕು. ಒಂದ್ನಿಮಿಷ ಕಣ್ಣು ತಪ್ಪುದ್ರೂ ನಮ್ ತಿರುಪೆಗಳನ್ನ ಯಾರಾರು ಎತ್ಕೋಗ್ತಾರೆ ಮತ್ತೆ" ಅಂದ.

"ಮೊದಲಾಳಿ ಪೋಲಿಸ್ ಸ್ಟೇಷನ್‌ಗೆ ಹೋಗ್ಬೇಕಲ್ಲ"

"ಓ ಹೌದು ಕಣ್ಲೇ, ಸತ್ತಿದ್ದು ಮರ್ತೇ ಹೋಯ್ತು ನೋಡ್ಲಾ"

"ಒಳ್ಳೆ ಬೆಲೆನಾ ಮೊದಲಾಳಿ?" ಕೇಳಿದ ಪೆರುಮಾಳ್.

"ಹೌದು ಕಣ್ಲೆ, ಒಳ್ಳೆ ತಿರುಪೆ ಇದ್ರೆ ಕೊಡೀಂತ ಕೇಳುದ್ರು. ಸರಿ ಸುಮ್ನೆ ಇಟ್ಕಂಡೇನು ಮಾಡದು? ಈ ಸಾರಿ ಜಾತ್ರೆಲಿ ಬಾಳಷ್ಟನ್ನ ಮಾರ್ಬುಡ್ಬೇಕು ನೋಡು. ಮೊದ್ಲು ಆ ರಾಮಪ್ಪುನ್ನ ಮಾರ್ಬೇಕು. ಮೂರೊರ್ಸದಿಂದ ನೋಡ್ತಾ ಇದೀನಿ. ಆಗ್ತಾ ಇಲ್ಲ. ಅವ್ನನೆಲ್ಲ ಇಟ್ಕಂಡು ಇನ್ನೇನು ಅಂಥಾ ಸಂಪಾದ್ನೆ ಆಗಲ್ಲ. ಸುಮ್ನೆ ಅನ್ನ ದಂಡ. ನೀನೂ ಯಾರಾದ್ರೂ ತಗಳ್ಳಂತೋರು ಸಿಕ್ತಾರಾ ನೋಡು, ಸಿಕ್ಕುದ್ರೆ ಮಾರಾಕಣ ಅತ್ಲಾಗಿ. ನಿಂಗೂ ಒಂದಷ್ಟು ಕೊಡ್ತೀನಿ ಮಾರುಸ್ಕೊಟ್ರೆ" ಅಂದವರು ಗಾಡಿಯ ಸೀಟಿಗೊರಗಿ ಸರಿಯಾಗಿ ಕುಳಿತರು. ಗಾಡಿ ಹೊರಟಿತು.

***

ಬೆಳಗ್ಗೆ ವಂಡಿಮಲೆ ಚೆನ್ನಾಗಿ ಸ್ನಾನ ಮಾಡಿ ವಿಭೂತಿ ಕುಂಕುಮ ಹಚ್ಚಿಕೊಂಡು ಕಿವಿಗಳ ಮೇಲೆ ಬಿಲ್ವಪತ್ರೆ ಮುಡಿದು ಬಂದ.

"ಏನೋ, ಎಲ್ಲಿಗೋ ಹೋಗಿದ್ದೆ?" ಕೇಳಿದ ಪೆರುಮಾಳ್.

"ನೀವ್ಹೋಗಿ ಸ್ನಾನ ಮಾಡಿ ಬನ್ನಿ ನಾಡಾರೇ" ಅಂದ ವಂಡಿಮಲೆ.

"ಸ್ನಾನ? ನಿಮ್ಮಮ್ಮನ್, ಲೇ ಆಗ್ಲೆ ಹೊತ್ತೇರೋಗದೆ. ಇದುನ್ಯಾವಾಗ್ಲೇ ಮೇಲೆ ಹತ್ಸದು?"

"ಓ ಮರ್ತೇ ಬುಟ್ಟೆ"

"ಬಾ ಮದ್ಲು" ಎಂದ ಪೆರುಮಾಳ್ ಅದಾಗಲೇ ಅವಳನ್ನು ಹೇಗೆ ಹೊತ್ತೊಯ್ಯಬೇಕೆಂಬ ತಯಾರಿ ಮಾಡಿಟ್ಟಿದ್ದ.

ಅದೊಂದು ದೊಡ್ಡ ಹಗ್ಗದ ಬಲೆಯಾಗಿತ್ತು. ಆ ಬಲೆಯೊಳಗೆ ಮುತ್ತಮ್ಮಳನ್ನು ಮಲಗಿಸಿ, ತಲೆಪಕ್ಕ ಪೆರುಮಾಳೂ ಕಾಲ ಪಕ್ಕ ವಂಡಿಮಲೆಯೂ ಅದನ್ನು ಹೊತ್ತುಕೊಂಡು ಹೊರಟರು.

"ಓಯ್ ನನ್ ಮೊಗಾ ಮೊಗಾ" ಮುತ್ತಮ್ಮ ಮೊರೆಯಿಟ್ಟಳು.

"ಏ ಮೊಗ ಇದೆ ಕಣೆ. ದೊಡ್ಡ ರಾಜ್ಕುಮಾರ ನೋಡು. ಬಾಯಿ ಮುಚ್ಕ ಬಾ."

ಪೆರುಮಾಳ್ ಮಗುವನ್ನು ಇನ್ನೊಂದು ಕೈಯಿಂದ ಎತ್ತಿ ಮುತ್ತಮ್ಮಳ ಮೇಲೆ ಒಗೆದ. ಅದು ವಂಯ್ಯೆಂದು ಅತ್ತಿತು. "ಆರಾರಿರೋ... ನನ್ನ ರಾಜ, ನನ್ನ ಚಿನ್ನ ಅಳ್ಬೇಡ ರಾಜಾ." ಇರುವ ತನ್ನೊಂದು ಕೈಯಿಂದ ಅದನ್ನು ಎದೆಗಂಟಿಸಿಕೊಳ್ಳುತ್ತಾ ಸಮಾಧಾನಿಸಿದಳು ಮುತ್ತಮ್ಮ.

ಇಬ್ಬರೂ ಎತ್ತಿಕೊಂಡು ನಡೆದರು. ಬೆಟ್ಟದ ಬುಡದಲ್ಲಿ ಕಾವಡಿಯಾಡುವವರೂ ಹಳದೀ ಬಟ್ಟೆಯುಟ್ಟುಕೊಂಡ ಭಕ್ತರೂ ಗುಂಪುಗುಂಪಾಗಿ ನೆರೆದಿದ್ದರು. ಮುತ್ತಮ್ಮಳನ್ನು ಅಂಗಡಿಗಳು ನೆರೆದಿದ್ದ ಕಿರಿದಾದ ಸಂದಿನೊಳಗಿಂದ ಕೊಂಡೊಯ್ಯಬೇಕಾಗಿತ್ತು. ಹೊಲಸು ಚರಂಡಿಯೂ,

ಪುಟ್ಟ ಪುಟ್ಟ ನೀರಿನ ಹೊಂಡಗಳೂ ನೆರೆದಿದ್ದ ಆ ದಾರಿಯಲ್ಲಿ ಕೆಲವೆಡೆ ಕಕ್ಕಸ್ಸಿಗೆ ಕುಳಿತವರು ಮುತ್ತಮ್ಮಳ ಭಾರೀ ದೇಹವನ್ನು ಕಂಡು ಬೆದರಿದರು. ಒಬ್ಬನಂತೂ "ನಿಜ್ವಾಗ್ಲೂ ಇದೊಂದು ಹಂದಿನೇನೋ ಅನ್ಕಬುಟ್ಟೆ ಕಣಣ್ಣೋ" ಎಂದು ಅಚ್ಚರಿ ಸೂಸಿದ. ಬೆಟ್ಟ ಹತ್ತಲು ಶುರುಮಾಡಿದಂತೇ ಮುತ್ತಮ್ಮಳ ದೇಹವೂ ನೋವು ಕೊಡತೊಡಗಿ ಅವಳು ಅದನ್ನು ತಡೆಯಲಾರದೆ ಅಳಲಾರಂಭಿಸಿದಳು. "ಅಮ್ಮಾ ಅಮ್ಮಾ" ಎಂದು ನರಳತೊಡಗಿದಳು.

"ಸುಮ್ನೆ ಬಿದ್ಕಳೇ, ಎಲ್ಲ ನೋಡ್ತಾರೆ ಆಮೇಲೆ"

"ಓಯ್, ಸ್ವಲ್ಪ ಹೊತ್ತು ಇಡಪ್ಪ ಕೆಳಗೆ. ಅಯ್ಯೋ ನಾನು ಸತ್ತೋಗ್ತೀನಿ ಅನುಸ್ತಾ ಇದೆ."

"ಸುಮ್ನೆ ಬಿದ್ಕೊ ನಾಯಿ"

"ಅಮ್ಮಾ ನಮ್ಮಮ್ಮಾ"

ಪೆರುಮಾಳ್ ಅವಳ ಮೋಟುಕೈಯನ್ನು ಎದುರಿಗೆ ಸಿಕ್ಕ ಮರದ ಮೇಲೆ ಡಿಕ್ಕಿಹೊಡೆಸಿದ.

"ಅಯ್ಯೋ ಅಮ್ಮಾ" ಮುತ್ತಮ್ಮ ರೋದಿಸಿದಳು.

"ಮುಚ್ಕಂಡುಬಾರೆ ಹಂದಿ"

ಮುತ್ತಮ್ಮ ಆಮೇಲೆ ಮಾತಾಡಲಿಲ್ಲ. ದೇಹ ಮಾತ್ರ ಅವಳ ಅಳುವಿನಿಂದಾಗಿ ಕಂಪಿಸುತ್ತಿತ್ತು. ಅಲ್ಲಲ್ಲಿ ನಡುನಡುವೆ ಮೆಲ್ಲನೊಂದು ಬಿಕ್ಕು ಹೊರಬೀಳುತ್ತಿತ್ತು.

"ಸತ್ತದ್ದು, ಒಳ್ಳೆ ಹೆಬ್ಬಂಡೆ ಭಾರ" ಎಂದ ಪೆರುಮಾಳ್.

"ಮೂರ್ನೆ ಮೆಟ್ಲಲ್ಲಿ ಇಳ್ಸದಾ?"

"ಇಲ್ಲಿಟ್ರೆ ಪೋಲೀಸರತ್ರ ಏಟು ತಿಂದು ಸಾಯ್ಬೇಕಾಗತ್ತೆ ನಡಿ."

ಅರ್ಧ ದಾರಿ ಸಾಗುವಷ್ಟರಲಿ ಮುತ್ತಮ್ಮ ಮತ್ತೆ ಅಳತೊಡಗಿದಳು "ಅಯ್ಯೋ ನಂಗೆ ನೋವುತಾ ಇದೆ, ಹೊಟ್ಟೆ ನೋವೂ"

"ಕೊಂದಾಕ್ಬುಡ್ತೀನಿ ನೋಡ್ತಾ ಇರು"

"ಕೊಂದಾಕ್ಬುಡಪ್ಪಾ, ಕೊಂದಾಕೂ..." ಮುತ್ತಮ್ಮ ಹುಚ್ಚಿಯಂತೆ ಚೀರಿದಳು.

"ಸುಮ್ನೆ ಇರೇ"

"ಕೊಂದಾಕ್ರಪ್ಪಾ, ಕೊಂದಾಕಿ. ಆಮೇಲೆ ನಿಮಗೆ ಊಟಕೆ ಗತಿ ಇರಲ್ಲ ಅಷ್ಟೇ. ದೇವ್ರೇ, ನನ್ನ ಮಾದಾವೇ"

"ವಂಡಿಮಲೆ" ಕರೆದ ಪೆರುಮಾಳ್ "ಅವಳ ಉಸ್ರೇ ನಿಂತೋಗ್ಬೇಕು, ಹಂಗೆ ಗುದ್ಲೇ ಮೊಕುಕ್ಕೆ"

"ಇಲ್ಲೇ ಇಳ್ಸದಾ?"

"ಬೇಡ ನಡಿ"

ವಂಡಿಮಲೆ ದಿಢೀರನೆ ತನ್ನ ಭುಜಗಳತ್ತ ನೊಡಿದ. ರಕ್ತ!

"ಓಯ್ ರಕ್ತ!"

"ಎಲ್ಲಿ?"

"ಇಲ್ನೋಡು"

ಪೆರುಮಾಳ್ ನೋಡಿದ. ಗಟ್ಟಿಯಾದ ರಕ್ತ.

"ಇದು ಆ ರಕ್ತ ಕಣೋ, ಹೆತ್ತು ಎಂಟು ದಿನ ತಾನೇ ಆಗಿರದು? ನೀ ನಡಿ"

"ತಿರುಪೆ ಸತ್ತೋಗಿತ್ತೋಗಾತು"

"ಸಾಯಲ್ಲ,ಇವ್ಳು ಹದಿನೇಳು ಹೆತ್ತು ಮುದಿಬಿದ್ದೋದವ್ಳು. ಅರ್ಧ ಬಿಂದಿಗೆ ರಕ್ತ ಹರದ್ರೂನೂ ಸಾಯಲ್ಲ ಇವ್ಳು. ಸತ್ತೋಳು, ಹತ್ತು ಹಂದಿ ಭಾರ ಇದ್ದಾಳೆ."

ಕಡೆಗೂ ಒಂದು ಸ್ವಲ್ಪ ಮೆಟ್ಟಿಲುಗಳು ಕಾಣತೊಡಗಿದವು. ಮುತ್ತಮ್ಮಳ ಕಡೆಯಿಂದ ಸದ್ದೇ ಇಲ್ಲ.

"ಗ್ಯಾನ ಗೀನ ತಪ್ಪೋದ್ಲಾ?" ಕೇಳಿದ ಪೆರುಮಾಳ್.

"ಮೊಗನ ಬುಟ್ಟುಗಿಟ್ಟಾಳು"

"ಅವ್ಳು ಸತ್ತೋದ್ರೂ ಬಿಡಲ್ಲ. ಒಂದ್ಸಲ ಹಿಂಗೇ ಇವ್ಳು ಓಡ ಕಾರಿಂದ ಬಿದ್ದುಬುಟ್ಟಿದ್ಲು. ಮಡ್ಲಲ್ಲಿ ಮೊಗ ಬೇರೆ ಇತ್ತು. ತಾನು ಬಿದ್ರೂ ಮೊಗೂನ ಬುಟ್ಟಿರ್ನಿಲ್ಲ ಗೊತ್ತಾ? ಅವ್ಳ ಮೈಯೆಲ್ಲ ಗಾಯಾಂದ್ರೆ ಗಾಯ! ಆದ್ರೆ ಮೊಗೂಗೆ ಏನಂದ್ರೆ ಏನೂ ಇಲ್ಲ. ಅವ್ಳು ಸತ್ರೂ, ಮೊಗೂಗೆ ಒಂದು ಸೊಳ್ಳೆ ಕಚ್ಚಕ್ಕೆ ಕೊಡಲ್ಲ. ಅಷ್ಟು ಚನ್ನಾಗಿ ನೋಡ್ಕತ್ತಾಳೆ. ಒಂದ್ಸಲ ರಾಮೇಶ್ವರದಲ್ಲಿ ಮೊಗೂನ ಎತ್ಕೋಗಕ್ಕೆ ಬಂದ ನಾಯಿಕೊರವ್ನನ್ನ ಕಚ್ಚಿಕೊಂದಾಕ್ಬುಟ್ಳೂಂದ್ರೆ ನೋಡ್ಕ."

ಅವರು ಮಾತಾಡುತ್ತಾ ಹೇಗೋ ಮೆಟ್ಟಿಲೇರಿ ಹೊರಟು ನೆಲೆ ತಲುಪಿದರು. ರಾಮಪ್ಪನೂ ಗುಯ್ಯನೂ ಬೀಡಿ ಸೇದುತ್ತಿದ್ದರು. ರಾಮಪ್ಪ ಗುಯ್ಯನನ್ನು ಬಡಿಗೆಯಲ್ಲಿ ತಿವಿದು "ನೋಡು ಹೊತ್ಕಬಂದು ಸೇರ್ಬುಟ್ರು ನೋಡು" ಅಂದ. "ಏರುಬೆಟ್ಟದ್ಮೇಲೆ ಹೆಬ್ಬಂಡೆ ಹೊತ್ಕಬಂದ ಕತೆ ಅನ್ನೋ."

ಗುಯ್ಯ "ಅವ್ಳ ಯೋಗ ನೋಡು, ಆಕಾಸ ನೋಡ್ಕಂಡು ಆರಾಮಾಗಿ ಬತ್ತವ್ಳೆ" ಅಂದ.

"ಅಯ್ಯಾ ಧರ್ಮದೊರೆ, ಭಿಕ್ಷೆ ಹಾಕ್ರಪ್ಪಾ... ಅಯ್ಯಾ... ಹೋಗ್ತೀಯಾ, ಹೋಗು" ಗುಯ್ಯ ನಾಟಕೀಯವಾಗಿ ಕೂಗಿದ.

ಪೆರುಮಾಳೂ ವಂಡಿಮಲೆಯೂ ಮುತ್ತಮ್ಮಳನ್ನು ಅಲ್ಲೇ ಕೆಳಗೆ ನೆಲದಲ್ಲಿ ಮಲಗಿಸಿದರು. ಅವಳಿಗೆ ಪ್ರಜ್ಞೆ ತಪ್ಪಿತ್ತು. ಮಬ್ಬುಗತ್ತಲು ಹರಿಯತೊಡಗಿತ್ತು.

"ಗುಯ್ಯ, ನೀರಿದ್ಯೇನೋ"

"ಸಾಮಿಯೋ, ಬರಿ ನೀರು ಕುಡೀತೀರಾ?"

"ಅವ್ನಿಗೆರಡು ಮಡುಗು. ಲೋ ಆ ನೀರು ಇತ್ತ ಕೊಡೋ"

ನೀರು ಚಿಮುಕಿಸಿದ್ದೇ ಮುತ್ತಮ್ಮಳ ಪ್ರಜ್ಞೆ ಮರುಕಳಿಸಿ ಅವಳು ಕತ್ತು ತಿರುಗಿಸಿ ಸುತ್ತೆಲ್ಲ ನೋಡಿ, "ಅಯ್ಯೋ ನನ್ ಮೊಗ, ಮೊಗ ಎಲ್ಲಿ?" ಎಂದು ಕೂಗಿದಳು.

"ಮೊಗ ಇದೆ ಕಣೆ" ಅಂದ ಪೆರುಮಾಳ್ "ಸುಮ್ನೆ ಒದ್ದಾಡ್ದೆ ಮಲ್ಕೋ" ಎಂದು ಗದರಿದ. ಆಮೇಲೆ ಅವನು ರಾಮಪ್ಪನ ಕಡೆ ತಿರುಗಿ, "ಲೋ ರಾಮಪ್ಪಾ, ನೀನೇನು ವೈಸ್ರಾಯಾ? ಎಲ್ರೂ ನಿಂಗೆ ಕಪ್ಪ ಕಾಣಿಕೆ ತಂದ್ಕೊಡ್ತಾರಾ? ಬಾಯಿಬಿಟ್ಟು ಬೇಡಿದ್ರೆ ನಿನ್ನ ಗಂಟ್ಲು ಬಿದ್ದೋಗತ್ತಾ?" ಎಂದು ಬಯ್ದ.

ರಾಮಪ್ಪ ನಕ್ಕ. ಅಲ್ಲೆಲ್ಲಾ ಅದಾಗಲೇ "ಅಮ್ಮಾ, ತಾಯೀ, ಮಾಲಕ್ಷ್ಮೀ... ಧರ್ಮದೊರೇ..." ಎಂಬ ಕೂಗು ತೇಲುತ್ತಿತ್ತು.

ಮಾಂಗಾಡು ಸಾಮಿ, ನೀರಿನ ಕೊಡಕ್ಕೆ ಒರಗಿ ಕುಳಿತುಕೊಂಡು ಬಾಯನ್ನು ಸುಮ್ಮನೆ ಅಲ್ಲಾಡಿಸುತ್ತಿದ್ದ. ವಂಡಿಮಲೆ ಕುಡಿವ ನೀರಿನ ಬಿಂದಿಗೆಯೊಳಗೆ ಕೈಹಾಕಿ ನೀರು ತೋಡಿ ರಕ್ತವನ್ನು ತೊಳೆದುಕೊಂಡ. "ಸತ್ತಿದ್ದು, ಎಂತಾ ಗಬ್ಬುವಾಸ್ನೆ" ಎಂದು ಬಯ್ದುಕೊಂಡ.

ರಾಮಪ್ಪ "ತಾಯಿ ರಕ್ತ" ಅಂದ.

"ಏನು?"

"ಸೋರೆಕಾಯಿ ಸಪ್ಪೆಂದೆ"

"ಥೂ ನಾಯೆ"

"ಹೊಡೀತೀಯೋ? ಇಲ್ನೋಡು, ಮೇಲಿರೋನು ನಂಗೊಂದು ವರ ಕೊಟ್ಟು ಕಳ್ಸಿದಾನೆ. ಭೂಲೋಕದಲ್ಲಿ ಯಾರೂ ನನ್ನ ಮೈಮುಟ್ಟಂಗಿಲ್ಲ ತಿಳ್ಕ."

ಅಷ್ಟರಲಿ ಭಕ್ತರದೊಂದು ದೊಡ್ಡ ಗುಂಪು ಭಜನೆ ಮಾಡುತ್ತಾ ಏರಿ ಬಂತು. ಕೆನ್ನೆಗೆ ಅಲಗು ಚುಚ್ಚಿಸಿಕೊಂಡವರು, ಹಳದಿಬಣ್ಣದ ಬಟ್ಟೆಯುಟ್ಟು ಮುಖಕ್ಕೆಲ್ಲ ಅರಸಿನ ಮೆತ್ತಿಕೊಂಡವರು, ನಾಲಿಗೆಗೆ ಅಲಗು ಚುಚ್ಚಿಸಿಕೊಂಡು ಅಗಲವಾಗಿ ಕಣ್ಣುತೆರೆದು ಕುಣಿಯುತ್ತಿದ್ದವರು ಎಲ್ಲರೂ ನೆರೆದುಬಂದರು. ಅವರ ಹಿಂದೆಯೇ ಡೋಲುತಮಟೆ ಬಡಿಯುತ್ತಾ ಪರಿವಾರವೊಂದು ಸಾಗಿಬಂತು. ಅವರ ಹಿಂದೆ ಸೊಂಟದಲ್ಲಿ ಅರಸಿನ ನೀರಿನ ಕೊಡ ಹೊತ್ತ ಮಹಿಳೆಯರು. ಒಬ್ಬನು ಬಾಯಿಗೆ ಚುಚ್ಚಿಕೊಂಡಿದ್ದ ಆರಡಿ ಭರ್ಜಿಯನ್ನು ಇಬ್ಬರು ಎರಡು ಬದಿಯಲ್ಲೂ

ಹಿಡಿದುಕೊಂಡಿದ್ದರು. ಅದನ್ನು ನೋಡಿ ಇನ್ನೊಂದು ಗುಂಪು, "ಏಯ್, ಜಾಗ ಬಿಡಿ ಜಾಗ ಬಿಡಿ" ಎಂದು ದಾರಿ ಮಾಡಿಕೊಡುತ್ತಾ ನಡೆದರು.

ಒಬ್ಬ "ಓಯ್ ಷಣ್ಮುಗಾ, ಆ ಬಿಕ್ಷದೋನ್ನ ಆಚೆ ತಳ್ಳೋ" ಅಂದ. ಇನ್ನೊಬ್ಬ ಗುಯ್ಯನನ್ನು ಅತ್ತನೂಕಿ ತಳ್ಳಿದ. "ಎಲ್ನೋಡುದ್ರೂ ಇವೇ, ಕಾಲು ಕೈ ಬೀಸಿ ನಡಿಯಕಾಯ್ತದಾ ನೋಡು."

ರಾಮಪ್ಪ "ಹೋಯ್ತಾ ಅವೆ ನೋಡು, ತಿರುಪೆಯವು" ಎಂದು ಬಯ್ದ.

"ತಿರುಪೆ ಎತ್ತುತ್ತವೆ ಕಣ್ಲಾ, ದೇವ್ರತ್ರ ಹೋಗಿ ತಿರುಪೆ ಎತ್ತುತ್ತವೆ. ಸುಮ್ಮನೆ ಕೇಳುದ್ರೆ ದೇವ್ರು ಬಿಕ್ಷೆ ಹಾಕ್ಬುಡ್ತಾನಾ? ಅದುಕ್ಕಾಗಿ ಇಷ್ಟೆಲ್ಲ" ಅಂದ ರಾಮಪ್ಪ. "ನಾವು ಇವ್ರತ್ರ ಬಿಕ್ಷೆ ಕೇಳ್ತೀವಿ, ಇವು ಮೇಲೆ ಹೋಗಿ ಅಲ್ಲಿರೋ ಬಿಕ್ಷೆಗಾರ ದೇವ್ರತ್ರ ಬಿಕ್ಷೆ ಬೇಡ್ತವೆ."

"ಎಲೆನೆಕ್ಕ ನಾಯಿ ಥೂ ಥೂ... ಅದರ ನಾಲ್ಗೆ ನೆಕ್ಕ ನಾಯಿ ಥೂ ಥೂ ಥೂ..." ಅಂದ ಗುಯ್ಯ ನಗುತ್ತಾ. ಹಾಗೇ ಬೀಡಿಯನ್ನೊಂದು ಜುರುಕಿ ಎಳೆದು ಮತ್ತದೇ ಗೇಲಿಯ ಸ್ವರದಲ್ಲಿ "ಅಯ್ಯಾ ಸ್ವಾಮಿ, ಬಿಕ್ಷೆ ಹಾಕೋ ಸೂಳೇಮಗ್ನೇ, ಮಾಲಕ್ಷ್ಮೀ, ಬಿಕ್ಷೆ ಹಾಕಯ್ಯಾ" ಅಂದ.

"ಬಂದ್ರೆ ಏರುಸ್ತಾರೆ ನೋಡ್ಕ" ಅಂದ ಮಯಿಲ್‌ಸಾಮಿ.

"ಹೌದೌದು ಬಂದು ಏರ್‍ಸಿ ಪೆಟ್ತಾನೆ" ಗುಯ್ಯ ಕೈಯಿಂದ ಅಸಹ್ಯಕರ ಸನ್ನೆ ಮಾಡಿ ತೋರಿಸಿದ. "ಅಮ್ಮಾ ತಾಯಿ, ಮಾಲಕ್ಷ್ಮಿ, ದರ್ಮ ಮಾಡಿ, ಬಿಕ್ಷೆಹಾಕಿ. ಸತ್ತೋಳು ನೋಡು, ಪಿಚ್ಚರಲಿದಾಳಲ್ಲ ಜೋತಿಲಕ್ಷ್ಮಿ, ಆ ತರ ಇದ್ದಾಳೆ. ಇವ್ಳನ್ನ ಮಾಲಕ್ಷ್ಮೀ ಅಂತನ್ಬೇಕಾದ್ರೆ ಮೈ ಬಿಸಿಯೇರ್‍ದೆ ಇನ್ನೇನಾಗ್ತದೆ."

"ಎಲ್ಲೋ ದೊರಪ್ಪ ಕಾಣ್ತಾ ಇಲ್ಲ" ಕೇಳಿದ ರಾಮಪ್ಪ.

"ಹೌದಲ್ಲ, ಎಲ್ಲಾರ ಕೆಳಗಡೆ ಮೆಟ್ಟಲ್ಲಿ ಹಾಕ್ಬುಟ್ರಾ? ಓಯ್ ವಂಡಿ, ಎಲ್ಲೋ ನಮ್ಮ ಬಟ್ಲುಗಣ್ಣು ಸುಂದ್ರ?"

"ಹೋಗ್ಲೇ"

"ಅವನತ್ರ ಹೋಗಿ ಯಾರಾರ ತಮಾಷೆಯಾಗಿ ಮಾತಾಡ್ತಾರ? ಅವುನ್ ತಲೇಲಿ ಸೆಗ್ಣಿಯಲ್ವಾ ತುಂಬಿರದು."

"ಓಯ್ ಪೆರುಮಾಳ್ ಒಡೆಯರೇ, ದೊಡ್ಡೋರೇ, ಯಜ್ಮಾನ್ರೇ, ಮಾರಾಜ್ರೇ, ಮಾನಗೆಟ್ಟ ಮಾರಾಜ್ರೇ ಎಲ್ಲೋ ದೊರಪ್ಪ?"

ಪೆರುಮಾಳ್ ಬೀಡಿಯನ್ನು ಸೇದಿ ಆಳವಾಗಿ ಒಳಗೆಳೆದುಕೊಂಡು ಹೇಳಿದ. "ಒಂದು ಕೆಲ್ಸದ್ ಮೇಲೆ ಆಸ್ಪತ್ರೆ ತಂಕ ಹೋಗಿದಾನೆ"

"ಆಸ್ಪತ್ರೆಗಾ?" ಕೇಳಿದ ಗುಯ್ಯ. ಒಡನೇ ಅವನ ಮುಖದಲ್ಲಿ ಕುಣಿಯುತ್ತಿದ್ದ ಗೇಲಿ, ಸಂತೋಷವೆಲ್ಲ ಇಳಿದು ಮುಖ ಬತ್ತಿಹೋಯ್ತು.

ಕುರುವಿ "ಅಯ್ಯೋ ಯಾಕಪ್ಪೋ" ಎಂದು ಕೇಳಿದಳು.

"ಸರ್ಕಾರಿ ಆಸ್ಪತ್ರೆಗಲ್ಲ ಕಣೇ, ಯಾವ್ದೋ ದೊಡ್ಡಾಸ್ಪತ್ರೆಗೆ. ಒಳ್ಳೆ ಹತ್ತಿದು ತಲ್ದಿಂಬು, ಕಂಬ್ಳಿ, ಹೊದ್ಕೆ ಎಲ್ಲಾ ಇರ್ತದೆ. ಒಂದೇ ಒಂದಿನ ಅನ್ಕಂಡ್ರೂ ಅದ್ರಲ್ಲೆಲ್ಲ ಮಲ್ಗೋದು ಅಂದ್ರೆ ಸಣ್ಣ ವಿಷಯವಾ?"

ರಾಮಪ್ಪ ಕೋಪದಿಂದ "ಬೀಡಿ ಕೊಡೋ ಗುಯ್ಯಾ, ಒಳ್ಳೆ ಕಲ್ತರ ಕೂತಿದೀಯಲ್ಲ" ಅಂದವನು ಹೊಸಬೀಡಿಯನ್ನು ಈಗಾಗಲೇ ಸೇದುತ್ತಿದ್ದ ಬೀಡಿಯಿಂದಲೇ ಹಚ್ಚಿಕೊಂಡು ದೀರ್ಘವಾಗಿ ಎಳೆದ. ತನ್ನತ್ತ ನೋಡುತ್ತಿದ್ದ ಮಾಂಗಾಡುಸಾಮಿಗೆ "ಏನು ಸಾಮಿ ನೋಡ್ತಾ ಇದೀರ? ಆಸ್ಪತ್ರೆಗೆ ಹೋಗ್ತೀರ?" ಎಂದು ಕೇಳಿ ಕೋಪದಲ್ಲೇ ನಕ್ಕ.

ಪೆರುಮಾಳ್ "ಕೇಳ್ರೋ ಬಿಕ್ಷೇ" ಎಂದು ಎಚ್ಚರಿಸಿದ.

ಗುಯ್ಯ "ಅಯ್ಯಾ ಸಾಮಿ, ಮಾರಾಣೀ, ಬಿಕ್ಷೆ ಹಾಕ್ರವಾ" ಎಂದು ನಡುಗುವ ದನಿಯಲ್ಲಿ ಕೂಗಿದ. "ದಯಾಮಯೀ ತಾಯೀ, ದರ್ಮದೊರೆ..."

ರಾಮಪ್ಪ ಕಾರಿ ಉಗಿದು "ಇಷ್ಟೊತ್ತಿಗೆ ಅವ್ನ ಕತ್ತು ಕುಯ್ದಿರ್ತಾರೆ" ಅಂದ.

"ಕತ್ತು ಕುಯ್ತಾರ? ಕುಯ್ದೇನು ಮಾಡ್ತಾರೆ?"

"ತಮ್ಮಾ, ಈ ಉಸ್ರೂಂದ್ರೆ ಏನು? ಕೊರಳೊಳಗೆ ಇರೊ ಗಾಳಿ. ಅಲ್ಲಿ ಇದೋ ಇಲ್ನೋಡು, ಈ ಸೈಜಿನಲ್ಲಿ ಒಂದು ಶಂಖದ ಹಾಗೆ, ಒಂದು ಬಾಟಲಿಯ ಹಾಗೆ ಒಂದಿರತ್ತೆ. ಅದುನ್ನ ಹಂಗೇ ಸೈಸಾಗಿ ಕತ್ತರ್ಸಿ, ಬಾಯನ್ನ ಗಾಳಿ ಹೋಗದಂಗೆ ಮುಚ್ಚಿ ಬಿಡ್ತಾರೆ. ಆಮೇಲೆ ಯಾರಾದ್ರೂ ಸಾಯಕ್ಕಾಗಿರೋ ಶ್ರೀಮಂತುರ ಗಂಟ್ಲೊಳಗೆ ಇವ್ನ ಗಾಳಿನ ಬಿಡ್ತಾರೆ. ಅವ್ನು ಬದುಕ್ಕೊಂತಾನೆ. ನಿನ್ನತ್ರ ಒಂದೂವರೆ ಲಕ್ಷ ಇದ್ಯೇನೋ? ಇದ್ರೆ ನೋಡು ಸಾಯ್ದೆ ಉಳೀಬಹುದು"

"ದೊರಪ್ಪನ ಕೊರಳು ಗೂನ ಕೊರಳಲ್ವಾ?"

"ಹೌದು. ಅದ್ರಿಂದೇನು? ಗಾಳಿ ಹಾಕುಸ್ಕೊಂಡೋನು ಗೂನನಾಗಿ ಬದ್ಲಾಗ್ತಾನೆ ಅನ್ಕಂಡಾ? ತಮಾ ಇವಾಗ ಬೆಂಕಿನ ಗಂದದ ಮರಕ್ಕೆ ಹಚ್ಚುದ್ರೂ ಹತ್ತುತ್ತೆ, ಯಾವ್ದೋ ನಾರ್ತಾ ಇರೋ ತಿಪ್ಪೆಗೆ ಹಚ್ಚುದ್ರೂ ಹತ್ತತ್ತೆ. ಯಾಕೆ ನಿಂದು ಹೇಲಿಗೂ ಹತ್ಕಳತ್ತೆ. ಎಲ್ಲಾ ಬೆಂಕಿನೂ ಒಂದೇ ಮಗಾ, ಹಂಗೇ ಉಸ್ರೂ"

"ಹೌದು" ಅಂದ ಗುಯ್ಯ. "ಸಾಮಿ ದರ್ಮದೊರೇ, ಮಾತಾಯಿ ಜೋತಿಲಕ್ಷ್ಮೀ... ಬಿಕ್ಷೆ ಹಾಕವ್ವಾ" ಎಂದೊಂದು ಕೂಗು ಹಾಕಿ ಬೀಡಿಯನ್ನೊಂದು ಜುರಕಿ ಎಳೆದು ಮೂಗಿನಲಿ ಹೊಗೆ ಬಿಟ್ಟು "ಆದ್ರೆ ಒಂದು ಕೆಲ್ಸ ಆಗ್ತದೇನೋ ರಾಮಪ್ಪಣ್ಣಾ" ಅಂದ.

"ಏನ್ಲೇ?"

"ಇವಾಗ ನಮ್ಮ ದೊರಪ್ಪನ ಗಾಳಿ ಬೇರೆ ಯಾರೊಳಗೋ ಹೋದ್ರೆ ಅವ್ನೂ 'ಮಾದಾವೇ ಮಾದಾವೇ' ಅಂತ ಜಪಮಾಡ್ತಾನಲ್ಲ ಅಂತದ್ರಲ್ಲಿ ಯಾರಾರ ಬ್ರಾಮಣುಂಗೆ ಹಾಕ್ಬುಟ್ರೆ?"

"ಅದೇನೋ ಸರಿ ಕಣ್ಲೆ..." ಎಂದು ರಾಮಪ್ಪ ನಕ್ಕ.

ಕುರುವಿ ಚೀಕ್ ಚೀಕ್ ಎಂದು ಕೂಗುತ್ತಿದ್ದಳು.

"ರಾಮಪ್ಪಣ್ಣಾ ನಂಗೊಂದು ಆಸೆ. ಈ ಸಿಂಹದಂಗೆ ಸೌಂಡಿರೋ ಸಿವಾಜಿ ಗಣೇಸನ್ ಗಂಟ್ಲೊಳಗಡೆ, ನಮ್ಮ ಕುರುವಿದು ಗಾಳಿನ ಏರುಸ್ಬೇಕೂಂತ. ಗುಯ್ಯ ಕುರುವಿಯಂತೆ ಕೀಚ್ ಕೀಚ್ ದನಿಯಲ್ಲಿ "ನಾಟಿ ನಟ್ಟೆಯಾ? ಕಳೆ ಕಿತ್ತೆಯಾ? ನಮ್ಮ ಜಾತಿ ಹೆಣ್ಣುಗಳಿಗೆ ಅರಸಿನ ಅರೆದೆಯಾ? ಬಾವನಾ ಬಾಮೈದನಾ ಮಾನಗೆಟ್ಟವನೇ" ಎಂದು ಶಿವಾಜಿ ಗಣೇಶನ್‌ನ ಸಿನಿಮಾ ಡೈಲಾಗೊಂದನ್ನು ನಟಿಸಿ ತೋರಿಸಿದ. ಕುರುವಿ ಕೋಪದಿಂದ ಒಂದು ಕಲ್ಲನ್ನೆತ್ತಿ ಗುಯ್ಯನೆಡೆಗೆ ಬೀಸಿ ಒಗೆದಳು. ಗುಯ್ಯ ಅದನ್ನು ತನ್ನ ತಟ್ಟೆಯನ್ನು ಅಡ್ಡ ಹಿಡಿದು ತಡೆದ. ಮಯಿಲ್ ಸಾಮಿಯೂ, ಸಣ್ಣಪ್ಪಿಯೂ ಕೇಕೆಹಾಕಿ ನಕ್ಕರು.

'ಅಮ್ಮಾ ಸಾಮಿ ಮಾಲಕ್ಷ್ಮೀ' ಎಂದ ಗುಯ್ಯ "ಇವತ್ತು ವಸೂಲಿ ಕಮ್ಮಿ ಆಗ್ತದೆ ಅಣ್ಣಾ" ಅಂದ.

"ಹುಣ್ಣಿಮೆಗೆ ಇನ್ನೂ ಎರಡು ದಿನ ಇದೆ ಕಣ್ಲೇ, ಎಲ್ಲಿ ಒಂದು ಬೀಡಿ ತೆಗಿ"

"ಎಷ್ಟು ಬೀಡಿ ಸೇದ್ತೀರಿ?"

"ಓಯ್, ನಿಂಗೆ ಒಂದು ಬಾಯಿ. ನಂಗಾದ್ರೆ ನನ್ ಬಾಯಿ, ಮೂಗು, ಕಿವಿ, ಕಣ್ಣೂ ಎಲ್ಲಾ ಬೀಡಿ ಕೇಳ್ತದೆ ತಿಳ್ಕ" ಅಂದ ರಾಮಪ್ಪ.

ಪೆರುಮಾಳ್ "ನಾನೋಗಿ ಸ್ನಾನ ಮಾಡಿ ನಾಲ್ಕು ಇಡ್ಲಿ ತಿಂದು ಬರ್ತೀನಿ" ಅಂತ ಹೊರಟ.

"ಒಡೇರೆ, ಈ ಕಡೆನೂ ನೋಡ್ಬೇಕು. ಹೊಟ್ಟೆ ಹಸ್ದು ಸಾಯಂಗಾಗದೆ. ಆಮೇಲೆ ಮೊಗೂಗೆ ಆಲು ಸಿಗಲ್ಲ ಒಡೇರೆ ಅದುಕ್ಕೆ " ಅಂದಳು ಮುತ್ತಮ್ಮ.

"ಈಗ ತಾನೆ ಸುರು ಮಾಡಿದೀಯ? ದುಡ್ಡು ಸೇರ್ಲಿ ಹೇಳು, ಆಮೇಲೆ ವಂಡಿಮಲೆ ತನ್ಕೊಡ್ತಾನೆ."

ವಂಡಿಮಲೆ ತಾನೂ ಕೂರುತ್ತಾ "ರಾಮಪ್ಪಾ ಬೀಡಿ ಕೊಡ್ಲೇ" ಅಂದ.

ರಾಮಪ್ಪ ಬೀಡಿಯನ್ನು ಬೆಂಕಿಪೊಟ್ಟಣವನ್ನೂ ಅವನತ್ತ ಎಸೆದ. ಮೆಟ್ಟಿಲ ಮೇಲೆ ಬರುವವರ ಸಂಖ್ಯೆ ಹೆಚ್ಚಿತು. ಒಂದು ಆರು ಜನ, ಆಮೇಲಾರು ಜನ. ಕಾಲಿನಿಂದ, ಸೀರೆಯಿಂದ, ವೇಷ್ಟಿಯಿಂದ, ತೊನ್ನಿನಿಂದ, ಚಪ್ಪಲಿಯಿಂದ ಲೆಕ್ಕ ಹಿಡಿದ ಆರುಜನ. ರಾಮಪ್ಪ ಬಡಿಗೆಯಿಂದ ನೆಲಕ್ಕೆ ಬಡಿದ. ಎದುರುಗಡೆ ಸಣ್ಣಪ್ಪಿ ಕ್ಕೆಕ್ಕೆಕ್ಕೆ ಎಂದು ನಕ್ಕಳು. ಮೇಲಕ್ಕೆ ಹತ್ತಿ ಸಾಗುತ್ತಿದ್ದ ಜನರು ಇವರತ್ತ ಕಣ್ಣು ಹೊರಳಿಸುವುದು, ಒಡನೆ ಮುಖ ತಿರುಗಿಸುವುದು ಮಾಡುತ್ತಿದ್ದರು. ಆದರೆ ಇದ್ಯಾವುದನ್ನೂ ಇವರು ಗಮನಿಸಲು ಹೋಗುತ್ತಿರಲಿಲ್ಲ. ಹಾಗೆ ಇವರತ್ತ ನೋಡುವ ಕಂಗಳನ್ನೂ ಇವರು ಸಂಧಿಸುವುದಿಲ್ಲ. ಆದರೆ ಚಿಕ್ಕಮಕ್ಕಳ ಭಯವೂ ಆಶ್ಚರ್ಯವೂ ಬೆರೆತ ನೋಟಗಳು ಮಾತ್ರ ಇವರನ್ನು ನೇರಾನೇರ ಸಂಧಿಸುತ್ತಿದ್ದವು. ಮಕ್ಕಳ

ನೋಟವನ್ನು ಒಬ್ಬೊಬ್ಬರು ಒಂದೊಂದು ಬಗೆಯಾಗಿ ಸಂಧಿಸುತ್ತಿದ್ದರು. ಮಕ್ಕಳ ನೋಟವನ್ನು ಅವರು ಉದಾಸೀನ ಮಾಡಲು ಆಗುತ್ತಿರಲಿಲ್ಲ. ರಾಮಪ್ಪ ಬಾಯಗಲಿಸಿ ತೋರಿಸಿದ. ನಾಲಗೆ ಹೊರಚಾಚಿ ಅಣಕಿಸಿದ. ಕುರುವಿಯೂ ಮಯಿಲ್‌ಸಾಮಿಯೂ ಕಾರಿ ಉಗಿದು, ಶಾಪ ಹಾಕಿದರು. ಕುರುವಿಗಂತೂ ಮಕ್ಕಳ ನೆರಳು ಕಂಡರೆ ಆಗುತ್ತಿರಲಿಲ್ಲ. ಅವರನ್ನು ಕಂಡರೆ ಅವಳಿಗೆ ಹುಚ್ಚುಕೋಪ ಬರುತ್ತಿತ್ತು. ಆಗ ಅವಳ ದನಿ ಮತ್ತಷ್ಟು ಕೀಚ್ ಕೀಚ್ ಎಂದಾಗುತ್ತಿತ್ತು.

ಬಿಸಿಲು ಚೆನ್ನಾಗಿ ಏರಿದ ಮೇಲೆ ವಂಡಿಮಲೆ ಕೆಳಗೆ ಹೋಗಿ ಬಿಸಿಬಿಸಿಯಾದ ಇಡ್ಲಿಗಳನ್ನು ಕೊಂಡು ತಂದ. ಜೊತೆಗೆ ನಿನ್ನೆಯ ಸಾಂಬಾರ್ ರಸಂ ಪಲ್ಯ ಎಲ್ಲವನ್ನೂ ಬೆರೆಸಿದ ಒಂದು ಪದಾರ್ಥ ನೆಂಚಿಕೊಳ್ಳಲು. ಅದಾಗಲೇ ಹುಳಿಬಂದು ಸಣ್ಣಗೆ ನೊರೆಯುಕ್ಕಿಸುತ್ತಿತ್ತು. ಅದರೊಳಗೆ ಇಡ್ಲಿಯನ್ನು ಬೆರೆಸಿ ಪಾಲಿಥೀನ್ ಕವರಿನ ಮೇಲೆ ಹಾಕಿಕೊಂಡು ಎಲ್ಲರೂ ಉಂಡರು. ಮಯಿಲ್‌ಸಾಮಿ ಬಾಯೊಳಗೆ ಇಡ್ಲಿಯನ್ನಿಟ್ಟುಕೊಂಡೇ ಅತ್ತ ಕಡೆ ಬಂದ ಭಕ್ತರಿಗೆ 'ಅಯ್ಯಾ ಸಾಮಿ ಹಸಿವು' ಎಂದು ಕೂಗಿ ಕೇಳಿದ. ಅಷ್ಟರಲಿ ಅಲ್ಲಿಗೆ ತೆಳ್ಳನೆಯ ದೇಹ ಹೊಂದಿದ್ದ ಕಾವಿಯುಟ್ಟು, ಕೊಳಕಾದ ಚೀಲವೊಂದನ್ನು ಬಗಲಿಗೆ ಹಾಕಿಕೊಂಡಿದ್ದ ಸನ್ಯಾಸಿಯೊಬ್ಬಾತ ಬಂದ. ಅವನ ತಲೆಗೂದಲು ಅಲ್ಲಲ್ಲಿ ಕೆಂಚಗೂ ಬೆಳ್ಳಗೂ ಇತ್ತು. ದಾಡಿ ಸಂಪೂರ್ಣ ಬೆಳ್ಳಗಾಗಿತ್ತು. ಅವನು ರಾಮಪ್ಪನ ಬಳಿ ಬಂದು ನಿಂತು "ರಾಮ್ ರಾಮ್ ರಾಮ್" ಅಂದ.

"ಏನು ಬೇಕಿತ್ತು?" ಕೇಳಿದ ರಾಮಪ್ಪ.

"ಅನ್ನ ಕೊಡಿ, ಇಡ್ಡಲಿ ಕೊಡಿ" ಸನ್ಯಾಸಿ ಕೇಳಿದ.

"ಒಳ್ಳೆ ಎಲೆ ನೆಕ್ಕೋ ನಾಯಿದು ನಾಲ್ಗೆ ನೆಕ್ಕಕ್ಕೆ ನಾಯಿ ಬಂದ ಕತೆಯಾಯ್ತು" ಅಂದ ಗುುಯ್ಯ.

"ಹೋಗೋ ಸುಮ್ನೆ" ಅನ್ನುತ್ತ ರಾಮಪ್ಪ ಬಡಿಗೆ ಕೈಗೆತ್ತಿಕೊಂಡ.

ಸನ್ಯಾಸಿಗೆ ಒಳ್ಳೆಯ ಮೈಬಣ್ಣವಿತ್ತು. ಎಳೆಯನೀಲ ಛಾಯೆಯುಳ್ಳ ಸುಂದರವಾದ ಕಂಗಳು. ನೀಳವಾದ ನಾಜೂಕು ಬೆರಳುಗಳು. ಅವನು ಮತ್ತೆ ಅದೇ ಹಾಡು ಹಾಡಿದ.

ರಾಮಪ್ಪ "ಸಾಮಿ, ಹೋಗಲ್ವಾ ಇಲ್ಲಿಂದ?" ಎಂದು ಬಡಿಗೆಯನ್ನು ಅವನತ್ತ ಬೀಸಿದ.

"ರಾಮಪ್ಪಾ ಕೊಡ್ಲೇ ಇಡ್ಲಿನ" ಅಂದ ಮಾಂಗಾಡುಸಾಮಿ. "ಸರಿ ಕೊಡ್ತೀನಿ" ಅನ್ನುತ್ತ ರಾಮಪ್ಪ ಸಿಮೆಂಟು ಕಟ್ಟೆಯ ಕೆಳಗೆ ಅಡಗಿಸಿಟ್ಟಿದ್ದ ಇಡ್ಲಿಯ ಪೊಟ್ಟಣವನ್ನು ಸನ್ಯಾಸಿಯೆಡೆಗೆ ಚಾಚಿದ. ಅದನ್ನು ಪಡೆದುಕೊಂಡ ಸನ್ಯಾಸಿ "ಒಳ್ಳೇದಾಗಲಿ ಶುಕ್ರಿಯಾ" ಅಂದ. ಹಾಗನ್ನುವಾಗ ಅವನು ಕಣ್ಣು ಚಿಮ್ಮಿಸಿದಂತೆ ಕಾಣಿಸಿತು. ಅದನ್ನು ಪಡೆದುಕೊಂಡು ಅವನು ಮಾಂಗಾಡುಸಾಮಿಯ ಬಳಿ ಹೋಗಿ ಕುಳಿತು ಆವೇಶ ಬಂದವನಂತೆ ತಿನ್ನತೊಡಗಿದ. ನಡುವೆ ಬಿಕ್ಕಳಿಕೆ ಬರಲು ಮಾಂಗಾಡು ಸಾಮಿ ತಣ್ಣೀರಿನ ಬೋಗುಣಿಯನ್ನು ಅವನತ್ತ ಸರಿಸಿದ. ದಾಡಿಯೆಲ್ಲ ನೆನೆಯುವಂತೆ ನೀರು ಕುಡಿದ ನಂತರ ಮಾಂಗಡುಸಾಮಿಗೆ

"ಬೀಯಿಂಗ್ ಅಂಡ್ ನಥಿಂಗ್‌ನೆಸ್" ಅಂದ. ನಂತರ ತನ್ನ ಮಾತಿಗೆ ತಾನೇ ತಲೆದೂಗುವಂತೆ ಒಮ್ಮೆ ತಲೆದೂಗಿದವನು ಮತ್ತೆ ಮತ್ತೆ ಹಾಗೆಯೇ ತಲೆದೂಗಿದ. ಯಾರಿಗೋ ಒಪ್ಪಿಗೆ ಸೂಚಿಸುತ್ತಿರುವಂತೆ. ನಂತರ ಕಿರುಬೆರಳನ್ನು ನೀಡಿ ಎಲ್ಲರತ್ತ ಚಾಚುತ್ತ "ಬೀಯಿಂಗ್ ಅಂಡ್ ನಥಿಂಗ್ನೆಸ್" ಅಂದ.

ಮಾಂಗಾಡುಸಾಮಿ ನಕ್ಕ. ಒಡನೇ ಸನ್ಯಾಸಿಯೂ ಕ್ಕೆಕ್ಕೆಕ್ಕೆ ಎಂದು ನಗ ತೊಡಗಿದ. ಅವರಿಬ್ಬರೂ ಹಾಗೆ ನಗುವಿನಲ್ಲೇ ಏನೋ ಮಾತಾಡಿಕೊಳ್ಳುತ್ತಿದ್ದಾರೇನೋ ಅನಿಸುತ್ತಿತ್ತು. ನಗುತ್ತಲೇ ಇಡ್ಲಿ ತಿಂದು ಮುಗಿಸಿದವನು ಎದ್ದು ಎಲ್ಲರ ಇಡ್ಲಿ ಪೊಟ್ಟಣಗಳನ್ನು ಹೆಕ್ಕಿ ದೂರದಲ್ಲಿಟ್ಟಿದ್ದ ಕಸದಬುಟ್ಟಿಗೆ ಎಸೆದು ಬಂದ. ನಂತರ ಎಂಜಲು ಕೈಯನ್ನು ಒರೆಸಿಕೊಂಡು ಮಾಂಗಾಡುಸಾಮಿಯ ಮುಂದೆ ಹೋಗಿ ಕುಳಿತ. ಇಬ್ಬರೂ ಒಬ್ಬರ ಮೊಗವನ್ನೊಬ್ಬರು ನೋಡುತ್ತಾ ಕುಳಿತರು. ಮಾಂಗಾಡುಸಾಮಿಯ ಮುಖದಲ್ಲಿ ಅದೇ ಹೂನಗು. ಏರಿಸಿದ ಹುಬ್ಬುಗಳೂ ಬೆಳಗುವ ಕಂಗಳೂ. ದಿಢೀರನೆ ಸನ್ಯಾಸಿಯ ಕಂಗಳಲಿ ಕೋಪ ಕಾಣಿಸಿಕೊಂಡಿತು. ಅವನು ಕೈಯನ್ನು ಕೂಡದು ಕೂಡದು ಎಂಬಂತೆ ಆಡಿಸುತ್ತಾ, ತಲೆಯನ್ನು ಅದಕ್ಕೆ ಹೊಂದುವಂತೆ 'ಹೌದೌದು' ಎಂದು ಆಡಿಸತೊಡಗಿದ. ಮತ್ತೆ ನಕ್ಕ. ಈ ಬಾರಿಯ ನಗುವಿನಲಿ ಅಹಂಭಾವ ತುಳುಕುತ್ತಿರುವಂತೆ ಅನಿಸಿತು.

ರಾಮಪ್ಪ "ಬಂದು ಸಿಕ್ಕಾಕ್ಕೊಂಡಾಂತ ಅನುಸ್ತಾ ಇದೆ. ಇನ್ನು ಬಿಟ್ಹೋಗ್ಲಿಕ್ಕಿಲ್ಲ" ಅಂದ.

ಮಯಿಲ್‌ಸಾಮಿ "ರಾಮಪ್ಪಣ್ಣಾ, ಅವ್ನು ಮಾತಾಡಿದ್ದು ಇಂಗ್ಲೀಸು, ಶುದ್ಧ" ಅಂದ

"ಇಂಗ್ಲೀಸಾ? ಬದ್ನೆಕಾಯಿ, ಹೋಗೋ"

"ನಿಜ"

ಗುಯ್ಯ "ರಾಮೇಸ್ವರದಲ್ಲಿ ನಾನೂ ನೋಡಿದೀನಿ ಇಂಗ್ಲಿಸ್ ಮಾತಾಡೋ ಸನ್ಯಾಸಿಗಳನ್ನ" ಅಂದ.

"ಹುಚ್ಚನಾಂತ?"

"ಯಾರಿಗ್ಗೊತ್ತು?"

ಅಷ್ಟರಲಿ ಮಾಂಗಾಡುಸಾಮಿ ಬೆಂಕಿಪೊಟ್ಟಣವನ್ನು ನೆಲಕ್ಕೆ ತಟ್ಟುತ್ತಾ ತಾಳಹಾಕತೊಡಗಿದ. ಅವನ ದನಿ ಎಲ್ಲ ಸದ್ದುಗಳನ್ನೂ ಮೀರಿ ಬೆಳೆಯಿತು.

ಚಿತ್ತ ಒಲೆ ಕಾಣೆ
ಬದುಕು ಬೆಂಕಿ ಕಾಣೆ
ನಿತ್ಯ ಉರಿಯುತ್ತದೆ ಕಾಣೇ
ಸಖಿಯೇ
ನಿಂತು ಕುದಿಯುವುದ ನೋಡೇ

ಸನ್ಯಾಸಿ ಮಾಂಗಾಡುಸಾಮಿಯನ್ನೇ ನೋಡುತ್ತಾ ಕುಳಿತಿದ್ದ.

ಅಂದುಕೊಂಡದ್ದಕ್ಕೆಲ್ಲಾ
ಎಂದು ಭಂಗ ಬಂತೋ
ಚೆಲ್ಲಿ ಹೋದ ಹಾಲನ್ನ
ಸಖಿಯೇ
ಬಾಚಿ ತುಂಬಬಹುದೇನೆ?

ಕಾವಡಿಗಳು ಕುಣಿಯುತ್ತ ಕುಪ್ಪಳಿಸುತ್ತ ತಾಳಮೇಳದೊಂದಿಗೆ ಸರಿದು ಹೋದರು. ಜರಿಸೀರೆಗಳು, ಚಪ್ಪಲಿಗಳು ಜೊತೆಗೆ ನಡೆದುಹೋದವು. ಅವರನ್ನು ನೋಡುತ್ತಿದ್ದರೆ ಅವರು ಬೇರೊಂದು ಜಗತ್ತಿನಲ್ಲಿ ಯಾವುದೋ ಗೊಂದಲದಿಂದ ಧಾವಂತದಿಂದ ಓಡುತ್ತಿದ್ದಾರೇನೊ ಎಂದು ಅನಿಸುತ್ತಿತ್ತು. ಒಂದಿಬ್ಬರು ಮಾತ್ರ ತುಸುಹೊತ್ತು ನಿಂತುಕೊಂಡು ಮಾಂಗಾಡುಸಾಮಿಯ ಹಾಡನ್ನು ಕೇಳಿಸಿಕೊಂಡರು. ಕೆಲವರು ನಡೆಯುತ್ತಾ ಹಾಗೇ ತಮ್ಮಲ್ಲೇ ಏನೋ ಗುನುಗಿಕೊಂಡು ಹೋದರು. ಬಿಸಿಲು ಉಗ್ರವಾಗಿ ಕಾಯುತ್ತಾ ಬೋಳುಗುಡ್ಡದ ನೆತ್ತಿಯನ್ನು ತೋಯಿಸತೊಡಗಿತ್ತು.

ಒಂದು ಎರಡಾಗುವುದು,
ಎರಡು ಮೂರಾಗುವುದು
ಏನೇ ಆಗೋದಿದ್ದರೂ ಸಖಿಯೇ
ಒಂದರಂತೂ ಬೇಕು ಕೇಳೆ

ಎಲ್ಲೋ ಕನಸಿನಲ್ಲಿದ್ದನೇನೋ ಎಂಬಂತೆ ಮಾಂಗಾಡುಸಾಮಿ ದಿಢೀರನೆ ಹಾಡು ನಿಲ್ಲಿಸಿ ಬೆಂಕಿಪೊಟ್ಟಣವನ್ನು ಕೆಳಗೆ ಹಾಕಿ ಕಂಗಳನ್ನು ಮುಚ್ಚಿಕೊಂಡ.

ನಂತರ ಸನ್ಯಾಸಿ ತನ್ನ ಮೂಟೆಯನ್ನೆತ್ತಿಕೊಂಡು ರಾಮಪ್ಪನನ್ನು ನೋಡಿ "ನಾನು ಹೊರಡುತ್ತೇನೆ ಶುಕ್ರಿಯಾ" ಎಂದ.

"ಹೋಗೋಗು, ನಂಭಾಷೆ ಕಲ್ಕಬೇಡ. ಕಲ್ಕಂಡ್ರೆ ಆಮೇಲೆ ನಿಂಗಿಲ್ಲಿ ಅನ್ನ ಸಿಕ್ಕಲ್ಲ ನೋಡ್ಕ" ಅಂದ. ಸನ್ಯಾಸಿ ಹಾರುನಡಿಗೆಯಲಿ ಮೆಟ್ಟಿಲಿಳಿದು ಹೊರಟು ಹೋದ. ಹೊಡೆಯುತ್ತಿದ್ದ ಬಿಸಿಲಿಗೆ ಕಲ್ಲುಮೆಟ್ಟಿಲುಗಳು ನಿಗಿನಿಗಿ ಹೊಳೆಯುತ್ತಿರುವಂತೆ ಭಾಸವಾದವು.

***

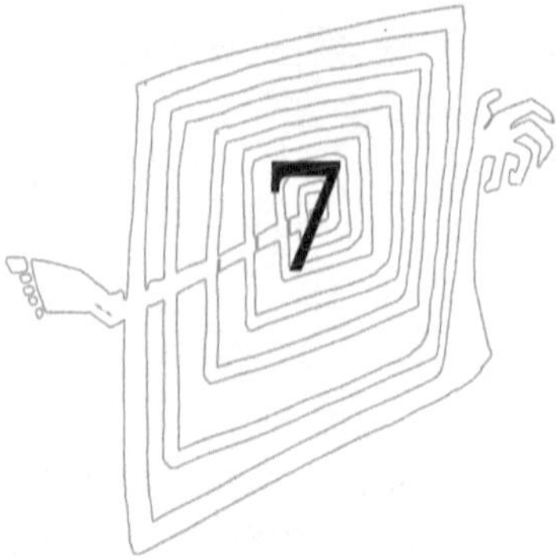

ಲಾಡ್ಜಿನಲ್ಲಿ ಪೋತ್ತಿ ವೇಲುಪಂಡಾರಂ ಬೆಳಗೆ ಕಣ್ಣುಬಿಟ್ಟಾಗ, ಅವರ ಬೆನ್ನ ಹಿಂದಿದ್ದ ಕಿಟಕಿಯ ಗಾಜಿನೊಳಗಿಂದ ತೂರಿಬಂದ ಬೆಳಕು ಕಣ್ಣು ಚುಚ್ಚುವಷ್ಟು ದಟ್ಟವಾಗಿತ್ತು. ಕಾಲಿನಕೆಳಗೆ ಬಿದ್ದಿದ್ದ ಒಳಚೆಡ್ಡಿಯನ್ನು ಹಾಗೆ ಕಾಲಿನಿಂದಲೇ ಮೇಲಕ್ಕೆ ಸೆಳೆದು ಧರಿಸಿಕೊಂಡು, ಎದ್ದು ನಿಂತಾಗ ಇಡೀ ರೂಮೇ ಅಲುಗಾಡುತ್ತಿರುವಂತೆ ತೋರಿತು. ಸೊಳ್ಳೆಪರದೆಯನ್ನು ಆಸರೆಗಾಗಿ ಹಿಡಿದುಕೊಂಡು ತೂರಾಡಿದರು. ಕಣ್ಣುಮುಚ್ಚಿಕೊಂಡರೆ ಒಳಗಣ್ಣಿನಲ್ಲಿ ಬಗೆಬಗೆಯ ಬಣ್ಣದ ಗೋಲಗಳು ತೋರಿದವು. ಮೆಲ್ಲಗೆ ನಡೆದು ಬಾತ್ರೂಮಿಗೆ ಹೋಗಿ ಶವರ್ ತಿರುಗಿಸಿ ಸುರಿಯುತ್ತಿದ್ದ ನೀರಿನ ಕೆಳಗೆ ನಿಂತರು. ನೀರಿನ ಕೆಳಗೆ ಒಂದಷ್ಟು ಹೊತ್ತು ನಿಂತಮೇಲೆ ಚಳಿಯೆನಿಸತೊಡಗಿತು. ತಲೆಗೂದಲುಗಳೆಲ್ಲ ನಿಮಿರಿನಿಂತು ಚಳಿ ಹಿಂಗತ್ತಿನ ಮೇಲೆ ಇಳಿಯುತ್ತಿರುವಂತೆ, ಅದರೊಂದಿಗೆ ರಾತ್ರಿ ಏರಿದ್ದ ನಶೆ ಕೂಡಾ ಇಳಿಯುತ್ತಿರುವಂತೆ ಅವರಿಗೆ ಅನಿಸಿತು. ಹಾಗೆಯೇ ಶವರಿನಡಿ ನಿಂತು, ಹಲ್ಲುಜ್ಜಿಸ್ನಾನ ಮುಗಿಸಿ ಒದ್ದೆ ಟವೆಲ್ ಉಟ್ಟುಕೊಂಡು ಹೊರಬಂದರು. ಹಿಂದಲೆಯನ್ನು ಯಾರೋ ಒತ್ತಿಹಿಡಿದುಕೊಂಡಿದ್ದಾರೋ ಎಂಬ ಸಣ್ಣ ನೋವೂ, ತಲೆಯೊಳಗೆ ಏನೋ ರಿಂಗಣಿಸುತ್ತಿರುವಂಥಾ ಭಾವವೂ ಅವರಿಗೆ ತೋರಿತು. ಒಂದು ಮೊಸರುವಡೆ ತಿಂದರೆ ಸರಿಹೋಗಬಹುದು ಅಂದುಕೊಂಡರು. ರೂಂಬಾಯನ್ನು ಕೂಗೋಣವೆಂದು ಬೆಲ್ ಒತ್ತಿದರು. ರೂಮಿನ ತುಂಬಾ ಮಲ್ಲಿಗೆ ಹೂಗಳು, ತಿಂದು ಮುಗಿಸಿದ ಬಿರಿಯಾನಿಯ ಪೊಟ್ಟಣಗಳು, ಸಿಗರೇಟಿನ ತುಂಡುಗಳು, ಅಗಿದು ಉಗಿದಿದ್ದ ಎಲುಬಿನ ಚೂರುಗಳು, ಉಪಯೋಗಿಸಿ ಎಸೆದಿದ್ದ ಕಾಂಡೋಮುಗಳು ಚದುರಿಬಿದ್ದಿದ್ದವು. ಅವುಗಳನ್ನು ಎಣಿಸಿದರು, ಒಟ್ಟು ನಾಲ್ಕು. ಅರೆ ಬೇರೆ ಯಾರಾದರೂ ರೂಮಿಗೆ ಬಂದಿದ್ದರಾ? ನಾನು ಯಾವಾಗ ಮಲಗಿದೆ ಎಂದು ಯೋಚಿಸಿದರು.

ಅಷ್ಟರಲಿ ಬಾಗಿಲನು ಬಡಿವ ಸದ್ದು. ಹೊಸ ಹುಡುಗ. ಅವನಿಗೆ ಒಂದು ಹತ್ತು ರೂಪಾಯಿ ಕೊಟ್ಟು, "ಲೋ ಕ್ಲೀನ್ ಮಾಡೋ ರೂಮ್‌ನ" ಅಂದರು.

"ಕಾಫಿ ಬೇಕಾ ಸರ್?" ಹುಡುಗ ಕೇಳಿದ.

"ಕ್ಲೀನ್ ಮಾಡ್ಬಿಟ್ಟು ಆಮೇಲೆ ತಗೊಂಡು ಬಾ. ಹಾಗೇ ಇವತ್ತಿಂದು ಪೇಪರೂ ತಗಂಬಾ."

ಹಾಗಂದವರು ಪೆಟ್ಟಿಗೆ ತೆರೆದು ಜರಿ ಪಂಚೆಯನ್ನೂ ಜುಬ್ಬಾವನ್ನೂ ತೆಗೆದು ನಿಧಾನವಾಗಿ ತೊಟ್ಟುಕೊಂಡರು. ನಿನ್ನೆ ಬಂದವರಲ್ಲಿ ಆ ಸಣ್ಣವಯಸಿನವಳನ್ನ ಇವತ್ತೂ ಬರಹೇಳಬೇಕು. ಇವತ್ತು ಕುಡಿಯಬಾರದು. ನಿನ್ನೆ ಅವಳು ನನ್ನನ್ನ ಒಳ್ಳೆ ಜೋಕರ್ ತರ ನಡೆಸಿಕೊಂಡು ಬಿಟ್ಟಳು. ಸಿಗರೇಟು ಸೇದಿ ಮುಖಕ್ಕೆ ಹೊಗೆ ಊದುತ್ತ ಹೇಗೆ ಬಿದ್ದುಬಿದ್ದು ನಗ್ತಾ ಇದ್ಲು! ಅವಳ ದನಿಯೋ! ಹೌದೂ ವಡಿವು ಎದ್ದಿರ್ತಾಳೋ ಇಲ್ಲವೋ... ಅವಳೆಲ್ಲಿ ಏಳ್ತಾಳೆ? ಎಷ್ಟೇ ಬೈಸಿಕೊಂಡರೂ ಅದೇ ರಾಗ ಅವಳದು. ಒಳ್ಳೆ ಎಮ್ಮೆ ಮೇಲೆ ಮಳೆ ಹುಯ್ದ ಹಾಗೆ! ದರಿದ್ರದ್ದು. ಅವಳನ್ನ ಬಯ್ದುಕೊಳ್ಳುತ್ತಾ ವಿಭೂತಿ ಎತ್ತಿ ಮೂರು ಬೆರಳನ್ನು ತುಸು ನೆನೆಸಿಕೊಂಡು ಚೆನ್ನಾಗಿ ವಿಭೂತಿಗಟ್ಟಿಯ ಮೇಲೆ ಉಜ್ಜಿ ಅದನ್ನೆತ್ತಿ ನೆತ್ತಿಗೆ ಸರಿಯಾಗಿ ಮೂರು ಪಟ್ಟೆ ಬೀಳುವಂತೆ ಹಚ್ಚಿಕೊಂಡು, ನಡುವೆ ಕುಂಕುಮ ಬೊಟ್ಟಿಟ್ಟುಕೊಂಡರು.

"ಮುರುಗಾ, ನನ್ನಪ್ಪನೇ..." ಎಂದು ಉದ್ಗರಿಸುತ್ತಾ ಬ್ಯಾಗನ್ನೆತ್ತಿ ಹಣವನ್ನು ಎಣಿಸಿಟ್ಟರು. ಅಷ್ಟರಲಿ ಹುಡುಗ ಕಾಫಿ ತಂದ. ಅದನ್ನು ಕುಡಿಯುತ್ತಾ ಖುರ್ಚಿಯಲಿ ಕೂತು ಪೇಪರಿನ ಮೇಲೆ ಅವಸರವಸವಾಗಿ ಕಣ್ಣಾಡಿಸಿದರು. ನಂತರ 'ಜ್ಞಾನಪಂಡಿತಾ' ಎನ್ನುತ್ತಾ ಎದ್ದು ರೂಮು ಬಿಟ್ಟು ಹೊರನಡೆದರು.

ರಸ್ತೆ ರಸ್ತೆಯಂತಿರಲಿಲ್ಲ. ಎಲ್ಲಿ ನೋಡಿದರೂ, ಕಾವಿಯೂ ಅರಸಿನವೂ ಹರಡಿಕೊಂಡಿದ್ದವು. ಅದರಂತೆಯೇ ಎಲ್ಲಿ ನೋಡಿದರೂ ಭಕ್ತರುಗಳು. ಒಂದು ಕಾವಡಿ ಗುಂಪು, ಇನ್ನೊಂದು ಕಾವಡಿ ಗುಂಪನ್ನು ಹಾಗೇ ಅಪ್ಪಚ್ಚಿ ಮಾಡುತ್ತಿದೆಯೇನೋ ಎಂಬಷ್ಟು ಜನಸಂದಣಿ. ಮೈಕ್ ಸೆಟ್ಟಿನಲ್ಲಿ ಪಳನಿಮುರುಗನ 'ಮರುದ ಮಲೆ ಮಾಮಣಿಯೇ' ಹಾಡು ಮೊಳಗುತ್ತಿತ್ತು. ಇತ್ತ ಬೆಟ್ಟದ ಕೆಳಗೆ ಮೇಳಗಳಿಂದಲೂ, ಅಂಗಡಿಗಳಿಂದಲೂ ಜನರು ಹಾಡಿಗೆ ದನಿಗೂಡಿಸುತ್ತಿರಲು, ಗೋಡೆಗೋಡೆಗಳೂ ಅದನ್ನು ಮಾರ್ದನಿಸುತ್ತಿರುವಂತೆ ಅನಿಸುತ್ತಿತ್ತು. ಟೀ ಅಂಗಡಿಯಲ್ಲಿ ಭಕ್ತರೂ ಮಿಕ್ಕವರೂ ಒಟ್ಟಿಗೇ ನಿಂತು ಟೀ ಕುಡಿಯುತ್ತಿದ್ದರು. ಅಲಗು ಚುಚ್ಚಿಸಿಕೊಂಡ ಭಕ್ತನೊಬ್ಬನಿಗೆ ಇನ್ನೊಬ್ಬ ಭಕ್ತ ದಿನತಂತಿ ಪೇಪರನ್ನು ಓದಿ ಕೇಳಿಸುತ್ತಿದ್ದ.

ಅವರು ಆಟೋ ಒಂದನ್ನ ಹಿಡಿದು ನೇರವಾಗಿ ಪೋಲೀಸ್ ಸ್ಟೇಷನ್ನಿಗೆ ಹೋದರು. ಹೆಂಚು ಹೊದೆಸಿದ ಚಿಕ್ಕ ಕಟ್ಟಡ. ಹೊರಗೆ ದೊಡ್ಡ ತೆಂಗಿನಗರಿಗಳ ಚಪ್ಪರ ಹಾಕಲಾಗಿತ್ತು. ಅಂಗಳದ ತುಂಬೆಲ್ಲ ಅಡ್ಡಾದಿಡ್ಡಿಯಾಗಿ ಬೈಕುಗಳೂ, ಚಿಕ್ಕಚಿಕ್ಕ ಗಾಡಿಗಳೂ ನಿಲ್ಲಿಸಲ್ಪಡಲಾಗಿತ್ತು. ಬೆಂಚಿನ ಮೇಲೆ ಯೂನಿಫಾರ್ಮ್ ತೊಟ್ಟ ಪೋಲಿಸಿನವನೊಬ್ಬ ಕೋವಿ ಹಿಡಿದುಕೊಂಡು ಕುಳಿತು, ಒಳಗೆ ನೋಡುತ್ತ ಅಲ್ಲಿದ್ದವರೊಡನೆ ನಗುತ್ತ ಮಾತಾಡುತ್ತಿದ್ದ. ಪಂಡಾರಂ ಎರಡೂ ಕೈಗಳನ್ನು ತಲೆಯ ಮೇಲೆತ್ತಿ ಜೋಡಿಸಿ ಅವರಿಗೆ ನಮಸ್ಕರಿಸಿದ.

"ಏನ್ಲೇ ಬೇಕಿತ್ತು?"

"ಸಾಹೇಬ್ರನ್ನ ನೋಡ್ಬೇಕಿತ್ತು"

"ಯಾಕ್ಲೇ?"

"ಬರಕ್ಕೇಳಿದ್ರು"

"ಯಾವ ಕೇಸ್ ಲೇ?"

"ಕೇಸಿಲ್ಲ"

"ಮತ್ತೇನಕ್ಕೆ?"

"ನಮ್ದೊಂದು ಮಗು ಇಲ್ಲಿ ಬಂದಿದೆ ಸಾರ್"

"ಮಗುವಾ?"

"ಹುಡುಗಿ"

"ಓ... ಆ ಕುಂಟಿಯಾ? ಓ ಕೋಣಾರೇ, ನೋಡು ನಿನ್ನ ಕೇಸು ಬಂದಿದೆ. ಹೋಗ್ಲೇ ಅತ್ತ ಕಡೆ"

ಪಂಡಾರಂ ಅವನು ತೋರಿಸಿದ ಕಡೆ ಹೋದರು. ಅಲ್ಲಿದ್ದ ಪೋಲೀಸ್ ಆಫೀಸರ್ ಸಾದಾಉಡುಪಿನಲ್ಲಿ ಬೂಟು ತೊಟ್ಟು ಕುಳಿತಿದ್ದ.

"ಅಯ್ಯಾ ನಾನು ಪಂಡಾರಂ"

"ಅದೇನ್ಲೇ ಪಂಡಾರಂ? ನೀನು ಪಂಡಾರಮಾ?"

"ಪಂಡಾರಂ ಅಂದ್ರೆ ನಂ ಜಾತಿ ಸರ್. ದೇವಸ್ಥಾನದಲಿ ಹೂ ಕಟ್ಟೋ ಕೆಲಸ."

"ಒಳ್ಳೆ ಉದ್ಯೋಗ ಕಣೋ. ಹುಡ್ಗಿ ನಿಂದಾ?"

"ಹೌದು ಸಾ, ಅದೇ ಕರ್‍ಕೊಂಡು ಹೋಗದಾಂತ"

"ಮ್, ಸರಿ. ಎಷ್ಟು ತಿರುಪೆಗಳನ್ನ ಇಟ್ಕಂಡಿದೀಯ?"

"ತಿರುಪೆ ಎಲ್ಲ ಇಲ್ಲಾ ಸಾರ್"

"ಲೇಯ್... ಹೊಡ್ದಾಂದ್ರೆ ಕುಂಡಿ ಚರ್ಮ ಕಿತ್ಕಂಡ್ ಬರ್‍ಬೇಕು."

"ಎಂಟು"

"ಎಂಟಾ? ಎಂಟುನ್ನ ಹೊತ್ಕಂಡಾ ಇಷ್ಟು ದೂರ ಬಂದೆ?"

"ಈ ಸಲ ಮಾರ್‍ಬಿಡಣಾಂತ ಬಂದೆ ಸಾಮಿ. ದುಡ್ಡಿಲ್ಲ, ಮಕ್ಕಳಿಗೆ ಮದುವೆ ಮಾಡಕ್ಕಿದೆ. ಎಲ್ಲಾ ಮಾರಾಕಿ, ಈ ಕೆಲ್ಸನೇ ಬುಟ್ಟುಬುಟ್ಟು ಮಾನವಾಗಿ ಬದುಕೋದಾಂತ ಇದ್ದೆ."

"ಯಾಕೇ? ಮಕ್ಳನ್ನೂ ಅತ್ಲಾಗೇ ಇಳ್ಸದಲ್ವಾ? ಕಾಸು ತಾನೆ ಬೇಕಿರದು?"

"ಅಯ್ಯಾ..."

"ಎಷ್ಟಾಗುತ್ತಲೇ ಸಂಪಾದ್ನೆ?"

"ಅಯ್ಯಾ ಅದೂ..."

"ಲೇಯ್... ಮಡುಗ್ತೀನ್ನೋಡು ತಿಕಕ್ಕೆ"

"ಅಯ್ಯಾ ಒಂದು ಮನೆ ಮಾಡಿದೀನಿ"

"ಟೆರೇಸಾ?"

"ಹಂಚಿನ ಮನೆ ಅಯ್ಯಾ, ತಗಂಡಿದ್ದು"

"ಕಾರಿದ್ಯೇನ್ಲೇ?"

"ಇಲ್ಲಯ್ಯಾ"

"ಒಡುದಾಕುಬುಡ್ತೀನಿ ನೋಡು"

"ಇಲ್ಲಯ್ಯಾ. ಜ್ಞಾನಪಂಡಿತ ನಮ್ಮಪ್ಪನಾಣೆ.

"ಸರಿ ಎಷ್ಟಿಟ್ಟಿದ್ದೀಯಾ?"

"ಅಯ್ಯಾ, ಐನೂರು..."

"ಐನೂರು ನಿನ್ ತಿಥಿಗಾ? ಮುರುಗಾ ತಗಳ್ಳೋ ಕುಂಡಿಗೆ ಮಡ್ಗು."

"ಅಯ್ಯಾ, ಇಲ್ಲಯ್ಯಾ... ಇನ್ನೂ ಯಾವ ತಿರುಪೆನೂ ಮಾರಿಲ್ಲ, ವ್ಯಾಪಾರನೂ ಏರಿಲ್ಲ"

ಮುರುಗ ಪಂಡಾರಂನ ಶರಟು ಕಾಲರ್ ಹಿಡಿದು ಜಗ್ಗಿ ಗೋಡೆಗೆ ಒತ್ತರಿಸಿ ಅವನ ಜೇಬು ತಡಕಿದ. ಅದರಲ್ಲಿ ನಶ್ಯೆಯ ಡಬ್ಬಿ, ಇನ್ನೂರು ರೂಪಾಯಿ ಮಾತ್ರವೇ ಇತ್ತು.

"ಮುರುಗನ್ನ ಜೊತೆಗೆ ಕಳಿಸ್ತೀನಿ, ಲಾಡ್ಜಿಗೆ ಹೋಗಿ ತೆಗೆದುಕೊಡು."

"ಇಲ್ಲಯ್ಯ, ಛತ್ರದಲಿದೀನಿ."

"ಗಟ್ಟಿಪಿಂಡ ಕಣಯ್ಯ ನೀನು"

"ಸಾರ್, ಎಸ್ ಐ..." ಬಾಗಿಲಲಿದ್ದ ಸೆಂಟ್ರಿ ಹೇಳಿದ.

ಒಳಗೆ ಗಡಿಬಿಡಿಯಾಯ್ತು. ಸ್ವಲ್ಪ ವಯಸ್ಸಾಗಿದ್ದ ಪೋಲೀಸೊಬ್ಬರು ಮಾತ್ರ ಕಷ್ಟಪಟ್ಟು ಎದ್ದು ನಿಂತು ಮತ್ತೆ ಕೂತರು.

"ಏನಯ್ಯಾ ಕೋಣಾರರೇ, ಆ ನಾರಾಯಣ ಬಂದ್ನಾ?"

"ಇಲ್ಲಯ್ಯಾ"

"ಫೋನ್?"

ಕೇಳುತ್ತಾ ಒಳಗೆ ಎಸ್ ಐ ರೂಮಿಗೆ ಹೋಗಿ ತನ್ನ ಖುರ್ಚಿಯಲಿ ಕೂತರು.

"ಸಿ ಐ ಕರೆ ಮಾಡಿದ್ರು. ಸಿ 24/ಸಿ ಫೈಲನ್ನ ಕೊಟ್ಟು ಕಳಿಸದ್ರು"

"ಅದನ್ನೀಗ ಯಾರು ಹುಡುಕಿ ತೆಗೆದವ್ರು?"

"ಆರ್ಮುಗಂ ಹತ್ರ ಇತ್ತು"

"ಬಿಡ್ತೀರಾ ನೀವು? ಹೆಂಗಾದ್ರೂ ತೋಡಿ ತೆಗೆದುಬಿಡ್ತೀರಲ್ಲ, ಇವುನ್ಯಾರು?"

"ಇವ್ನ ಆ ಕುಂಟಿ ಹುಡ್ಗಿದು..."

"ಓ ಅದು ಸರಿ, ಬಾರೋ ಇಲ್ಲಿ"

"ಅಯ್ಯಾ"

"ಛಿ ಸೂಳೆಮಗ್ನೆ, ಬಾರೋ ಇತ್ಲಾಗೆ"

"ಅಯ್ಯಾ"

ತಟ್ಟನೆ ಎಸ್ ಐ ಬೀಸಿ ಪಂಡಾರಂಗೆ ಹೊಡೆದರು. ಅದು ತೋಳನ್ನೂ ಕೆನ್ನೆಯನ್ನೂ ತಾಕಿತು.

ಅವರು "ಅಯ್ಯಾ, ಅಯ್ಯಾ" ಎಂದು ಕೈಯೆತ್ತಿ ಮುಗಿದರು.

"ಎಷ್ಟಿಟ್ಟಿದ್ದೀಯೋ?"

"ಅಯ್ಯಾ ಒಂದಿನ್ನೂರು ರುಪಾಯಿ... ಇದೆ ಅಯ್ಯಾ" ಅಂದರು ಕೋಣಾರ್.

"ಜೇಬು ಚೆಕ್ ಮಾಡಿದ್ಯಾ?"

"ಥರೋವಾಗಿ ನೋಡಾಯ್ತು. ಒಳ್ಳೆ ಹುಷಾರಿದ್ದಾನೆ. ರೆಡಿಯಾಗೇ ಬಂದಿದಾನೆ"

"ಹಂಗಂದ್ರೆ ಇವನ್ಜೊತೆ ಬೇರೆ ಯಾರೋ ಇದ್ದಾರೆ ಅಂತಾಯ್ತು, ಲಾಡ್ಜಲ್ಲಂತೂ ದುಡ್ಡಿಟ್ಟಿರಕ್ಕೆ ಚಾನ್ಸಿಲ್ಲ. ಚೆಕ್ ಮಾಡು ಇನ್ನೊಂದ್ಸಲ."

"ಮಾಡಿದೀನಿ ಅಯ್ಯಾ ಫುಲ್ಲು."

"ಲೇಯ್, ಇಲ್ನೋಡು, ನಾನು ಮನುಷ್ಯನಾಗಿರೋದನ್ನ ನೀನೀಗ ನೋಡ್ತಾ ಇದೀಯ, ನಾನು ಬದ್ಲಾದೇ ಅಂದ್ರೆ ನೋಡ್ಕೋ ಮಗನೆ ಅಷ್ಟೆ ಆಮೇಲೆ."

"ಅಯ್ಯಾ, ವಸೂಲಿ ಇಲ್ಲಯ್ಯಾ"

ಎಸ್ ಐ ಎದ್ದು ನಿಂತು ಕೆಟ್ಟಾಕೊಳಕು ಬಯ್ಯುತ್ತಾ ಮತ್ತೆ ಎರಡು ಬಿಟ್ಟರು.

ಪಂಡಾರಂ "ಅಯ್ಯಾ ಸಾಮಿ... ಅಯ್ಯಾ" ಅನ್ನುತ್ತಾ ಏಟಿಗೆ ಮೈಯೊಡ್ಡಿದರು.

"ಲೇಯ್ ಏಟು ತಿಂದು ಸಾಯ್ಬೇಡ ಮತ್ತೆ" ಅನ್ನುತ್ತಾ ಎಸ್ ಐ ಲಾಟಿ ಎತ್ತಿಕೊಂಡರು.

"ಅಯ್ಯಾ" ಪಂಡಾರಂ ಕೂತಲ್ಲೇ ಹಂದಾಡಿದರು.

"ಥೀ ಸೂಳೇ ಮಗ್ನೆ" ಅನ್ನುತ್ತ ಎಸ್ ಐ ಲಾಠಿಯಿಂದ ಎತ್ತೆತ್ತಿ ಮೊಣಕಾಲುಗಳ ಮೇಲೆ ಹೊಡೆಯತೊಡಗಿದರು.

"ಅಯ್ಯಾ ಅಪ್ಪಾ ತಂದೇ ಹೊಡೀಬೇಡಿ ಹೊಡೀಬೇಡಿ" ಪಂಡಾರಂ ಅಂಗಲಾಚುತ್ತಾ ಗೋಡೆಗೆ ಒರಗಿದಂತೆ ಕುಸಿದು ಕುಳಿತರು.

ಅಷ್ಟರಲಿ ಫೋನ್ ಮೊಳಗಿತು. ಎಸ್ಸೈ ಫೋನೆತ್ತಿಕೊಂಡು ಮಾತಾಡುತ್ತಾ, ಇನ್ನೊಂದು ಕೈಯಲ್ಲಿ ಏಳುವಂತೆ ಸನ್ನೆ ಮಾಡಿದರು. "ಹೌದು ಹೌದೌದು, ಒಕೆ, ಯಾಕ್ಟುವಲಿ ನಾನು ಎಂಟು ಗಂಟೆಗೆ ಬಂದಿದ್ದೆ, ನೀವು ಇಲ್ಲ... ಏನ್ರಿ ನೀವು, ದೊಡ್ ದೊಡ್ ಮಾತೆಲ್ಲ ಆಡ್ತಾ ಇದೀರಿ. ಅಯ್ಯಯ್ಯೋ... ಇಲ್ಲರೀ"

ಹಾಗೆಯೇ ಫೋನಿನ ಬಾಯನ್ನು ಒತ್ತಿ, "ಓಯ್, ಅವ್ನ ಲಂಗೋಟಿ ಬಿಚ್ಚಿ ನೋಡಯ್ಯ" ಎಂದು ಹೇಳಿ "ಬರ್ತೀನಿ ಖಂಡಿತಾ. ಏನ್ರೀ... ನೀವು ಹೇಳಿದ್ಮೇಲೆ ಇನ್ನೇನ್ರೀ ಬೇಕು? ನಾನು ಯಾವತ್ತಿದ್ರೂ... ಹೌದೂ ಒಕೆ" ಎಂದು ಫೋನಿಟ್ಟರು.

ಕೋಣಾರ್ ಪಂಡಾರಂನ ಪಂಚೆಯನ್ನು ಕಿತ್ತು ಎಸೆದರು. ಅವರ ಪಟ್ಟಾಪಟ್ಟಿ ಚೆಡ್ಡಿಯ ಜೇಬಿನಲ್ಲಿ ಇನ್ನೂರು ರೂಪಾಯಿಗಳಿದ್ದವು.

"ಅಯ್ಯಾ ಇನ್ನೂರು ರುಪಾಯ್ ಇಟ್ಟಿದಾನೆ"

"ಲಂಗೋಟಿ ಒಳಗೆ ನೋಡಯ್ಯಾ"

"ಅಯ್ಯೋ... ಅದು ಒದ್ದೆ ಆಗೋಗಿದೆ ಅಯ್ಯಾ"

ಕೋಣಾರ್ ಜಾಡಿಸಿ ಪಂಡಾರಂನ ಹೊಟ್ಟೆಗೆ ಒದ್ದರು. "ಅಯ್ಯೋ" ಅನ್ನುತ್ತಾ ಪಂಡಾರಂ ಹೊಟ್ಟೆ ಹಿಡಿದುಕೊಂಡು ಮುಂದೆ ಬಗ್ಗಿದರು. ಒಡನೇ ಕೋಣಾರ್ ಅಂಡರ್‌ವೇರಿನ ಸಂದಿಯೊಳಗೆ ಕೈಹಾಕಿ ಲಂಗೋಟಿಯನ್ನು ಕಿತ್ತು ತೆಗೆದರು.

"ಅಬ್ಬಾ..." ಎಂದು ಉದ್ಗರಿಸಿದ ಕೋಣಾರ್ ಪಂಡಾರಂನ್ನು ಹೊಡೆದರು.

"ಬಿಡು ಬಿಡು, ಸಧ್ಯ ಸಿಕ್ತಲ್ಲ. ಎಷ್ಟಿದೆ ನೋಡು."

"ಒಟ್ಟು ಸಾವಿರದ ನಾನೂರು ರೂಪಾಯಿ ಇದೆ ಸಾರ್"

"ತಗಂಬನ್ನಿ ಈ ಕಡೆ, ಅಂದರು ಎಸ್ಸೈ. ಉಳಿದದ್ದನ್ನ ನೀವಿಟ್ಕಳ್ಳಿ. ಲೇ ಕೂತ್ಕಳೋ"

ಪಂಡಾರಂ "ಅಯ್ಯಾ" ಎಂದರು.

"ಕೂತ್ಕಳ್ಳೇ..."

ಪಂಡಾರಂ ಕುರ್ಚಿಯಲ್ಲಿ ಕೂತರು.

"ಲೋ ಇದನ್ನ ಮೊದ್ಲೇ ಕೊಟ್ಟಿದ್ರೆ ಇಷ್ಟೆಲ್ಲ ಸಮಸ್ಯೆನೇ ಆಗ್ತಿರಲಿಲ್ವಾ, ದಂಡಂ ದಶಗುಣಂ ಭವೇತ್ ಅಂದಂಗಾಯ್ತು"

"ಅಯ್ಯಾ ಅದು ತಿರುಪೆಗಳಿಗೆ ಊಟಕ್ಕೆ ಅಯ್ಯಾ"

"ಆ ಕತೆಯಲ್ಲ ಬೇಡ. ಸರಿ, ಮತ್ತೆ ಯಾವಾಗ ಬರ್ತೀಯ?"

"ಅಯ್ಯಾ"

"ಯಾವ್ದಾರ ತಿರುಪೆನ ಮಾರಿದ್ರೆ ಇಲ್ಲಿಗೆ ಬಂದು ಹೋಗು, ಒಂದು ತಿರುಪೆಗೆ ಸಾವಿರ ರುಪಾಯಿ."

"ಅಯ್ಯಾ"

"ನೀನೊಂದು ಇರುವೆನ ಮಾರಿದ್ರೂ ಇಲ್ಲಿಗೆ ಸುದ್ದಿ ಬಂದ್ಬಿಡತ್ತೆ. ನೀ ಎಷ್ಟು ತಿರುಪೆನ್ನ ಬೇಕಾದ್ರೂ ಮಾರ್ಕೋ... ಸಾವಿರ ರೂಪಾಯಿ ಇಲ್ಲಿಗೆ ಬಂದು ತಲುಪಿಬಿಡಬೇಕು ಅಷ್ಟೇ. ಇಲ್ಲಾ ಅಂದ್ರೆ..."

"ಅಯ್ಯಾ"

"ನಿಮ್ಮೂರಿಂದ ಬೇರೆ ಯಾರು ಬಂದಿದಾರೆ?"

"ಅಯ್ಯಾ ಅದು ಗೊತ್ತಿಲ್ಲ"

"ನೋಡ್ದಾ..."

"ಇಲ್ಲಯ್ಯಾ... ನಮ್ಮದು ಮೊದಲ್ನೇ ಗೋಷ್ಟಿ. ಕೊಲ್ಲಂಗೋಡು ಮೀನಾಕ್ಷಿ ಹೆಂಗಿದ್ರೂ ಬರ್ತಾಳೆ"

"ಆಯ್ತು ಆಗ ನೋಡಣ"

"ಅಯ್ಯಾ ನಂ ಹುಡುಗಿ"

"ಯಾರು ಆ ಕುಂಟಿಯಾ? ಏ ಕೋಣಾರರೇ, ಎಲ್ಲಿ ಹೋಯ್ತಯ್ಯಾ ಅದು?"

"ಅಯ್ಯಾ ಅದಕ್ಕೆ ಬೆಳಿಗೆ ಫಿಟ್ಸು ಬಂದುಬಿಟ್ಟಿತ್ತು, ಆಸ್ಪತ್ರೆಗೆ ಕರ್ಕಂಡು ಹೋಗಿದಾರೆ"

"ಎಲ್ಲಿ?"

"ಜಿ ಎಚ್ಚಿಗೆ ಹೋಗಿ ನೋಡಯ್ಯ, ಅದುಕೆ ಫುಲ್ ಹುಷಾರಿಲ್ಲ, ಮುಟ್ಟಿದ್ರೆ ಸಾಕು ಫಿಟ್ಸು."

"ಅಯ್ಯಾ ಅದುಕ್ಕೆ ಬೆನ್ನುಮೂಳೆ ಸ್ವಲ್ಪ ಬಿಟ್ಕಂಡಿದೆ"

"ಹಂಗೆಲ್ಲ ಮುರ್ದಾಕಿದ್ರೆ ತಾನೆ ನಿಂಗೆ ವಸೂಲಾಗೋದು? ಹೋಗಿ ನೋಡಯ್ಯಾ ಗೌರ್ಮೆಂಟಾಸ್ಪತ್ರೆಲಿ"

"ಒಳ್ಳೇದು ಸಾರ್ ಬರ್ತೀನಿ" ಎಂದು ಕೈಮುಗಿಯುತ್ತಾ ಅಲ್ಲಿಂದ ಹೊರಟ ಪಂಡಾರಂ, ಬಿಚ್ಚಿಟ್ಟಿದ್ದ ಕ್ಯಾನ್ವಾಸ್ ಶೂಗಳನ್ನ ಹಾಕಿಕೊಂಡು ಎದುರಿಗಿದ್ದ ಟೀ ಅಂಗಡಿಯತ್ತ ನಡೆದು ಒಂದು ಟೀ ಕುಡಿದರು. ಅವರ ದವಡೆ ನೋಯುತ್ತಿತ್ತು. ಕಣ್ಣು ಊದಿಕೊಂಡಿತ್ತು. ಒಂದು ಟೀ ಕುಡಿದ ಬಳಿಕ ಅವರು ಆಟೋ ಏರಿ ಸೀದಾ ಲಾಡ್ಜಿಗೆ ಬಂದರು. ಅದಾಗಲೆ ಟೆಂಪೋ ಬಂದು ನಿಂತಿತ್ತು ಅದರ ಡ್ರೈವರ್ ಲಾಡ್ಜಿನ ಮೆಟ್ಟಿಲಿನ ಮೇಲೆ ಬೀಡಿ ಸೇದುತ್ತಾ ಕುಳಿತಿದ್ದ.

"ಗಾಡಿ ತೆಗೆಯೋ" ಅಂದರು ಪಂಡಾರಂ.

ಗಾಡಿಯೇರಿ ಕುಳಿತ ಒಡನೇ ಡ್ರೈವರ್ "ಮೊದಲಾಳಿ, ಏನಿದು ಕಣ್ಣು ಊದಿಕೊಂಡಿದೆ?" ಎಂದು ಕೇಳಿದ.

"ಸ್ಟೇಷನ್‌ಗೆ ಹೋಗಿದ್ದೆ ಕಣ್ಲೇ"

ಗಾಡಿಹೊರಟಿತು. ಪಂಡಾರಂ ಶೂ ಬಿಚ್ಚಿ ಅದರೊಳಗಿದ್ದ ಬಟ್ಟೆಯ ಮಡಿಕೆಯನ್ನು ಸರಿಸಿ ಒಳಗಿದ್ದ ನೋಟಿನ ಕಟ್ಟನ್ನು ಹೊರತೆಗೆದರು.

ಅದನ್ನು ನೋಡಿದ ಡ್ರೈವರ್ "ಹಣದ ಮೇಲೆ ನಡೀತೀರಾ ಮೊದಲಾಳಿ?" ಎಂದ.

"ನೀ ನಿನ್ನ ಕೆಲ್ಸ ನೋಡ್ಕಂಡು ಹೋಗ್ಲೇ" ಪಂಡಾರಂ ಗದರಿದರು.

ಐನೂರು ರೂಪಾಯಿಯ ಇಪ್ಪತ್ತು ನೋಟುಗಳಿದ್ದವು. ಅದನ್ನೆತ್ತಿ ಬ್ಯಾಗಲ್ಲಿ ಇಡುತ್ತಾ

"ಹತ್ತು ಎರಡು ಸಾವಿರ ರುಪಾಯಿ ಕಿತ್ತಾಕಿದರು... ಒಟ್ಟು ಇಪ್ಪತ್ತು ಸಾವಿರ! ಹೊಸ ಎಸ್ಸೈ ಬಂದಿದಾನೆ. ಬಾರಿ ಸೊಕ್ಕು ಅವ್ನಿಗೆ. ಸರಿ ಬೆಟ್ಟದ ಬುಡಕ್ಕೆ ಹೋಗು"

ಬೆಟ್ಟದ ಬುಡದಲ್ಲಿ ಗಾಡಿ ಮುಂಚಲಿಸಲಾರದಷ್ಟು ವಿಪರೀತ ರಶ್ಶು.

"ನೋಡ್ಕಂಡು ಓಡುಸ್ಲೇ, ಹಾರ್ನು ಒಡ್ದಾಕ್ಬುಡ್ತೀಯಾಂತ ಕಾಣ್ತಾ ಇದ್ಯಲ್ಲ."

"ಈ ತೈಪೂಸಂನಲ್ಲಿ ಪಳನಿಗೆ ಹುಚ್ಚುಹಿಡ್ದು ಬಿಡ್ತದೆ ನೋಡ್ಕಳಿ."

"ಇಲ್ಲೇ ನಿಲ್ಸು ನಂ ಕೊಚ್ಚನ್ ನಾಣು ಇಲ್ಲೇ ಇರ್ತಾನೆ."

ಅವರು ಗಾಡಿ ನಿಲ್ಲಿಸಿ ಇಳಿದರು. ಅಲ್ಲಿರುವ ಅಂಗಡಿಗಳೆಲ್ಲವೂ ಬರೇ ಲಾರಿ ಬ್ರೋಕರ್‌ಗಳ ಅಂಗಡಿಗಳಾಗಿದ್ದವು. ಹಲವು ಬಗೆಯ ಖಾಕಿ ಶರಟು ಲುಂಗಿ ತೊಟ್ಟ ಡ್ರೈವರುಗಳೇ ಎಲ್ಲೆಲ್ಲೂ ಕಾಣಬರುತ್ತಿದ್ದರು. ಅಂಗಡಿಯ ದಿಣ್ಣೆಯ ಮೇಲೆ ದಿನತಂತಿ ಪತ್ರಿಕೆ, ಖಾಲಿ ಟೀ ಲೋಟ, ಕಳಚಿಟ್ಟ ಹವಾಯ್ ಚಪ್ಪಲಿಗಳು ಹರಡಿಕೊಂಡಿರಲು ಡ್ರೈವರ್‌ಗಳು ಅಲ್ಲಲ್ಲಿ ಕುಳಿತುಕೊಂಡು ಮಾತಾಡುತ್ತಿರುವ ದೃಶ್ಯ ಕಾಣಿಸುತ್ತಿತ್ತು. ತಮ್ಮ ವಾಹನದ ಫೋಟೋ ಅಂಟಿಸಿಕೊಂಡ ತಗಡಿನ ಬೋರ್ಡುಗಳು, ವೇಳಾಪಟ್ಟಿಯ ಚಾರ್ಟುಗಳು, ಫೋನುಗಳನ್ನ ಹೊಂದಿದ ಮೇಜಿನ ಹಿಂದೆ ಕುಳಿತ ದೊಡ್ಡ ಹೊಟ್ಟೆಯ ಓನರುಗಳು ಮತ್ತು ಕತ್ತಿನ ಮೂಳೆ ಎದ್ದುಕಾಣುವಷ್ಟು ತೆಳ್ಳಗಿದ್ದ ಕಪ್ಪು ಕಪ್ಪು ಹುಡುಗಿಯರು.

ಆರತಿ ಟ್ರಾವೆಲ್ಸ್‌ನ ಪಾಲುದಾರರಾದ ಷಣ್ಮುಖನ್ ಇದ್ದರು.

"ಬನ್ನಿಬನ್ನಿ... ಲೇ.. ಅವರಿಗೊಂದು ಖುರ್ಚಿ ಹಾಕ್ಲೇ."

ಖುರ್ಚಿಯಲಿ ಕೂತು ಕಾಲುಗಳನ್ನು ನೀವಿಕೊಂಡರು ಪಂಡಾರಂ.

"ಟೀ ಆಗಬಹುದೆ?"

"ಬೇಡ, ಈಗ ತಾನೆ ಕುಡಿದೆ. ಕೊಚ್ಚನ್ ಬಂದಿದ್ದಾ?"

"ಬಂದಿದ್ದ, ಹಿಂದೆ ಶೆಡ್ಡಲ್ಲಿದ್ದಾನೆ. ಪಂಡಾರಂ, ಒಂದೊಳ್ಳೆ ವ್ಯಾನ್ ಬಂದಿದೆ, ನೋಡ್ತೀರಾ?"

"ಯಾವ ಮಾಡೆಲ್?"

"ಮಾರುತಿ ಎಂಬತ್ತೆಂಟು"

"ಆನೆ ಬೆಲೆ ಹೇಳ್ತಾನೋ ಏನೋ"

"ಆರಾಮಾಗಿ ನೋಡಬಹುದಪ್ಪಾ, ನಿಮ್ಮತ್ರ ಇಲ್ದೇ ಇರೋ ದುಡ್ಡಾ?"

"ಹೌದು ಹಣ!" ಪಂಡಾರಂ ಕೊಳಕಾಗಿ ಬಯ್ಯುತ್ತಾ ಕಾರಿ ಉಗಿದರು.

"ಒಂದೂವರೆಗೆ ನೋಡ್ತೀರಾ?"

"ಒಂದರೊಳಗೇಂದ್ರೆ..."

"ಒಂದಕ್ಕೆ ನಿಮಗೆ ತಗಡಿನ ಡಬ್ಬ ಸಿಗತ್ತೆ."

"ಬನ್ನಿ ನೋಡಿ" ಅನ್ನುತ್ತಾ ಅವರು ಪಂಡಾರಂ ಅನ್ನು ಅಂಗಡಿಯ ಹಿಂದೆ ಕರೆತಂದರು.

ಆಸ್ಬೆಸ್ಟಾಸ್ ಶೀಟಿನ ಶೆಡ್ಡಿನೊಳಗೆ, ಕಬ್ಬಿಣದ ಮಂಚದ ಮೇಲೆ ಕೂತು ಕೊಚ್ಚನ್ ಯಾವುದೋ ಪುಸ್ತಕ ಓದುತ್ತಿದ್ದರು. ಪಕ್ಕದಲ್ಲಿ ಮಲಯಾಳ ಪತ್ರಿಕೆಯೂ ಖಾಲಿ ಟೀ ಲೋಟವೂ ಇತ್ತು.

"ನಮಸ್ಕಾರಂ ಅಣ್ಣೇ, ವರಣಂ ವರಣಂ" ಅಂದರು ಕೊಚ್ಚನ್. ಅವರ ಮರದ ಕಾಲನ್ನು ಬಿಚ್ಚಿ ಮಂಚದ ಮೇಲೆ ಇಡಲಾಗಿತ್ತು.

"ಏನಾಗಬೇಕಿತ್ತು ಕೆಲಸ?" ಕೇಳಿದರು ಕೊಚ್ಚನ್ ನಗುತ್ತಾ. ಅವರು ಯಾವಾಗಲೂ ಹಾಗೆ, ನಗು ಬೆರೆಸಿಯೇ ಮಾತಾಡುತ್ತಿದ್ದರು.

"ಸ್ಟೇಷನ್ನಿಗೆ ಹೋಗಿ ಏಟು ತಿನ್ಕಂಡು ಬರ್ತಾ ಇದೀನಿ."

"ಅದರಲ್ಲೇನಿದೆ ವಿಶೇಷ? ಮತ್ತೆ ಹೊಸದೇನಿದೆ?"

"ನೀನು ಆಡ್ಕೊಳ್ಳೋದು ಬಿಡಲ್ವಲ್ಲ!"

"ಕೊಳ್ಳಾಂ*" ಅಂದರು ಕೊಚ್ಚನ್.

"ಏನಪ್ಪ ಅದು ಪುಸ್ತಕ?"

"ಓದ್ತೀಯಾ? ಒಳ್ಳೆ ಪುಸ್ತಕ. ಮೂರನೇ ಜಗತ್ತು ಮತ್ತು ವರ್ಲ್ಡ್‌ಬ್ಯಾಂಕ್."

"ಯೇ ಏನಿದೆ ಹೇಳು"

"ಪಾರ್ಟಿ ಪುಸ್ತಕ"

"ಏನೇಳ್ತಾನೆ? ಏನ್ ಕತ್ತರ್ಸಿ ಹಾಕ್ತಾನಂತೆ?"

"ನಿಂಗೇನು ಗೊತ್ತು ಹೇಳು, ಲೇ ಪಂಡಾರಂ ಈಗ ನಮ್ಮ ದೇಶದ ಸಾಲ ಎಷ್ಟಿದೆ ಗೊತ್ತಾ ನಿಂಗೆ? ಕೋಟಿ ಕಣೋ ಕೋಟಿ. ಐವತ್ತಾರು ಕೋಟಿ. ಎಲ್ಲಾ ವರ್ಲ್ಡ್‌ಬ್ಯಾಂಕ್ ಅನ್ನೋ ಸಂಸ್ಥೆ ಕೊಡೋ ಸಾಲ. ಅಸಲು ಬಡ್ಡಿ ಎಲ್ಲಾ ಸೇರಿದ್ರೆ ನಿನ್ನ ಮಾರಿದ್ರೂ ಸಾಕಾಗಲ್ಲ, ನಿಮ್ಮ ಪೂರ್ವಿಕರನ್ನ ಮಾರಿದ್ರೂ ಸಾಕಾಗಲ್ಲ."

"ಇಲ್ಲಿ ಇಷ್ಟೊಂದು ಜನಸಂಖ್ಯೆ ಇದ್ಯಲ್ಲ, ಒಂದರ್ಧ ಜನರನ್ನ ಹಿಡಿದು ಮಾರಿ ಸಾಲ ತೀರ್ಸದಪ್ಪ."

ಕೊಚ್ಚನ್ ಜೋರಾಗಿ ನಗುತ್ತ "ಕರೆಕ್ಟ್" ಅಂದರು.

"ಸುಮ್ನೆ ಅಲ್ಲಪ್ಪಾ, ಪರಂಗಿಯೋನು ನಮ್ ಕೂದಲನ್ನ ತಿನ್ನೋ ವಸ್ತುವಾಗಿ ಬದ್ಲಾಯಿಸ್ತಾನಂತೆ. ಅವನು ಕೂದ್ಲನ್ನೂ ಕೊರಳನ್ನೂ ತಗೋತಾನಂತೆ. ಮಾರ್‍ತೀವಿ ಅಂತ ಹೊರಟ್ರೆ ನಮ್ ದೇಶದಲಿ ಐವತ್ತುಸಾವಿರ ಕೋಟಿಗೆ ಜನ ಇದ್ದಾರಪ್ಪಾ."

"ಅದು ಒಳ್ಳೆ ಐಡಿಯಾ, ಆದರೆ ನಮ್ಮ ಜನರಿಗೆ ಅದು ಗೊತ್ತಿಲ್ವೇ! ಟೀ ಹೇಳ್ಲಾ?"

"ಇವಾಗಿನ್ನೂ ಕುಡಿದೆ."

"ಮತ್ತೆ ಇನ್ನೇನು ವಿಶೇಷ?"

"ನೀವು ಹೇಗೆ ತಿರುಪೆಗಳನ್ನ ತಗಂಡು ಬಂದ್ರಿ?"

"ಇಲ್ಲಿ ನೋಡು ಪಂಡಾರಂ, ನಮ್ ಹತ್ರ ತಿರುಪೆಗಳಿಲ್ಲ, ಎಲ್ಲಾ ನಂ ತರ ಮನುಷ್ಯರು. ರಕ್ತಮಾಂಸ ಇರೋ ಮನುಷ್ಯರು. ಎಲ್ಲಾ ನಮ್ಮ ಸಗಾಗಳು.**"

"ಸರಿ, ಎಷ್ಟು ಸಗಾಗಳು?"

"ಹಾಗೆ ಕೇಳು" ಅನ್ನುತ್ತಾ ಕೊಚ್ಚನ್ ಜೋರಾಗಿ ನಕ್ಕು ಪಂಡಾರಂನ ತೊಡೆಯ ಮೇಲೆ ಲಘುವಾಗಿ ಹೊಡೆಯುತ್ತಾ "ನೂರಿಪ್ಪತ್ತೊಂಬತ್ತು ಗೆಳೆಯರು ಇದ್ದಾರೆ, ಎಲ್ಲಾ ಬೆಟ್ಟದ

---

* ಒಳ್ಳೇದು

** ಗೆಳೆಯರು

ಬುಡದಲ್ಲಿ ಇದ್ದಾರೆ. ಒಬ್ಬರು ನಿನ್ನೆ ಸತ್ತು ಹೋದರು." ಅಂದರು.

"ಅಡಡಾ..."

"ಹಳೇ ಜನ. ಮಮ್ಮುದ. ನಂಗೆ ಗೊತ್ತಿತ್ತು. ಮಾರಿಬಿಡಣ ಅನ್ಕೊಂಡಿದ್ದೆ. ಅಷ್ಟರೊಳಗೆ ಹೀಗಾಗೋಯ್ತು. ಹೋಗ್ಲಿ"

"ಗೆಳೆಯ ಗೆಳೆಯನನ್ನ ಮಾರಬಹುದಾ?"

"ಮಗನೆ ಪಂಡಾರಂ, ಮಂಜುಗಡ್ಡೆಯ ಮೇಲೆ ಬಣ್ಣ ಹಚ್ಚಬೇಡ ತಿಳಕೋ. ಮನುಷ್ಯನನ್ನ ಮನುಷ್ಯ ಮಾರದೇ ಇದ್ದರೆ ಈ ಯಜಮಾನಿಕೆ ಅನ್ನೋದು ಇರತ್ತಾ ಗೆಳೆಯಾ? ನೀ ಯಾರಿಗಾದ್ರೂ ಒಂದು ಕೆಲಸ ಮಾಡಿಕೊಟ್ಟು ಸಂಬಳ ಈಸ್ಕೊಂಡ್ರೆ ಏನರ್ಥ? ನೀ ನಿನ್ನ ಕೈಗಳನ್ನ ಮಾರ್ತಾ ಇದೀಯಾಂತ. ಸರ್ಕಾರಿ ಗುಮಾಸ್ತ ತನ್ನ ಮಿದುಳನ್ನೇ ಮಾರ್ತಾನೆ. ಈ ದೇಶದ ಸರ್ಕಾರ ಎಲ್ಲ ಪ್ರಜೆಗಳನ್ನೂ ಸೇರಿಸಿ ಮಾರ್ತಾ ಇದೆ. ಮನುಷ್ಯನನ್ನ ಮನುಷ್ಯ ಮಾರದೆ ಹಣ ಇಲ್ಲ. ಒಂದು ಗಾದೆ ಮಾತು ಹೇಳ್ತಾರೆ ಗೊತ್ತಾ? 'ನಾಯಿ ಮಾರಿಬಂದ ಕಾಸೇನು ಬೊಗಳೋದಿಲ್ಲ' ಅಂತ. ಹಾಗೆ ಕತೆ."

"ನನ್ನತ್ರ ಊರಕಡೆಯ ಒಂದೈದು ತಿರುಪೆಗಳಿದಾವೆ."

"ಈಗ ರೇಟೆಲ್ಲ ಕಡಿಮೆ."

"ಹೌದೌದು, ಈಗ ಸಬರಿಮಲೈಯಲ್ಲಿ ವರ್ಷದಿಂದ ವರ್ಷಕ್ಕೆ ಬರೋರು ಕಮ್ಮಿ ಆಗ್ತಾ ಇದಾರೆ ಅಲ್ವಾ?"

"ಮಗನೇ, ಮಗನೇ ಸೀದ ಸೀದ ಮಾತಾಡು. ಒಂದು ತಿಳಕೋ ಮೊದ್ಲು. ಸಬರಿಮಲೇಲಿ ಅಷ್ಟೂ ಜನ ಪೋಲೀಸರಿಗೆ ಕೈಬಿಸಿ ಮಾಡಿದರೇನೇ ಕೆಲಸ ನಡೆಯೋದು."

"ಸರಿ ಅದು ಎಲ್ಲ ಕಡೆನೂ ಇರೋದೇ ಅಲ್ವಾ? ನನ್ನತ್ರ ಒಬ್ಬ ಇದ್ದಾನೆ ಮಂಡೈಯನ್ ಅಂತ. ದೊಡ್ಡ ತಲೆಯೋನು. ಅವನನ್ನ ನೋಡಿದ್ರೆ ಮಾತೇ ಆಡ್ದೆ ಕಾಸು ಕೊಟ್ಟೋಗ್ತಾರೆ, ಕಾಸು ಕೊಡದೆ ಕಾಲೇ ಏಳಲ್ಲ ಯಾರಿಗೂ."

"ನೀನು ಆನೆ ಬೆಲೆ ಕುದುರೆ ಬೆಲೆ ಹೇಳಿದ್ರೆ ನಂಗೆ ಗಿಟ್ಟಲ್ಲ."

"ನಂದೂ ನಿಂದೂ ಇವತ್ತು ನಿನ್ನೆದು ವ್ಯವಹಾರ ಏನಲ್ವಲ್ಲ, ರಾಮಪ್ಪನನ್ನು ಕೊಂಡ ಕಾಲದಿಂದ ಇದೆ, ಈ ಕೊಡೋದು ಕೊಳ್ಳೋದು. ಇವತ್ತಿನ ತನಕ ಒಂದಾದ್ರು ಮೋಸ ನಡೆದಿದ್ಯಾ?"

"ನೋಡಣ ನೋಡಣ. ಒಡನೇ ರಾಗ ಎಳೀಬೇಡ. ದೊಮ್ಮಾ..."

ದೊಮ್ಮನ್ ಎಟುಕಿನೋಡಿ, "ಸಗಾ?" ಅಂದ.

"ಒನ್ನು ಪುರತ್ತೆರಂಗಣಂ ಕೆಟ್ಟೋ. ವಂಡಿ ಎಡುಕ್ಕಾನ್ ಪರಯು*"

"ಶೆರಿ" ಅನ್ನುತ್ತಾ ದೊಮ್ಮನ್ ಅಲ್ಲಿಂದ ಹೊರಟ.

ಕೊಚ್ಚನ್ ಎದ್ದು ತನ್ನ ಮರದ ಕಾಲನ್ನು ಸಿಕ್ಕಿಸಿಕೊಂಡು ಎದ್ದು ನಿಂತರು. ಮೊಳೆಗೆ ಸಿಕ್ಕಿಸಿದ್ದ ರಕ್ತಗೆಂಪು ಮಲ್ ಶರಟನ್ನು ಧರಿಸಿಕೊಂಡು ಒಂದು ಅಂಗವಸ್ತ್ರವನ್ನು ಮಡಚಿ ಹೆಗಲಮೇಲೆ ಹಾಕಿಕೊಂಡರು. ವೇಷ್ಟಿಯನ್ನು ಮಡಿಚಿಕಟ್ಟಿ ಒಂದು ಕಾಲಿಗೆ ಶೂ ಹಾಕಿಕೊಂಡು "ಹೊರಡಣ" ಅಂದರು.

"ನಿಮಗೆ ಪೋಲೀಸ್ ತೊಂದರೆ ಇದೆಯಾ?"

"ನಾವು ಪಾರ್ಟಿಯವರಲ್ವಾ!"

ಹೊರಗೆ ಬಿಳೀಬಣ್ಣದ ಮಾರುತಿವ್ಯಾನು ಗುರುಗುಡುತ್ತ ಬಂದು ನಿಂತಿತು.

ಅದರಲ್ಲಿ ಆಲ್ ಕೇರಳ ಡೌನ್‌ಟ್ರಾಡನ್ ಪೀಪಲ್ಸ್ ಅಸೋಸಿಯೇಷನ್ ಎಂದು ಬರೆಯಲಾಗಿತ್ತು.

"ಸಗಾವೇ, ವಂಡಿ ಎಡುಕ್ಕು" ಅನ್ನುತ್ತಾ ಕೊಚ್ಚನ್ ಗಾಡಿಯೇರಿದರು. ಪಂಡಾರಂ ತಾನೂ ಜೊತೆಗೆ ಏರಿ ಕುಳಿತರು. ಗಾಡಿ ಹೊರಟಿತು.

"ನೀವು ಬೆಟ್ಟ ಹತ್ತುತೀರಾ?"

"ಸಬರಿಮಲೈಯನ್ನ ವರ್ಷಕೆ ಹದಿನೇಳು ಸಲ ಹತ್ತಿಳೀತೀನಿ."

"ಎಂಥಾ ಪುಣ್ಯದ ಕೆಲಸ."

"ಮತ್ತೇ! ಕೇರಳದ ಎಲ್ಲಾ ದೇವಸ್ಥಾನಕ್ಕೂ ನಾನು ಪ್ರತೀವರ್ಷ ಹೋಗಿದ್ದೀನಿ. ಆದ್ರೆ ಯಾವ ದೇವರಿಗೂ ನಾನು ಯಾರಂತ ಗೊತ್ತಿಲ್ಲ. ಅದೇ ದ್ವಾರಪಾಲಕರಿಗೆ ಗೊತ್ತು."

"ಇತ್ತೀಚೆಗೆ ಕಮ್ಯುನಿಷ್ಟರು ಕೂಡ ದೇವರನ್ನ ಪೂಜಿಸ್ತಾ ಇದಾರೆ ಅನ್ಸತ್ತೆ."

"ಪೂಜಿಸ್ತಾನೆ ಅಂದ್ರೆ ಅವನು ಕಮ್ಯುನಿಷ್ಟನಲ್ಲ."

ಗಾಡಿ ಮುಕ್ಕಿ ಮುಕ್ಕಿ ಮುಂಚಲಿಸುತ್ತಿತ್ತು. ದಾರಿಯುದ್ದಕ್ಕೂ ಕಾವಡಿ ಹೊರುವವರ ಕೂಟ ಸಾಗುತ್ತಿತ್ತು. "ಪಂಡಾರಮೇ, ಇದೊಂದು ಮಾಸ್ ಹಿಸ್ಟೀರಿಯಾ. ಯುದ್ಧ ಕೂಡ ಇಂಥದ್ದೇ ಮಾಸ್ ಹಿಸ್ಟೀರಿಯಾ. ಕ್ರಾಂತಿ ಕೂಡ ಹಾಗೆಯೇ. ಈಗ ಈ ಕಾವಡಿಯನ್ನು ನೋಡಿ ಇಲ್ಲಿ ಕ್ರಾಂತಿಯಾಗಲು ಸಾಧ್ಯವಿಲ್ಲ ಎಂದು ಯೋಚಿಸಬೇಡ. ಕ್ರಾಂತಿ ಅಮೇರಿಕದಲ್ಲಿ ಆಗುವುದಿಲ್ಲ, ಅಲ್ಲಿ ಎಲ್ಲರೂ ಏಕಾಂಗಿಗಳು. ಆದರೆ ಇಲ್ಲಿ ಕ್ರಾಂತಿ ಬಂದರೆ ದೊಡ್ಡ ಪ್ರವಾಹದ ಹಾಗೆ ಬರುತ್ತದೆ."

---

* ಸ್ವಲ್ಪ ಹೊರಗೆ ಹೋಗಬೇಕಾಗಿದೆ, ಗಾಡಿ ತೆಗೆಯಲು ಹೇಳು

"ಬರುವಾಗ ಬರಲಿ ಬಿಡು, ಕೊಚ್ಚಾ, ನಮ್ಮಲ್ಲಿರೋ ಬಹಳಷ್ಟು ಮಾಲುಗಳು ಇನ್ನು ಐದಾರು ವರ್ಷಗಳಲ್ಲಿ ಹಳೆಯದಾಗುತ್ತವೆ. ಇವುಗಳಲ್ಲಿ ಒಂದರ್ಧನಾದ್ರೂ ಮಾರಿ ಹೊಸದು ತೆಗೆದುಬಿಡಬೇಕು. ಮಾರ್ಚಿ ಏಪ್ರಿಲ್ ಪೂರ ಬೇಕಾದಷ್ಟು ಜಾತ್ರೆಗಳು ಬೇರೆ ಬರ್ತವೆ."

"ನನ್ನತ್ರ ಒಳ್ಳೆಯ ಅಸಲಿ ಗೆಳೆಯರಿದ್ದಾರೆ. ಹೇಳಿದ ಬೆಲೆಗೆ ತಗೋಳ್ಳಕೆ ತಿರುವಣ್ಣಾಮಲೈಯ ಸಾಮಿಯಪ್ಪನ್ ರೆಡಿ ಇದ್ದಾನೆ. ನಿನ್ನೆಯಿನ್ನೂ ಒಂದು ಸುತ್ತು ಮಾತುಕತೆ ಮುಗಿದಿದೆ."

"ನಿನ್ನತ್ರ ಬೆಲೆ ಜಾಸ್ತಿ"

"ನಮ್ಮ ಗೆಳೆಯರನ್ನ ಸಾಧಾರಣ ಜನ ಅನ್ಕೊಬೇಡ. ಪಾತಾಳದಿಂದ ಸೀದಾ ಎದ್ದು ಬಂದವರಂಗೆ ಇದ್ದಾರೆ"

ಗಾಡಿ ಮುಂದೆ ಚಲಿಸಲು ಸಾಧ್ಯವಿಲ್ಲವೆಂಬಂತೆ ನಿಂತಿತು. ಟ್ರಾಫಿಕ್ ಪೋಲೀಸರು, ಗಾಡಿಯ ಮೇಲೆ ಲಾಠಿಯಿಂದ ಬಡಿದು, "ಹಿಂದೆ ಸರಿ ಹಿಂದೆ ಸರಿ" ಅಂದರು.

ಕೊಚ್ಚನ್ ತಲೆಯನ್ನು ಹೊರಚಾಚಿ "ಎಕ್ಸ್‌ಕ್ಯೂಸ್ ಮೀ, ಮೇ ಐ ನೋ ವಾಟ್ಸ್ ದಿ ಪ್ರಾಬ್ಲಂ?" ಎಂದು ಕೇಳಿದರು.

"ಟ್ರಾಫಿಕ್ ಸಾರ್, ಜಾಮ್ ಸಾರ್, ಟೂ ಮಚ್, ವೆರಿ ಬಿಗ್."

"ಐ ಸೀ, ಬಟ್ ಐ ಹ್ಯಾವ್ ಟು ಬಿ ದೇರ್. ಎನಿ ಶಾರ್ಟ್ ಕಟ್ಸ್ ಪ್ಲೀಸ್?"

"ಈ ಕಡೆ ಬನ್ನಿ, ಕಮಾನ್. ಈ ಅಂಗಡಿಯ ಹತ್ರ ತಿರುಗಿ ರೈಟ್ ತಗೊಂಡರೆ ಸೀದಾ ಮೆಟ್ಟಿಲ ಹತ್ರ ಹೋಗಿಬಿಡಬಹುದು."

"ಥ್ಯಾಂಕ್ಯೂ ವೆರಿ ಮಚ್, ಸೀ ಐ ಯಾಮ್ ಅ ಹ್ಯಾಂಡಿಕ್ಯಾಪ್ಡ್ ಮ್ಯಾನ್. ಥ್ಯಾಂಕ್ಯು ವೆರಿ ಮಚ್ ಆಫೀಸರ್."

ಗಾಡಿ ಹಿಂದೆ ತಿರುಗಿತು.

"ಸುಮ್ನೆ ನಾನೂ ಅತ್ಲಾಗೆ ಕಮ್ಯುನಿಷ್ಟ್ ಆಗದಾ ಅಂತ ಯೋಚ್ನೆ ಮಾಡ್ತಾ ಇದೀನಿ" ಅಂದರು ಪಂಡಾರಂ.

"ನಿಮಗೆಲ್ಲಾ ಸರಿ ಬರಲ್ಲ. ನೀನು ಸಂತನಾಗಿಬಿಡು. ಕಾವಿ ವೇಷ್ಟಿ, ಕಮಂಡಲ, ವಿಭೂತಿ! 'ಕಾಮ್ರೇಡ್' ಅಂತ ಹೇಳದೆ 'ಮೈ ಸನ್' ಅಂದರೆ ಮುಗೀತು. ಉದರ ನಿಮಿತ್ತಂ ಬಹುಕೃತ ವೇಷಂ."

ಗಾಡಿ ನಿಂತಿತು. ಇಬ್ಬರೂ ಇಳಿದು ನಡೆದರು. ಮೆಟ್ಟಿಲೇರುವಾಗ ಅಲ್ಲಿದ್ದ ಜನಜಂಗುಳಿ ಅವರನ್ನು ಹೆಚ್ಚುಕಡಿಮೆ ಎತ್ತಿಕೊಂಡೇ ಹೋಗುತ್ತಿದ್ದಾರೋ ಎಂಬಂತೆ ತಳ್ಳಿಕೊಂಡೊಯ್ಯಿತು.

"ಇದು ನಮ್ಮ ಗೆಳೆಯ ಅಹಮದು ಕುಟ್ಟಿ."

"ಸಗಾವೇ ಪಿನ್ನೈ ಎಂದುಂಡ್?"

"ಇಜನೇ ಪೋನ್ನು"

"ತಗೋತೀರಾ ನೋಡಿ, ಎಂಟು ಸಾವಿರ"

"ಅವ್ನನ್ನ ನೋಡಿದ್ರೆ ಒಳ್ಳೆ ಕಲ್ಲುಂಡು ತರ ಇದಾನಲ್ಲ"

"ಅರೆ ಮುಟ್ಠಾಳ. ಓಯ್ ತೋರ್ಸಪ್ಪ ನಿನ್ ಸಂಪಾದ್ನೆ"

ಅಹಮದ್ ಕುಟ್ಟಿ ತನ್ನ ಲುಂಗಿಯನ್ನು ಸರಿಸಿ, ತನ್ನ ಬೀಜಗಳನ್ನು ತೋರಿಸಿದ. ಎರಡು ದೊಡ್ಡ ಕುಂಬಳಕಾಯಿಗಳಂತೆ ಅವು ಹರಡಿಕೊಂಡು ಬಿದ್ದಿದ್ದವು. ಅವುಗಳ ಹಿಂದೆ ಅಹಮದ್ ಕುಟ್ಟಿ ಒಂದು ಪುಟ್ಟ ಸ್ಟೂಲಿನ ಮೇಲೆ ಕೂತಿದ್ದ. ಸ್ಟೂಲ್ ಅಲ್ಲ ಒಂದು ಕಳ್ಳಿ ಪೆಟ್ಟಿಗೆ.

"ಕೊಳ್ಳಾಂ" ಅಂದರು ಪಂಡಾರಂ. "ಆದರೂ ಎಂಟುಸಾವಿರ ಅಂದ್ರೆ ಜಾಸ್ತಿ."

"ನೋಡಿ ಹೇಳು" ಅನ್ನುತ್ತಾ ಇಬ್ಬರೂ ನಡೆದರು.

"ಇದು ವಾತ ಅಲ್ಲ ತಾನೆ? ಸುಮ್ನೆ ನೀರಾಡ್ತಾ ಇರ್ತದಾ?"

"ಇದು ಆನೆಕಾಲು. ಕೆಲವರಿಗೆ ಕಾಲಲ್ಲಿ ಬರತ್ತೆ ಕೆಲವರಿಗೆ ಇಲ್ಲಿ. ಒಬ್ಬಳು ಪಾರ್ಟಿ ಇದ್ದಾಳೆ. ಅವ್ಳಿಗೆ ಎದೆಲಿ! ಚಿಕ್ಕದೊಂದು ಮರದ ಸ್ಟ್ಯಾಂಡು ಮಾಡಿಸಿ ಇಟ್ಟುಕೊಂಡಿದ್ದಾಳೆ. ಗುರುವಾಯೂರಲ್ಲಿದಾಳೆ ಈಗ."

"ಒಂದು ಆರು ಆಗಬಹುದಾ?"

"ಆರು ಗಿಟ್ಟಲ್ಲ. ಎಂಟು ಹೇಳಿದ್ದು ನಿಮಗಾಗಿ. ನಿನ್ನೆ ಸಾಮಿಯಪ್ಪನೇ ಎಂಟಕ್ಕೆ ಕೇಳಿದ."

"ಇದೊಂದು ರೋಗ ಅಲ್ವಾ?"

"ಹೌದು ರೋಗನೇ, ರೋಗ ಯಾರಿಗೆ ಬೇಕಾದ್ರೂ ಬರಬಹುದು. ಹಾಕೋನು ಯಾಕೆ ಇವ್ನಿಗೆ ಕಾಸು ಹಾಕ್ತಾನೆ ಅನ್ಕಂಡಿದೀಯ? ಇದುನ್ನ ನೋಡಿದ ಕೂಡಲೇ ಅಯ್ಯೋ ಅಂತಾನೆ, ಆಮೇಲೆ ಸದ್ಯ ನನಗೆ ಹೀಗಿಲ್ಲವಲ್ಲ ಅನ್ಕೊಂತಾನೆ. ದೇವ್ರಿಗೆ ಮನಸಲ್ಲೇ ಕೈಮುಗಿದು ಹಣ ಹಾಕ್ತಾನೆ. ರೋಗಿಗಳಿಗೇ ಹಣ ಜಾಸ್ತಿ ಬೀಳೋದು. ಅವನ್ಜೊತೆ ಒಂದಿನ ಇದ್ದು ನೋಡು. ಸರಿಯಾದ ಗಟ್ಟಿಗ. ಜಾಣ. ಹಾಗೆಲ್ಲ ಸುಮ್ಸುಮ್ನೆ ತೋರ್ಸಲ್ಲ. ಹೆಂಗಸರಿಗೂ ತೋರ್ಸಲ್ಲ. ಅಯ್ಯೋ ಅನ್ಕಂಡು ಓಡೋಗಿಬಿಡ್ತಾರೆ. ಒಂದು ಐವತ್ತು ವಯಸ್ಸಿನ ಜನವಾ ಅಂತ ನೋಡ್ತಾನೆ. ಆಮೇಲೆ ಸಾರ್ ಅನ್ತಾನೆ. ದನಿ ಕೂಡ ತುಂಬ ಸಾಧಾರಣ, ಏನೋ ಬೆಂಕಿಪೆಟ್ಟಿಗೆ ಕೇಳಲು ಕರೀತಾ ಇದಾನೇನೋ ಅನ್ಕೋಬೇಕು ಹಾಗೆ. ಅವರು ತಿರುಗಿದೊಡನೇ ತಟಕ್ಕನೆ ವೇಷ್ಟಿ ಎತ್ತಿ ತೋರಿಸಿ ಮುಚ್ಚಿಬಿಡುತ್ತಾನೆ. ಆಮೇಲೆ ಒಂದು ಡೈಲಾಗು. ಅಷ್ಟೆ. ಕಾಸು ಬೀಳತ್ತೆ."

"ಯಾಕೆ?"

"ಕೇಳಿ ನೋಡು ಅವನತ್ರ. ಐವತ್ತು ವಯಸ್ಸಿನೋರಲ್ಲಿ ಅರ್ಧ ಜನರಿಗೆ ಹೈಡ್ರೋಸಿಲ್ ಪ್ರಾಬ್ಲಂ ಇರತ್ತೆ. ಇದನ್ನ ನೋಡಿದ್ರೆ ಹಂಗೇ ಗಾಬ್ರಿ ಬಿದ್ದೋಗ್ತಾರೆ. ಸಬರಿಮಲೆಯಲಿ ಒಬ್ರು ಹಂಗೇ ತಲೆಸುತ್ತಿ ಬಿದ್ದೋಗಿದ್ರು."

ರಾಮಪ್ಪ ಬೀಡಿ ಸೇದುತ್ತಾ, "ಮೊದಲಾಳಿ ಬಂದ್ರು, ಮೊದಲಾಳಿ ನಮಸ್ಕಾರ" ಅಂದ.

ಕುರುವಿ ನಕ್ಕಳು. "ಏನೇ ನಗು? ಎಲ್ಲವ್ನೇ ಆ ಪೆರುಮಾಳ್?"

"ಬೀಡಿ ತಗಂಬರಕ್ಕೆ ಹೋಗಿದ್ದಾರೆ" ಅಂದ ವಂಡಿಮಲೆ.

"ಅವನು ಬೀಡಿ ಸೇದಿ ಸಾಯ್ತಾನ. ಇದು ನಾನು ಹೇಳಿದ ದೊಡ್ಡತಲೆಯೋನು ಮಂಡೈಯ."

"ಯಾವಾಗ್ಲೂ ಒಬ್ಬ ಜೊತೆಗೇ ಇದ್ದು ನೋಡ್ಕಬೇಕು ಅನ್ನಂಗಿದೆಯಲ್ಲಾ, ಇದು ತಾನೇ ಅನ್ನ ತಿಂತದಾ?"

"ನಮ್ಮ ಹತ್ರ ಬಂದು ಆರು ವರ್ಷ ಆಯಿತು. ಯಾವುದೇ ತೊಂದ್ರೆಯಿಲ್ಲ. ಈ ಕುರುವಿಗೂ ಯಾವುದೇ ಸಮಸ್ಯೆಯಿಲ್ಲ."

"ಓಯ್ ನಾಯರೇ, ನನ್ನನ್ನೂ ತಗೊಳ್ಳಿ, ಸಾಯಕ್ಕೆ ಮುಂಚೆ ಸ್ವಲ್ಪ ಮಲಯಾಳಿ ಕುಟ್ಟಿಗಳನ್ನ ನೋಡಿ ಸತ್ರೆ ಮೇಲೆ ಹೋಗಿ ನೆಮ್ಮದಿಯಾಗಿ ಇರಬಹುದು." ಅಂದ ರಾಮಪ್ಪ.

ಗುಯ್ಯ "ಅವರ ಹೆಸ್ರು ರಾಮಪ್ಪ ನಾಯರ್" ಅಂದ.

"ಒಟ್ಟಿಗೆ ಒಂದು ಏಳನ್ನ ತಗಂಡ್ರೆ ನೋಡಿ ರೇಟು ಹಾಕ್ತೀನಿ" ಅಂದರು ಪಂಡಾರಂ.

"ಓಯ್ ನಾಯರೇ, ನಾನು ನಾಯಕ್. ಈ ನಾಯರ್, ನಾಯಕ್, ನಾಯಿ ಎಲ್ಲಾ ಒಂದೇ ಜಾತಿಲೇ" ಅಂದ ರಾಮಪ್ಪ.

"ನೋಡಣ ಈವಾಗ ಹಣದ ಮಾತು ಬೇಡ, ಮೊದಲು ನೋಡಿ ಆಮೇಲೆ ರೇಟು ಹಾಕಿ ಮಾತಾಡ್ಕೊಳ್ಳಣ, ಸಮಸ್ಯೆ ಇರಲ್ಲ" ಅಂದರು ಕೊಚ್ಚನ್.

ಪೆರುಮಾಳ್ ಬಂದ. "ಸತ್ತೋನೇ ಎಲ್ಲಿಗ್ಲೇ ಹೋಗಿದ್ದೇ?"

"ಬೀಡಿ..."

"ಬೀಡಿ ನಿಂಗಾ ನಿಮ್ಮಪ್ಪಂಗಾ?"

ಪಂಡಾರಂ ತಿರುಗಿ ಮುತ್ತಮ್ಮಳತ್ತ ನೋಡಿ "ಇದ್ಯಾರ್ಲೇ ಮಗುನ ಅವ್ಳತ್ರ ಕಾವು ಕೊಡಕ್ಕೆ ಕೊಟ್ಟಿರದು? ಮದ್ಲು ಅದುನ್ನ ಅಲ್ಲಿಂದೆತ್ತಿ ಬಿಸ್ಲಲ್ಲಿ ಇಡ್ಲೇ" ಅಂದವರು ಕೊಚ್ಚನ್ ಕಡೆ ತಿರುಗಿ "ಸರಿ ನೋಡ್ಕಂಡು ಬನ್ನಿ ಆಮೇಲೆ ಮಾತಾಡಣ" ಅನ್ನುತ್ತಾ ಮೆಟ್ಟಿಲಿಳಿದರು.

***

8

ಪೆರುಮಾಳ್ ತಟ್ಟೆಗಳಲ್ಲಿ ಶೇಖರವಾಗಿದ್ದ ಹಣವನ್ನೆಲ್ಲ ಸುರಿದು ಎಣಿಸಿದ. ಒಟ್ಟು 1200 ರುಪಾಯಿಗಳು. ಎಲ್ಲ ಚಿಲ್ಲರೆ ಹಣ. ಐದು ರೂಪಾಯಿಯ ಕಾಯಿನ್ ಕೂಡ ಇದ್ದವು. "ಐದು ರೂಪಾಯಿ ಹಾಕೋರು ಇದ್ದಾರ?" ಅಂದ.

"ಓಯ್ ವಂಡಿ, ಒಂದು ಕಟ್ಟು ಬೀಡಿ" ಅಂದ ರಾಮಪ್ಪ.

"ಈ ಲೂಸು ನನ್ಮಗ ಒಳ್ಳೆ ಹೆಣಸುಡಂಗೆ ಬೀಡಿ ಉರುಸ್ತಾನಲ್ಲ? ಇರ್ಲೇ ಸ್ವಲ್ಪ" ಎಂದು ಬಯ್ದು ಪೆರುಮಾಳ್ "ನಾನು ಕೆಳಗೆ ಹೋಗಿ ಚಿಲ್ರೆ ಬದ್ಲಾಯಿಸ್ಕಂಡು ಆಸ್ಪತ್ರೆಗೆ ಹೋಗಿಬರ್ತೀನಿ. ಹಣ ಜೋಪಾನ. ಎಣ್ಣೆ ಗಿಣ್ಣೆ ಹೊಡ್ದುಬಿಟ್ಟೀಯ. ಒಳ್ಳೆ ಕಣ್ಣುಕೊತ್ತಿ ಹಾವಿನ ತರ ಜಾಗ್ರತೆಯಾಗಿ ನೋಡ್ಕಬೇಕು. ರಾಮಪ್ಪನ ಕಡೆ ಕಣ್ಣಿರ್ಲಿ, ಎಂಗಾದ್ರು ಮಾಡಿ ಹಣ ಅಮುಕಿಬಿಡ್ತಾನೆ" ಅನ್ನುತ್ತ ಎದ್ದ. ಆಮೇಲೆ ನೀರಿನ ಕೊಡದಿಂದ ಸ್ವಲ್ಪ ನೀರು ಬಗ್ಗಿಸಿಕೊಂಡು ಬಿಸಿಲಲ್ಲಿ ಮಲಗಿದ್ದ ಮಗುವಿನ ಮೇಲೆ ಎರಚಿದ. ಅಲ್ಲಿಯ ತನಕ ಸದ್ದಿಲ್ಲದೆ ಮಲಗಿದ್ದ ಮಗು ಬೆಚ್ಚಿ ಬಿದ್ದು ಕಣ್ಬಿಟ್ಟು ಅಳತೊಡಗಿತು. ಅದರ ಇದ್ದೊಂದು ಪುಟ್ಟ ಕೈಯನ್ನು ಮುಷ್ಟಿಬಿಗಿಮಾಡಿಕೊಂಡು, ಕೆಂಪಾದ ಮುಖದೊಂದಿಗೆ, ಇದ್ದ ಒಂದು ಕಾಲನ್ನು ಒದೆಯುತ್ತ ಆಕ್ರಂದನ ಮಾಡಿ ಅತ್ತಿತು. "ನೋಡ್ಕೊಳ್ಳೋ, ಪ್ರತಿ ಅರ್ಧಘಂಟೆಗೊಂದು ಸಲ ನೀರು ಚಿಮುಕಿಸಿ ಎಬ್ಬಿಸ್ತಾ ಇರ್ಬೇಕು. ಅದು ಅತ್ತು ಕಿರಿಕಿರಿ ಮಾಡ್ತಾ ಇದೆ ಅಂದ್ರೆ ಅದುಕ್ಕೆ ಹಸಿವಾಗಿದೆ ಅಂತ ಅರ್ಥ. ಆಗ ಮೊಗುನ ಆ ಮುತ್ತಮ್ಮನತ್ರ ತಗೊಂಡು ಹೋಗ್ಬೇಡ. ಒಂದು ಡಬ್ಬದಲಿ ಒಂದು ಸ್ವಲ್ಪ ಹಾಲು ಹಿಂಡಿಸಿಕೊಂಡು ಅದಕ್ಕೆ ಕುಡಿಸು"

"ಸರಿ" ಅಂದ ವಂಡಿಮಲೆ.

"ನೋಡ್ಕ" ಅನ್ನುತ್ತ ಮೆಟ್ಟಿಲಿಳಿದ ಪೆರುಮಾಳ್.

ಒಡನೇ ವಂಡಿಮಲೆ ಒಂದು ಗ್ಲಾಸ್ ನೀರು ತುಂಬಿಕೊಂಡು ಹೋಗಿ ಮಗುವಿನ ಮೇಲೆ ಅದಷ್ಟನ್ನೂ ಸುರಿದು, ತಾನು ನೆರಳಲ್ಲಿ ಹೋಗಿ ಕುಳಿತು ಬೀಡಿ ಹೊತ್ತಿಸಿದ.

ಆ ಬಿಸಿಲಿನಲಿ ಒಂದು ವಿಚಿತ್ರ ಹುಳುವಿನಂತೆ ಆ ಕಪ್ಪು ಮಗು ಬಿದ್ದು ಹೊರಳಾಡುತ್ತಿತ್ತು. ಅದನ್ನು ಮಲಗಿಸಿದ್ದ ಬಟ್ಟೆಯ ಮೇಲೆ ನಾಣ್ಯಗಳು ಬಿದ್ದಿದ್ದವು. ಹೆಣ್ಣುಮಕ್ಕಳು ತಿರುಗಿ ನೋಡಿ ಬಾಯಲ್ಲಿ ಬೆರಳಿಟ್ಟುಕೊಂಡು ಆಶ್ಚರ್ಯದಿಂದ ಹೆಜ್ಜೆಹಾಕುತ್ತಿದ್ದರು.

ಪೆರುಮಾಳ್ ಬೆಟ್ಟದ ಬುಡಕ್ಕೆ ಬಂದು ಅರ್ಪಣಾ ಟ್ರಾವೆಲ್ಸ್‌ಗೆ ಹೋಗಿ ಚಿಲ್ಲರೆ ಹಣವನ್ನು ಕೊಟ್ಟು ನೋಟುಗಳನ್ನಾಗಿ ಬದಲಾಯಿಸಿಕೊಂಡ. ಅಲ್ಲಿ ನಾಲ್ಕು ಜನ ಪ್ಲಾಸ್ಟಿಕ್ ಬ್ಯಾಗುಗಳಲ್ಲಿ ಚಿಲ್ಲರೆ ತುಂಬಿಕೊಂಡು ಎಣಿಸುತ್ತಿದ್ದರು. ನೂರು ನೂರು ರೂಪಾಯಿಗಳ ಒಂದೊಂದು ಗುಪ್ಪೆಯನ್ನು ಚಿಕ್ಕಚಿಕ್ಕ ಬಟ್ಟೆಯ ತುಂಡುಗಳಲ್ಲಿ ಕಟ್ಟಿ ಅದನ್ನೊಂದು ದೊಡ್ಡ ಚೀಲದಲ್ಲಿ ತುಂಬುತ್ತಿದ್ದರು. ಯಜಮಾನರಾದ ಚಿಕ್ಕಯ್ಯ ನಾಯಕರ್ ಎರಡು ಕಾಲುಗಳಲ್ಲಿಯೂ ಆನೆಕಾಲುರೋಗವಿದ್ದ ಆರಡಿ ಎತ್ತರದ, ಬೋಳು ತಲೆಯ ಮನುಷ್ಯ. ಒಳ್ಳೆಯ ಕೆಂಪುಬಣ್ಣ. ಕಿವಿಗೆ ಓಲೆ. ದೊಡ್ಡದಾದ ಕೊಂಬು ಮೀಸೆ. ಒಂದು ಕಾಲದಲ್ಲಿ ಇಡೀ ಬೆಟ್ಟದ ಬುಡವನ್ನೇ ಅಲುಗಾಡಿಸಿದ ಕೇಡಿ ಎಂದು ಅವರ ಬಗ್ಗೆ ಮಾತೊಂದು ಚಾಲ್ತಿಯಲ್ಲಿತ್ತು. ಈಗ ಅವರಲ್ಲಿ ಏಳೆಂಟು ಮನೆ, ದೊಡ್ಡ ಬಂಗಲೆ, ಕಾರು, ಎರಡೆರಡು ಸಂಸಾರ ಎಂದು ಸೆಟಲ್ ಆಗಿದ್ದರು. ಮೆಟ್ಟಿಲುಗಳ ಮೇಲೆ ಅವರ ಕಡೆಯ ಒಂದು ನೂರು ತಿರುಪೆಗಳಾದರೂ ಇದ್ದರು.

"ಏನೋ ಮಾಧವಾ? ಹೇಗಿದೆ ವಸೂಲಿ?"

"ನಡೀತಿದೆ ನಾಯಕರೆ."

"ನಿಮ್ ಓನರ್ ಈ ಕಡೆ ಕಾಣ್ತಾ ಇಲ್ವಲ್ಲಾ?"

"ಲಾಡ್ಜಿನಲ್ಲಿ ಉಳಕೊಂಡಿದ್ದಾರೆ. ಅವರಿಗೆ ಈ ತೈಪೂಸಂ ಸಮಯದಲ್ಲಿ ಮಧ್ಯಾಹ್ನವಾದರೂ ಮಲ್ಲಿಗೆ ಹೂವಿನ ವಾಸನೆ ಇಳಿಯಲ್ಲ ಅನ್ನೋದು ನಿಜ ಸಂಗತಿ."

"ಮನುಷ್ಯ ಮಜಾ ಮಾಡಲಿ ಬಿಡೋ, ಏನು ನಾನೇಳೋದು? ಅವ್ವೆಯಾರೇ ಹಾಡಿಲ್ಲವಾ? 'ಎಲ್ಲಾ ಜನ್ಮಗಳಲ್ಲೂ ಮನುಷ್ಯ ಜನ್ಮ ದೊಡ್ಡದು, ಅದರಲ್ಲೂ ಗೂನು ಕುರುಡು ಕುಂಟು ಕಿವುಡು ಇಲ್ಲದಿದ್ದರೆ ಎಲ್ಲಕ್ಕಿಂತ ದೊಡ್ಡದು ಅಂತ' ಅವನಿಗೆ ಏನು ಕಡಿಮೆಯಾಗಿದೆ? ಖುಷಿಯಾಗಿರಲಿ ಬಿಡು. ಮತ್ತೇ ಆ ಕಮ್ಯುನಿಷ್ಟೋನು ಬಂದಿದಾನೆ ಅಂತೆ ಕೇಳ್ಪಟ್ಟೆ ಹೌದಾ?"

"ಹೌದು ಇವತ್ತು ಬಂದು ತಿರುಪೆಗಳನ್ನ ನೋಡ್ಕೊಂಡು ಹೋದರು."

"ಎಷ್ಟಕ್ಕೆ ಹೋಗ್ತಾ ಇದೆ?"

"ಅವರು ಏಳು ಎಂಟೂಂತ ಹೇಳ್ತಾ ಇದ್ದಾರೆ. ನಮ್ಮಲ್ಲಿ ಒಬ್ಬ ಮಂಡ್ಯೆಯನ್ ಇದ್ದಾನೆ. ದೊಡ್ಡತಲೆಯೋನು. ಅವನಿಗೆ ಆರೂವರೆ ಹೇಳಬಹುದು. ಒಳ್ಳೆ ವರಮಾನ ತರೋವಂಥ ಐಟಮ್. ಬಾಕಿ ಎಲ್ಲ ಅಷ್ಟಷ್ಟೆ"

"ನಿಮ್ಮಲ್ಲೊಂದು ದೊಡ್ಡ ಎಮ್ಮೆ ಇದೆಯಲ್ಲ, ಅದನ್ನ ಕೊಡ್ತಾರ ಕೇಳು, ಅದಕ್ಕೆ ಒಂದು ಹತ್ತಾದ್ರು ಕೊಡಬಹುದು."

"ಅದೆಂಗೆ ಅದು ಕಾಮಧೇನು ಅಲ್ವಾ? ಎರಡು ವರ್ಷಕ್ಕೊಂದು ಮರಿ ಹಾಕ್ತದೆ. ಮರಿಯೇ ಹತ್ತಕ್ಕೆ ಹೋಗ್ತದೆ"

"ಇದು ಹತ್ತು ಹನ್ನೆರಡನೇ ಹೆರಿಗೆ ಆಗಿರ್ಬೇಕಲ್ವಾ?"

"ಹದಿನೆಂಟನೇದು. ಇನ್ನೂ ಏಳೆಂಟು ಹೋಗ್ತದೆ."

"ಈ ಕಮ್ಯುನಿಷ್ಟ್ ಆಸಾಮಿ ಇದಾನಲ್ಲ, ಅವುನುನ್ನ ನಾನು ಗುರುವಾಯೂರಲ್ಲಿ ತಿರುಪೆ ಎತ್ತುತ್ತಾ ಇರೋವಾಗ ನೋಡಿದೀನಿ, ಒಂದು ಬೆಂಕಿಪೊಟ್ಟಣಾನ ತಟ್ಟಿ ಗಂಟಲಾಳದಿಂದ ಏನಾದರೊಂದು ನಾಟಕೀಯವಾಗಿ ಹೇಳಿ ಭಿಕ್ಷೆ ಕೇಳ್ತಾನೆ..."

"ಎಲ್ಲಾ ವಿಧಿಯಾಟ ಸ್ವಾಮಿ. ಅಯ್ಯೋ... ಮಾಜನಗಳೇ, ಕಣ್ಣುತೆರೆದು ನೋಡಿ ಸ್ವಾಮಿ ಅಂತೆಲ್ಲ ಸುತ್ತುತಾ ಇದ್ದಾ ಅನ್ನೋ, ಒಂದತ್ತು ಜನನಾದ್ರು ಹಿಂದೆ ತಿರುಗಿ ನೋಡೇ ನೋಡ್ತಾ ಇದ್ರು. ಆಮೇಲೆ ಜಿಂದಾಬಾದ್ ಅನ್ನಕ್ಕೆ ಶುರು ಮಾಡ್ದ. ಯಾವಾಗ ಎಂಗೆ ಮೇಲೆ ಹೋದ್ನೋ ಗೊತ್ತಿಲ್ಲ. ಲೇ ಸರವಣಮುತ್ತೂ, ಅವ್ನಿಗೆ ಗುರುವಾಯೂರಲ್ಲೊಂದು, ಚೋಟಾನಿಕೆರೆಲೊಂದೂಂತ ಎರಡು ಲಾಡ್ಜ್ ಇವೆ ಗೊತ್ತೇನ್ಲೇ?"

"ಅದಕ್ಕೆಲ್ಲ ಬರಸ್ಕಂಡು ಬರ್ಬೇಕು ನಾಯಕರೇ"

"ಇಲ್ನೋಡು ನಾನೊಂದು ಮಾತೇಳ್ತೀನಿ, ಗಂಟಲಾಳದಿಂದ ಮಾತಾಡೋನು ಹೆಂಗೋ ಮುಂದಕ್ಕೆ ಬಂದುಬಿಡ್ತಾನೆ. ನಾನು ನಲುವತ್ತು ವರ್ಷಗಳಿಂದ ನೋಡಿದೀನಿ. ಪಕ್ಷಕ್ಕೆ ಸೇರ್ತಾನೆ, ಮಾತುಕತೆ ನಡೆಸ್ತಾನೆ. ಯಾವನು ಗಂಟಲಾಳದಿಂದ ಮಾತಾಡ್ತಾನೋ ಅವನು ಬುದ್ಧಿಶಾಲೀಂತ ಜನ ನಂಬುತ್ತಾರೆ."

"ಸರಿ ಹಂಗಾದ್ರೆ ನಾನು ಹೊರಡ್ತೀನಿ ನಾಯಕರೆ, ಆಸ್ಪತ್ರೆಲಿ ಒಂದು ತಿರುಪೆ ಇದೆ. ಅದುನ್ನ ಬೇರೆ ಹೋಗಿ ಕರ್ಕಂಡು ಬರ್ಬೇಕು."

"ಅಲ್ಲಿ ಇರುಳಪ್ಪನ್ ಅಂತ ನಮ್ ಕಡೆಯೋನೊಬ್ಬ ಇದ್ದಾನೆ. ಕಪ್ಪಗೆ ಕುಳ್ಳಗೆ. ಮೊಕದಲ್ಲಿ ಒಂದು ಮಚ್ಚೆ ಇದೆ. ಮೊದ್ಲು ಹೋಗಿ ಅವುನನ್ನ ನೋಡು, ಸೀದಾ ಡಾಕ್ಟರ್‌ನ ನೋಡಕ್ಕೆ ಹೋಗಿಬಿಡಬೇಡ."

"ಸರಿ ನಾಯಕರೆ"

"ದುಡ್ಡು ಎಚ್ಚರ. ನಮ್ ಹಳೆ ಹುಡುಗ್ರು ಬ್ಲೇಡು ಕೈಯಲ್ಲಿಟ್ಕಂಡು ಸುತ್ತುತಾ ಅವೆ. ಈ ತೈಪೂಸಂ ಬಂದರೇನೇ ಅವುಕ್ಕೆ ಸಾಲ ತೀರ್ಸಕ್ಕೊಂದು ಚಾನ್ಸು"

ಬಾಗಿಲಲ್ಲಿ ಇಬ್ಬರು ಆಂಡಿಗಳು* ಒಂದಷ್ಟು ಚಿಲ್ಲರೆಗಳಿದ್ದ ಭಿಕ್ಷಾಪಾತ್ರೆಯನ್ನು ಮುಂಚಾಚಿದರು. ಅವರನ್ನ ನೋಡಿ "ಹೋಗ್ರೋ ತಟ್ಟೆ ಚಾಚ್ಬೇಡಿ, ಆಮೇಲೆ ನಮ್ಮನ್ನೇ ತಿರುಪೆ ಎತ್ತುಸ್ತೀರ ನೀವು" ಬಯ್ದರು ನಾಯಕರು.

* ದೇವರಿಗೆ ನಡೆದುಕೊಳ್ಳುವವರು

ಪೆರುಮಾಳ್ ದೊಡ್ಡಾಸ್ಪತ್ರೆಗೆ ಹೋದಾಗ ಬಿಸಿಲು ಇಳಿಯತೊಡಗಿತ್ತು. ಆಗಲೂ ಕಾವಡಿಯವರ ಗಲಾಟೆಯಿತ್ತು. ಆಸ್ಪತ್ರೆಯ ಮುಂದೆ ಗುಂಪುಗುಂಪಾಗಿ ಹಳ್ಳಿಗರು ನೆರೆದಿದ್ದರು. ಟೀ ಮಾರುವವರು, ತಳ್ಳುಗಾಡಿಯ ವ್ಯಾಪಾರದವರು ಸಹಾ ಇದ್ದರು. ಹೆಂಚು ಹೊದೆಸಿದ್ದ ಹಳೆಯ ಕಟ್ಟಡದ ವೆರಾಂಡದ ತುಂಬೆಲ್ಲ ರೋಗಿಗಳು ಅವರ ಸಂಬಂಧಿಗಳು. ಬರಿಯ ಅಂಗಿ ಮಾತ್ರವೇ ತೊಟ್ಟುಕೊಂಡಿದ್ದ ಎರಡು ಮಕ್ಕಳು ಅವರ ಅಮ್ಮಂದಿರ ಮಡಿಲಲ್ಲಿ ಕುಳಿತುಕೊಂಡಿದ್ದವು. ಅಲ್ಲೇ ಇದ್ದ ಬಿಳಿಬಟ್ಟೆಯುಟ್ಟಿದ್ದ ಒಬ್ಬರನ್ನು ಪೆರುಮಾಳ್ ಕೇಳಿದ "ಇಲ್ಲಿ ಇರುಳಪ್ಪನ್ ಅಂತ..."

"ಯಾರು ಆರ್ಡರ್ಲಿಯಾ?"

"ಹೌದು"

"ಸೀದ ಹೋಗಿ, ಸಿ ಬ್ಲಾಕು"

ಸಿ ಬ್ಲಾಕಿನಲ್ಲಿ ಇರುಳಪ್ಪನ್ ಒಂದು ರೂಮಿನೊಳಗೆ ಸ್ಟೂಲಿನ ಮೇಲೆ ಕುಳಿತುಕೊಂಡು ಪತ್ರಿಕೆಯೊಂದನ್ನು ಓದುತ್ತಿದ್ದ. ಆ ವರಾಂಡದಲ್ಲಿ ಪಳನಿ ಬೆಟ್ಟದ ಮೆಟ್ಟಿಲುವರಸೆಯಲ್ಲಿದ್ದಷ್ಟೇ ಜನ ಜಂಗುಳಿಯಿತ್ತು.

"ಅಯ್ಯಾ ನಮಸ್ಕಾರ"

"ಯಾರು?"

"ನಾಯ್ಕರ್ ಕಳಿಸಿದರು"

ಅವನೆದ್ದು ಬಾಯ್ಯಾ ಅನ್ನುತ್ತ ಬದಿಗೆ ಕರೆದೊಯ್ದ. ದೊಡ್ಡದಾದ ಎರಡು ಕಂಬಗಳ ಮರೆಗೆ ಅವರು ಸರಿದರು. ಆ ಕಂಬಗಳು ಎಲೆಅಡಿಕೆಯ ಕೆಂಪಿನಿಂದ ಆವರಿಸಿಕೊಂಡಿದ್ದವು, ಹಳೆಯ ಕರೆಗಳ ಮೇಲೆ ಹೊಸತಾಗಿ ತುಪ್ಪಿದ್ದ ಎಂಜಲಿನ ಕರೆಯೂ ಅಂಟಿಕೊಂಡಿತ್ತು.

"ನಮ್ಮ ತಿರುಪೆ ಒಂದು ಇಲ್ಲಿ ಸಿಕ್ಕಾಕಂಡಿದೆ"

"ಮುದುಕಿನಾ?"

"ಇಲ್ಲ ಸಣ್ಣ ಹುಡುಗಿ, ಪೋಲೀಸ್ರು ಕರ್ಕೋಗಿ ಸೊಂಟ ಮುರ್ದು ಹಾಕಿಬಿಟ್ಟಿದಾರೆ. ಸಣ್ಣ ಹುಡುಗಿ. ಒಂದಿಪ್ಪತ್ತೈದು ಅಂದ್ರೂ ಹೆಚ್ಚೇ."

"ಸರಸ್ವತಿಯಾ? ನಿನ್ನೆ ಬಂದವ್ಳು?"

"ಅವ್ಳಲ್ಲ"

"ಎರಡು ಕಾಲೂ ಇಲ್ದವ್ಳು."

"ಅವ್ಳೇ, ಅವ್ಳ ಹೆಸ್ರು ಎರುಕ್ಕು. ಸುಮ್ನೆ ಹಂಗೆ ಕರಿಯದು."

"ಅವ್ಳು ಹಿಂದ್ಗಡೆ ವಾರ್ಡಲ್ಲಿ ಇದ್ದಾಳೆ."

"ಹೆಂಗೆ ಕಂಡೀಶನ್?"

"ಕಷ್ಟ"

"ಏನಾಗಿದೆ?"

"ಬೆನ್ನುಮೂಳೆ ಫ್ರಾಕ್ಚರ್ ಆಗೋಗಿದೆ, ಎದ್ದು ಕೂತ್ಕಳ್ಳಕ್ಕಾಗಲ್ಲ. ತುಂಬ ನೋವಿರತ್ತೆ"

"ಕಳ್ಸಕ್ಕಾಗಲ್ಲವಾ?"

"ಒಳ್ಳೆ ಕತೆ! ಎಲ್ಲಾರ ಹೋಗಿ ಕೇಳ್‌ಗೀಳ್ ಬಿಟ್ಟೀಯ, ಸೀದ ಪೋಲೀಸ್ರಿಗೆ ಫೋನ್ ಮಾಡಿಬಿಡ್ತಾರೆ. ಈಗ ಎಲ್ಲರನ್ನೂ ಅವ್ರವ್ರ ರಿಲೇಶನ್ಸ್ ಜೊತೆನೇ ಕಳಿಸ್ಬೇಕಂತ ರೂಲ್ಸ್ ಮಾಡಿದಾರೆ ಹೊಸ ಡಾಕ್ಟರ್. ಹಾಗೆ ಯಾರೂ ಬರದೇ ಇದ್ದರೆ, ಅವ್ರನ್ನ ಯಾವ್ದಾರ ಆಶ್ರಮಕೆ ಕಳಿಸ್ಬಿಡ್ತಾರೆ, ಕನ್ಯಾಸ್ತ್ರೀಗಳು ಬಂದು ಕರ್ಕೊಂಡು ಹೋಗಿಬಿಡ್ತಾರೆ"

"ಹೊಸ ಡಾಕ್ಟರ್ ಕ್ರಿಶ್ಚಿಯನ್ನಾ?"

"ಹೌದು, ಫ್ರಾನ್ಸಿಸ್ ದೇವದಾಸ್ ಅಂತ. ನಿಮ್ಮೂರ ಪಕ್ಕನೇ..."

"ಈ ಕ್ರಿಶ್ಚಿಯನ್‌ಗಳಿಗೆ ಯಾಕೆ ಈ ಬೇಡ್ದೆ ಇರೋ ಕೆಲಸಾಂತೀನಿ. ಊರಲ್ಲಿರೋ ಅಷ್ಟೂ ಆತ್ಮ ಇಲ್ಲದೆ ಇರೋ ಜೀವಗಳನ್ನೆಲ್ಲ ಎತ್ತಾಕಂಡು ಹೋಗ್ತಾರಲ್ಲ?"

"ಅವರು ಇಂಥೋರ ಲಿವರನ್ನ ಎತ್ತಿ ಅದನ್ನ ಹದ ಮಾಡಿ ಅಮೆರಿಕಾಕೆ ಕಳಿಸ್ತಾರೆ. ಅದು ಗೊತ್ತಾ?"

"ಮುರುಗಾ! ನಿಜವಾ?"

"ಮತ್ತೆ? ಈಗ್ಲೇ ನಿಮ್ಮುಡ್ಗಿ ಅರ್ಧ ಆ ಕಡೆ ವಾಲಿಯಾಯ್ತು. ಇನ್ನೆರಡು ದಿನ ಇದ್ಲೂಂದ್ರೆ ಸೀದ ಕನ್ಯಾಸ್ತ್ರೀ ಆಶ್ರಮಕೆ ಹೋಗೋದೆ."

ಪೆರುಮಾಳ್ ಮಾತಾಡದೆ ಸ್ವಲ್ಪ ಹೊತ್ತು ಸುಮ್ಮನೆ ನಿಂತ.

"ನೈಟ್ ಡ್ಯೂಟಿಗೆ ಬೇರೆ ಡಾಕ್ಟರ್ ಬರ್ತಾರೆ, ಅವ್ರು ಸ್ವಲ್ಪ ಬಗ್ಗೋ ಟೈಪ್. ಅಷ್ಟೇನೂ ನೋಡಕ್ಕೋಗಲ್ಲ" ಅಂದ ಇರುಳಪ್ಪನ್.

"ದುಡ್ಡು ತಗಂತಾರಾ?"

"ಹಣ ಎಲ್ಲ ಕೇಳಲ್ಲ, ಆದರೆ ನೋಡಿ ಮಾಡಿ ಮಾತಾಡಬೇಕು. ಇನ್ನು ಒಂದು ಸಿಸ್ಟರ್‌ಗೆ ಐನೂರು ರೂಪಾಯಿ."

"ಈ ಕುಂಟಿ ಶನಿಗಾ?"

"ವರಮಾನ ಬರಲ್ವಾ?"

"ಅದುಕ್ಕೆ? ಸರಿ, ಹೆಚ್ಚು ಮಾತು ಬೇಡ. ನಾನು ಒಟ್ಟು ಐನೂರು ರೂಪಾಯಿ ಕೊಡ್ತೀನಿ ನಿನ್ನ ಕೈಲಿ. ಅದ್ರಾಚೆಗೆ ಒಂದ್ರುಪಾಯಿನೂ ಯಾರ್ಗೂ ಕೊಡಲ್ಲ."

"ಬೇಡ ಅದು ಸಾಕು"

ಪೆರುಮಾಳ್ ಮತ್ತೆ ಹೊರಗೆ ಬೀದಿಗೆ ಬಂದು ಆ ಜನಜಂಗುಳಿಯೊಳಗೆ ಕಷ್ಟಪಟ್ಟು ನುಸುಳಿ ಬಳೆ ವ್ಯಾಪಾರಿಯ ಬಳಿ ಒಂದು ಅರಸಿನ ದಾರ ಕೊಂಡು ಜೊತೆಗೆ ಅಲ್ಯುಮಿನಿಯಂ ಗಿಲ್ಟ್ ಮುಳುಗಿಸಿ ಎತ್ತಿದ ಒಂದು ಡಾಲರನ್ನು ಕೊಂಡು ನಂತರ ಆ ದಾರದಲ್ಲಿ ಅದನ್ನು ತೂರಿಸಿ ಅದನ್ನು ಮಣ್ಣಿನಲ್ಲಿ ಹೊರಳಿಸಿ ಕೊಳೆಯಾಗಿಸಿ ಸೊಂಟದ ಮಡಿಕೆಯಲ್ಲಿಟ್ಟುಕೊಂಡು ಆಸ್ಪತ್ರೆಯತ್ತ ಹೊರಟ. ಅಷ್ಟರಲಿ ಇರುಳಪ್ಪನ್ ಬಂದು "ಆ ಕ್ರಿಶ್ಚಿಯನ್ ಡಾಕ್ಟರ್ ಹೋಗಾಯ್ತು, ಇನ್ನೊಬ್ಬ ಇದೇನು ಬಂದು ಬಿಡ್ತಾರೆ" ಅಂದ.

"ನರ್ಸಿಗೆ ಹಣ ಕೊಟ್ಟಾಯ್ತ?"

"ಎಲ್ಲ ರೆಡಿ ಡಾಕ್ಟರ್ ಡಿಸ್ಚಾರ್ಜ್ ಮಾಡಿದ್ರೆ ಮುಗೀತು ಕರ್ಕೊಂಡು ಹೋಗಬಹುದು."

"ಸುಮ್ನೆ ಎತ್ತಾಕ್ಕೊಂಡು ಹೋಗಕ್ಕಾಗಲ್ವಾ?"

"ಹಂಗೆಲ್ಲ ಹೊತ್ತಾಕ್ಕಂಡೋಗಕ್ಕಾಗಲ್ಲ, ರಿಕ್ಷಾ ಕರ್ಕಬಾ"

"ರಿಕ್ಷಾ ಈ ಗುಂಪಲ್ಲಿ ಅದೆಂಗೆ ಬೆಟ್ಟದ ಬುಡ ತನಕ ಬರತ್ತೆ? ಸಾಲ್ದಕ್ಕೆ ಹಣ ಬೇರೆ ಕೊಡ್ಬೇಕು"

"ಸರಿ, ನಾ ನೋಡ್ಕಂತ್ತೀನಿ ನೀನು ಬಾ"

ಪೆರುಮಾಳ್ ಹಿಂದಿನ ವಾರ್ಡ್‌ಗೆ ಹೊರಟ. ಆಸ್ಬೆಸ್ಟಾಸ್ ಶೀಟ್ ಹಾಕಿದ ದೊಡ್ಡ ಹಜಾರ. ಕೆಳಗೆ ಮಂಚದ ಮೇಲೆ, ದಿಣ್ಣೆಯ ಮೇಲೆ ಹೀಗೆ ಎಲ್ಲೆಂದರಲ್ಲಿ ತುರುಕಿದಂತೆ ಕಾಣುವ ರೋಗಿಗಳು. ಹೆಚ್ಚಿನವರು ಭಿಕ್ಷುಕರು ಅಥವಾ ಅವರಂತೆಯೇ ಅನಾಥರು. ಕೊಳೆ ಬಟ್ಟೆಗಳು, ಸಿಲವಾರದ ತಟ್ಟೆಗಳು, ವಾಂತಿ ಎಂಜಲು ತುಂಬಿದ ಆ ನೆಲದಲ್ಲಿ ನಡೆಯಲೂ ಕಷ್ಟವಾಗುತ್ತಿತ್ತು.

"ನಿಲ್ಲೋ..." ಅಂದ ಇರುಳಪ್ಪನ್. "ಇಲ್ನೋಡು"

ಇಬ್ಬರು ಕನ್ಯಾಸ್ತ್ರೀಗಳು ಎರುಕ್ಕುವಿನೊಡನೆ ಮಾತಾಡುತ್ತಿದ್ದರು. ಒಬ್ಬಳು ಕೆಳಗೆ ಮಲಗಿದ್ದ ಎರುಕ್ಕುವಿನ ಪಕ್ಕ ಕೂತು ಮಾತಾಡುತ್ತಿದ್ದಳು. ಇನ್ನೊಬ್ಬಳು ಅವಳ ಪಕ್ಕ ದೊಡ್ಡ ಬ್ಯಾಗೊಂದನ್ನು ತೋಳಿಗೆ ಹಾಕಿಕೊಂಡು ನಿಂತಿದ್ದಳು.

"ಇದು ಮೂರನೇ ಸಲ ಇವ್ರು ಇವಳನ್ನ ನೋಡಕ್ಕೆ ಬಂದಿರೋದು."

"ಸೂಳೆಮಕ್ಳು" ಅಂದ ಪೆರುಮಾಳ್.

ಅವರು ನರ್ಸಿನೊಡನೆ ಮಾತಾಡಿ ಅಲ್ಲಿಂದ ಹೊರಟು ಹೋದರು.

ಪೆರುಮಾಳ್ ನೆಟ್ಟಗೆ ನೆಲದಲ್ಲಿ ಮಲಗಿದ್ದ ದೇಹಗಳನ್ನು ದಾಟಿ, ಎರುಕ್ಕುವನ್ನು ಮಲಗಿಸಿದ್ದ ಚಾಪೆಯನ್ನು ತಲುಪಿದ. ಅವಳು ಅವನನ್ನು ನೋಡಿದೊಡನೇ ಬೆದರಿ "ಅಯ್ಯೋ ಅಮ್ಮಾ" ಎಂದು ಚೀರಿದಳು.

ಪೆರುಮಾಳ್ ಬಗ್ಗಿ ಅವಳ ಕತ್ತಿಗೆ ಆ ಅರಸಿನ ದಾರ ಕಟ್ಟಿ ಅವಳ ಬ್ಲೌಸಿನೊಳಗೆ ತುರುಕಿ, "ಸದ್ದು ಮಾಡಿದ್ರೆ ಇಲ್ಲೇ ಕೊಂದಾಕಿ ಹೋಗ್ತಾ ಇರ್ತೀನ್ನೋಡು ಹೆಣವೆ" ಎಂದು ಬಯ್ದ. ಎರುಕ್ಕು ಬೆರಗಾಗಿ ಕಲ್ಲಿನಂತೆ ಹಾಗೆಯೇ ಮಲಗಿದ್ದಳು.

"ನಾನು ಹೇಳದ್ನ ಮಾತಾಡ್ದೆ ಕೇಳಿದ್ರೆ ಸರಿ ನಾಯೆ, ಅದು ಬಿಟ್ಟು ಆ ಆಶ್ರಮ ಈ ಆಶ್ರಮಾಂತ ಹೋದೆ ಅಂದ್ರೆ ಎಲ್ಲೋಗ್ತೀಯೋ ಅಲ್ಲಿಗೇ ಬಂದು ಕತ್ತರಿಸಿ ಹಾಕ್ತೀನಿ, ಏನು ಆಟಾಡ್ತಾ ಇದೀಯ?" ಅನ್ನುತ್ತ ಎದ್ದ ಪೆರುಮಾಳ್.

ಇರುಳಪ್ಪನ್ ನರ್ಸಿನ ಪಕ್ಕ ನಿಂತಿದ್ದ. ಪೆರುಮಾಳ್ ನಮಸ್ಕಾರ ಮಾಡುತ್ತ ಹತ್ತಿರ ಹೋದ.

"ಯಾರು ನೀವು?"

"ನನ್ ಹೆಂಡ್ತಿ..."

"ಏನ್ ಕೆಲಸ್ ಮಾಡ್ತೀರಿ?"

ಪೆರುಮಾಳ್ ಮಾತಾಡ್ದೆ ನಿಂತ.

"ತಿರುಪೆ ಎತ್ತೋದಾ?"

"ಇಲ್ಲ ಬುಟ್ಟಿ ಹೆಣೆಯದು, ಹೂ ಕಟ್ಟದು."

"ಇವಾಗ ಅವಳನ್ನ ಅಲ್ಲಾಡ್ಸಕ್ಕಾಗಲ್ವೇ, ಬೆನ್ನುಮೂಳೆ ಫ್ರಾಕ್ಚರ್ ಆಗಿದೆ, ಹಾಗೇ ಲಕ್ವ ಹೊಡೆದ್ರೂ ಹೊಡೀಬಹುದು"

ಪೆರುಮಾಳ್ ಇರುಳಪ್ಪನ ಕಡೆ ನೋಡಿದ.

"ಅವರ ಗುಂಪು ಊರು ಬಿಟ್ಟು ಹೋಗ್ತಾ ಇದೆ, ಜೊತೆಗೆ ಹೋಗ್ಲಿಲ್ಲಾಂದ್ರೆ ಜಾತಿಂದ ತೆಗ್ದು ಹಾಕ್ತಾರೆ." ಅಂದ ಇರುಳಪ್ಪನ್.

ನರ್ಸ್ ಅಲ್ಲಿಂದಲೇ ಎರುಕ್ಕುವನ್ನು ನೋಡಿ, "ಏನೇ ಇದು ನಿನ್ ಗಂಡನಾ?" ಎಂದು ಕೇಳಿದಳು.

"ಇವನ್ಜೊತೆ ಹೋಗ್ತೀಯ?"

"ಸರಿ"

"ಆಶ್ರಮಕೆ ಹೋಗ್ತೀನಿ ಅಂದೆ?"

"ಇಲ್ಲ ಅವರ ಜೊತೆ ಹೋಗ್ತೀನಿ."

"ನಿಂಗೆ ತುಂಬ ನೋವಿರತ್ತೆ, ಈಗ ನಿನ್ ಕಂಡೀಷನ್ ಸ್ವಲ್ಪ ಸೀರಿಯಸ್ ಇದೆ. ಏನೇಳ್ತೀಯ?"

"ಅವರಿಷ್ಟ" ಅಂದಳು ಎರುಕ್ಕು.

"ಸರಿ ಇಲ್ಲಿ ಸೈನ್ ಮಾಡಿ ಕರ್ಕಹೋಗಿ"

"ಹೆಬ್ಬೆಟ್ಟು ಅಮ್ಮಣಿ"

"ಸರಿ, ಅದ್ನೇ ಹಾಕು. ರೂಲ್ಸ್ ಪ್ರಕಾರ ರೇಷನ್ ಕಾರ್ಡು ತೋರಿಸದೆ ಬಿಡಂಗಿಲ್ಲ. ಏನೋ ಇರುಳಪ್ಪನ್ ಹೇಳ್ದಾಂತ ಅಷ್ಟೇ."

"ಸರಿ ಅಮ್ಮಣಿ, ನೂರು ವರ್ಷ ಆರೋಗ್ಯವಾಗಿರಿ."

ಇರುಳಪ್ಪನ್ "ಸರಿ ಹೊತ್ಕೊಂಡು ಹಿಂದುಗಡೆ ಬಾ, ಒಂದು ದಾರಿ ಮಾಡಿಟ್ಟಿದ್ದೀನಿ" ಅಂದ.

ಪೆರುಮಾಳ್ ಎರುಕ್ಕುವನ್ನು ಎತ್ತಿದಾಗ ಅವಳು ಸೊಂಟದ ಮೇಲೆ ಕೈಯಿಟ್ಟುಕೊಂಡು "ಅಯ್ಯೋ ಅಮ್ಮಾ" ಎಂದು ಚೀರಿದಳು.

ಪೆರುಮಾಳ್ ಒಂದು ಕೈಯಿಂದ ಅವಳ ಬಾಯನ್ನು ಮುಚ್ಚಿ ಇನ್ನೊಂದು ಕೈಯಿಂದ ಅವಳನ್ನು ಅನಾಮತ್ತಾಗಿ ಎತ್ತಿದ. ಅವಳ ದೇಹ ನೋವಿನಲಿ ತುಡಿಯಿತು. ಆ ನೋವು ಅವಳ ದೇಹವೆಲ್ಲ ವ್ಯಾಪಿಸಿ ಮಿಡಿಯಿತು. ಕೋಳಿಯ ಕತ್ತು ಹಿಚುಕುವಾಗ ಅದರ ಇಡೀ ದೇಹದ ತುಂಬೆಲ್ಲ ಆ ವೇದನೆ ವ್ಯಾಪಿಸಿ ಅದು ತುಡಿಯುವ ಹಾಗೆ ಇತ್ತು ಇದುವೂ.

ವಾರ್ಡಿನ ಹಿಂಭಾಗ ಖಾಕಿ ಶರಟು ಪ್ಯಾಂಟು ತೊಟ್ಟ ತೆಳ್ಳನೆಯ ವ್ಯಕ್ತಿಯೊಬ್ಬ ದ್ವಿಚಕ್ರ ವಾಹನದೊಂದಿಗೆ ನಿಂತಿದ್ದ. ಬಾಯಲ್ಲಿ ಎಲೆಯಡಿಕೆ ತುಂಬಿಕೊಂಡಿದ್ದ ಕಾರಣ ಒಂದು ಕೆನ್ನೆಯ ಬದಿ ಊದಿಕೊಂಡು ಒಳ್ಳೆ ಮಂಗನಂತೆ ಕಾಣುತ್ತಿದ್ದ.

"ಇದ್ರಲ್ಲಿ ಕೂರ್ಸು" ಅಂದ ಇರುಳಪ್ಪನ್. ಅದು ಮಲಹೊರುವ ಗಾಡಿಯಾಗಿತ್ತು. ಒಣಗಿ ಅಂಟಿಕೊಂಡಿದ್ದ ಮಲ ಅದರಲ್ಲಿ ಮೆತ್ತಿಕೊಂಡಿತ್ತು. ಪೆರುಮಾಳ್ ಎರುಕ್ಕುವನ್ನು ಅದರೊಳಗೆ ಎತ್ತಿಹಾಕಿದಾಗ ಅವಳು ಕತ್ತು ಕುಯ್ದ ಹಂದಿಯಂತೆ ಊಳಿಟ್ಟು ನರಳಿದಳು. ಪೆರುಮಾಳ್ ಸುತ್ತಮುತ್ತ ನೋಡಿ ಅದೇ ಗಾಡಿಯಲ್ಲಿದ್ದ ಹಳೆಯ ಬಟ್ಟೆಯ ತುಣುಕೊಂದನ್ನು ಅವಳ ಬಾಯಿಗೆ ತುರುಕಿದ.

"ಸ್ವಲ್ಪ ಹೊತ್ತಷ್ಟೇ, ಮಾತ್ರೆ ಕೊಟ್ಟಿದ್ದೀವಿ ಮಲಗಿಬಿಡ್ತಾಳೆ" ಅಂದ ಇರುಳಪ್ಪನ್.

"ಸಾಮಿ, ಇದು ಹೆಣ ಅಲ್ಲ, ನಂಗಾಗಲ್ಲ" ಎಂದ ಆ ಆಸಾಮಿ.

"ಇವನಿಗೊಂದು ನೂರು ರುಪಾಯಿ ಕೊಡು" ಅಂದ ಇರುಳಪ್ಪನ್.

"ಸಾಮಿ, ದೊಡ್ಡ ಪಾಪ ಸಾಮಿ"

"ಹಣ ಇಟ್ಕೋ"

"ಬೇಡ ಸಾಮಿ, ಇದು ದೊಡ್ಡ ಪಾಪ ಸಾಮಿ, ದೊಡ್ಡ ಪಾಪ"

ಇರುಳಪ್ಪನ್ ಹಣವನ್ನ ಆ ಆಸಾಮಿಯ ಖಾಕಿ ಶರಟಿನ ಜೇಬಿನಲ್ಲಿಟ್ಟ, ಆ ಆಸಾಮಿ ಬೆದರಿ ಶರಟನ್ನು ಕಳಚಿ ಕೆಳಗೆ ಬಿಸುಟ.

"ಸಾಮಿ, ಮಕ್ಳು ಮರಿ ಇರೋನು ಸಾಮಿ, ಮೂರು ಹೆಣ್ಮಕ್ಕಳಿದಾವೆ, ಇದೆಲ್ಲ ದೊಡ್ಡ ಪಾಪ ಸಾಮಿ."

"ನೀನೇ ತಳ್ಕಂಡು ಹೋಗು, ನಾನು ಇವುನುನ್ನ ನೋಡ್ಕಂತೀನಿ" ಅಂದ ಇರುಳಪ್ಪನ್.

ಒಂದು ಗೋಣಿ ಚೀಲವನ್ನು ಎರುಕ್ಕುವಿಗೆ ಹೊದೆಸಿ ಪೆರುಮಾಳ್ ತಳ್ಳಿಕೊಂಡು ಹೊರಟ. ಮಲದ ಗಾಡಿಯನ್ನು ಕಂಡವರೇ ಜನ ಮಾತಾಡದೆ ಸರಿದು ದಾರಿಮಾಡಿಕೊಟ್ಟರು.

***

9

ಸಂಜೆಯ ಪೂಜೆಯ ಬಳಿಕ ಮಳೆ ಸುರಿದು ನಿಲ್ಲುವ ಹಾಗೆ ಮೆಟ್ಟಿಲ ಮೇಲೆ ಜನರ ಸಂಖ್ಯೆ ಕಡಿಮೆಯಾಗುತ್ತಾ ಬಂತು. ಕಡೆಯದಾಗಿ ಪೆಟ್ಟಿಗೆ ಅಂಗಡಿಯವರೂ, ಹೂವಿನಂಗಡಿಯವರೂ ಇಳಿದರು. ಹಠಾತ್ತನೆ ಮಂಜು ಹೆಚ್ಚಾದಂತೆ ವಿಪರೀತ ಚಳಿ ಹೆಚ್ಚಾಗತೊಡಗಿತು. ಕಲ್ಲಿನ ಮೆಟ್ಟಿಲುಗಳು ಇಬ್ಬನಿಯ ತೇವದಲಿ ನೆನೆದು, ನಿಯಾನ್ ಬೆಳಕಿನಲ್ಲಿ ಫಳಫಳನೆ ಹೊಳೆದವು, ಬೀಸುತ್ತಿದ್ದ ಕುಳಿರ್ಗಾಳಿಯ ಹೋರಿಗೆ, ಪ್ಲಾಸ್ಟಿಕ್ ಟೆಂಟುಗಳು ತಾರಾಡಿದವು, ಎಲ್ಲೋ ದೂರದಲಿ ನಾಯೊಂದು ಊಳಿಟ್ಟಿತು. ಮುತ್ತಮ್ಮ ಮಗುವನ್ನು ಎದೆಯ ಮೇಲೆ ಹಾಕಿಕೊಂಡು, ದೊಡ್ಡ ಗಂಟಲಿನಲಿ ಹುಚ್ಚಿಯಂತೆ ಮಗುವನ್ನು ಮುದ್ದಿಸಿ ಲಾಲಿಸಿದಳು.

"ಏ ಮುತ್ತಮ್ಮ, ಒಂದ್ ಸ್ವಲ್ಪ ಮೆತ್ತಗೆ ಮುದ್ದು ಮಾಡು, ನೀನು ಕೂಗೋ ಕೂಗಿಗೆ ಊರಲ್ಲಿರೋ ಅಷ್ಟೂ ರಾಜಕುಮಾರರೂ ಎದ್ದು ಇಲ್ಲಿಗೆ ಓಡಿ ಬರ್ತಾರೆ ನೋಡು" ಅಂದ ರಾಮಪ್ಪ.

"ಹೆತ್ತೋರಿಗೆ ಹೆಗ್ಗಣ ಮುದ್ದು" ಅಂದ ಗುಯ್ಯ.

"ಅದಕ್ಕೆಲ್ಲ ಒಂದು ಪುಣ್ಯ ಬೇಕು, ಅವಳಿಗೆ ವರ್ಷಾವರ್ಷ ಮಡಿಲು ತುಂಬ್ತದೆ" ಅಂದಳು ಸಣ್ಣಪ್ಪಿ.

"ನಿಂಗೆ ಮಡಿಲು ತುಂಬುಸ್ಬೇಕುಂದ್ರೆ ಒಳ್ಳೆ ಕುದುರೆನೇ ಕರಿಬೇಕು" ಅಂದ ರಾಮಪ್ಪ,

"ಥೀ, ಸತ್ತೋನೆ" ಎಂದು ಸಣ್ಣಪ್ಪಿ ಕಲ್ಲೆತ್ತಿ ಅವನತ್ತ ಒಗೆದಳು.

"ಇಲ್ಕೇಳು, ನಂಗೆ ನಿನ್ ತಂದೆ ವಯಸು. ಒಂದ್ವೇಳೆ ನಿನ್ ತಂದೆಯಾಗಿರ್ಲಿಕ್ಕೂ ಚಾನ್ಸುಂಟು"

"ಬಾ ಮತ್ತೆ, ತಂದೆನೋ ಇಲ್ವೋ ನೋಡ್ತೀನಿ"

ಮುತ್ತಮ್ಮ ಸರಿದು ಮಲಗಿ ರಾಮಪ್ಪನನ್ನು ಕುರಿತು "ಬೀಡಿ ಇದೆಯಾ?" ಎಂದು ಕೇಳಿದಳು.

"ಚಳಿಯಾದ್ರೆ ಬೀಡಿ, ಬೇರೇನಾದ್ರೂ ಬೇಕಿದ್ರೆ..." ಅಂದ ಗುಯ್ಯ. "ಅಣ್ಣಾ ಹಾಲು ಕುಡ್ಸ ತಾಯಂದ್ರು ಬೀಡಿ ಕುಡೀಬಾರದಂತೆ. ಮಗುಗೆ ಒಳ್ಳೇದಲ್ವಂತೆ ದಿನತಂತಿಲಿ ಹಾಕಿದ್ರು" ಅಂದ.

"ನೀ ಯಾವಾಗ್ಲೋ ದಿನತಂತಿ ನೋಡ್ದೆ?"

"ಹರ್ದೋಗಿರ ಪೇಪರಪ್ಪಾ... ಅದನ್ನೂ ಓದಿರ್ಬಾರ್ದಾ? ಹರ್ದೋಗಿರೋ ದೋಸೆ, ಹರ್ದೋಗಿರೋ ನೋಟು, ಹರ್ದೋಗಿರೋ ಹೆಣ್ಣು... ಎಲ್ಲ ನಮ್ಮ ಪಾಲಿಗೆ ಸಿಗೋ ವರ ಅಲ್ವಾ?"

ಮುತ್ತಮ್ಮ ಬೀಡಿ ಹಚ್ಚಿಕೊಳ್ಳಲಿಲ್ಲ.

"ಬೆಂಕಿಪೆಟ್ಟಿಗೆ ತಗಳ್ಳೇ"

"ಬೇಡಣ್ಣ"

"ಯಾಕೇ?"

"ಬೇಡ, ಯಾಕೋ ಬೇಡ ಅನಿಸ್ತಾ ಇದೆ"

"ಇವನು ಹೇಳಿದ್ದು ಕೇಳಿ ಬೇಡಾಂತಿದೀಯ? ಇವನೊಬ್ಬ, ನೀ ಕುಡಿ ಕುಟ್ಟೀ" ಅಂದ ರಾಮಪ್ಪ.

"ಬೇಡಣ್ಣಾ"

"ಕುಟ್ಟೀ, ಇವತ್ತು ನಿನ್ ಮೊಗ ಸುಮಾರು ಹತ್ತು ಗಂಟೆ ಬಿಸ್ಲು ಕಾದಾಯ್ತು, ಅದ್ರಲ್ಲೀ ಈ ಬೀಡಿ ಹೊಗೇಲಾ ಸಾಯ್ತದೆ ನಿನ್ ಮೊಗ?"

"ಬೇಡ ಅಣ್ಣ"

"ನಿಂಗೇನು ಹುಚ್ಚಾ? ನೀ ಹೆತ್ತ ತಿರುಪೆಗಳೆಲ್ಲ ಅದಿನ್ನೆಲ್ಲಿ ಸಾಯ್ತಾ ಇದಾವೋ"

ಮುತ್ತಮ್ಮ "ಇದೆಲ್ಲ ದೇವ್ರು ನೋಡ್ಕಂತಾನೆ ಬಿಡಿ" ಅಂದಳು.

"ದೇವ್ರು! ಉಚ್ಚೆ ಹುಯ್ದ! ಅಲ್ಲ ಹುಚ್ಚಿಯಾಗ್ಬುಟ್ಟೆ ಮುತ್ತಮ್ಮ ನೀನು!"

"ಅಲ್ಲ ಇನ್ನೇನಣ್ಣಾ ಅನ್ಕಳದು? ಏನಾದ್ರೊಂದು ಅನ್ಕಳ್ಳೇ ಬೇಕಲ್ಲ?" ಅನ್ನುತ್ತ ಮುತ್ತಮ್ಮ ಮಗುವನ್ನು ಮೆತ್ತಗೆ ತಟ್ಟುತ್ತ "ಬೇಡ ರಾಜ, ಬೇಡ ರಾಜ. ನೀ ಬೂಲೋಕದ ರಾಜ ಅಲ್ವಾ?" ಎಂದು ಮುದ್ದಿಸಿದಳು.

"ಕೆಳಗೆ ಇರುವೆ ಇರ್ಬೇಕಲ್ವಾ?" ಕೇಳಿದಳು ಸಣ್ಣಪ್ಪಿ.

"ರಕ್ತ ಹೋಗ್ತಾ ಇದ್ಯಲ್ವಾ? ಬರ್ತವೆ" ಅಂದ ಗುಯ್ಯ.

"ಅದಕ್ಕೇ ನಾನು ಎದೆ ಮೇಲೆನೇ ಮಲಗಿಸ್ಕಂಡಿರದು" ಅಂದಳು ಮುತ್ತಮ್ಮ.

ಇಲ್ಲಿ ಕೇಳು ಮುತ್ತಮ್ಮಾ, ಸಬರಿಮಲೈಯಲ್ಲಿ ಒಂದು ಮಿಶನ್ ಇದೆ. ಕಾಸು ಹಾಕಿದ್ರೆ ಒಂದು ಕಾರ್ಡು ಬಂದು ಬೀಳತ್ತೆ ಪ್ರತೀ ಸಲ. ಹಾಗೆನೇ ನೀನು. ಯಾರನ್ನ ಕರ್ಕಂಡು ಬಿಟ್ರೂ ಸರಿ ಮುಂದಿನ ವರ್ಷಕ್ಕೆ ಒಂದು ಮಾಲು ಗ್ಯಾರಂಟಿ ಬರ್ತದೆ."

"ಬರ್ಲಿ ಬಿಡಿ ಅಣ್ಣ, ಈ ಕಿತ್ತೋಗಿರ ಬದ್ಕಲ್ಲಿ ಹಂಗಾರೂ ಒಂದು ಸಂತೋಷ ಬರ್ಲಿ ಬಿಡಿ."

ಏಳೆಂಟು ಜನ ಭಕ್ತರು ಜಗಳ ಮಾಡುತ್ತಿರುವಂತೆ ಮಾತಾಡುತ್ತಾ ಇಳಿದು ಹೋದರು. ಎಲ್ಲರೂ ನಶೆಯಲ್ಲಿದ್ದರು. ಒಬ್ಬರನ್ನೊಬ್ಬರು ತಬ್ಬಿಹಿಡಿದುಕೊಂಡು ಎಳೆದುಕೊಂಡು ಹೋಗುತ್ತಿರುವಂತೆ ಹೋಗುತ್ತಿದ್ದರು. ಅಷ್ಟರಲಿ ಒಬ್ಬ ಬಡ ಪಂಡಾರಂ* ಬಂದ. ಅವನ ಕಾಲಿಂದ ಹನಿಹನಿಯಾಗಿ ರಕ್ತ ಹರಿದು ಮೆಟ್ಟಿಲುಗಳ ಮೇಲೆ ಬೀಳುತ್ತಿತ್ತು.

"ಇವುಗಳಿಗೆ ಇದೇ ಕೆಲಸ ರಾತ್ರಿ ಪೂರ. ಜಗಳ ಜೂಟಿ ಹೊಡೆದಾಟ. ಇಲ್ನೋಡಿ ರಾಮಪ್ಪಣ್ಣಿ, ವಯಸಾದ ಪಂಡಾರಂಗಳಂದ್ರೆ ಹೊಡ್ತ ತಿಂದು ಸಾಯ್ತವೆ, ಕಾಣಿಕೆನೆಲ್ಲ ಬೇರೆಯವ್ರು ಎತ್ಕಂಡು ಬಿಡ್ತಾರೆ" ಅಂದ ಗುಯ್ಯ.

"ಕೆಲವರು ಎಲ್ಲಾದ್ರು ಬಚ್ಚಿಡ್ತಾರೆ. ಕೆಲವರು ಅದನ್ನ ಹುಡುಕಿ ಎತ್ಕಂಡು ಕೊಂದಾಕಿ ಹೋಗ್ತಾರೆ. ಒಂದ್ಸಲ ಒಬ್ಬನ್ನ ತೆಪ್ಪ ಕೊಳದಲ್ಲಿ ಮುಳುಗ್ಸಿ ಕೊಲ್ಲದನ್ನ ನಾನೇ ನೋಡಿದೀನಿ."

"ಒಳ್ಳೆ ಚಳಿ" ಅಂದ ಗುಯ್ಯ. ಕಂಬಳಿಯನ್ನ ಸರಿಯಾಗಿ ಸುತ್ತಿ ಹೊದ್ದುಕೊಂಡ.

"ಅಲ್ಲಾ ಇಲ್ಲೇ ಹಿಂಗೆ ಅಂದ್ರೆ ಸಬರಿಮಲೆಯಲ್ಲಿ ಹೆಂಗಿರುತ್ತೋ" ಅಂದ ರಾಮಪ್ಪ ಪೇಪರನ್ನು ಆರಿಸಿ ಎತ್ತಿ ಬೆಂಕಿ ಹಚ್ಚಿದ. ಅದು ಉರಿಯಲು ಆರಂಭಿಸುತ್ತಿದ್ದಂತೆ ಗುಯ್ಯ ಮೆಲ್ಲಗೆ ಸರಿಯುತ್ತಾ ಮುಂದೆ ಬಂದು ಬೆಂಕಿಯ ಮುಂದೆ ಕೂತ. ಸಣ್ಣಪ್ಪಿಯೂ, ಕುರುವಿಯೂ ಹತ್ತಿರ ಬಂದರು.

"ಕುರುವೀ, ನೀನು ಒಂದು ಮುದ್ದುಹಕ್ಕಿ ಅಲ್ವಾ? ಒಂದು ಹಾಡೇಳು ನೋಡಣ"

ಕುರುವಿ ತನ್ನ ಕೀಚ್ ಕೀಚ್ ಕೊರಳಲ್ಲಿ ಅವರನ್ನ ಬಯ್ದಳು.

"ಬಾ ಕುರುವಿ, ಮರದ ಮೇಲೆ ಕೂರು ಕುರುವಿ..."

"ಯೇ ಗುಯ್ಯಾ, ಬಿಡೋ ಅವಳನ್ನ"

ಕುರುವಿ ಅವರನ್ನ ಲಕ್ಷಿಸದೆ ಪ್ಲಾಸ್ಟಿಕ್ ಬ್ಯಾಗಿನೊಳಗಿದ್ದ ಕಡಲೆಯನ್ನು ಎತ್ತಿ ಬಾಯಿಗಿಟ್ಟುಕೊಂಡಳು.

ಸಣ್ಣಪ್ಪಿ ಮುತ್ತಮ್ಮಳನ್ನು ಕುರಿತು "ಹಾಲು ಕೊಡ್ತಾ ಇದೀಯ?" ಎಂದು ಕೇಳಿದಳು.

"ಹೌದು"

---

* ದೇವರಿಗೆ ನಡೆದುಕೊಳ್ಳುವವರು

"ಕಚ್ತಾನಾ?"

"ಇದಕ್ಕೆ ಹಲ್ಲು ಬರಕ್ಕೆ ಇನ್ನೂ ಸ್ವಲ್ಪದಿನ ಆಗ್ಬೇಕು ಕುಟ್ಟೀ"

ಸಣ್ಣಪ್ಪಿಯ ಮುಖ ಬೆಂಕಿಯ ಬಿಸಿಗೆ ಬೆಚ್ಚಗಾಯ್ತು. ಅವಳ ಮುಖದಲ್ಲಿ ಒಂದು ಬಗೆಯ ನಗುವೂ ನಾಚಿಕೆಯೂ ಹಾದುಹೋಯ್ತು. "ಹೇಗಕ್ಕಾ ಇರತ್ತೆ. ಒಂಥರಾ ಕಚಗುಳಿ ಇಟ್ಟಂಗಾಗುತ್ತಾ?"

"ಇಲ್ಕೇಳು, ಸರಿಯಾಗಿ ಹೇಳ್ಬೇಕೂಂದ್ರೆ ಉಚ್ಚೆ ಹುಯ್ದಂಗೆ ಇರತ್ತೆ ಅನ್ಕೋ" ಅಂದ ಗುಯ್ಯ.

ಸಣ್ಣಪ್ಪಿ ಒಂದು ಕಲ್ಲೆತ್ತಿ ಗುಯ್ಯನತ್ತ ಬೀಸಿದಳು. ಗುಯ್ಯ "ಅಯ್ಯೋ" ಎಂದು ಚೀರಿದ. "ಹೇ ಸತ್ತೋಳೇ ಬಡ್ದಾಕ್ತೀನಿ ನೋಡು ನಿನ್ನ"

"ಯೇ ಗುಯ್ಯ, ಬಿಡೋ. ಅವಕ್ಕೆ ಅದೇ ಸಂತೋಷ"

"ನೀ ಎಷ್ಟು ಹೆತ್ತಿದೀಯ?" ಕೇಳಿದಳು ಸಣ್ಣಪ್ಪಿ.

"ಯಾರಿಗಿದೆ ಈಗ ಅದ್ರು ಲೆಕ್ಕ, ನಂಗೆ ಮುಖ ಕೂಡ ನೆನಪಿಲ್ಲ ಅಕ್ಕ. ಇನ್ಮೇಲೆ ಯಾರನ್ನಾರ ನೋಡಿದ್ರೂ ನಂಗೆ ಗುರ್ತು ಹಿಡಿಯಕ್ಕಾಗಲ್ಲ" ಅಂದಳು ಮುತ್ತಮ್ಮ. "ಮೊದಲ್ನೇ ಮೊಗ ಮಾತ್ರ ಸರಿಯಾಗಿ ನೆನಪಿದೆ ಅಕ್ಕ. ಹಂಗೆ ನಂಗೊಂದು ಮೊಗ ನಿಲ್ತದೆ ಅಂತ ಕನಸ್ನಲ್ಲೂ ಅನ್ಕಂಡಿರಲಿಲ್ಲ. ಆಗ ನಂಗೆ ಹದ್ನಾರು ವಯಸಾಗಿತ್ತು. ಹೊಟ್ಟೆ ದೊಡ್ಡದಾಗಿ ಉಬ್ಬಿ ಬರೋ ತನಕ ನಂಗೆ ನಂಬಿಕೆನೇ ಬಂದಿರಲಿಲ್ಲ. ಆಮೇಲೆ ಊಟನೂ ಇಲ್ಲ, ನಿದ್ದೆನೂ ಇಲ್ಲ. ಯಾವಾಗ ನೋಡಿದ್ರೂ ಕನಸು. ಮತ್ತೆ ಅಳು, ನಗು. ನಂಗಾ ಒಂಥರಾ ಹುಚ್ಚೇ ಹಿಡ್ದಂಗಾಗಿತ್ತು. ಹತ್ತು ತಿಂಗಳು ನೆಲದ ಮೇಲೆ ನಿಂತಿದ್ನಾ ಅಂದ್ರೆ ಇಲ್ಲ. ಆಮೇಲೆ ಮೊಗ ಹುಟ್ಟಿದ್ಮೇಲೆ ಅದನ್ನ ಎತ್ತಿ ತೋರಿಸಿದ್ರಲ್ಲ ಆಗ ಗಂಟ್ಲೇ ಬಿದ್ಹೋಯ್ತು ಅಕ್ಕ ನಂಗೆ.

"ಮೊಗ ನಿನ್ತರ ಇತ್ತಾ?"

"ನಂಗಾದ್ರೆ ಒಂದು ಕಣ್ಣಿದೆ, ಒಂದು ಕೈಯಿದೆ. ಊಟ ಎಲ್ಲಿದೇಂತ ನೋಡಿ ಎತ್ಕಂಡು ತಿನ್ನಕ್ಕೆ ಯಾರೂ ಸಹಾಯ ಮಾಡ್ಬೇಕಿಲ್ಲ. ಅದೇ ಒಂದು ಭಾಗ್ಯ. ಕಣ್ಣಿಲ್ಲ. ಕೈಯಲ್ಲೂ ಕಾಲಲ್ಲೂ ಒಂದು ಬೆರಳು ಮಾತ್ರ. ಗೂನು ಬೇರೆ. ಹೊಟ್ಟೆಗೆ ಬೆನ್ನಿಗೆ ಹೊಡೆದ ಮೇಲೆಯೇ ಅದು ಅತ್ತಿದ್ದು. ಗಂಟಲು ಹಿಚುಕಿ ಕೊಂದುಬಿಡಲಾ ಅಂತಲೂ ಅನಿಸಿತ್ತು. ಆದ್ರೆ ಗಂಟಲ ಮೇಲೆ ಕೈ ಇಟ್ಟಾಗ ಅಮುಕಕ್ಕಾಗಲಿಲ್ಲ. ಅಯ್ಯೋ ನನ್ ಕಂದಾ... ಅಂತ ಬಿದ್ದು ಗೋಳಾಡಿದೆ. ಅಪ್ಪು ಅಂತ ಒಬ್ಬ ಇದ್ದ. ಅವನು ಕೋಲು ತಗೊಂಡು ಹೊಡೆದ. ಈವಾಗಲೂ ಮನಸಲ್ಲಿದೆ ಅಕ್ಕ, ಮೊಗಿನ ಶರೀರ. ಎಷ್ಟು ಸಲ ತಡವಿ ತಡವಿನೋಡಿದೆ. ಹಾಗೆ ತಡವುತಾ ಇದ್ದರೆ ಕೈ ಬೆಳೆದ್ರೂ ಬೆಳೀಬಹುದೇನೋ ಅನ್ಕಂಡೆ ಆದ್ರೆ ಬೆಳೀಲಿಲ್ಲ ಅಕ್ಕ. ಇವತ್ತೂ ಸಹಾ ಆ ಕೈ ಬೆರಳು ನನ್ನ ಕಣ್ಣೊಳಗೇ ಇದೆ.

"ಕೊಲ್ಲಕ್ಕೆ ಮನಸೊಪ್ಪುತ್ತಾ?" ಕೇಳಿದಳು ಸಣ್ಣಪ್ಪಿ.

"ಮೊಗಿನ್ನ ಹೆಂಗೂ ದ್ವೇಷಿಸಕ್ಕಾಗಲ್ಲ. ದ್ವೇಷಿಸಬಹುದೋ ಏನೋ ಆದರೆ ಅದು ಯಾವಾಗ ನಮ್ಮ ಮೊಲೆ ಚೀಪುತ್ತೋ ಆ ಕ್ಷಣದಿಂದ ಆಗಲ್ಲ. ಮೊಲೆ ಕಚ್ಚುತ್ತೆ ಹಾಗೆ ಕಚ್ಚಿದ್ರೆ ನೋವಾಗತ್ತೆ ಗೊತ್ತಾ? ಆಗ ಅದು ನಮ್ಮ ಜೊತೆ ಏನೋ ಮಾತಾಡ್ತಾ ಇದೆ ಅಂತ ಅನಿಸತ್ತೆ ಗೊತ್ತಾ? ಅಮ್ಮಾಂತ ಕರ್ದಂಗೆ, ಆ ನಂತ್ರ ಅದನ್ನ ದ್ವೇಷಿಸಕ್ಕಾಗಲ್ಲ ಅಕ್ಕ."

"ನೀನು ಅದನ್ನ ಈಗ ನೋಡಿದ್ರೆ ಗುರುತು ಹಿಡೀತೀಯಾ ಅಕ್ಕ" ಕೇಳಿದಳು ಸಣ್ಣಪ್ಪಿ.

"ಅದಕ್ಕೀಗ ಹದಿನೆಂಟು ವರ್ಷ ವಯಸ್ಸಾಗಿರತ್ತೆ. ನಂಗೆ ನೆನಪಿರೋದು ಅದು ಮೊಗುವಾಗಿದ್ದಾಗ ಹೇಗಿತ್ತೋ ಅದು ಮಾತ್ರ. ಒಂದು ವಯಸ್ಸಿದ್ದಾಗ ಅದಕ್ಕೆ ಹಣ ಕೊಟ್ಟು ತಗೊಂಡು ಹೊರಟೋದರು. ಬಾಕಿ ಯಾವ್ ಮಕ್ಳನ್ನೂ ನಾ ಆಮೇಲೆ ನೋಡಿಲ್ಲ. ಅದರಲ್ಲಿ ಏಳು ಹೆಣ್ಣು ಅಕ್ಕ. ಆದ್ರೆ ನನ್ನ ಮಕ್ಕಳನ್ನ ಮುಟ್ಟಿದ್ರೆ ಗೊತ್ತಾಗ್ಬಿಡತ್ತೆ ಅಕ್ಕ, ಮುಟ್ಟಿದ್ರೆ ಗೊತ್ತಾಗ್ಬಿಡತ್ತೆ"

"ನಿಂಗೆ ಒಳ್ಳೆ ಮೊಗ ಹುಟ್ಟಿದ್ಯಾ ಅಕ್ಕ?"

"ಹೆಂಗೆ ಹುಟ್ಟತ್ತೆ? ಯಾವಾಗ್ಲು ಯಾರಾದ್ರು ಕುರುಡರೋ ಕುಂಟರೋ ಗೂನರನ್ನೋ ತಾನೇ ಕಳಿಸ್ತಾರೆ?"

"ಅದಕ್ಕೂ ಒಂದು ಯೋಗ ಬೇಕು"

"ನಂಗೆ ಒಟ್ಟು ಹದಿನೆಂಟು ಮಕ್ಕಳು. ಹದಿನೆಂಟು, ಸಬರಿಮಲೆ ಮೆಟ್ಟಿಲ ಹಾಗೆ ಹದಿನೆಂಟು. ಅದರಲ್ಲಿ ಒಂದಾದ್ರೂ ನನ್ನನ್ನ ನೋಡಿದ್ರೆ ಅಮ್ಮಾಂತ ಗುರ್ತು ಹಿಡೀತವೇನೋ. ಅವನ್ನ ನಾನೇನಾದ್ರು ಮುಟ್ಟಿದ್ರೆ ಗೊತ್ತಾಗ್ಬಿಡತ್ತೆ ಅಕ್ಕ. ಒಂದಾದ್ರು ಹುಡುಕ್ಕೊಂಡು ಬರತ್ತೆ ಅಕ್ಕ. ನನ್ ಮನಸಲ್ಲಿ ಒಂದು ನಂಬ್ಕೆ ಇದೆ, ಇದು ನಿಜವಾಗ್ಲೂ ನಡಿಯತ್ತೆ. ನೋಡು ಬೇಕಾದರೆ."

ಕುರುವಿ ಹಾಗೆಯೇ ಮಲಗಿ ಬಿಟ್ಟಿದ್ದಳು. ರಾಮಪ್ಪ ಒಂದು ಬಟ್ಟೆಯನ್ನೆತ್ತಿ ಅವಳ ಮೇಲೆ ಹೊದೆಸಿದ. "ಸತ್ತೋಳು ಏನಾದರೊಂದು ಇದೆಯಾ ಇದಕ್ಕೆ?" ಬಯ್ದು.

"ಅಣ್ಣಾ ಚಿಲ್ಲರೆ ಇದೆಯಾ?"

"ಯಾಕ್ಲೇ?"

"ನಾನು ಕೆಳಗಿಳಿದು ಹೋಗಿ ಬೀಡಿ ಸೇದಿ ಬರ್ತೀನಿ"

"ಕಾಸಿದೆ ಆದರೆ ಪೆರುಮಾಳ್ ಇಲ್ಲೇ ನಿಂತಿದಾನೆ"

"ಅವನು ಹೋಗ್ತಾನೆ, ನಾನು ಜಾಗ್ರತೆ ಹೋಗಿ ಬರ್ತೀನಿ"

"ಅವನು ಎರುಕ್ಕುನ ತಂದು ಕೆಳಗೆ ಹಾಕಿದ್ದನ್ನ ನಾನು ನೋಡ್ದೆ.

ಟೀ ಅಂಗಡಿಲಿರ್ತಾನೆ, ನೀ ಈ ಕಡೆಂದ ಹೋಗು."

ರಾಮಪ್ಪ ಸಿಮೆಂಟ್ ಕಟ್ಟೆಯ ಮೇಲಿಂದ ಏಳೆಂಟು ರೂಪಾಯನ್ನು ಎತ್ತಿ ಕೊಟ್ಟ. "ಇಲ್ನೋಡು ನಂಗೆ ಲೆಕ್ಕನೂ ಬೆಲೆಯೂ ಚೆನ್ನಾಗಿ ಗೊತ್ತಿದೆ."

"ಅಣ್ಣಾ ನಿನ್ನತ್ರ ಹೋಗಿ ಲೆಕ್ಕ ನೋಡ್ತೀನಾ? ನೀನು ನನ್ನಣ್ಣ ಅಲ್ವಾ?"

"ಈ ವೆವಾರದ ಜಗತ್ತಲ್ಲಿ ಅಣ್ಣ ಯಾವ ಲೆಕ್ಕ ತಮ್ಮ ಯಾವ ಲೆಕ್ಕ?"

ಗುಯ್ಯ ಕೋಲನ್ನು ಅವನತ್ತ ಚಾಚುತ್ತ "ಅಣ್ಣ ದೇವಸ್ಥಾನ ಅಂದ್ರೆ ನಾ ಗರ್ಭಗುಡಿಲಿರೋ ದೀಪ ಕಣೋಯ್" ಅಂದ.

"ಹೋಗ್ಲೇ" ಎಂದು ರಾಮಪ್ಪ ಕೈ ಬೀಸಿದ.

ಗುಯ್ಯ ನಿಧಾನಕೆ ಅಲ್ಲಲ್ಲಿ ಕೂರುತ್ತ ಮೆಟ್ಟಿಲಿಳಿದು ನಡೆದ.

"ಬೀಡಿ ತಂದಾಗ ನಂಗೊಂದು ಬಾಯಿ ಸೇದಕ್ಕೆ ಕೊಡಣ್ಣ" ಅಂದಳು ಸಣ್ಣಪ್ಪಿ.

"ಸೇದಿದ್ರೆ ಆಮೇಲೆ ನಿನ್ನ ಹಿಡಿಯಕ್ಕಾಗಲ್ಲ ನೋಡು"

ಸೊಂಟದಲ್ಲಿ ಎಲೆಅಡಿಕೆ ಸಂಚಿ ಸಿಕ್ಕಿಸಿಕೊಂಡು ಬಾಯಿ ತುಂಬ ಎಲೆಅಡಿಕೆ ಹಾಕಿಕೊಂಡು, ತಲೆ ತುಂಬ ಮಲ್ಲಿಗೆ ಮುಡಿದ ಒಬ್ಬಳು ಇಳಿದುಬಂದಳು.

"ಮೇಲೆ ಯಾರಿದ್ದಾರೆ? ಇವಾಗ ಇಳಿದು ಬರ್ತಾ ಇದೀಯ?" ಕೇಳಿದಳು ಸಣ್ಣಪ್ಪಿ.

"ಮೇಲೆ ಮುರುಗ ಇದ್ದಾನೆ"

"ಥೀ ಬಾಯಿಗೆ ಬಂದಂಗೆ ಮಾತಾಡ್ತೀಯಾ?"

"ಏಯ್ ನೀನು ಮೇಲೆ ಹೋಗಿದ್ದೀಯ? ಅಲ್ಲಿ ಎಷ್ಟೊಂದು ಅಂಗಡಿ. ಎಷ್ಟೊಂದು ಜನ. ಅವರೂ ಬದುಕಬೇಕಲ್ಲವೆ? ನನ್ನ ಪಂಚಾಮೃತವೇ ನನ್ನ ಕಡೆ ನೋಡಪ್ಪಾ..."

"ಥೀ ಹೋಗು ನಾಯೆ"

"ನಾಯಿಗೆ ನಾಲಿಗೆಲಿ ಮಚ್ಚೆ ಇದೆ ತಿಳ್ಕೋ"

"ಥೀ ಹೋಗು"

"ಇನ್ನೆಲ್ಲಿ ಹೋಗೋದು, ಬೆಳಗಾಗಕ್ಕಾಯ್ತಲ್ಲ"

ಅವಳು ವಾಚ್ ನೋಡಿ 'ಒಂದೂವರೆ ಗಂಟೆ' ಅಂದಳು

"ಸಿಕ್ಕಿದ್ರಾ ಯಾರಾದ್ರೂ?"

"ಒಬ್ಬ ಮುದುಕ. ಅವನ ಕೈಲೂ ಏನೂ ಆಗಲ್ಲ" ಅನ್ನುತ್ತಾ ಮೆಟ್ಟಿಲ ಮೇಲೆ ಕುಳಿತಳು.

"ತೈಪೂಸಂ ಸಮಯದಲ್ಲೇ ಅಲ್ವ ಇಷ್ಟು ಜನ ಸೇರೋದು."

"ಇಲ್ಲಿ ಜಾತ್ರೆ ಆದ್ರೇನೆ ನಮಗೂ ಗಿರಾಕಿಗಳು ಸಿಕ್ಕೋದು."

"ಊಟ ಮಾಡಿದ್ಯಾ?"

"ಎಲ್ಲಿ? ಐದು ರೂಪಾಯಿ ಕೊಟ್ಟ, ಅದನ್ನ ತಗಂಡೋಗಿ ಪೋಲಿಸೋನಿಗೆ ಕೊಡ್ಬೇಕು. ಕೆಳಗೆ ಹೋದ್ರೆ ಅವ್ನು ಹಿಡಕಂತಾನೆ"

ರಾಮಪ್ಪ ಒಂದು ಐದು ರೂಪಾಯಿ ನಾಣ್ಯ ಎತ್ತಿ ಅವಳೆಡೆಗೆ ಚಿಮ್ಮಿ "ತಗೋ ಇದರಲ್ಲಿ ಒಂದು ಕಾಫಿಯೋ ಇನ್ನೊಂದೋ ಕುಡಿ."

"ಬೇಡ ಇವರೆ ನೀವು ಕಷ್ಟ ಪಟ್ಟದ್ದು."

"ಏನು ಕಷ್ಟ? ಎಂಥದ್ದೂ ಇಲ್ಲ. ಹೆಂಗೂ ಇದನ್ನ ಇಲ್ಲೇ ಖರ್ಚು ಮಾಡಬೇಕು. ನಮ್ಮ ಓನರು ನೋಡಿದ್ರೆ ಹೊಡೀತಾರೆ. ಇಟ್ಕೋ. ಮಕ್ಕಳಿದಾವಾ?"

"ಒಬ್ಬ ಮಗ"

"ಓದ್ತಾ ಇದಾನಾ?"

"ಏಳನೇ ಕ್ಲಾಸು. ಚೆನ್ನಾಗಿ ಓದ್ತಾನೆ."

"ಎಲ್ಲಾದರೂ ಒಳ್ಳೆ ಕಡೆ ಸೇರ್ಸು, ಗಂಜಿಗೆ ತೊಂದರೆ ಆಗದಂಗೆ. ಇಲ್ನೋಡು ಹತ್ತು ವಯಸ್ಸಾದ್ಮೇಲೆ ಅವನನ್ನ ಈ ಊರಲ್ಲಿ ಇಟ್ಕೋಬೇಡ."

"ಹೌದು" ಎಂದಳು ಅವಳು.

"ಮಧುರೈಗೆ ಕರ್ಕೊಂಡು ಹೋಗಿಬಿಡು, ಇಲ್ಲಾಂದ್ರೆ ಕೆಟ್ಟೋಗ್ತಾನೆ. ತಗೋ ಮೊಗೀಗೆ ಏನಾದ್ರು ತಕ್ಕೊಡು."

"ಬೇಡ ಇವರೆ"

"ಇಟ್ಕೋ, ಮತ್ತೆ ಇದನ್ನಿಟ್ಕಂಡು ನಾ ತಾನೇ ಏನ್ಮಾಡೋದು."

ಅವಳು ಕಾಸನ್ನು ಇಸಿದು ಒಳಗಿಟ್ಟುಕೊಂಡು ಮಾಂಗಾಡುಸಾಮಿಯನ್ನು ನೋಡಿ "ನಗ್ತಾ ಇದಾರೆ" ಅಂದಳು.

"ಅದು ನಗುವಲ್ಲ..."

"ಏನು?"

"ಆನಂದ... ಕೇಳಿದ್ದೀಯಾ? ಅವರು ಸಿದ್ದರು. ಮಹಾನ್ ಅವರು."

"ನಿಜವಾ?"

"ಮತ್ತೆ? ಎದ್ದೋಗಿ ನಮಸ್ಕಾರ ಮಾಡಿ ಕೆಳಗಡೆ ಹೋಗು."

"ನೋಡಕ್ಕೆ ಒಳ್ಳೆ ನಶ್ಯ ಡಬ್ಬ ತರ ಇದಾರೆ."

ಗುಯ್ಯ ಮೆಟ್ಟಿಲೇರಿ ಬಂದ. "ಅದ್ಯಾರು ನಿಮ್ಮ ಸ್ವಂತವಾ?"

"ನನ್ನ ಮಾಲು ಕಣ್ಲೇ, ಎಂಗೆ ಸುಪರಾಗಿದ್ದಾಳಾ?"

"ಅವಳ ಬಂಪರ್ ಸುಪರಾಗಿದೆ."

"ಇವನು ಗುಯ್ಯ. ಹೊಲೆಯ" ಅಂದ ರಾಮಪ್ಪ.

ಸಣ್ಣಪ್ಪಿ "ಅಣ್ಣೋ, ನಂಗೊಂದು ಬಾಯಿ" ಎಂದಳು.

"ಇರು ಕುಟ್ಟಿ, ಮದ್ಲು ಒಲೆ ಹಚ್ಚಿದ್ರೆ ತಾನೆ ಅಡುಗೆಗೆ ಇಡಕ್ಕಾಗೋದು. ಎಷ್ಟು ಕೊಟ್ಟ?"

"ಮೂರು"

ಗಂಜಾ ಪೊಟ್ಟಣಗಳನ್ನು ಬಿಡಿಸಿ ಕೈಯಲ್ಲಿ ಹಿಸುಕಿ ಅದನ್ನು ಪೇಪರಿನಲ್ಲಿ ಸುರುಳಿ ಸುತ್ತಿ ರೆಡಿ ಮಾಡಿದ ರಾಮಪ್ಪ. ಒಟ್ಟು ನಾಲ್ಕು ಬೀಡಿಗಳು. ಎರಡನ್ನ ತನ್ನ ಬಳಿ ಇಟ್ಟುಕೊಂಡು ಮತ್ತೊಂದನ್ನು ಹಚ್ಚಿ "ಸಾಮಿಗೆ ದಕ್ಷಿಣೆ ಹಾಕಿಬಿಡ್ರೋ" ಎಂದ ರಾಮಪ್ಪ.

ಗುಯ್ಯ ಗಾಂಜಾ ತೆಗೆದುಕೊಂಡು ಹೋಗಿ ಮಾಂಗಾಡುಸಾಮಿಯ ಬಾಯಲ್ಲಿ ಇಟ್ಟು ಕೈಮುಗಿದ. ಸಾಮಿ ಒಳಗೆ ಎಳೆದುಕೊಂಡು ಮೂಗಿನ ಮೂಲಕ ಹೊಗೆ ಬಿಟ್ಟ. ಆಮೇಲೆ ಅದನ್ನು ತಂದು ರಾಮಪ್ಪನಿಗೆ ಕೊಟ್ಟ. ರಾಮಪ್ಪ ಎಳೆದು ಸಣ್ಣಪ್ಪಿಗೆ ಕೊಟ್ಟ. ಸಣ್ಣಪ್ಪಿ ಗುಯ್ಯನಿಗೆ ಕೊಟ್ಟಳು.

"ನಿಂಗೆ ಬೇಕಾ ಕುಟ್ಟಿ?"

ಕೇಳಿದ ರಾಮಪ್ಪ.

"ಬೇಡ ಇವರೆ, ನಂಗೆ ಇದು ಒಗ್ಗಲ್ಲ."

"ಫಸ್ಟ್ ಕ್ಲಾಸ್ ಮಾಲು. ಭೂಲೋಕನೆ ಬೇರೆದಾಗಿ ಕಾಣತ್ತೆ. ಸ್ವರ್ಗನೇ ಕೆಳಗಿಳಿದು ಬರತ್ತೆ."

ಅಷ್ಟರಲ್ಲಿ ಮೇಲಿಂದ ಒಂದು ದನಿ "ಓಯ್ ಬೀಡಿ ಇದೆಯಾ?" ಎಂದು ಕೇಳಿತು.

"ಯಾವೂರಲೇ ನಿಂಗೆ?"

"ತಿರುವಣ್ಣಾಮಲೈ"

"ತಿರುವಣ್ಣಾಮಲೈಯಲ್ಲಿ ಕೊಟ್ಟಾಯಸ್ವಾಮಿ ಈಗ ಇದ್ದಾರ?"

"ದಕ್ಷಿಣಕ್ಕೆ ಹೋಗಿದಾರೆ"

ರಾಮಪ್ಪ ಬೀಡಿ ಹಚ್ಚಿ ಗುಯ್ಯನ ಬಳಿ ಕೊಟ್ಟು ಕಳಿಸಿದ. ಅಷ್ಟರಲಿ ಮೆಟ್ಟಿಲ ಮೇಲಿಂದ ಇನ್ನೊಂದು ದನಿ "ಅದ್ಯಾರು ರಾಮಪ್ಪನಾ?" ಎಂದು ಕೇಳಿತು.

"ಅದ್ಯಾರ್‌ಲೇ"

"ಅಣ್ಣಾ ಷಣ್ಮುಖ"

"ಲೋ ನೀನೀಗ ಎಲ್ಲೋ ಇದೀಯ?"

"ಗುರುವಾಯೂರ್ ಓನರ್"

"ಕಮ್ಯುನಿಷ್ಟ್ ನಾಯರಾ? ಸತ್ತೋನು ಗ್ರಹಚಾರ ಸರಿ ಇರಲ್ವಲ್ಲಾ?"

"ನಡೀತಾ ಇದೆ ಹೆಂಗೋ. ಒಂದು ದಮ್ಮು ಕೊಡಣ್ಣ"

ಬೀಡಿಗಳು ಮೆಟ್ಟಿಲ ಮೇಲೆಯೂ ರವಾನೆಯಾದವು.

ಮೆಟ್ಟಿಲ ಮೇಲಿಂದ ಒಬ್ಬ "ರಾಮಪ್ಪಣ್ಣೋ ನೀವು ಮೆಟ್ಟಿಲೇರಿ ಮೇಲೆ ಬೆಟ್ಟಕ್ಕೆ ಹೋಗಿದ್ದೀರಾ?" ಎಂದು ಕೇಳಿದ.

"ನೀ ಯಾರ್ಲೇ?"

"ನನ್ನೆಸ್ರು ಸಂದಿಮುತ್ತನ್. ಸಬರಿಮಲೆಲಿ ಬೇಟಿಯಾಗಿದ್ವಿ."

"ಅದಿರ್ಲೀ, ನೀ ಹೋಗಿದ್ದೀಯಾ ಮೇಲೆ?"

"ಇಲ್ಲಣ್ಣಾ"

"ನಾನೂ ಹೋಗಿಲ್ಲ."

"ಮೇಲೆ ದೊಡ್ಡ ದೇವಸ್ಥಾನ ಇದೆಯಂತೆ. ಕಲ್ಲಲ್ಲಿ ಕಟ್ಟಿರೊ ದೇವಸ್ಥಾನ, ನೆಲಕ್ಕೆ ಘುಲ್ಲು ಚಿನ್ನ ಹಾಸಿದಾರಂತೆ."

"ಹೋಗೋ ಹೋಗೋ"

"ಮತ್ತೆ? ಚೊಕ್ಕ ಚಿನ್ನ"

"ಮೇಲೆ ಇರೋ ದೇವರಿಗೆ ಪಳನಿಯಾಂಡಿ ಅಂತ ಹೆಸರು." ದೂರದಲ್ಲೆಲ್ಲೋ ಇನ್ನೊಂದು ದನಿ ಕೇಳಿಸಿತು. "ಪಳನಿಯಾಂಡಿಗೆ ಕೈಮುಗಿದ್ರೆ ಚಿನ್ನದ ಮಳೆನೇ ಸುರಿಸ್ತಾನೆ ಅಂತಾರೆ"

"ನೀ ನೋಡಿದ್ದೀಯಾ?"

"ನಾನೆಲ್ಲಿಂದ ನೋಡ್ಲಿ?"

"ಈ ಮೆಟ್ಲಮೇಲಿರೋ ಯಾವನೂ ನೋಡಿರ್ಲಿಕ್ಕಿಲ್ಲ. ನಮ್ಮಲ್ಲಿ ಎಲ್ಲಾದರು ಯಾರಾರು ದೇವಸ್ಥಾನಕ್ಕೆ ಹೋಗಿರೋರು ಇದ್ದಾರಾ?" ಕೇಳಿದ ರಾಮಪ್ಪ.

ಮೆಟ್ಟಿಲ ಮೇಲಿದ್ದ ಯಾರೂ ಏನೂ ಉತ್ತರಿಸಲಿಲ್ಲ.

"ಮತ್ತೆಂತಕ್ಕಲೇ ಈ ಶಾಟದ ಮಾತು. ದೇವ್ರನ್ನ ದೇವ್ರ ಕೆಲಸ ಮಾಡಕ್ಕೆ ಬಿಡ್ರಲೇ. ಚೊಕ್ಕ ಚಿನ್ನವಂತೆ, ಶಾಟವಂತೆ."

ಕುರುವಿ ಹಠಾತ್ತನೆ ನಿದ್ದೆಯಿಂದೆದ್ದು "ನಾಯಿ ನಾಯಿ" ಎಂದು ಕಿರುಚಿದಳು.

"ಏನೇ?" ಕೇಳಿದ ರಾಮಪ್ಪ.

"ನಾಯಿ ನಾಯಿ" ಕೀಚ್ ಕೀಚ್ ಅಂದಳು ಕುರುವಿ.

ರಾಮಪ್ಪ ಬಡಿಗೆಯಿಂದ ನೆಲಕ್ಕೆ ಬಡಿದು "ನಾಯಿ ಓಡೋಯ್ತು, ಹೊಡೆದು ಓಡಿಸ್ದೆ. ಮಲ್ಕೋ ನೀನು" ಅಂದ.

ಕುರುವಿ ಪರಪರ ತಲೆಕೆರೆದುಕೊಂಡಳು.

"ಮಾತಾಡ್ದೆ ಮಲ್ಕೋ" ಎಂದು ರಾಮಪ್ಪ ಬಯ್ದ. ಅವಳು ಮತ್ತೆ ಮಲಗಿಕೊಂಡಳು.

"ರಾಮಪ್ಪಣ್ಣಾ ಈ ಮುರುಗನಿಗೆ ಎರಡು ಹೆಂಡ್ತೀರಲ್ವ? ಮತ್ಯಾಕೆ ಇಲ್ಲಿ ಹೀಗೆ ಒಂಟಿಯಾಗಿ ನಿಂತಿದ್ದಾನೆ?" ಕೇಳಿದ ಗುಯ್ಯ.

"ಅದಾ ಅವ್ನ ಅಣ್ಣ ಮದುವೆ ಆಗ್ಲಿಲ್ವಲ್ಲಾ? ಅದಕೆ ಇವ್ನು ಒಂದಾರು ತಿಂಗ್ಳು ಅಣ್ಣ ಕೆಲಸ ಮಾಡ್ಲೀ ಅಂತ ಈಚೆ ಬಂದ್ನಾ, ಆ ಟೈಮಲ್ಲಿ ಅವನ್ನ ಹಿಡ್ದಾಕಿ ದೇವ್ರು ಮಾಡಾಕಿಬಿಟ್ಟಿದ್ದಾರೆ"

ಗುಯ್ಯ ಬಿದ್ದು ಬಿದ್ದು ನಕ್ಕ. ಅಲ್ಲಿ ತನಕ ಯಾವುದೋ ಲೋಕದಲ್ಲಿದ್ದ ಸಣ್ಣಪ್ಪಿಯೂ ಬಿದ್ದಬಿದ್ದು ನಕ್ಕಳು. ಇನ್ನೂ ನಾಲ್ಕೈದು ಗಾಂಜಾ ಬೋದೆಯ ನಗು ಅಲ್ಲಿ ತೇಲಿತು.

ಅಷ್ಟರಲಿ ವೇಶ್ಯೆ ಎದ್ದು "ಸರಿ ಹೊರಡ್ತೀನಿ ಇವರೆ" ಅನ್ನುತ್ತ ಸೆರಗನ್ನ ಸೊಂಟಕ್ಕೆ ಸಿಗಿಸಿಕೊಂಡವಳು ಒಂದು ನಿಮಿಷ ತಡೆದು ಮಾಂಗಾಡುಸಾಮಿಗೆ ನಮಸ್ಕರಿಸಿದಳು.

"ಕುಟ್ಟೀ, ನೀನು ರಾಮಪ್ಪನ ಬಡಿಗೆಗೂ ಒಂಚೂರು ನಮಸ್ಕಾರ ಮಾಡಿ ಹೋಗು, ಅದರಲ್ಲಿ ಒಳ್ಳೆ ವೀರ್ಯ ಇದೆ ಗೊತ್ತಾ? ಅದೊಂದು ರಾಮಬಾಣ ತಿಳಕೋ" ಅಂದ ಗುಯ್ಯ.

ಮೇಲಿಂದ ಒಂದು ದನಿ 'ಕೋದಂಡಪಾಣಿಯೇ' ಎಂದು ಕರೆಯಿತು.

ಇನ್ನೊಂದು ದನಿ 'ಹರೋಹರ' ಅಂದಿತು.

ಗುಯ್ಯ ಎದ್ದು ನಟನ ಭಂಗಿಯಲಿ ನಿಂತು ಮುರುಗನ ಕುರಿತು ಹಾಡುಕಟ್ಟಿ ಹಾಡಿದ. ಕೆಲವರು ಕೈ ತಟ್ಟಿದರು, ವೇಶ್ಯೆ ನಗುತ್ತ ಕೆಳಗಿಳಿದು ಹೋದಳು.

"ಕೋದಂಡಪಾಣಿ ದೈವವೇ"

"ಹರೋಹರ"

"ಹರೋಹರ"

ರಾಮಪ್ಪ ತನ್ನ ಬಡಿಗೆಯನ್ನೆತ್ತಿ ತೋರಿಸಿದ. ಒಬ್ಬ ಮೇಲಿಂದ ಕೆಳಗಿಳಿದು ಬಂದು ಬಾಡಿದ ಒಂದು ಸೇವಂತಿಗೆ ಹೂಮಾಲೆಯನ್ನ ಅದಕ್ಕೆ ತೊಡಿಸಿದ.

ರಾಮಪ್ಪ ಅದನ್ನು ಸುತ್ತಿ ಬೀಸಿ ಎಸೆಯಲು ಸುತ್ತಲಿದ್ದ ಎಲ್ಲರೂ ಕೆಕ್ಕೆಕ್ಕೆ ಎಂದು ನಕ್ಕರು. ಸಣ್ಣಪ್ಪಿ ಮೆಟ್ಟಿಲ ಮೇಲೆ ಮಲಗಿ "ನಾನು ಹೋಗುತ್ತೇನೆ ನಕ್ಷತ್ರವೇ" ಎಂದು ಹೇಳಿದಳು.

"ಅಣ್ಣಾ ಅವಳಿಗೆ ಒಂದು ದಮ್ಮು ಕೊಡಿ" ಎಂದ ಒಬ್ಬ.

ರಾಮಪ್ಪ ತನ್ನ ಕೋಲಿನಿಂದ ಸಣ್ಣಪ್ಪಿಯನ್ನು ಮುಟ್ಟಿದ. ಸಣ್ಣಪ್ಪಿ ಒಡನೇ "ಅಯ್ಯೋ ನಾನು ಹೋಗುತ್ತೇನೆ" ಎಂದಳು.

"ಮುಟ್ಟಿದರೆ ಹೂ ಅರಳತ್ತೆ" ಎಂದು ಹಾಡಿದ ಗುಯ್ಯ. ಪಟ್ಟನೆ ಅವಳ ತೊಡೆಗೆ ಒಂದೇಟು ಬಿಟ್ಟ. ಬಹಳಷ್ಟು ಜನರ ನಗು ನಾಲ್ಕು ದಿಕ್ಕಿಗೂ ಹರಡಿತು.

"ಮುಟ್ಟದೆಯೇ ಹೇಲು ನಾರತ್ತೆ" ಎಂದಿತು ಮತ್ತೊಂದು ದನಿ. ಮತ್ತೆ ಅಲ್ಲಿ ನಗು ಹರಡಿತು.

***

10

ತೈಪೂಸಂ ಮುಗಿದಮೇಲೆಯೂ ಕರಗದ ಜನಜಂಗುಳಿಯಿಂದಲೂ, ಊರಿಗೆ ತಿರುಗಿ ಹೋಗದ ವ್ಯಾಪಾರಿಗಳಿಂದಲೂ, ಬೀದಿಬದಿಯಲ್ಲೂ ಸಂದಿಗೊಂದಿಗಳಲ್ಲೂ ಗುಡ್ಡೆಹಾಕಿದ ಕಸಕಡ್ಡಿಗಳಿಂದಲೂ ಪಳನಿ ಕೊಳೆತು ನಾರಿತು. ಪಂಡಾರಂ ದಿನವಿಡೀ ಲಾಡ್ಜಿನಲ್ಲಿ ಮಲಗಿ ಕಾಲ ಕಳೆದರು. ಎಂಟು ದಿನ ಸತತವಾಗಿ ಕುಡಿದ ಕುಡಿಬೋಧೆಯಿಂದಾಗಿ ಕುಡಿಯದೇ ಇದ್ದಾಗಲೂ ಹುಳಿತೇಗೂ, ತಲೆಭಾರವೂ ಇದ್ದೇಇತ್ತು... ಬೆಳಗ್ಗೆ ಉಚ್ಚೆ ಹುಯ್ದಾಗ ಒಳಗೆ ಏನೋ ತಡೆದಂತೆ ಆಯಿತು. ಒಂದು ಮುಳ್ಳಿನಂತೆಯೋ ಇಲ್ಲ ಕಾಸಿದ ಕಬ್ಬಿಣದ ತುಂಡಿನಂತೆಯೋ ಏನೋ ಒಂದು. ಮುಕ್ಕಿದಾಗ ಉಚ್ಚೆ ಕುದಿವ ನೀರಿನಂತೆ ಸುಡುತ್ತಾ ಹೊರಗಿಳಿಯಿತು. ಆ ನೋವಿನಲ್ಲಿ ಒಂದುಕ್ಷಣ ಕಣ್ಣುಗಳೇ ಇರುಳಡೆದವು. 'ಮುರುಗಾ' ಎಂದು ಎದ್ದು ಮತ್ತೆ ಬಂದು ಮಲಗಿಕೊಂಡರು.

ಮಧ್ಯಾಹ್ನ ಕಳೆದ ಮೇಲೆ ದೊಮ್ಮ ಹುಡುಕಿಕೊಂಡು ಬಂದ. "ಸಖಾ ಕರೆ ಕಳಿಸಿದ್ದಾರೆ" ಅಂದ.

"ಎಲ್ಲಿದ್ದಾರೆ?"

"ನಾಯಕರ ಅಂಗಡಿಯಲ್ಲಿದ್ದಾರೆ"

"ಸರಿ" ಎಂದು ಎದ್ದು ನಿಂತು. "ಸರಿ ನಾನು ಬರ್ತೀನಂತೇಳು" ಅಂದರು.

ಅದರ ನಂತರ ಬಟ್ಟೆ ಬದಲಿಸಿಕೊಂಡು, ವಿಭೂತಿ ಬಳಿದುಕೊಂಡು ಹೊರಟುನಿಂತರು. ಬೀದಿಯ ತುಂಬಾ ಹಲಬಗೆಯ ಕಸಕಡ್ಡಿಕೊಳಚೆಗಳು ಗುಪ್ಪೆಗುಪ್ಪೆಯಾಗಿ ಬಿದ್ದಿದ್ದವು. ಅದರ ಮೇಲೆ ಹಂದಿಗಳು ಪೈಪೋಟಿಗಿಳಿದಿದ್ದವು. ಒಂದು ಟೆಂಪೋದ ತುಂಬ ಬಾಳೆಯ ಮರಗಳನ್ನು ಏರಿಸಲಾಗುತ್ತಿತ್ತು. ಗೊನೆ ಇಲ್ಲದ ಬಾಳೆಮರಗಳು. ಎಲ್ಲವೂ ಅಲಂಕಾರಕ್ಕಾಗಿ ನೆಟ್ಟಿದ್ದಂಥವು. ಮೈಕ್ ಸೆಟ್ಟುಗಳಲಿ ಮುರುಗನ ಭಜನೆಗಳು ಮುಗಿದು ಸಿನಿಮಾ ಹಾಡು ಮೊಳಗತೊಡಗಿತ್ತು.

ನಾಯಕರಿದ್ದರು. ಕೊಚ್ಚನ್ ಕಾಣಲಿಲ್ಲ. "ಬನ್ನಿಬನ್ನಿ ಪಂಡಾರಂ, ಏನು ಈ ಕಡೆ ಕಾಣಲೇ ಇಲ್ಲ. ದೊಡ್ಡ ಜನ ಆಗಿಬಿಟ್ಟಿದ್ದೀರಿ"

"ಎಲ್ಲಿ ದೊಡ್ಡಜನ ಚಿಕ್ಕಜನ, ಈ ನಿಮಿಷದ ತನಕನೂ ಕೆಲಸ. ಈ ತಿರುಪೆಗಳನ್ನ ಕಟ್ಟಿ ಮೇಸದೂಂದ್ರೆ ಸಾಮಾನ್ಯನಾ?"

"ಕೂತ್ಕೊಳ್ಳಿ, ಏನು ತಗೋತೀರಿ?"

"ಏನೂ ಬೇಡ, ಎಲ್ಲಿ ನಾಯರು?"

"ಬರ್ತಾರೆ, ಒಂದು ಚಿಕ್ಕ ಕೆಲಸದ ಮೇಲೆ ಹೋಗಿದ್ದಾರೆ" ಅಂದ ನಾಯಕರು ಒಡನೆ ದನಿ ತಗ್ಗಿಸಿ "ಅವನ ಮಾತಿಗೆ ಮರುಳಾಗಿಬಿಡಬೇಡಿ, ಇಷ್ಟು ರೇಟು, ಇಷ್ಟು ಅಡ್ವಾನ್ಸು ಅಂತೆಲ್ಲ ಕರಾರಾಗಿ ಮಾತಾಡಿ ಮುಗಿಸಿಬಿಡಬೇಕು. ಗೆಳೆಯಾಂತ ಕರೀತಾನೆ, ನಗ್ ನಗ್ತಾ ಮಾತಾಡಿ ಕಡೆಗೆ ಬೀಜನೆ ಕದ್ಕಂಡು ಎತ್ಕಂಡೋಗಿ ಬಿಡ್ತಾನೆ. ಮಲೆಯಾಳದವನಲ್ವಾ?"

"ಹೌದೌದು ಮಲಯಾಳದವರೆಂದರೆ ಜಾಗ್ರತೆಯಾಗಿರಬೇಕು."

"ನಿಮ್ಮದೊಂದು ತಿರುಪೆ ಆಸ್ಪತ್ರೆಲಿ ಇತ್ತಲ್ಲ ಹೆಂಗಿದೆ?"

"ಅವಕ್ಕೇನು? ಈ ರೋಗ ರುಜಿನ ಎಲ್ಲ ನಮಗೆ ತಾನೆ? ಇವಕ್ಕೆ ಎಂತ ಸಾವೂ ಇಲ್ಲ. ಎಂಗೆ ಫಳಫಳ ಹೊಳಿತಾ ಇರ್ತವೆ ಏನು ಹಾಲಾ ಕುಡೀತವೆ? ತುಪ್ಪನಾ ತಿಂತವೆ? ನಮಗಾ ಪ್ರೆಶರು, ಹಾರ್ಟ್ ಪ್ರಾಬ್ಲಮ್. ಇವಕ್ಕೆ ಹಂಗೆ ಏನಾರ ಇದೆಯಾ?"

"ಎಲ್ಲ ಡಾಕ್ಟರುಗಳು ಹೇಳಿ ಬರಿಸೋದು ತಾನೆ? ಈ ಕೈಯಲ್ಲಿ ಸಂಪಾದಿಸುತ್ತೇವೆ, ಆ ಕೈಯಲ್ಲಿ ಅವರಿಗೆ ಕೊಡ್ತೇವೆ. ಹಳೆಯ ಕಾಲದಲಿ ಡಾಕ್ಟರುಗಳು ದೇವರಿಗೆ ಸಮನಾಗಿರ್‍ತಿದ್ರು. ಅವರು ಸೈಕಲಲಿ ಹೋಗ್ತಾ ಇದ್ದರೆ, ಜನ ಬೀದೀಲಿ ಸಾಷ್ಟಾಂಗ ನಮಸ್ಕಾರ ಮಾಡೋದನ್ನ ನಾನು ಕಣ್ಣಾರೆ ನೋಡಿದ್ದೀನಿ. ಅವರು ನಡೆದು ಹೋದ ಕಾಲಡಿ ಮಣ್ಣನ್ನ ಎತ್ತಿ ಪೊಟ್ಟಣ ಕಟ್ಟಿಕೊಂಡು ಹೋಗೋದನ್ನ ನೋಡಿದ್ದೀನಿ. ತಗಂಡುಹೋಗಿ ಜ್ವರ ಬಂದಿರೋ ಮಗುವಿನ ನೆತ್ತಿಗೆ ಹಚ್ಚಿ ಅದರಲ್ಲೇ ಗುಣವಾಗತ್ತೆ ಅಂತ ಅಂದುಕೊಳ್ತಾ ಇದ್ದರು. ಈಗ ಅದೆಲ್ಲ ಇದೆಯಾ? ಮಾತೇ ಆಡಲ್ಲ ಮೊದಲು. ಅಯ್ಯಾ ಕೈ ನೋವೂಂತ ಒಳಗೆ ಹೋದೆ ಅಂದ್ರೆ ಅಷ್ಟೆ. ಹೋಗು ಎಕ್ಸ್ ರೇ ತೆಗಿ, ಬಿಪಿ ಚೆಕ್ ಮಾಡು, ಶಾಟ ತರಿ... ಇಲ್ಲ ಹೊಟ್ಟೆನೋ ಎದೆನೋ ಕುಯ್ದು ಹಾಕು! ಕೇಳಿದ್ರೆ ನಿಂಗೇನೋ ಗೊತ್ತು, ನಿನ್ನ ಕೈ ಹೊಟ್ಟೆಂದ ಹುಟ್ಟಿ ಬಂದಿದೆ ಅದು ಗೊತ್ತಾ ನಿಂಗೆ ಅಂತ ನಮ್ಮನ್ನ ತಿರುಗ್ಸಿ ಕೇಳ್ತಾನೆ."

"ಕಲಿಗಾಲ, ಸುಮ್ನೆ ಅಂತಾರಾ ಮತ್ತೆ ಕಲಿ ಕಾಲು ತೆಗಿತಾನೆ ಅಂತ?" ಅಂದರು ಪಂಡಾರಂ.

"ಯಾವುದಕ್ಕೂ ನೀತಿ ನಿಯಮ ಇಲ್ಲ. ಆಡಿದ್ದೇ ಆಟ ಪಾಡಿದ್ದೇ ಪಾಠ. ಎಲ್ಲಿಗೆ ಹೋಗಿ ಮುಟ್ಟುತ್ತೇಂತ ನೋಡ್ತಾ ಇರಿ. ಈಗಿನ್ ಮಕ್ಳೇನು ಓದ ಮಕ್ಳಂಗೆ ಇದಾವ? ಬ್ರಾ ಅಂತೆ, ಪೌಡರ್ ಅಂತೆ, ಹೀಲ್ಡ್ ಚಪ್ಪಲಂತೆ... ಏನೇಳ್ತೀರಿ. ಭೂಮಿ ಬಾಯಿ ಬಿಡ ದಿನ ಹತ್ರ ಬರ್ತಾ ಇದೆ ಅನ್ಕಳಿ."

"ಹಂಗೇಳ್ಬೇಡಿ ಅಣ್ಣಾಚಿ. ನಂಗೂ ಮೂರು ಹೆಣ್ಮಕ್ಕಳಿದಾವೆ ಮನೆಲಿ, ಅವೇನು ಹಂಗಾ ಬಾಡಿ ಹಾಕ್ಕಂಡು, ಪೌಡರ್ ಹೊಡ್ಕಂಡು ಸುತ್ತುತಾ ಇದಾವೆ?"

"ಸರೀ ದೊಡ್ಡೋಳೀಗೆ ವರ ನೋಡ್ತಾ ಇಲ್ವಾ?"

"ನೋಡ್ತಾ ಇದೀನಿ. ಒಂದು ಬಿ ಎ ಆಗಿರ್ಬೇಕು, ಗೌರ್ಮೆಂಟಲ್ಲಿ ಒಂದು ಹತ್ಸಾವ್ರ ಸಂಬಳ ಇರ್ಬೇಕು"

"ನೀವೇನು ಕೊಡ್ತೀರಿ?"

"ಐವತ್ತು ಪೌನು ಚಿನ್ನ, ಕೈಲಿ ಒಂದು ಲಕ್ಷ ಹಣ, ಮನೆಗೆ ಬೇಕಾಗಿರ ಮಂಚ ಗಿಂಚ, ಒಂದು ಬಟ್ಟಿ ಬೆಳೆದ ಫಸಲು."

"ಜಮೀನಿಲ್ಲ? ಅದನ್ನಿಟ್ಕಂಡು ಏನ್ಮಾಡ್ತೀಯ?"

"ಇದೆ, ಬೇಕಾರೆ ಒಂದೆಕರೆ ಕೊಡಣ. ಆದ್ರೆ ಗೌರ್ಮೆಂಟು ಕೆಲಸ ಬೇಕು"

"ಗೌರ್ಮೆಂಟು ಕೆಲಸಾಂತ ಕೂತ್ರೆ ಈ ಕಾಲದಲಿ ಪ್ರಯೋಜನ ಇಲ್ಲ ಕಣ್ರೀ, ಒಂದೊಳ್ಳೆ ಕಂಪೆನಿಲಿ ಕೆಲಸದಲಿದಾನಾಂತ ನೋಡು"

"ಆದ್ರೂ ಗೌರ್ಮೆಂಟು ಕೆಲಸಾಂದ್ರೆ ಅದ್ರ ಗತ್ತು ಬೇರೆ ಅಲ್ವಾ?"

ಕೊಚ್ಚನ್ ಕಾರು ಬಂದು ನಿಂತಿತು. ಅವರು ಡ್ರೈವರ್ ಜೊತೆ ಏನೋ ಹೇಳಿದರು.

"ಕೆಂಪು ಬಾವುಟ ಎಲ್ಲ ಜೋರಾಗಿದೆ" ಅಂದರು ನಾಯಕರು.

ಕೊಚ್ಚನ್ ಟಕ್‌ಟಕ್ ಎಂದು ನಡೆದುಬಂದು "ಏನು ಪರದೇಸಿಯೂ ಪಂಡಾರಮೂ ಜೋರು ಮಾತುಕತೆಯಾ?" ಎಂದು ಕೇಳಿದರು.

"ಟೀ ಗೆ ಹೇಳ್ಲಾ?"

"ಹೇಳಿ ಹೇಳಿ. ನಂಗೆ ವಿತೌಟ್. "

"ಗೊತ್ತು ಗೊತ್ತು, ನಂಗೊತ್ತಿರಂಗೆ ಸುಗರ್ ಇಲ್ದೆ ಇರೋ ಮಲಯಾಳಿ ಭೂಲೋಕದಲ್ಲೇ ಇಲ್ಲ."

ಕೊಚ್ಚನ್ ಕುಳಿತುಕೊಳ್ಳುತ್ತಾ "ಮತ್ತೆ ವಿಶೇಷ?"

"ಇದೇ ಮಾಮೂಲಿ" ಅಂದರು ಪಂಡಾರಂ.

"ಪಂಡಾರಂ, ಡಾಕ್ಟರ್ ನೋಡಿ ಒಂದು ಇಂಜೆಕ್ಷನ್ ಹಾಕಿಸಿ. ಮೂತ್ರ ರೋಗ ಜಾಸ್ತಿ ಆದಂಗಿದೆ"

"ಏನು?" ಕೇಳಿದರು ಪಂಡಾರಂ ಮುಖ ಒರೆಸಿಕೊಳ್ಳುತ್ತ.

"ತಲೆ! ಮೂತ್ರ ಹೆಂಗೆ ಹೋಗ್ತಾ ಇದೆ ಅಂತ ಕೇಳಿದೆ."

"ಉಷ್ಣ. ಒಂದು ಎಳೆ ಪನಿ ಕಳ್ಳು ಕುಡಿದರೆ ಸರಿ ಹೋಗಬಹುದು."

"ಅದು ಉಷ್ಣ ಅಲ್ಲ, ಅದು ಹೆಣ್ಣಿನ ಉಷ್ಣ. ಒಳ್ಳೆ ಡಾಕ್ಟರ್ ನೋಡಿ."

"ಕವರ್ ಹಾಕಳಲ್ವಾ?" ಕೇಳಿದರು ನಾಯಕರು.

"ಏನದು ಕವರ್, ಮಬ್ಬು ಹತ್ತಿದ ಮೇಲೆ?"

" 'ಊಟ, ಬಟ್ಟೆ, ಕವರ್' ಇದು ತಮಿಳು ಶಾಸ್ತ್ರ, ಹಳೆ ಕಾಲದಲ್ಲೇ ಇದೆಲ್ಲ ಹೇಳಿದ್ದಾರೆ" ಅಂದರು ಕೊಚ್ಚನ್.

"ಸರಿ ಬಿಡಿ ಹಂಗಾರೆ ವ್ಯವಹಾರ ಮಾತಾಡಣ. ನಾಯಕರು ಸಾಕ್ಷಿ."

"ನೀವು ನಂಗೆ ಇಪ್ಪತ್ತು ವರ್ಷಗಳಿಂದ ಗೊತ್ತು. ನಮ್ಮ ನಡುವೆ ಇದೆಲ್ಲ ಯಾಕೆ?"

"ಅದು ನ್ಯಾಯವೇ, ಆದರೆ ನಿಮಗೂ ಇದರಿಂದ ಒಳ್ಳೇದೇ ಅಲ್ವ, ಏನೇಳಿ ನಾಯಕರೆ?"

"ಕದಿಯೋದು ಒನಕೆನೇ ಆದ್ರೂ ಬೆರಳು ಕೂಡ ಕಾಣದಂಗೆ ಜಾಗ್ರತೆ ಮಾಡ್ಬೇಕು ಅಂತಾರೆ" ಅಂದರು ನಾಯಕರು.

"ನಿಮ್ಮ ಹಳೆಯ ಕೆಲಸ ಬಿಟ್ಟು ಹೋಗಲ್ಲವಲ್ಲ!" ಅಂದರು ಕೊಚ್ಚನ್.

"ನಿಮ್ಮ ಹಳೇ ಕೆಲಸ ಬಿಟ್ಹೋಗತ್ತಾ? ಎಲ್ಲ ಒಂದೇ" ಅಂದರು ನಾಯಕರು.

"ಮಾತಾಡಿರೋವಂತೆ ನನ್ನ ಏಳು ತಿರುಪೆಗಳನ್ನ ನೀವು ತಗಳ್ಳಿ, ನಂಗೆ ನಾಲ್ಕು ತಿರುಪೆ ಮತ್ತೆ ಹತ್ಸಾವಿರ ಕೊಟ್ಟುಬಿಡಿ ಅಷ್ಟೆ"

"ಏನು ಅಷ್ಟೆ? ಹೇಳಿದ್ರೆ ಸಾಕಾ?ಲೆಕ್ಕ ಬೇಡವಾ?ನಿಮ್ಮ ತಿರುಪೆಗಳಲ್ಲಿ ಮಂಡೈಯನ್ ಮಾತ್ರ ಫಸ್ಟ್ ರೇಟು, ಬಾಕಿಯವೆಲ್ಲ ಸರಾಸರಿ. ನಾನು ಕೊಡೋದೆಲ್ಲ ಫಸ್ಟ್ ರೇಟು"

"ಯಾರು ಆ ಸೊಟ್ಟಗಾಲು ಮುದುಕಿಯಾ? ನೋಡಿದ್ರೆ ಒಳ್ಳೆ ಒಣಗಿದ ಮೀನಂಗೆ ಬಾಡೋಗಿದ್ದಾಳೆ. ಇರೋ ಈ ಸೈಜಿಗೆ ಇಪ್ಪತ್ತು ಇಡ್ಲಿ ಬೇರೆ ತಿಂತಾಳೆ."

"ಹೀಗೇ ಮಾತಾಡ್ಕಂಡಿರೋದ್ರಲ್ಲಿ ಅರ್ಥ ಇಲ್ಲ. ನಾವೊಂದು ರೇಟು ಹಾಕಿ ಮುಗಿಸಿದ್ರೆ ಅದ್ರಲ್ಲೊಂದು ಗ್ಯಾರಂಟಿ ಇರಬೇಕು."

ಹೆಚ್ಚುವರಿಯಾಗಿ 2000 ರೂಪಾಯಿ ಕೊಡುವುದಾಗಿ ಕೊಚ್ಚನ್ ಒಪ್ಪಿಕೊಂಡರು. ಪಂಡಾರಂನ ಮನ ಕದಡಿ ಹೋಯ್ತು. ಆದರೆ ಬೇರೆ ದಾರಿ ಇರಲಿಲ್ಲ. ಒಟ್ಟಾರೆ ಇಪ್ಪತ್ತು ಸಾವಿರ ವಸೂಲಾಗಿತ್ತು. ಒಂಬತ್ತು ದಿನಕ್ಕೆ ಅದೊಂದು ಒಳ್ಳೆಯ ಮೊತ್ತವಾಗಿತ್ತು.

"ನಮ್ ಗಾಡಿಲೇ ಹೋಗಣ" ಅಂದರು ಕೊಚ್ಚನ್. "ನೀವು ಮಾಲನ್ನ ನಮ್ಮ ಗೆಳೆಯನಿಗೆ ತೋರಿಸಿ. ನಮ್ಮ ಸರಕನ್ನ ಲೋಡು ಮಾಡೋವಾಗ ನಿಮ್ಮದನ್ನೂ ಸೇರಿಸಿ ಲೋಡ್

ಮಾಡಿದರೆ ಆಯ್ತು. ಆಮೇಲೆ ನೀವು ಕೇಳಿರ ಸರಕನ್ನ ನಿಮ್ಮ ಕಡೆ ಇಳಿಸಿ ಹೋಗ್ತಾನೆ. ನೀವು ಅಲ್ಲಿಂದ ಕರಕೊಂಡು ಹೋದರೆ ಆಯ್ತು."

"ಮಾರಿದ ಸರಕಿಗೆ ಸಾವಿರ ರುಪಾಯಿ ಅಂದಿದ್ದ ಪೋಲೀಸಪ್ಪ."

"ಹೌದು ಇದು ಅವುನ್ ದೇಶ ನೋಡು. ತಮ್ಮಾ ಇದು ನಮ್ಮ ದೇಶ. ಫಾರ್ ದಿ ಪೀಪಲ್ ಬೈ ದಿ ಪೀಪಲ್. ನಾವು ಮಾರಿಲ್ಲ, ತಗಂಡಿಲ್ಲ. ಅಮೇಲಿನ್ನೇನು?"

"ಅದೂ ಸರಿ ಅನ್ನಿ."

ಕಾರಿನಲ್ಲಿದ್ದ ತರುಣನನ್ನು ಪರಿಚಯ ಮಾಡಿಸಲಾಯ್ತು.

"ಇದು ಗೆಳೆಯ ಶ್ರೀಕಂಠನ್ ನಾಯರ್. ಇವಾಗ ನಮ್ಮ ಏರಿಯಾನ ಇವನೇ ನೋಡಿಕೊಳ್ಳೋದು."

ಪಂಡಾರಂಗೆ ಅಚ್ಚರಿಯಾಯ್ತು. ಶ್ರೀಕಂಠನ್ ನಾಯರ್ ಒಳ್ಳೆ ಗುಲಾಬಿ ಬಣ್ಣದವನೂ, ದಪ್ಪ ಮೀಸೆಯವನೂ, ಕೆಂಪು ತುಟಿಗಳುಳ್ಳವನೂ ಆಗಿದ್ದು, ಕಣ್ಣಿಗೆ ಕನ್ನಡಕ ಹಾಕಿಕೊಂಡು ಮಲಯಾಳಂ ಸಿನಿಮಾ ಹೀರೋ ಮಮ್ಮುಟಿಯ ಹಾಗೆ ಕಾಣಿಸುತ್ತಿದ್ದ.

"ಹಲೋ" ಎಂದು ಕೈಚಾಚಿದ. ಪಂಡಾರಂ ಅಳುಕುತ್ತಾ ಕೈ ಚಾಚಿದರು.

"ತಮಿಳು ಕಲೀತಾ ಇದೀನಿ" ಅಂದ ಶ್ರೀಕಂಠನ್ ನಾಯರ್.

"ಒಳ್ಳೇದು, ಸಂತೋಷ" ಅಂದರು ಪಂಡಾರಂ.

"ಪಂಡಾರಂ ಭಯ ಪಡಬೇಡಿ, ಇವರು ಅಡ್ವೋಕೇಟ್. ಇನ್ಮೇಲೆ ನಮ್ ಅಳಿಯ."

"ಅಯ್ಯೋ ಇದೆಲ್ಲ ಆಗೋ ಮಾತಾ?"

"ಹೌದು ಅಡ್ವೊಕೇಟ್ ಜತೆಲಿರೋದು ಎಲ್ಲದಿಕೂ ಒಳ್ಳೇದಲ್ವಾ?"

"ಅದು ಆಮೇಲಲ್ವಾ?"

ಬೆಟ್ಟದ ಬುಡದಲ್ಲಿ ಗಾಡಿಯನ್ನ ನಿಲ್ಲಿಸಿ ಪಂಡಾರಮ್ಮೂ, ಕೊಚ್ಚನೂ ಕಾಲ್ನಡಿಗೆಯಲಿ ಹೊರಟರು. ಹಿಂದೆಯೇ ಶ್ರೀಕಂಠನ್ ನಾಯರ್ ನಡೆದ.

"ಇವನು ನೋಡಕ್ಕೆ ಒಳ್ಳೆ ರಾಜಕುಮಾರ ಇದ್ದಂಗೆ ಇದ್ದಾನೆ?"

"ಒಂದು ಕೋಟಿ ರೂಪಾಯಿ ಬಿಸಿನೆಸ್ ಮಾಡ್ತಾನೆ. ಮತ್ತೆ ಹಿಂಗಿಲ್ದೆ ಇರ್ತಾನಾ?"

ಪಂಡಾರಂ ಮಾತಾಡಲಿಲ್ಲ.

"ಸಬರಿಮಲೈ ದೇವಸ್ಥಾನ ಬೋರ್ಡಿನ ನಂತರ ಹೆಚ್ಚಿನ ಲಾಭ ಕಾಣೋರು ಅಂದರೆ ನಾವೇ! ಗೊತ್ತಾ?"

"ಆದ್ರೆ ಒಂದು ಮೂರು ಸಾವಿರ ಸಹಾ ಬಿಟ್ಟುಕೊಡಲಾರಿರಿ."

"ತಮ್ಮಾ ಹಾಗೆ ಬಿಟ್ಟು ಕೊಡದೆ ಇದ್ದಿದ್ದಕ್ಕೆ ತಾನೆ ಇದು ಇವತ್ತಿಗೆ ಈ ಮಟ್ಟಕ್ಕೆ ಬೆಳೆಯಕ್ಕಾಯ್ತು?"

"ನಿಮ್ಮತ್ರ ಮಾತಾಡಿ ಜಯಿಸದುಂಟಾ?"

ಮೆಟ್ಟಿಲ ಮೇಲೆ ಒಂದು ದೊಡ್ಡ ಪೋಸ್ಟರಿನ ಮೇಲೆ ಎರುಕ್ಕು ಬಿದ್ದಿದ್ದಳು. ಸ್ವಲ್ಪ ದೂರದಲಿ ಮಯಿಲ್‌ಸಾಮಿ.

ಮೆಟ್ಟಿಲಮೇಲೆ ಜನ ಜಂಗುಳಿ ಕಮ್ಮಿ ಇತ್ತು.

"ಪೆರುಮಾಳ್ ಎಲ್ಲೆ?"

"ಅವರು ಊಟಕ್ಕೆ ಹೋಗಿದ್ದಾರೆ" ಅಂದಳು ಎರುಕ್ಕು, ನಾಚಿಕೆಯಿಂದ ಕಣ್ಣು ಕೆಳಗೆ ಕೀಲಿಸಿಕೊಂಡು.

"ಇವಳೇನಪ್ಪ, ಇಷ್ಟೊಂದು ನಾಚ್ಕೊತಾ ಇದಾಳೆ?"

"ಮೊದಲಾಳಿ ಅವಳೀಗ ಮದುಮಗ್ಳು. ಕತ್ತು ನೋಡ್ಲಿಲ್ವಾ?"

"ಅದೇನೆ?"

ಎರುಕ್ಕು ಮುಖವನ್ನು ಕೈಯಿಂದ ಮುಚ್ಚಿಕೊಂಡಳು.

ಮಯಿಲ್‌ಸಾಮಿ ಉತ್ಸಾಹದಿಂದ "ಪೆರುಮಾಳ್ ಕಟ್ಟಿದ್ದು. ಆಸ್ಪತ್ರೆಯಿಂದ ಬಿಡಿಸ್ಕಂಡು ಬರಬೇಕಿತ್ತಲ್ವಾ ಅದುಕ್ಕೆ. ಇವ್ಳು ಹಂಗೇ ಕರಗೋಗಿದ್ದಾಳೆ. ಅಳು ನಗು ಎಲ್ಲ ಒಟ್ಟೊಟ್ಟೇ... ಯಾವಾಗ ನೋಡಿದ್ರು ಅವ್ರು ಅವ್ರು ಅವ್ರು... ಅವ್ರುದೇ ಜಪ ಹ್ಹೆಹ್ಹೆ ಹ್ಹೆ" ಎಂದು ನಕ್ಕ.

"ಹುಚ್ಚುಡುಗಿ" ಅನ್ನುತ್ತ ಪಂಡಾರಂ ಮುಂದೆ ಸಾಗಿದರು.

ಪಂಡಾರಂ ಶ್ರೀಕಂಠನ ಬಳಿ ಮಂಡ್ಯೆಯನನ್ನು ತೋರಿಸಿ ತಲೆ ಎಲ್ಲೂ ತಗುಲದಂಗೆ ಜಾಗ್ರತೆ ಮಾಡಿ, "ತಲೆ ಬುರುಡೆ ಗಟ್ಟಿ ಇಲ್ಲ ಕಿತ್ಕಂಡು ಬಂದು ಬಿಡತ್ತೆ" ಅಂದರು.

ತಿರುಪೆಗಳನ್ನು ಶ್ರೀಕಂಠನ್ ನಾಯರ್ ಒಂದು ಚಿಕ್ಕ ಚೀಟಿಯಲ್ಲಿ ಗುರ್ತುಮಾಡಿ ಬರೆದಿಟ್ಟುಕೊಂಡ. ಕುರುವಿಯನ್ನು ಅವರು ನೋಡಿದ್ದೇ ರಾಮಪ್ಪ "ನಾಯರೇ ಇದನ್ನ ತಗತಿದ್ದೀರಾ?" ಎಂದು ಕೇಳಿದ.

"ಹೌದು ಗೆಳೆಯ"

ರಾಮಪ್ಪ ದಂಗಾಗಿ ಕುಳಿತ. ಕುರುವಿ ಬಿಡುಗಣ್ಣು ಬಿಟ್ಟುಕೊಂಡು ನೋಡಿದಳು.

ರಾಮಪ್ಪ ತನ್ನ ಸಹಜ ನಡೆಯಿಂದ ಹೊರತಾಗಿ ಗೋಗರೆಯುವ ದನಿಯಿಂದ "ಅಯ್ಯಾ ನಾಯರೇ ನನ್ನನ್ನೆಷ್ಟಕ್ಕೆ ತಗೋತೀಯಾ? ನನ್ನೂ ತಗಳ್ಳಯ್ಯ, ನಾಯಂತೆ ದುಡಿತೀನಿ" ಅಂದ.

ಕೀಚ್ ಎಂದು ಕೂಗುತ್ತ ಕುರುವಿ ತೆವಳುತ್ತಾ ಸಾಗಿ ರಾಮಪ್ಪನನ್ನು ಅಪ್ಪಿಕೊಂಡಳು. ರಾಮಪ್ಪ ತನ್ನ ಬೆರಳಿಲ್ಲದ ಕೈಗಳಿಂದ ಅವಳ ತಲೆಗೂದಲನ್ನು ನೇವರಿಸಿದ. ಅವನ ಮುದಿಕಂಗಳಿಂದ ನೀರು ಹರಿಯಿತು.

"ನಿಮ್ಮ ಐಟಂಗಳನ್ನು ಸರಿಯಾಗಿ ನೋಡಿ ತೆಗೆದುಕೊಳ್ಳಿ ನಾಯರೇ. ಆಮೇಲೆ ಯಾವುದಕ್ಕೂ ಸಂದೇಹ ಬರಬಾರದು ನೋಡಿ" ಅಂದರು ಪಂಡಾರಂ.

ಮೆಟ್ಟಿಲೇರಿ ಹೋಗುವಾಗ ಕೊಚ್ಚನ್ "ಆ ಎಮ್ಮೆಯನ್ನ ಮಾರೋದಿದ್ರೆ ಹೇಳು, ಬೆಲೆ ನೀನೇ ಹೇಳು. ನಾನು ತಗೋತೀನಿ" ಅಂದ.

"ಅದು ಮುಂದಿನ ವರ್ಷಕ್ಕೇನಾದ್ರು ಸುಧಾರಿಸ್ಕೋಬೇದು. ಈಗ ಮರಿ ಹಾಕಿ ವಾರವಷ್ಟೇ ಆಗಿರೋದು."

ಅಹಮದ್ ಕುಟ್ಟಿ ತನ್ನ ಬೀಜಗಳ ಮೇಲೆ ಕುಳಿತಿರುವಂತೆ ಕಂಡಿತು. ಎದುರುಗಡೆ ಒಬ್ಬ ಕಾಲಿಲ್ಲದ ಕುಂಟಿ. ಇಬ್ಬರೂ ಮಹದಾಸಕ್ತಿಯಿಂದ ಏನನ್ನೋ ಮಾತಾಡುತ್ತ ನಗುತ್ತಿರುವುದು ಕಾಣಿಸಿತು.

"ಏನದು ಮುಖ್ಯವಾದ ಮಾತುಕತೆ?"

"ಏನಿಲ್ಲ ಗೆಳೆಯ, ಸುಮ್ನೆ ಹೀಗೇ"

"ನಡಿಲಿ ನಡಿಲಿ, ನಿನ್ನ ಮಾರಿದ್ದೀನಿ ಆಯ್ತ?"

"ಇವನಾ?" ಕೇಳಿದ ಅಹಮದ್ ಕುಟ್ಟಿ ಪಂಡಾರಂನತ್ತ ನೋಡುತ್ತ.

"ಒಳ್ಳೆಯ ಮನುಷ್ಯ"

"ನಂಗೆ ಬೀಡಿಗೆ ಟೀಗೆ ಹೀಗೆ ಯಾವ ಕೊರೆಯೂ ಇರಬಾರದು ಆಯ್ತಾ?" ಅಂದ ಅಹಮದ್. "ಮತ್ತೆ ಬಯ್ಯೋದು ಹೊಡೆಯೋದು ಎಲ್ಲ ನನ್ನತ್ರ ನಡೆಯಲ್ಲ, ಒಂದು ರುಪಾಯಿ ಖರ್ಚು ಮಾಡಿ ಪೋಲಿಸಿಗೆ ಹೇಗೆ ಕಂಪ್ಲೇಂಟ್ ಮಾಡೋದು ಅಂತ ನಂಗೆ ಗೊತ್ತು. ಇಲ್ಲಾಂದ್ರೆ ಮಾತೃಭೂಮಿ ಪತ್ರಿಕೆಗೆ ಒಂದು ಲೆಟರ್. ಅರ್ಥ ಆಯ್ತಾ?"

"ದೊಡ್ಡ ಡ್ರಾಮಾ ಮಾಡ್ತಾನೆ ಅಂತ ಅನಿಸ್ತದಲ್ಲ?"

"ತಮಿಳರ ಹಾಗಲ್ಲ ಕಣಲೇ ಮಲಯಾಳಿಗಳು. ಎಲ್ರಿಗೂ ಓದಕ್ಕೆ ಬರಿಯಕ್ಕೆ ಬರತ್ತೆ. ನೋಡಿ ಮಾಡಿ ನಡ್ಕೋಬೇಕು. ಅವುನು ಕೇಳಿದನ್ನ ಕೊಟ್‌ಬಿಡು. ದುಡ್ಡಿಗೆ ಯಾವ ಮೋಸ ಇರಲ್ಲ. ದಿನಾ ಫಸಲು ತೆಗಿಬಹುದು"

"ಮತ್ತೇ..." ಎಂದು ಹಿಂದಿನಿಂದ ಕೂಗಿದ ಅಹಮದು. "ದಿನಾ ಬೆಳಗ್ಗೆ ನಂಗೆ ಮಲಯಾಳಂ ಪೇಪರ್ ಬೇಕು, ಮಾತೃಭೂಮಿ. ಅದು ದಿನಾ ಬೇಕೇ ಬೇಕು. ಮತ್ತೆ ಹೇಳಿಲ್ಲಾಂತ ಬೇಡ."

"ಮಲಗಕ್ಕೆ ಹತ್ತಿ ಹಾಸ್ಗೆ ಕೇಳ್ತಾನೋ ಏನೋ ಅನಿಸ್ತಾ ಇದೆ."

"ಪೇಪರ್ ತಾನೇ ಕೇಳ್ದ. ಕೊಡು. ಪೇಪರೋದಿ ಕ್ರಾಂತಿಕಾರಿ ಆದೋರ್ಯಾರೂ ಇಲ್ಲ. ಪೇಪರ್ ಒಂತರ ಗಾಂಜಾ ಇದ್ದಂಗೆ."

ಅವರು ತಿರುಪೆಗಳನ್ನೆಲ್ಲ ನೋಡಿ ತಿರುಗಿ ಬರುವಾಗ ದೂರದಲ್ಲಿ ಮಾಂಗಾಡು ಸಾಮಿಯ ಹಾಡು ಕೇಳಿಸಿತು.

ಹೆತ್ತ ತಾಯಿ ಸಂಬಂಧವೋ
ಹೆಣ್ಣಿಗೆ ಇಲ್ಲವೋ
ಹೆತ್ತ ತಂದೆ ಸಂಬಂಧವೋ
ಉಪಯೋಗವಿಲ್ಲವೋ
ಕಲಿತ ವಿದ್ಯೆ ಎಲ್ಲವೂ
ಕೆಲಸಕ್ಕಾಗಲ್ಲವೋ
ಬತ್ತದ ಕಣ್ಣೀರು ಒಂದೇ ತಾನೆ
ನಮಗೆ ಬಂದ ಭಾಗ್ಯವೆಲ್ಲವೂ...

ರಾಮಪ್ಪ ತೆರೆದ ಬಾಯಿ ಮುಚ್ಚದೆ ಕೋಲೂರಿಕೊಂಡು ಅಲ್ಲಾಡದೆ ಕುಳಿತಿದ್ದ. ಮಡಿಲಿನಲ್ಲಿ ಕುರುವಿ ತಲೆ ಹುದುಗಿಸಿಕೊಂಡು ಮಲಗಿದ್ದಳು.

"ಹೂ ಈಸ್ ದಟ್ ಗೈ" ಕೇಳಿದ ಶ್ರೀಕಂಠ ನಾಯರ್.

"ಮೈ ತಿರುಪೆ, ಗುಡ್ ಸಾಮಿಯಾರ್" ಅಂದರು ಪಂಡಾರಂ.

"ಹಿ ಕನ್ಸಿಡರ್ಸ್ ಹಿಮ್‌ಸೆಲ್ಫ್ ಯಾಸ್ ಅ ಡಿವೈನ್ ಅಸೆಟ್" ಅಂದರು ಕೊಚ್ಚನ್.

"ಅದೇನದು ಹಾಡು?" ಕೇಳಿದ ಶ್ರೀಕಂಠ ನಾಯರ್

"ಅದು ಅವರು ಸ್ವಂತವಾಗಿ ಹಾಡುವುದು. ಅವರು ಆ ರೀತಿ ಬಹಳ ಹಾಡು ಹಾಡ್ತಾರೆ. ಒಂದು ಸಲಕ್ಕೆ ಎರಡು ಇಡ್ಲಿ ತಿಂತಾರೆ. ವಯಸು ನೂರಿರಬಹುದು. ನಾನು ತಗಂಡು ಬಹಳಾ ವರ್ಷಗಳಾಗಿ ಹೋಗವೆ."

ಆಮೇಲೆ ಶ್ರೀಕಂಠ ನಾಯರ್ ಮಾತಾಡಲಿಲ್ಲ. ಮೆಟ್ಟಿಲಿಳಿಯುತ್ತಾ ಹೋಗುವಾಗ ಹಠಾತ್ತನೆ ತಿರುಗಿ "ನೀವೇನು ಕೇಳ್ತೀರಿ?" ಎಂದು ಕೇಳಿದ.

"ನಾನು ಮಾರಲ್ಲ ಸ್ವಾಮಿ"

"ಬೆಲೆ ಹೇಳಿ"

"ಅದು ನಂಗೆ ಐಶ್ವರ್ಯ ಸ್ವಾಮಿ"

"ಟ್ರೂ, ಅಂಥ ಐಶ್ವರ್ಯವನ್ನೇ ಅದೀಗ ಕೊಡ್ತಾ ಇರೋದು. ಇಪ್ಪತ್ತು ಸಾವಿರ ತಗೊಳಿ"

"ಇಪ್ಪತ್ತಾ... ಅದೂ..."

"ಸರಿ ಮುವತ್ತು"

ಪಂಡಾರಂ ತಡಬಡಿಸಿದರು.

ಒಂದು ಕ್ಷಣ ತಡೆದು, "ಹಣ ದೊಡ್ಡದಲ್ಲ ಸ್ವಾಮಿ, ಆದ್ರೆ ಅದು ನಂಗೆ ಐಶ್ವರ್ಯ. ಸಾಮಿಯಿಲ್ಲಾಂದ್ರೆ..."

"ಸರಿ ಐವತ್ತು, ಕೊನೆ ಬೆಲೆ" ಅಂದ ಶ್ರೀಕಂಠ ನಾಯರ್.

ಪಂಡಾರಂ ಅಚ್ಚರಿಯಿಂದ ಮೆಟ್ಟಿಲಮೇಲೆ ಹಾಗೆಯೇ ನಿಂತರು.

"ಅರುವತ್ತು ಸಾವಿರ, ಹತ್ತು ಸಾವಿರ ನಂದು ಬೋನಸ್. ತಗೊಳ್ಳಿ ಅಡ್ವಾನ್ಸ್" ಎಂದ.

ಪಂಡಾರಂ ಕೈಗಳನ್ನ ಹಿಡಿದು ಅದರಲ್ಲಿ ಹತ್ತುಸಾವಿರದ ನೋಟುಗಳನ್ನಿಟ್ಟ.

***

11

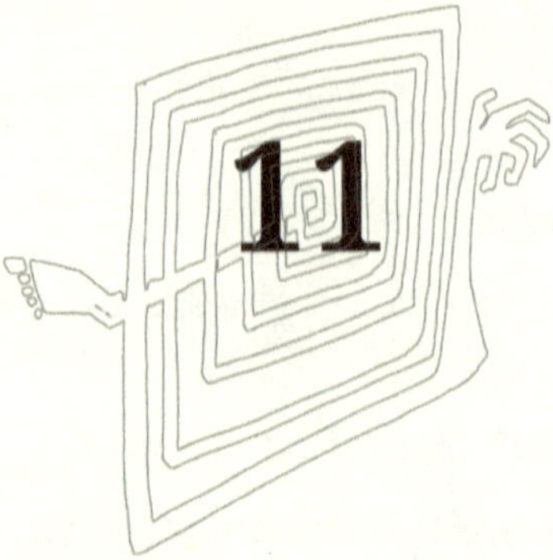

ಪಂಡಾರಂ ಬೆಳಿಗ್ಗೆ ಎದ್ದ ಒಡನೇ ಓಡಿಹೋಗಿ ಪೆಟ್ಟಿಗೆಯನ್ನು ತೆರೆದು ನೋಡಿದರು. ಹಣ ಜೋಪಾನವಾಗಿರುವುದನ್ನ ನೋಡಿ ಮನಸಿಗೆ ಸ್ವಲ್ಪ ಸಮಾಧಾನವಾಯ್ತು. ಹಿಂದಿನ ದಿನ ಹಣದೊಂದಿಗೆ ಹೋಗಿ ಆ ರೂಮನ್ನು ಖಾಲಿ ಮಾಡಿ ಬೇರೆ ರೂಮಿನಲ್ಲಿ ತಂಗಿದ್ದರು. ರಾತ್ರೋರಾತ್ರಿಯೇ ವಂಡಿಮಲೆಯೂ ಪೆರುಮಾಳೂ ತಿರುಪೆಗಳನ್ನ ಟೆಂಪೋಗೆ ಹತ್ತಿಸಿ ಬೆಳಕಾಗುವಷ್ಟರಲ್ಲಿ ಊರು ಬಿಟ್ಟಿದ್ದರು. ಅವರು ಹೊರಟ ಸುದ್ದಿ ಫೋನಿನಲ್ಲಿ ಕೇಳಿದ ಬಳಿಕವಷ್ಟೇ ಅವರು ನಿದ್ದೆಗೆ ಜಾರಿದ್ದರು. ಹಣದೊಂದಿಗೆ ತಿರುಪೆಗಳನ್ನೂ ಕರೆದುಕೊಂಡು ಹೋಗುವುದಕ್ಕಿಂತ ದೊಡ್ಡ ಆಪತ್ತು ಇನ್ನೊಂದಿಲ್ಲ. ಅವರ ಬಳಿ ಖರ್ಚು ಕಳೆದು ಎಂಬತ್ತು ಸಾವಿರರೂಪಾಯಿ ಮಿಕ್ಕಿತ್ತು. ಸ್ನಾನ ಮಾಡಿ ವಿಭೂತಿ ಕುಂಕುಮ ಹಚ್ಚಿಕೊಂಡು ಒಡನೇ ಹೊರಟುಬಿಟ್ಟರು. ಹಾಗೆ ಹೊರಟವರು ಪಳನಿಯ ಬೆಟ್ಟದ ಬುಡದತ್ತ ಅಪ್ಪಿತಪ್ಪಿಯೂ ಸುಳಿಯಲಿಲ್ಲ. ನಾಯಕರಿಗೆ ಶಿಷ್ಯರಿದ್ದಾರೆ ಎಂದು ಅವರಿಗೆ ಗೊತ್ತಿತ್ತು. ಅವರು ಖಂಡಿತ ರಾತ್ರಿ ತಿರುಪೆಗಳನ್ನ ಹತ್ತಿಸಿಕೊಂಡು ಹೋಗಿದ್ದನ್ನ ಗಮನಿಸಿರುತ್ತಾರೆ ಎಂಬುವುದೂ ಅವರಿಗೆ ಗೊತ್ತಿತ್ತು. ಮಾಂಗಾಡುಸಾಮಿ ಖರೀದಿಸಲ್ಪಟ್ಟಿದ್ದು ನಾಯಕರಿಗೆ ಗೊತ್ತಾಗಿದ್ದೇ ಅವರು ತನ್ನ ಬಳಿ ಹಣ ಇರುವುದನ್ನು ಊಹಿಸಿರುತ್ತಾರೆ ಎಂದು ಪಂಡಾರಂ ಅರಿತಿದ್ದರು. ಬಸ್‌ಸ್ಟ್ಯಾಂಡ್‌ನಲ್ಲಿ ತಮ್ಮನ್ನು ಅವರು ಹುಡುಕುತ್ತಿರುತ್ತಾರೆ ಎಂಬುವುದೂ ಅವರಿಗೆ ಗೊತ್ತಿತ್ತು. ಒಂದು ಗ್ರಂಥಾಲಯದಲ್ಲಿ ಕುಳಿತುಕೊಂಡರು. ಆಗ ಅಲ್ಲಿ ಹೆಚ್ಚು ಜನರೂ ಇರಲಿಲ್ಲ. ಕೆಲವರು ಪತ್ರಿಕೆ ಓದುತ್ತಿದ್ದರು. ಪಂಡಾರಂಗೆ ಓದುವ ಅಭ್ಯಾಸ ಇರಲಿಲ್ಲ, ಆದರೂ ಪತ್ರಿಕೆಯೊಂದನ್ನು ತೆಗೆದುಕೊಂಡು ಸುಮ್ಮನೆ ಪುಟ ತಿರುಗಿಸುತ್ತಾ ಅದರಲ್ಲಿರುವ ಹೆಣ್ಣುಮಕ್ಕಳ ಪಟಗಳನ್ನ ನೊಡುತ್ತಾ ಕುಳಿತರು. ಎಲ್ಲ ಹುಡುಗಿಯರೂ ಥಳಥಳ ಅನ್ನುತ್ತಿದ್ದರು. ಎಲ್ಲ ಉತ್ತರದವು ಅಂದುಕೊಂಡರು. ಒಡನೇ ಮೂತ್ರದ ಸಮಸ್ಯೆ ನೆನಪಿಗೆ ಬಂತು. ನೆನಪಿಸಿಕೊಳ್ಳುತ್ತಿದ್ದಂತೆಯೇ ಮೂತ್ರಕ್ಕೆ ಅವಸರವಾಗಿ ಹಿಂದೆಯೇ ಹೊಸತಾಗಿ ಈಗ ಶುರುವಾಗಿದ್ದ ನೋವೂ ತೋರಿಕೊಂಡಿತ್ತು. ಅದರ ಹಿಂದೆ ನಡುವಿನ ಮಗಳು ವಡಿವಮ್ಮನ ನೆನಪೂ ತೇಲಿಬಂತು. ಹಾಗೊಂದು ಗಡಸುತನ ಅವಳಿಗೆ. ಅದು ಅವರ ತಾಯಿಯ ಗುಣ. ವೇಲಪ್ಪನ್ ದೇವಸ್ಥಾನದಲ್ಲಿ ಹೂಕಟ್ಟುವುದು ಅವಳು ಮಾಡುತ್ತಿದ್ದ ಕೆಲಸ. ಅವರ ಅಪ್ಪ ಸನ್ಯಾಸಿಯಾಗಿ ಊರು ಬಿಟ್ಟು ಹೋಗಿ ಏಳುವರ್ಷಗಳಾದ

ಮೇಲೆ ಹುಟ್ಟಿದ ಮಗ ಇವರು. ಅವರು ಪದ್ಮನಾಭಪುರದ ದೊಡ್ಡ ದೇವಸ್ಥಾನದ ಪೋತ್ತಿಯ ಮಗ ಎಂದೇ ಅವಳು ಅವರಿಗೆ ಹೇಳಿಕೊಟ್ಟು ಬೆಳೆಸಿದ್ದಳು.

ಆದರೆ ಊರಲ್ಲಿ ಜನ ಅವರ ಮುಖದಲ್ಲಿ ಹಲವರ ಜಾಡೆಯನ್ನು ಹುಡುಕಿ ತೆಗೆದಿದ್ದರು. ಬದುಕಿನುದ್ದಕ್ಕೂ ಕೂತ ಜಾಗೆಯಲ್ಲಿಯೇ ಕೂತು ಎಲೆಅಡಿಕೆ ಅಗಿದು ಉಗಿದುದಲ್ಲದೆ ಬೇರೆ ಯಾವ ಕೆಲಸವನ್ನೂ ಅವಳು ಮಾಡಿದುದಿಲ್ಲ. ಎಲೆ ಅಡಿಕೆ ತಿಂದು ತಿಂದೂ ತೀರ ಹುಣ್ಣಾದಂತೆ ಕಾಣುವ ತುಟಿಗಳು. ಹೊಳೆವ ಪುಟ್ಟ ಪುಟ್ಟ ಕಂಗಳು. 'ಕುಂಡನಿ ಪಂಡಾರದವಳು' ಅಂತಲೇ ಊರಲ್ಲಿ ಹೆಸರು. 'ಅಸಿಟ್ಟಾಚಿ' ಅಂತಲೂ ಕರೆಯುತ್ತಿದ್ದರು. ಮುರುಗ ಒಂಚೂರು ಕೋಪಿಸಿಕೊಂಡರೆ ವಳ್ಳಿ ದೈವಾನೆಗೇ ಕೆಟ್ಟ ಹೆಸರು ತಂದಿಟ್ಟುಬಿಡ್ತಾಳೆ' ಅಂತ ಊರಲ್ಲಿ ಆಡಿಕೊಳ್ಳುತ್ತಿದ್ದರು.

ಹತ್ತುಗಂಟೆಗೆ ಸರಿಯಾಗಿ ಸ್ಟೇಟ್ ಬ್ಯಾಂಕಿಗೆ ಹೋಗಿ ಅವರ ಅಕೌಂಟಿಗೆ ಕಾಸು ಹಾಕಿದ ಮೇಲಷ್ಟೇ ಅವರಿಗೆ ನೆಮ್ಮದಿಯಾದದ್ದು. ಆಮೇಲೆ ನಶ್ಯ ಹಾಕಿಕೊಂಡು ಸೀದಾ ಆರ್ಯಭವನ್‌ಗೆ ಹೋಗಿ ಡಿಗ್ರಿ ಕಾಫಿ, ತಿಂಡಿಗೆ ಆರ್ಡರ್ ಮಾಡಿದರು. ಹಾಗೆ ತಿಂಡಿ ತಿನ್ನುವಾಗ ಸಿನಿಮಾ ಹಾಡು 'ಪನಿವಿಳುಂ ಮಲರ್‌ವನಂ... ಉನ್ ಪಾರ್ವೈ...' ಎಂದು ಗುನುಗಿಕೊಂಡರು. ಹಾಗೆ ಗುನುಗಿಕೊಳ್ಳುವಾಗ ಅವರಿಗೆ ತನ್ನ ಬಗೆಯೇ ಕೆಡುಕೆನಿಸಿ ಒಡನೇ 'ಮುರುಗಾ' ಎಂದು ದೇವರ ಹಾಡನ್ನು ಗುನುಗಲಾರಂಭಿಸಿದರೂ ಎಲ್ಲೋ ಮನದಾಳದಲ್ಲಿ ಇನ್ನೂ ಅದೇ ಸಿನಿಮಾ ಹಾಡು ಓಡತೊಡಗಿತ್ತು. ಅಷ್ಟರಲಿ ಎದುರಿಗೆ ಬಂದವರನ್ನು ಪಂಡಾರಂ ತಕ್ಷಣವೇ ಗುರುತಿಸಿದರು. ಕೋಯಿಲ್ಪಟ್ಟಿ ನಾಯಕರ ಪರಿಚಯದ ಮುಖ.

ಅವನನ್ನು ನೋಡಿದ್ದೇ "ಏನು ಸೌಖ್ಯವಾ?" ಎಂದು ವಿಚಾರಿಸಿಕೊಂಡರು.

ಇವರು ಹಾಗೆ ಕೇಳಿದ್ದೇ ಆತ ಗಲಿಬಿಲಿಗೊಂಡು "ನನ್ನನ್ನಾ?" ಎಂದು ಕೇಳಿದ.

"ಹೌದು ನಾಯಕರ ಜತೆ ನೋಡಿದ್ದೇನೆ" ಅಂದರು. ಇಬ್ಬರ ಕಂಗಳೂ ಅರೆಕ್ಷಣ ಸಂಧಿಸಿದವು. ಅಲ್ಲೊಂದು ಮೌನ ನೆಲೆಸಿತು.

"ಹುಷಾರಾಗಿ ಬ್ಯಾಂಕಲ್ಲಿ ಹಾಕಿಬಿಟ್ರಿ. ಪಂಡಾರಂ ಅಂದ್ರೆ ಸಾಧಾರಣ ಜನ ಅಲ್ಲ ಅಂತ ಅಣ್ಣಾಚಿ ಹೇಳ್ತಾ ಇದ್ದರು. ಹಾಗೇ ಆಯ್ತು" ಅಂದ.

"ಹೌದೌದು, ಮತ್ತೆ ಪಳನಿ ಯಾವ ತರದ ಊರ ಅಂತ ಗೊತ್ತಿರದೋನಾ ನಾನು?"

"ಮತ್ತೆ ಯಾವಾಗ ಊರಿಗೆ?"

"ಹೋಗಬೇಕು, ಇನ್ನೂ ಮುರುಗನ ದರ್ಶನ ಮಾಡಿಲ್ಲ. ಸ್ವಲ್ಪ ಜನ ಕಡಿಮೆ ಆಗ್ಲೀಂತ ಕಾಯ್ತಾ ಇದ್ದೆ. ಒಂದ್ಸಲ ಹೋಗಿ ನೋಡಿದ್ಮೇಲೆ ಹೊರಡೋದೆ."

ತಿಂದು ಮುಗಿಸಿ ಕೈ ತೊಳೆಯುವಾಗ ಅವನೂ ಜೊತೆಗೇ ಎದ್ದ. "ಬಿಲ್ಲು ಕೊಡಿ ಅಣ್ಣಾಚಿ, ಬೆಳಗಿಂದ ನಿಮ್ಮ ಹಿಂದೆ ಸುತ್ತಿದ್ದೀನಿ ಹತ್ತು ಪೈಸಾ ಇಲ್ಲ ಕೈಲಿ."

"ಯಾವಾಗ ನನ್ನ ಕಂಡು ಹಿಡಿದ್ರಿ?"

"ಲೈಬ್ರೆರಿಯಿಂದ ಬಂದು ನಶ್ಯ ತಗೊಂಡ್ರಲ್ಲ ಆಗ."

"ಮ್ ಹಾಗೆ"

ಬಿಲ್ಲು ಪಾವತಿಸಿ ಇಬ್ಬರೂ ಹೊರಗೆ ಬಂದರು. "ನಂಗೆ ನನ್ನ ಹಿಂದೆ ಯಾರೋ ಇದ್ದಾರೆ ಅಂತ ಅನಿಸ್ತಾನೇ ಇತ್ತು" ಅಂದರು ಪಂಡಾರಂ.

"ಹಿಂದುಗಡೆ ಬಂದ ಮಾತ್ರಕ್ಕೆ ಏನು ಸಿಕ್ತು, ಇಡೀ ರೋಡೇ ಖಾಲಿ. ಒಂದ್ ಜನ ಇಲ್ಲ, ಲಾರಿ ಕಾರು ಏನೂ ಇಲ್ಲ ಸತ್ತದ್ದು. ಚೂರೇ ಚಾನ್ಸ್ ಆಗಿದ್ರೂ ನಾನು ಬ್ಯಾಗು ಹೊಡೆದಿರ್ತಾ ಇದ್ದೆ. ಎಷ್ಟಿಟ್ಟಿದ್ರಿ?"

"ಅರುವತ್ತು"

"ಯಬ್ಬಾ! ಛೇ...! ಬಿಟ್‌ಬಿಟ್ನಲ್ಲಾ ಅಣ್ಣಾಚಿ... ಸರಿ ಒಂದು ಸಿಗರೇಟು ತೆಕ್ಕೊಡಿ."

"ತೈಪೂಸಂ ಟೈಮಲ್ಲಿ ನಿನ್ನತ್ರ ದುಡ್ಡಿಲ್ಲಾಂದ್ರೆ ನಂಬಕ್ಕಾಗ್ತಾ ಇಲ್ವಲ್ಲ."

"'ಆಲದ ಮರದಲ್ಲಿ ಹಣ್ಣು ಬಿಟ್ರೆ ಕಾಗೆಗೆ ಲಾಭ' ಅನ್ನೋಹಾಗೆ ಅಣ್ಣಾಚಿ ನನ್ನ ಕತೆ ಕೇಳ್ಬೇಡಿ. ತೈಪೂಸಂ ಬಂದ್ರೆ ಲೋಕಲ್ ಜನರಿಗೆ ಹೊಟ್ಟೆಗೆ ತಣ್ಣೀರ್ ಬಟ್ಟೆ. ಮದುರೈಯಿಂದ ಒಳ್ಳೆ ಒಳ್ಳೆ ಆಸಾಮಿಗಳು ಬರ್ತಾರೆ. ಹೇಳಿದ್ರೆ ನಂಬ್ಲಿಕ್ಕಿಲ್ಲ ನೀವು. ಗಂಟುಕಟ್ಟಿ ಚೆಡ್ಡಿಯೊಳಗೆ ಬಚ್ಚಿಕಂಡ್ರೂ ಎತ್ಕಂಡು ಹೊರಟೋಗ್ತಾರೆ. ಕೆಲಸ ಕಲಿತ ಬಡ್ಡಿಮಕ್ಳು. ಅವ್ರ ಕೈಗೆ ಹಣ ಸಿಗಬಾರ್ದು ಅಂದ್ರೆ ಹಂಗೇ ನುಂಗಿಬಿಡ್ಬೇಕು. ನಮ್ಮನ್ನ ನೋಡಿದ್ರೇ ಹೆಂಗೋ ಗುರ್ತು ಹಿಡ್ದುಬಿಟ್ಟು ಓಡ್ಲೇ ಓಡ್ಲೇ ಅಂತ ಹಂಗೇ ಕೂಗು ಹಾಕ್ತಾರೆ... ಏನೇಳಣ ನಮ್ ಕತೆ."

ಅವರು ಸಿಗರೇಟು ನಶ್ಯ ಎರಡನ್ನೂ ಕೊಂಡರು. ಅವನು ಸ್ಟೈಲಾಗಿ ಸಿಗರೇಟು ಹೊಡೆಯುತ್ತ "ಆದ್ರೂ ಅಣ್ಣಾಚಿ, ನಿಮ್ ತಿರುಪೆಗಳ್ಯಾವುವೂ ಸರಿ ಇಲ್ಲ, ಇನ್ನೂ ಸ್ವಲ್ಪ ಬಡವಾಗಿರ್ಬೇಡ್ವಾ? ಏನೋ ಯಾರೋ ಹೋಗ್ಲೀಂತ ಹಾಕಿದ್ರೆ ಉಂಟು."

"ಏನ್ಮಾಡೋದು, ಎಲ್ಲ ನಾಯಿ ಪಾಡು, ಸರಿಯಾದ ಸರಕು ಸಿಗಬೇಕಲ್ಲ."

"ನೋಡ್ತೀರಾ?"

"ನಿನ್ನತ್ರ ಇದೆಯಾ?"

"ನನ್ನತ್ರನಾ? ನಮ್ ಲೈನ್ ಬೇರೆ. ನನ್ನತ್ರ ಒಬ್ಬ ಇದಾನೆ"

"ಗೊತ್ತಿಲ್ದೇ ಇರೋನತ್ರ ಏನಂಥ ಮಾತಾಡೋದು?"

"ಒಳ್ಳೆಯೋನೇ ಅಣ್ಣಾಚಿ, ಪೋಲೀಸ್ ಕೈಯಲ್ಲಿ ಇಟ್ಕೊಂಡಿರೋನು, ಸ್ವಲ್ಪ ನೋಡಿಮಾಡಿ ಹಿಡಿಬೇಕು"

"ನಿನ್ ಹೆಸರೇನು?"

"ಹಂಗೆ ಕೇಳಿ ಸೀತೆಗೆ ರಾಮ ಸಿಐಡಿ ಅಂದಂಗೆ ನನ್ ಹೆಸರು ರಾಮಾನುಜಮ್. ನೀವು ರಾಮು ಅಂತ ಕರೀರಿ."

"ನನ್ನತ್ರ ಹಣ ಇಲ್ವೇ"

"ಅಣ್ಣಾಚಿ, ನಾವು ಹತ್ರ ಆಗಿಬಿಟ್ವಿ, ನಮ್ ಮಧ್ಯೆ ಏನಕೆ ಇದೆಲ್ಲ"

"ಇಲ್ಲ ತಮ್ಮ, ನಿಜ್ವಾಗ್ಲೂ ಇಲ್ಲ"

"ನೀವು ಮೊದ್ಲು ತಿರುಪೆಗಳನ್ನ ನೋಡಿ, ಇಷ್ಟ ಆದ್ರೆ ಆಮೇಲೆ ಹೇಗಾದ್ರು ಹೊಂದಿಸಬಹುದು."

"ಹೇಗೆ ಹೊಂದಿಸೋದು"

"ನಿಮ್ಮ ನಗುವೇ ಸಾವಿರಗಟ್ಲೆ ಬೆಲೆ ಬಾಳತ್ತೆ"

"ಕಳ್ಳ ಸೂಳೆಮಗ ಕಣ್ಲೇ ನೀನು. ನನ್ ಚಿನ್ನದ ಹಲ್ಲನ್ನ ಕಂಡು ಹಿಡಿದ್‌ಬಿಟ್ಯಾ ನೀನು?"

"ಅಣ್ಣಾಚಿ, ಭಕ್ತನ ಹತ್ರ ದೇವರು ತಪ್ಪಿಸ್ಕಳ್ಳಕ್ಕಾಗತ್ತ?"

"ಎಲ್ಲಿ ಸರಕು?"

"ಆಟೋದಲ್ಲಿ ಹೋಗ್ಬೇಕು"

ಆಟೊ ಪುಟ್ಟ ಸಂದಿಯಲ್ಲಿ ಹಾಯುತ್ತಾ, ಅಲ್ಲಿ ಕಿಕ್ಕಿರಿದು ನೆರೆದಿದ್ದ ಹಂದಿಗಳು ಮಕ್ಕಳು ಎಲ್ಲರನ್ನೂ ಸವರಿಕೊಂಡಂತೆ ಹೊರಟಿತು. ನಲ್ಲಿಯಲ್ಲಿ ನೀರು ಹಿಡಿಯುತ್ತಿದ್ದವರು ಕೊಡವನ್ನು ಬದಿಗೆ ಸರಿಸಿ ಇಟ್ಟು ಜಾಗ ಮಾಡಿಕೊಟ್ಟರು.

"ಜನರು ವಾಸ ಮಾಡುವ ಜಾಗದ ಹಾಗೆ ಇದೆ?"

"ಅದು ಹಾಗೇ. ಹಾಗೆ ಜನ ವಾಸಮಾಡೋ ಕಡೆ ಇದ್ದರೇನೇ ಒಳ್ಳೇದು."

ಒಂದು ಚಿಕ್ಕ ಮನೆಯ ಮುಂದೆ ಆಟೋ ನಿಂತಿತು. "ಬನ್ನಿ" ಎಂದ ರಾಮು.

ಸುತ್ತಲೂ ಮೆಶ್ ಹಾಕಿದ್ದ ಚಿಕ್ಕ ಗುಡಿಸಲು, ಮುರಿದ ದಿಣ್ಣೆ ಧೂಳಡರಿದ ಹಳೆಯ ಮನೆ. ಒಳಗೆ ಸುರಂಗದ ಹಾದಿಯಂತೆ ಕಾಣುವ ಬಾಗಿಲು. ಅಲ್ಲಿ ಅನೇಕ ಮಕ್ಕಳಿದ್ದರು. ಅಲ್ಲಿ ಮಕ್ಕಳ ಅಳುವಿನ ದನಿಯೂ, ಹೆಂಗಸರ ದನಿಯೂ ಒಟ್ಟಿಗೇ ಎದ್ದವು. ರಾಮು ಆ ಮನೆಯ ಹಿಂಬದಿಯಲ್ಲಿ ಇದ್ದ ಚಿಕ್ಕ ಅಂಗಳಕ್ಕಿಳಿದ. ಅಲ್ಲಿ ಒಡೆದ ಕಬ್ಬಿಣದ ಸಾಮಾನುಗಳು, ಪ್ಲಾಸ್ಟಿಕ್ ಕಸಗಳು, ಹಲಬಗೆಯ ಹಳೆಯ ಬಟ್ಟೆಗಳು, ರದ್ದಿ ಕಾಗದಗಳು, ಎಲ್ಲಕ್ಕೂ ಮಧ್ಯೆ ಅಲ್ಲಲ್ಲಿ ಹರಡಿಕೊಂಡಿರುವ ಮಲ.

"ಇಲ್ಲಿ ಅಯ್ಯ"

"ಈ ಮನೆಗೆ ಬೇರೊಂದು ದಾರಿಯುಂಟು. ಆ ದಾರಿಯಲ್ಲಿ ಹಗಲೊತ್ತಲ್ಲಿ ಬರಕ್ಕಾಗಲ್ಲ" ಎಂದ ರಾಮು. ಇನ್ನೊಂದು ಮನೆಯ ಬಾಗಿಲು ಕಾಣಿಸಿತು. ಮೆಲ್ಲಗೆ ಬಾಗಿಲು ತಟ್ಟಿದ ರಾಮು. ಒಳಗೆ ಒಂದು ದನಿ ಕೇಳಿಸಿತು. ಅವನು ಉತ್ತರಿಸಿದ್ದೇ ಬಾಗಿಲು ತೆರೆಯಿತು. ದಪ್ಪನೆಯ ಹೆಣ್ಣೊಬ್ಬಳು ಭಾರ ತೂಗುವ ಮೊಲೆಗಳ ನಡುವೆ ಎಳೆದುಕಟ್ಟಿದಂತೆ ಬಿಗಿದಿರುವ ಸೆರಗಿನೊಂದಿಗೆ, ಉದ್ದನೆಯ ಹಳದಿಕಟ್ಟಿದ ಹಲ್ಲುಗಳೊಂದಿಗೆ, ಚಿಕ್ಕದಾದ ಮೀಸೆಯೊಂದಿಗೆ ಬಂದು ನಿಂತು, ಪಂಡಾರಂನತ್ತ ಸಂದೇಹದಿಂದ ನೋಡುತ್ತ "ಬನ್ನಿ ಒಳಗೆ" ಎಂದು ಕರೆದಳು.

ಒಳಗೆ ಧೂಳು ಮತ್ತು ಹಳೆಯ ಮುಗ್ಗಿದ ಬಟ್ಟೆಗಳ ವಾಸನೆ ಎದ್ದಿತು. ಅವಳು ಕೋಣೆಯ ಬಾಗಿಲು ಮುಚ್ಚಿದ ಒಡನೇ ಇಡೀ ಕೋಣೆ ಕತ್ತಲಾಯಿತು. ಪಕ್ಕದ ಕೋಣೆಗೆ ಕರೆದೊಯ್ದಳು. ಅಲ್ಲಿ ಒಬ್ಬ ದಾಡಿ ಇಟ್ಟುಕೊಂಡಿದ್ದವನು ಮಲಗಿದ್ದ. ಅವಳು ಅವನನ್ನು ಕಾಲಲ್ಲಿ ಒದ್ದು "ಥತ್, ಎದ್ದೇಳಲೋ ಓಯ್" ಎಂದು ಕರೆದಳು. ಅವನು ಕಂಕುಳಲ್ಲಿ ಇದ್ದ ಕೂದಲನ್ನು ಕೆರೆಯುತ್ತಾ ಎದ್ದು "ಯಾರು?" ಎಂದು ಕೇಳಿದ.

"ಪಾರ್ಟಿ"

ಅವನು ಎದ್ದು "ಕೂತ್ಕೊಳ್ಳಿ" ಎಂದು ತುಕ್ಕು ಹಿಡಿದ ಕಬ್ಬಿಣದ ಖುರ್ಚಿಯೊಂದನ್ನು ತೋರಿಸಿದ. ಮನೆಯ ಇನ್ನೊಂದು ಪಕ್ಕ ವೆರಾಂಡದ ತುಂಬೆಲ್ಲ ಹಳೆ ಕಬ್ಬಿಣದ ಸಾಮಾನುಗಳು, ಬಟ್ಟೆಗಳು, ಕಾಗದದ ರದ್ದಿ ಗುಡ್ಡೆಯಾಗಿ ಬಿದ್ದಿತ್ತು. ಅಲ್ಲಿಂದಲೇ ಆ ಮುಗ್ಗುವಾಸನೆ ಎದ್ದಿತ್ತು.

"ಸರಕು ತೋರಿಸಿ ಅಣ್ಣ" ಅಂದ ರಾಮು.

"ಬೇಕಷ್ಟಿವೆ" ಅಂದ ದಾಡಿಯವನು "ರೇಟೆಲ್ಲ ಹಿಂದೆಮುಂದೆ ಮಾಡಿ ಹಾಕ್ಕಳಣ. ಆದರೆ ಎಲ್ಲ ಗುಟ್ಟಾಗಿ ಇರ್ಬೇಕು. ಮೂರನೇ ಕಿವಿಗೆ ಹೋಗಬಾರದು."

"ಅದಕ್ಕೇನು" ಅಂದರು ಪಂಡಾರಂ.

"ಯೋ, ಇವರಿಗೆ ಇದರಲ್ಲಿ ಇಪ್ಪತ್ತು ವರ್ಷ ಸರ್ವಿಸಿದೆ, ತೋರ್ಸಯ್ಯ."

"ಬನ್ನಿ" ಎಂದ ಅವನು.

ಪಕ್ಕದ ಕೋಣೆಯ ಬಾಗಿಲನ್ನು ತೆರೆದ. ಆ ಕೋಣೆಯಲ್ಲಿ ಒಂದು ದೊಡ್ಡ ಬೀರುವೂ, ಹಗ್ಗದಲ್ಲಿ ಒಣಗುತ್ತಿದ್ದ ಬಟ್ಟೆಗಳ ರಾಶಿಯೂ ಕಾಣಿಸಿತು. ಕೆಳಗೆ ಹಾಸಿದ್ದ ಚಾಪೆಯಲ್ಲಿ ನಾಲ್ಕು ಬಾಲಕರೂ ಒಬ್ಬ ಬಾಲಕಿಯೂ ಮಲಗಿದ್ದರು.

"ಮದ್ದು ಕೊಟ್ಟಿದ್ದೇವೆ"

ಪಂಡಾರಂನ ಮನಸು ಕರಗಿತು. "ಸರಿ ಎಲ್ಲಿ ತಿರುಪೆಗಳು?"

"ಇವೇ"

"ಮಕ್ಕಳಾ?" ಎಂದು ಕೇಳಿದರು ಪಂಡಾರಂ. ಅವರ ಕಾಲು ಗಡಗಡ ನಡುಗತೊಡಗಿತು.

"ಇದಕ್ಕೆಲ್ಲ ಹೆದರಬೇಡಿ, ಹೆತ್ತ ತಾಯಿ ನೋಡಿದರೂ ಕಂಡುಹಿಡಿಯಕ್ಕಾಗಲ್ಲ ಹಾಗೆ ಬದಲಾಯಿಸಿದ್ದೀವಿ. ನಾಲಿಗೆ ಕತ್ತರಿಸಿದ್ದೀವಿ."

ಕತ್ತಲಿಗೆ ಕಣ್ಣು ಹೊಂದಿಕೊಂಡ ಮೇಲೆ ಪಂಡಾರಂ ಮಕ್ಕಳನ್ನು ಚೆನ್ನಾಗಿ ನೋಡಿದರು. ಆಸಿಡ್ ಎರಚಿ ಬೆಂದುಹೋಗಿ ಕರಗಿಹೋಗಿರುವ ಮುಖ ಮತ್ತು ಚರ್ಮ.

"ಕಣ್ಣು ಚುಚ್ಚಿಬಿಟ್ಟಿದ್ದೇವೆ, ಯಾವ ಭಯ ಬೇಡ. ಇಲ್ಲಿ ತನಕ ಐವತ್ತಕ್ಕೂ ಮೇಲೆ ಹಿಡಿದು ಮಾರಿದ್ದೇವೆ. ಯಾವುದೇ ಸಮಸ್ಯೆ ಇಲ್ಲ."

"ನಮ್ಮ ಕಮ್ಯೂನಿಸ್ಟ್ ನಾಯರ್ ಏಳು ತಿರುಪೆಗಳನ್ನ ತಗೊಂಡಿದಾರೆ, ಈ ಪೂಸಂನಲ್ಲಿ" ಅಂದ ರಾಮು.

"ನೋಡಿ ಒಂದೋ ಎರಡೋ ನಿಮಗೆ ಬೇಕಾದುದನ್ನ ತೆಗೆದುಕೊಳ್ಳಿ. ಇವಾಗ ತಗೊಂಡರೆ ಐವತ್ತು ಅರುವತ್ತು ವರ್ಷ ದುಡಿಯತ್ತೆ."

"ಏನು ಹೇಳ್ತಾರೆ?" ಕೇಳಿದಳು ಆ ಹೆಂಗಸು.

"ನೋಡ್ತೀನಿ ಅಂತಿದಾರೆ."

"ನೋಡಕ್ಕಾ ಬಂದಿದಾರೆ, ಬಡ್ಡಿಮಕ್ಳು?"

"ಇಲ್ಲ, ನಾನು ರೇಟು..."

"ರೇಟು ಮಾತಾಡ್ಬಹುದು"

"ನಾನು, ನನ್ನ ಪಾರ್ಟನರ್ ಹತ್ರ ಒಂದು ಮಾತು ಕೇಳ್ಬೇಕು, ಪೆರುಮಾಳ್ ಅಂತ ಹೆಸರು. ತಿರುಪೆಗಳನ್ನ ತಗಂಡು ಹೋಗಿದಾನೆ. ಫೋನ್ ಮಾಡಿ ಕೇಳಿ..."

ಆ ಹೆಣ್ಣು 'ಮ್' ಎಂದು ಕ್ಲುಪ್ತವಾಗಿ ಹೇಳಿದಳು. ಪಂಡಾರಂ ನೇರವಾಗಿ ಹೊರಬಾಗಿಲತ್ತ ನಡೆದರು. ಬಾಗಿಲು ತೆರೆದರೆ ಅಲ್ಲಿ ಕಸ ತೆಗೆವ ದೊಡ್ಡ ಪಿಕಪ್ ಲಾರಿ, ಮತ್ತು ಕೊಳೆತು ನಾರುವ ಮೋರಿಯೊಳಗೆ ಹಂದಾಡುತ್ತಿರುವ ಹಂದಿಗಳು.

"ಬಾಗಿಲು ಈ ಕಡೆ"

"ಹೆದ್ರುಬಿಟ್ಟಾಂತ ಕಾಣ್ತದೆ"

"ಇಲ್ಲಿಲ್ಲ ರಿಸ್ಕು ಅದಕ್ಕೇ"

"ಒಂದು ರಿಸ್ಕೂ ಇಲ್ಲ. ಮಕ್ಕಳನ್ನ ಹಿಡಿಯೋದಷ್ಟೆ ರಿಸ್ಕು. ಹಿಡ್ಕಂಬಂದು ಹಾಕಿದ್ಮೇಲೆ ಯಾವ ರಿಸ್ಕೂ ಇಲ್ಲ. ಹಂಗೇ ಕರಗಿಸಿ ಅವುಗಳನ್ನ ಹೊಸತಾಗಿ ಮಾಡಿ ಬಿಡ್ತೇವಲ್ಲ"

"ನಾನು ಪೆರುಮಾಳ್ ಹತ್ರ ಕೇಳಿ ಹೇಳ್ತೀನಿ" ಅಂದರು ಪಂಡಾರಂ. ಅವನ ಮುಖವನ್ನ ನೇರವಾಗಿ ನೋಡುತ್ತಾ. "ರಿಸ್ಕ ಜಾಸ್ತಿ, ಮೂರುಸಾವಿರ ಲಾಸ್ಟ್ ರೇಟ್."

ರಾಮುವಿನ ಮುಖ ಅರಳಿತು. "ಮೂರುಸಾವಿರ ಯಾವ ಮೂಲೆಗೆ? ನೋಡಿ ಹೇಳಿ ಅಣ್ಣಾಚಿ. ಉದ್ಯೋಗ ಅಂದ್ಮೇಲೆ ಅದಕ್ಕೇ ಅಂತ ಒಂದು ನ್ಯಾಯವಾದ ರೇಟ್ ಇರಬೇಕಲ್ವಾ?"

"ಸರಿ ಕಣೋ, ಆದ್ರೆ ನಂಗೂ ಆಗಿ ಬರ್ಬೇಕಲ್ಲ? ಇಕಾ ಇದ್ನ ಇಟ್ಕೋ ಸಂಜೆ ಲಾಡ್ಜ್ ಹತ್ರ ಬಾ"

"ಯಾವ ಲಾಡ್ಜು?"

"ಪೋಸ್ಟಾಫೀಸ್ ಹತ್ರ"

"ಆರು ಗಂಟೆಯೊಳಗೆ ಬಂದುಬಿಡು ಆಯ್ತಾ"

"ಸರಿ ಅಣ್ಣಾಚಿ"

"ನಾಯಕರ ಹತ್ರ ಹೇಳ್ಬೇಡ"

"ಅದನ್ನ ನಾನು ಹೇಳ್ಬೇಕು, ನೀವು ಹೋಗಿ ಬಾಯಿ ಬಿಡದೆ ಇದ್ದರೆ ಸರಿ"

"ಬರ್ಲಾ?" ಪಂಡಾರಂ ಹೊರಬಂದು ಆಟೋ ಹಿಡಿದು ನೇರ ಲಾಡ್ಜಿಗೆ ಹೋಗಿ ಪೆಟ್ಟಿಗೆ ತೆರೆದರು. ರೂಮು ಖಾಲಿ ಮಾಡಿ ಅದೇ ಆಟೋದಲ್ಲಿ ಬಸ್‌ಸ್ಟ್ಯಾಂಡಿಗೆ ಹೊರಟರು. ದಾರಿಯುದ್ದಕ್ಕೂ ಯಾರೋ ತನ್ನನ್ನು ಹಿಂಬಾಲಿಸುತ್ತಿದ್ದಾರೇನೋ ಎಂಬ ಭಾವ ಅವರನ್ನ ಕಾಡಿತು. ಮಧುರೈಗೆ ಬಸ್ ಹೊರಡಲು ತಯಾರಾಗಿ ನಿಂತಿತ್ತು. ಓಡಿ ಹೋಗಿ ಏರಿ ಕುಳಿತು, ಬ್ಯಾಗನ್ನು ಪಕ್ಕಕ್ಕಿಟ್ಟು ಸೀಟಿಗೆ ಮೈಯೊರಗಿಸಿದರು. ಮಧ್ಯಾಹ್ನ ಸೆಖೆ ಕಾಯುತ್ತಿತ್ತು. ಬೆವರಿಳಿಯುತ್ತಿತ್ತು. ಕುಡಿಯಲು ನೀರು ತಗೊಂಡಿದ್ದರೆ ಚೆನ್ನಾಗಿತ್ತು ಎಂದು ಅನಿಸಿತು. ಯಾರೂ ಹುಡುಗರಿರಲಿಲ್ಲ. ಕಾಲನ್ನು ನಿಡಿದಾಗಿ ಚಾಚಿಕೊಂಡರು. ಕಾಲುಗಳು ಸೋತು ಹೋಗಿ ಬಲಹೀನವಾಗಿರುವಂತೆ ಅನಿಸಿತು. ಆದರೆ ಮೈಯೂ ತೋಳುಗಳೂ ಇನ್ನೂ ಬಿಗಿದುಕೊಂಡೇ ಇದ್ದವು. ಕಂಡಕ್ಟರ್ ಬಂದು "ಟಿಕೆಟ್" ಅಂದಾಗ ಮೈಯಿಡೀ ಅದುರಿಬಿದ್ದರು. ಪ್ರಯಾಸಪಟ್ಟು ಒಂದು ಬ್ಯಾಗಿನೊಳಗೆ ತಡವಿ ಕಾಸು ತೆಗೆದು ಒಂದು ಟಿಕೆಟ್ ಕೊಂಡರು. ಕಂಡಕ್ಟರ್ ಹಿಂದೆ ಹೋಗುವವರೆಗೂ ಅವನ ಬೆನ್ನನ್ನೇ ದಿಟ್ಟಿಸುತ್ತಿದ್ದರು. ಗಾಡಿ ಹೊರಟು ಮುಖ್ಯ ರಸ್ತೆಗೆ ತಿರುಗುವಾಗ ತಣ್ಣನೆಯ ಗಾಳಿ ಮುಖಕ್ಕೆ ತಾಗಿತು. ಮನದಲ್ಲಿ ಸಿನಿಮಾ ಹಾಡು 'ಪನಿವಿಳುಂ ಮಲರ್‌ವನಂ...' ಅವರಿಗರಿವಿಲ್ಲದೇ ಅದನ್ನು ಸಶಬ್ದವಾಗಿ ಗುನುಗಿಕೊಂಡೆ ಎಂಬುವುದು ಅರಿವಾಗಿ ಮೆಟ್ಟಿಬಿದ್ದು ಸರಿಯಾಗಿ ಕುಳಿತುಕೊಂಡರು. ಹತ್ತಿರದಲ್ಲಿ ಯಾರೂ ಇರಲಿಲ್ಲ. ಗಾಡಿಯೊಳಗೆ ಒಟ್ಟು ಏಳೆಂಟು ಜನ ಮಾತ್ರವೇ ಇದ್ದರು. ಕಣ್ಮುಚ್ಚಿ ಹಿಂದಕ್ಕೊರಗಿಕೊಂಡು "ಮುರುಗಾ" ಎಂದರು. "ಮುರುಗಾ ನಿನ್ನನ್ನ ನೋಡ್ದೇ ಹೋಗ್ತಾ ಇದೀನಿ" ಅನ್ನುತ್ತಿರುವಂತೇ ಇನ್ನು ತಡೆಯಲಾರೆನೆಂಬಂತೆ ಕಂಗಳಿಂದ ಹನಿಗಳೂ ಉದುರಿದವು. ಸೀಟಿನ ಕಂಬಿ ಹಿಡಿದು ತಲೆಬಗ್ಗಿಸಿ ಅಳುವಾಗ ಕಣ್ಣೀರು ಕೋಡಿಹರಿದು ಮಡಿಲಿಗೆ ಚೆಲ್ಲಿತು.

***

12

ಕಂಡಕ್ಟರ್ 'ನಾಗರ್‌ಕೋಯಿಲ್ ನಾಗರ್‌ಕೋಯಿಲ್' ಎಂದು ಕೂಗಿದಾಗ ಪಂಡಾರಂ ಎಚ್ಚೆತ್ತರು. ಸೀಟಿನ ಕಂಬಿಗೊರಗಿ ಚೆನ್ನಾಗಿ ನಿದ್ದೆ ಹೋಗಿರುವುದು ಅರಿವಾಗಿತ್ತು. ಬಾಯೊರೆಸಿಕೊಂಡು ಪೆಟ್ಟಿಗೆ ಹಿಡಿದುಕೊಂಡು ಕೆಳಗಿಳಿದರು. ಕಂಬಿಗೆ ಒರಗಿಕೊಂಡೇ ನಿದ್ದೆ ಹೋದುದರ ಪರಿಣಾಮ ತಲೆಯ ಆ ಭಾಗ ಸಣ್ಣಗೆ ಊದಿಕೊಂಡು ನೋಯತೊಡಗಿತ್ತು. ಮತ್ತೆ ಸಿನಿಮಾ ಹಾಡು 'ಪನಿವಿಳುಂ ಮಲರ್ ವನಂ...' ತಲೆಯೊಳಗೆ ಓಡಿತು. ಹಿಂದೆಯೇ ಬೇಕಿಲ್ಲದ ನೆನಪುಗಳು ನುಗ್ಗಿಬಂದ ಕಾರಣ ಕಾಲುಗಳು ಸೋತು ಕುಸಿವಂತೆ ಭಾಸವಾದವು. ರಾತ್ರಿಯ ಹತ್ತು ಘಂಟೆಯಾಗಿತ್ತು. ಮೂತ್ರಕ್ಕೆ ಹೋಗಿಬಂದು ಟೀ ಕುಡಿದು ಸ್ವಲ್ಪ ಸಿಹಿ ಕಾರ ತಿಂಡಿಗಳನ್ನ ಕಟ್ಟಿಸಿಕೊಂಡು ಒಂದಷ್ಟು ಸೇಬುಗಳನ್ನ ಕೊಂಡುಕೊಂಡರು.

ತಿರುವನಂತಪುರದ ಬಸ್ಸಿನಲ್ಲಿ ಗಾಳಿ ತುಸು ಹೆಚ್ಚೇ ತಣ್ಣಗೆ ಇದ್ದಂತಿತ್ತು. ಏನೆಂದೇ ಹೇಳಲಾಗದ ಒಂದು ವಿಚಿತ್ರ ಭಾವನೆ. ಎದೆಯೊಳಗೆ ಎದ್ದಿದ್ದ ತಳಮಳ ಇದ್ದಂತೆಯೇ ಇತ್ತು. ಕಿಟಕಿಯಿಂದ ಹೊರಗೆ ನೋಡಿ ಕಾರಿ ತುಪ್ಪಿದರು. ನಡುವೆ ಮತ್ತೆ ಅದೇ ಸಿನಿಮಾ ಹಾಡಿನ ಸಾಲು ತಲೆಯೊಳಗೆ ಮೊಳಗಿತು. ಯಾರಪ್ಪಾ ಇದನ್ನ ಬರೆದವನು ಅಂತ ಒಮ್ಮೆ ಗೊಣಗಿಕೊಂಡರು.

ವೇಲಪ್ಪ ದೇವಸ್ಥಾನದ ಹಾದಿಯಲಿ ಇಳಿದ ಮೇಲೆ ಮನಸಿಗೆ ತುಸು ಹಾಯೆನಿಸಿ ನೆಮ್ಮದಿಯೂ, ಉಲ್ಲಾಸವೂ ಉಕ್ಕಿತು. ಆಟೋ ಮಾತಾಡಿ ಹತ್ತಿಕೊಂಡರು. ಅದು ಮುಂದೆ ಸಾಗುತ್ತಿರುವಾಗ ಕತ್ತಲಲಿ ಮುಳುಗುತ್ತಾ ಹಿಂದೆ ಸರಿಯುತ್ತಿದ್ದ ಬಾಳೆಯ ತೋಟವನ್ನು ನೋಡುತ್ತಾ ಅವರು ದೇವಸ್ಥಾನದ ಹೊಸ್ತಿಲಲಿ ಇಳಿದರು. ಆ ಪ್ರಾಂತ್ಯವೇ ಇರುಳಲ್ಲಿ ಮುಳುಗಿತ್ತು. ಕರೆಂಟ್ ಇಲ್ಲ. ರಾತ್ರಿ ಒಂಭತ್ತು ಗಂಟೆಯಾಗುತ್ತಿದ್ದಂತೇ ಆ ಭಾಗಕ್ಕೆ ಕರೆಂಟು ಇಲ್ಲವಾಗಿಬಿಡುತ್ತಿತ್ತು. ಕೇಳಿದರೆ ಯಾವಾಗಲೂ 'ಲೈನ್ ಕಟ್ ಆಗಿಬಿಟ್ಟಿದೆ' ಎಂಬ ಒಂದೇ ಉತ್ತರ ಬರುತ್ತಿತ್ತು. ಆಟೋವನ್ನ ಕಳಿಸಿಬಿಟ್ಟು ಮೆಟ್ಟಿಲೇರಿ ದೇವಸ್ಥಾನದ ಬಾಗಿಲಿಗೆ ನಮಸ್ಕಾರ ಮಾಡಿದರು. ಏನನ್ನು ಬೇಡಬೇಕೆಂದೇ ತಿಳಿಯಲಿಲ್ಲ. "ಮುರುಗಾ ಮುರುಗಾ ಮುರುಗಾ" ಎಂದಷ್ಟೇ ಹೇಳಿಕೊಂಡರು. ನಿಟ್ಟುಸಿರೊಂದನ್ನು ಬಿಟ್ಟು ಬ್ಯಾಗನ್ನು ಎತ್ತಿಕೊಳ್ಳುವಾಗ ವೇಷ್ಟಿಯ

ಮಡಿಕೆಯಲ್ಲಿ ಮಡಿಚಿಟ್ಟಿದ್ದ ನೋಟಿನ ಮುಡಿಕೆ ಕೈಗೆ ತಗುಲಿತು. ಅದರಲ್ಲಿ ಸಾವಿರದ ಇನ್ನೂರು ರೂಪಾಯಿಗಳಿರಬೇಕು... ಅಥವಾ ಅದಕ್ಕೂ ಮೇಲೆ. ಅವರು ಒಂದು ನಿಮಿಷ ನಿಂತು ಅದನ್ನು ಎತ್ತಿಕೊಂಡು ದೇವಸ್ಥಾನದ ಹುಂಡಿಗೆ ಹಾಕಿದರು. ಹಾಕಿದ ಮೇಲೆ ಹುಂಡಿಯನ್ನು ಎರಡು ಬಾರಿ ತಟ್ಟಿ ನಂತರ ಕೆಳಗಿಳಿದು ಬಂದರು. ಬಹಳ ಹೊತ್ತಿನಿಂದ ಗಂಟಲಲ್ಲಿ ಕಟ್ಟಿಕೊಂಡಿದ್ದ ಏನೋ ಒಂದನ್ನು ನುಂಗಿದಂಥಾ ಭಾವವೊಂದು ಅವರನ್ನು ಆವರಿಸಿತು.

ಮನೆ ತಲುಪಿ ಬಾಗಿಲು ಬಡಿದರು. ಒಳಗಿನಿಂದ "ಯಾರು?" ಎಂಬ ಎಕ್ಕಿಯಮ್ಮನ ದನಿ ಕೇಳಿಸಿತು.

"ನಾನೇ ಕಣೇ"

"ಬಂದೆ"

ಕೂದಲನ್ನು ಹಿಂದೆ ಗಂಟು ಹಾಕಿಕೊಳ್ಳುತ್ತಾ ಎಕ್ಕಿಯಮ್ಮ ಬಂದು ಬಾಗಿಲು ತೆರೆದಳು. ಬೆವರು ಮತ್ತು ಜೊಲ್ಲಿನ ವಾಸನೆ ಅವಳ ಮೇಲಿನಿಂದ ಹೊಮ್ಮಿತು. ಅವರಿಗೆ ಆ ಕ್ಷಣ ಅವಳನ್ನು ಅಪ್ಪಿಕೊಳ್ಳಬೇಕೆನಿಸಿತು. ಅವರು ಅವಳನ್ನು ಮುಟ್ಟಿ ಸುಮಾರು ಹತ್ತು ವರ್ಷಗಳೇ ಕಳೆದುಹೋಗಿದ್ದವು.

"ಬನ್ನಿ" ಅಂದಳು ಅವಳು ಪೆಟ್ಟಿಗೆ ಕೈಗೆತ್ತಿಕೊಳ್ಳುತ್ತಾ.

"ಸ್ನಾನ ಮಾಡ್ಬೇಕು"

"ಬನ್ನಿ ಸ್ಟೌವಲ್ಲಿ ಬಿಸ್ನೀರು ಇಡ್ತೇನೆ. ಶರ್ಟು ಕೊಡ್ತೀರಾ?"

ಎಕ್ಕಿಯಮ್ಮ ಯಾವಾಗಲೂ ಹಾಗೇ. ಅವರು ಹೊರಗೆಲ್ಲಾದರೂ ದೂರ ಹೋಗಿ ಬಂದರೆ ಸ್ನಾನ ಮಾಡಿದ ಬಳಿಕವಷ್ಟೇ ಒಳಗೆ ಸೇರಿಸಿಕೊಳ್ಳುತ್ತಿದ್ದಳು. ಪಯಣದ ಬಗ್ಗೆ ಒಂದು ಮಾತು ಕೂಡ ಕೇಳುತ್ತಿರಲಿಲ್ಲ.

"ಶರ್ಟು ಬಿಚ್ಚಿ"

"ಬಿಚ್ತೇನಿ" ಎಂದು ಅದನ್ನು ಬಾತ್‌ರೂಮಿನ ಮೂಲೆಯಲ್ಲಿ ಹಾಕಿದರು. ವೇಷ್ಟಿಯನ್ನೂ ಬಿಚ್ಚಿ ತುಂಡು ಕಟ್ಟಿಕೊಂಡರು.

"ಅಪ್ಪಾ? ಅಪ್ಪಾ ಬಂದುಬಿಟ್ರಾ?" ಎಂದಳು ದೊಡ್ಡವಳು.

"ಹೌದು ಕಣಮ್ಮ, ಇರು ಚಿಕ್ಕವಳನ್ನ ಎಬ್ಬಿಸಿ ಬಿಡ್ಬೇಡ."

ದೊಡ್ಡವಳು ಎದ್ದುಬಂದು ಅವರ ಪೆಟ್ಟಿಗೆಯನ್ನು ತೆರೆದು ಅದರಲ್ಲಿದ್ದ ಅವರ ಬಟ್ಟೆಗಳನ್ನು ಹೊರಗೆ ಕೊಂಡೊಯ್ದಳು.

"ಅದನ್ನೆಲ್ಲ ಇಲ್ಲೇ ಬಾತ್‌ರೂಮಲ್ಲೇ ಹಾಕಿಬಿಡೇ"

"ಅಪ್ಪಾ, ಸೆಂಟು ವಾಸನೆ ಹೊಡೆಯತ್ತೆ."

ಎಕ್ಕಿಯಮ್ಮ "ಅದನ್ನ ಅಲ್ಲೇ ಇಡೆ" ಅಂದಳು.

"ಜಾತ್ರೆ ಅಲ್ವೇನೇ ಕುಟ್ಟಿ! ಸರಿ ನಿಂಗೆ ಅಲ್ಲೇ ಪ್ಲಾಸ್ಟಿಕ್ ಕವರ್‌ಲಿ ಮೈಸೂರು ಪಾಕಿದೆ ನೋಡು."

ದೊಡ್ಡವಳು ಬ್ಯಾಗನ್ನು ನೋಡಿದಳು. "ಓ ಅಪ್ಪಾ ಬಂದುಬಿಟ್ರಾ?" ಅನ್ನುತ್ತಾ ಮೀನಾಕ್ಷಿ ನಡುವಿನವಳನ್ನ ದಾಟಿ ಎದ್ದು ಬಂದಳು.

"ಅಪ್ಪಾ ಯಾವಾಗ ಬಂದ್ರಿ?"

"ಇವಾಗಷ್ಟೇ ಕುಟ್ಟಿ"

"ನಂಗೆ ಬಳೆ? ಎಲ್ಲಿ ಬಳೆ?" ಮೀನಾಕ್ಷಿ ಪೆಟ್ಟಿಗೆಯತ್ತ ನೋಡಿದಳು.

ಪಂಡಾರಂಗೆ ಮೂತ್ರಕ್ಕೆ ಅವಸರಕ್ಕಿಟ್ಟುಕೊಂಡಂತೆ ಅನಿಸಿತು.

"ಕುಟ್ಟಿ ನೀ ಎಲ್ಲ ಎಳೆದುಹಾಕ್ಬೇಡ ಅದರಲ್ಲಿ ಏನೂ ಇಲ್ಲ."

"ಅಪ್ಪಾ ಬಳೆ?"

"ಅದರಲ್ಲಿ ಇಲ್ವಾ ಕುಟ್ಟಿ?"

"ಇಲ್ಲವೇ"

"ಹಾಗಾದ್ರೆ ಪೆರುಮಾಳ್ ಬ್ಯಾಗಲ್ಲಿ ಇರಬೇಕು ಕುಟ್ಟಿ, ನಾಳೆ ಈಸ್ಕೊಡ್ತೀನಿ"

"ಸುಳ್ಳು ಸುಳ್ಳು, ನಂಗೆ ಬಳೆಯೂ ಬೇಡ, ಏನೂ ಬೇಡ, ನಾನು ಹೋಗ್ತೀನಿ ಎಲ್ಲಾರ ಹೋಗ್ತೀನಿ, ಸತ್ತೋಗ್ತೀನಿ."

"ಇಲ್ನೋಡು ಕುಟ್ಟಿ ಅಳಬಾರದು, ನಿಜವಾಗ್಩ೂ ತಗೊಂಡಿದೀನಿ. ಅಪ್ಪ ನಿನ್ನತ್ರ ಹೋಗಿ ಸುಳ್ಳೇಳ್ತಾರ?"

"ಬೇಡ ಏನೂ ಬೇಡ, ನಾನು ಹಿಮಾಲಯಕ್ಕೆ ಹೋಗ್ತೀನಿ, ಸತ್ತೋಗ್ತೀನಿ."

"ಇಲ್ನೋಡು ಕುಟ್ಟೀ"

"ಏ ಬಿಡಿ ಅವ್ಳನ್ನ, ಇನ್ನೇನು ಮದುವೆಯಾಗಿ ಬೇರೆಮನೆಗೆ ಹೋಗೋ ವಯಸ್ಸು, ಬರ್ತಾ ಬರ್ತಾ ರಾಯರ ಕುದುರೆ ಕತ್ತೆ ಆದಂಗೆ ಆಡ್ತಾಳೆ. ಹೋಗೆ ಮಲ್ಕೋ ಹೋಗು."

ಮೀನಾಕ್ಷಿ ಬಿಕ್ಕಿಬಿಕ್ಕಿ ಅಳುತ್ತಾ ನೆಲದಲ್ಲಿ ಕುಸಿದಂತೆ ಕೂತಳು.

"ಮೈಸೂರು ಪಾಕು ಬೇಕೇನೆ?" ಕೇಳಿದಳು ದೊಡ್ಡವಳು.

"ಏನೂ ಬೇಡ, ನಾನು ಸತ್ತೋಗ್ತೀನಿ."

"ಬಾಯಿ ಹೊಲ್ದುಬಿಡ್ತೀನಿ ನೋಡ್ಕೋ. ರಾತ್ರಿ ಹೊತ್ತಲ್ಲಿ ಎಂಥಾ ದರಿದ್ರದ ಮಾತಾಡ್ತಾಳೆ

ನೋಡು" ಎಕ್ಕಿಯಮ್ಮ ಬಯ್ಯುತ್ತಾ ಮೂರು ಒಲೆಗಳ ಮೇಲೆ ಕಾಯಲಿಟ್ಟಿದ್ದ ನೀರನ್ನು ದೊಡ್ಡ ಹಂಡೆಗೆ ವರ್ಗಾಯಿಸಿ "ಹೋಗಿ ಸ್ನಾನ ಮಾಡಿ" ಅಂದಳು.

ದೊಡ್ಡವಳು ಮೈಸೂರು ಪಾಕು ತಿಂದು ಕೈಯೊರೆಸಿಕೊಂಡು ಹೊರಗೆ ಹೋಗಿ ಮೂತ್ರಮಾಡಿ ಬಂದು ಮಲಗಿದಳು. ನಡುವಿನವಳು ವಡಿವು ಇನ್ನೂ ಗಾಢ ನಿದ್ದೆಯಲ್ಲೇ ಇದ್ದಳು.

"ಇವಳಿಗೆ ಯಾವಾಗ ನೋಡಿದ್ರೂ ನಿದ್ರೆನೇನಾ?" ಕೇಳಿದರು ಪಂಡಾರಂ ದೊಡ್ಡವಳನ್ನುದ್ದೇಶಿಸಿ.

"ಇಲ್ಲಿಲ್ಲ ಓದ್ತಾ ಇದ್ಲು"

"ಹೌದು ಓದಿದ್ಲು. ಅವಳನ್ನ ಸಾಕೋದು ನಂಗಂತೂ ಆಗಲ್ಲ. ಒಂದು ಕೆಲಸ ಮಾಡಲ್ಲ. ಕೇಳಿದ್ರೆ ನೂರು ಮಾತು. ಆನೆ ಕುದುರೆ ಅದೂ ಇದೂ ಅಂತ. ಯಾವಾಗ ನೋಡಿದ್ರೂ ಆ ಹಾಡು ಕಲಿಸೋ ಪೋಕರಿ ಹುಡುಗನ ಮನೆಲಿ ಹೋಗಿ ಕೂತಿರ್ತಾಳೆ. ಕೇಳಿದ್ರೆ ಹಾರ್ಮೋನಿಯಂ ಕಲಿತಾಳಂತೆ. ಅದೊಂದೇ ಈಗ ಬಾಕಿ ಇದ್ದದ್ದು."

"ಸರೀ, ನೀನು ಸುಮ್ನೆ ಗೊಣಗ್ತಾ ಇರಬೇಡ" ಅಂದ ಪಂಡಾರಂ ತಲೆ ಒರೆಸಿಕೊಳ್ಳುತ್ತಾ ಬಂದರು. ಮೀನಾಕ್ಷಿ ದಿಂಬಿನಲ್ಲಿ ತಲೆ ಹುದುಗಿಸಿ ನಿದ್ರಿಸುತ್ತಿರುವಂತೆ ಮಲಗಿದ್ದಳು. ಅಳುತ್ತಿದ್ದಳಾಗಿ ತೋಳುಗಳು ಅಲುಗಾಡುತ್ತಿದ್ದವು.

ಪಂಡಾರಂ ಅವಳ ಪಕ್ಕ ಕುಳಿತು ತಲೆಯನ್ನು ಮುಟ್ಟಿ "ನಿಜಾ ಕುಟ್ಟಿ, ಬ್ಯಾಗು ಬದಲಾಗೋಗಿದೆ" ಅಂದರು.

ಅವಳು ಅವರ ಕೈಯನ್ನೆತ್ತಿ ಬಿಸುಟು ಇನ್ನಷ್ಟು ಸುರುಗಿ ಮಲಗಿಕೊಂಡಳು.

"ಇಲ್ಲಿ ನೋಡು ಕುಟ್ಟಿ"

"ನೀವು ಬಂದು ಎರಡು ದೋಸೆ ತಿಂತೀರಾ?"

"ಹಿಟ್ಟು ಇದೆಯಾ?"

"ನೀವು ಬರ್ತೀರಾ ಅಂತ ಪೆರುಮಾಳ್ ಹೇಳಿದ್ದ. ಅದಕ್ಕೆ ಸ್ವಲ್ಪ ಹಿಟ್ಟು ಎತ್ತಿಟ್ಟು ಸುಬ್ಬು ಅಂಗಡಿಯಿಂದ ಸ್ವಲ್ಪ ಐಸ್‌ಕಟ್ಟಿ ಈಸಿ ಬೆರೆಸಿಟ್ಟಿದ್ದೆ."

ಅಷ್ಟಾದರೂ ದೋಸೆ ಸ್ವಲ್ಪ ಹುಳಿಕಟ್ಟಿತ್ತು.

"ವಡಿವು ಬಗ್ಗೆ ಸುಮ್ಮನೆ ಹೇಳ್ಲಿಲ್ಲ" ಅಂದಳು ಎಕ್ಕಿಯಮ್ಮ. "ಆ ಹಾಡುಗಾರ ಹುಡುಗನೂ ಅವನ ಸ್ನೇಹಿತರೂ ಇದ್ದಾರೆ, ಆಗಾಗ ಬೈಕು ತಗೊಂಡು ಬರ್ತಾರೆ. ಒಳ್ಳೆ ಎಮ್ಮೆ ಮೇಲೆ ಯಮ ಬಂದಂಗೆ. ಇವ್ಳು ಅವ್ರನ್ನ ನೋಡಿ ಕಿಸಿಕಿಸಿ ಅಂತ ಹಲ್ಲು ಕಿರಿತಿರ್ತಾಳೆ."

"ಅದೇನದು ಹಲ್ಲು ಕಿರಿಯೋದು"

"ಇನ್ನೇನು ಮತ್ತೆ? ಅವರ ಗಾಡಿ ಸದ್ದು ಕೇಳಬಾರದು, ಒಡನೇ ಪೌಡರ್ ಹಚ್ಕಂಡು ಹೊರಗೆ ಓಡ್ತಾಳೆ."

"ನೀನೊಬ್ಳು, ಏನೋ ಹುಡುಗಿ ಮನೆಲಿದಾಳೆ ಹಂಗಾಗಿ ಹಾಡು ಡ್ಯಾನ್ಸು ಅಂತ ಕಲ್ತುಕೊಳ್ತಾಳೆ."

"ಅಂದ್ರೊ"

"ನೀ ಏನಾದರೊಂದು ಬಾಯಿಗೆ ಬಂದಂಗೆ ಮಾತಾಡ್ಬೇಡ. ಸುಮ್ನೆ ಇರು ತಿಳಿತಾ?"

ಎಕ್ಕಿಯಮ್ಮ "ಸರಿ ಬೆಲ್ಲದ ಕಾಫಿ ಕಾಸ್ಲಾ?" ಎಂದು ಕೇಳಿದಳು.

"ಆಯ್ತು ಮಾಡು"

ತನ್ನ ಮಂಚದ ಮೇಲೆ ಹೋಗಿ ಕೂತಾಗ ಪಂಡಾರಂಗೆ ತುಂಬ ನೆಮ್ಮದಿಯಾಗಿ ಹಾಯೆನಿಸಿತು. ಎಕ್ಕಿಯಮ್ಮ ಪಕ್ಕದಲ್ಲಿದ್ದರೆ ಸಾಕು ತಾನು ಯಾವುದಕ್ಕೂ ಭಯಪಡಬೇಕಿಲ್ಲ ಅನಿಸಿತು. ಎಕ್ಕಿಯಮ್ಮ ಕಾಫಿ ಕೊಟ್ಟು ತಾನು ನೆಲದಲ್ಲಿ ಕುಳಿತಳು.

"ನಾಣುಕುಟ್ಟನ್ ನಾಯರ್ ಬಂದು ಹೋದರು"

"ಏನಂತೆ ವಿಷಯ"

"ಒಂದು ವರ ಇದೆಯಂತೆ. ಹುಡುಗನಿಗೆ ಕೋಆಪರೇಟಿವ್‌ನಲ್ಲಿ ಕೆಲಸ. ಸರ್ಕಾರಿ ಉದ್ಯೋಗ "

"ಕೋಆಪರೇಟಿವ್ ಸರ್ಕಾರಿ ಕೆಲಸ ಅಂತ ಯಾರು ಹೇಳಿದ್ದು?"

"ಸರ್ಕಾರಿ ಕೆಲಸ ಅಲ್ವಾ?"

"ಸರ್ಕಾರಿ ಕೆಲಸ ಆಗಬಹುದು"

"ಮತ್ತಿನ್ನೇನು? ಹುಡುಗ ಸ್ವಲ್ಪ ಕಪ್ಪು. ಬಿ. ಎ. ವರೆಗೆ ಓದಿದಾನಂತೆ."

"ಏನು ಕೇಳ್ತಾನೆ"

"ಐವತ್ತು ಪವನು ಕೇಳ್ತಿದಾನೆ. ಕೈಗೆ ಒಂದೂವರೆ ಲಕ್ಷ. ಮತ್ತೆ ಹೊಲ."

"ಕೋಆಪರೇಟಿವ್‌ಲಿ ಸಂಬಳ ಕಮ್ಮಿ"

"ಸಂಬಳ ಯಾರು ನೋಡ್ತಾರೆ ಈ ಕಾಲದಲ್ಲಿ? ಗಿಂಬಳನೂ ಬರತ್ತಂತೆ. ಒಳ್ಳೆ ಕುಟುಂಬ, ಒಟ್ಟು ಮೂರು ಗಂಡು ಮಕ್ಕಳು. ಇವನು ಮಧ್ಯದವನು. ನನಗೇನೋ ಒಳ್ಳೆ ಕಡೆ ಅಂತ ಕಾಣಿಸ್ತಿದೆ. ಹುಡುಗನಿಗೆ ಈಗ ಇಪ್ಪತ್ತೈದು ವಯಸು."

"ಇಪ್ಪತ್ತೈದು ತಾನೇ?"

"ಇದೊಳ್ಳೆ ಕತೆ ಆಯ್ತಲ್ಲ. ಮತ್ತೆ ಮೂವತ್ತೈದರಲ್ಲಾ ಕಟ್ಟಿಕೊಡ್ತಾರೆ? ನಾನು ನಿಮ್ಮನ್ನ ಮದುವೆ ಆದಾಗ ನಂಗೆ ಹದಿನೆಂಟು ವಯಸು."

"ಆ ಕಾಲನ ಇದು?"

"ಯಾಕೆ ಸುಮ್ನೆ ವಾದ? ನಾನು ಅವುನುನ್ನ ಬರಕ್ಕೇಳಿದೀನಿ. ಹಣಕ್ಕೇನಾದ್ರೂ ಕೊರತೆ ಇದ್ಯಾ?"

"ಹಣ ಇದೆ"

"ಮತ್ತೆ?"

"ಸರಿ ಬರಕ್ಕೇಳು ನೋಡಣ" ಅಂದ ಪಂಡಾರಂ. ಮಾಂಗಾಡುಸಾಮಿ ಮಾರಾಟವಾಗಿದ್ದರ ಬಗೆ ಹೇಳಲೋಬೇಡವೋ ಅಂತ ಒಂದರೆಕ್ಷಣ ಯೋಚಿಸಿ ಗೊಂದಲಕ್ಕಿಟ್ಟುಕೊಂಡರು. ಎಕ್ಕಿಯಮ್ಮಳಿಗೆ ಮಾಂಗಾಡುಸಾಮಿಯ ಬಗೆ ಭಕ್ತಿಯಿತ್ತು.

ಮೂತ್ರಕ್ಕೆ ಹೋಗಿ ಬರುವಾಗ ಮೀನಾಕ್ಷಿಯನ್ನ ನೋಡಿದರು. ಅವಳು ನಿದ್ರೆ ಹೋಗಿದ್ದಳು. ಪಕ್ಕದಲ್ಲಿ ಕುಳಿತು ಅವಳ ನೆತ್ತಿಯನ್ನು ಸವರಿದರು. ಹರಡಿಕೊಂಡಿದ್ದ ಕೂದಲಿನ ಎಳೆಯನ್ನು ಎಳೆದು ಕಿವಿಯ ಸಂದಿಯಲಿ ಸಿಕ್ಕಿಸಿದರು.

"ಏನೇ ಮಗು ಸ್ವಲ್ಪ ತೆಳ್ಳಗಾಗಿರಂಗಿದೆ"

"ಹೌದೌದು ಲಾಚರಾಗಿದ್ದಾಳೆ, ಇರ ಬಾಯಿಗೆ. ಸುಮ್ನೆ ಬಂದು ಮಲಗಿ"

ಮೀನಾಕ್ಷಿಯ ಕೆನ್ನೆಯ ತುಂಬ ಉಪ್ಪುಗಟ್ಟಿದ ಕಣ್ಣೀರ ಕರೆ ತೋರಿತು.

"ಇವಳೇ, ಶರಟು ಕೊಡು"

"ಏನು ಈ ಹೊತ್ತಲ್ಲಿ?"

"ನಾಗರ್‌ಕೋಯಿಲ್ ತನಕ ಹೋಗಿ ಬರ್ತೀನಿ"

"ಈ ಹೊತ್ತಲ್ಯಾಕೆ?"

"ನೀ ಶರಟು ಕೊಡೇ" ಅಂದವರು ಶರಟು ತೊಟ್ಟುಕೊಳ್ಳುತ್ತಾ "ನಾಗರ್‌ಕೋಯಿಲ್‌ಗೆ ಹೋಗಿ ಬಳೆ ತಗಂಡು ಬರ್ತೀನಿ" ಎಂದು ಹೊರಟು ನಿಂತರು.

"ಎಲ್ಲ ಬೆಳಗ್ಗೆ ಹೋದರಾಯ್ತು"

"ನೀನು ನಿನ್ ಕೆಲಸ ನೋಡು"

"ಅದ್ಯಾಕೆ ಈ ಹಠ?" ಎನ್ನುತ್ತ ಎಕ್ಕಿಯಮ್ಮ ಗಾಬರಿಯಿಂದ ಅವರ ಹಿಂದೆ ಬಂದಳು.

ಅದಾಗಲೇ ಅವರು ಚಪ್ಪಲಿ ತೊಟ್ಟುಕೊಂಡು ಹೊರಟಿದ್ದರು. ಊರೇ ಮಲಗಿತ್ತು.

ಕಿವಿಯೊಳಗಿನ ಮೌನ ರೀಂಕಾರ ಮಾತ್ರ ಕೇಳುತ್ತಿತ್ತು. ಒಳ್ಳೆ ಚಳಿಯಿತ್ತು. ದಾರಿ ಮಧ್ಯೆ ಅಡ್ಡಲಾಗಿ ಹೆಗ್ಗಣವೊಂದು ಓಡಿತು. ಕೈಗಳನ್ನು ಎದೆಗೆ ಕಟ್ಟಿಕೊಂಡು ವೇಗವಾಗಿ ನಡೆದರು. ಎರಡೂ ಬದಿಯಲ್ಲಿ ಇರುಳಲ್ಲಿ ಮುಳುಗಿದ ಬಾಳೆಯತೋಟದೊಳಗೆ ಹೋರುಗಾಳಿ ಎಲೆಗಳನ್ನು ಅಲ್ಲಾಡಿಸುತ್ತಾ ಯಾರನ್ನೋ ಕರೆಯುತ್ತಿರುವಂತೆ ಊಳಿಡುತ್ತಿತ್ತು.

ನಾಗರ್‌ಕೋಯಿಲ್ ರಸ್ತೆಗೆ ಬಂದಾಗ ಏದುಸಿರು ಹತ್ತಿಕೊಂಡಿತು. ಗಂಟೆ ಹನ್ನೆರಡು ದಾಟಿತ್ತು. ಇನ್ನು ಎಕ್ಸ್‌ಪ್ರೆಸ್ ಬಸ್ಸುಗಳಷ್ಟೇ ಇರುವುದು. ಅಲ್ಲೇ ಕಂಬಕ್ಕೊರಗಿ ನಿಂತು ಕಾದರು. ಯಾರೋ ಬರುವ ಸದ್ದು. ಅಷ್ಟರಲಿ ಬಸ್ಸೊಂದು ಜೀವ ನಡುಗುವಂತೆ ಬರ್‍ರೆಂದು ಓಡಿ ಸಾಗಿತು. ಕೆಲ ಲಾರಿಗಳು ಸುತ್ತಲಿದ್ದ ಕಟ್ಟಡಗಳ ಮೇಲೆ ಬೆಳಕು ಎರಚುತ್ತಾ ಕರ್ಕಶವಾಗಿ ಸದ್ದು ಮಾಡುತ್ತ ಸಾಗಿ ಹೋದವು. ಅರ್ಧ ಗಂಟೆ ಕಳೆದು ಕನ್ಯಾಕುಮಾರಿ ಎಕ್ಸ್‌ಪ್ರೆಸ್ ಬಂತು. ಕೈ ತೋರಿಸಿ ಅದರ ಹಿಂದೆ ಓಡಿದರು. ಅದು ಬಹಳಷ್ಟು ದೂರ ಸಾಗಿ ಆಮೇಲೆ ನಿಂತಿತು. ಓಡಿಹೋಗಿ ಹತ್ತಿಕೊಂಡಾಗ ಮೇಲುಸಿರು ಹತ್ತಿತು. ಸಿಕ್ಕಿದ ಸೀಟಲ್ಲಿ ಕೂತು ಕಾಲುಗಳನ್ನು ನೀಡಿ ಸುಧಾರಿಸಿಕೊಂಡರು. ಕಂಡೆಕ್ಟರ್ ಎಲ್ಲಿಗೆ ಟಿಕೆಟ್ ಎಂಬುವುದನ್ನು ಕೈಸನ್ನೆಯಲಿ ಕೇಳಿದ. ಕೇರಳದವನ ಸೊಕ್ಕು ಅಂದುಕೊಂಡರು. ಚಳಿಗೆ ದೇಹ ನಡುಗಿತು. ಬಸ್ಸಿನಲ್ಲಿದ್ದ ನೀಲ ಬೆಳಕಿನಡಿ ಗಾಡಿಯ ತುಂಬ ಜನ ವಿವಿಧ ಕೋನಗಳಲಿ ಒರಗಿ ನಿದ್ರೆ ಹೋಗಿದ್ದರು. ವಡಚೇರಿಯಲ್ಲಿ ಇಳಿದು ತೆರೆದಿದ್ದ ಒಂದು ಟೀ ಅಂಗಡಿಯಲ್ಲಿ ಟೀ ಕುಡಿದು ಆಟೋ ಹಿಡಿದುಕೊಂಡು ಮೀನಾಕ್ಷಿಪುರಂಗೆ ಹೋದರು. ಸ್ವರ್ಣ ಆಚಾರಿ ಷಣ್ಮುಗ ವಡಿವೇಲುವಿನ ಮನೆ ಆಚಾರಿಗಳ ಹೊಸಬೀದಿಯಲ್ಲಿ ಇತ್ತು. ಆಲೈಕಲ್ಲಿನ ಮುಂದೆ ಹಲವರು ಮೌನವಾಗಿ ನೆರಳಿನಂತೆ ಕುಳಿತು ನೆಲದ ಮಣ್ಣನ್ನು ತೆಂಗಿನ ನಾರಿನ ಬ್ರಶ್ಶಿನಲ್ಲಿ ಗುಡಿಸಿಕೊಂಡಿದ್ದರು. ಅವರನ್ನು ಅಲ್ಲಿ ಕಂಡಿದ್ದೇ ಆ ಜನರ ಚಲನವಲನಗಳು ಅರೆಕ್ಷಣ ನಿಂತವು, ಅವರು ಪಂಡಾರಂನತ್ತ ಅಚ್ಚರಿಯಿಂದ ನೋಡಿದರು. ಇನ್ನು ಕೆಲವರು ಮೋರಿನೀರಿಗೆ ಚಿಕ್ಕ ಜರಡಿ ಹಿಡಿದು ನೀರನ್ನು ಜರಡಿಯಾಡುತ್ತಿದ್ದರು. ಎಣ್ಣೆಕಾಣದ ಒಣಕೂದಲಿದ್ದ ಹೆಣ್ಣುಮಕ್ಕಳೂ, ಹುಡುಗರೂ. ಇಡೀ ಬೀದಿಯನ್ನೇ ಗುಡಿಸಿ ಜರಡಿಯಾಡಿದರೂ ಒಂದು ಅರ್ಧ ಗ್ರಾಮ್ ಸಿಗಬಹುದಾ ಎಂದು ಪಂಡಾರಂ ಯೋಚಿಸಿದರು. ಸಿಗಬಹುದು ಏನಾದರೂ ಇಲ್ಲವಾದರೆ ದಿನಾಲೂ ಯಾಕೆ ಜರಡಿಯಾಡಿರುತ್ತಿದ್ದರು ಅಂತ ಅಂದುಕೊಂಡರು. ವೇಲುವಿನ ಮನೆಯ ಮುಂದೆ ಒಂದು ಸೈಕಲ್ ನಿಂತಿತ್ತು. ದಿಣ್ಣೆಯ ಮೇಲೆ ಒಬ್ಬ ಮುದುಕ ಕಂಬಳಿ ಹೊದ್ದುಕೊಂಡು ಒಂದು ಮೂಟೆಯಂತೆ ಸುರುಗಿ ಮಲಗಿಕೊಂಡಿದ್ದ. ಪಂಡಾರಂ ಮೆಟ್ಟಿಲೇರಿ ಮರದ ಬಾಗಿಲನ್ನು ತಟ್ಟಿ "ವೇಲು ವೇಲು" ಎಂದು ಕರೆದರು. ಒಳಗಿನಿಂದ "ಯಾರು?" ಎಂಬ ಪ್ರಶ್ನೆಯೊಂದಿಗೆ ಒಂದು ಹೆಣ್ಣು ದನಿ ನಿದ್ರೆಯಿಂದೆದ್ದು ಕೇಳಿತು.

"ನಾನು ಪೋತ್ತಿ ವೇಲುಪಂಡಾರಂ. ವೇಲಪ್ಪನ ದೇವಸ್ಥಾನ."

"ಯಾರು?"

"ಪೋತ್ತಿವೇಲು, ವೇಲುವಿಗೆ ಗೊತ್ತು"

"ಇಲ್ಲಿಕೇಳಿ, ಏನೂಂದ್ರೆ"

ಒಳಗೆ ವೇಲು ಗಡಬಡಿಸಿ ಏಳುವುದೂ, ಒಳಗಿನಿಂದ ಪಿಸುಮಾತುಗಳು ಕೇಳಿಬರುವುದೂ ಪಂಡಾರಂಗೆ ತಿಳಿಯಿತು.

ತುಸುಹೊತ್ತಿನಲಿ ವೇಲು ಕಿಟಕಿಯಿಂದ ಇಣುಕಿ "ಯಾರು?" ಅಂದ.

"ನಾನು ಪೋತ್ತಿ ವೇಲುಪಂಡಾರಂ. ವೇಲಪ್ಪನ ದೇವಸ್ಥಾನ."

"ಈಗ ಯಾವ ಆಭರಣನೂ ಇಟ್ಟುಕೊಳ್ಳಲ್ಲ, ಕಾಸಿಲ್ಲ"

"ಇಲ್ಲ ಆಭರಣ ಕೊಳ್ಳಬೇಕು"

"ಈ ಹೊತ್ತಲ್ಲಾ?"

"ಹೌದು ತೆಗೆ ಬಾಗ್ಲು"

ಅವನು ಬಾಗಿಲು ತೆರೆದು ಬೆಳಕು ಹಚ್ಚಿದ. "ಬನ್ನಿ ಒಳಗೆ, ನೀವು ವೇಲಪ್ಪನ್ ದೇವಸ್ಥಾನದವ್ರು ಅಲ್ವಾ?"

"ಮತ್ತೆ ನಾನು ಇಷ್ಟೊತ್ತು ಏನು ಹೇಳ್ತಾ ಇದ್ದೆ? ಎರಡು ಬಳೆ ಬೇಕು ಕೇಳ್ತಾ?"

"ಆಯ್ತು ಮಾಡಿಕೊಡಣ"

"ಮಾಡಕ್ಕಲ್ಲ, ಈಗ ಬೇಕು"

"ಈಗ ಅಂದ್ರೆ... ಬೆಳಕಾದ್ಮೇಲೆ..."

"ಬೆಳಕಾದ್ರೆ ಕಿಶನ್ ನಾಯರ್ ಅಂಗಡಿಲಿ ತಗೊಳ್ಳಲ್ವಾ? ಈಗ ಬೇಕು. ಕಾಸು ಕೊಡ್ತೀನಿ."

"ಏನಷ್ಟು ಅರ್ಜೆಂಟು, ಏನು ವಿಷಯ?'

"ಚಿಕ್ಕವಳಿಗೆ ಪಳನಿಗೆ ಹೋದಾಗ ತರತೀನಿ ಅಂತ ಹೇಳಿ ಹೋಗಿದ್ದೆ, ಆದ್ರೆ ಮರ್ತು ಹೋಯ್ತು. ಒಂದೇ ಅಳು. ಬಹಳ ಬೇಜಾರಾಗೋಯ್ತು. ಬೆಳಗೆ ಅವಳು ಏಳೋ ಹೊತ್ತಿಗೆ ತಗೊಂಡೋಗಿ ಕೈಗೆ ತೊಡಿಸ್ಬೇಕು"

"ಹೀಗೆ ಒಡನೇ ಕೇಳಿದ್ರೆ ಏನೂಂತ ಮಾಡದು. ಅಳತೆ ಬಳೆ ಇದ್ಯಾ?"

"ತಗೊಂಬರಲಿಲ್ವೇ, ಒಂದು ಹತ್ತು ವಯಸು ಮಗಳಿಗೆ"

"ಸಣ್ಣನಾ?"

"ಶುದ್ಧ, ಸತ್ತದು ನೆಟ್ಟಗೆ ತಿಂದ್ರೆ ತಾನೆ? ಹಾಲಿಗೋ ಮೊಸರಿಗೋ ಒಂದು ಕೊರೆ ಇಲ್ಲ. ಒಳ್ಳೆ ಹಕ್ಕಿ ತರ ಏನಾದರೊಂದಿಷ್ಟು ಕುಕ್ಕಿ ತಿಂತಾಳೆ ಅಷ್ಟೆ."

ವೇಲು ನಕ್ಕ. "ಮದುವೆ ಮಾಡಿಬಿಡಿ ಅಣ್ಣಾಚಿ, ಮುಂದಿನ ವರ್ಷಕೆ ಆನೆಮರಿ ತರ ಆಗೋಗ್ತಾಳೆ. ಅದು ವಿಷಯ" ಅಂದವನು ಮೇಜನ್ನು ಎಳೆದು ಸರಿಯಾಗಿ ಹೊಂದಿಸಿಕೊಂಡು

ಚಕ್ಕಳಮಕ್ಕಳ ಹಾಕಿ ಕುಳಿತ. ಅವನ ಹೆಂಡತಿ ಚಾಪೆ ಹಾಸಿ ಅವರನ್ನು ಕೂರಲು ಹೇಳುತ್ತಾ "ಕಟ್ಟಂಚಾಯ ತರಲೆ?" ಎಂದು ಕೇಳಿದಳು.

"ಬೇಡ ಈಗಷ್ಟೇ ಕುಡಿದು ಬಂದೆ."

"ಅಣ್ಣಾಚಿ ಈಗಾಗ್ಲೇ ಮಾಡಿಟ್ಟ ಎರಡು ಬಳೆಗಳು ಇದ್ದಾವೆ. ಒಂದೊಂದೂ ಒಂದೂವರೆ ಪವನು. ಆದ್ರೆ ಸೈಜು ಸ್ವಲ್ಪ ದೊಡ್ಡದು. ತಾಳಕುಟ್ಟಿ ಪಾರ್ಟಿ ಆರ್ಡರ್ ಮಾಡಿರೋದು. ತಗೋತೀರಾ? ಅವ್ರಿಗೆ ಬೇರೆ ಮಾಡಿಕೊಟ್ರಾಯ್ತು..."

"ಸೈಜು ಬದಲಾಯಿಸ್ಬೇಕಲ್ಲ?"

"ಅದೀಗ ತಟ್ಟಿ ಸರಿ ಮಾಡ್ತೀನಿ ಒಂದು ಅರ್ಧಗಂಟೆ"

"ಸರಿ ಕಣೋ" ಅಂದರು ಪಂಡಾರಂ. "ಅಲ್ಲಾ ಈ ಭಿಕ್ಷದೋರು ಅದೇನ್ಲೇ ಆ ತರ ಆರಿಸಿ ಗುಡಿಸಿ ತೆಗೀತಿದ್ದಾರೆ?"

"ಅಣ್ಣಾಚಿ, ಚಿನ್ನ ಅಲ್ವಾ? ಹುಡುಕ್ತಾರೆ."

"ಅದೇನು ತಟ್ಟುವಾಗ ಒಡೆದು ಹಾರತ್ತಾ?"

"ಇಲ್ಲ ಅಣ್ಣಾಚಿ ತೊಳೀತೀವಲ್ಲ ಆಗ ಬಹಳ ಹೋಗತ್ತೆ, ಮತ್ತೆ ತಟ್ಟುವಾಗ ಧೂಳು"

"ಒಂದು ಗ್ರಾಂನಷ್ಟು ಸಿಗತ್ತಾ?"

"ಅದಕ್ಕೂ ಮೇಲೆ ಸಿಗತ್ತೆ. ಇದಕ್ಕೋಸ್ಕರ ಏನು ಹೊಡೆದಾಟ ಆಗತ್ತೆ ಅಂತೀರ! ನಿನ್ನೆ ನೋಡ್ಬೇಕಿತ್ತು ಒಬ್ಬ ಇನ್ನೊಬ್ಬನ್ನ ಕಲ್ಲಲ್ಲಿ ಹೊಡ್ದು ಹಾಕ್ದ. ಪಾಪ ಮುದುಕ, ಸ್ಪಾಟಲ್ಲೇ ಖಾಲಿ"

"ಮತ್ತೆ?"

"ಇನ್ನೇನು? ಮುನ್ಸಿಪಾಲಿಟಿ ಗಾಡಿ ಬಂದು ತೆಗೆದು ಹಾಕ್ತು. ಅವುನು ಜೋಳಿಗೆಲಿ ಬಹಳ ದುಡ್ಡಿಟ್ಟಿದ್ದ ಅನ್ಸತ್ತೆ, ಎರಡ್ಮೂರು ತೋಟಿಗಳು ಹೊಡ್ದು ಮಾಡಿ ಕಿತ್ಕಂಡ್ರು. ನೀವೇನೇ ಹೇಳಿ ಅಣ್ಣಾಚಿ ಹೆಣ್ಣು ಹೊನ್ನು ಮಣ್ಣು ಮೂರೂ ಕೊನೆತನಕ ಯಾರನ್ನೂ ಆಳಕ್ಕೆ ಕೊಡಲ್ಲ, ಏನಂತೀರಿ?"

"ನಿಜ"

ಹಾಗೇ ಕೂರುತ್ತಾ ಅವರಿಗೆ ನಿದ್ರೆ ಜೊಂಪು ಹತ್ತಿತು. ತಟ್ಟ ತಟ್ಟ ತಟ್ಟ ಎಂದು ಅವನು ತಟ್ಟುವ ಸದ್ದು ಕೇಳಿಸುತ್ತಲೇ ಇತ್ತು. ಸುತ್ತಿಗೆಯಲಿ ಯಾರೋ ಒಂದು ಮಗುವನ್ನು ಹೊಡೆದು ಹೊಡೆದು ಅದರ ಆಕಾರ ಬದಲಿಸುತ್ತಿರುವಂತೆ ಕನಸಾಯಿತು. ಆಗಲೇ ರೈಲೊಂದು ಸಾಗಿತು.

"ಅಣ್ಣಾಚಿ ನೋಡ್ತೀರಾ?"

ಬಳೆ ಸುಂದರವಾಗಿತ್ತು. ಚಿಕ್ಕ ಹೂಗಳೂ ಬಳ್ಳಿಗಳೂ ಸುತ್ತಿರುವಂತೆ ಇತ್ತು.

"ಏನು ರೇಟ್?"

"ಗ್ರಾಮಿಗೆ ನಾನೂರೆಂಟು. ಒಟ್ಟಾಗಿ ಹತ್ತುಸಾವಿರದ ಐನೂರು. ಮಾಡಿದ ಕೂಲಿ, ನಷ್ಟದ ಬಾಬ್ತು ಎಲ್ಲ ಸೇರಿ ಹದಿನಾಲ್ಕುಸಾವಿರ"

"ನೋಡಿ ಮಾಡಿ ಹಾಕಪ್ಪ"

"ಏನಣ್ಣಾಚಿ, ನಿಮ್ಮತ್ರ ಹೋಗಿ ಲೆಕ್ಕ ನೋಡ್ತೀನಾ? ಕಡಿಮೆ ಮಾಡೇ ಹೇಳಿದೀನಿ."

"ಹೌದೌದು ಕಮ್ಮಿ ಮಾಡಿದೀಯ, ನೋಡಿ ಹಾಕ್ಲೇ, ಮಲಗಿದ್ದೋನನ್ನ ಲಕ್ಷ್ಮಿ ಬಾಗಿಲು ತಟ್ಟಿ ಎಬ್ಬಿಸಿದ್ದಾಳೆ."

"ಸರಿ ನಮ್ಮ ಅಣ್ಣಾಚಿ, ಒಂದ್ಯೆನೂರು ಕಮ್ಮಿ ಕೊಡಿ."

"ಸರಿ, ಹದಿಮೂರಿದೆ, ಬಾಕಿ ಆಮೇಲೆ ನೋಡ್ಕಳಣ."

"ಅಣ್ಣಾಚಿ..."

"ಇರ್‍ಲಿ ಕಣೋ, ನೀನು ನಂ ಹುಡುಗ. ದೊಡ್ಡವಳಿಗೆ ಮದುವೆ ಮಾಡಕ್ಕಿದೆ"

"ನಿಶ್ಚಯ ಆಯ್ತಾ?"

"ಕೂಡಿ ಬರ್‍ತಾ ಇದೆ"

"ಬನ್ನಿ ಅಣ್ಣಾಚಿ, ಅತ್ತಿಗೇನೂ ಕರಕೊಂಡು ಬನ್ನಿ. ಚೆನ್ನಾಗಿ ಮಾಡಿಕೊಡಣ. ಮನಸಿನಂತೆ ಮಾಂಗಲ್ಯ ಅಂತಾರೆ, ಅದು ಚಿನ್ನದ ಕುರಿತಾಗಿ ಹಾಗೆ ಹೇಳೋದು. ಗೊತ್ತಲ್ವಾ?"

"ತಿಳಿಯದೆ ಏನು? ಸುಮ್ನೆ ಹೇಳ್ತಾರ ಚಿನ್ನ ಕಂಡ್ರೆ ಆಚಾರಿಗೆ ಪ್ರೀತಿ, ಭತ್ತ ಕಂಡ್ರೆ ಕೋಳಿಗೆ ಪ್ರೀತಿ ಅಂತ?" ಅನ್ನುತ್ತಾ ಹಣಕೊಟ್ಟು ಮೆಟ್ಟಿಲಿಳಿವಷ್ಟರಲ್ಲಿ ಗಂಟೆ ನಾಲ್ಕಾಗಿತ್ತು.

ಮತ್ತೆ ಬಸ್ ಹಿಡಿದು ವೇಲಪ್ಪನ ದೇವಸ್ಥಾನದ ಹಾದಿಯಲಿ ಇಳಿದಾಗ ಆಟೋಗಳು ಬಂದಿದ್ದವು. ಉಷಃ ಪೂಜೆಗೆ ಬಂದ ಕೆಲವರು ಅಲ್ಲಿದ್ದರು. ಆಟೋ ಹತ್ತಿ ಸೀದಾ ಮನೆಗೆ ಹೋದರು.

ಎಕ್ಕಿಯಮ್ಮ ಬಾಗಿಲು ತೆರೆದಳು.

"ಇದೇನಿದು? ಯಾವ್ದಾರ ಪಿಶಾಚಿನೋ ಭೂತನೋ ಹೊಕ್ಕಂಡಿದ್ಯಾ?"

ಕೇಳಿದಳು.

"ಹೋಗೇ" ಅನ್ನುತ್ತ ಒಳಗೆ ಹೋದರು ಪಂಡಾರಂ.

ಮೀನಾಕ್ಷಿ ಕೊಕ್ಕರಿಸಿಕೊಂಡು ಕೈಮುಗಿದುಕೊಂಡು ಮಲಗಿದ್ದಳು. ಅವಳ ಹಿಂಭಾಗ ಮಾಟವಾಗಿ ಎದ್ದು ನಿಂತಿತ್ತು.

"ಲೇ ಲೇ" ಎಂದು ಕರೆದಳು ಎಕ್ಕಿಯಮ್ಮ.

"ಸುಮ್ನಿರು" ಅನ್ನುತ್ತ ಅವಳ ಹತ್ತಿರ ಬಳೆಗಳನ್ನ ಇಟ್ಟರು ಪಂಡಾರಂ.

"ಚೆನ್ನಾಗಿದೆ ತೋರ್ಸಿ"

"ನೀನು ಆಮೇಲೆ ನೋಡು. ನನ್ನ ಚಿನ್ನದ ಮಗಳು ಮೊದಲು ನೋಡ್ಲಿ"

"ಮುದ್ದಾಡೀ ಮುದ್ದಾಡೀ..."

"ಆನೆ ಮೇಲೆ ಅಂಬಾರಿ ಕಟ್ಟಿ ಕೂರಿಸ್ತೀನಿ. ನೀ ಹೋಗೆ ಕತ್ತೆ"

ಸ್ವಲ್ಪ ಹೊತ್ತು ಅವಳನ್ನೇ ನೋಡುತ್ತಾ ನಿಂತರು ಪಂಡಾರಂ.

"ಇದೇನಿದು ಹಿಂಗೆ ನಿದ್ರೆ ಮಾಡ್ತಾ ಇದ್ದಾಳೆ?"

"ಒಬ್ಬೊಬ್ಬರದು ಒಂದೊಂದು ರೀತಿ. ನಡುವಿನವಳನ್ನ ನೋಡಿ ಒಳ್ಳೆ ತಾಟಕಿ ತರ ಬಿದ್ಕೊಂಡಿದ್ದಾಳೆ."

"ಒಂದು ಟೀ ಮಾಡೇ ಸ್ಟ್ರಾಂಗ್ ಆಗಿ"

"ದೇವಸ್ಥಾನಕ್ಕೆ ಹೋಗ್ತೀರಾ?"

"ಹೋಗ್ಬೇಕು"

"ಸುಸ್ತಾಗಿದ್ರೆ ಸ್ವಲ್ಪ ಹೊತ್ತು ಮಲಗಿ ಆಮೇಲೆ ಹೋಗಿ."

***

13

ನಾಗರಾಜ ದೇವಸ್ಥಾನದ ಹೆಬ್ಬಾಗಿಲ ಬಳಿ ನೆಲಕ್ಕಿಳಿದ ಛಾವಣಿಯ ನೆರಳಿನಲ್ಲಿ ಅಹಮದ್‌ಕುಟ್ಟಿ ಕುಳಿತುಕೊಂಡು ಗಂಭೀರವಾಗಿ ಏನನ್ನೋ ಓದುತ್ತಿದ್ದ. ಅವನ ಬೀಜಗಳು ನೆಲದಮೇಲೆ ಒಂದು ವೇಷ್ಟಿಯಿಂದ ಮುಚ್ಚಿ ಇಡಲ್ಪಟ್ಟಿದ್ದವು. ಸ್ವಲ್ಪ ದೂರದಲ್ಲಿ ರಾಮಪ್ಪ ತನ್ನ ಕಾಲುಗಳನ್ನು ನೀಡಿ ಸುಧಾರಿಸಿಕೊಳ್ಳುತ್ತಿದ್ದ. ಅವನ ಪಕ್ಕ ಗುಯ್ಯ ಹೊಸ ಆಳಾದ ಪಕ್ಕಿಯೊಡನೆ ಮಾತಾಡುತ್ತಿದ್ದ.

ಅಹಮದ್‌ಕುಟ್ಟಿ ಪೇಪರನ್ನು ಕೆಳಗಿಟ್ಟು "ಬೀಡಿ ಉಂಡೋ?" ಎಂದು ಮಲಯಾಳಂನಲ್ಲಿ ಕೇಳಿದ.

"ಬೀಡಿ ಇದೆ, ಆದರೆ ನೀನು ನಾಲ್ಕು ಮಾತು ತಮಿಳಲ್ಲಿ ಆಡಬೇಕು."

"ನನಗೆ ತಮಿಳೂ ಬರತ್ತೆ, ಕನ್ನಡ ಬರತ್ತೆ, ಇಂಗ್ಲಿಷೂ ಬರತ್ತೆ" ಅಂದ ಅಹಮದ್‌ಕುಟ್ಟಿ.

"ಸುಳ್ಳು, ಎಲ್ಲಿ ನಾಲ್ಕು ಸಾಲು ಇಂಗ್ಲಿಷ್ ಮಾತಾಡು ನೋಡಣ."

"ಯಾವುದರ ಬಗ್ಗೆ ಮಾತಾಡಬೇಕು?" ಎಂದು ತಮಿಳಿನಲ್ಲಿ ಕೇಳಿದ ಅಹಮದ್‌ಕುಟ್ಟಿ "ಶೆರಿಯಲ್ಲೇ?" ಎಂದು ಮಲಯಾಳಂನಲ್ಲಿ ಕೇಳಿದ.

"ಓ ತಲೈವಾ, ನೀನು ಇಲ್ಲಿರಬೇಕಾದ ಜನವೇ ಅಲ್ಲ ಬಿಡು."

"ಅದೋ ಅಲ್ಲಿ ಬರ್ತಾ ಇದಾನಲ್ಲ ಪೋಲೀಸೋನು ಅವನ ಕಾಲೆಳೀಲಾ?"

"ಸರಿ" ಅಂದ ರಾಮಪ್ಪ.

ಪೋಲೀಸಿನವನು ವಯಸ್ಸಿನ ಭಾರಕ್ಕೆ ತಕ್ಕಂತೆ ನಿಧಾನಕ್ಕೆ ಕಾಲೆಳೆದು ಹಾಕುತ್ತ ನಡೆದುಬಂದ. ಬಾಗಿಲಬಳಿ ಎಲೆಅಡಿಕೆ ರಸ ತುಪ್ಪಿ, ನಾಲಿಗೆಯಿಂದ ಹಲ್ಲುಗಳನ್ನು ಸವರಿಕೊಳ್ಳುತ್ತಾ ಮುಂದೆ ಬಂದಿದ್ದ ಹೊಟ್ಟೆಯನ್ನು ಅಲ್ಲಾಡಿಸುತ್ತ ನಡೆದುಬಂದ. ಅಹಮದ್‌ಕುಟ್ಟಿ ಒಂದು ಸಲಾಂ ಹಾಕಿದರೂ ಅವನು ಗಮನಿಸಲಿಲ್ಲ.

"ಎಕ್ಸ್‌ಕ್ಯೂಸ್ ಮಿ ಸರ್, ಕುಡ್ ಯು ಪ್ಲೀಸ್ ಟೆಲ್ ಮಿ ವಾಟ್ಸ್ ದಿ ಟೈಮ್ ನೌ?" ಕೇಳಿದ ಅಹಮದ್.

"ಏನು?"

"ಐ ಯಾಮ್ ಸ್ಸಾರಿ, ನೋ ಬಡಿ ಹ್ಯಾಸ್ ಅ ವಾಚ್ ಹಿಯರ್. ಕೆನ್ ಐ ನೋ ದಿ ಟೈಮ್?"

ಪೋಲೀಸಿನವನು ರಾಮಪ್ಪನತ್ತ ನೋಡಿದ. ರಾಮಪ್ಪನ ಬಾಯಿ ತೆರೆದುಕೊಂಡಿತ್ತು. ಮುಖದಲ್ಲಿ ಒಂದು ಆನಂದ ಪರವಶತೆ ತೇಲುತ್ತಿತ್ತು.

"ಹತ್ತೂವರೆ" ಎಂದು ಹೇಳಿ ಅವನು ಕಹಿಮುಖ ಮಾಡಿಕೊಂಡು ಅಲ್ಲಿಂದ ನಡೆದುಹೋದ.

"ಲೇ ಅಹಮದ್‌ಕುಟ್ಟೀ, ನೀನು ಕಮ್ಮಿ ಜನ ಅಲ್ಲ ಕಣ್ಲೇ. ಹೆಂಗೇ ಇದನ್ನ ಕಲ್ತೆ? ನಂಗೆ ಒಂಥರಾ ಚಳಿಜ್ವರನೇ ಹತ್ತಿದಂಗೆ ಆಗಿಬಿಡ್ತು."

"ಹಿಂದಿನೂ ಬರತ್ತೆ"

"ಹೆಂಗಲೇ?"

"ನಾನು ತಿರುವನಂತಪುರದ ಪಶ್ಚಿಮಭಾಗದಲ್ಲಿ ಹತ್ತು ವರ್ಷ ಇದ್ದೆ"

"ಹಂಗೆ ಬರಲಿ, ಲೇ ಗುಯ್ಯಾ, ನೀ ಈ ತಿರುವನಂತಪುರ ಅಂದ್ರೆ ಏನಂದ್ಕಂಡಿದ್ದೀಯಾ? ಅದು ಸರಸ್ವತಿ ಇರೋ ಜಾಗ ಕಣಲೇ"

"ಬೀಡಿ ಎಲ್ಲಿ ಮಾಮಾ?" ಕೇಳಿದ ಅಹಮದ್‌ಕುಟ್ಟಿ.

"ಮಚ್ಚಾ ನಿಂಗೆ ಬೀಡಿ ಇಲ್ಲಲೇ, ಲೋ ಗುಯ್ಯ ಹೋಗೋ, ಹೋಗಿ ಒಂದು ಸಿಗರೇಟು ಪ್ಯಾಕೆಟ್ ತಗಂಡು ಬಾ"

ಗುಯ್ಯ ಎದ್ದು "ಹಣ ಕೊಡಿ" ಅಂದ. ಗುಯ್ಯ ಓಡಿಹೋಗಿ ಪಕ್ಕದ ಅಂಗಡಿಯಿಂದ ಸಿಗರೇಟು ಪ್ಯಾಕೆಟ್ ತಂದುಕೊಟ್ಟ.

ಅಹಮದ್‌ಕುಟ್ಟಿ ಸಿಗರೇಟನ್ನು ತೆಗೆದುಕೊಂಡು ರಾಮಪ್ಪನತ್ತ ಪಾಕೀಟು ನೀಡಿದ.

"ನಂಗೆ ಸಿಗರೇಟಾ? ಒಳ್ಳೆ ಕತೆ! ಆ ದೇವ್ರಿಗೇ ನಗು ಬಂದ್ಬಿಡೋದು, ನೀನು ಕುಡಿ."

"ನಾನು ಸಿಗರೇಟ್ ಕುಡಿಯಲ್ಲ ಮಾಮಾ."

"ನೀನು ಸೇದಬೇಕು, ಸಿಗರೇಟನ್ನೇ ಸೇದಬೇಕು. ಸಿಗರೇಟ್ ಸರಸ್ವತಿಯ ಹೊಗೆ. ಇಷ್ಟೆಲ್ಲ ಓದಿ ಬರೆಯಕ್ಕೆ ಬರೋನು, ಬೀಡಿ ಕುಡಿಬಾರದು, ಸಿಗರೇಟು ಸೇದಿದರೇನೇ ಅದಕ್ಕೆ ಮರ್ಯಾದೆ" ಹೀಗೆ ಹೇಳುವಾಗ ರಾಮಪ್ಪನ ದೇಹ ಆವೇಶದಿಂದ ನಡುಗಿತು.

"ನಾನು ಸೇದಲ್ಲ ಮಾಮ. ಯಾವಾಗಲಾದರೂ ಮೂಡು ಬಂದಾಗ ಒಂದು ದಮ್ಮು ಎಳಿತೀನಿ ಅಷ್ಟೇ"

"ಇವಾಗೇನು? ಮೂಡು ಕೆಟ್ಟು ಹೋಯ್ತು?"

"ಇಲ್ನೋಡಿ" ಅಹಮದ್‌ಕುಟ್ಟಿ ಪತ್ರಿಕೆಯನ್ನು ಕೈಯಿಂದ ಎತ್ತಿ ಬಿಸಾಕಿದ. "ಏನು ಬರೆದಿದ್ದಾರೆ ಗೊತ್ತಾ? ಕೇರಳ ನೆಲವನ್ನು ಹಂಗೇ ಮಾರಾಕ್ತಾ ಇದಾರೆ. ಕೇವಲ ಸಾವಿರ ಕೋಟಿಗೆ ಮರಕತ ಮಣಿ ಹೊದ್ದ ಮಲಯಾಳ ಮಣ್ಣನ್ನ ಮಾರಾಕ್ತಾ ಇದಾರೆ, ನಾಯಿಂಡೆಮೋನ್‌ಗಳು."

"ಗುತ್ತಿಗೆಗಾ?" ಕೇಳಿದ ರಾಮಪ್ಪ ಯಾವುದೇ ಅಚ್ಚರಿ ತೋರಿಸದೆ, ಆದರೆ ಅದರ ಬಗೆ ತಿಳಿದುಕೊಳ್ಳುವ ಆಸಕ್ತಿಯೊಡನೆ.

"ಮಾಮ ನಿಮಗೆ ಮೊದಲಿಂದ ಎಲ್ಲ ಹೇಳಬೇಕು, ಎ ಡಿ ಬಿ ಅಂದ್ರೇನು ಅಂತ ಗೊತ್ತಾ?"

"ಎಡುಪ್ಪಿ ಅಂದ್ರೇನು ಅಂತ ಗೊತ್ತಿಲ್ಲ" ಉಡುಪಿ ತರನಾ ಅಂತ ಕೇಳಬೇಕು ಅನಿಸಿತಾದರೂ ಅವನು ಕೇಳಲಿಲ್ಲ.

"ಏಶಿಯನ್ ಡೆವಲಪ್‌ಮೆಂಟ್ ಬ್ಯಾಂಕ್, ಪರಂಗಿಯವರ ಬ್ಯಾಂಕ್, ಪರಂಗಿಯವರು ಅಂದ್ರೆ ಗೊತ್ತಾ?"

"ಯಾರು?"

"ನಾವು ಓಡಿಸಿಕಳಿಸಿದ್ವಲ್ಲಾ ಆ ಪರಂಗಿಯವರು."

"ನಾವಾ?"

"ನಾವು ಅಂದ್ರೆ ಗಾಂಧಿ, ನೆಹರೂ, ಜಿನ್ನಾ ಸಾಹೆಬ್, ಅಬ್ದುಲ್ಲಾ ರೆಹಮಾನ್ ಸಾಹಿಬ್, ಎಲ್ಲಾರೂ ಸೇರಿ. ಅದೇ ಪರಂಗಿಯ ಕೊಳ್ಳೆಕಾರರು ಈಗ ಎಡಿಬಿ ಅಂತ ಒಂದು ಸಂಘ ಮಾಡಿಟ್ಟಿದ್ದಾರೆ. ಯಾಕೇ?"

"ಯಾಕೆ?"

"ಮಲಯಾಳ ಮಣ್ಣನ್ನು ಕೊಳ್ಳೆ ಹೊಡೆಯೋಕೆ. ಸಾವಿರ ಕೋಟಿ ರುಪಾಯಿಗೆ ಕಾಂಟ್ರ್ಯಾಕ್ಟ್ ಹಾಕಿದೆಯಂತೆ ಸರಕಾರ. ಆ ಹಣಕ್ಕೆ ಅವನು ನಮ್ಮ ಮಣ್ಣನ್ನ ತೋಡ್ತಾನೆ. ಬೆಳೆಯೋ ತೆಂಗು ಅವನು ತಗೋತಾನೆ, ರಬ್ಬರ್ ಹಾಲು ಅವನು ಸುರ್ಕೊತಾನೆ." ದನಿ ತಗ್ಗಿಸುತ್ತಾ "ಸುಂದರವಾಗಿರೋ ಹೆಣ್ಣುಮಕ್ಕಳ್ನ ಕೂಡ ಹಿಡಿದು ಸಾಗಿಸ್ತಾರೆ."

"ಪರಂಗಿಯವನಾ?"

"ಹೌದು ಅವರೇ"

"ಅವರ ಯೋಗವೇ" ಅಂದ ರಾಮಪ್ಪ.

ಅಹಮದ್‌ಕುಟ್ಟಿ ಒಂದು ಕ್ಷಣ ಅವಾಕ್ಕಾದ. ಮತ್ತೆ ಸಾವರಿಸಿಕೊಂಡು "ನಾಡನ್ನೇ ಸರಿಯಾಗಿ ಆಳಕ್ಕೆ ಬರದೇ ಇರೋ ನಾಯಿಂಡ ಮೋನೇ ನಾಯನಾರ್. ಅವನನ್ನ ಕೇಳಕ್ಕೆ ಸರಿಯಾದ ಕಾಂಗ್ರೆಸ್ ಇಲ್ಲ. ಕರುಣಾಕರನ್‌ಗೆ ಈಗ ಮೊದಲಿನ ಬಲ ಇಲ್ಲ. ಆಂಟನಿಗೆ ಯಾವತ್ತೂ ಆ ಬಲ ಇದ್ದದ್ದೇ ಇಲ್ಲ. ಇನ್ನೇನು ಮಾಡಕ್ಕಾಗತ್ತೆ? ಒಳ್ಳೆ ಆಡಳಿತ ಮಾಡೋರು ಬರಬೇಕು. ಕೋಯಾಸಾಕಿ ತರ ಒಬ್ಬ ವೀರ ಬೇಕು. ಸಾವಿರ ಕೋಟಿ. ಥತ್ತೇರಿ. ಸಾವಿರ ಕೋಟಿನ ಇಟ್ಕಂಡು ಏನು ಮಾಡಕ್ಕಾಗತ್ತೆ? ಒಂದು ವಾರಕ್ಕೆ ಅಕ್ಕಿ ತರಿಸ್ಲಿಕ್ಕಾಗತ್ತಾ? ಇಲ್ಲ ಏನ್ಮಾಡಕ್ಕಾಗತ್ತೆ? ಸಾವಿರ ಕೋಟಿ ಎಲ್ಲ ಒಂದು ಹಣವಾ?"

"ಅಲ್ವಾ ಮತ್ತೆ?" ಕೇಳಿದ ರಾಮಪ್ಪ.

"ನನ್ನನ್ನೂ ನಿನ್ನನ್ನೂ ಮಾರಿ ಪಂಡಾರಂ ಸಂಪಾದಿಸ್ತಾನೆ. ಈ ನಾಯನಾರೂ, ರಾಜೀವೂ ಎಲ್ಲರನ್ನೂ ಸೇರಿಸಿ ಮಾರಾಕ್ತಾ ಇದ್ದಾರೆ. ಎಲ್ಲವೂ ಮಾರಾಟ ಸರಕೇ, ಓಯ್ ಓಯ್ ಬನ್ನಿ ತಗಳ್ಳಿ, ಎಲ್ಲಕೂ ಒಂದ್ರುಪಾಯಿ ಅಷ್ಟೆ. ಈಗ ಚಾನ್ಸ್ ಬಿಟ್ರೆ ಮತ್ತೆ ಸಿಗಲ್ಲ ನೋಡಿ, ಓಯ್... ಆ ಥರ ಕತೆ" ಅಂದ.

ರಾಮಪ್ಪ ಬಿದ್ದು ಬಿದ್ದು ನಕ್ಕ.

ಗುಯ್ಯ ಕೋಪದಿಂದ "ಎಲ್ಲರನ್ನಾ ಗುಂಡು ಹಾಕಿ ಸಾಯಿಸ್ಬೇಕು ತಾಯ್ಗಂಡದಿರನ್ನ" ಅಂದ.

"ಯಾರನ್ನ?" ಕೇಳಿದ ಅಹಮದ್‌ಕುಟ್ಟಿ.

"ಎಂ ಜಿ ಆರನ್ನ"

"ಅವ್ನು ಹೋಗಿ ನಾಲ್ಕು ವರ್ಷ ಆಯ್ತು ಕಣಲೆ."

"ಅಮೆರಿಕಕ್ಕೆ ಹೋಗಿಬಿಟ್ನಾ?"

"ರಾಮಾಯಣ ಕೇಳಿ ರಾಮ ಸೀತೆಗೆ ಚಿಕ್ಕಪ್ಪ ಅಂದಂಗಾಯ್ತು" ಅಂದ ಅಹಮದ್‌ಕುಟ್ಟಿ.

ಪೋಲೀಸಿನವನು ತಿರುಗಿ ಬರುತ್ತಾ ದೂರದಿಂದಲೇ ಅಹಮದ್‌ಕುಟ್ಟಿಯನ್ನ ನೋಡುತ್ತಾ ಬಂದ. ಬಂದು ನಿಂತು ಬೆಲ್ಟನ್ನೂ ಪ್ಯಾಂಟನ್ನೂ ಮೇಲೆ ಎತ್ತರಿಸಿ ಸಿಕ್ಕಿಸಿ ಸರಿಪಡಿಸಿಕೊಂಡು "ನಿನ್ ಹೆಸರೇನು?" ಎಂದು ಕೇಳಿದ.

"ಐ ಬೆಗ್ ಯುವರ್ ಪಾರ್ಡನ್."

"ಏನು?"

"ಅರ್ಥ ಆಗಿಲ್ಲ?"

"ನಿನ್ ಹೆಸರೇನು?"

"ಅಹಮದ್"

"ತುರುಕನಾ?"

"ಮುಸಲ್ಮಾನ್" ಎಂದ ಅಹಮದ್. "ಬಹಳ ವಿಶ್ವಾಸ ಇರೋ ಮುಸ್ಲಿಂ"

"ನೀ ಹೆಂಗೋ ಈ ದೇವಸ್ಥಾನದಲಿ ಇದೀಯ? ಎದ್ದೇಳು. ಜಾಗ ಖಾಲಿ ಮಾಡು"

"ಮಸೀದಿ ಮುಂದೆ ಎಷ್ಟೊಂದು ಜನ ಹಿಂದುಗಳಿದ್ದಾರೆ ಗೊತ್ತಾ?"

"ಚಿ ರ್‍ಯಾಸ್ಕಲ್, ವಾದ ಬೇರೆ ಮಾಡ್ತಾ ಇದೀಯ" ಅನ್ನುತ್ತಾ ಅವನನ್ನು ಹೊಡೆಯಲು ಕೈ ಎತ್ತಿದ.

"ದಾನುಪಿಳ್ಳೈ... ಆಮೇಲೆ ನಿಮ್ ತಲೆ ಮೇಲೆ ಟೊಪ್ಪಿ ಇರಲ್ಲ. ಒಂದು ತುಂಡು ಪೇಪರ್ ಸಾಕು. ಜಸ್ಟ್ ಅ ಪೀಸ್ ಆಫ್ ಪೇಪರ್."

ದಾನುಪಿಳ್ಳೈಯ ಕೈ ಕೆಳಗಿಳಿಯಿತು. ಅವನು ತನ್ನ ಹೆಸರಿನ ಬಿಲ್ಲೆ ಓದಿಕೊಂಡು ತನ್ನ ಹೆಸರಿಡಿದು ಕರೆದ ಅನ್ನುವುದು ಅವನಿಗೆ ಹೊಳೆಯಿತು.

"ಬಾರೋ ಸ್ಟೇಷನ್‌ಗೆ" ಅಂದ ದಾನುಪಿಳ್ಳೈ ಒಡೆದ ಸ್ವರದಲ್ಲಿ.

"ಐ ಹ್ಯಾವ್ ಲೈಸನ್ಸ್ ಯು ನೋ, ಲೈಸೆನ್ಸ್ ಕೊಟ್ಟೋನು ಕೇಳಲಿಲ್ಲ ನೀನು ಹಿಂದುನಾ, ಕ್ರಿಶ್ಚಿಯನ್ನಾ ಮುಸ್ಲಿಮಾ ಅಂತ. ನೀವೆಂಗೆ ಕೇಳ್ತೀರಿ? ಐ ವಿಲ್ ಕಂಪ್ಲೇಂಟ್. ಡೆಫಿನೆಟ್ಲೀ ಐ ವಿಲ್ ಕಂಪ್ಲೇಂಟ್. ಅಂಡ್ ಐ ನೋ ಹೌ ಟು ಮೇಕ್ ಅ ಕಂಪ್ಲೈಂಟ್."

ದಾನುಪಿಳ್ಳೈ ರಾಮಪ್ಪನತ್ತ ನೋಡಿದ. ಅವನು ಕಣ್ಣುಗಳನ್ನು ಕಿರಿದಾಗಿಸಿಕೊಂಡು ಆಸಕ್ತಿಯಿಂದ ಗಮನಿಸುತ್ತಿದ್ದ. ದಾನುಪಿಳ್ಳೈ ಮತ್ತೆ ಅಲ್ಲಿ ನಿಲ್ಲಲಿಲ್ಲ. ಪ್ಯಾಂಟನ್ನು ಮತ್ತೆ ಸರಿಯಾಗಿ ಏರಿಸಿಕೊಂಡು "ನಾನು ಸ್ಟೇಷನ್‌ಗೆ ಹೋಗಿ ನಿನ್ನ ಫೈಲ್ ಚೆಕ್ ಮಾಡ್ತೀನಿ. ಲೈಸೆನ್ಸ್ ಇರಬಾರದು ಮಗನೆ ಆಗ ಮಾಡ್ತೀನಿ ನೋಡು ನಿನ್ನನ್ನ" ಅನ್ನುತ್ತ ಹೊರಟು ಹೋದ.

ರಾಮಪ್ಪ "ಹೋಗ್ತಾ ಇದಾನೆ ನೋಡು" ಅಂದ ಗುಯ್ಯನ ಬಳಿ. "ನೋಡ್ದಾ ಗುಯ್ಯ, ಆನೆನ ಪಳಗಿಸೋ ವಿದ್ಯೆನೂ ಇದೆ ತಿಳಕ."

ಅಹಮದ್ "ಹೆದ್ರಬೇಕಿಲ್ಲ ಮಾಮ, ನಾವು ಇನ್ನು ಹೊಡೆಸಿಕೋಬೇಕಿಲ್ಲ. ಇದರ ಮೇಲೆ ನಮ್ಮನ್ನ ಯಾರೂ ಏನೂ ಮಾಡಕ್ಕಾಗಲ್ಲ. ಏನೀಗ ಜೈಲಲ್ಲಿ ಹಾಕ್ತಾರ? ಹಾಕ್ಲಿ. ಕೊಲ್ತಾರ? ಕೊಲ್ಲಲಿ. ಮತ್ತೇನು ಇಮಾನ್ ಇರೋನು ಪಡೆದವನಿಗೆ ಹೆದರಬೇಕು. ಬೇರೆ ಯಾರಿಗೂ ಹೆದರಬಾರದು. ಹೆದರಿದರೆ ಅದು ಹರಾಂ."

"ನಿಜ ನಿಜ" ಅಂದ ರಾಮಪ್ಪ.

"ಎರುಕ್ಕುವಿಗೆ ಜ್ವರ, ಸುಮ್ನೆ ಏನೋ ಪೇಚ್ತಾ ಇದೆ" ಅಂದ ಗುಯ್ಯ.

"ಒಂದು ಟೀ ತಕ್ಕೊಡೋ"

"ಕಾಸು?"

"ನಿನ್ನತ್ರ ಇದ್ದ ಕಾಸ್ನ ಏನ್ಲೇ ಮಾಡ್ದೆ?"

"ನಂಗೆ ಅಡಗಿಸಿ ಇಡಕ್ಕೆ ಗೊತ್ತಿಲ್ಲ ತಿಳಕ್ಕಳಿ. ನಿನ್ನೆ ಐದು ರುಪಾಯಿ ಮರಳಲ್ಲಿ ಹೂತಿಟ್ಟೆ, ಯಾರೋ ಹೇಳ್ಕೊಟ್ರೋ ಅನ್ನಂಗೆ ಪೆರುಮಾಳ್ ಕರೆಕ್ಟಾಗಿ ಬಂದು ಎತ್ಕಂಡು ಹೊರಟೋದ. ನೀವು ಅದೆಲ್ಲಿ ಇಡ್ತೀರೋ, ಹೆಂಗೆ ಇಡ್ತೀರೋ ಸಾವು ಒಂದೂ ಗೊತ್ತಾಗಲ್ಲ."

"ಮಗಾ, ಅಂಗೆಲ್ಲ ಕಂಡ ಕಡೆ ಇಡಕ್ಕೆ ಬರಂಗಿಲ್ಲ. ಅವ್ನು ಎಲ್ಲಿ ಹುಡುಕಬಹುದು ಅಂತ ಸ್ವಲ್ಪ ಯೋಚ್ನೆ ಮಾಡ್ಬೇಕು, ಹಾಗೆ ಅವುನು ಹುಡುಕದ ಜಾಗದಲ್ಲಿ ಇಡಬೇಕು."

"ಅವುನು ಎಲ್ಲೆಲ್ಲಿ ಹುಡುಕ್ತಾನೆ?"

"ಅದು ಹೇಳಿದ್ರೆ ಗೊತ್ತಾಗಲ್ಲ, ಬಿಡು, ನೀನೀಗ ಒಂದು ಟೀ ತೆಕ್ಕೊಡು. ಹಂಗೇ ಒಂದು ಬನ್ನು ಸಿಕ್ಕಿದ್ರೆ ಅದನ್ನೂ ತೆಕ್ಕೊಡು."

"ಜ್ವರ ಇದೆಯಾ?" ಕೇಳಿದ ಅಹಮದ್ ಕುಟ್ಟಿ.

"ಕುದೀತಾ ಇದೆ"

ಅಹಮದ್ ಕುಟ್ಟಿ ತನ್ನ ನ್ಯೂಸ್ ಪೇಪರಿನ ಒಂದು ಚಿಕ್ಕ ತುಣುಕು ಹರಿದು ಬ್ಯಾಗಿನಿಂದ ಒಂದು ಪೆನ್ಸಿಲ್ ತೆಗೆದು ಅದರಲ್ಲೇನೋ ಬರೆದು "ಇಕಾ ಆ ಮೆಡಿಕಲ್ ಶಾಪಿಗೆ ಹೋಗಿ ತಗೊಂಡು ಬಂದು ಕೊಡು ಗುಳಿಗೆ ಜ್ವರಕ್ಕೆ ಒಳ್ಳೆಯದು" ಅಂದ.

"ನಿಂಗೆ ಮದ್ದು ಮಾತ್ರೆನೂ ಗೊತ್ತೇನಲೇ?"

"ಮಾತ್ರೆ ಹೆಸರು ಗುರ್ತು ಮಾಡಿಟ್ಕೊತ್ತೀನಿ" ಅಂದ ಅಹಮದ್‌ಕುಟ್ಟಿ ತನ್ನ ಬಳಿಯಿದ್ದ ಐದು ರೂಪಾಯಿ ನಾಣ್ಯವನ್ನು ಎತ್ತಿಕೊಟ್ಟ.

ಗುಯ್ಯ ಹೋಗಿ ಟೀಯನ್ನೂ ಬನ್ನನ್ನೂ ತೆಗೆದುಕೊಂಡು ಬಂದ. ಎರುಕ್ಕು ಗೋಡೆಯ ಒತ್ತಿಗೆ, ಒಂದು ಹಳೆಯ ಗೋಣಿಚೀಲ ಹೊದ್ದುಕೊಂಡು ಮಲಗಿದ್ದಳು. ಗುಯ್ಯ ಹೋಗಿ ಅವಳನ್ನು "ಎರುಕ್ಕು, ಲೇ ಎರುಕ್ಕೂ" ಎಂದು ಎಬ್ಬಿಸಿದ.

ಎರುಕ್ಕು ಎಚ್ಚೆತ್ತುಕೊಂಡು ಕಣ್ಬಿಟ್ಟು ನೋಡಿದಳು.

"ಮಚ್ಚಾ ಅಹಮದ್, ಈಗ ಅವಳಿಗೆ ಇದ್ದ ಒಂದು ಕೈಯೂ ಬಿದ್ದೋಯ್ತು" ಅಂದ ರಾಮಪ್ಪ.

ಎರುಕ್ಕು ಆತುರಾತುರವಾಗಿ ಟೀ ಕುಡಿದು ಬನ್ನು ತಿಂದು ಮಾತ್ರೆ ನುಂಗಿ ಮುಖ ಒರೆಸಿಕೊಂಡು "ಅವರು ಬಂದ್ರಾ?" ಎಂದು ಕೇಳಿದಳು.

"ಯಾರು?" ಕೇಳಿದ ಗುಯ್ಯ. ಒಡನೇ ಅರ್ಥ ಮಾಡಿಕೊಂಡು "ಅವನಿಗೆ ಈಗ ಗ್ರಹಚಾರ ಕೆಟ್ಟೋಗಿದೆ ಕುಟ್ಟೀ, ಕುಡ್ಕಂಡು ತಿರುಗ್ತಾ ಇದಾನೆ" ಅಂದ.

"ಸುಮ್ನೆ ಕಂಡ ಸಾರಾಯ ಕುಡಿಬೇಡ ಗಂಟಲು ಬೆಂದೋಗ್ತದೆ ಅಂದೆ. ಆದ್ರೆ ಕೇಳಲ್ಲ"

ಅಂದಳು ಎರುಕ್ಕು ಸ್ವಲ್ಪ ಬೇಸರವೂ ನಾಚಿಕೆಯೂ ಬೆರೆತ ಸ್ವರದಲ್ಲಿ.

"ನೋವಿದೆಯಾ ಕುಟ್ಟಿ?"

"ಹೌದಣ್ಣ ತುಂಬ ನೋವಿದೆ"

"ಮಲಕೋ ಜ್ವರ ಇಳೀತದೆ ಗೊತ್ತಾಯ್ತಾ?"

ಎರುಕ್ಕು ಮತ್ತೆ ಮಲಗಿಕೊಳ್ಳುತ್ತಾ "ಏನಾದ್ರೂ ತಿಂದ್ರೋ ಇಲ್ವೋ ಖಾಲಿ ಹೊಟ್ಟೆಗೆ ಸಾರಾಯ ಕುಡಿದ್ರೆ ಕರುಳು ಬೆಂದೋಗಲ್ವ" ಅಂದಳು.

"ಕುಟ್ಟಿ ನೀನು ಈ ತರ ಎಲ್ಲ ಮಾತಾಡಬೇಡ. ಅವನಿಗೆ ಪಿತ್ತ ನೆತ್ತಿಗೇರ್ತದೆ. ಇಲ್ಕೇಳು ಅಹಮದೂ, ಪಳನಿಲಿ ಹಿಂಗೇ ಇವ್ಳು ಏನೋ ಹೇಳಕ್ಕೋಗಿ ಅವನು ಇವುಳನ್ನ ಕೆಡುಗಿ ಹಾಕಿ ಒದಿಯಕ್ಕೆ ಶುರುಮಾಡಿದ್ದ. ತಾಳಿಗೆ ಕೈ ಹಾಕಿ ಕೀಳಕ್ಕೆ ನೋಡಿದ. ಇವಳು ಒಂದೇ ಅಳ 'ತಾಳಿ ಕೀಳಬೇಡಿ ಬಿಟ್ಟುಬಿಡೀ' ಅಂತ. ನಾನಂದೆ 'ಪೆರುಮಾಳ್ ಕಟ್ಟಿದ ತಾಳಿನ ನೀನೇ ಕಿತ್ರೆ ನಿಂಗೆ ಒಳ್ಳೇದಾಗಲ್ಲ ದೇವರ ಹತ್ರ ಎಲ್ಲದಕೂ ಒಂದು ಲೆಕ್ಕ ಇರ್ತದೆ' ಅಂತ. ಆಮೇಲೆ ಅವ್ನು ಬಿಟ್ಟು ಹೊರಟೋದ. ಆಮೇಲಿಂದ ಯಾವಾಗ ಇವ್ಳನ್ನ ನೋಡಿದ್ರೂ ಒಂದೇ ಹೊಡಿಬಡಿ. ಇವ್ಳಿಗೆ ನೀನು ಮಾತಾಡಬೇಡವೇ ಅಂದರೆ ಕೇಳಲ್ಲ. ಏನೂಂದ್ರೆ ಏನೂಂದ್ರೆ ಅಂತ ಕೂಗಿ ಕೂಗಿ ಕೇಳಿ ಏಟು ತಿಂತಾಳೆ. ಒಬ್ಬೊಬ್ಬರದು ಒಂದೊಂದು ಹಣೆಬರ... ಏನೂಂತ ಹೇಳದು."

"ಇನ್ಮೇಲೆ ಅವನು ಹೊಡೆದ್ರೆ ಪೇಪರ್ ಪೆನ್ನು ಎತ್ಕೋಬೇಕು ಆಗ ಭಯ ಬರತ್ತೆ" ಅಂದ ಅಹಮದ್.

"ಮಾಸಿ ಮಾಸ ಬರ್ತಾ ಇದೆ... ಒಟ್ಟೊಟ್ಟಿಗೆ ಜಾತ್ರೆ ಇದೆ. ಮೊದಲು ಆಟ್ರಂಗಲ್, ಆಮೇಲೆ ಚೋಟಾನಿಕೆರೆ. ಕಳೆದ ಸಲ ಸಂಬುವಮಣಿಯನ್ನ ನೋಡಿದೆ."

"ಸಂಬುವಮಣಿಯಾ ಅಣ್ಣ?"

"ನಿಂಗೇನೋ ಗೊತ್ತು? ಮಾತಾಡ್ದೆ ಸುಮ್ನೆ ಇರು."

"ಯಾರದು?"

"ನನ್ನ ಹಳೇ ಲವ್ವು. ಇವಾಗ ಎಲ್ಲಿದ್ದಾಳೋ. ಅದೊಂದು ಮಲಯಾಳ ಹಾಡಿದ್ಯಲ್ಲ 'ಅಕ್ಕರೆಯಾಣುಂ ಎಂಡೇ ಮಾನಸಂ, ಇಕ್ಕರೆಯಾಣುಂ ಎಂಡೇ ತಾಮಸಂ ಅಂತ?' ಅದನ್ನ ಕೇಳಿದ್ರೆ ಈಗ್ಲೂ ನಾನು ಅಳ್ತೀನಿ. ಕಳೆದಸಲ ಚೋಟಾನಿಕೆರೆಯಲ್ಲಿ ಅವಳನ್ನ ನೋಡಿದಾಗ ಇದೇ ಹಾಡು ಹಾಡಿದೆ. ಅವಳೂ ಹಾಡಿದಳು. ನಾನು ಅತ್ತೆ ಅವಳೂ ಅತ್ತಳು. ಇಲ್ಲಿ ಕೇಳು ಗುಯ್ಯಾ, ಜೊತೆಗೆ ಸೇರಿ ಕೂಡಿ ನಗೋ ಸಂತೋಷಕೆ ಹತ್ತು ರೂಪಾಯಿ ಅಂದ್ರೆ ಜೊತೆಸೇರಿ ಕೂಡಿ ಅಳೋ ಸಂತೋಷ ನೂರು ರುಪಾಯಿಗೆ ಸಮ ತಿಳ್ಕೊ. ನಿಂಗೆಲ್ಲ ಗೊತ್ತಾಗಲ್ಲ, ಅದೇನಿದ್ರೂ ಆಡಿ ಅನುಭವಿಸಿದ್ರೇನೆ ಅರ್ಥ ಆಗೋದು."

ಅಹಮದ್ ಏನೂ ಮಾತಾಡಲಿಲ್ಲ.

"ಏನು ಮಚ್ಚಾ ನಿನಗೆ ಯಾವ ಹುಡುಗಿಯೂ ಸಿಗಲಿಲ್ವಾ?" ಕೇಳಿದ ರಾಮಪ್ಪ.

"ಎಲ್ಲಿ ಮಾಮಾ, ಇದು ಇಪ್ಪತ್ತು ವರ್ಷಕ್ಕೆಲ್ಲ ಒಳ್ಳೆ ಬೆಟ್ಟದ ಹಾಗೆ ಬೆಳದು ನಿಂತುಬಿಡ್ತು. ಇದನ್ನ ನೋಡಿದ್ರೆ ಯಾವಳಾದ್ರೂ ಹತ್ರ ಬರ್ತಾಳ? ಸತ್ತದ್ದು ಕುರುಡಿಗಳು ಸೈತ ಬೇರೆ ಯಾರತ್ರಾನಾದ್ರು ಕೇಳಿ ತಿಳಕೊಂಡು 'ಅಯ್ಯೋ' ಅನ್ಕಂಡು ಓಡೋಗ್ತವೆ. ಇದು ವಿಧಿ. ಪಡೆದವನು ಆಡೋ ಆಟ ಬಿಡು."

"ಆ ಪೇಪರನ್ನ ಈ ಕಡೆ ಕೊಡ್ಲೇ ಸರಸ್ವತಿ ಮುಖನಾದ್ರೂ ನೋಡ್ತೀನಿ" ಅಂದ ರಾಮಪ್ಪ. ತಾನೇ ಪೇಪರ್ ಹರಡಿಕೊಂಡು ಹಲವು ಕೋನಗಳಲ್ಲಿ ತಿರುಗಿಸಿ ಮುರುಗಿಸಿ ಗಮನವಿಟ್ಟು ನೋಡಿದವನು "ಕಣ್ಣು ಮಂಜಾಗ್ತದೆ ಮಚ್ಚಾ, ಒಳ್ಳೆ ಇರುವೆಗಳ ತರ ಇದೆ, ಎಂಗೆ ಓದ್ತೀಯ ಇದನ್ನ?"

ಎದೆಗೆ ಒಳಲಂಗ ಕಟ್ಟಿ ಮೀಯುತ್ತಿರುವ ಹೆಂಗಳೆಯರ ಫೋಟೋವನ್ನ ಗಮನವಿಟ್ಟು ನೋಡಿದ ರಾಮಪ್ಪ. ತಲೆ ಆಡಿತು. ಗುಯ್ಯನೂ ಎತ್ತರಿಸಿ ನೋಡಿದ. "ಇದೇನು ಬೊಂಬೆಗಳಾ?"

"ಮಾಮಾ. ಅದು ಅಂಬಿಕಾ"

"ಹೆಂಗಸಾ?"

"ಹೌದು"

"ಸತ್ತದ್ದು ಹಿಂಗ್ಯಾಕೆ ಬಿಚ್ಚಿ ತೋರಿಸ್ಬೇಕು?"

"ಮಾಮಾ, ಹಣ. ಸಖತ್ತು ಹಣ."

"ಇವ್ರಿಗೆಲ್ಲ ಮನೆಲಿ ತಂದೆ ತಾಯಿ ಇರಲ್ವಾ?" ಕೇಳಿದ ಗುಯ್ಯ.

"ಇದ್ರೆ ಮಾತ್ರ? ಹಣ ಬರತ್ತೆ ಅಂದ್ರೆ ಯಾಕೆ ಬಿಚ್ಚೆ ತೋರಿಸ್ಬಾರ್ದು?" ಕೇಳಿದ ಅಹಮದ್. "ಇದೆಲ್ಲ ಯಾಕ್ಟಿಂಗ್ ಅಷ್ಟೆ"

"ಹೊಟ್ಟೆಗೋಸ್ಕರ ಹಲವು ವೇಷ" ಎಂದ ರಾಮಪ್ಪ ನಿಟ್ಟುಸಿರು ಬಿಟ್ಟ. ಆ ಪೇಪರನ್ನು ಎತ್ತಿಟ್ಟು ಬೇರೊಂದನ್ನು ಎತ್ತಿಕೊಂಡ. ಅದರಲ್ಲಿ ಒಂದು ದೊಡ್ಡ ಬಣ್ಣದ ಚಿತ್ರವಿತ್ತು.

"ಮಚ್ಚಾ, ಕಣ್ಣು ಮಂಜಾಗ್ತದೆ ಮಚ್ಚಾ. ಮುಖ ಮೈ ಯಾವುದೂ ಸರಿಯಾಗಿ ಕಾಣ್ತಾ ಇಲ್ಲ" ಅಂದ ರಾಮಪ್ಪ.

"ಮಾಮಾ ಅದು ಮಾಡರ್ನ್ ಪೈಟಿಂಗ್. ಅದರಲ್ಲಿ ಮುಖ, ರೂಪ ಯಾವುದೂ ಇರಲ್ಲ."

"ಏನಂದೆ?"

"ಚಂದ ಕಾಣ್ಲೇಂತ ಹಾಗೆ ಚಿತ್ರ ಬರೀತಾರೆ"

"ಮುಂಡೇರನ್ನ ಬಿಡಿಸಿದ್ರೆ ಚಂದವೋ?" ಎಂದು ಕೇಳುತ್ತ ರಾಮಪ್ಪ ಬಹಳ ಹೊತ್ತು ಆ ಚಿತ್ರವನ್ನು ಗಮನವಿಟ್ಟು ನೋಡಿದ. ಬಣ್ಣವನ್ನ ಉಗುರಿಂದ ಕೆರೆದೂ ನೋಡಿದ. ಹಾಗೆ ಬಹಳ ಹೊತ್ತು ನೋಡಿದ ಬಳಿಕ "ವಿಚಿತ್ರ ಜನ ಒಳ್ಳೆ ತಮಾಷಿ" ಅಂದ.

***

ನಾಣುಕುಟ್ಟಿ ನಾಯರ್ ಬೆಳಗ್ಗೆಯೇ ಬಂದು ಬಿಟ್ಟರು. ಆಗಷ್ಟೇ ಎಕ್ಕಿಯಮ್ಮ ಒಲೆ ಹೊತ್ತಿಸಲು ಆರಂಭಿಸಿದ್ದಳು. ಪಂಡಾರಂ ಸ್ನಾನಕ್ಕೆ ಹೋಗಿದ್ದರು.

"ಬನ್ನಿ ಬನ್ನಿ" ಅಂದಳು ಎಕ್ಕಿಯಮ್ಮ. "ನಿಮ್ಮ ವಿಷಯ ನಿನ್ನೆ ಸಹಾ ಮಾತಾಡಿದೆ. ಕೂತ್ಕೊಳ್ಳಿ. ಏನ್ಮಾಡ್ತಾರೆ ನೋಡಣ" ಅಂದಳು.

"ಹತ್ತು ಹಲವು ಕೆಲಸ ಇರೋರು, ಆಮೇಲೆ ಹೊತ್ತು ಹೋದ್ರೆ ಹಿಡಿಯೋದು ಕಷ್ಟ ಅಂತ ಬೆಳಗ್ಗೆನೇ ಓಡಿಬಂದೆ" ಅನ್ನುತ್ತ ಚೇರಿನಲ್ಲಿ ಕೂತು ಕೊಡೆಯನ್ನು ಚೇರಿನ ಹಿಡಿಗೆ ಸಿಕ್ಕಿಸಿದರು.

"ಟೀ ಎಲ್ಲ ಮಾಡಕ್ಕೋಗ್ಬೇಡಿ, ನಾಷ್ಟ ಮಾಡ್ತಾ ಒಟ್ಟಿಗೆ ಕುಡಿಯಣ" ಅಂದವರು "ಇದು ಮೂರನೆಯವಳಲ್ವಾ?" ಎಂದು ಕೇಳಿದರು.

"ಹೌದು ಕೊನೆಯವಳು"

"ಇನ್ನೂ ಎದ್ದಿಲ್ವಾ?" ಎಂದು ಕೋಣೆಯ ಕಡೆ ನೋಡಿದರು.

"ಸ್ನಾನಕೆ ಹೋಗಿದಾರೆ."

"ಕೊಳಕ್ಕಾ? ಇಷ್ಟೊಂದು ತಣ್ಣಗಿದೆ. ಶೀತ ಗೀತ ಆದ್ರೆ? ನಂಗೆ ಬೇಸಿಗೆಲೂ ಬಿಸಿ ನೀರೇ ಬೇಕು. ಸ್ನಾನಕ್ಕೂ ಸರಿ, ಕುಡಿಯಕ್ಕೂ ಸರಿ – ಯಾವಾಗ್ಲೂ ಬಿಸಿನೀರೇ ಬೇಕು. ಇನ್ನು ವಯಸ್ಸೂ ಆಗೋಯ್ತಲ್ಲ" ಅನ್ನುತ್ತ ಕಾಲನ್ನು ಹಿಂದೆಮುಂದೆ ಹಿಂದೆಮುಂದೆ ಆಡಿಸಿದರು.

ಅಷ್ಟರಲಿ ನಡುವಿನವಳು ಎದ್ದು ಬಾಗಿಲ ಬಳಿ ನಿಂತು ಎಟುಕಿ ನೋಡಿದಳು.

"ಇದು ಯಾರು? ನಡುವಿನವಳಾ?"

"ಹೌದು"

"ಹೆಸರೇನು?"

ಅವಳು ಒಳಗಿನಿಂದಲೇ "ವಡಿವಮ್ಮೈ" ಅಂದಳು.

"ಒಳ್ಳೆ ಹೆಸರು"

"ಹೌದು, ಒಳ್ಳೆ ಮುದುಕೀರಿಗೆ ಇರೋ ಹೆಸರು" ಅಂದಳು ಒಳಗಿನಿಂದಲೇ.

"ಅಯ್ಯೋ ಮಗಳೇ, ಮೇಲಾಂಗೋಟ್ಟು ಅಮ್ಮೈ ಹೆಸರು ಇದು" ಅಂದರು ನಾಯರ್.

ಎಕ್ಕಿಯಮ್ಮ "ನಾಗರ್‌ಕೋಯಿಲ್ ವಡಿವಮ್ಮನನ್ನು ಹರಸಿಕೊಂಡು ಇಟ್ಟ ಹೆಸರು. ಈಗ ಹಣ ಕಟ್ಟಿ ಜಯಶ್ರೀ ಅಂತ ಹೆಸರು ಬದಲಾಯಿಸಿ ಅಂತ ಸಾಯ್ತಾ ಇದಾಳೆ. ಅದಿನ್ನಿನ್ನೇನು ಮಾಡ್ತಾಳೋ" ಅಂದಳು.

"ಜಯಶ್ರೀ, ಅದುವೂ ಒಳ್ಳೆ ಹೆಸರೆ. ಒಳ್ಳೆ ಮನೆತನದವರು ಇಡೋ ಹೆಸರು. ನನ್ನ ಮೊಮ್ಮಗಳ ಹೆಸರು ಶುಭಶ್ರೀ. ಶ್ರೀ ಅಂತ ಇಟ್ರೆ ಕುಟುಂಬಕ್ಕೆ ಶ್ರೇಯಸ್ಸು."

ಒಳಗಿನಿಂದ ವಡಿವಮ್ಮೈ "ಇಲ್ಲಿ ಪಂಡಾರಂ, ಎಕ್ಕಿ, ಪರದೇಸಿ ಅಂತ ಹೆಸರಿಡ್ತಾರೆ" ಅಂದಳು.

"ನೀನು ಹೋಗು ಕುಟ್ಟಿ, ಹೋಗಿ ಹಲ್ಲುಜ್ಜೋಗು. ಸುಮ್ನೆ ತಲೆಹರಟೆ ಮಾಡಬೇಡ."

ಪಂಡಾರಂ ಗೋಣಿಚೀಲಕ್ಕೆ ಕಾಲೊರೆಸಿಕೊಂಡು ಒಳಗೆ ಬರುತ್ತಾ "ಬನ್ನಿ ಬನ್ನಿ ನಾಯರೇ" ಅಂದರು.

"ಹಲವಾರು ಕೆಲಸಗಳಿರೋ ಜನ ಅಲ್ವಾ ಅಂತ ಬೆಳ್‌ಬೆಳಿಗ್ಗೇನೆ ಹೊರಟು ಬಂದ್ಬಿಟ್ಟೆ."

"ಸರಿ ಸರಿ, ಟೀ ಕುಡಿದ್ರಾ?"

"ಟೀ ಇರ್ಲಿ, ನಮ್ಮ ಮನೆ ತಾನೆ"

"ಬಂದೆ ಇರಿ" ಎಂದ ಪಂಡಾರಂ ಕೋಣೆಗೆ ಹೋಗಿ ಬಟ್ಟೆ ಬದಲಿಸಿಕೊಂಡು ವಿಭೂತಿ ಹಚ್ಚಿಕೊಂಡು 'ಮುರುಗಾ' ಎಂದು ಕೆನ್ನೆಗೆ ಎರಡೇಟು ಹಾಕಿಕೊಂಡು ನಮಸ್ಕಾರ ಮಾಡಿ ಬಂದು ಕುಳಿತರು.

"ಕೆಲಸ ಕೈಗೂಡೋ ಹಾಗೆ ಕಾಣ್ತಾ ಇದೆ. ಸಂತೋಷದ ವಿಷಯ. ಅದಕ್ಕೇ ಓಡಿ ಬಂದೆ" ಅಂದರು ನಾಯರ್.

"ಏನು?"

"ಹುಡುಗನಿಗೆ ಒಪ್ಪಿಗೆ. ಹುಡುಗಿನ ಒಂದ್ಸಲ ನೇರ ನೋಡಿಬಿಟ್ಟರೆ ಪೂರ್ಣ ಒಪ್ಪಿಗೆ. ಒಂದು ಡೇಟ್ ಹೇಳಿದ್ರೆ ಕರಕೊಂಡು ಬಂದುಬಿಡಬಹುದು."

"ಅದಕ್ಕೆ ಮುಂಚೆ ಕೆಲವು ವಿಷಯಗಳನ್ನ ಮಾತಾಡಿ ಮುಗಿಸಬೇಡವೇ? ಈಗ ಯಾವ ರೇಟಿಗೆ ನಿಂತಿದಾನೆ?"

"ಆಗ್ಲೇ ಹೇಳಿದ್ನಲ್ಲ. ಐವತ್ತು ಪವನು, ಕೈಯಲ್ಲಿ ಒಂದೂವರೆ, ಮದುವೆ ಖರ್ಚು, ಮತ್ತೆ ಪಾತ್ರೆ ಪಗಡೆ, ಮಂಚ ಬೀರು, ಬೆಳೆದ ಫಸಲು, ಇಲ್ಲಾಂದ್ರೆ ಒಂದೆಕರೆ. ಮತ್ತೆ ಹುಡುಗ ಸರ್ಕಾರಿ ಕೆಲಸ ಅಂತ ಹೇಳ್ತಾ ಇರೋದರಿಂದ, ಹೋಗಿ ಬರಕ್ಕೇಂತ..."

"ಏರೋಪ್ಲೇನು ಕೇಳ್ತಾ ಇದಾನ?"

"ನಮ್ಮ ಮಗಳು ತಾನೇ. ಸಿನಿಮಾಗೋ, ಹಾಡು ಕಚೇರಿಗೋ ಗಾಡಿಲಿ ಕೂತ್ಕೊಂಡು ಹೋಗಿಬರ್ತಾಳೆ. ನಾವು ಯಾರಿಗೆ ಮಾಡ್ತಾ ಇದೀವಿ? ಬೇರೆಯವರಿಗೆ ಅಲ್ಲ ತಾನೇ?"

ಬಾಗಿಲಲಿ ಬಂದು ನಿಂತ ಎಕ್ಕಿಯಮ್ಮೈ "ನಾಯರೇ ಲಿಸ್ಟು ಹನುಮನ ಬಾಲದ ಹಾಗೆ ಬೆಳೀತಾನೆ ಹೋಗ್ತಾ ಇದೆಯಲ್ಲ?"

"ಅದು ಮತ್ತೆ ಸರ್ಕಾರಿ ಕೆಲಸ ಅಲ್ವಾ? ಈಗ ಹೇಳಿ ನಾಗರ್‌ಕೋಯಿಲ್‌ನಲ್ಲಿ ಅಂಗಡಿ ಇಟ್ಕೊಂಡಿರೋರ ಜಾತಕನೂ ಇದೆ. ಯಾವ ಡಿಮ್ಯಾಂಡೂ ಇಲ್ಲ. ಬಾ ಅಂದ್ರೆ ಬರ್ತಾನೆ, ಕಟ್ಟೊಂದ್ರೆ ಕಟ್ತಾನೆ, ಕೂರೂಂದ್ರೆ ಕೂರ್ತಾನೆ, ಮಲಗು ಅಂದ್ರೆ ಮಲಗ್ತಾನೆ. ವಿಷದ ಹಾವು ತಪ್ಪಿಸ್ಕಳ್ತಾ ಇದ್ರೆ ಬಿಟ್‌ಬಿಡಕ್ಕಾಗತ್ತಾ?"

"ಅದಕ್ಕೇಂತ?"

"ಮತ್ತೆ ನಮ್ಮತ್ರನೂ ಸಮಸ್ಯೆ ಇದೆಯಲ್ಲ?"

"ಏನು ಸಮಸ್ಯೆ?"

ನಾಯರ್ ದನಿ ತಗ್ಗಿಸಿ "ಯಾರೋ ಬೆಂಕಿ ಹಚ್ಚಿದ್ದಾರೆ, ನಮ್ಮ ಕೆಲಸದ ಬಗೆ ಈಗ ನಮಗಿಂತಲೂ ಅವನಿಗೇ ಹೆಚ್ಚು ಗೊತ್ತಿರೋ ಹಾಗಿದೆ."

ಪಂಡಾರಂ ಒಂದು ನಿಮಿಷ ಮೌನವಾಗಿ ಬಾಯಿಹೊಲೆದಂತೆ ಕೂತುಬಿಟ್ಟರು. ನಂತರ ಸಾವರಿಸಿಕೊಂಡು "ಇದೀಗ ವ್ಯವಹಾರದ ಮಾತಾಗೋಯ್ತಾ?"

"ವ್ಯವಹಾರ ಅಂದ್ರೆ ಹಾಗೇ ಮತ್ತೆ. ಸುಳ್ಳು ತಟವಟ ಎಲ್ಲ ಇರೋದೆ. ಇದು ಯಾರಿಗೆ ತಾನೇ ಗೊತ್ತಿಲ್ಲ. ಮದುವೆ ಅಂತ ಬರುವಾಗ ಇದ್ದದ್ದೂ ಬರತ್ತೆ, ಇಲ್ಲದ್ದೂ ಬರತ್ತೆ. ನಿಮಗ್ಗೊತ್ತಾ? ಮೂರು ತಲೆಮಾರಿಗೆ ಮುಂಚೆ ಒಬ್ಬ ಎಳೆಹುಡುಗಿ ಶ್ರೀಲಂಕಾದವನ ಜೊತೆ ಓಡಿ ಹೋದಳು. ಈಗಲೂ ಅವರ ಕಡೆ ಸಂಬಂಧ ಮಾಡಿಕೊಡಲು ಹೋದರೆ ಎಕ್ಸ್‌ಟ್ರಾ ಐದು ಲಕ್ಷ ಕೊಡಿಸಿ ಅಂತ ಕೇಳ್ತಾರೆ. ಇವಾಗ ನಡೆದ ಕತೆ."

"ಇಲ್ಲ ನಾಯರೇ, ಅದನ್ನೀಗ ನಾವೂ ನೋಡಬಹುದಲ್ವಾ? ನಾವು ಅಸಲು ಪಾಂಡಿ ಪಂಡಾರದವರು. ಅವರದು ಯಾವ ಜಾತಿ? ಕಪ್ಪಳ್ಳಿ ಕಲಬೆರಕೆ. ಅದು ಮಾತ್ರ ಹೆಂಗೆ ಆಗತ್ತೆ?" ಕೇಳಿದಳು ಎಕ್ಕಿಯಮ್ಮೈ.

"ಹೌದೌದು, ಅದನ್ನ ಮಾತಾಡದೆ ಹೇಗೆ ಬಿಡಕ್ಕಾಗ್ತದೆ? ಅದಕ್ಕೆ ನಾನೇ ಅವರಿಗೆ ಇದರ ಬಗೆ ಹೇಳಿಬಿಟ್ಟೆ, ಎಕ್ಕಿಯಮ್ಮ ಸುಮ್ಮನೆ ಹಾರಾಡೋದೇನೂ ಬೇಡ. ನಾನು ಏನೋ ಒಂದು

ಮಾಡಿ ಹಿಡಿದು ನಿಲ್ಲಿಸಿದ್ದೀನಿ. ಹಾಗೆ ನೋಡಿದರೆ ಅವರಿಗೆ ಅದೊಂದು ಕೊರೆಯೇ. ಆದರೆ ಸಮಸ್ಯೆ ಅದಲ್ಲ ಅಲ್ಲೊಬ್ಬ ಪಾರ್ಟಿ ಇದ್ದಾನೆ, ಅವನ ಮಗಳು ಕಪ್ಪು. ಅವನಾ ಥೈ ತಕಾ ಅಂತ ಕುಣೀತಿದ್ದಾನೆ. ಅವನಿಗೆ ಮಾರ್ತಾಂಡದಲ್ಲಿ ಸುಕ್ಕು ಕಾಫಿ ಅಂಗಡಿ ಇದೆ. ಒಳ್ಳೆ ಚೆನ್ನಾಗಿ ನಡೀತಾ ಇದೆ. ನೂರು ಪವನು, ಒಂದೂವರೆ ಲಕ್ಷ, ಕಾರು ಕೊಡ್ತೀವಿ ಅಂತ ಹೇಳಿ ನಿಂತಿದ್ದಾನೆ."

"ಕೋಆಪರೇಟಿವ್ ಸೊಸೈಟಿಗೆ ಕಾರು ಹತ್ಕಂಡು ಹೋಗ್ತಾನೇನೋ."

"ಅದೆಲ್ಲಿಗೆ ಹೋಗಬೇಕೋ ಹೋಗ್ತಾನೆ. ಸುಮ್ನೆ ಮನೆ ಮುಂದೆ ನಿಲ್ಸಿ ಎರಡು ಸಲ ಹಾರ್ನ್ ಹೊಡೆದರೂ ಸಾಕಲ್ಲ? ಎಲ್ಲ ಒಂದು ಗತ್ತು ತಾನೆ? ಹಂಗೆ ನೋಡುದ್ರೆ ಈಗ ಚಿನ್ನದ ಆಭರಣ ಯಾಕೆ ತೆಗೀಬೇಕು? ಹೊಳೆಹೊಳೆಯೋ ಹಿತ್ತಾಳೆ ಆಭರಣ ಅಂಗಡಿಲಿ ಕೊಳೀತಾ ಬಿದ್ದಿರಲ್ವಾ? ಚಿನ್ನದ ನಗ ಕೂಡ ಒಂಥರ ಗತ್ತೇ. ಅರ್ಥ ಮಾಡ್ಕೋಬೇಕು."

"ಮಾತಾಡಿದ್ರೆ ಮಾತಾಡ್ಕೊಂಡೇ ಹೋಗಬಹುದು. ಇದಕ್ಕೆ ಕೊನೆನೇ ಇರಲ್ಲ. ಸ್ಕೂಟರ್ ಎಲ್ಲ ನನ್ ಕೈಲಾಗಲ್ಲ. ಐವತ್ತಕ್ಕೆ ಕಮ್ಮಿ ಯಾವ ಗಾಡಿನೂ ಸಿಗಲ್ಲ. ಕೈಯಲ್ಲಿ ಒಂದೂಕಾಲು. ಉಳಿದದ್ದು ರೂಢಿಲಿ ಏನಿರತ್ತೋ ಅದು. ಇದು ನನ್ನ ಮಾತು."

"ಹೀಗೆ ಕಡ್ಡಿತುಂಡು ಮಾಡಿದಂಗೆ ಮಾತಾಡಿದ್ರೆ ಆಗ್ತದಾ? ಸ್ವಲ್ಪ ಎಲ್ಲ ಬಿಟ್ಟುಕೊಟ್ಟು ಹೋಗಬೇಕು."

"ಸ್ವಲ್ಪ ಸ್ವಲ್ಪ ಕಷ್ಟ ಪಟ್ಟು ತಾನೇ ನಾಯರೇ ಇಲ್ಲಿತನಕ ಬಂದಿದ್ದು? ನಮಗೂ ಎರಡು ಜಾತಕ ಬಂದಿವೆ. ಪಳನಿಯಿಂದ. ಹುಡುಗ ಗೌರ್ಮೆಂಟು ಕೆಲಸದವನೇ. ನಾವೂ ಪಾಂಡಿಗಳು ತಾನೇ? ಐವತ್ತು ಪವನು ಹಾಕಿ ಕಟ್ಟಿಕೊಟ್ರೆ ಚಿನ್ನಾ ಬಂಗಾರ ಅಂತ ನೋಡ್ಕೊಂತಾರೆ."

"ಅದಕ್ಕೇಂತ ಮಗುನ ತಗಂಡುಹೋಗಿ ಕಾಡಲ್ಲಿ ಬಿಡಕ್ಕಾಗತ್ತಾ?"

"ಅದಕ್ಕೆ ತಾನೆ ಇದನ್ನ ನೋಡಿದ್ದು? ವಯಸಾದ ಕಾಲದಲಿ ಏನಾದ್ರೂ ಬೇಕಾದ್ರೆ ಕರೆಯೋಷ್ಟು ದೂರದಲಿರಬೇಕು ಅಂತ? ಮೂರು ಹೆಣ್ಣು ಮಕ್ಕಳು. ಅದಕ್ಕೋಸ್ಕರ. ಇಲ್ಲಾಂದ್ರೆ ಈ ಕೋಆಪರೇಟಿವ್‌ಲಿ ಕೆಲಸ ಮಾಡೋ ಹುಡುಗನಿಗೆ ಮೂರು ಲಕ್ಷ ಅಂದ್ರೆ ಯಾರಾದ್ರೂ ನಗತಾರೆ."

"ಹಾಗಾದ್ರೆ ನಾನು ಸರಿ ಅಂತ ಹೇಳ್ತೀನಿ."

"ನಾನು ಹೇಳಿದ್ರಿಂದಾಚೆ ಒಂದು ಆಣೆ ಜಾಸ್ತಿ ಕೊಡಲ್ಲ. ಇದೇ ಜಾಸ್ತಿ ಆಗೋಯ್ತು"

ಎಕ್ಕಿಯಮ್ಮ ಒಳಗಿನಿಂದ "ಈ ಬಾಣಲೆಯನ್ನೊಂಚೂರು ಇಳಿಸಿ ಇಡ್ತೀರಾ? ಒಳ್ಳೆ ಬಿಸಿ ಉಂಟು ಮತ್ತೆ" ಎಂದು ಕರೆದಳು.

ಅವಳ ಮುಖ ನೋಡಿದ ಪಂಡಾರಂ ಸೀದಾ ಎದ್ದು ಅಡುಗೆ ಮನೆಗೆ ಹೋದರು.

"ಎರಡು ಮೂರು ತಿರುಪೆಗಳನ್ನ ಮಾರಾಕಿ ಅತ್ಲಾಗೆ, ಯಾಕೆ ಸುಮ್ನೆ ವಾದ ಮಾಡ್ಕಂಡು ಕೂತಿದ್ದೀರಿ?"

"ನೀ ಸುಮ್ನೆ ಇರೇ, ಈಗ ಬಿಟ್ರೆ ಮತ್ತೆ ಮುಂದಿನ ಸಲ ಬರುವಾಗ ಇದ್ಕೂ ಮೇಲೆ ಕೇಳ್ತಾರೆ, ಪಂಡಾರಂಗಳ ಬುದ್ಧಿ ಪರದೇಸಿ ಬುದ್ಧಿ ಅಂತ ಗೊತ್ತಿಲ್ವಾ? ಬಿಡಲ್ಲ ಅವ್ರು. ಆ ಕರಿಮುಸುಡಿಗೆ ಇದಕ್ಕಿಂತ ಮೇಲೆ ಯಾರು ಕೊಡ್ತಾರೆ?"

"ನೋಡಿ ಮಾಡಿ ಮಾತಾಡಿ, ಎಲ್ಲಾರ ಸಂಬಂಧ ಬಿಟ್ಹೋಗಾತು, ಊರಲ್ಲಿ ಸಾವ್ರ ಕಣ್ಣಿದೆ ನಮ್ಮೇಲೆ."

ಹೊರಗೆ ಬಂದ ಪಂಡಾರಂ "ಅದೇ ನಾನೇಳಿದ್ದೇ, ಅದಕೆ ಮೇಲೆ ಆಗಲ್ಲ" ಅಂದರು.

"ಸ್ಕೂಟರ್ ಇಲ್ಲಾಂದ್ರೆ ಒಂದು ಸಾಧಾರಣ ಟಿವಿಎಸ್ 50 ಸಾಕು. ನಾನೀಗ ಅವ್ರ ಹತ್ರ ಏನಾದರೊಂದು ಮಾಡಿ ಸಮಾಧಾನ ಮಾಡ್ಬೇಕಲ್ಲ?"

"ಟಿವಿಎಸ್ಸಾದ್ರೆ ನೋಡಣ"

"ನಂಗೆ ಏನು ಇದೇ ಉದ್ಯೋಗ ಏನಲ್ಲ ತಿಳ್ಕಳ್ಳಿ. ಏನೋ ಎರಡು ಮರ್ಯಾದಸ್ತ ಕುಟುಂಬ ಒಂದಾಗ್ತದಲ್ಲಾಂತ ಒಂದು ಸಂತೋಷ ಅಷ್ಟೆ. ಈಗ ನೋಡಿ ನಾನು ಹೊರಗೆ ಹೋಗಿ ಪೋತ್ತಿ ವೇಲುಪಂಡಾರಂ ಅಂದ್ರೆ ಯಾರು ಮುರುಗನ ಭಕ್ತರಾ? ಅಂತ ಕೇಳ್ತಾರೆ. ಅದೇ ದಾನುಪಂಡಾರಂ ಬಗೆ ಹೇಳಿದ್ರೆ ಕಳ್ಳಕಪಟ ಇಲ್ಲದ ಮನುಷ್ಯರಪ್ಪಾ ಅಂತಾರೆ. ಆ ಒಂದು ಇದು ಇದೆ. ಏನು? ಸರಿ, ಅವ್ರು ಒಪ್ಕಂಡ್ರೆ ಮಾಸಿ ಮೂವತ್ತರೊಳಗೆ ಒಂದಿನ ಕರ್ಕಂಡು ಬರ್ತೀನಿ."

"ಮಾಸಿ ಬೇಡ, ಪಂಗುಣಿ ಮಾಸ ಬರಲಿ. ಪಂಗುಣಿ ಹತ್ತಕ್ಕೆ ಇಲ್ಲಿ ವಿಶೇಷ. ಅವತ್ತು ಬೇಡ. ಅದಾದ್ಮೇಲಾದ್ರೆ ಸರಿ."

"ಹಾಗದ್ರೆ ಎಲ್ಲ ರೂಢಿ ಪ್ರಕಾರ ನಡೀಲೀಂತೀರಿ. ಒಳ್ಳೇದು. ಒಂದು ಮಂಗಳ ಕಾರ್ಯ ಮಾಡಿ ಮುಗಿಸೋದೂಂದ್ರೆ ಚಿಲ್ಲರೆ ಕಾರ್ಯ ಅಲ್ಲ. ಹೊರಗೆ ಜನ ಸಾವ್ರ ಕುಂದು ಕೊರೆ ಹೇಳ್ಲಿ, ಅವ್ರಿಗೇನು ಗೊತ್ತು? ನಾನು ಇಲ್ಲೀತನಕ ನಾನೂರೆಂಟು ಮದುವೆ ಮಾಡಿಸಿದ್ದೀನಿ. ಒಂದೇ ಒಂದು ಕೊರೆ ಇಲ್ಲ. ಎಲ್ಲ ಹುಡುಗೀರು, ರಾಣೀರ ತರ ಬಾಳು ಮಾಡ್ತಾ ಇದಾವೆ. ಎಲ್ಲ ನಂದು ಕೈಗುಣ. ಒಳ್ಳೆ ಮನಸು. ನನ್ ಮಕ್ಕಳೇ ಅಂತ ಅನ್ಕೊಂಡು ಮದುವೆ ಮಾಡಿಸ್ತೀನಿ. ಯಾವುದೇ ತೊಂದರೆ ಬರಬಾರದು ಅಂತ ಮನಸಲ್ಲಿ ಸಂಕಲ್ಪ ಮಾಡ್ಕೊಂಡು ಮಾಡಿಸ್ತೀನಿ. ಇನ್ನು ಉಳಿದದ್ದು ಭಗವಾನ್ ಗುರುವಾಯೂರಪ್ಪನ ಕೃಪೆ. ತಾಯೇ ಭಗವತೀ..."

ಎಕ್ಕಿಯಮ್ಮ ಒಂದು ಹನಿ ತುಪ್ಪ ತಾಕಿಸಿ, ಎಣ್ಣೆ ಹನಿಸಿ ದೋಸೆ ಹುಯ್ದು ನಾಣು ನಾಯರ್‌ಗೆ ಬಡಿಸಿದಳು. ಒಳ್ಳೆಯ ಸಣಕಲ ದೇಹದ ನಾಣು ನಾಯರ್ ಹನ್ನೊಂದು ದೋಸೆ ತಿಂದಿದ್ದನ್ನು ಪಂಡಾರಂ ವಾರೆಗಣ್ಣಿಂದ ಗಮನಿಸಿ ತಿಳಿದುಕೊಂಡರು. ಹೆಣ್ಣುಮಕ್ಕಳು ಕೋಣೆಯಲ್ಲಿ ಕುಳಿತುಕೊಂಡು, ಬಾಗಿಲ ಹಿಂದಿನಿಂದಲೇ ಅದನ್ನು ಗಮನಿಸಿ ಆಡಿಕೊಂಡು ನಕ್ಕರು. ನಡುವಿನವಳು ಸುಮ್ಮ ಸುಮ್ಮನೆ ಅವರ ಮುಂದೆ ಹಾದು ಹೋಗುತ್ತಾ, "ಹನ್ನೊಂದು

ಗಂಟೆಗೆ ಬರಕ್ಕೇಳಿದ್ದಾರೆ" ಎಂದು ಕೂಗಿ ಹೇಳಿದಳು. ಮೀನಾಕ್ಷಿಯ ಕಂಗಳಲ್ಲಿ ನಗುವೊಂದು ತುಳುಕಿ ಬಂತು. ಪಂಡಾರಂ ಅದನ್ನು ಗಮನಿಸಿ ಕಣ್ಣಲ್ಲೇ ಅವಳನ್ನು ಗದರಿಕೊಂಡರು.

ನಾಣುಕುಟ್ಟ ನಾಯರ್ ಸ್ವಲ್ಪ ಹೊತ್ತು ಮಲಗಿ ಸುಧಾರಿಸಿಕೊಂಡು ನೂರು ರುಪಾಯಿ ದಕ್ಷಿಣೆ ಪಡೆದುಕೊಂಡು ಹೊರಟರು. ಅವರು ಅತ್ತ ಹೊರಟಂತೇ ಉಣ್ಣಿಯಮ್ಮೈ ಆಚಿ* ಒಳಗೆ ಬಂದಳು.

"ಸ್ವಲ್ಪ ಒಳ್ಳೆಣ್ಣೆ ಇದ್ದರೆ ಕೊಡೇ ಎಕ್ಕೀ, ಹಪ್ಪಳ ಕರಿಯಣಾಂತ ನೋಡಿದ್ರೆ ಎಣ್ಣೆ ಬಾಟಲಿಯೊಳಗೆ ಹಾತೆ ಬಿದ್ದುಬಿಟ್ಟಿದೆ. ಹಪ್ಪಳ ಇಲ್ದೆ ಅವರಿಗೆ ಅನ್ನ ಇಳಿಯತ್ತಾ? ಸುಮ್ಮನೆ ರಗಳೆ ಮಾಡ್ತಾರೆ."

"ನಿನ್ನೆ ಕಡಲೆಣ್ಣೆಯಲ್ಲಿ ಬಿದ್ದಿತ್ತಲ್ಲ ಅದೇ ಜಿರಲೆಯಾ ಆಚೀ?" ಕೇಳಿದಳು ವಡಿವು.

"ನೀ ಸುಮ್ನಿರೆ ಹುಚ್ಚಿ. ಇಲ್ನೋಡು ಎಕ್ಕೀ, ಈ ಹುಡುಗಿನ ಸಡಿಲ ಬಿಡ್ಬೇಡ. ಇವಳ ಹಾಡು ಕುಣಿತ ಯಾವ್ದೂ ಒಳ್ಳೇದುಕ್ಕಲ್ಲ ತಿಳಕೊ. ಪಂಡಾರಚಿಗೆ ನಾಡಾರ್ ಹುಡುಗನ ಜೊತೆ ಏನು ಮಾತೂಂತೀನಿ?"

"ಇಲ್ಕೇಳಿ ಆಚೀ, ನಂಗೆ ತಲೆ ಸ್ನಾನ ಮಾಡಕ್ಕಿದೆ, ಈಗ ಅದುಕ್ಕೇ ಹೋಗೋಳಿದ್ದೆ" ಅಂದಳು ಎಕ್ಕಿಯಮ್ಮ.

"ನಂಗೂ ಅದೇ, ನಾನೂ ಸ್ನಾನಕ್ಕೇ ಹೊರಡೋಳಿದ್ದೆ. ಅಷ್ಟರಲಿ ಹಪ್ಪಳದ ರಗಳೆ. ಸಂಗತಿ ಗ್ಯಾರಂಟಿ ಆಯ್ತಾ?"

"ಯಾವ ಸಂಗತಿ"

"ಇಲ್ಲಾ ನಾಣು ಕುಟ್ಟ ನಾಯರ್ ಹೊರಟಾಗ ಖುಷಿಯಾಗಿ ಹೊರಟಂಗಿತ್ತು. ಸರಿ, ಅವನಿಗೆ ಭಗವಾನ್ ಭಾಗ್ಯ ಇದೆ. ಮಗಳೂ ಒಳ್ಳೆ ಮನಸಿನೋಳು. ಅವಳಿಗೆ ನಮ್ಮಪ್ಪ ಪಳನಿಯಾಂಡಿಯ ಕೃಪೆ ಇರ್ತದೆ. ಅವಳಿಗೆ ಯಾವ ತೊಂದರೆಯೂ ಬರಲ್ಲ." ಆಚಿ ಎಣ್ಣೆ ಬಾಟಲಿ ಕೈಯಲ್ಲಿ ಹಿಡಿದುಕೊಂಡೇ ನಮಸ್ಕಾರ ಮಾಡಿದಳು.

"ಆಚೀ, ಎಣ್ಣೆ ಕುಪ್ಪಿ ಬಿದ್ದು ಒಡ್ದೋಗಾತು" ಅಂದಳು ವಡಿವು.

"ನಾನು ಕಂಡಿರಷ್ಟು ಎಣ್ಣೆ ಕುಪ್ಪಿ ನೀ ಕಂಡಿದೀಯಾ ಕುಟ್ಟಿ? ಸರಿ, ಅದೇ ಕಡೆನಾ? ನಿಶ್ಚಯ ಆಯ್ತಾ?"

"ಯಾವ ಕಡೆ? ಇನ್ನೂ ಯಾವುದೂ ನಿಶ್ಚಯ ಆಗಿಲ್ಲ. ಆಗದೆ ಅದರ ಬಗೆ ಮಾತಾಡೋದು ಸರಿ ಇರಲ್ಲ."

"ಮತ್ತೆ? ಇದ್ರ ಬಗೆ ಎಲ್ಲ ಉಸಿರೆತ್ತಬಾರ್ದು. ಮುಂಡೇರ ಕಣ್ಣು ಸಾವಿರ ಇರ್ತವೆ. ಒಂದುಕಾಲದಲಿ ದಾನುಪಿಳ್ಳೈ ಇಲ್ಲೇ ಹೂಕಟ್ತಾ ಇದ್ದಿದ್ದನ್ನ ನಾನೇ ನೋಡಿದ್ದೀನಿ. ಆಗ

* ಅಜ್ಜಿ

ಎಲ್ರೂ ಅವ್ರನ್ನ ಚೆಟ್ಟಿಯಾರೇ ಅಂತ ಕರೀತಾ ಇದ್ರು. ಅವರಮ್ಮನ ಕಡೆ ಹಾಗೆ. ಅವಳನ್ನ ಇಲ್ಲಿ ಎಣ್ಣೆಕಾರ ಚೆಟ್ಟಿಯಾರ್ಚಿ ಅಂತ ಕರಿತಿದ್ರು. ನೋಡಕ್ಕೆ ಒಳ್ಳೆ ಕರೀಭೂತ ತರ ಇದ್ಲು."

"ಊರು ಸಾವ್ರ ಹೇಳತ್ತೆ ಆಚಿ, ಇರ್ಲಿ ನಾ ಹೋಗಿ ತಲೆ ಸ್ನಾನ ಮಾಡಿ ಬರ್ತೀನಿ. ಇಲ್ಲಾಂದ್ರೆ ನಂಗೀಗ ಹುಚ್ಚು ಹಿಡಿಯತ್ತೆ."

"ತಲೆಸ್ನಾನ ಮಾಡದೋಳು ಉದ್ಧಾರಾಗಲ್ಲ ಅಂತಾರೆ ಕೇಳಿದ್ದೀಯಾ. ನಾನಂತೂ ಯಾವಾಗ್ಲೂ ಒಳ್ಳೆಣ್ಣೆ ಹಚ್ಚಿ ಒಂದು ನೀರು ಹುಯ್ಕೋಬಿಡ್ತೀನಿ. ಅಲ್ಲಾ, ಈ ಹುಡುಗ ಹಂಗೆ ಕಪ್ಪುಗೆ ಒಳ್ಳೆ ಒಣಮೀನ್ ತರ ಇದ್ದಾನೆ, ನಮ್ಮುಡ್ಗಿ ಒಳ್ಳೆ ಕಲರ್ ಅಲ್ವಾ? ಯಾಕೆ ಹೇಳ್ತಾ ಇದೀನೀಂದ್ರೆ ನಾಳೆ ಮದ್ವೆ ಆದ್ಮೇಲೆ ಮನಸಿಗೆ ಬೇಡ ಅನಿಸಬಾರ್ದಲ್ಲ. ನಮ್ಮ ಅಚ್ಚುತನ್ ನಾಯರ್ ಮಗಳು ಒಳ್ಳೆ ನಿಂಬೆ ಬಣ್ಣ. ಹುಡುಗ ಕರಿಕಪ್ಪು. ಮದುವೆ ಆಗಿ ವರ್ಷ ಕೂಡ ಆಗಿಲ್ಲ. ಹುಡುಗಿ ಇಲ್ಲಿ, ಹುಡುಗ ಅಲ್ಲಿ. ಎಲ್ಲ ನೋಡಿ ಮಾಡಿ ತಾನೇ ಮಾಡ್ಬೇಕು?"

"ಹೌದು ನೋಡಿ ಮಾಡ್ಬೇಕು, ಹಂಗೇ ಮಾಡ್ತೀನಿ ಬಿಡಿ" ಅನ್ನುತ್ತ ಎಕ್ಕಿಯಮ್ಮ ಹೊರಗಿಳಿದಳು. ಆಚಿ ಎಣ್ಣೆಯೊಂದಿಗೆ ಅವಳ ಹಿಂದೆ ಹೋದಳು. "ನೋಡಿಮಾಡಿ ಮಾಡ್ಬೇಕು ಎಕ್ಕಿಕುಟ್ಟೀ, ತಲೆತಲೆಮಾರಿಗೆ ನಿಲ್ಲಬೇಕು, ಮಕ್ಕಳುಮರಿಯೊಂದಿಗೆ ಸಂತೋಷವಾಗಿ ಬದುಕು ಮಾಡ್ಬೇಕು. ನಾಳೆ ಏನಾದ್ರೊಂದು ಆಗಿ ಬಿಡ್ಬಾರ್ದು. ನಂಗೆ ಎದೆ ಧಿಕ್‌ಧಿಕ್ ಅಂತಿರೋದು ಅದುಕ್ಕೇ."

"ಸರಿ ನಾನು ಬರ್ತೀನಿ ಆಚಿ" ಅನ್ನುತ್ತಾ ಎಕ್ಕಿಯಮ್ಮ ಹೆಚ್ಚುಕಡಿಮೆ ಅಲ್ಲಿಂದ ಓಡಿದಳು.

ಆಚಿ ಆದರೂ ಬಿಡದೆ ಅವಳ ಹಿಂದೆ ಓಡುತ್ತಾ "ಎಷ್ಟು ಹಾಕ್ತೀನೀಂತ ಅಂದಿದೀರಿ? ಐವತ್ತು ಪೌನಾ? ಈಕಡೆ ಜಮೀನು ಕೂಡ ಅವಳಿಗೆ ತಾನೆ? ಹೆಂಗೂ ಕೈಗೆ ಒಂದುಲಕ್ಷ ಕೊಟ್ಟೇ ಕೊಡ್ತೀರಿ? ಇದಕ್ಕಿಂತ ಹೆಚ್ಚು ಈ ಕೆಲಸಕೆ ಬಾರದ ಕರಿಮೂತಿಗೆ ಮತ್ತೇನು ಕೊಡಕ್ಕಾಗತ್ತೆ? ಹಂಗೆ ನೋಡುದ್ರೆ ಇದೇ ದುಡ್ಡಿಗೆ ನಾಲ್ಕು ಹೊಸ ತಿರುಪೆಗಳನ್ನ ತಗಂಡ್ರೆ ಉಪಯೋಗಕ್ಕಾದ್ರೂ ಬರತ್ತೆ. ಏನೋ ಮುದ್ಕಿ ಪೇಚ್ತಾ ಇದ್ದಾಳೆ ಅಂತನ್ಕೋಬೇಡ. ಮಲಯಾಳದವ್ರು, ಮಣ್ಣನ್ನ ಚಿನ್ನ ಅಂತೇಳಿ ಯಾಮಾರ್ಸಿ ಕೊಟ್ಟು ಓಡಿಬಿಡ್ತಾರೆ. ನಂಬಕ್ಕಾಗಲ್ಲ ಕುಟ್ಟೀ, ನಂಬಕ್ಕಾಗಲ್ಲ. ಯಾರೋ ತಿರುಪೆ ಮಕ್ಳನ್ನೆಲ್ಲ ತಲೆಗೆ ಕಟ್ಟಿ ಕಮಿಶನ್ ಹೊಡ್ಕಂಡು ಹೋಗಿಬಿಡ್ತಾರೆ, ಇನ್ನು ನಾನು ಎತ್ತಿ ಬೆಳೆಸಿದ ಮಗಳಲ್ವಾ? ನಾನು ಬೇರೆ ಅಲ್ಲ ನೀನು ಬೇರೆ ಅಲ್ಲ ಅಲ್ವಾ?"

ಎಕ್ಕಿಯಮ್ಮ ಉಸಿರುಕಟ್ಟಿಕೊಂಡು ಓಡಿದಳು. ಆಚಿ ಆ ಇರುಕು ಸಂದಿಯಲ್ಲಿ ಓಡಲಾಗದೆ ಅಲ್ಲೇ ನಿಂತಳು.

***

15

"ಪಂಗುಣಿ ಉತ್ತರಂ* ಬರ್ತಾ ಇದೆ ಕಣಲೇ" ಅಂದರು ಪಂಡಾರಂ. "ದುಕ್ಕವೆಳ್ಳಿ** ಬೇರೆ ಬರ್ತಾ ಇದೆ. ಈ ತಿರುಪೆಗಳನ್ನ ಎರಡು ಕಡೆಗೂ ಕಳಿಸಬೇಕು. ಈ ವಂಡಿಮಲೆ ಎಲ್ಲಿ ಕಾಣೆಸ್ತಾನೇ ಇಲ್ವಲ್ಲ."

"ಯಜಮಾನ್ರೆ, ಈಗೆಲ್ಲ ಅವ್ನು ಆರುಗಂಟೆಗೆಲ್ಲ ಎದ್ದು ಬಿಡ್ತಾನೆ, ನೀವೊಂಚೂರು ಹೇಳಿಟ್ಟಿರಿ."

"ಮಾರ್ಚ್ ಹದಿನ್ಯೆದು ಗುರ್ತು ಮಾಡಿಡಬೇಕು" ಅಂದ ಅಹಮದ್.

"ಮಾರ್ಚ್ ಹದಿನೈದಾ? ಅದೇನದು?" ಅನ್ನುತ್ತಾ ಪಂಡಾರಂ ಪಂಚಾಂಗ ನೋಡಿದರು.

"ಪಂಚಾಂಗದಲಿ ಇರಲ್ಲ. ಅದು ಜಾಗತಿಕ ಅಂಗವಿಕಲರ ದಿನ, ವಿಕಲಾಂಗರ ದಿನ. ಮಾತೃಭೂಮಿ ಕ್ಯಾಲೆಂಡರಿನಲ್ಲಿದೆ."

"ಅದಕ್ಕೆ ನಿಂಗೇನಲೇ ಊನ? ನಿಂಗೆ ಇರೋದು ಜಾಸ್ತಿ ಅಲ್ವಾ ಇದೆ?"

"ಇಲ್ನೋಡು ಮಿಸ್ಟರ್ ಪೆರುಮಾಳ್, ನಿಂಜೊತೆ ಎಲ್ಲ ನಾನು ಮಾತಾಡ್ಲಿಕ್ಕೆ ಇಷ್ಟ ಪಡಲ್ಲ. ಸುಮ್ನೆ ಪೇಪರು ಪೆನ್ನು ಎತ್ಕೋಬಾರದು ಅಂತ ನೋಡ್ತಾ ಇದೀನಿ ಅಷ್ಟೇ."

"ಬಿಡಲೇ, ಇವನೊಬ್ಬ ಏನಂದ್ರೂ ಪೇಪರೂ ಪೇಪರೂ ಅನ್ಕಂಡು."

"ಪೇಪರಲ್ಲೇ ಇರೋದು ಪವರು, ಯೋ ಪೆರುಮಾಳ್, ತಲೆ ಇರೋನಿಗೆ ಇದು ಕಾಲ. ಅದಲ್ದೆ ದೊಣ್ಣೆ ಬಡಿಗೆ ಹಿಡಕೊಂಡು ಮೆರಿಯೋನಿಗೆ ಅಲ್ಲ" ಅಂದ ರಾಮಪ್ಪ.

"ನೀ ಯಾವಾಗಲೇ ಬಂದೆ? ಹೋಗಿ ನಿನ್ ಕೆಲಸ ನೋಡೋಗು" ಅಂದರು ಪಂಡಾರಂ.

"ಇವಾಗ ರೆಸ್ಟು"

---

* ಮಾರ್ಚಿ ಏಪ್ರಿಲ್ ತಿಂಗಳಲ್ಲಿ ಬರುವ ಒಂದು ಹಬ್ಬ

** ಗುಡ್‌ಫ್ರೈಡೇ

"ಏನು?"

"ಬೆಳಗೆ ಆರು ಗಂಟೆಗೆ ಕೂಗಕ್ಕೆ ಶುರು ಮಾಡಿದ್ದಲ್ವಾ? ಇನ್ನು ಅರ್ಧ ಗಂಟೆ ರೆಸ್ಟು" ಅಂದ ರಾಮಪ್ಪ.

ಪಂಡಾರಂ ಅಹಮದ್‌ನತ್ತ ನೋಡಿದರು. ಪೆರುಮಾಳೂ ನೋಡಿದ. ಪೆರುಮಾಳ್ ಮುಖದಲ್ಲಿ ಹೊಟ್ಟೆ ಕಲಕಿದಂತ ಭಾವವೊಂದು ತೇಲಿಹೋಯ್ತು.

"ಸರಿ ಸರಿ ನೋಡಣ" ಅಂದರು ಪಂಡಾರಂ, ಪಂಚಾಂಗ ತಿರುಗಿಸುತ್ತಾ.

"ಚಿತ್ರ ಮಾಸ*ದಲ್ಲಿ ಮತ್ತೆ ಕೆಲಸ ಜಾಸ್ತಿ ಆಗ್ತದೆ. ಈ ವಂಡಿಮಲೆಯನ್ನ ನಂಬ್ಕಂಡ್ರೆ ಕೆಲಸ ಆಗಲ್ಲ. ಒಳ್ಳೆಯೋರು ಬೇರೆ ಯಾರಾದ್ರು ಇಬ್ರನ್ನ ನೋಡು."

"ತೋಟಿಗಳಿದ್ದಾರೆ"

"ತೋಟಿಗಳೆಲ್ಲ ಬೇಡ. ಅವ್ರೆಲ್ಲ ಸರಿಯಾಗಲ್ಲ. ಹೆದ್ರುಪುಕ್ಕಲುಗಳು. ಅಯ್ಯೋ ಸಾಮಿ ಪಾಪ ಪುಣ್ಯ ಅಂತೆಲ್ಲ ಅಂತಿರ್ತಾರೆ. ಅದೆಲ್ಲ ಬೇಡ. ಒಳ್ಳೆ ಗಟ್ಟಿ ಆಳುಬೇಕು. ಯಾರಾದ್ರೂ ಅನಾಥೆ ಹೆತ್ತ ನಾಯರ್ ಜನ ಸಿಕ್ತಾರ ನೋಡು. ಫಸ್ಟ್ ಕ್ಲಾಸ್ ಇರ್ತಾರೆ."

ಸಿಗರೇಟು ಸೇದುತ್ತಾ ಅಹಮದ್ ಪೇಪರ್ ಓದಿದ. ಗಾಳಿಗೆ ಅದು ಫಡಫಡಿಸಿತು. "ತಿರುಪೆ ನನ್ ಮಕ್ಳು" ಅಂದು ಬಯ್ದ.

"ಮಚ್ಚಾ ನೀನು ತಮಿಳೂ ಓದ್ತೀಯಾ?" ಕೇಳಿದ ರಾಮಪ್ಪ.

"ಯಾರ್ಲೇ ನೀನು? ಅವ್ನ ಬೀಜ ಹೊರೋನೇನ್ಲೇ? ಯಾವಾಗ ನೋಡುದ್ರು ಮಚ್ಚಾ ಮಚ್ಚಾ ಅನ್ಕಂಡು?" ಕೇಳಿದರು ಪಂಡಾರಂ.

"ಅದಕ್ಕೆ ಕಾಮುವೂ, ದಾರಾಸಿಂಗೂ ಅಲ್ವೇ ಬೇಕಿರೋದು? ನನ್ನ ಕೈಲಿ ಆಗತ್ತಾ?" ಕೇಳಿದ ರಾಮಪ್ಪ.

"ಯಾಕೋ ಯಾವುದೂ ಸರಿ ಹೋಗ್ತಾ ಇಲ್ಲ ಕಣ್ಲೇ ಪೆರುಮಾಳ್, ಬೇರೆ ಯಾವ ಚಾನ್ಸ್ ಇಲ್ಲ. ಇವು ಇಷ್ಟೊಂದು ಆಡ್ತಾ ಇದಾವೆ ಅಂದ್ರೆ ಎಲ್ಲೋ ಕಾಸು ಗೀಸು ಹೊಡೀತಾ ಇರಬೇಕು. ನೀನು ಸರಿಯಾಗಿ ನೋಡ್ತಾ ಇದೀಯ?" ಕೇಳಿದರು ಪಂಡಾರಂ.

"ಬೇರೆ ಯಾರ ಬಗೆಗಾದ್ರು ಹೇಳಿ, ಆದ್ರೆ ಬೀಜಹೊರೋನ ಬಗೆ ಮಾತ್ರ ಹೇಳಬೇಡಿ. ಮಾತೆತ್ತಿದ್ರೆ ಪೇಪರಿಗೆ ಬರೀತೀನಿ ಪೇಪರಿಗೆ ಬರೀತೀನಿ ಅಂತಿರ್ತಾನೆ. ನಮಗೇ ಸಾವ್ರಗಟ್ಟಲೆ ಕೆಲಸ ಇದೆ, ಅದರ ಮಧ್ಯೆ ಇದೊಂದು ತಲೆಬಿಸಿ ಯಾಕೇಂತ ಸುಮ್ನೆ ಇದೀವಿ."

ಅಷ್ಟರಲಿ ಅಹಮದ್ ಪೇಪರಿನಿಂದ ತಲೆ ಎತ್ತಿ "ನಿಮ್ಮ ಸಾಮಿಯ ಬಗೆ ಇದೆಯಲ್ಲ ನ್ಯೂಸ್" ಅಂದ.

---

* ಏಪ್ರಿಲ್ 14ರಿಂದ ಮೇ 14

"ಯಾವ ಸಾಮಿ?"

"ಅದೇ ಮಾಂಗಾಡು ಸಾಮಿ, ಕಾಲಿಲ್ಲದೋನು"

"ಪೇಪರಲ್ಲಾ?" ಅನ್ನುತ್ತಾ ಪಂಡಾರಂ ಹಾರಿ ಬಂದು ನೋಡಿದರು. ಮಾಂಗಾಡು ಸಾಮಿಯೇ. ನಗುವ ಮುಖ, ಜರಿ ಪೇಟ, ಜರಿ ಉಡುಗೆ, ಒಂದೊಳ್ಳೆ ಘನವಾದ ಸಿಂಹಾಸನದಂಥ ಖುರ್ಚಿಯ ಮೇಲೆ ಆಸೀನನಾಗಿದ್ದ. ಕೆಂಪುಬಣ್ಣದ ರೇಷ್ಮೆಯ ದಿಂಬುಗಳನ್ನು ಆನಿಸಿಟ್ಟಿದ್ದ ಸಿಂಹಾಸನದ ಎರಡೂ ಬದಿಯಲ್ಲಿ ಶರಟಿಲ್ಲದೆ ನಿಂತಿದ್ದ ಇಬ್ಬರು ಬ್ರಾಹ್ಮಣರು. ಸ್ವಾಮಿಯ ಮುಂದೆ ಇದ್ದ ದೊಡ್ಡ ತಟ್ಟೆಯಲ್ಲಿ ಹೂಗಳು, ಹಣ್ಣುಗಳೂ ಚಿನ್ನದ ನಾಣ್ಯಗಳೂ ಇದ್ದವು.

"ಮುರುಗಾ ಜ್ಞಾನಪಂಡಿತಾ, ನನ್ನಪ್ಪನೇ ಇದೇನಿದು ಮಾಯೆ?" ಉದ್ಗರಿಸಿದರು ಪಂಡಾರಂ.

"ನ್ಯೂಸ್ ಓದ್ಲಾ?"

"ಓದು ಓದು"

"ಇದು ಮೇಲ್ಕೈ ಪನ್ನಿಗೋಡು ಅಗ್ನಿಶರ್ಮ ಬರೆದಿರುವ ಲೇಖನ. ದೊಡ್ಡ ಲೇಖನ. ಚಿಕ್ಕದಾಗಿ ಹೇಳ್ತೇನೆ. ಸಂಬಂಗುಳಿ ಅನ್ನೋ ಸಿದ್ಧ ಪುರುಷರ ಬಗ್ಗೆ ಬರೆದಿರುವ ಲೇಖನ"

"ಸಂಬಂಗುಳಿ ಸಾಮಿಯಾ? ಅದ್ಯಾರು?"

"ಅದರ ಬಗ್ಗೆನೇ ಇದು"

"ಅದು ಸರಿ"

"ಈ ಸಾಮಿ ಮುಟ್ಟಿದ್ರೆ ನೀಗದ ವ್ಯಾಧಿನೂ ನೀಗತ್ತೆ, ನೀಗದ ಪಾಪನೂ ನೀಗತ್ತೆ. ಸಾಮಿ ಹಾಡಿದ್ರೆ ನೀಗದ ದುಃಖವೆಲ್ಲ ನೀಗತ್ತೆ. ಸಾಮಿ ವೇದಾಂತ ಕೇಸರಿ." ಅಹಮದ್ ಓದಿ "ದ್ರಾವಿಡ ಕಾವ್ಯ ಪರಿಭಾಷ ಕವಿ ಸಿಂಹ" ಎಂದು ಹೇಳಿ "ಇದು ನಂಗೆ ಅರ್ಥ ಆಗ್ಲಿಲ್ಲ" ಅಂದ.

"ಒಟ್ಟಾರೆ ಸಾಮಿ ಬದಿಕ್ಕೊಂಡ" ಅಂದ ರಾಮಪ್ಪ.

"ಒಳ್ಳೆ ಚಪ್ಪರ ಮಂಚ ಹತ್ತಿ ಕೂತಂಗೆ ಇದೆ. ಮುಂದುಗಡೆ ಎಲ್ಲ ಹಣ್ಣುಗಳೇ ಹಣ್ಣುಗಳು. ಒಳ್ಳೆ ಆಪಲ್ ಆರೆಂಜ್ ದ್ರಾಕ್ಷಿ... ಎಲ್ಲಿ ಮಾವಿನ ಹಣ್ಣು ಕಾಣ್ತಾ ಇಲ್ಲ?"

ಪಂಡಾರಂ ಪೆರುಮಾಳಿನತ್ತ ನೋಡಿದರು. ಪೆರುಮಾಳ್ "ಮೊದಲಾಳೀ ಅವ್ನು ಸುಮ್ನೆ ಏನು ಅಷ್ಟು ದುಡ್ಡು ಕೊಡ್ಲಿಲ್ಲ, ದೊಡ್ಡ ಪ್ಲಾನೇ ಇಟ್ಟುಕೊಂಡಿರ್ತಾನೆ" ಅಂದ.

"ಅವನು ಯಮಗಂಡ ಕಾಲದಲಿ ಹುಟ್ಟೋನಲ್ವಾ?"

"ದುಡ್ಡು ಮಾಡ್ಕಂಡು ಬಿಡ್ತಾರೆ ಮೊದಲಾಳಿ."

"ಅವನಿಗೆ ಅದಕೆ ಬೇಕಾದ ಬುದ್ಧಿ ಇದೆ ಕಣಲೇ. ಎಂಥಾ ಇಂಗ್ಲಿಷ್ ಮಾತಾಡ್ತಾನೆ ಗೊತ್ತ? ಅಡ್ವೊಕೇಟು ಮತ್ತೆ! ಸಾಮಾನ್ಯ ಜನ ಅಲ್ಲ"

"ಮೊದಲಾಳಿ, ಮದುವೆ ನಿಶ್ಚಯ ಆಯ್ತೂಂತ ಕಾಣ್ತದೆ" ಕೇಳಿದ ರಾಮಪ್ಪ.

"ಹೌದು ಕಣಲೆ, ಪಂಗುಣಿ ಮಾಸದಲಿ ಮಾಡಿ ಮುಗಿಸಿಬಿಡೋದು ಅನ್ಕಂಡಿದೀನಿ, ಎಲ್ಲದಿಕೂ ಮುರುಗನ ದಯೆ ಇರಬೇಕು"

"ಹುಡುಗ ಏನ್ಮಾಡ್ತಾನೆ?"

"ಕೋಆಪರೇಟಿವಲ್ಲಿ ಲೆಕ್ಕ ಬರೀತಾನೆ. ಸರಕಾರಿ ಕೆಲಸದವನಿಗೆ ಕೊಡೋದು ಅಂತ ಇದ್ದೆ. ಆದ್ರೆ ವರದಕ್ಷಿಣೆ ಜಾಸ್ತಿ ಕೇಳ್ತಾರೆ, ಏನಂತ ನೋಡದು? ಈ ಕಾಲದಲಿ ಸರಕಾರಿ ಕೆಲಸ ಅಂದ್ರೆ ಸಾಮಾನ್ಯವಾ?"

"ಕೋಆಪರೇಟಿವ್ ಸೊಸೈಟಿಯಾ?" ಕೇಳಿದ ಅಹಮದ್ ದಾಡಿ ನೀವಿಕೊಳ್ಳುತ್ತಾ. "ಮದುವೆ ನಿಶ್ಚಯ ಆಗೋಯ್ತಾ? ತಾಂಬೂಲ ತಟ್ಟೆ ಬದಲಾಯಿಸಿ ಆಯ್ತಾ?"

"ಆಯ್ತು, ಯಾಕಲೇ?"

"ಸರಿ, ಎಲ್ಲ ಸರಕಾರದ್ದೇ ಇರಲಿ ಬಿಡಿ."

"ಏನಲೇ?" ಕೇಳಿದರು ಪಂಡಾರಂ ಗಾಬರಿಯಿಂದ. ಅವರ ಹೊಟ್ಟೆ ತಳಮಳಿಸಿತು.

"ಏನು ಕೆಲಸ ಅಂತ ನೋಡಿದಿರಾ?"

"ನೇರ ಹೋಗಿದ್ದೆ. ಬ್ಯಾಂಕಲ್ಲಿ ಲೆಕ್ಕ ಬರೆಯೋದನ್ನೂ, ಪೇಪರು ನೋಡೋದನ್ನೂ ನಾನೇ ಕಣ್ಣಾರೆ ನೋಡಿಕೊಂಡು ಬಂದೆ"

"ಅದು ಸಾಲೋದಿಲ್ವೇ... " ಅಂದ ಅಹಮದ್ ಪೇಪರ್ ಮಡಿಚಿ ಬ್ಯಾಗಲ್ಲಿಡುತ್ತಾ "ಮೋಳಿಂಡೆ ಕಾರ್ಯಮಲ್ಲೇ, ನನ್ನಾಯಿಟು ನೋಕಂಡೆ?" ಎಂದು ಕೇಳಿದ.

"ಇನ್ನೇನಲೇ ನೋಡದು, ಹಾಗೆ ಬ್ಯಾಂಕಲ್ಲಿ ಎಲ್ಲರನ್ನೂ ಒಳಗೆ ಕೂರಿಸಿಕೊಳ್ತಾರ?"

"ಅದು ಕೋಆಪರೇಟಿವ್ ಬ್ಯಾಂಕು, ಹಾಗೆ ಅಲ್ಲಿ ಅವಶ್ಯ ಕೆಲಸಗಳಿಗೆ ಆಗಾಗ ಸುಮ್ಮನೆ ಜನರನ್ನ ತಗಳ್ತಾ ಇರ್ತಾರೆ. ಎಲ್ಲಾ ಕಡೆಯೂ ಹಾಗೆಯೇ, ಇಲ್ಲಿ ರೂರಲ್ ಕೋಆರ್ಡಿನೇಟರ್ ಅಂತ ಒಂದು ಕೆಲಸ ಇರತ್ತೆ. ಒಂಥರ ಪ್ಯೂನ್ ತರ, ಆದರೆ ಪ್ಯೂನ್‌ಗಿಂತ ಸಂಬಳ ಕಮ್ಮಿ. ಅವರಿಗೆ ಊರೂರು ಸುತ್ತಿ ಕೋಆಪರೇಟಿವ್ ಬ್ಯಾಂಕಿಗೆ ಜನ ಸೇರಿಸೋದೇ ಕೆಲಸ. ಸೇರಿಸಿದ್ರೆ ಮಾತ್ರ ಕಮಿಷನ್ನು. ಸಂಬಳ ಹೆಚ್ಚೂಂದ್ರೆ ಸಾವಿರದೈನೂರು. ಸೇರಿಸಿದ್ರೆ ಎರಡು ಸಾವಿರ. ಇವಾಗ ಈ ಕೆಲಸನೂ ಇಲ್ಲ. ಕೋಆಪರೇಟಿವ್ ಬ್ಯಾಂಕೆಲ್ಲ ನಷ್ಟದಲ್ಲಿ ಓಡ್ತಾ ಇರೋ ಕಾಲ ಇದು. ಹಾಗಾಗಿ ಕ್ಲರ್ಕುಗಳು ರಿಟೈರ್ಡ್ ಆದ್ರೆ ಹೊಸತಾಗಿ ಯಾರನ್ನೂ ತಗಳ್ತಾ ಇಲ್ಲ. ಅವರಿಗೆ ಸಂಬಳ ಜಾಸ್ತಿ. ಹಾಗಾಗಿ ಹೀಗೆ ಕೋಆರ್ಡಿನೇಟರ್‌ಗಳನ್ನ ಕರೆದು ಕೂರಿಸಿಕೊಳ್ತಾರೆ. ಅಲ್ಲಿ

ನೀರು ಹಿಡಿದು ಇಡೋರು ಕೋಆರ್ಡಿನೇಟರೇ. ಸಾಲ ಇಸ್ಕೊಡೋನೂ ಕೋಆರ್ಡಿನೇಟರೇ. ಎಲ್ಲಾ ಇವರೇ. ಒಣಶುಂಠಿ ಹಾಕದೆ ಕಷಾಯ ಮಾಡಕ್ಕಾಗಲ್ಲ ಅಲ್ವಾ? ಹಾಗೇ ಇದೂನು. ಈ ಕೋಆರ್ಡಿನೇಟರ್ ಅನ್ನೋರೊಬ್ರು ಇದ್ರೆ ಸಾಕು ಎಲ್ಲದಕೂ ಅವರೇ. ಅದು ಕತೆ."

ಪಂಡಾರಂ ಎದ್ದು ನಿಂತರು.

ಅಹಮದ್ "ನಾನು ಹೇಳಿದೇಂತ ಅಲ್ಲ, ಮೊದಲಾಳಿ ಹೋಗಿ ನೋಡಬೇಕು. ಪೇ ರೋಲ್ ಅಂತ ಒಂದು ಇದೆ. ಸಂಬಳ ಲಿಸ್ಟು. ಅದರಲ್ಲಿ ನೋಡಿ. ಯಾವ ಕೆಲಸ ಎಷ್ಟು ಸಂಬಳ ಅಂತ"

"ನೋಡ್ತೀನಿ"

"ಹಾಗಾದ್ರೆ ಸರಿ. ನಾನು ಸಂದೇಹದಲ್ಲಿ ಏನೇನೋ ಹೇಳ್ತಾ ಇದೀನಿ. ನೀವು ನೋಡಿ ಎಲ್ಲ ಸರಿಯಾಗಿದ್ರೆ ಎಲ್ಲ ಒಳ್ಳೇದೆ."

"ನಾನು ಮ್ಯಾನೇಜರತ್ರ ಕೇಳ್ದೆ. ಹುಡುಗನಿಗೆ ಏನು ಕೆಲಸಾಂತ, ಈಗ ನೀ ಹೇಳಿದ ಹೆಸರೇ ಹೇಳಿದ್ದರು" ಅಂದರು ಪಂಡಾರಂ. ಹಾಗನ್ನುವಾಗ ಅವರ ಕಂಗಳು ತುಂಬಿದವು.

ಅಹಮದ್ ಪರಿತಾಪದಿಂದ "ಕೋಆರ್ಡಿನೇಟರ್ ಅಂತನಾ ಹೇಳಿದ್ರು?" ಎಂದು ಕೇಳಿದ.

"ಹೌದು ಕಣಲೆ"

"ರೂರಲ್ ಕೋಆರ್ಡಿನೇಟರ್ ಅಂತಲಾ?"

"ಹೌದು ಕಣೋ ಹೀಗೆಯೇ ಬಿಡಿಸಿ ಬಿಡಿಸಿ ಹೇಳ್ದ ಕಣೋ, ಇದು ಪರ್ಮನೆಂಟು ಕೆಲಸವೇನೋ?"

"ಇಲ್ಲ ಮೊದಲಾಳಿ, ಇವರಿಗೆ ಎಕ್ಸ್‌ಟೆನ್ಶನ್ ಎಂಪ್ಲಾಯೀಸ್ ಅಂತ ಹೆಸರು. ಸುಮ್ನೆ ಇರಬಹುದು. ನಷ್ಟ ಜಾಸ್ತಿ ಆದರೆ ಬಿಟ್ಟು ಹೋಗಬೇಕಾಗಿ ಬರಬಹುದು. ಸುಮಾರು ಜನ ಹಾಗೆ ಹೋದವರಿದ್ದಾರೆ. ಅದು ಅಲ್ದೆ ಈಗ ಗೌರ್ಮೆಂಟು ಆರ್ಗನೈಸೇಶನ್‌ಗಳು ನಷ್ಟದಲ್ಲಿ ಓಡ್ತಾ ಇರೋ ಕಾಲ ಇದು."

ಪಂಡಾರಂ ಮತ್ತೆ ಕೂತರು. ಕಣ್ಮುಚ್ಚಿಕೊಂಡಾಗ ಕಂಗಳಮುಂದೆ ಮಂಜುಗಟ್ಟಿದಂತೆ ಅನಿಸಿತು. ಮನದೊಳಗೆ ಬಹಳ ಹೊತ್ತಿನಿಂದ ಬಂದು ಹೋಗುತ್ತಿದ್ದ ಅದೇ ಹಳೆಯ ಸಿನಿಮಾ ಹಾಡಿನ ಸಾಲು 'ಪನಿವಿಳುಂ ಮಲರ್‌ವನಂ...' ನುಸುಳಿಹೋಯಿತು. ತಥ್ ಶನಿದು, ಯಾಕಿಂಗೆ ಬರ್ತಾ ಇದೆ ಇದು' ತನ್ನೊಳಗೆ ಬಯ್ದುಕೊಳ್ಳುತ್ತಾ ಅವರು ಕಣ್ತೆರೆದರು.

ರಾಮಪ್ಪ "ಈಗ ಏನು ಉಂಗುರ ತಾನೇ ಬದಲಾಯಿಸಿರೋದು? ಹೋಗಿ ಮದುವೆ ನಿಲ್ಲಿಸಿಬಿಡಿ ಮೊದಲಾಳಿ. ನಾನು ನೋಡಿದೀನಿ ನಿಮ್ಮ ಮಗಳು ಒಳ್ಳೆ ಬಂಗಾರದಂತವಳು."

"ಹೌದು ಮೊದಲಾಳಿ, ಅವರು ಹೇಳಿದ್ರಲ್ಲಿ ಅರ್ಥ ಇದೆ. ನಿಮಗೆ ನಿಮ್ಮ ಜಾತಿ ಸಂಘ ಏನಾದ್ರು ಇದೆಯಾ? ಎನ್.ಎಸ್ ಎಸ್, ಕರಯೋಗಂ, ಜಮಾತ್ ಈ ತರ?"

"ನಮ್ಮ ಜಾತಿ ಒಂದು ಜಾತಿಯೇ ಅಲ್ಲ ಕಣಲೇ. ನಾವು ಪಳನಿಯಲ್ಲಿ ಸ್ವಲ್ಪ ಜನ, ತಿರುಚೆಂಡೂರಲ್ಲಿ ಸ್ವಲ್ಪ ಜನ, ಮತ್ತೆ ಮುರುಗನ ದೇವಸ್ಥಾನದಲ್ಲಿ ಇರೋ ಮೂರೋ ನಾಲ್ಕೋ ಕುಟುಂಬ ಅಷ್ಟೆ"

"ಈ ಥರ ಹೆದರಬಾರದು ಮೊದಲಾಳಿ, ಹೆದರಿದ್ದೀವಿ ಅಂತ ಗೊತ್ತಾದರೆ ಅವರು ಏರಿ ಬರ್ತಾರೆ. ರಾವಣ, ಹಿರಣ್ಯಕಶಿಪುವಿನ ತರ ವೀರರಾಗಿರಬೇಕು. ಇಬ್ಬರ ಕುಟುಂಬಕ್ಕೂ ಹೊಂದುವಂತೆ ಯಾರಾದರೂ ದೊಡ್ಡವರಿದ್ದರೆ ಅವರನ್ನ ಕೂಡಿಸಿ ಮಾತುಕತೆ ಮಾಡಿಸಿ. ಮಗಳನ್ನ ಕರಕೊಂಡು ಹೋಗಿ ಬೇರೆ ಎಲ್ಲಾದರೂ ನೆಂಟರ ಮನೆಲಿ ಒಂದು ಆರು ತಿಂಗಳು ಬಿಟ್ಟುಬಿಡಿ. ಅದರೊಳಗೆ ಯಾರಾದರೂ ಒಳ್ಳೆ ಕೆಲಸ ಇರೋ ವರ ಸಿಗತ್ತಾ ನೋಡಿ. ಧೈರ್ಯವಾಗಿ ಹೋದರೆ ಆಮೇಲೆ ದುಃಖವಿಲ್ಲ ನೋಡಿ" ಅಂದ ರಾಮಪ್ಪ.

ದೂರದಲ್ಲಿ ಮಲಗಿದ್ದ ಎರುಕ್ಕು "ರಾಮಪ್ಪಣ್ಣಾ ಕಾಲು ಕೈ ಸರಿಯಾಗಿದೆ ತಾನೆ? ಹತ್ತು ತಿಂಗಳಲ್ಲಿ ಮಗು ಆಗತ್ತೆ ತಾನೆ? ಮತ್ತೆ ಏನಕೆ ಕೆಲಸ ಇದೆಯಾ? ಕೇಮೆ ಇದೆಯಾ ಅಂತ ನೋಡೋದು? ಇಲ್ನೋಡಿ, ನೀವೊಂಚೂರು ಬಿಡಿಸಿ ಹೇಳಿ" ಅಂದಳು.

ಪೆರುಮಾಳ್ ಕೋಪದಿಂದ "ಮುಂಡೆ ನಾಯಿ, ಬಾಯಿ ಮುಚ್ಚು. ಬಂದರೆ ಒದ್ದು ಬಟ್ಟೆ ದಾಟಿಸ್ತೀನಿ" ಅಂದ.

"ಮತ್ತೆ ಮೊದಲಾಳಿ ಹಾಗೆ ಯೋಚಿಸಿದರೆ ಅದು ಕೂಡ ನ್ಯಾಯವೇ. ಹೇಗೂ ನೀವು ಕಾಸು ಕೊಟ್ಟೇ ಕೊಡ್ತೀರಿ, ಅದನ್ನೇ ಬಡ್ಡಿಗೋ ಇನ್ನೊಂದಕ್ಕೋ ಬಿಟ್ಟರೆ ಹೇಗೋ ವರಮಾನ ಬರತ್ತೆ. ಸಂಪಾದಿಸಿ ಇಟ್ಟಿದ್ದಾರೆ ಅಂದರೆ ಮತ್ತೇನು ಕೊರೆ?" ಅಂದ ರಾಮಪ್ಪ. "ಮತ್ತೆ ಮೊದಲಾಳಿ, ಇದೆಲ್ಲ ನಮ್ಮ ವಯಸಿಗೆ ಇರುವ ಅನುಭವದಲ್ಲಿ ನಾವು ಮಾತಾಡೋದು, ಈ ಸಮಯದಲ್ಲಿ ನಾವು ಬೆಟ್ಟದಂತೆ ಕಲ್ಲಿನಂತೆ ನಿಲ್ಲಬೇಕು. ಮಕ್ಕಳು ನಮ್ಮನ್ನ ನಂಬಿ ಇರ್ತವೆ. ಅವುಗಳ ಮನಸು ಒಡೆಯಬಾರದು ನೋಡಿ. ಮೊದಲಾಳಿಗೆ ಬೇರೆ ಹೆಸರು ಹೇಳಲಿಕ್ಕೆ ಗಂಡುಮಕ್ಕಳಿಲ್ಲ."

"ಬರ್ತೀನಿ ಕಣಲೇ" ಅಂದರು ಪಂಡಾರಂ. "ಏನ್ಮಾಡಕ್ಕಾಗತ್ತೇಂತ ನೋಡ್ತೀನಿ. ಬರ್ತೀನಿ ಅಹಮದೇ."

"ಒಬ್ರೇ ಹೋಗ್ತಾ ಇದ್ದಾರೆ, ಇಲ್ನೋಡಿ, ನೀವು ಹೋಗಿ ಜೊತೆಗೆ" ಅಂದಳು ಎರುಕ್ಕು.

"ಇವತ್ತು ನಿನ್ನ ಕೊಲ್ತೀನಿ ನಾಯಿ ಸೂಳೆಮುಂಡೆ, ನೀನು ನನ್ನ ಜೊತೆ ಮಾತಾಡಬೇಡಾಂತ ಎಷ್ಟು ಸಲ ಹೇಳೋದು?" ಪೆರುಮಾಳ್ ಓಡಿಹೋಗಿ ಎರುಕ್ಕುವನ್ನು ಒದ್ದ.

"ಅಯ್ಯಯ್ಯೋ, ನನ್ನ ಕೊಲ್ತಾ ಇದಾನಲ್ಲಪ್ಪ, ಹೋರಿ ತರ, ಪಾಪಿ ನಿಂಗೆಲ್ಲ ಒಂದು ಸಾವು ಬರಲ್ವಾ? ಇವನನ್ನ ಕೇಳಕ್ಕೆ ಯಾರೂ ಇಲ್ವಾ?" ಕೂಗಿದಳು ಎರುಕ್ಕು.

"ಲೇ, ಪೆರುಮಾಳ್" ಅಂದ ರಾಮಪ್ಪ.

"ಪೆರುಮಾಳ್ ಸುಮ್ಮನಿರ್ಲೇ" ಅಂದ ಅಹಮದ್.

"ಪೆರುಮಾಳ್, ಅಹಮದ್ ನೋಡ್ತಾ ಇದಾನೆ, ಆಮೇಲೆ ಪೇಪರಲ್ಲೋ ಬೇರೆಲ್ಲಾದ್ರೋ ಬರೆದು ಹಾಕ್ದ ಅಂದ್ರೆ ನಿಂಗೆ ತೊಂದ್ರೆ ಗ್ಯಾರಂಟಿ ನೋಡು" ಅಂದ ರಾಮಪ್ಪ.

ಪೆರುಮಾಳ್ ಬೆದರಿ, ಅಹಮದಿನತ್ತ ವಾರಗಣ್ಣಿಂದ ಒಮ್ಮೆ ನೋಡಿ ಬೇರೆಕಡೆ ತಿರುಗಿ ಹೊರಟು ಹೋದ. ಅಲ್ಲಿ ಗುಯ್ಯ ಇಡ್ಲಿ ಪೊಟ್ಟಣದೊಂದಿಗೆ ಬರುತ್ತಿದ್ದ. "ಅವರಮ್ಮನಿಗಾ ಇಡ್ಲಿ?" ಅನ್ನುತ್ತಾ ಪೆರುಮಾಳ್ ಅವನ ಕೆನ್ನೆಗೆ ಒಂದೇಟು ಬಿಟ್ಟ. ಗುಯ್ಯ ಮೈ ಮುದುರಿಕೊಂಡು ಆ ಏಟನ್ನು ಬಾಯಿಮುಚ್ಚಿ ಇಸಿದುಕೊಂಡು ಏನೂ ನಡೆಯದವನಂತೆ ನಡೆದುಬಂದ.

"ಇನ್ಮೇಲೆ ಅವನು ಕೈ ಮಡಗಿದ್ರೆ ಅವನಿಗೆ ಕೈ ಇರಲ್ಲ" ಅಂದ ಅಹಮದ್.

"ನೀವು ನಿಮ್ಮ ಕೆಲಸ ನೋಡಿಕೊಳ್ಳಿ, ಗಂಡ ಹೆಂಡತಿ ಮಧ್ಯೆ ಸಾವಿರ ಇರತ್ತೆ. ಬೇರೆಯವರು ತಲೆ ಹಾಕಿದರೆ ಚೆನ್ನಾಗಿರಲ್ಲ" ಅಂದಳು ಎರುಕ್ಕು, ಕೂದಲನ್ನು ಎತ್ತಿ ಗಂಟು ಹಾಕಿಕೊಳ್ಳುತ್ತ.

ಗುಯ್ಯ ಇಡ್ಲಿ ಪೊಟ್ಟಣವನ್ನು ಬಿಚ್ಚಿ ಹರಡಿದ. "ರಾಮಪ್ಪಣ್ಣಾ ಮಾಂಸ ಇದೆ ಮಾಂಸ."

"ಎಲ್ಲಿಂದಲೇ ಮಾಂಸ?"

"ಮಾಂಸ ಅಣ್ಣಾ" ಅಂದ ಗುಯ್ಯ, ಅವನಿಂದ ನಿಲ್ಲಲಿಕ್ಕೇ ಸಾಧ್ಯವಾಗಲಿಲ್ಲ. ದೇಹ ನಡುಗಿತು.

"ಅಲ್ಲಿ ಒಂದು ಅಂಗಡಿಯಲಿ ನೋಡ್ದೆ, ಒಂದು ಪ್ಲೇಟಿಗೆ ಎಂಟು ರುಪಾಯಿ ಅಂದರು. ಮೂರು ಪ್ಲೇಟು ತಗೊಂಡೆ."

"ಯಾವ ಮಾಂಸ"

"ದನದ್ದು"

"ಚಿ, ನೀನು ತಿನ್ನು ಬೇಕಾದರೆ."

"ಯಾಕೆ ನೀವು ತಿನ್ನಲ್ವಾ?"

"ಲೋ, ನಾನು ದಕ್ಷಿಣ ಕನ್ನಡದ ನಾಯಕ. ಈಗ ಕನ್ನಡ ಮರೆತುಹೋಯ್ತು ಅನಕೋ, ಅದು ಬೇರೆ ಕತೆ. ಉಡುಪಿಯಲ್ಲಿ ನಮಗೆ ಸ್ವಂತ ಜಮೀನಿದೆ. ನಾನು ದನ ತಿನ್ನೋ ಜಾತಿಯೋನು ಅನ್ಕಂಡ್ಯಾ?"

"ದನ ಯಾವತ್ತೂ ಫಸ್ಟ್ ಕ್ಲಾಸ್ ಮಾಂಸ, ಹಂದಿ ಆದ್ರೆ ಹರಾಂ" ಅಂದ ಅಹಮದ್.

"ಒಬ್ಬೊಬ್ಬರಿಗೆ ಒಂದೊಂದು ಮುಖ್ಯ. ಮಕ್ಳು ಮರಿ ಇರೋನಿಗೆ ದನ ತುಂಬ ಮುಖ್ಯ. ದನವೂ ಮಕ್ಳುಮರಿ ಇರೋ ಗ್ರಾಸ್ತನೂ ಮೇಲೆ ಸ್ವರ್ಗದಲ್ಲಿ ಅಣ್ಣತಮ್ಮಂದಿರಂತೆ ಗೊತ್ತಾ?"

"ಹಾಗಾದ್ರೆ ನಿಮ್ಮ ಪಾಲನ್ನ ನಾನೇ ತಿಂತೀನಿ ಬಿಡಿ" ಅಂದ ಗುಯ್ಯ ಖುಷಿಯಿಂದ.

"ತಿನ್ನಲೇ ತಿಂದು ಮುಗಿಸು" ಅಂದ ರಾಮಪ್ಪ.

ಎರುಕ್ಕು ಪೊಟ್ಟಣವನ್ನು ಬಿಚ್ಚಿ "ಅವರು ತಿಂದರೋ ಇಲ್ಲವೋ, ಕೋಪ ಮಾಡಿಕೊಂಡು ಹೋದದ್ದಲ್ವಾ?" ಅಂದಳು.

"ಈಗ ಇವಳನ್ನ ನಾನು ಕೊಂದಾಕ್ತೀನಿ ನೋಡ್ತಾ ಇರಿ, ಯಾವಾಗ ನೋಡಿದ್ರೂ ಅವರು ಇವರು ಅನ್ಕಂಡು."

"ಬಿಡಲೇ ಗುಯ್ಯ, ಅವಳಿಗೆ ಏನೋ ಬೇಸರ, ಏನೋ ಒಂದು ಮಾತಾಡ್ತಾಳೆ. ಮನುಷ್ಯ ಮಾತಾಡಿ ಮಾತಾಡಿನೇ ಅವನ ಬೇಸರ ಕಳಕೋಬೇಕು. ಇಲ್ಲಾಂದರೆ ಜನ ಯಾಕೆ ಇಷ್ಟು ಮಾತಾಡ್ತಾರೆ ಹೇಳು. ಇಲ್ನೋಡು ಅಲ್ಲಿ ಹೋಗ್ತಾ ಇರೋರು ಬರ್ತಾ ಇರೋರು ಎಲ್ಲ ಏಷ್ಟೊಂದು ಮಾತಾಡ್ಕೊತಾ ಇದ್ದಾರೆ? ಹೂವು, ಹೆಣ್ಣು, ಶಾಟ, ಸಿಂಗರಿ ಇಂಥವೇ! ಇವಾಗ ಪೇಪರಲ್ಲಿ ಬರೆಯೋನು ಈ ಮೂಲಕ ಮಾತಾಡ್ತಾನೆ. ಕೆಲವರು ತೊಡೆಸಂಧಿ ಕಾರ್ಯದ ಬಗೆ ಮಾತಾಡ್ತಾರೆ. ನೀನು ನಂಗಿಂತ ಕೆಳಗೆ ಅಂತಾರೆ, ನಾನು ನಿಂಗಿಂತ ಮೇಲೆ ಅಂತಾರೆ. ಇದೆಲ್ಲ ಮಾತು. ಮಾತಾಡ್ಲಿಲ್ಲಾಂದ್ರೆ ಬದುಕೇ ಸತ್ತದ್ದು ಬೇಜಾರು. ಸರಿ ಯಾರ್ದುಲೇ ಇದು ಇಡ್ಲಿ?"

"ಚೇಚ್ಚಿದು"

"ಅವಳ ಮನಸು ಒಳ್ಳೇದು ಹಂಗಾಗಿ ಇಡ್ಲಿನೂ ಒಳ್ಳೇದೇ ಆಗಿರತ್ತೆ. ಅದೇ ಇನ್ನೊಬ್ಬ ಇದಾನೆ ನೋಡು ಸುಬ್ಬ, ಅವನ ಇಡ್ಲಿ ತಗಂಡು ನಾಯಿಗೆ ಹೊಡಿಬಹುದು" ಅನ್ನುತ್ತಾ ನಿಟ್ಟುಸಿರು ಬಿಟ್ಟು ರಾಮಪ್ಪ ನೆಲದ ಮೇಲೆ ಅಂಗಾತ ಮಲಗಿದ. ಒಳ್ಳೆ ಬಿಸಿಲೇರಿತ್ತು. ಆಕಾಶ ನೋಡಿದರೆ ಕಣ್ಣಿಗೆ ಚುಚ್ಚುವಂತಿತ್ತು. ಆದರೆ ರಾಮಪ್ಪನಿಗೇನೂ ಕಣ್ಣಿಗೆ ಚುಚ್ಚಿದಂತೆ ಕಾಣುತ್ತಿರಲಿಲ್ಲ. ಅವನು ಬಿಡುಗಣ್ಣು ಬಿಟ್ಟುಕೊಂಡು ಬಾನನ್ನೇ ನಿಟ್ಟಿಸುತ್ತಿದ್ದ. ಆಮೇಲೆ ತನ್ನೊಳಗೇ ಏನನ್ನೋ ಗೊಣಗತೊಡಗಿದ. ಮಾತಾಡುತ್ತಿರುವಂತೆಯೋ, ಹಳಹಳಿಸುತ್ತಿರುವಂತೆಯೋ, ಹಾಡುತ್ತಿರುವಂತೆಯೋ...

ಗುಯ್ಯ ತಿಂದು ಮುಗಿಸಿ "ಅಹಮದು, ಒಂದು ತುಂಡು ಕೊಡಿ, ಲೇ ಎರುಕ್ಕು ಒಂದು ತುಂಡು ಕೊಡೆ" ಎಂದು ಗೋಗರೆಯಲು ಆರಂಭಿಸಿದ.

"ತಗೋ, ತಿನ್ನು" ಅನ್ನುತ್ತ ಅದರಲ್ಲಿ ಅರ್ಧ ಎತ್ತಿ ಅವನಿಗೆ ಕೊಟ್ಟುಬಿಟ್ಟಳು.

ಗುಯ್ಯ ಗಬಗಬ ನುಂಗತೊಡಗಿದ

"ಮೆತ್ತಗೆ ತಿನ್ನಲೇ ಗಂಟಲಿಗೆ ಸಿಕ್ಕಿ ಸತ್ತು ಗಿತ್ತೀಯ"

"ನಾನು ಯಾವಾಗ್ಲೂ ಹಿಂಗೇ ತಿನ್ನೋದು, ಯಾವತ್ತೂ ಗಂಟಲಿಗೆ ಸಿಕ್ಕಿ ಸತ್ತದಿಲ್ಲ. ನಿಧಾನುಕೆ ತಿಂದ್ರೆ ಆಮೇಲೆ ಕಕ್ಕಸ್ಸು ಬರಲ್ಲ. ಹಂಗೇ ಅಭ್ಯಾಸ."

"ನಿಮ್ಮಮ್ಮ ಯಾವಾಗಾದ್ರು ನಿಂಗೆ ಊಟ ಮಾಡಿಸಿದ್ದಾಳಾ?" ಕೇಳಿದಳು ಎರುಕ್ಕು.

"ಅಮ್ಮ ಇದ್ದಾಳೆ. ಆದರೆ ಎರಡೂ ಕಾಲಿಲ್ಲ. ನಮ್ಮ ಮುತ್ತಮ್ಮೆಯ ಹಾಗೆ. ಕೂತುಕೊಳ್ತಾಳೆ ಅಷ್ಟೆ. ಇನ್ನು ಬಾಯಿನೂ ಬರಲ್ಲ."

"ಅಹಮದು ನೀ ನಿಂದು ಇಡ್ಲಿನ ಈ ಹುಡುಗನಿಗೆ ಕೊಡಬೇಡ. ಆಮೇಲೆ ಅದೇ ಅಭ್ಯಾಸ ಆಗೋಗತ್ತೆ" ಅಂದ ರಾಮಪ್ಪ ದೊಡ್ಡದೊಂದು ತೇಗು ತೇಗಿ ಬೀಡಿ ಹೊತ್ತಿಸಿಕೊಂಡ.

"ಪಾಪ ಅಲ್ವಾ, ನೋಡಕ್ಕೆ ಚಿಕ್ಕ ಹುಡುಗನಂಗೆ ಇದ್ದಾನೆ ಅಲ್ವಾ?"ಎಂದು ನಕ್ಕಳು ಎರುಕ್ಕು.

ಅದನ್ನು ಕೇಳಿ ಹೊಸ ಉತ್ಸಾಹ ಉಕ್ಕಿದವನಂತೆ ಗುಯ್ಯ "ಅಮ್ಮಾ ತಾಯಿ, ಮಾಲಕ್ಷ್ಮಿ, ತಾಯೇ ಕಣ್ಣು ತೆರೆದು ನೋಡಮ್ಮ, ಅಯ್ಯಾ..." ಎಂದು ದಯನೀಯವಾಗಿ ಕೂಗಿದ. ಆ ಸಮಯದಲ್ಲಿ ಆ ಹಾದಿಯಲ್ಲಿ ಯಾರೂ ನಡೆಯುತ್ತಿರಲಿಲ್ಲ.

"ಇವಾಗ ಯಾರತ್ರಲೇ ಬಿಕ್ಷೆ ಬೇಡ್ತಾ ಇದೀಯ?" ಕೇಳಿದಳು ಎರುಕ್ಕು.

"ಗಂಟಲು ಹರಕೋಬೇಕಲ್ಲ!" ಅಂದ ಗುಯ್ಯ. "ನಾನು ರಾತ್ರಿ ಮಲಗಿ ಏಳುವಾಗಲೂ ಈ ತರ ಒಂದ್ಸಲ ಹರಕ್ಕೊಂತೀನಿ ಗೊತ್ತಾ" ಅಂದ ಗುಯ್ಯ

ದೂರದಲ್ಲಿ "ಅಯ್ಯೋ ಅಮ್ಮಾ, ನನ್ನಮ್ಮಾ" ಎಂದು ಯಾರೋ ಒರಲುವುದು ಕೇಳಿಸಿತು ನೋಡಿದರೆ ದೂರದಲಿ ಪೆರುಮಾಳ್ ತೂರಾಡುತ್ತಾ ಬರುತ್ತಿರುವುದು ಕಾಣಿಸಿತು. ಮೈ ಮುಖವೆಲ್ಲ ಮಣ್ಣೂ, ಧೂಳೂ ಮೆತ್ತಿಕೊಂಡಿತ್ತು. ತರಚು ಗಾಯಗಳಾಗಿದ್ದವು "ಅಯ್ಯೋ ಅಯ್ಯೋ" ಎನ್ನುತ್ತಾ ಹಿಂತಿರುಗಿ ನಿಂತು "ಹೋಗೋ ಹೋಗೋ ಷಂಡ" ಎಂದು ಶುರುಮಾಡಿ ಬಾಯಿಗೆ ಬಂದ ಕೆಟ್ಟ ಕೆಟ್ಟ ಮಾತುಗಳನ್ನ ಬಳಸಿ ಬಯ್ಯತೊಡಗಿದ.

"ಅಯ್ಯೋ, ಇಲ್ನೋಡಿ, ಏನಾಯ್ತೂಂದ್ರೆ" ಕರೆದಳು ಎರುಕ್ಕು.

"ಇಲ್ನೋಡೀಂದ್ರೆ" ಕೂಗಿದಳು.

ಪೆರುಮಾಳ್ ದೇಹದಲ್ಲಿ ಏಟು ತಿಂದಿರುವಂತೆ ಬಾಸುಂಡೆಗಳು ಬಿದ್ದಿದ್ದವು. ಮುಖ ಊದಿಕೊಂಡಿತ್ತು. ಒಳ್ಳೆ ನಶೆ ಬೇರೆ. ಹಾಗೆ ತಳ್ಳಾಡುತ್ತಾ ದೇವಸ್ಥಾನ ಗೋಪುರದತ್ತ ಬಂದ ಪೆರುಮಾಳ್ ಅಲ್ಲಿ ಕುಳಿತು ಬಿಕ್ಕಿಬಿಕ್ಕಿ ಅಳತೊಡಗಿದ.

"ಏನಾಯ್ತು ಓಯ್?" ಕೇಳಿದ ಅಹಮದ್.

"ಹೊಡೆದು ದುಡ್ಡೆಲ್ಲ ಕಿತ್ಕಂಡುಬಿಟ್ರು" ಅನ್ನೋದರಲ್ಲಿ ಮತ್ತೆ ಅಳು ಕಿತ್ತುಕೊಂಡು ಬಂತು.

ಮೂರು ಜನ ಪಂಡಾರಂಗಳು ಕಾವಿ ಉಟ್ಟುಕೊಂಡು ಕಮಂಡಲ ಹಿಡಿದುಕೊಂಡು ಬಂದರು. ಕಟ್ಟುಮಸ್ತಾಗಿದ್ದರು ಬೇರೆ. ಒಬ್ಬನ ಕೈಯಲ್ಲಿ ದೊಡ್ಡ ಅನ್ನಕಾವಡಿ ಇತ್ತು. ಅವರನ್ನ ನೋಡಿ ಪೆರುಮಾಳ್ ಎದ್ದೇಳಲು ಪ್ರಯತ್ನಿಸಿದ. ಏರಿದ್ದ ನಶೆಯಲ್ಲಿ ನಿಲ್ಲಲಾಗದೆ ಹಾಗೆಯೇ ಕೆಳಗೆ ಬಿದ್ದ.

ಎರುಕ್ಕು "ಅಯ್ಯೋ, ಬಂದು ಬಿಟ್ಟರು, ಕೊಲೆಗಾರರು ಬಂದು ಬಿಟ್ಟರು ಅಯ್ಯೋ" ಎಂದು ಜೋರಾಗಿ ಕೂಗಿಕೊಂಡಳು.

ಅನ್ನಕಾವಡಿ ಹಿಡಿದುಕೊಂಡ ಪಂಡಾರಂ ಹೊರತು ಪಡಿಸಿ ಉಳಿದಿಬ್ಬರು ಪೆರುಮಾಳ್ ಬಳಿ ಹೋಗಿ ಅವನನ್ನು ಹಿಡಿದುಕೊಂಡು ಹೊಡೆಯತೊಡಗಿದರು. ಅವನು ಏಟು ತಿನ್ನುತ್ತಾ ನಾಯಿಯಂತೆ ಊಳಿಡುತ್ತ ಮಣ್ಣಿನಲ್ಲಿ ಹೊರಳಾಡತೊಡಗಿದ. ಅವರು ಅವನನ್ನು ಮತ್ತೆ ಮತ್ತೆ ಒದ್ದರು. ಅಲ್ಲಿ ಅಕ್ಕಪಕ್ಕದಲ್ಲಿದ್ದವರು, ದೇವಸ್ಥಾನದಲ್ಲಿ ದಿಣ್ಣೆಯಲ್ಲಿ ಕುಳಿತಿದ್ದವರು, ಅಕ್ಕಪಕ್ಕದ ಅಂಗಡಿಯವರು, ದೇವಸ್ಥಾನದಲ್ಲಿ ಕೆಲಸ ಮಾಡುವವರು ಎಲ್ಲರೂ ಅದನ್ನು ಮೌನವಾಗಿ ನಿಂತು ನೋಡಿದರು. ಅಹಮದೂ, ರಾಮಪ್ಪನೂ, ಗುಯ್ಯನೂ ಅವರಂತೆಯೇ ಮೌನವಾಗಿ ಎಲ್ಲವನ್ನೂ ನೋಡಿದರು.

ಅನ್ನಕಾವಡಿ ಹಿಡಿದುಕೊಂಡಿದ್ದ ಪಂಡಾರಂ ಮಾತ್ರ ಸ್ವಲ್ಪ ಗಾಬರಿಗೊಂಡು 'ಬೇಡ ಸ್ವಾಮಿ ಬೇಡ ಸ್ವಾಮಿ' ಅನ್ನುತ್ತಿದ್ದ. ಎರುಕ್ಕು ಎದೆಗೂ ಹೊಟ್ಟೆಗೂ ಹೊಡೆದುಕೊಂಡು 'ಅಯ್ಯೋ ಅಯ್ಯೋ ಬೇಡ' ಎಂದು ಕಿರುಚುತ್ತಾ ಮಣ್ಣಿನಲಿ ತೆವಳುತ್ತಾ ಹೊರಳಿ ಬಿದ್ದಳು.

ಪೆರುಮಾಳನ್ನು ತಿರುಗಿಸಿ ಮುರುಗಿಸಿ ಹೊಡೆದ ಪಂಡಾರಂಗಳು ಅವನ ಲುಂಗಿ ಚಡ್ಡಿ ಎಲ್ಲವನ್ನೂ ಹರಿದು ಹಾಕಿ ಅವನ ಲಂಗೋಟಿಯಲ್ಲಿ ಬಿಗಿದು ಕಟ್ಟಿ ಕೊಂಡಿದ್ದ ದುಡ್ಡಿನ ಗಂಟನ್ನು ಕಿತ್ತುಕೊಂಡು ಮತ್ತೊಮ್ಮೆ ಝಾಡಿಸಿ ಒದ್ದು ಅಲ್ಲಿಂದ ಹೊರಟರು. ಹಾಗೆ ಅವನಿಗೆ ಒದೆಪಟ್ಟು ಬೀಳುವಾಗ ಅವನ ದೇಹದಲ್ಲಿ ಉಸಿರೇ ಇಲ್ಲವೇನೋ ಅನಿಸುತ್ತಿತ್ತು. ಆಗ ಎರುಕ್ಕು "ಅಯ್ಯೋ ಪಾಪಿಗಳಾ ನಿಮಗೊಂದು ಹಾವು ಕಡೀಬಾರ್ದ, ನಿಮ್ ಕಣ್ಣಿಗೆ ಹುಣ್ಣು ಬರಬಾರ್ದ, ಒಂದು ಬೇದಿ ಹೊಡಿಬಾರದಾ ಹಿಂಗೆ ಹೊಡ್ದು ಹಾಕಿ ಹೋಗ್ತಾ ಇದೀರಲ್ಲ" ಎಂದು ಅವರಿಗೆ ಶಾಪ ಹಾಕುವಂತೆ ಸೆಟೆದು ಕಿರುಚಿದಳು. ಅವರಲ್ಲೊಬ್ಬ ಪಂಡಾರಂ ಅದನ್ನು ಕೇಳಿ ಓಡಿಹೋಗಿ ಅವಳ ಹೊಟ್ಟೆಗೆ ಝಾಡಿಸಿ ಒದ್ದ. ಆ ಏಟಿಗೆ ತತ್ತರಿಸಿ ಅಳುತ್ತಾ ಕುಸಿದು ಬಿದ್ದಳು ಎರುಕ್ಕು. ಆ ನಂತರ ಪಂಡಾರಂಗಳು ಅಲ್ಲಿಂದ ತೀರ ಏನೂ ನಡೆದೇ ಇಲ್ಲವೇನೋ ಎಂಬಂತೆ ಸಾಧಾರಣವಾಗಿ ನಡೆದು ಹೊರಟರು. ಅವರಲ್ಲೊಬ್ಬ "ಮುರುಗನಿಗೆ" ಅಂದ. ಮತ್ತಿಬ್ಬರು "ಹರೋಹರ" ಎಂದು ಜೈ ಕಾರ ಹಾಕಿದರು.

***

16

ಪಂಡಾರಂ ಸಂಜೆ ಹೊತ್ತಲ್ಲಿ ಕುಲಸೇಕರಂನಲ್ಲಿ ಹೋಗಿ ಇಳಿದರು. ಅಲ್ಲಿಂದ ಆಟೋದಲ್ಲಿ ಸುಬ್ರಹ್ಮಣ್ಯಪುರಂಗೆ ಹೋಗಿ ದೇವಸ್ಥಾನದ ಬಗ್ಗೆ ವಿಚಾರಿಸುತ್ತಾ ಹೊರಟರು. ಅದೊಂದು ಹಳೆಯ ದೇವಸ್ಥಾನ, ತುಂಬಾ ಚಿಕ್ಕದು. ಇನ್ನೇನು ಬೀಳಲಿಕ್ಕಾಗಿರುವ ಸ್ಥಿತಿಯಲ್ಲಿ ಇರುವ ಗೋಪುರ. ಸನ್ನಿಧಿಯ ಮುಂದೆ ಇದ್ದ ಅಗ್ರಹಾರದ ಎಲ್ಲಾ ಎಂಟು ಮನೆಗಳೂ ನೆಲಸಮವಾಗಿದ್ದವು. ಅಲ್ಲಿದ್ದ ಒಂದು ಬೀದಿಯಲ್ಲಿ ಹಸಿರು ಗೇಟು ಇದ್ದ ಹೆಂಚಿನ ಮನೆಯೇ ದಾನು ಪಂಡಾರಂನದ್ದು. ಗೇಟನ್ನು ಹಿಡಿದುಕೊಂಡು ಅವರು ಒಂದು ಕ್ಷಣ ನಿಂತರು. ಹಿಂತಿರುಗಿಬಿಡೋಣವೇ ಎಂದು ಯೋಚಿಸಿದರು. ನಾಗರಾಜ ದೇವಸ್ಥಾನದಿಂದ ಹೊಟ್ಟೆಯಡಿಯಾಳದಲ್ಲಿ ಹುಟ್ಟಿಕೊಂಡ ಆವೇಶದೊಂದಿಗೆ ಹೊರಟು ಬಸ್ಸು ಏರಿದಾಗ ಸೀದ ಹೋಗಿ ಅವರುಗಳ ಮುಖಕ್ಕೆ ಹೊಡೆದಂತೆ ಕೇಳಬೇಕಾದ ಪ್ರಶ್ನೆಗಳು ಎದೆಯೊಳಗೆ ಕುದ್ದೆದ್ದಿದ್ದವು. ಬಸ್ಸು ಓಡುತ್ತಿದ್ದಂತೇ ಮನಸು ತಣ್ಣಗಾಗಿತ್ತು. ಏನೆಂದು ಹೇಳಲಾಗದ ತಳಮಳ. ದೇಹದ ತುಂಬ ಏನೋ ಒತ್ತಡ. ಹಠಾತ್ತನೆ ಹಿರಿಮಗಳ ನೆನಪು ನುಗ್ಗಿ ಬಂದು 'ಬಂಗಾರದಂತ ಮಗಳೇ' ಎಂದು ಮನದೊಳಗೆ ನೆನೆಯುತ್ತಾ ಮನಸು ಕುಗ್ಗಿತು. ಆಮೇಲೆ ದುಃಖ ಆವರಿಸಿಕೊಂಡಿತ್ತು. ಅಳುವನ್ನು ನುಂಗಲು ಯತ್ನಿಸಿದಷ್ಟೂ ಗಂಟಲಿನಲ್ಲಿ ನೆಲ್ಲಿಕಾಯಿಯ ಒಗರಿನಂತದ್ದೇನೋ ಅಂಟಿಕೊಂಡಂತೆ ಉಬ್ಬಿಕೊಂಡಿತ್ತು.

ಕುಲಸೇಕರಂನಲ್ಲಿ ಬಸ್ಸು ಇಳಿದು ಆಟೋದಲ್ಲಿ ಬರುತ್ತಿರುವಂತೇ ಏನು ಮಾಡುವುದೆಂಬ ಸಣ್ಣ ದಿಗಿಲು ಹೊಟ್ಟೆಯೊಳಗೆ ಹುಟ್ಟಿಕೊಂಡು ಅವರನ್ನು ಅಲ್ಲಾಡಿಸತೊಡಗಿತ್ತು.

"ಬನ್ನಿ ಬನ್ನಿ" ಅನ್ನುತ್ತಾ ದಾನು ಪಂಡಾರಂ ಇಳಿದು ಓಡಿಬಂದರು. "ಹೇಳಲೇ ಇಲ್ಲ, ದೀಪ ಹಚ್ಚೋ ಹೊತ್ತಲ್ಲಿ ಬಂದಿದ್ದೀರಿ?"ಎಂದು ಕೇಳಿದವರು "ಕುಟ್ಟೀ, ಆ ಚೇರ್ ಎತ್ತಿ ಹಾಕು" ಅಂದರು. ಹುಡುಗನ ಚಿಕ್ಕಮ್ಮನ ಮಗಳು ಅದು. ಹುಡುಗಿ ಕಪ್ಪಗಿತ್ತು.

'ಇದನ್ನ ಮದುವೆ ಮಾಡಿಸೋದರಲ್ಲಿ ಹುಟ್ಟಿಸಿದವನ ಕತೆ ಮುಗಿದುಹೋಗತ್ತೆ' ಎಂದು ಯೋಚಿಸುತ್ತಾ ಅವರು ಚೇರಲ್ಲಿ ಕುಳಿತರು.

"ಬನ್ನಿ" ಬಾಗಿಲ ಹಿಂದಿನಿಂದ ಮನೆಯೊಡತಿಯ ರಹಸ್ಯ ದನಿ ಕೇಳಿಬಂತು. ಅವಳನ್ನು

ಪಂಡಾರಂ ಇಲ್ಲಿತನಕ ನೋಡಿಯೇ ಇರಲಿಲ್ಲ. ಬಾಗಿಲ ಹಿಂದಿನಿಂದ ಮತ್ತೆ ಒಡೆದ ದನಿ ಕೇಳಿಬಂತು "ಯಾವಾಗ ಹೊರಟಿರಿ? ಕಾಫಿ ಮಾಡ್ಲಾ?"

"ಬೇಡ, ಇವಾಗಷ್ಟೆ ಕುಡಿದೆ" ಅಂದರು ಪಂಡಾರಂ ಬೇರೆಡೆ ನೋಡುತ್ತಾ.

"ಒಳ್ಳೆ ಕತೆ ಆಯ್ತಲ್ಲ. ಮನೆಗೆ ಬಂದು ಒಂದು ಬಾಯಿ ಕಾಫಿನೂ ಕುಡಿದೇ ಇದ್ರೆ ಹೇಗೆ? ಕಾಫಿ ತಗೊಳ್ಳಿ."

ದಾನುಪಂಡಾರಂ ಸುಮ್ಮನೆ ಮೌನವಾಗಿ ಕೂತಿದ್ದರು. ವೇಲುಪಂಡಾರಂ ಬಿಗಿದುಕೊಂಡು "ಕರೀತೀರ?" ಎಂದು ಕೇಳಿದರು.

"ಬಂದೆ" ಎನ್ನುತ್ತಾ ಅವರು ಒಳಗೆ ಹೋದರು. ಒಳಗೆ ಹಲವು ಬಗೆಯ ಮಾತುಕತೆಗಳು ನಡೆದಿದ್ದವು. ಬರಬಾರದಿತ್ತು ಎಂದು ಪಂಡಾರಂಗೆ ಅನಿಸಿತು. ಬಂದಿದ್ದರೂ ಕೂರಬಾರದಾಗಿತ್ತು. ಕೂತಿದ್ದೇ ಕತೆ ಬದಲಾಗಿಬಿಟ್ಟಿದೆ. ಇನ್ನು ಕೆಲವು ವಿಷಯಗಳನ್ನ ಮಾತಾಡಲಾಗದು ಎಂದೆನಿಸಿತು.

ದಾನು ಪಂಡಾರಂ ಸ್ವಲ್ಪ ಹೊತ್ತಿನಲಿ ಹೊರಗೆ ಬಂದು ಸಣ್ಣಗೆ ನಗುತ್ತ "ಮಗ ಬರಲು ಎಂಟು ಗಂಟೆ ಆಗತ್ತೆ. ಹತ್ತು ಹದಿನೈದು ಲಕ್ಷ ಅಲ್ವಾ ಅವನ ಕೈಲಿ ಇರೋದು. ನಮಗೆ ಒಂದು ಹತ್ತು ರೂಪಾಯಿಯ ಲೆಕ್ಕ ಅಂದ್ರೆ ಜೀವ ಕಿತ್ಕಂಡು ಬರತ್ತೆ, ಅಂಥದ್ರಲ್ಲಿ ಹತ್ತು ಲಕ್ಷ ಅಂದ್ರೆ ಕತೆನೇ ಬೇರೆ ಅಲ್ವಾ" ಅಂದರು.

ಪಂಡಾರಂನ ಉಸಿರು ಬಿಗಿಯಾಗಿ ಲೋಹದಂತೆ ಗಟ್ಟಿಯಾಗಿ ಬಿಟ್ಟಿತೋ ಅನಿಸಿತು. "ಮಗನ ಬಗ್ಗೆ ವಿಚಾರಿಸಿದೆ" ಅಂದರು. ದಾನು ಪಂಡಾರಂನ ಮುಖ ಬದಲಾಯಿತು. ಆದರೂ ಸಾವರಿಸಿಕೊಂಡು "ವಿಚಾರಿಸಬೇಕಲ್ವಾ? ನಾಲ್ಕು ಕಡೆ ವಿಚಾರಿಸಿ ತಾನೇ ಮಾಡಬೇಕು" ಅಂದರು.

ಒಳಗಿನಿಂದ ಅವರ ಹೆಂಡತಿ "ಹೊಟ್ಟೆಕಿಚ್ಚಿರೋರು, ನಾಲ್ಕು ತರ ಮಾತಾಡ್ತಾರೆ. ಆದರೆ ನಮ್ಮ ಮನಸು ಏನು ಹೇಳ್ತದೋ ಅದು ತಾನೇ ಮುಖ್ಯ" ಅಂದಳು.

"ಮಗನಿಗೆ ಏನು ಕೆಲಸ"

"ಕೋಆಪರೇಟಿವ್..."

"ಅದು ಸರಿ, ಅಲ್ಲಿ ಏನು ಕೆಲಸ?"

ಸ್ವಲ್ಪ ಹೊತ್ತು ಅಲ್ಲಿ ಮೌನ ನೆಲೆಸಿತು. ಒಳಗಿನಿಂದ ಅವಳು "ಇವಾಗ ನಿಮಗೆ ಏನು ತಿಳಿಯಬೇಕು?" ಎಂದು ಕೇಳಿದಳು.

"ಹುಡುಗನಿಗೆ ಪರ್ಮನೆಂಟ್ ಕೆಲಸ ಅಂದಿರಿ. ಆದರೆ ಅದು ಪರ್ಮನೆಂಟ್ ಕೆಲಸ ಇಲ್ಲ. ಸಾವಿರದ್ದೈನೂರು ರುಪಾಯಿ ಸಂಬಳ"

ಒಳಗಿನಿಂದ ಆಗ ಎದ್ದ ಸದ್ದು ಪಂಡಾರಂಗೆ ದಿಗಿಲು ಹುಟ್ಟಿಸಿತು. "ಯಾವ ಮುಂಡೆಮಗ ಹೇಳಿದ ಆ ತರ?"

"ನಾನು ಬ್ಯಾಂಕಲ್ಲಿ ಹೋಗಿ ನೋಡಿದೆ. ಅಷ್ಟು ಮಾತ್ರವೇ ಸಂಬಳ"

"ಹೌದು ತಿಂಗಳಿಗೆ ಐನೂರು ಕಮಿಷನ್ ಸಿಗತ್ತಲ್ಲ ಅದು ಆ ಸೂಳೆಮಕ್ಕಳ ಕಣ್ಣಿಗೆ ಬಿದ್ದಿಲ್ವಂತಾ?" ಕೇಳಿದಳು ಅವಳು.

"ಸರಿ ಎರಡು ಸಾವಿರ. ನೀವು ಹೇಳಿದ್ದು ಎಂಟು ಸಾವಿರ ಅಲ್ವಾ?"

"ನಾನು ನಿಮ್ಮತ್ರ ಹಂಗೇಳಿದ್ನಾ? ನಾನು ಹೇಳಿದ್ನಾ ಹಂಗಂತ?" ಎಂದು ಆ ಹೆಂಗಸು ಹೊರಗೆ ಬಂದಳು. ಸೆರಗನ್ನು ಬಿಗಿದು ಸೊಂಟಕ್ಕೆ ಸಿಕ್ಕಿಸಿಕೊಂಡಳು. ದಪ್ಪನೆಯ ಕಪ್ಪು ಶರೀರ. ಅಲ್ಲಲ್ಲಿ ಟಯರುಗಳಂತೆ ಸುತ್ತಿಕೊಂಡ ಮಾಂಸಖಂಡ. ಕತ್ತಿನ ಸುತ್ತ ಬಿಗಿದುಕೊಂಡ ಮಾಂಸ. ಹೊರಚಾಚಿಕೊಂಡಂತೆ ಕಾಣುವ ತೋಳುಪಟ್ಟೆ.

"ದಲ್ಲಾಳಿ"

"ದಲ್ಲಾಳಿಗಳು ಇನ್ನೂ ಹತ್ತು ಹಲವು ಹೇಳ್ತಾರೆ, ನಿಮ್ಮತ್ರ ನಾವು ಹೇಳಿದ್ವಾ?"

ಪಂಡಾರಂ ಗಾಬರಿಯಿಂದ ಮೌನವಾಗಿಬಿಟ್ಟರು. ಆಕೆ ಬಾಯಿ ತೆರೆದು ಆ ದಲ್ಲಾಳಿಯನ್ನು ಬಯ್ಯಲು ಆರಂಭಿಸಿದಳು. ಹೆಣ್ಣೊಬ್ಬಳು ಆ ಪರಿ ಬಯ್ಯಬಹುದೆಂದು ಪಂಡಾರಂಗೆ ಈ ಹಿಂದೆ ಕಂಡು ಕೇಳಿ ಗೊತ್ತಿರಲಿಲ್ಲ. ಮುಂಚೆ ಅಮ್ಮಿಣಿ ಎಂಬ ಒಬ್ಬ ತಿರುಪೆಯವಳು ಅವರ ಬಳಿ ಇದ್ದಳು. ಅವಳ ಬಳಿಯೂ ಬಾಯ್ತುಂಬ ಅವಾಚ್ಯ ಶಬ್ದಗಳಿದ್ದವು. ಆದರೆ ಇಷ್ಟೊಂದು ಕನಿಷ್ಠವಾದ ಬಯ್ಗುಳನ್ನು ಅವರು ಈ ಹಿಂದೆ ಕೇಳಿಯೇ ಇರಲಿಲ್ಲ.

ಪಂಡಾರಂ ಎದ್ದು ಬ್ಯಾಗನ್ನು ಕೈಗೆತ್ತಿಕೊಂಡರು. "ನಾನು ಬರುತ್ತೇನೆ. ಇದು ಸರಿಹೋಗಲ್ಲ. ಮಗಳ ಭವಿಷ್ಯ."

"ಓಯ್ ಇರಿ ಮಾತಾಡಣ" ಅಂದರು ದಾನು ಪಂಡಾರಂ.

"ನೀನು ನಿನ್ ಕೆಲಸ ನೋಡಲೇ ಸೂಳೆಮಗನೆ" ಎಂದು ಬಯ್ದಳು ಆ ಹೆಂಗಸು. ಆಮೇಲೆ ವೇಲುಪಂಡಾರಂ ಕಡೆಗೆ ತಿರುಗಿ "ನಿನ್ನ ಮಕ್ಕಳಿಗೆ ಬದುಕಲಿಕೆ ಹಲವು ದಾರಿಗಳಿವೆ ಕಣಲೆ. ಎಲ್ಲ ಗೊತ್ತಿರೋದೇ ತಾನೇ ಅಂತ ನಾನೂ ಸುಮ್ಮನಿದ್ದೆ. ಮಕ್ಕಳನ್ನ ಸುಮ್ಮನೆ ಪಳನಿಗೋ ತಿರುಚೆಂಡೂರಿಗೋ ಕರ್ಕೊಂಡು ಹೋಗಿ ಸಂಪಾದಿಸಿ ತರೋನಲ್ವೇನಲೇ ನೀನು? ಹಣ ತಾನೆ ನಿಂಗೆ ಬೇಕಾಗಿರೋದು? ನೀ ಏನು ದೇವಸ್ಥಾನದಲಿ ಹೂಕಟ್ಟಿಯಾ ಲಕ್ಷ ಲಕ್ಷ ಸಂಪಾದಿಸಿದೆ? ತಿರುಪೆ ನನ ಮಗನೆ. ಮದುವೆ ನಿಲ್ಲಿಸು ಹೋಗು. ನಂಗೂ ಊರವರಿಗೆ ನಾಲ್ಕು ಮಾತು ಹೇಳಲಿಕ್ಕಿದೆ. ನಾಯಿ ನನ ಮಗನೆ. ಮನೆ ಏರಿ ಬಂದು ಮಗನ ಬಗ್ಗೆ ಇಲ್ಲದ್ದು ಸಲ್ಲದ್ದು ಹೇಳ್ತೀಯಾ? ನನ್ನ ಮಗ ಮಾನಸ್ಥನಾಗಿ ಬದುಕ್ತಿದಾನೆ. ಕೆಲಸ ಮಾಡಿ ಬದುಕೋನು ಅವ್ನು. ಅಮ್ಮನನ್ನೋ, ಕಟ್ಕೊಂಡೋಳನ್ನೋ ಮಾರಿ ಬದುಕೋನಲ್ಲ. ಹೆತ್ತ ಮಕ್ಕಳನ್ನೇ ಮಾರಿ ಬದುಕೋ ಗಬ್ಬು ಸೂಳೆಮಗ ಅಲ್ಲ. ತಿರುಪೆಗಳ ಹುಣ್ಣು ನೆಕ್ಕೋ ಶೂದ್ರನಲ್ಲ."

ಪಂಡಾರಂ ಇಳಿದು ಗೇಟಿನತ್ತ ನಡೆದರು. ಆಕೆ ಹಿಂದಿನಿಂದ ಬಂದು "ಓಡ್ತೀಯಾ ಓಡು, ಎಲ್ಲಿಗೆ ಓಡ್ತೀಯಾ ಅಂತ ನೋಡ್ತೀನಿ. ತಲೆಹಿಡುಕ ಶೂದ್ರನ ಮಗನೆ" ಎಂದು ಕಿರುಚಿ ಹೇಳಿದಳು.

ಬೀದಿಗೆ ಇಳಿಯುವಾಗ ಅವರ ಕಾಲುಗಳು ನಡುಗುತ್ತಿದ್ದವು. ಬಿದ್ದುಬಿಡುತ್ತೀನೇನೋ ಎಂದು ಅನಿಸುತ್ತಿತ್ತು. ಅಷ್ಟರಲಿ ಬೇರೊಂದು ಕಾಲುದಾರಿಯ ಮೂಲಕ ದಾನು ಪಂಡಾರಂ ಓಡಿ ಬಂದರು.

"ಓಯ್ ನಿಲ್ಲುವೋಯ್" ಎಂದು ಕೂಗಿದರು.

ದಾನು ಪಂಡಾರಂ ಅನ್ನು ಕಂಡೊಡನೇ ಪಂಡಾರಂಗೆ ಕೆಳ ಹೊಟ್ಟೆಯೊಳಗೆ ಕಿಚ್ಚು ಹತ್ತಿತು.

"ಕುಲಗೇಡಿ ಪಾಪಿ ನೀನು ಉದ್ದಾರಾಗ್ತೀಯಾ? ಚೆನ್ನಾಗಿರ್ತೀಯಾ?"

"ಇರಪ್ಪಾ. ಇರು. ಏನು ಬೇಕಾದರೂ ಹೇಳು. ನಾನೀಗ ಹೇಳೋದು ನಿನ್ನ ಒಳ್ಳೇದಕ್ಕನೇ. ನೀನು ಹೋಗ್ತಾ ಇರೋ ವೇಗ ಸರಿಯಲ್ಲ. ನೀನೀಗ ಹೋಗಿ ಮದುವೆ ನಿಲ್ಸಿಬಿಟ್ರೆ ಈ ಚಂಡಾಲಿ ಬಿಟ್ಟುಬಿಡ್ತಾಳಾ? ಇವಳು ರಕ್ತ ಕುಡಿಯೋ ಯಕ್ಷಿಯ ಹಾಗೆ. ಬಿಡಲ್ಲ. ನಮ್ಮ ಜಾತಿಯಾ, ಎಣಿಸಿದರೆ ಏಳು ಜನ ಅನ್ನೋ ಹಾಗೆ ಇದೀವಿ. ಐವತ್ತು ಪೋಸ್ಟ್ ಕಾರ್ಡ್ ತಗೊಂಡರೆ ನಿನ್ನ ಮಗಳನ್ನ ಊರರಿಯೋ ಹಾಗೆ, ಜಗತ್ತಿಗೇ ಗೊತ್ತಾಗೋ ಹಾಗೆ ಹೆಸರು ಕೆಡಿಸಿ ಹಾಕಿಬಿಡಬಹುದು. ನೋಡ್ಕೋ, ಜಾಗ್ರತೆ. ಆಮೇಲಿಂದ ನಿನ್ ಮನೆಯಿಂದ ಯಾವ ಹೆಣ್ಣೂ ಮೆಟ್ಟಿಲಿಳಿಯಕ್ಕಾಗಲ್ಲ."

ಪಂಡಾರಂನ ಕಾಲು ಕುಸಿದವು. ಅಲ್ಲೇ ಒಂದು ಮೈಲುಗಲ್ಲಿನ ಮೇಲೆ ಕುಳಿತರು.

"ಇವಳು ಒಂದು ರಾಕ್ಷಸಿನೇ, ಆದರೆ ನನ್ನ ಮಗ ಬಂಗಾರ. ನೀನು ಅವನನ್ನ ನಂಬಿ ಹೆಣ್ಣು ಕೊಡಬಹುದು ನೋಡು"

"ಈ ಪಾಪಿ ನನ್ನ ಮಗಳ ರಕ್ತ ಕುಡಿದುಬಿಡುತ್ತಾಳೇನೋ"

"ಎಲ್ಲ ಸರಿಯಾಗತ್ತೆ, ಒಂದು ಆರು ತಿಂಗಳು. ಆಮೇಲೆ ನೀನು ಗುಟ್ಟಾಗಿ ಕೊಲ್ಲಂಗೋಡಲ್ಲೋ, ತಾಮರೈಕೊಳದಲ್ಲೋ ಒಂದು ಮನೆ ತೆಗೆದುಕೊಡು. ಹುಡುಗ ನಿಮ್ಮ ಮಗಳನ್ನ ಕರಕೊಂಡು ಅಲ್ಲಿ ಒಂದಾಗಿ ಇರಲಿ. ಆಮೇಲೆ ಹುಡುಗಿ ಅವನನ್ನ ಬುಟ್ಟಿಗೆ ಹಾಕಿಕೊಳ್ಳೋದರಲಿ ಎಷ್ಟೊತ್ತು?"

"ಓಯ್ ಒಳ್ಳೆ ಗಿಳಿಮರಿ ಸಾಕಿದಂಗೆ ಸಾಕಿದೀವಿ. ಗಟ್ಟಿಯಾಗಿ ಒಂದು ಮಾತು ಕೂಡ ಆಡಿ ಗೊತ್ತಿಲ್ಲದವಳು"

"ಇಲ್ಲಿ ನೋಡು ಒಬ್ಬೊಬ್ರಿಗೆ ಒಂದೊಂದು ಥರ ತಲೆಬರಹ. ಎಲ್ಲ ಒಳ್ಳೆಯದಾಗತ್ತೆ. ಇಲ್ನೋಡು, ಅತ್ತೆ ದೆವ್ವ ನಿಜ ಆದರೆ ಹುಡುಗ ಪಾಪ ಕಣಪ್ಪ. ನಾಳೆ ನೀನು ಬೇರೆ ಹುಡುಗನಿಗೆ

ಕಟ್ಟಿಕೊಟ್ಟ ಮೇಲೆ ಅವನು ಸರಿ ಇಲ್ಲಾಂತ ಗೊತ್ತಾದರೆ ಏನು ಮಾಡ್ತೀಯ? ಮದುವೆ ಮುರಿದು ಕರ್ಕೊಂಡು ಹೋಗ್ತೀಯ? ಇಲ್ಲ ತಾಳಿ ಹರದು ಬೇರೆ ಕಡೆ ಕಟ್ಟಿಕೊಡ್ತೀಯಾ?"

ಪಂಡಾರಂ ಒಡನೇ ಬಿಕ್ಕಿ ಬಿಕ್ಕಿ ಅಳತೊಡಗಿದರು.

"ಎಲ್ಲಾ ಒಳ್ಳೆಯದಾಗಿ ಕೂಡಿ ಬರತ್ತೆ ನೋಡು, ಮಗಳ ಹತ್ರ ಹೇಳು, ಹೀಗ್ಹೀಗೆ ಸಂಗತಿ ಅಂತ. ಹಾಗೇನಾದ್ರು ಸರಿ ಹೋಗಲಿಲ್ಲಾಂದ್ರೆ ಒಂದಾರು ತಿಂಗಳು ನೋಡಿ ಹುಡುಗ ಹುಡುಗಿಗೆ ಬೇರೆ ಊರಲ್ಲಿ ಮನೆ ಮಾಡಣಂತೆ. ಇಲ್ನೋಡು ಬೇರೆ ಏನೂ ಮಾಡಕ್ಕಾಗಲ್ಲ, ಬೇರೆ ದಾರಿನೂ ಇಲ್ಲ. ನಮ್ಮ ಜಾತಿಲಿ ಕಾಪು ಕಟ್ಟಿದ ಮೇಲೆ ಮತ್ತೆ ಬದಲಿಸಿ ಕಟ್ಟೋ ರೂಢಿ ಇಲ್ಲವೋ, ಕಾಪು ಕಟ್ಟಿದರೆ ತಾಳಿ ಕಟ್ಟಿದ ಲೆಕ್ಕವೇ"

ಪಂಡಾರಂ ಮುಖ ಹಿಂಡುತ್ತಾ "ವೋಯ್ ಅಂಥಾ ಮಗಳು ಕಣಪ್ಪ, ತಣ್ಣೀರನ್ನ ಕೂಡ ಸೋಸಿ ಕುಡಿಯೋವಂಥವಳು. ಇಲ್ಲೀತನಕ ಅವಳ ದನಿ ಬೀದಿ ದಾಟಿ ಹೊರಗೆ ಹೋಗಿಲ್ಲ. ಅಂತಾ ಮಗಳು ಅವಳು. ಅಳಿಲು ಅತ್ತರೆ ಅಯ್ಯೋ ಅಂತ ಕರಗೋಗಾಗ್ತಾಳೆ, ಅಂತೋಳು."

"ಸರಿ, ಅದಕ್ಕೇನು ಇವಾಗ ನಾನಿಲ್ವಾ? ನಿನ್ ಮಗಳು ನನ್ ಮಗಳು ಅಂತೀನಿ. ಸಾಲ್ದಾ?"

ಪಂಡಾರಂ ಅಲ್ಲಿಂದ ಬೀಳ್ಕೊಂಡು ಬಸ್ ಏರಿ ಕುಲಸೇಕರಂನಲ್ಲಿ ಇಳಿದುಕೊಂಡರು. ಮನೆಗೆ ಹೋಗುವುದನ್ನು ನೆನೆದರೇ ಅವರು ಕಾಲುಗಳು ಹಿಂಜರಿದವು. ಅವರಿಗೆ ಸೀದಾ ಪಳನಿಗೆ ಹೋಗಬೇಕು ಅಂತಲೇ ಅನಿಸುತ್ತಿತ್ತು.

ರಾತ್ರಿಯ ತನಕ ಕುಲಸೇಕರಂನಲ್ಲೇ ಅಲೆದು ಸುತ್ತಿ ಬಸ್ ಏರಿ ಊರಿಗೆ ಮರಳಿದರು. ಊರು ಆಗಲೇ ಸದ್ದಡಗಿಸಿಕೊಂಡಿತ್ತು. ಆಕಾಶದಲ್ಲಿ ಬೆಳ್ಳಿ ನಕ್ಷತ್ರ ಹೊಳೆಯುತ್ತಿತ್ತು. ಯಾವಾಗಲೂ ಒಂಭತ್ತು ಗಂಟೆಯ ಮೇಲೆ ಭಕ್ತರುಗಳು ಇರುತ್ತಿರಲಿಲ್ಲ. ಮೆಟ್ಟಿಲಲ್ಲಿ ಮುತ್ತಮ್ಮ ಬಿದ್ದಿದ್ದಳು. ಪಕ್ಕದಲಿ ಮಗುವೂ ಬಿದ್ದಿತ್ತು. ಅವಳು ತನ್ನ ಎಡಗೈಯನ್ನು ಆಡಿಸುವಾಗ ಮಗು ಬುರ್ರ್ ಬುರ್ರ್ ಎಂಬ ಸದ್ದು ಹೊರಡಿಸುತ್ತಿತ್ತು. ಒಂದು ಕಾಲನ್ನು ತಟ್ ತಟ್ ಎಂದು ಹೊಡೆಯುತ್ತ ಸಂತೋಷದಿಂದ ನಕ್ಕಿತು. ಬಾಯಿಂದ ಗಳಗಳನೆ ಜೊಲ್ಲು ಸುರಿಯಿತು. ಬಹುಶಃ ಹೊಟ್ಟೆ ತುಂಬಿರಬೇಕು ಅಂದುಕೊಂಡರು.

"ಬನ್ನಿ ಒಡೇರೆ" ಅಂದಳು ಮುತ್ತಮ್ಮ.

"ಏನೇ, ಚೆನ್ನಾಗಿ ವಸೂಲಾಯ್ತಾ?"

ಮಗುವನ್ನು ಬಗ್ಗಿ ನೋಡಿದರು. ಅದು ಒಂದು ಕಣ್ಣನ್ನು ತೆರೆದುಕೊಂಡು ಒಂದು ಕಾಲನ್ನೆತ್ತಿ ಒದೆಯುತ್ತಾ, ಕುಂಡಿಯನ್ನು ಎತ್ತಿಎತ್ತಿ ಹಾಕುತ್ತಾ ಮುಂದೆ ಮುಂದೆ ಜರುಗಲು ಪ್ರಯತ್ನಿಸುತ್ತಾ ಬುರ್ ಬುರ್ ಎಂದು ಸದ್ದು ಮಾಡುತ್ತಿತ್ತು. "ನಗುತ್ತಿದ್ದಾನೆ" ಅಂದರು ಪಂಡಾರಂ.

"ಬಿಸಿಲು ಕಮ್ಮಿ ಆದಮೇಲೆ ನಗುವೇ" ಅಂದಳು ಮುತ್ತಮ್ಮ. "ರಜನೀಕಾಂತು, ಎಲೇ... ರಜನೀಕಾಂತು..." ಕರೆದಳು.

"ಕಿತ್ತೋಯ್ತು ಹೋಗು" ಎಂದರು ಪಂಡಾರಂ "ಮುಂಚೆ ರಾಜಾ ಅಂತ ತಾನೆ ಕರೀತಿದ್ದೆ? ಮುತ್ತುರಾಜಾ, ತಂಗರಾಜಾ ಅಂತ. ಇವಾಗ ಏನು ಹೊಸವರಸೆ?"

"ಇದು ಆ ಸಿನಿಮಾದಲ್ಲಿ ಇರೋ ರಾಜಾ" ಎದುರಿನಲ್ಲಿದ್ದ ಗೋಡೆಯಮೇಲೆ ತಂಗಮಗನ್ ಸಿನಿಮಾದ ಪೋಸ್ಟರ್ ಅಂಟಿಸಲಾಗಿತ್ತು. ಅದನ್ನು ತೋರಿಸಿ "ರಜನಿ ರಾಜಾ ಅಲ್ವಾ? ಹಂಗಾಗಿ" ಅಂದಳು.

ಅಷ್ಟರಲ್ಲಿ ರಜನೀಕಾಂತ್ ಮೂತ್ರ ಮಾಡಿತು. ಅದರ ನಗು ನಿಂತು ಮುಖ ಹಿಂಡಿತು. ಜುರ್ ಜುರ್ ಎಂದು ಏನೋ ಸದ್ದು ಮಾಡಿತು. ಅವಳು ಮಗುವಿನ ಕಾಲನ್ನು ಎತ್ತಿ ಮೇಲೆ ಹಿಡಿದು ತನ್ನ ಸೀರೆಯಿಂದ ಅದರ ಉಚ್ಚೆಯನ್ನು ಒರೆಸಿದಳು. ರಜನೀಕಾಂತು ತನ್ನ ಕೈಬೆರಳನ್ನು ಬಾಯಿಗೆ ಹಾಕಲು ಹೋಗಿ, ಮುಖದ ತುಂಬೆಲ್ಲ ಹುಡುಕಿ ಕಡೆಗೂ ಬಾಯನ್ನು ಕಂಡುಹಿಡಿದು ಅದರೊಳಗೆ ತನ್ನಿಡೀ ಕೈಯನ್ನು ಹಾಕಲು ಪ್ರಯತ್ನಿಸಿ ಕಡೆಗೆ ಆಗದೆ, ಬಾಯೆಲ್ಲ ಜೊಲ್ಲು ಸುರಿಸಿಕೊಂಡು ತುಟಿಗಳನ್ನು ಕಚ್ಚುತ್ತ ಲೊಚ್ಚಗುಟ್ಟಿತು.

"ಬರ್ತೇನೆ" ಎನ್ನುತ್ತ ಪಂಡಾರಂ ಅಲ್ಲಿಂದ ಹೊರಟು ದೇವಸ್ಥಾನದೊಳಗೆ ಹೋದರು, ಯಾರೂ ಇರಲಿಲ್ಲ. ಗರ್ಭಗುಡಿಯೊಳಗೆ ದೊಡ್ಡ ಮುರುಗನ ಶಿಲೆ ಹೂಗಳಿಂದಲೂ ಚಂದನಲೇಪದಿಂದಲೂ ಅಲಂಕೃತವಾಗಿ ಬೆಳಗುತ್ತ ನಿಂತಿತ್ತು. ಪಂಡಾರಂ ಗರ್ಭಗುಡಿಯ ತಲೆಬಾಗಿಲಲಿ ಅಡ್ಡಬಿದ್ದು ನಮಸ್ಕರಿಸಿದರು. "ಅಪ್ಪಾ ಮುರುಗಾ, ಪಳನಿ ಆಂಡವಾ" ಎಂದು ಕೂಗಿದರು.

ಶರಟನ್ನು ಬಿಚ್ಚಿ ತೋಳಿನಲ್ಲಿ ಹಾಕಿಕೊಂಡು, "ಅಪ್ಪಾ ಮುರುಗಾ, ಕಂದಕಡಂಬಾ, ಕದಿರ್‌ವೇಲಾ, ಸೆಂದಿಲಾಂಡವನೇ, ಮರುದಮಲೈ ಮುರುಗಾ" ಎಂದು ಕರೆಯುತ್ತಾ ದೇವಸ್ಥಾನ ಸುತ್ತಿ ಬಂದರು. ಅಲ್ಲಿಂದ ಸೀದ ಸನ್ನಿಧಿಯ ಮುಂದೆ ಬಂದು ಕುಳಿತು ಕಂಗಳನ್ನು ಮುಚ್ಚಿಕೊಂಡರು. 'ಪನಿವಿಳುಂ ಮಲರ್‌ವನಂ, ಉನ್ ಪಾರ್ವೈ ಒರು ವರಂ...' ಹಾಡು ತಲೆಯೊಳಗೆ ಮೊಳಗಿ ಅವರಿಗೆ ಅತ್ಯಂತ ಅವಮಾನಕರವೆನಿಸಿತು. 'ಸತ್ತದ್ದು ಈ ಸಾಲು ನಂಗೇನಾದ್ರು ಪೀಡೆ ಗೀಡೆ ಹಿಡ್ಕಂಡಿದ್ಯಾ... ಏನರ್ಥ ಇದುಕ್ಕೆ' ಎಂದು ಕೇಳಿಕೊಂಡರು. ಹಠದಿಂದ 'ಕಂದ ಕಡಂಬಾ ಕದಿರ್‌ವೇಲಾ' ಎಂದು ಮತ್ತೆ ಆರಂಭಿಸಿದರು. ಏನು ಮಾಡುವುದೆಂದು ತಿಳಿಯುತ್ತಿಲ್ಲವಲ್ಲಪ್ಪಾ ಮುರುಗಾ. ಬೆಳೆದ ಹುಡುಗಿ, ಇನ್ನೂ ಮನೆಯಲ್ಲಿಟ್ಕಳಂಗಿಲ್ಲ. ಅದೇನೋ ಗೊತ್ತಿಲ್ಲ ಹೆಣ್ಣಿನ ಬದುಕನ್ನ ಮುಗ್ಸೋದೇ ಒಂದು ಕುಲದ ಕರ್ತವ್ಯಾನೋ ಅನ್ನಂಗೆ ಎಲ್ಲ ಕೆಲಸಬಿಟ್ಟು ಅದನ್ನೇ ಮದ್ಲು ಮಾಡಿ ಮುಗ್ಸೋದು. ಆಮೇಲೆ ಅವರವರು ಗದ್ದಕ್ಕೆ ಕೈಯೂರಿಕೊಂಡು ಏನೋ ಬೇಸರದಿಂದ ಸಾವಿರ ಮಾತಾಡ್ಕೊಳ್ಳೋದು. ಎಲ್ಲಿ ನೋಡುದ್ರೂ ದೆವ್ವಗಳೇ ಅವುತ್ಕಂಡಿರಂಗಿದ್ಯಲ್ಲಾ ಮುರುಗಾ ಕಂದಕದಿರ್‌ವೇಲಾ, ಪಳನಿಯಲ್ಲಿ ಆ ಹೆಣ್ಣು! ಅವಳು ಸಿಗರೇಟು ಸೇದದೇ ಇದ್ದರೆ ಒಳ್ಳೇದಿತ್ತು. ಹಾಗಂತ ಹೇಳಿದ್ದುಕ್ಕೆ ಹೆಂಗೆ ಹೇವರಿಕೆಯಿಂದ ಉತ್ತರಿಸಿದಳು! "ಹೋಗಲೋ" ಅಂತೆ. ಒಂದಿಷ್ಟು ಕೂಡ ಮರ್ಯಾದೆ ಕೊಡಲಿಲ್ಲ. "ನಿಂಗ್ಯಾವ ಮರ್ಯಾದೆಯೋ, ಆಗೋದನ್ನ ಮಾಡಿ ಎದ್ದು ಹೋಗು. ಆ ಹೊಟ್ಟೆಯೂ, ಕೋಲಿನಂತ ಅದೂ ಎಂದು ಹಂಗಿಸಿದಳು. ಸತ್ತವನೆ ಬೇಗ ಮಾಡಿ ಮುಗಿಸಿ ಎದ್ದೋಗು" ಅಂದಳು.

"ಯಾರದು? ಪಂಡಾರಂಮಾ? ದೇವಸ್ಥಾನಕ್ಕೆ ಬರೋದೂ ಇದೆಯಾ?" ಪೋತ್ತಿ ಇವರ ದನಿ ಕೇಳಿ ಕೂಗಿ ಕೇಳಿದರು.

"ಇವಾಗಷ್ಟೇ ಬಂದೆ, ಒಂದು ಕೆಲಸದ ಮೇಲೆ ಹೋಗಿದ್ದೆ."

"ಬಾಗಿಲು ಮುಚ್ಚಬೇಕು, ದರ್ಶನ ಸಮಯ ಮುಗಿಯಿತು" ಅಂದರು ಪೋತ್ತಿ. ಕೈಯಲ್ಲಿ ಒಂದು ಕೊಡ ತಣ್ಣೀರು ಇತ್ತು.

"ಮತ್ತೇಕೆ ಅಭಿಷೇಕ?"

"ಅಭಿಷೇಕ ಅಲ್ಲ ಕಣಲೇ, ಒಳಗೆ ತುಂಬ ಎಲೆಅಡಿಕೆ ರಸ ಉಗಿದಿದ್ದು ಇದೆ, ಅದನ್ನ ಹಾಗೇ ತೊಳೆದುಬಿಟ್ಟು ಹೋಗಬೇಕು" ಅನ್ನುತ್ತ ಒಳಗೆ ಹೋದರು.

"ಒಳಗಾ ಉಗೀತೀರಿ?"

"ಮತ್ತೆ? ಬಾಯಲ್ಲಿ ಎಲೆಅಡಿಕೆ ಹಾಕ್ಕೊಳ್ಳದೆ ಎಷ್ಟೊತ್ತು ಇರಕ್ಕಾಗತ್ತೆ? ಅದಕ್ಕೇಂತ ಹತ್ನಿಮಿಷಕ್ಕೊಮ್ಮೆ ಉಗಿಯಕ್ಕೆ ಅಂತ ಹೊರಗೆ ಬರಕ್ಕಾಗತ್ತಾ? ನೀನು ತಿರುವನಂತಪುರದಲ್ಲಿ ನೋಡಬೇಕು. ವೈಕುಂಠ ಏಕಾದಶಿಯಂದು ಎಂಟು ಪೋತ್ತಿಗಳು ಒಳಗೆ ಇರ್ತಾರೆ. ರಾತ್ರಿ ಹಗಲೂ ಅಂತಿಲ್ಲ. ಹತ್ತು ನಿಮಿಷ ಹೊರಗೆ ಹೋಗಿ ಬಂದರೆ ಹತ್ತು ಮುನ್ನೂರು ರೂಪಾಯಿ ಕೈಬಿಟ್ಟು ಹೋಗ್ತದೆ. ಸಾಮಿಯ ಕಾಲಡಿಯಲ್ಲಿ ಎಲೆಅಡಿಕೆಯ ಚಂಡಿ ಬೆಟ್ಟದ ಹಾಗೆ ನಿಂತಿರ್ತದೆ ಅಂದರೆ ನೋಡ್ಕ."

"ದೋಷ ಇಲ್ವಾ?"

"ಏನಲೇ ದೋಷ? ಇದೇ ದೊಡ್ಡ ದೇವಸ್ಥಾನ. ಹಾಗಂತ ಇಲ್ಲಿ ಉಗಿಯಕ್ಕೆ ಒಂದು ಜಾಗ ಇದ್ಯಾ? ಮೂತ್ರ ಮಾಡಕ್ಕೆ ಒಂದು ಜಾಗ ಇದ್ಯಾ? ಹೇಳು. ಬರೋರು ಹೇಗೋ ತಡಕೊಂಡು ಹೊರಗೆ ಹೋಗ್ತಾರೆ ಅನ್ಕೋ, ಇಲ್ಲೇ ಇದ್ದು ಸಾಯೋರದು ಏನು ಕತೆ? ದೇವಸ್ಥಾನದ ಅಡುಗೆಮನೆಲೆ ಅರ್ಧ ಜನ ಮೂತ್ರ ಮಾಡೋದು. ಇಲ್ಲಾಂದ್ರೆ ಜಾತ್ರೆ ಟೈಮಲ್ಲಿ ಹೊರಟು ಏಳು ಬೀದಿ ದಾಟಿ ಮನೆಗೆ ಹೋಗಕ್ಕಾಗತ್ತೆ?"

ಒಳಗೆ ಹೋಗಿ ತಣ್ಣೀರು ಸುರಿದು ಪೋತ್ತಿ ಹೊರಗೆ ಬಂದರು. "ಏನಲೇ ಪಂಡಾರಂ ಮುಖ ಸಪ್ಪಗಿದೆ?"

"ಏನಿಲ್ಲ"

"ಹೇಳ್ಬೇಕೂಂತ ಇದ್ರೆ ಹೇಳು, ನಾನು ಇಲ್ಲಿ ತನಕ ಯಾರಿಗೂ ದ್ರೋಹ ಮಾಡಿದವನಲ್ಲ, ಯಾರಿಗೂ ಮೋಸ ಮಾಡಿದವನಲ್ಲ. ಆದ್ದರಿಂದಲೇ ಇಲ್ಲೀತನಕ ದೇವರನ್ನೂ ಪೂಜಿಸಿದವನಲ್ಲ ತಿಳಕ."

"ಮುರುಗನನ್ನ?"

"ಯಾರು? ನಮ್ಮ ಕೋಣಾರು ಮುರುಗನನ್ನಾ? ನಾನು ನೋಡಿರೋ ಮುರುಗ ಅವನೊಬ್ಬನೇ."

ಪಂಡಾರಂಗೆ ತಟ್ಟೆಂದು ನಗು ಬಂತು.

"ಇಲ್ಲಿ ಕೇಳಲೇ ಪಂಡಾರಂ, ಇದೊಂದು ಆರಡಿ ಕಲ್ಲು. ಒಂದು ನಾನೂರು ವರ್ಷದಿಂದ ಹಲವು ಜನ ತೊಳೆದು ಚಂದನ ಪೂಸಿ ಹೂವು ಹಾಕಿ ಪೂಜಿಸಿದ್ದಾರೆ. ನಮಗೆ ಇದು ಉದ್ಯೋಗ. ನಿನಗೆ ಮುತ್ತಮ್ಮ. ನನಗೆ ಇದು. ಅದು ಮಾಂಸ ರಸಕ. ಇದು ಕಲ್ಲು. ಅದು ಅಳಿಯತ್ತೆ. ಇದು ಇನ್ನೂ ಹಲವು ವರ್ಷ ಉಳಿಯತ್ತೆ.

ಪಂಡಾರಂ ನಸುನಕ್ಕರು.

"ಏನಲೇ ನಿನ್ನ ಸಮಸ್ಯೆ?"

ಪಂಡಾರಂ ವಿಷಯ ಹೇಳಿದರು. ಪೋತ್ತಿ "ನನ್ನ ಐಡಿಯಾ ಕೇಳೋದಾದ್ರೆ ಸುಮ್ಮನೆ ಮದುವೆ ಮಾಡಿಬಿಡು" ಅಂದರು.

"ಹುಡುಗನಿಗೆ ಕೆಲಸ..."

"ಕೆಲಸ ಶಾಟ, ನಂಗೆ ಎಷ್ಟು ಸಂಬಳ ಗೊತ್ತಾ? ತಿಂಗಳಿಗೆ ಎಂಬತ್ತು ರುಪಾಯಿ. ನನ್ನ ಹೆಂಡತಿ ದಿನಾ ಮೂವತ್ತು ರೂಪಾಯಿಗೆ ಮಲ್ಲಿಗೆ ಹೂವು ತಗೋತಾಳೆ. ಸಂಪಾದನೆಗೆ ಒಂದು ದಾರಿ ಬೇಕು ಅಷ್ಟೆ. ಹೊರಗೆ ಹೇಳಿಕೊಳ್ಳಲಿಕ್ಕೆ ಒಂದು ಪರಿಚಯ ಅಷ್ಟೆ. ಒಳಗಿನ ಸಂಪಾದನೆ ಯಾವತ್ತೂ ಹೊರಗೆ ತಿಳಿಯದಂತೆ ನಡೆಯತ್ತೆ. ಹಣದ ರೀತಿ ಅದೇನೆ. ಅದು ಬಿಡು. ಆ ಅತ್ತೆ ಒಂದು ಸಮಸ್ಯೆನೇ, ಅವಳನ್ನ ನೀನು ಏನೂ ಮಾಡಕ್ಕಾಗಲ್ಲ. ಆದರೆ ನಿನ್ನ ಆಳು ಮನಸು ಮಾಡಿದ್ರೆ."

ಪಂಡಾರಂ ಎದೆಯ ಮೇಲಿಂದ ಒಂದು ಹೆಬ್ಬಂಡೆ ಸರಿಯಿತು. "ಆ ವಂಡಿಮಲೆಗೆ ಹೇಳಿ ತಲೆಗೆ ಎರಡು ತಟ್ಟಿ ಬೀಳ್ಸಲೇ ಪಂಡಾರಂ. ಇದಕ್ಕೆಲ್ಲಾ ಹೋಗಿ ಅಳ್ತೀಯಾ?"

"ಅದು ಸರಿನೇ" ಎಂದರು ಪಂಡಾರಂ. "ನೋಡಿದ್ರಾ ಬ್ರಾಹ್ಮಣ ಬುದ್ಧಿಯಿಂದಲೇ ಇವೆಲ್ಲ ದಾರಿ ಹುಟ್ಟೋದು"

"ಮತ್ತೆ ಇನ್ನೇನನ್ಕಂಡೆ? ಹಿಂದಿನಿಂದಲೂ ಅಷ್ಟೇ, ಬ್ರಾಹ್ಮಣ ಬುದ್ಧಿ ಹೇಳ್ತಾನೆ, ವೈಶ್ಯ ಹಣ ಕೊಡ್ತಾನೆ, ಕ್ಷತ್ರಿಯ ಯುದ್ಧ ಮಾಡ್ತಾನೆ... ಇದು ಹೀಗೇ ಕಾಲಕಾಲಕ್ಕೂ ನಡಕೊಂಡು ಬಂದಿರೋ ರೀತಿ."

ಪಂಡಾರಂ ನಕ್ಕರು. ಪೋತ್ತಿಯ ದನಿ ತಗ್ಗಿತು "ಅಲ್ಲಿ ಬಾಗ್ಲತ್ರ ಮಲಗಿದ್ದಾಳಲ್ಲ ಅವಳಿಗೆ ಏನಲೇ ರೇಟು?"

"ಅದು ಕಾಮಧೇನು ಅಲ್ವಾ? ತಗೋತೀರಾ? ಒಂದು ಮೂವತ್ತು ಸಾವಿರ ಕೊಟ್ಟುಬಿಡಿ"

"ಮೂವತ್ತು ಸಾವಿರವಾ? ನಿಜವೇನಲೇ?" ಕೇಳಿದರು ಪೋತ್ತಿ "ಸರಿಯಾದ ಏಳನೇ ಲೋಕದ ಜನ್ಮ, ಕೇಳಿದ್ದೀಯಾ ಏಳನೇ ಲೋಕದ ಬಗೆ?"

"ಇಲ್ಲ"

"ಕೇಳ್ಕೋ, ಪುರಾಣದ ಪ್ರಕಾರ ಭೂಮಿಯ ಕೆಳಗೆ ಏಳು ಲೋಕಗಳಿವೆ. ಅತಳ ವಿತಳ ನಿತಳ, ಕಪಸ್ಥಳ, ಮಹಾತಳ, ಸುತಳ, ಪಾತಾಳ. ಅದರಲ್ಲಿ ಅತಳದಲ್ಲಿ ಹಾವುಗಳಿರತ್ತವೆ, ವಿತಳದಲ್ಲಿ ಮೀನುಗಳು, ನಿತಳದಲ್ಲಿ ಏಡಿಗಳು. ಕಪಸ್ಥಳದಲ್ಲಿ ಹುಳಗಳು, ಮಹಾತಳದಲ್ಲಿ ಕ್ರಿಮಿಗಳು, ಸುತಳದಲ್ಲಿ ದೆವ್ವಗಳು, ಏಳನೇ ಲೋಕ ಪಾತಾಳ. ಅಲ್ಲಿ ಇರುವುದೆಲ್ಲಾ ಬೇತಾಳಗಳು. ಸುಮ್ಮನೆ ಒಂದು ಗೋಪುರವನ್ನು ತಲೆಎತ್ತಿ ನೋಡು ಗೊತ್ತಾಗತ್ತೆ. ಎಲ್ಲ ಭಯಂಕರವಾದ ರೂಪಗಳನ್ನ ಕೆತ್ತಿ ಇಟ್ಟಿರ್ತಾರೆ. ಪಳನಿಗೆ ಮೆಟ್ಟಿಲೇರಿ ಹೋಗುವವನು ಏಳು ಪಾತಾಳ ಲೋಕವನ್ನು ನೋಡಿಯೇ ಪಳನಿಯಾಂಡಿಯನ್ನು ನೋಡಬೇಕು. ಏನೇಳ್ತೀಯ?"

ಪಂಡಾರಂ ದನಿ ತಗ್ಗಿಸಿ "ಈ ಏಳು ಲೋಕಗಳೂ ನಿಜವಾಗಿಯೂ ಇದೆಯಾ?" ಎಂದು ಕೇಳಿದರು.

"ಇದೆ ಕಣೋ, ಇದೆ"

"ಮುರುಗಾ ಜ್ಞಾನಪಂಡಿತಾ"

"ಆದರೆ ಕಾಲಿನ ಕೆಳಗೆ ಇಲ್ಲ. ನಮ್ಮ ಸುತ್ತಲೂ ಇದೆ. ನಾನು ಹಾಗಂತ ಅನ್ಕೊಂಡಿದೀನಿ. ನಮ್ಮ ಹಿರೀಕರತ್ರ ಯಾರೋ ಬೇಕಂತ್ಲೇ ಈ ತರ ಹೇಳಿಟ್ಟಿರಬೇಕು. ನಾವು ನಿಂತಿರೋದೇ ಆ ಏಳುಲೋಕಗಳ ಮೇಲೆ. ನಾವು ಕುಡಿಯೋ ನೀರು, ನಾವು ತಿನ್ನೋ ಧಾನ್ಯ ಎಲ್ಲವೂ ಅಲ್ಲಿಂದಲೇ ಬರೋದು" ಅಂದವರು ಆಮೇಲೆ ದನಿಯನ್ನು ಇನ್ನಷ್ಟು ತಗ್ಗಿಸಿ "ನಿಮ್ಮತ್ರ ಒಂದು ವಿಷಯ ಕೇಳಬೇಕು ಪಂಡಾರಮೇ" ಅಂದರು.

"ಏನದು?"

"ಈ ಇವಳನ್ನು ನಾನೊಂದ್ಸಲ ಫುಲ್ಲಾಗಿ ನೋಡಬೇಕಿತ್ತಲ್ಲ"

"ಯಾರನ್ನ?"

ಪೋತ್ತಿ ಉಸಿರು ಹಿಡಿದವರಂತೆ ಗಾಬರಿಯಾಗಿ ನಂತರ ವಾರೆಯಾಗಿ ನಗುತ್ತ "ಈ ಮುತ್ತಮ್ಮೆಯನ್ನ" ಅಂದರು.

"ಅಯ್ಯೋ, ಇವಳು..."

"ಸರಿ ಕಣಲೇ, ಆದರೆ ನನಗೆ ಅದೊಂದು ಆಸೆ. ಇವಳು ಇಲ್ಲಿ ಬಂದು ಒಂಭತ್ತು ವರ್ಷಗಳಾಗಿವೆ. ನಾನು ದಿನವೂ ನೋಡುವ ಜನ. ಮೊದಲು ನೋಡಿದಾಗ ವಾಂತಿಯೇ ಬಂದುಬಿಡುತ್ತಿತ್ತು. ಒಂದು ನಿಮಿಷ ಕೂಡ ಅವಳನ್ನ ನೋಡಲಾಗುತ್ತಿರಲಿಲ್ಲ. ಆಮೇಲೆ ಅಭ್ಯಾಸವಾಗಿಬಿಡ್ತು, ಆಮೇಲೆ ದಿನವೂ ಬರ್ತಾ ಏನಾದರೊಂದು ಮಾತಾಡ್ತಾ ಇದ್ದೆ.

ನನ್ನನ್ನ ನೋಡಿದಾಗಲೆಲ್ಲ ಕೈ ಕಾಲು ಆಡಿಸಿ ಒಂದು ವಿನಯ ತೋರಿಸ್ತಾಳೆ, ಅದು ನಂಗೆ ಇಷ್ಟವಾಗಿಬಿಡ್ತು. ಅವಳ ನಗುವಿನಲ್ಲಿ ಒಂದು ಸೌಂದರ್ಯ ಇದೆ ಕಣಲೇ ಪಂಡಾರಂ"

"ಕುಮರೇಸನ ಹತ್ರ ಹೇಳಿ..."

"ಛಿ, ಗಬ್ಬೆಬ್ಬಿಸಿಬಿಡ್ತೀಯಾ ಅಂತನ್ನಿಸ್ತಿದೆಯಲ್ಲ. ಈ ಕೆಲಸ ಮೂರನೆಯವನ ಕಿವಿಗೆ ಹೋಗಬಾರದು. ನಮ್ಮೊಳಗೆ ಇರಬೇಕು, ಅರ್ಥ ಆಯ್ತಾ?"

"ಸರಿ" ಅನ್ನುವಾಗ ಪಂಡಾರಂಗೆ ನಗು ಬಂದುಬಿಟ್ಟಿತು.

ಪೋತ್ತಿ ಏಳುತ್ತಾ "ಸರಿ ನಡಿ, ಬಾಗಿಲು ಮುಚ್ಚಣ. ಗಂಟೆ ಹತ್ತು ಹನ್ನೊಂದು ದಾಟಿರಬೇಕು" ಅಂದರು.

ಹೊರಗೆ ಹೋಗಿ ಗುಡಿಯ ಬಾಗಿಲು ಮುಚ್ಚುವಾಗ ಮುತ್ತಮ್ಮೆಯತ್ತ ನೋಡಿದರು. ಅವಳ ಎದೆಯ ಮೇಲೆ ರಜನೀಕಾಂತ್ ಕವುಚಿ ಮಲಗಿಕೊಂಡಿದ್ದ. ಅವಳು ಕೂಡ ಬಾಯಿತೆರೆದುಕೊಂಡು ಮಲಗಿ ನಿದ್ರೆ ಮಾಡಿದ್ದಳು.

"ಇಲ್ಲಾಂದ್ರೆ ಬೇಡ ಪಂಡಾರಂ. ನಾನು ಹೇಳಿದ್ನ ಮರೆತುಬಿಡಲೇ ಪಂಡಾರಂ. ಒಂದು ಕುತೂಹಲ ಅಷ್ಟೆ. ಮನುಷ್ಯನ ಮನಸಲ್ವಾ? ಬಿಟ್ಟುಬಿಡು. ನಾನು ಹಾಗೆ ಹೇಳಲಿಲ್ಲ, ನೀನು ಕೇಳಿಸಿಕೊಂಡಿಲ್ಲ."

"ಸರಿ" ಎನ್ನುತ್ತ ತಂಪು ಚೆಲ್ಲಿಕೊಂಡಿರುವ ಮೆಟ್ಟಿಲಿಳಿದರು ಪಂಡಾರಂ.

"ನಾನು ಅವಳ ಬಗೆ ತಪ್ಪಾಗಿ ಏನೂ ಆಸೆ ಇಟ್ಟುಕೊಂಡಿಲ್ಲ ಕಣಲೇ ಪಂಡಾರಂ. ಅವಳಿಗೆ ನನ್ನ ಮೇಲೆ ಒಂದು ಗೌರವ ಇದೆ. ಅದನ್ನು ನಾವು ಕಳಕೋಬಾರದು. ನಾಳೆ ಅವಳು ಛಿ ಅಂತ ಒಂದು ಮಾತು ಅಂದುಬಿಟ್ಟಳು ಅಂದ್ರೆ ಆಮೇಲೆ ನಾವು ಬದುಕಿಯೂ ಯಾವುದೇ ಅರ್ಥವಿರಲ್ಲ."

ಪಂಡಾರಂಗೆ ಏನೊಂದೂ ಅರ್ಥವಾಗಲಿಲ್ಲ. ವಾರೆಗಣ್ಣಿಂದ ಪೋತ್ತಿಯ ಮುಖವನ್ನು ನೋಡಿದರು.

"ನೀ ಇವಳ ಹತ್ರ ಏನನ್ನೂ ಹೇಳಿಬಿಡಬೇಡ ಪಂಡಾರಂ" ಅಂದರು ಪೋತ್ತಿ.

"ನನಗೆ ಅವಳ ಹತ್ರ ಮಾತಾಡಿಯೇ ಅಭ್ಯಾಸ ಇಲ್ಲ" ಅಂದರು ಪಂಡಾರಂ.

"ಸರಿ, ಬರ್ತೇನೆ"

ಪೋತ್ತಿ ತನ್ನ ಮನೆಯತ್ತ ತಿರುಗುವ ಸಂಧಿಯಲ್ಲಿ ನುಗ್ಗಿದಮೇಲೆ ಪಂಡಾರಂ ಬಾಯಿಮುಚ್ಚಿಕೊಂಡು ನಗು ಹೊರಗೆ ತುಳುಕದಂತೆ ಬಿದ್ದುಬಿದ್ದು ನಕ್ಕರು, ನಗುನಗುತ್ತಲೇ ಮನೆಗೆ ಹೋದರು.

***

17

ಬೆಳಗ್ಗೆ ಪಂಡಾರಂ ದೇವಸ್ಥಾನ ತಲುಪಿದಾಗ ರಜನೀಕಾಂತ್ ಸೋತು ಮಲಗಿಕೊಂಡಿದ್ದ. ಮುತ್ತಮ್ಮ ಪಂಡಾರಂನನ್ನು ನೋಡಿದೊಡನೇ ಮಾತಾಡದೆ ಕಣ್ಮುಚ್ಚಿಕೊಂಡಳು. ಪಂಡಾರಂ ದೇವಸ್ಥಾನದೊಳಗೆ ಹೋದೊಡನೆ ವಳ್ಳಿ ಹೊಗೆಸೊಪ್ಪನ್ನು ಕಲ್ಲಿನ ಕಂಬಕ್ಕೆ ತುಪ್ಪಿ ನಗುತ್ತಾ, "ನಿನ್ನೆ ಮಗಳು ಬಂದು ಕದ್ರೂಂತ ಏಳು ಗಂಟೆಗೆ ಹೋಗಿದ್ದೆ ಒಡೇರೆ" ಅಂದಳು.

"ಮ್, ನಿನ್ನ ಕೆಲಸಗಳು ನಂಗೆ ಗೊತ್ತಿಲ್ಲ ಅಂತಲ್ಲ. ಮುನ್ನೂರು ರೂಪಾಯಿಗೆ ಇಲ್ಲಿ ಮುಗಿಸಿ, ಮನೆಗೂ ಬಂದು ಕೆಲಸ ಮಾಡಕ್ಕೆ ಜನ ಇದ್ದಾರೆ ತಿಳಕೋ."

ವಳ್ಳಿ ಮತ್ತಷ್ಟು ಹಲ್ಲು ಕಿರಿದಳು.

"ಪೋತ್ತಿ ಬಂದರಾ?"

"ಆವಾಗ್ಲೇ ಬಂದರು"

"ಯಾಕೇ ಅವಳು ಹಂಗೆ ಮಲಕ್ಕೊಂಡಿದ್ದಾಳೆ?"

"ಅವಳ ಮಗುವಿಗೆ ಜ್ವರವಂತೆ, ಯಾರೋ ಕಣ್ಣು ಹಾಕಿಬಿಟ್ಟಿದ್ದಾರೆ ಅಂತ ಒಂದೇ ಸಮ ಆಡ್ತಾ ಇದ್ದಾಳೆ. ವಳ್ಳಿ ಅಕ್ಕಾ, ಒಂದು ರುಪಾಯಿಗೆ ಉಪ್ಪು, ಮೆಣಸಿನಕಾಯಿ ತಗಂಡು ಬರ್ತೀಯಾ, ಕರ್ಪೂರ ತಗಂಡು ಬರ್ತೀಯಾ? ಮಗುವಿಗೆ ದೃಷ್ಟಿ ಸುತ್ತಬೇಕು ಅಂತಿದ್ದಾಳೆ"

" 'ಸುಮ್ನೆ ಇರು ಸತ್ತದ್ದೇ, ನೀನೂ ನಿನ್ ಮಗುನೂ' ಅಂದದ್ದಕ್ಕೆ ಇನ್ನು ಒಂದೇ ಮಾತು ಹೆಚ್ಚಿಗೆ ಆಡಿದ್ರೂ ಇಡೀ ದೇವಸ್ಥಾನನ ಗಬ್ಬೆಬ್ಬಿಸಿಬಿಡ್ತೀನಿ ಅಂದ್ಲು"

"ಸರೀ, ಅದುಕ್ಕೇಂತ ಮಗುನ ಹಿಂಗೆ ಬಟ್ಟೇಲಿ ಸುತ್ತಿಟ್ರೆ ಏನು ಪ್ರಯೋಜ್ನ? ಕುಮರೇಸ ಬರ್ತಾನೆ. ಮಗುನ್ನ ಕಿತ್ತು, ನಾಲ್ಕು ಜನ ಸೇರ ಜಾಗದಲ್ಲಿ ಇಡಕ್ಕೇಳು."

"ಜ್ವರ ಇದೆ, ಬಿಸ್ಲಲ್ಲಿ ಹಾಕುದ್ರೆ?"

"ಇಲ್ಕೇಳು, ತಿರುಪೆ ಅಂದ್ಮೇಲೆ ಅದು ಬಿಸ್ಲಲ್ಲೇ ಬಿದ್ದಿರ್ಬೇಕು. ಮರಗಿಡಗಳು ಬಿಸ್ಲಲ್ಲಿ ತಾನೆ

ನಿಂತಿರ್ತವೆ? ಅವೇನು ಒಣಗಾ ಹೋಗ್ತವೆ? ಅವುಕ್ಕೆ ಶಕ್ತಿ ಕೊಡೋದೇ ಬಿಸ್ಲು ತಿಳಕೋ. ಸುಮ್ನೆನಾ ಬ್ರಾಮಣರು ಸೂರ್ಯ ನಮಸ್ಕಾರ ಮಾಡೋದು? ನೀ ಸುಮ್ನೆ ನಾ ಹೇಳಿದ ಕೆಲಸ ಮಾಡು"

ಒಳಗೆ ಪೋತ್ತಿ, ಹೂವಿನ ಅಲಂಕಾರ ಮಾಡುತ್ತಿದ್ದರು. ಪಂಡಾರಂ ಹೋಗಿ ನಿಂತು ನಮಸ್ಕರಿಸಿದರು. "ಮುರುಗಾ ಜ್ಞಾನ ಪಂಡಿತಾ, ನನ್ನಪ್ಪನೇ"

"ಏನಲೇ ಪಂಡಾರಂ. ಬಿಸಿಲು ಏರಿದ ಮೇಲೇನೇ ಬರೋದಾ? ಏನಲೇ ಅದು ನಗು? ಹೇಲು ಕಂಡ ನಾಯಿಯ ಹಾಗೆ?" ಕೇಳುತ್ತಾ ಪೋತ್ತಿ ಸಿಡಿದರು.

ಪಂಡಾರಂಗೆ ಪಿಚ್ಚೆನಿಸಿತು. ಇದು ಬೇರೆ ಪೋತ್ತಿ. ರಾತ್ರಿ ಇದ್ದವರು... ಅವರು ಬೇರೆ. ಅದು ಆಶೀರ್ವದಿಸಲ್ಪಟ್ಟ ಆತ್ಮ.

"ಏನಲೇ ಪಿಳಿಪಿಳೀಂತ ನೋಡ್ತಾ ಇದ್ದೀಯ? ನಾನು ಹೇಳಿಲ್ಲಾಂತ ಬೇಡ ಈ ಹುಚ್ಚುಮುಂಡೆನ ಇದಕ್ಕೆ ಮೇಲೆ ನಂಗೆ ಸಹಿಸಕ್ಕಾಗಲ್ಲ ನೋಡ್ಕೋ. ದೇವಸ್ಥಾನನ ಒಂದ್ಸಲ ಸುತ್ತಿನೋಡು ಹೇಗೆ ಗುಡಿಸಿದ್ದಾಳೆ ಅಂತ. ಪೊರಕೆ ಹಿಡಕೊಂಡು ರಂಗೋಲಿ ಹಾಕ್ತಾಳೆ. ಸುಮ್ಮನೆ ಮಣ್ಣಲ್ಲಿ ನಾಲ್ಕು ಗೆರೆ ಎಳೆದರೆ ಕೆಲಸ ಮುಗಿಯಿತು. ಆಮೇಲೆ ಕಾಲು ಕಿಲೋ ಹೊಗೆಸೊಪ್ಪನ್ನ ಬಾಯಿಗೆ ಜಡಿದುಕೊಂಡರೆ ಈ ಭೂಲೋಕ ಯಾವುದು, ಮೇಲೋಕ ಯಾವುದು?"

ಅಷ್ಟರಲಿ ದೇವಸ್ಥಾನದೊಳಗೆ ಮೂರುಜನ ಬಂದರು. ಒಬ್ಬಾಕೆ ನಡುವಯಸಿನವಳು. ಇಬ್ಬರು ಮುದುಕರು. ಅವರನ್ನು ನೋಡಿದರೆ ದೊಡ್ಡಮನೆತನದವರಂತೆ ಕಾಣುತ್ತಿದ್ದರು. ಪೋತ್ತಿ ಹಾಗೇ ಖುಷಿಯಿಂದ ಅರಳಿ ಅದೇ ಅರಳಿದ ಮುಖದೊಂದಿಗೆ ಗಂಭೀರವಾದ ದನಿಯಲ್ಲಿ "ನೋಡು ಇದೇ ಪ್ರಸನ್ನತೆ, ಮೂರ್ತಿಯಲ್ಲಿ ತೇಜಸ್ಸಿದೆ ಅಂದರೆ ಆ ಸ್ಥಳದಲ್ಲಿ ಪ್ರಸನ್ನತೆ ತೋರಿಬರತ್ತೆ. ಮುಖ್ಯ ಮನಸು ಶುದ್ಧವಾಗಿರಬೇಕು. ಬನ್ನಿ ಬನ್ನಿ ಯಾವ ಊರು?" ಎಂದು ವಿಚಾರಿಸಿಕೊಂಡರು.

"ಮೆಟುರೈ" ಅಂದರು ಮುಂದೆ ನಿಂತ ಹಿರಿಯವರು.

"ಮಧುರೈಯಾ? ದಿವ್ಯ ದೇಶ" ಪೋತ್ತಿ ಆ ಹೆಣ್ಣುಮಗಳನ್ನು ಉದ್ದೇಶಿಸಿ "ನಿಂತ ಭವ್ಯಭಂಗಿ. ಒಂಭತ್ತು ಅಡಿ ಎತ್ತರದ ವಿಶ್ವರೂಪ. ತ್ರೇತಾಯುಗದಲ್ಲಿ ವಶಿಷ್ಠರು ಪ್ರತಿಷ್ಠಾಪನೆ ಮಾಡಿದ ಐತಿಹ್ಯ. ಅಗಸ್ತ್ಯರೂ ಶಿಷ್ಯರುಗಳೂ ಇಲ್ಲಿ ಬಂದು ಪೂಜೆ ಮಾಡಿ ಹೋಗಿದ್ದಾರೆ. ಅದಕ್ಕಿಂತ ಹೆಚ್ಚಾಗಿ ರಾಜೇಂದ್ರಚೋಳ ಶುಭಕಾರ್ಯ ಮಾಡಿ ಬಂದ ಹಣದಿಂದ ಕಟ್ಟಿದ ದೇವಸ್ಥಾನ. ಆಮೇಲೆ ಮಾರವರ್ಮ, ಸುಂದರ ಪಾಂಡಿಯನ್ ಕಾಲದಲ್ಲಿ ಹೊಸ್ತಿಲು ಕಟ್ಟಿ ಎಬ್ಬಿಸಿದ್ದಾರೆ. ವೀರ ಮಾರ್ತಾಂಡ ಕೇರಳವರ್ಮನ ಕಾಲದಲ್ಲಿ ಸುತ್ತು ಗೋಪುರ ಕಟ್ಟಿಸಿದ್ದಾರೆ. ದಕ್ಷಿಣ ಕೇರಳದಲ್ಲಿ ಬಹುಪ್ರಸಿದ್ಧ ಸುಬ್ರಹ್ಮಣ್ಯ ಕ್ಷೇತ್ರ ಇದೇನೇ" ಎಂದರು.

ಮೂವರೂ ಅಷ್ಟೇನೂ ಉತ್ಸಾಹ ತೋರಿಸದೆ ಕಲ್ಲಿನ ಕಂಭಗಳನ್ನು ನೋಡಿದರು.

"ಐ ಜಸ್ಟ್ ಲವ್ ದಿ ಆಯಿಲ್ ಸ್ಮೆಲ್ ನಿಮ್ಮಿ" ಅಂದರು ಒಬ್ಬ ಹಿರಿಯರು.

"ಡಿಸ್‌ಗಸ್ಟಿಂಗ್"ಎಂದರು ಇನ್ನೊಬ್ಬ ಹಿರಿಯರು.

"ಇವಾಗಿನ್ನೂ ಉಷಃಕಾಲ ಪೂಜೆ ಮುಗಿಯಿತು. ಆದರೂ ನಿಮ್ಮಂಥ ದಿವ್ಯ ಆತ್ಮಗಳು ಬಂದಿರುವುದರಿಂದ ಇನ್ನೊಮ್ಮೆ ಆರಾಧನೆ ಮಾಡಿಬಿಡೋಣ ಅಂತ ನನಗನಿಸತ್ತೆ. " ಅಂದರು ಪೋತ್ತಿ.

"ಮಾಡಿ"

ಪೋತ್ತಿ ಒಳಗೆ ಹೋಗಿ ಧೂಪಾರಾಧನೆ ಮಾಡಿದರು. ಅವರಲ್ಲಿ ಇಬ್ಬರು ಮಾತ್ರವೇ ನಮಸ್ಕರಿಸಿದರು. ಮೂರನೆಯವರು ಮಾಡಿನಲ್ಲಿದ್ದ ಯಾಳಿಯನ್ನು ನೋಡುತ್ತಿದ್ದರು.

"ನಿಮ್ಮಿ ವಾಟ್ಸ್ ದಿ ಆನಿಮಲ್? ಡ್ರಾಗನ್?"

"ನೋ ದೆಟ್ ಈಸ್ ಯಾಳಿ. ಯಾಳಿ ಈಸ್ ಅನ್ ಆರ್ನಮೆಂಟಲ್ ಫಿಗರ್ ಯು ನೋ."

"ಐಸಿ"

ಪೋತ್ತಿ ಒಳಗಿನಿಂದಲೇ "ನಿಮ್ಮ ನಕ್ಷತ್ರ ಹೆಸರು ಹೇಳಿ ಅಮ್ಮಾ" ಎಂದರು.

"ನಿರ್ಮಲ, ಪುಷ್ಯಾ ನಕ್ಷತ್ರ"

"ನಿರ್ಮಲಾಯ ಪುಷ್ಯಾಯ..." ಎಂದು ಶುರು ಮಾಡಿದರು ಪೋತ್ತಿ ಗಂಭೀರ ಕೊರಳಿನಲ್ಲಿ.

"ಏನು ಕೊಡಬೇಕು?" ನಿರ್ಮಲಾಳ ಬಳಿ ದನಿ ತಗ್ಗಿಸಿ ಕೇಳಿದರು ಒಬ್ಬ ಹಿರಿಯರು.

"ಒಂದು ಹತ್ತು ರುಪಾಯಿ ಎದುರು ನೋಡ್ತಾರೆ" ಅಂದಳು ನಿರ್ಮಲ.

"ಹತ್ತು ರುಪಾಯಿಯಾ? ಈ ಥರದ ದೇವಸ್ಥಾನಗಳಲ್ಲಿ ಒಂದು ರುಪಾಯಿಯೇ ಹೆಚ್ಚು ಅಂಥದ್ದರಲ್ಲಿ ಹತ್ತು ರುಪಾಯಿ ಅಂದರೆ ಅವರು ಶಾಕೇ ಆಗಿಬಿಡ್ತಾರೆ."

"ಒಂದು ರುಪಾಯಾ? ವಾಟ್ ಆರ್ ಯು ಟಾಕಿಂಗ್ ಐ ಸೇ? ಒಂದು ರುಪಾಯಿಗೆ ಒಂದು ಬೀಡಾ ಕೂಡ ಬರಲ್ಲ."

ಪೋತ್ತಿ ಧೂಪದೊಂದಿಗೆ ಹೊರಗೆ ಬಂದರು. ಅವರಿಬ್ಬರೂ ಧೂಪಾರತಿಯನ್ನು ಕಣ್ಣಿಗೆ ಒತ್ತಿಕೊಂಡರು. ಬಾಳೆ ಎಲೆಯ ಮೇಲೆ ಪ್ರಸಾದವನ್ನಿಟ್ಟು ನಿರ್ಮಲಾಳಿಗೆ ನೀಡಿದ ಪೋತ್ತಿ "ಥಿಸೀಸ್ ಸಬ್‌ಮಿಟ್ ಮಾಡಿದ್ದೀರಿ, ಕಷ್ಟವಾದ ಥಿಸೀಸ್. ಬಹಳ ವರ್ಷಗಳ ಶ್ರಮ. ಆದರೆ ಮುರುಗನ ದಯೆ ಇದೆ. ಎಲ್ಲ ಒಳ್ಳೆಯದಾಗತ್ತೆ" ಎಂದರು.

ಹಿರಿಯರು ಇನ್ನೊಬ್ಬ ಹಿರಿಯರತ್ತ ನೋಡಿ "ಇಂಟರೆಸ್ಟಿಂಗ್" ಅಂದರು.

ನಿರ್ಮಲಾ ಪ್ರಸಾದವನ್ನು ಇಸಿದುಕೊಳ್ಳುತ್ತಾ "ಹೌ ಡು ಯು ನೋ?" ಎಂದು ಕೇಳಿದಳು.

"ಸನ್ನಿಧಿಯಲ್ಲಿ ನಿಂತರೆ ಎಲ್ಲಾ ಗೊತ್ತಾಗತ್ತೆ. ನಾನೊಬ್ಬ ಸಾಮಾನ್ಯ ಮನುಷ್ಯ. ತಲೆ ನೋವು ಬಂದರೆ ಸ್ಯಾರಿಡಾನ್ ಹುಡುಕಿಕೊಂಡು ಓಡುವ ಜನ. ಆದರೆ ಒಳಗೆ ಇರುವವನು ಜ್ಞಾನಪಂಡಿತ. ಅವನ ಬಳಿ ನಿಂತರೆ ಎಲ್ಲ ಗೊತ್ತಾಗತ್ತೆ. ಎಕನಾಮಿಕ್ಸ್ ತಾನೆ ಸಬ್ಜೆಕ್ಟ್?"

"ಹೌದು" ಎಂದಳು ನಿರ್ಮಲಾ ಭಕ್ತಿವಿನಯದಿಂದ.

"ಯಾವುದೇ ದೋಷ ಇಲ್ಲದ ರಿಸರ್ಚ್. ಅದಕ್ಕೆ ತಕ್ಕ ಫಲ ಇದೆ. ಜ್ಞಾನಪಂಡಿತ ಜೊತೆಗಿರ್ತಾನೆ. ಓಂ ತತ್‌ಸತ್"

ನಿರ್ಮಲಾ ಎರಡು ನೂರು ರುಪಾಯಿಯ ನೋಟುಗಳನು ಎತ್ತಿ ಪೋತ್ತಿಯ ತಟ್ಟೆಯಲಿ ಇಟ್ಟಳು. ಭಯಭಕ್ತಿಯಿಂದ ವಿಭೂತಿಯನ್ನು ತೆಗೆದುಕೊಂಡಳು. ಅಷ್ಟರಲಿ ಇನ್ನೊಂದು ಕುಟುಂಬ ಒಳಗೆ ಬಂತು ಕೆಳಮಧ್ಯಮವರ್ಗದ ಕುಟುಂಬ. ಕಪ್ಪನೆಯ ಬಣ್ಣ. ಪೋತ್ತಿ ದೊಡ್ಡ ದನಿಯಲಿ "ಶರಟು ಬಿಚ್ಚಬೇಕು, ಶರಟು ಬಿಚ್ಚದೆ ಒಳಗೆ ಬರಬಾರದು ಅಂತ ಬರೆದಿದೆಯಲ್ಲಾ" ಎಂದರು.

"ನೋಡಲಿಲ್ಲ" ಅನ್ನುತ್ತಾ ಅವನು ಶರಟು ಬಿಚ್ಚಿದ. ಹೆಣ್ಣುಮಗು ತಾಯನ್ನು ಅಪ್ಪಿ ಹಿಡಿದುಕೊಂಡಿತು.

ಪೋತ್ತಿ ಒಳಗೆ ಹೋದರು. ಉಚ್ಚ ವರ್ಗದ ಮೂವರೂ ಪಕ್ಕಕ್ಕೆ ಸರಿದು ನಡೆಯತೊಡಗಿದರು. ಒಬ್ಬರು ಮತ್ತೆ ಹಿಂದೆ ಬಂದು ಪಂಡಾರಂ ಕೈಗೆ ಒಂದು ರುಪಾಯಿ ನಾಣ್ಯ ನೀಡಿದರು. ಪಂಡಾರಂ ಅದನ್ನು ಇಸಿದುಕೊಂಡು ಕಣ್ಣಿಗೆ ಒತ್ತಿಕೊಂಡು ಮಡಿಲಲ್ಲಿ ಕಟ್ಟಿಕೊಂಡರು. ಆ ಕಪ್ಪು ಕುಟುಂಬ ದೇವರಿಗೆ ನಮಸ್ಕರಿಸಿತು. ಪೋತ್ತಿ ಒಳಗಿನಿಂದ ಬಂದು ಅವನ ಕೈಗೆ ವಿಭೂತಿ ಕೊಟ್ಟು, ಆಮೇಲೆ ಪಂಡಾರಂ ಕಡೆಗೆ ತಿರುಗಿ "ಇನ್ಮೇಲೆ ವಳ್ಳಿ ಬಾಯಿ ಮಾಡಿದರೆ ನೀನೇ ಅದಕ್ಕೆ ಹೊಣೆ ಕಣಲೇ ಪಂಡಾರಂ" ಎಂದರು. ಆ ಹೆಣ್ಣುಮಗಳೂ ಮಗುವೂ ಕೈಚಾಚಿದರು. ಪೋತ್ತಿ ಆ ಕಡೆ ತಿರುಗಿಯೂ ನೋಡಲಿಲ್ಲ. ಅವರು ಅಪ್ಪನ ಕೈಯಿಂದಲೇ ವಿಭೂತಿ ಎತ್ತಿ ತೊಟ್ಟುಕೊಂಡರು. ಅವನು ಐದು ರೂಪಾಯನ್ನು ತಟ್ಟೆಗೆ ಹಾಕಿದ್ದನ್ನು ಮಾತ್ರ ಪೋತ್ತಿ ಓರೆಗಣ್ಣಿಂದ ನೋಡಿದರು. ಅವರು ಹೋದಮೇಲೆ ಪಂಡಾರಂ "ಜ್ಞಾನದೃಷ್ಟಿಯಲಿ ನೋಡಿದಿರೋ?" ಎಂದು ಕೇಳಿದರು.

"ನೀನು ನಿನ್ ಕೆಲಸ ನೋಡಲೇ"

ಪಂಡಾರಂ ನೇರ ಎದುರಲ್ಲಿ ಕಂಡ ಕನ್ನಡಿಯನ್ನು ನೋಡಿ ನಕ್ಕರು. ಅದು ಎದುರು ದಿಸೆಯಿಂದ ಬಂದರೆ ಮುರುಗನನ್ನು ನೋಡುವ ಸಲುವಾಗಿ ಹೊಂದಿಸಿ ಇಟ್ಟುದುದಾಗಿತ್ತು. ಆದರೆ ಗರ್ಭಗುಡಿಯ ಹೊಸ್ತಿಲಲಿ ನಿಂತರೆ ಪಕ್ಕದ ಹೊಸ್ತಿಲೂ, ಕೆಳಗೆ ನಿಲ್ಲಿಸಿದ್ದ ಮಾರುತಿವ್ಯಾನೂ ಕಾಣುತ್ತಿತ್ತು. ಅದರ ಮೇಲೆ "ದಿ ಎಕಾನಿಮ್ ಸರ್ವೇ ಆಫ್ ಇಂಡಿಯಾ" ಎಂದು ಕೆಂಪಕ್ಷರದಲ್ಲಿ ದೊಡ್ಡದಾಗಿ ಬರೆಯಲ್ಪಟ್ಟಿತ್ತು.

"ಓದುವ ವಿಚಾರ ಅದು ಹೇಗೆ ಹೇಳಿದಿರಿ?"

"ಈ ತರದ ಜನರಿಗೆ ಎಲ್ಲಾದರೂ ಒಂದು ಪೇಪರ್ ಪೆಂಡಿಂಗ್ ಇರುತ್ತೆ ಕಣಲೇ ಪಂಡಾರಂ. ನಾನು ಮೂವತ್ತು ವರ್ಷದಿಂದ ಈ ಕೆಲಸ ಮಾಡ್ತಾ ಇದೀನಿ ತಿಳಕ."

ಪಂಡಾರಂ ಮೆಟ್ಟಿಲಿಳಿದು ಹೊರಟರು. ರಜನೀಕಾಂತ್ ಕುದಿವ ಬಿಸಿಲಲ್ಲಿ ಕಂದಿಹೋಗಿ ಮಲಗಿದ್ದ. ಪಕ್ಕದಲ್ಲಿ ಕುಮರೇಸನ್ ಕುಳಿತಿದ್ದ.

"ಏನೋ..."

"ಮೊದಲಾಳಿ, ನಾಗರ್‌ಕೋಯಿಲ್ ದೇವಸ್ಥಾನದಲ್ಲಿ ಒಂದು ಜಗಳ. ಪೆರುಮಾಳನ್ನ ಪಂಡಾರಂಗಳು ಹೊಡ್ದಾಕಿ ದುಡ್ಡು ಎತ್ಕಂಡು ಹೊರಟೋದ್ರು."

"ಅವನು ಹಂಗೆ ಏನಾರೊಂದು ಹೇಳ್ತಿರ್ತಾನೆ. ಹಣ ಅಂದ್ರೆ ಹಣ ಅಷ್ಟೆ. ಅದು ಪಂಡಾರಂಗಳು ತಗೊಂಡು ಹೋದ್ರೂ ಅಷ್ಟೆ, ನಾಯಿ ಹೊತ್ತಾಕೊಂಡು ಹೋಯ್ತು ಅಂದ್ರೂ ಅಷ್ಟೆ"

"ಇಲ್ಲ ಮೊದಲಾಳೀ, ನಿಜವಾಗ್ಲೂ ಹೊಡ್ದಾಟ ಆಯ್ತು, ಆಸ್ಪತ್ರೆಲಿ ಮಲ್ಗಿದಾನೆ."

"ಸತ್ತೋಗ್ತಾನಾ ಹೆಂಗೆ?"

"ಬೀಜ ಊದೋಗಿದೆ"

"ಸರಿ ಹಂಗಾದ್ರೆ ನೀನೂ ವಂಡಿಮಲೆಯೂ ನಾಗರ್‌ಕೋಯಿಲ್‌ಗೆ ಹೋಗಿ. ಇಲ್ಲಿ ಇದನ್ನ ನಿನ್ ಹೆಂಡ್ತಿ ನೋಡ್ಕಳ್ಳಿ."

"ಸರಿ"

"ಇದಕ್ಕೆ ಮಧ್ಯಮಧ್ಯದಲ್ಲಿ ನೀರು ಹಾಕ್ತಾ ಇರಬೇಕಲೇ, ಇಲ್ಲಾಂದ್ರೆ ಒಂಥರ ಒಣಗೋಗತ್ತೆ"

"ಮೊದಲಾಳಿ, ಜ್ವರ ಇದ್ಯಲ್ಲ."

"ಜ್ವರದಲ್ಲಿ ನೀರಾಕೋದು ಒಳ್ಳೇದು ಕಣಲೆ. ಆಸ್ಪತ್ರೆಗೆ ಹೋದ್ರೆ ನೆತ್ತೀಲಿ ಹತ್ತಿ ಇಟ್ಟು ನೀರಾಕ್ತಾರೆ. ನೋಡಿದ್ದೀಯಾ?"

ಪಂಡಾರಂ ಮನೆಗೆ ಹೋಗಿ ಊಟ ಮಾಡಿ ಬಟ್ಟೆ ಬದಲಿಸಿ ಹೊರಟರು. ಎಕ್ಕಿಯಮ್ಮ "ದಿನ ಗೊತ್ತು ಮಾಡೋದರ ಬಗೆ ಕೇಳಿದರು" ಅಂದಳು.

"ಸೋಮವಾರ ಬರಲಿ. ಚಿತ್ರ ಮಾಸದಲಿ ಬೇಡ. ಚಿತ್ರದಲ್ಲಿ ಫುಲ್ಲು ಜಾತ್ರೆಗಳಿದ್ದಾವೆ. ತಿರುಪೆಗಳನ್ನ ಸಾಗಿಸಬೇಕು, ಪೆರುಮಾಳಿಗೆ ಬೇರೆ ಹುಷಾರಿಲ್ಲ. ವೈಕಾಸಿ* ಹತ್ರ ಆಗ್ತಾ ಇದ್ದಂಗೆ ಇಟ್ಕಳಣ. ನಾಯರ್ ಬಂದ್ರೆ ಹೇಳು"

"ನಾಯರಿಗೆ ಕಾಸು ಕೊಡಬೇಕಲ್ಲ?"

---

* ಮೇ 14ರಿಂದ ಜೂನ್ 14

"ಅವನು ಮದುವೆ ಮುಗಿಯೋದರೊಳಗೆ ಬೀಜನೇ ಹರ್ಕೊಂಡು ಹೋಗಿ ಬಿಡ್ತಾನೆ ಅಂತನಿಸ್ತಿದೆ."

"ಮೆತ್ತಗೆ ಮಾತಾಡಿ, ಬೆಳೆದ ಹೆಣ್ಣು ಮಕ್ಕಳಿರೋ ಮನೆ. ಮಾತಾಡ ಮಾತು ನೋಡು."

"ಸರಿ, ಗೊಣಗ್ಬೇಡ ಬಿಡು."

"ಚಿನ್ನ ತೆಗಿಬೇಕು, ಬಟ್ಟೆ ತೆಗಿಬೇಕು."

"ಸರಿ ನಾ ಬರ್ತೀನಿ"

ನಾಗರಾಜ ದೇವಸ್ಥಾನದ ಮುಂದೆ ದಾನುಪಿಳ್ಳೈ ಪೋಲೀಸೂ, ಅಹಮದೂ ನಗುತ್ತಾ ಮಾತಾಡಿಕೊಳ್ಳುತ್ತಿದ್ದರು. ಪಂಡಾರಂ ಪೋಲೀಸ್‌ನವನ ಹತ್ತಿರ ಹೋಗಿ ನಿಂತರು.

"ಏನಪ್ಪಾ ಪಂಡಾರಂ?" ದಾನುಪಿಳ್ಳೈ ಮೀಸೆಯನ್ನು ನೀವಿಕೊಳ್ಳುತ್ತಾ ಕೇಳಿದ.

"ನಮಸ್ಕಾರ" ಅಂದರು ಪಂಡಾರಂ.

"ಸರಿ, ನಿಮ್ಮ ತಿರುಪೆ ಅವನು ದೊಡ್ಡ ಜನಲೇ, ಇಂಗ್ಲಿಷ್‌ಮ್ಯಾನ್ ಅಲ್ವಾ?"

ಪಂಡಾರಂ ಓರೆಯಾಗಿ ನಕ್ಕರು.

ಅಹಮದ್ "ಮೊದಲಾಳಿ, ನಿನ್ನೆ ಇಲ್ಲೊಂದು ಮರ್ಡರ್" ಅಂದ.

"ಕೊಲೆ?"

"ಯಾರು? ಪೆರುಮಾಳ್ ಸತ್ತೋದ್ನಾ?"

"ಅವನು ಚೆನ್ನಾಗಿದ್ದಾನೆ. ಬೀಜ ಮಾತ್ರ ಈಗ ನನ್ ಸೈಜಿಗೆ ಬಂದಿದೆ ಅಂದ್ರು. ಒಬ್ಬ ಪಂಡಾರಂನ ಕೊಳದಲ್ಲಿ ಮುಳುಗಿಸಿ ಕೊಂದಾಕಿದ್ದಾನೆ."

"ಯಾರು?"

"ಬೇರೆ ಯಾರು? ನಮ್ಮ ವಂಡಿಮಲೆ"

ಪಂಡಾರಂ ದಾನುಪಿಳ್ಳೈಯ ಬಳಿ "ಕೇಸಿದೆಯಾ?" ಎಂದು ಕೇಳಿದರು.

"ಯಾವ ಕೇಸು, ಪರದೇಸಿ ಸತ್ತದ್ದಕ್ಕೆಲ್ಲ ಕೇಸು ಹಾಕ್ಕಂಡು ಕೂತ್ರೆ ಊರು ಉದ್ಧಾರ ಆಗತ್ತಾ? ಆದರೆ ಒಂದು ವಿಷಯ ನೆನಪಿಟ್ಕೋ. ಓಟು ಇರೋನು ಸತ್ರೆ ಮಾತ್ರ ಅದು ಕೊಲೆ ಕೇಸು. ಉಳಿದಿದ್ದೆಲ್ಲ ಮುನ್ಸಿಪಾಲಿಟಿ ಕೇಸು. ಇದೇ ಇಂಡಿಯನ್ ಪೀನಲ್ ಕೋಡಿನ ಕಾನೂನು" ಎಂದ ದಾನುಪಿಳ್ಳೈ "ಸರಿಯೇನಲೇ?" ಎಂದು ಅಹಮದ್‌ನತ್ತ ನೋಡಿದ.

"ಆ ಥರ ಕಾನೂನಿಲ್ಲ, ಆದರೆ ರೂಢಿ. ಲಾ ಅಂಡ್ ಪ್ರೊಸೀಜರ್ ಅಂತಾರೆ. ಇಲ್ಲಿ ಲಾ ಬೇರೆ ಪ್ರೊಸೀಜರ್ ಬೇರೆ. ಅಲ್ಲಾನ ಕೋರ್ಟಿನಲ್ಲಿ ಮಾತ್ರ ಲಾನೂ ಪ್ರೊಸೀಜರೂ ಒಂದೇ."

"ಹಾಗಾ?" ಕೇಳಿದರು ದಾನುಪಿಳ್ಳೈ "ಇವನು ನಮಗೊಂದು ಮೆಮೋ ರಿಪ್ಲೈ ಬರೆದುಕೊಟ್ಟಿದ್ದ. ಫಸ್ಟ್ ಕ್ಲಾಸು. ಆ ತರ ಲಾ ಪಾಯಿಂಟು. ಓದಿ ಎಸ್ಐ ಮುಖದಲ್ಲಿ ಬೆವರಿಳಿದೋಯ್ತು. ಇವನು ಈ ಕುಂಬಳಕಾಯಿನ ಕತ್ರಿಸಿ ಹಾಕಿ ಇಳಿದಾ ಅಂದ್ರೆ ಇರೋಬರೋ ಲಾಯರ್‌ಗಳು ಓಡೋಗ್ಬೇಕು"

"ಇದು ಚೆಂಡು ದಾನುಪಿಳ್ಳೈ ಸಾರ್. ಕತ್ರುಸಕ್ಕಾಗಲ್ಲ. ಕತ್ರುಸ್ಬುಟ್ರೆ ಆಮೇಲೆ ಕತೆನೇ ಮುಗ್ದೋಗತ್ತೆ" ಅಂದ ಅಹಮದ್.

ರಾಮಪ್ಪ ಸೋತುಹೋಗಿ ಕುಳಿತಿದ್ದ. "ಅವುನ್‌ಗೆ ಏನಾಯ್ತಲೇ?" ಕೇಳಿದರು ಪಂಡಾರಂ.

"ಹುಷಾರಿಲ್ಲ" ಅಂದ ರಾಮಪ್ಪ.

ಗುಯ್ಯ ನಗುತ್ತ "ಅಣ್ಣನಿಗೆ ಜಗಳ ಹೊಡೆದಾಟ ನೋಡಿದರೆ ಜ್ವರ ಬರತ್ತೆ" ಅಂದವನು ಉತ್ಸಾಹದಿಂದ "ನಿನ್ನೆ ಸರಿಯಾದ ಹೊಡೆದಾಟ. ಡಿಶ್ಯೂಂ ಡಿಶ್ಯುಂ ಹೊಡೆದಾಟ. ಪೆರುಮಾಳನ್ನ ಪಂಡಾರಂಗಳು ಸರಿಯಾಗಿ ಹೊಡ್ದಾಕಿದರು. ಸಂಜೆ ತೇವರ್ ಬಂದು ಕೇಳ್ಕಂಡು ಹೋದ. ಆಮೇಲೆ ರಾತ್ರಿ ನೋಡಿದರೆ ಒಂದು ಪಂಡಾರಂನ ಹೊಡ್ದು ಎಳ್ಕಂಡು ಬರ್ತಿದಾನೆ. ಆ ಪಂಡಾರಂ 'ಅಯ್ಯೋ ಅಯ್ಯೋ ಮುರುಗಾ' ಅಂತಿದ್ದಾನೆ. ಒದ್ದಿದ್ದೂ ಅಂದ್ರೆ ಅಂಥಾ ಒತ್ತ! ಸೀದಾ ಎಳ್ಕಂಡೋಗಿ ಕೊಳದಲ್ಲಿ ಒಂದು ಅಮುಕು, ಇಲ್ನೋಡಿ ನೀರು ನೊರೆನೊರೆಯಾಗಿ ಬರ್ತಾ ಇತ್ತಾ..." ಗುಯ್ಯನಿಗೆ ವರ್ಣಿಸುವ ಉತ್ಸಾಹದಲ್ಲಿ ತಲೆಕಾಲೇ ನಿಲ್ಲುತ್ತಿರಲಿಲ್ಲ. "ಇಲ್ನೋಡಿ ನೀರು ಕುದೀತದಲ್ಲ ಹಂಗೆ. ಸ್ವಲ್ಪ ಹೊತ್ತಲ್ಲಿ ತೇವರ್ ಎದ್ ಬಂದು ಮುಖ ತೊಳ್ಕಂಡು ಬಟ್ಟೆ ತಗಂಡು ಮಕ ಒರ್ಸಿಕಂಡು ಹೊರ್ಟೋದ. ಆ ಪಂಡಾರಂ ಜನ ಕಾಣ್ತಾನೆ ಇಲ್ಲ. ಹೊತ್ನಂತೆ ನೊಡುದ್ರೆ ತೆಂಗುನ್ಕಾಯ್ ತೇಲಂಗೆ ತೇಲ್ತಾ ಇದಾನೆ." ಗುಯ್ಯ ಮಕಾಡೆ ಮಲಗಿರುವ ಭಂಗಿಯನ್ನು ಕೈ ಅಗಲಿಸಿ ಬೆನ್ನು ಬಾಗಿಸಿ ನಟಿಸಿ ತೋರಿಸಿದ. "ಹಿಂಗೆ ತೇಲ್ತಿದ್ದ. ಆಮೇಲೆ ತೋಟಿಗಳು ಬಂದು ಎಳ್ದು ಹಾಕುದ್ರು. ಮುನ್ಸಿಪಾಲಿಟಿ ಗಾಡಿ ಬಂದು ಎತ್ಕೊಂಡು ಹೋಯ್ತು. ನಾಯಿ ಗಾಡಿ ಇರ್ತದಲ್ಲ ನಾಯಿ ಗಾಡಿ, ಅದ್ರಲಿ" ಗುಯ್ಯ ದನಿ ತಗ್ಗಿಸಿದ. "ಪಂಡಾರಂನ ಸೊಂಟದಲಿ, ಇದಾ ಇಲ್ನೋಡಿ ಇಷ್ಟು ದಪ್ಪುಕೆ ಒಂದು ಚೈನು. ಬಾಯಲ್ಲಿ ಒಂದು ಚಿನ್ನದ್ದು ಹಲ್ಲು. ಪೋಲಿಸ್ರು ಚೈನು ತಗಂಡ್ರು. ಎರಡು ಮುನಿಸಿಪಾಲಿಟಿ ಆಫೀಸರ್‌ಗಳು ಹಲ್ಲು ತಗಂಡ್ರು. ತೋಟಿಗಳು ಎರಡು ವಾಲೆಗೊಳ್ನ ತಗಂಡ್ರು. ಒಳ್ಳೆ ಲೂಟಿ ಎಲ್ರುಗೂ. ಇನ್ಸ್‌ಪೆಕ್ಟರ್ ನನ್ನತ್ರ ಕೇಳುದ್ರು 'ಬಾಕಿ ಪಂಡಾರಂಗಳು ಎಲ್ಲೀಂತ' ನಾನಂದೆ 'ಸಾಮಿ ನನ್ನೆಸ್ರು ಗುಯ್ಯ ಅಲ್ಲ, ಮುನುಸ್ವಾಮಿ. ನನ್ನೆಸ್ರು ಮುನುಸ್ವಾಮಿ ಅಂತ. ಹಂಗೆ ಕರೀರಿ ನನ್ನ. ನಂಗೆ ಏನು ಗೊತ್ತಿಲ್ಲ ನಾನು ನಿರಪರಾಧಿ. ನಿರಪರಾಧಿ. ಕೇಳಿಸ್ಕಂಡ್ರಾ ನಿರಪರಾಧಿ!" ಗುಯ್ಯನಿಗೆ ಈ 'ನಿರಪರಾಧಿ' ಶಬ್ದ ಬಹಳವೇ ಹಿಡಿಸಿದಂತಿತ್ತು. "ನಿರಪರಾಧಿಯಾದ್ರೆ ಹೊಡಿಯಂಗಿಲ್ಲ. ನಿರಪರಾಧಿ ಅವುನ್ ಕೆಲ್ಸ ನೋಡ್ಕಂಡು ಇರ್ತೋದು. ಒಳ್ಳೆ ಇಡ್ಲಿನೋ, ದನುದ್ ಮಾಂಸನೋ ತಿನ್ಕಂಡು ಸಿವ್ನೇ ಅಂತ ಇರ್ತೋದು. ನಿರಪರಾಧಿಗೆ ಸರ್ಕಾರದ ಭಯ ಇಲ್ಲ. ಪೋಲೀಸ್ರು ಬಗ್ಗೆನೂ ಇಲ್ಲ. ದೇವ್ರು ಭಯನೂ ಇಲ್ಲ. ಯಾವ ಶ್ಯಾಟನೂ ಏನುನ್ನೂ ಅಲ್ಲಾಡ್ಸಕ್ಕಾಗಲ್ಲ. ನಿರಪರಾಧಿಯಾಗಿರೋದರಿಂದ ಹೇಳ್ತಾ ಇದೀನಿ" ಅಂದ.

"ವಂಡಿಮಲೆ ಎಲ್ಲಿ?"

"ಚಪ್ಲಿ ಅಂಗಡಿಲಿ ಇದಾನೆ"

ಪಂಡಾರಂ ಅಲ್ಲಿಂದ ಹೊರಟರು.

"ಒಡೇರೆ, ಈ ಹುಡುಗಿ ಹಿಂಗಿದ್ಯಲ್ಲ. ಪೆರುಮಾಳನ್ನ ಆಸ್ಪತ್ರೆಗೆ ಕರ್ಕಂಡು ಹೋದಾಗ್ಲಿಂದ ಒಂದನಿ ನೀರು ಕುಡ್ದಿಲ್ಲ. ರಾತ್ರಿಂದ ಅಳ್ತಾ ಕೂತಿದೆ" ಅಂದ ಮಯಿಲ್‌ಸಾಮಿ.

"ನಿಂಗೇನೇ ಕೇಡು?"

"ಮೊದಲಾಳಿ, ನನ್ನನ್ನ ಅವರತ್ರ ಕರ್ಕಂಡು ಹೋಗಕ್ಕೇಳಿ ಮೊದಲಾಳಿ. ಅವ್ರುಗೆ ಏನಾಗಿದೆ ಅಂತ್ಲೇ ಗೊತ್ತಿಲ್ಲ. ನಂಗೆ ಸಮಾಧಾನನೇ ಆಗ್ತಾ ಇಲ್ಲ. ನಾನು ಸತ್ತೋಗ್ತೀನಿ."

"ಹುಚ್ಚುಮುಂಡೆದೆ, ನೀನು ಆಸ್ಪತ್ರೆಗೋಗಿ ಏನೇ ಮಾಡ್ತೀಯ? ಎದ್ನಿಲ್ಲಕೂ ಶಕ್ತಿಯಿಲ್ಲ ನಿಂಗೆ."

"ನನ್ ರಾಜಾ... ನಿನ್ ಬಿಟ್ರೆ ನಂಗ್ಯಾರೋ ಇದ್ದಾರೆ..." ಎರುಕ್ಕು ದನಿ ತೆಗೆದು ಅತ್ತಳು.

ಅಷ್ಟರಲಿ ಒಬ್ಬ ಬಿಳಿಯನೂ ಅವನ ಹೆಂಡತಿಯೂ ಆ ಕಡೆ ಬಂದರು. ಗುಯ್ಯ ಉದ್ವೇಗದಿಂದ "ಅಯ್ಯಾ ಭಿಕ್ಷೆ ಸಾಮಿ, ಅಯ್ಯಾ" ಎಂದು ಕೂಗಿದ.

ಅವರು ತಿರುಗಿ ನೋಡಿ ಓ... ಎಂದು ಬದಿಗೆ ಸರಿದರು.

"ಬಿಳಿಹಂದಿ ದೊರೆಯೇ, ಸೆಗಣಿಬುದ್ಧಿಯ ಮಾರಾಣೀ, ಭಿಕ್ಷೆ ಹಾಕು ತಾಯೀ"

"ಇವಾಗ ನೋಡು" ಅಂದ ಅಹಮದ್. "ಆರ್ ಯು ಇಂಟ್‌ರೆಸ್ಟೆಡ್ ಇನ್ ವಾಟರ್ ಮೆಲನ್ಸ್?"

"ಪಾರ್ಡನ್?" ಹಾಗೆ ಕೇಳಿದ ಮರುಕ್ಷಣವೇ ಆ ಬಿಳಿಯನ ಹೆಂಡತಿ "ಜೀಸಸ್" ಎಂದು ಚೀರಿದಳು.

"ಫ್ರೂಟ್ಸ್? ಓ ಮೈ" ಎಂದು ಚೀರುತ್ತ ಅಲ್ಲಿಂದ ಓಡಿದ ಬಿಳಿಯ. ದಾನುಪಿಳ್ಳೈ "ಹೆಹ್ಹೆಹ್ಹೆ" ಎಂದು ನಕ್ಕು ಕಣ್ಣೊರೆಸಿಕೊಂಡ.

ಚಪ್ಪಲಿ ಇಡುವ ಸ್ಥಳದಲ್ಲೇ ಕೆಳಗೆ ಕೂತುಕೊಂಡು ವಂಡಿಮಲೆ ಬೀಡಿ ಸೇದುತ್ತಿದ್ದ. ಉರಿವ ಕಂಗಳು. ಅವನು ಪಂಡಾರಂ ಮುಖ ಕಂಡ ಒಡನೇ ಮುಗುಳ್ನಕ್ಕ.

"ಹೇಗಿದ್ದಾನ್ಲೇ ಪೆರುಮಾಳ್?"

"ಒಂದ್ವಾರ ಆಗತ್ತೆ"

"ಈ ತಿರುಪೆಗಳನ್ನ ಎತ್ತಿ ಇಳ್ಸಿ ಮಾಡ್ಬೇಕಲ್ಲ. ಕುಮರೇಸ ಸಂಜೆ ಬರ್‍ತಾನೆ"

"ರಾತ್ರಿ ಜೊತೆಗಿದ್ರೆ ಸಾಕು"

ಪಂಡಾರಂ ಅಲ್ಲೇ ದಿಣ್ಣೆಯ ಮೇಲೆ ಕೂತರು. "ನೀನೇನಲೆ ಕೊಂದುದ್ದು?"

ವಂಡಿಮಲೆ ತಲೆಎತ್ತಿ ಅವರನ್ನು ನೋಡಿದ. ನೋಡಿದ ಆ ನೋಟದಲ್ಲಿ 'ಹೌದು ಅದಕ್ಕೇನೀಗ?' ಎಂಬ ಭಾವವಿತ್ತು.

"ಸರಿ ಆಗಬೇಕಾದ್ದೇ ಅನ್ನು, ಆದ್ರೂ ಭಯ ಬೇಡ್ವಾ? ಹೆಂಗೆ ಆಳನ್ನ ಕಂಡುಹಿಡಿದೆ?"

"ಅನ್ನಕಾವಡಿ ಹಿಡಕೊಂಡಿದ್ದ" ಆಮೇಲೆ ದನಿ ತಗ್ಗಿಸಿ "ಅದು ಹೊಸ ತಿಯೇಟರ್ ಚರಂಡಿಯ ಬಳಿ ಇದೆ ತಗೋತೀರಾ?" ಎಂದು ಕೇಳಿದ.

"ಲೋ, ಅದುನ್ಯಾಕೋ ತಗಂಡೆ? ಸರಿಯಾದ ಮುಠ್ಠಾಳ ಕಣಲೆ ನೀನು. ಅನ್ನಕಾವಡಿನ ಮಾರಕ್ಕಾಗತ್ತಾ? ಯಾರಾದರೂ ತಗಂತಾರ? ಮಾರಕ್ಕೆ ಹೋದ್ರೆ ಪೋಲೀಸ್ರು ನಿನ್ನ ಬಿಡ್ತಾರ?"

ಮೆಲ್ಲಮೆಲ್ಲಗೆ ವಂಡಿಮಲೆಗೆ ಅರಿವು ಮರಳತೊಡಗಿತು. ಇನ್ನೊಂದು ಬೀಡಿ ಹಚ್ಚಿಕೊಂಡು "ನೀವೊಂದು ಐವತ್ತು ರುಪಾಯಿ ಕೊಡಿ" ಅಂದ

"ಬರೋ ವಸೂಲಿಯಲ್ಲಿ ಐವತ್ತು ರುಪಾಯಿ ನಿನ್ ಪಾಲಿಗೆ ಹೆಚ್ಚಿಗೆ ತಗೋ. ಸರಿ, ಯಾತಕ್ಕೆ?"

"ಪೆರುಮಾಳ್ ಡಾಕ್ಟರ್‌ಗೆ ಕೊಡಬೇಕು"

"ಅದುಕ್ಕಾ? ಅದುಕ್ಕೇಂತಂದ್ರೆ ಒಂದು ನೂರು ರುಪಾಯಿ ಕೊಡು. ಐವತ್ತು ರುಪಾಯಿ ಕೊಟ್ರೆ ಅವ್ರು ತಗಳಲ್ಲ. ಕಾಂಪೋಂಡರ್‌ಗಳಿಗೆ ಬೇಕಾದ್ರೆ ಒಂದೈವತ್ತು ಕೊಡು. ಸರಿಯಾಗ್ಲಿ ಬೇಗ" ಪಂಡಾರಂ ರಹಸ್ಯವಾಗಿ "ನಂಗೊಂದು ಕೆಲಸ ಆಗ್ಬೇಕಲ್ಲ. ಒಂದಾಳನ್ನ ತಲೆ ತಟ್ಟಿ ಮಡಗ್ಬೇಕಿತ್ತು. ಹಣ ಕೊಡ್ತೀನಿ" ಅಂದರು. ಐವತ್ತು ಸಾವಿರ ಆದರೂ ಸರಿ. ಇನ್ನು ಆ ಮುದುಕಿನ ಬಿಡಬಾರದು ಅಂತ ಯೋಚಿಸಿದ್ದರು. ರಾತ್ರಿಯೆಲ್ಲ ಅವಳು ಆಡಿದ ಕೆಟ್ಟಮಾತುಗಳು ಕಿವಿಯೊಳಗೆ ಮೊಳಗುತ್ತಿದ್ದವು.

"ಸರಿ"

"ಹೆಂಗಸು, ನಮ್ಮ ಹುಡುಗಿಯ ಅತ್ತೆ. ಚಿತ್ರಮಾಸ ಮುಗೀಲಿ. ವೈಕಾಸಿ ಮುಟ್ತಾ ಇದ್ದಂಗೆ ಮದುವೆ. ಆಣಿ ಮಾಸ*ದಲ್ಲಿ ಒಂದು ತಟ್ಟು ತಟ್ಟಿಬಿಡು ಏನಂತೀಯ?"

ವಂಡಿಮಲೆ ಯೋಚನೆಗೆ ಬಿದ್ದ. ಮೀಸೆಯನ್ನು ಸವರುತ್ತ, ತಲೆಗೂದಲೊಳಗೆ ಬೆರಳಾಡಿಸುತ್ತ ತಲೆತಗ್ಗಿಸಿ ದೀರ್ಘವಾದ ಆಲೋಚನೆಗೆ ಬಿದ್ದ. ಬೆರಳಲ್ಲಿ ಕೆಳಗೆ ಮಣ್ಣಿನಲ್ಲಿ ಎರಡು ವೃತ್ತಗಳನ್ನು ಬರೆದ. ತಲೆ ಎತ್ತಿ ನೋಡಿ "ಒಂದೇ ಮಾತು, ಹಣ ಕಡಿಮೆ ಮಾಡಕ್ಕಾಗಲ್ಲ."

---

* ಜೂನ್ – ಜುಲೈ

"ನೋಡಿ ಹೇಳಲೇ, ಕೈಲಾಗತ್ತೆ ಅಂದ್ರೆ ಕೊಡ್ತೀನಿ. ಮೇಲೆ ಕೊಡು ಅಂದ್ರೆ ಆಗಲ್ಲ"

"ನಾನು ತೇವನ್. ತುಂಡು ತುಂಡಾಗಿ ಕತ್ತುರ್ಸಿ ಹಾಕುದ್ರೂ ಬಾಯಿ ಬಿಡೋನಲ್ಲ"

"ಅದು ಗೊತ್ತಿಲ್ಲದ್ದಾ? ಒಂದು ಮಾತಿಗೆ ಹೇಳ್ದೆ. ಸರಿ ಎಷ್ಟು ಕೇಳ್ತೀಯ?"

"ಐನೂರು ರುಪಾಯಿ. ಒಂದು ರುಪಾಯಿ ಕಮ್ಮಿ ಮಾಡಂಗಿಲ್ಲ"

ಪಂಡಾರಂನಿಂದ ನಗು ತಡೆಹಿಡಿಯಲಾಗದೆ ಕಷ್ಟ ಪಟ್ಟು ಅರಳೀ ಮರದತ್ತ ನೋಡಿದರು. ಆಮೇಲೆ "ಸರಿ ನಾನು ಹೇಳ್ತೀನಿ" ಅಂದರು.

***

18

ಮನೆಗೆ ಬಂದಾಗ ಒಳಗೆ ಒಂದೇ ನಗು ಕೇಕೆ ಕೇಳಿಬರುತ್ತಿತ್ತು. ಯಾರು ಬಂದಿರಬಹುದೆಂದು ಗುರ್ತಾಗದೆ ಅವರು ಹೊಸ್ತಿಲಲ್ಲೇ ನಿಂತು ಒಳಗಿನ ದನಿಗಳಿಗೆ ಕಿವಿಯಾದರು. ಚಿಕ್ಕವಳ ದನಿಯೇ ಎದ್ದು ಕೇಳಿಸುತ್ತಿತ್ತು. ಹಾಗಾದರೆ ಬೇರೆ ಯಾರೂ ಇಲ್ಲ. "ಏನೇ ಏನೇ" ಅಂದು ಕೂಗಿದರು.

ಎಕ್ಕಿಯಮ್ಮ ಬಾಗಿಲು ತೆರೆದು "ಬನ್ನಿ" ಅಂದಳು.

"ಏನೇ ಅಲ್ಲಿ ಸದ್ದು?"

"ಆ ತಿರುಪೆನ ತಗಂಬಂದು ಆಟ ಆಡ್ತಾ ಇದ್ದಾರೆ"

"ಯಾವುದ್ನ?" ಅನ್ನುತ್ತಾ ಒಳಗೆ ಬಂದು ನೋಡಿದರೆ ಕೊಠಡಿಯ ಸಿಮೆಂಟ್ ನೆಲದಲ್ಲಿ ರಜನೀಕಾಂತ್ ಮಕಾಡೆ ಮಲಗಿದ್ದ. ಅವನ ಸುತ್ತಲು ವಡಿವು, ಮೀನಾಕ್ಷಿ, ಸುಬ್ಬಮ್ಮ, ಪಕ್ಕದ ಮನೆಯ ಲಕ್ಷ್ಮಿಕುಟ್ಟಿ, ಭಾಗೀರಥಿ ಎಲ್ಲರೂ ಇದ್ದರು. ರಜನೀಕಾಂತ್ ಹೊಟ್ಟೆಯ ಸಹಾಯದಿಂದ ಒಂದು ಕೈಯನ್ನೂ ಒಂದು ಕಾಲನ್ನೂ ನೆಲಕ್ಕೆ ಬಡಿದು ಮುಂದೆ ತೆವಳಲು ಯತ್ನಿಸುತ್ತಿದ್ದ.

"ಅಪ್ಪಾ ಈಗ ನೋಡಿ" ಅನ್ನುತ್ತಾ ಮೀನಾಕ್ಷಿ ಒಂದು ಸ್ಪೂನನ್ನು ಅವನ ಹತ್ತಿರ ಇಟ್ಟಳು. ಅವನು ಒಂದು ಕೈಯನ್ನು ಚಾಚಲು, ಕಾಲು ಇನ್ನೊಂದು ಪಕ್ಕಕ್ಕೆ ಚಾಚಿಕೊಳ್ಳಲಾಗಿ ಅವನು ಒಂದು ಗಡಿಯಾರದ ಮುಳ್ಳಿನ ಹಾಗೆ ಒಂದು ಸುತ್ತು ಸುತ್ತಿಬಂದ. ಅಷ್ಟು ಜನರೂ ಅದನ್ನು ನೋಡಿ ಕೇಕೆ ಹಾಕಿ ನಕ್ಕರು.

"ಭಯಂಕರವಾಗಿ ಸುತ್ತತ್ತೆ ಅಪ್ಪಾ, ಎಂಥಾ ತಾಕತ್ತು ಅಂತೀಯಾ?" ಅನ್ನುತ್ತಾ ಮೀನಾಕ್ಷಿ ಮತ್ತೆ ಸ್ಪೂನನ್ನು ಅವನ ಪಕ್ಕ ಹಾಕಿದಳು. ಅವನು ತನ್ನ ಬತ್ತಿದ, ಸೊಟ್ಟಂಬಟ್ಟವಾದ ತಲೆಯನ್ನೂ, ದೇಹದ ವಿಚಿತ್ರ ಭಾಗವನ್ನೂ ತಿರುಗಿಸಿ, ಕಾಲನ್ನು ಗಾಳಿಯಲಿ ಒದ್ದು ವಿಪರೀತವಾಗೊಂದು ಸುತ್ತುಸುತ್ತಿ ನಿಲ್ಲಿಸಿದಾಗ ಅವನ ಕಾಲು ಸ್ಪೂನಿನ ಬಳಿ ಬಂದಿತ್ತು. ಅವನು ಸ್ಪೂನಿನ ಕಡೆ ನೋಡುತ್ತ "ಅಲ್ಲಿ ಅಲ್ಲಿ"ಎಂದ. ಭಾಗೀರಥಿ ಕೈ ತಟ್ಟಿ "ಪಾಪಾ" ಎಂದು

ಕರೆದಳು. ಅವನು ಬಾಯಲ್ಲಿ ಜೊಲ್ಲು ಸೋರಿಸುತ್ತಾ, ಅಪಾರ ಖುಷಿಯಿಂದ ನಗುತ್ತಾ, ಒಂದು ಕೈಯನ್ನೂ ಕಾಲನ್ನೂ ಒದೆಯುತ್ತಾ ವೇಗವಾಗಿ ಸರಿಯುತ್ತಾ ಅವಳ ಹಿಂದೆ ಹೋದ. ಸ್ಪೂನ್ ಹೊಟ್ಟೆಗೆ ತಗುಲಿತು. ಮತ್ತೆ ಆ ಸ್ಪೂನನ್ನು ತೆಗೆಯಲು ಇನ್ನೊಂದು ಸುತ್ತು ಹಾಕಿದ. ಪಂಡಾರಂ ಮಲಗುವ ಮನೆಗೆ ಹೋಗಿ ಶರಟು ಬಿಚ್ಚಿದರು. ಎಕ್ಕಿಯಮ್ಮ ಕಾಫಿ ತಂದಳು.

"ಪದ್ಮನಾಭನನ್ನ ನೋಡಿದಿರಾ?" ಎಂದು ಕೇಳಿದಳು.

"ನೋಡಿದೆ, ಅವನಿಗೆ ದಿನ ಹೊಂದಾಣಿಕೆ ಆಗಲ್ಲ. ಅವನ ದಾಯಾದಿ ಒಬ್ಬ ಇದ್ದಾನೆ. ಸದಾಸಿವ ಅಂತ. ಅವನಿಗೆ ಅಡ್ವಾನ್ಸ್ ಕೊಟ್ಟುಬಿಟ್ಟೆ."

"ಅವನು ಎಂಥವನೋ. ಮಹೂರ್ತ ಜಾಸ್ತಿ ಇರೋ ಮಾಸದಲ್ಲಿ ಕುಂಬಾರನೂ ಅಡುಗೆಯೋನಾಗಿ ಬಿಡ್ತಾನೆ."

"ಮತ್ತೇನ್ ಮಾಡ್ತೀಯಾ? ಜನ ಸಿಗಬಾರ್ದಾ?"

"ವಿಚಾರಿಸಿ ನೋಡಣ. ಒಳ್ಳೆ ಜನ ಅಂದರೆ ಸರಿ. ಇಲ್ಲಾಂದ್ರೆ ಅಡ್ವಾನ್ಸ್ ಹೋದಂಗೆ ಲೆಕ್ಕ."

"ಇದೇನೇ ಇದು ತಲೆಹರಟೆ, ತಿರುಪೆಗಳನ್ನೆಲ್ಲ ಮನೆ ಒಳ್ಗೆ ಸೇರಿಸಿಕೊಂಡು?"

"ನಾನು ಹೇಳಿದ್ರೆ ಕೇಳ್ತವಾ? ವಡಿವು ಹೋಗಿ ಎತ್ಕಂಡು ಬಂದಿದ್ದಾಳೆ. ಒಂದೇ ಗಲಾಟೆ. ಏನು ಹೇಳಕ್ಕಾಗತ್ತೆ."

"ಅದು ಹೇತುಗೀತರೆ ಯಾರು ತೊಳೀತಾರೆ?"

"ಕರೆದು ಕೇಳಿ ನೀವೇ. ಅವ್ಳಿಗೆ ಮುದ್ದು ಅತಿಯಾಯ್ತು. ನಾಳೆ ಇನ್ನೊಂದು ಮನೆಗೆ ಹೋಗಿ ಬದುಕು ಮಾಡ್ಬೇಕಾದವ್ಳು. ಒಂಚೂರಾದ್ರು ನಯವಿನಯ ಇದೆಯಾ?"

"ಸರಿ ಸರಿ ಬಿಡು"

ಕುಮರೇಸ ಬಂದು, "ಅಲ್ಲಿ ಅವರಮ್ಮ ಒಂದೇ ಅಳು. ತಗಂಡು ಹೋಗಿ ಮಾರಿಬಿಟ್ಟಿದ್ದಾರೆ ಅಂತ ಹೇಳ್ತಾ ಇದ್ದಾಳೆ. ಮೆಟ್ಲಲ್ಲಿ ಉರುಳಿಬಿದ್ದು ನೆತ್ತಿಲೂ ಕಾಲಲ್ಲೂ ಗಾಯ ಆಗಿದೆ. ರಕ್ತ ಸುರೀತಿದೆ"

"ತಗಂಡು ಹೋಗ್ಲೇ" ಎಂದು ಎಕ್ಕಿಯಮ್ಮ ರಜನೀಕಾಂತನ ಒಂದು ಕೈಹಿಡಿದು ಎತ್ತಿದಳು. "ಯಬ್ಬ! ಸತ್ತದ್ದು ಎಂತಾ ಭಾರ. ಅದೇನ್ ತಾನೆ ಕೊಡ್ತಾಳೋ? ನಮ್ಮವ್ರುಕ್ಕೆ ಮದ್ದು, ಮಾತ್ರೆ, ದೇವರು, ದಿಂಡರು ಅಂತ ನೋಡಿ ನೋಡಿ ಕೊಟ್ರೂ ನಮ್ ಮಕ್ಕಳು ಒಳ್ಳೆ ಸಿಂಗಳೀಕಗಳಂಗೆ ಇದ್ದಾವೆ."

"ಅದು ತಿಪ್ಪೆಲಿ ಬೆಳೆಯೋ ಗಿಡ ಅಲ್ವಾ? ಅದಕೆ ಗೊಬ್ಬರ ಜಾಸ್ತಿ"

ಕುಮರೇಸ ರಜನೀಕಾಂತ್‌ನನ್ನು ಎತ್ತಿಕೊಂಡ.

"ರಜನೀಕಾಂತ್ ಟಾಟಾ" ಅಂದಳು ಮೀನಾಕ್ಷಿ.

ಮಗು ಎಗರಿ ಕುಣಿಯಿತು. ಬಾಯಿ ತೆರೆದು ಒಂದು ಹಲ್ಲು ತೋರಿಸುತ್ತಾ ನಕ್ಕಿತು.

"ಅಯ್ಯಡ, ಅದರ ನಗುವೂ ಅದುವೂ, ಒಳ್ಳೆ ಹಲಸಿನ ಹಣ್ಣು ತೊಳೆ ಬಿಡಿಸಿಟ್ಟ ಹಾಗೆ" ಅನ್ನುತ್ತ ನಕ್ಕಳು ಭಾರ್ಗವಿ.

"ಯಾಕೆ ನಗಬಾರ್ದಾ?" ಕೇಳಿದಳು ಮೀನಾಕ್ಷಿ.

"ನಕ್ಕರೆ ಒಳ್ಳೆ ಚಂದ ಕಾಣ್ತಾನಲ್ಲ, ನಿಂಗೆ ಇದೇ ತರ ಒಂದು ಹುಡುಗನ ನೋಡಿದ್ರಾಯ್ತು ಬಿಡು"

"ಹೋಗೇ"ಎಂದಳು ಮೀನಾಕ್ಷಿ.

ದೊಡ್ಡವಳು ಬಂದು ಎಟುಕಿ ನೋಡಿ "ಅಪ್ಪಾ ಆಭರಣಕ್ಕೆ ಹೇಳಿದಿರಾ?" ಎಂದು ಕೇಳಿದಳು.

"ಹೇಳಿದೀನಿ ಕುಟ್ಟಿ"

"ಡಿಸೈನು ನೋಡಬೇಕಿತ್ತಲ್ಲಪ್ಪಾ"

"ಆಚಾರಿನ ಬರಕ್ಕೇಳಲಾ?" ಕೇಳಿದರು ಪಂಡಾರಂ.

"ಸಾಕು ಸಾಕು, ಆಗ್ಲೇ ಅಷ್ಟೊಂದು ಡಿಸೈನು ಬದಲಾಯಿಸಿಯಾಯ್ತು. ಕರಗಿಸಿ ಕರಗಿಸಿ ಈಗ ಅದರಲ್ಲಿ ಚಿನ್ನ ಉಳಕೊಂಡಿದೆಯೋ ಇಲ್ಲ ತಾಮ್ರ ಮಾತ್ರ ಇದೆಯೋ ಯಾರಿಗ್ಗೊತ್ತು? ಹೋಗೇ ಒಳಗೆ" ಅನ್ನುತ್ತಾ ಎಕ್ಕಿಯಮ್ಮ ಪಂಡಾರಂನ ಹತ್ತಿರ ಕುಳಿತು "ಅಪ್ಪಾ ಮುರುಗ, ನನಗೆ ಈ ಮಂಡಿ ನೋವು ತಡೆಯಕ್ಕಾಗ್ತಾ ಇಲ್ಲವಲ್ಲಪ್ಪಾ, ಯಾವಾಗ ಈ ನೋವು ವಾಸಿಯಾಗಿ, ಈ ಹುಡುಗಿಯನ್ನ ಮನೆ ಇಳಿಸಿ ಕಳಿಸ್ತೀನೀಂತ ಅನಿಸ್ತ ಇದೆ."

"ಕಳಿಸಿಬಿಟ್ಟು ನೀನೇನು ಅರಸಿನ ನೀರು ಹುಯ್ಕೊಂಡು ಹುಡುಗಿ ಆಗ್ತೀಯಾ? ಹೋಗೋಗು ಸುಮ್ನ ಏನಾದರೊಂದು ಅಂತಿರ್ಬೇಡ."

"ಹುಡುಗನ ಸ್ವಭಾವ ಹೇಗೇಂತ ಕೇಳಿದ್ರ?"

"ಮದುವೆಯ ದಿನ ಗುರ್ತು ಮಾಡಿಯಾಯ್ತು. ಚಿನ್ನ ಕರಗಿಸಿಯಾಯ್ತು. ಈಗ ಹೋಗಿ ಸ್ವಭಾವ ಕೇಳುವುದು ಅಂದ್ರೆ ಏನು?"

"ನಂಗೆ ಒಟ್ಟು ಏನೋ ನೆಮ್ಮದಿ ಇಲ್ಲ. ಹೊಟ್ಟೆ ಒಳಗೆ ಏನೋ ಒಂತರ ತಳಮಳ. ಮಲಗಿದ್ರೆ ನಿದ್ರೆ ಇಲ್ಲ. ಮುದ್ದಾಗಿ ಬೆಳೆಸಿದ ಹುಡುಗಿ. ಹಾಲಿಗೂ ನೀರಿಗೂ ವ್ಯತ್ಯಾಸವೇ ಗೊತ್ತಿಲ್ದಿರೋಳು."

"ನೋಡ್ಕಳಣ, ಮುರುಗನ ದಯೆ ಇರುತ್ತೆ."

"ನನಗೆ ಅದೊಂದೇ ಸಮಾಧಾನ. ನಾವು ಯಾರ್ಗೂ ದ್ರೋಹ ಮಾಡ್ದೋರಲ್ಲ. ಯಾರ್ನೂ ವಂಚಿಸಿದೋರಲ್ಲ. ಮೋಸಮಾಡ್ದೋರೂ ಅಲ್ಲ, ಯಾರ ಹಣ ಕಿತ್ಕಂಡೋರೂ ಅಲ್ಲ.

ಮುರುಗನ ದಯೆಯಿಂದ ಹೆಂಗೋ ನಮ್ ಕಾಲ ಓಡ್ತಾ ಇದೆ. ಉಳಿದಿದ್ದೆಲ್ಲ ಅವರವವರ ಮನಸಿನ ಹಾಗೆ ಬದುಕು. ಇಲ್ಕೇಳಿ. ಮದುವೆ ಮುಗಿದ್ಮೇಲೆ ಒಂದ್ಸಲ ತಿರುತ್ತಣಿ ತನಕ ಹೋಗಿ ಬರಣ."

"ಲೇ, ನೀನು ಆಲ್ರೆಡಿ ಆರುಪಡೆ ಮುರುಗ*ನ ದರ್ಶನಕೆ ಹೋಗೋದೂಂತ ಬೇಡ್ಕಂಡಿದ್ದೀಯ. ಮತ್ತಿನ್ನೇನು. ತಿರುತ್ತಣಿ ಅದ್ರಲ್ಲಿ ಒಂದು."

"ಹೌದಲ್ವಾ?"

"ಅಯ್ಯ, ಬಾಯಿ ನೋಡು"

"ಈ ಬಾಯಿ ನೋಡಿ ತಾನೆ ಕಟ್ಕಂಡೆ?"

"ಬಾಯನ್ನ ಯಾರು ನೋಡುದ್ರು?"

"ಸಾಕು ಸಾಕು ನಮ್ಗೆ ವಯಸ್ಸಾಗಾಯ್ತು" ಅನ್ನುತ್ತ ಎಕ್ಕಿಯಮ್ಮ ಎದ್ದು ಹೊರಟಳು.

ಪಂಡಾರಂ ಸ್ವಲ್ಪ ಹೊತ್ತು ಮಲಗಿ ವಿಶ್ರಾಂತಿ ತೆಗೆದುಕೊಂಡರು. ಇರುವ ಕೆಲಸ, ಜವಾಬ್ದಾರಿಗಳನ್ನ ನೆನೆದರೇ ಸುಸ್ತಾಗುತ್ತಿತ್ತು. ಯಾವ ಕೆಲಸವೂ ಆಗಿರಲಿಲ್ಲ. ಇನ್ನೂ ಸಾವಿರ ಕೆಲಸ ಬಾಕಿಯಿದ್ದವು. ಯಾವುದನ್ನು ಮಾಡುವುದು? ಯಾವುದನ್ನು ಬಿಡುವುದು? ಮಲಗಲೂ ಆಗಲಿಲ್ಲ. ಬರೆಯುವ ಪ್ಯಾಡ್ ತೆಗೆದುಕೊಂಡು ಗುರ್ತು ಹಾಕಿಕೊಳ್ಳತೊಡಗಿದರು. ಬರೆಯುತ್ತ ಬರೆಯುತ್ತಾ ಎಲ್ಲವೂ ಸರಳವಾಗುತ್ತಿರುವಂತೆ ಅನಿಸಿತು. ಒಂದು ನೆಮ್ಮದಿ ನೆಲೆಸಿತು.

ಬಿಸಿಲು ಇಳಿದ ಮೇಲೆ ಟವೆಲ್ ತೆಗೆದುಕೊಂಡು ಸ್ನಾನಕ್ಕೆ ಹೊರಟರು. ಕೊಳದಲ್ಲಿ ತುಂಬ ಜನರಿದ್ದರು. ಒಂದು ಬದಿಗೆ ಹೋಗಿ ಹೆಚ್ಚುವರಿ ನೀರು ಹೊರಹೋಗಲು ಹಾದಿಮಾಡಿರುವ ಜಾಗದಲ್ಲಿ ಇಳಿದರು. ಅಲ್ಲಿ ಗೂನ ಆಚಾರಿಯೂ, ಜ್ಞಾನಪ್ರಕಾಶನೂ ಸ್ನಾನ ಮಾಡುತ್ತಿದ್ದರು. ಅವರನ್ನ ನೋಡಿ ಜ್ಞಾನಪ್ರಕಾಶಂ–

"ಬನ್ನಿ ಬನ್ನಿ ಪಂಡಾರಂ ಅವರೇ, ಮುಹೂರ್ತ ಹತ್ರಬಂತಾ?"

"ಹೌದು ಕಣೋ" ಅನ್ನುತ್ತ ಪಂಡಾರಂ ನೀರಿಗಿಳಿದರು. ಮೊಳಕಾಲಿನ ತನಕ ನೀರಿತ್ತು. ಪಾಚಿಯ ವಾಸನೆ ಹೊತ್ತ ತಣ್ಣೀರು. ವೈಕಾಸಿ ಮಾಸದಲ್ಲಿ ಕೂಡ ಹೆಚ್ಚುವರಿ ನೀರು ಓಡುವ ಒಂದೇ ಸ್ಥಳ ಇದು ಮಾತ್ರವೇ. ಹಕ್ಕಿಪಕ್ಷಿಗಳ ಚಿಲಿಪಿಲಿ ಅಲ್ಲೆಲ್ಲ ತುಂಬಿತ್ತು.

"ಪಾತ್ರೆ ಪಗಡ, ಸಾಮಾನು, ಬಟ್ಟೆ ಎಲ್ಲ ತೆಗೆದಾಯ್ತಾ?"

"ಮಂಚ ಗಿಂಚ ಎಲ್ಲ ಮಾಡಕ್ಕೆ ಆರ್ಡರ್ ಕೊಟ್ಟಾಯ್ತು, ಬಟ್ಟೆ ಮಾತ್ರ ನಿಧಾನಕೆ ತಗಬೇಕು."

"ಎಲ್ಲ ರೂಢಿ ಪ್ರಕಾರ ನೋಡಿ ಮಾಡಿ. ಮನೇಲಿ ಮೊದಲನೆ ವಿಶೇಷ. ಎರಡನೆದು

---

* ಮುರುಗನ ಆರು ಅವತಾರ ಕ್ಷೇತ್ರಗಳು

ಬಿಡು, ಸುಲಭವಾಗಿ ಆಗೋಗತ್ತೆ. ಇನ್ನು ಮೂರನೇದಕ್ಕೆ ಹೆಂಗೂ ಹತ್ತುವರ್ಷ ಬೇಕು ಅಲ್ವಾ?"

ಪಂಡಾರಂನ ಎದೆ ಝುಲ್ಲೆಂದಿತು. "ಏನ್ಲೇ ಅಂದೆ?"

"ಇಲ್ಲ, ಗೂನ ಆಚಾರಿ ಹೇಳ್ತಾ ಇದಾನೆ, ಎರಡನೆಯವಳಿಗೆ ಚಿಲ್ಲರೆ ಖರ್ಚೂ ಇಲ್ಲದೆ ಮದುವೆ ಆಗೋಗತ್ತಲ್ಲಾಂತ"

"ಯಾಕೆ?" ಕೇಳಿದರು ಕಪ್ಪಿಟ್ಟ ಮುಖದೊಂದಿಗೆ.

"ಆ ಸೊಕ್ಕಿದ ಪೋಕರಿಗೆ ಹೆಂಗೂ ಮಂಟಪ ನೋಡಿ ಮಾಡಿ ಕೊಡಲಾರಿರಿ, ಇನ್ನು ಅವನಿಗೆ ಅಂಥ ಕೆಲಸವೂ ಇಲ್ಲ, ಮೂರನೇ ಮದುವೆ ಬೇರೆ"

ಪಂಡಾರಂ ದಡದಡನೆ ಎದ್ದು ಹತ್ತಿರ ಹೋದರು.

"ತಿರುಪೆ ನನ್ ಮಗನೆ, ಒದ್ದು ಕರುಳುಬಟ್ಟಿ ಎಲ್ಲ ದಾಟಿಸಿಬಿಡ್ತೀನಿ, ಏನಂತ ತಿಳ್ಕಂಡಿದೀ?"

"ಹೋಗಪ್ಪಾ, ಹೋಗಿ ಕೇಳಿನೋಡು."

ಪಂಡಾರಂ ಟವೆಲ್ ಎತ್ತಿಕೊಂಡು ತಲೆ ಒರೆಸುತ್ತಾ ಮೆಟ್ಟಿಲೇರಿ ಹೋಗಿ, ಮೇಲೆ ನಿಂತುಕೊಂಡು "ಇಲ್ನೋಡಲೇ, ನಿನಗೆ ನಂದು ಇನ್ನೊಂದು ಮುಖ ಗೊತ್ತಿಲ್ಲ. ನಿನ್ನನ್ನ ಕತ್ತರಿಸಿ ಕಡಲಿಗೆ ಎಸೆಯಕ್ಕೆ ನಂಗೆ ಒಂದಿನ ಸಾಕಲೆ ನೋಡ್ಕ" ಅಂದರು.

ಜ್ಞಾನಪ್ರಕಾಶಂ ಸ್ವಲ್ಪ ಭಯ ಬಿದ್ದರು. "ನಿಮ್ ಮಾನಮರ್ಯಾದಿ ಪ್ರಶ್ನೆ ಕಣಪ್ಪಾ, ನಿಮ್ ಜತೆಗಲ್ದೆ ಬೇರೆ ಯಾರ್ಜತೆ ಹೇಳ್ಬೇಕು? ಊರೇ ನಾರ್ತಾ ಬಿದ್ದಿದೆ, ನಿಮ್ ಮೇಲಿರೋ ಪ್ರೀತಿಲಿ ನಿಮಗೇ ನೇರ ಹೇಳಿದ್ದಷ್ಟೆ."

ಪಂಡಾರಂ ವೇಗವಾಗಿ ಮನೆಗೆ ಹೊರಟರು. ಅವರು ಹೋದ ಹೊತ್ತಿನಲ್ಲಿ ವಡಿವು ಬಿಸಿನೀರು ಕಾಸುವ ಕೋಣೆಯಲಿ ರಾಣಿ ಪತ್ರಿಕೆ ಓದುತ್ತಾ ಕುಳಿತಿದ್ದಳು. ಪಂಡಾರಂ ಮನೆಗೆ ತಲುಪಿದವರೇ ಅವಳಿಗೆ ಝಾಡಿಸಿ ಒದ್ದರು. ಆ ಏಟಿಗೆ ವಡಿವು ಎಗರಿ ಗೋಡೆಗೆ ಅಪ್ಪಳಿಸಿ ಕೆಳಗೆ ಬಿದ್ದಳು. ಪಂಡಾರಂ ಅಲ್ಲೇ ಇದ್ದ ಒಂದು ಸೌದೆ ತುಂಡನ್ನು ಎತ್ತಿಕೊಂಡು ಅವಳಿಗೆ ಹಿಗ್ಗಾಮುಗ್ಗಾ ಹೊಡೆದರು. ವಡಿವು "ಅಯ್ಯೋ... ಅಪ್ಪಾ... ಅಯ್ಯೋ... ಅಪ್ಪಾ..." ಎಂದು ಹುಯಿಲಿಟ್ಟಳು.

ಎಕ್ಕಿಯಮ್ಮ ಓಡಿಬಂದು "ಏನು ಹುಚ್ಚಾಟ ಇದು? ನಿಲ್ಲಿಸಿ" ಎಂದು ಅಡ್ಡ ನಿಂತಳು.

"ಹೋಗಿ ಸಾಯೇ ನಾಯಿ, ಮಕ್ಕಳನ್ನ ಬೆಳೆಸ್ತಾಳಂತೆ ಮಕ್ಕಳನ್ನ" ಎಂದು ಎಕ್ಕಿಯಮ್ಮನಿಗೂ ನಾಲ್ಕು ಬಿಟ್ಟರು.

"ಅಯ್ಯೋ ಅಕ್ಕಾ ಅಯ್ಯೋ ಅಕ್ಕಾ" ಅನ್ನುತ್ತಾ ಮೀನಾಕ್ಷಿ ಓಡಿಬಂದಳು, "ಅಯ್ಯೋ ಬೇಡಾ ಬೇಡಾ" ಅನ್ನುತ್ತ ದೊಡ್ಡವಳು ಕೂಗಿದಳು.

ಪಂಡಾರಂಗೆ ಯಾವಾಗಲೂ ಉದ್ವೇಗಕ್ಕೊಳಗಾದಾಗ ಕೆಮ್ಮು ಬಂದುಬಿಡುತ್ತಿತ್ತು. ಹಾಗೇ ಇವತ್ತೂ ಬಂತು. ಹಾಗೆ ಕೆಮ್ಮಿ ಕೆಮ್ಮಿ ಸುಧಾರಿಸಿಕೊಳ್ಳುವಷ್ಟರಲಿ ನೆತ್ತಿಗೆ ಏರಿದ್ದ ಪಿತ್ತ ಇಳಿದಿತ್ತು. ಅವರಿಗೆ ಸ್ವತಃ ತನ್ನ ಮೇಲೆಯೇ ಕರುಣೆ ಉಕ್ಕಿಬಂತು.

"ನಾನೇ ಸಾಯ್ತೀನಿ, ಎಲ್ಲರು ನಿಮ್ಮಿಷ್ಟದಂಗೆ ಇರಿ, ನಾನು ಹೋಗ್ತೀನಿ" ಅನ್ನುತ್ತ ಸೋತ ನಡೆಯಲ್ಲಿ ರೂಮಿಗೆ ಹೋಗಿ ಮಂಚದ ಮೇಲೆ ಕೂತರು. ಉಸಿರು ಸಿಕ್ಕಿಕೊಂಡಂತೆ ಅನಿಸಿತು.

ನಿಧಾನಕೆ ಆ ಹುಚ್ಚುಕೋಪವೂ ಉದ್ವೇಗವೂ ಇಳಿದ ಮೇಲೆ ಅವರಿಗೆ ನಶ್ಯ ಹಾಕಿಕೊಳ್ಳಬೇಕು ಎಂದೆನಿಸಿತು. ನಶ್ಯ ಹಾಕಿಕೊಳ್ಳುವಾಗ ಮಾಂಗಡುಸಾಮಿಯ ನೆನಪು ಬಂತು. ನಿಟ್ಟುಸಿರು ಬಿಟ್ಟರು.

"ಹಿಂಗಾ ಹೊಡೆಯೋದು, ಮಗು ನುಚ್ಚುನೂರಾಗೋಗಿದ್ದಾಳೆ" ಅಂದಳು ಎಕ್ಕಿಯಮ್ಮ ಬಾಗಿಲಲಿ ನಿಂತು.

"ಸಾಯಲಿ ಶನಿ"

ಅಷ್ಟುಹೊತ್ತಿಗೆ ಉಣ್ಣಿಯಮ್ಮ ಸರಸರನೆ ಓಡಿಬಂದು ಮನೆಯೊಳಗೇರಿದಳು. "ಏನೇ ಇಲ್ಲಿ ಜಗಳ ಗಲಾಟೆ?" ಎಂದು ಕೇಳಿದವಳು ವಡಿವುವನ್ನು ನೋಡಿ "ಅಯ್ಯೋ ದೇವರೇ ಮೈ ಎಲ್ಲ ರಣರಣವಾಗಿದೆಯಲ್ಲ. ಯಾರೇ ಹೊಡೆದವರು?" ಎಂದು ಕೇಳಿದಳು.

"ಆಚಿ, ನೀವು ಮನೆಗೆ ಹೋಗಿ" ಅಂದಳು ಎಕ್ಕಿಯಮ್ಮ.

"ಮಕ್ಕಳನ್ನ ಹೊಡೆದ್ರೆ ಕೇಳಲ್ವಾ ಮತ್ತೆ? ಒಳ್ಳೆ ಹುಡುಗಿ."

"ನೀವು ನಿಮ್ಮನೆಗೆ ಹೋಗಿ ಆಮೇಲೆ ಮಾತಾಡಣ."

"ಏನೋ ಹೊಡೆದಾಡ್ಕಂಡು ಸಾಯ್ರಿ, ಜಾತಿ ಬಿಟ್ಟು ಜಾತಿ ಸಮಾಚಾರ ಅಂದ್ರೆ ಮಾತಾಡಿ ಬಗೆಹರಿಸ್ಕಬೇಕು, ಅಷ್ಟೊಂದು ಪಕ್ವ ಇಲ್ವಾ ಇಲ್ಲಿ ಯಾರಿಗು? ಅದುಬಿಟ್ಟು ಮಗಳನ್ನ ಹೊಡೆದ್ರೆ? ಊರಿಗೇ ಗುಲ್ಲಾಗ್ಲಿ ಅಂತನಾ? ಇಲ್ಲ ಕೇಳಕ್ಕೆ ಜನ ಇಲ್ಲಾ ಅಂತನ? ನಂಗೆ ಆ ಅಧಿಕಾರ ಇದೆ ಕಣಲೇ, ನಾನು ಎತ್ತಿ ಬೆಳೆಸಿದ ಮಗು ಅದು."

"ಆಚಿ, ನೀವು ಹೋಗ್ತೀರಾ?"

"ಹೋಗ್ದೆ ಇಲ್ಲೇನು ಉಂಡ್ಕಂಡು ಹೋಗಕ್ಕೆ ಬಂದ್ನಾ? ಅಕಸ್ಮಾತ್ ಮುಟ್ಟು ಗಿಟ್ಟು ನಿಂತೋಗಿದ್ರೆ ಹೇಳು. ಅದಕ್ಕೂ ಮದ್ದಿದೆ ತಿಳಕೋ ಮದ್ಲು."

"ಛೀ, ಮಾನಗೆಟ್ಟ ನಾಯೇ, ತೊಲಗೂಂದ್ರೆ" ಎಂದು ಎಕ್ಕಿಯಮ್ಮ ಅವಳ ಕೈ ಹಿಡಿದು ತಳ್ಳಿದಳು. ಉಣ್ಣಿಯಮ್ಮ ಹೆದರಿಬಿಟ್ಟಳು. ಅವಳು ಮುಖ ಸಣ್ಣಗೆ ಮಾಡಿಕೊಂಡು, ಕಣ್ಣು ಕಿರಿದಾಗಿಸಿ ಬಾಯಿ ಓರೆಯಾಗಿಸಿ ತನ್ನ ತೋರು ಬೆರಳೆತ್ತಿ 'ಇರು ನಿನಗೆ' ಅನ್ನುವಂತೆ ಸನ್ನೆ ಮಾಡುತ್ತಾ "ಅಯ್ಯೋ" ಎಂದು ಹುಯ್ಯಲಿಡುತ್ತಾ ಮೆಟ್ಟಿಲಿಳಿದು ಹೋದಳು.

"ಬಾಗಿಲು ಚಿಲಕ ಹಾಕೆ, ಕಂಡ ಬೀದಿ ನಾಯೆಲ್ಲ ಮನೆಯೊಳಗೆ ಬರ್ತಾ ಇದಾವೆ."

"ಅವಳನ್ನ ಯಾಕೆ ಬಯ್ತಾ ಇದೀಯ? ನಿನ್ನ ಮಗಳನ್ನ ಕರದು ಕೇಳು, ಮುಟ್ಟು ಆಗ್ತಾ ಇದೆಯಾ ಇಲ್ಲ ನಿಂತು ಗಿಂತು ಹೋಗಿದೆಯಾಂತ?"

"ಬಾಯಿಮುಚ್ಚಿ" ಅಂದಳು ಎಕ್ಕಿಯಮ್ಮ ಜೋರಾಗಿ.

ಪಂಡಾರಂ ತಣ್ಣಗಾದರು. "ಸ್ನಾನಕ್ಕೆ ಹೋಗಿದ್ದಾಗ ಅಲ್ಲೊಬ್ಬ ಹೇಳಿದ ವಿಷಯ ಇದು. ಅದನ್ನ ಕೇಳಿಸಿಕೊಂಡೂ ಇನ್ನೂ ಸಾಯದೆ ಬದುಕಿ ಬಂದಿದ್ದೀನಿ. ನಿಜ ಅಂದ್ರೆ ಗೋಣು ಮುರಕೊಂಡು ಸಾಯಬೇಕಿತ್ತು ನಾನು."

ಎಕ್ಕಿಯಮ್ಮ ಏನೂ ಹೇಳಲಿಲ್ಲ.

"ಯಾರದು ಆ ಹುಡುಗ?"

"ಲಾರೆನ್ಸಂತೆ"

"ಒಳ್ಳೆ ಹುಡುಗನಾ?"

ಎಕ್ಕಿಯಮ್ಮ "ಅದೆಲ್ಲ ಯಾಕೀಗ? ಮದುವೆನಾ ಮಾಡ್ಕೊಡ್ತೀರಾ?"

"ಇಲ್ಲ, ಕೇಳ್ತಾ ಇದೀನಿ"

"ಬೇರೆ ಇಬ್ರು ಹೆಂಡತೀರಿದ್ದಾರಂತಲ್ಲ. ಹುಡುಗ ದೊಡ್ಡ ರೌಡಿಯಂತೆ. ಎರಡು ಸಲ ಜೈಲಿಗೆ ಹೋಗಿ ಬಂದಿದ್ದಾನಂತೆ"

"ಏನು ಕೆಲಸ ಮಾಡ್ತಾನೆ?"

"ಕೊಲೆರಂ ಸಂತೆಲಿ..."

"ಸಂತೆಲಿ?"

"ಸಂತೆಲಿ ನಿಂತಿರ್ತಾನಂತೆ"

"ಮಾಮೂಲು ವಸೂಲಿ ಮಾಡೋದು? ಅದು ತಾನೆ?"

ಎಕ್ಕಿಯಮ್ಮ "ನಂಗೇನು ಗೊತ್ತು?" ಅಂದಳು.

"ನೀನೇನೂ ನೋಡ್ಬೇಡ, ಮತ್ತಿಮೀನಿಗೆ ಉಪ್ಪು ಹುಳಿ ಖಾರ ಹಾಕಿ ಮಾಡ್ಕಂಡು ಕೂತ್ಕೋ"

ಎಕ್ಕಿಯಮ್ಮ ಕೋಪದಿಂದ "ನಾನು ಎಷ್ಟು ಸಲ ಹೇಳಿಲ್ಲ? ಅವಳಿಗೂ ಹೇಳಿದ್ದೀನಿ. ಈ ಮನೆಲಿ ನಮ್ ಮಾತಿಗೆಲ್ಲ ಬೆಲೆ ಎಲ್ಲಿದೆ? ಅಪ್ಪನೂ ಮಕ್ಕಳೂ ಒಟ್ಟು ಸೇರ್ಕಂತೀರಿ. ನಾನು ಹುಚ್ಚು ಮುದುಕಿ. ಊರಲ್ಲೇನು ನಡೀತಿದೆ, ಪ್ರಪಂಚದಲ್ಲೇನು ನಡೀತಿದೆ ಯಾವುದೂ ಗೊತ್ತಿಲ್ಲದೆ ಒಳಗೆ ಕೂತ್ಕಂಡು ಸಾಯ್ತಾ ಇದೀನಿ."

"ಸರಿ ಸರಿ ಸುಮ್ನೆ ಮಾತು ಬೆಳೆಸ್ಬೇಡ, ಆ ಹುಡುಗ ಇಲ್ಲಿಗೆ ಬರೋದಿದೆಯಾ?"

"ಬರ್‍ತಾನೆ, ಇವಳೂ ಅಲ್ಲಿಗೆ ಹೋಗಿ ನೋಡೋದಿದೆ, ಬಹಳಷ್ಟು ಜನ ನೋಡಿದ್ದಾರೆ."

"ಏನೇಳ್ತಾ ಇದೀಯ?"

"ಏನೂ ಇಲ್ಲ, ಯಾವ ವಿಷಯವೂ ಇಲ್ಲ. ಸುಮ್ನೆ ಮಾತಾಡ್ತೀವಿ ಅಷ್ಟೇ ಅಂತಾಳೆ"

"ನೀನು ಸರಿಯಾಗಿ ವಿಚಾರಿಸಿದ್ಯಾ?"

"ಚೆನ್ನಾಗಿ ವಿಚಾರಿಸಿದ್ದೀನಿ, ಏನಾದ್ರು ಇದ್ರೆ ಹೇಳು ಅದಕ್ಕೂ ಏರ್ಪಾಡು ಮಾಡಣಾಂತನೂ ಹೇಳಿದ್ದೀನಿ. ಅಪ್ಪನ ಮೇಲೆ ಆಣೆ, ಮುರುಗನ ಮೇಲೆ ಆಣೆ ಏನೂ ಇಲ್ಲಾಂತಾಳೆ"

"ಸರಿ ಒಂದುವೇಳೆ ಅದೇ ನಿಜ ಇರಬಹುದೋ"

"ಏನು?"

"ಸುಮ್ನೆ ಮಾತಾಡಿರಬಹುದು"

"ಸುಮ್ನೆ ಮಾತಾಡಿದ್ರೆ ಊರಿಡೀ ಗುಲ್ಲಾಗತ್ತಾ?"

"ಸುಮ್ನೆ ಇರು, ಇಲ್ಲಿ ಒಲೆ ಉರಿಯತ್ತೋ ಇಲ್ವೋ ಆದ್ರೆ ಊರಿಡೀ ಹೊಟ್ಟೆ ಅಂತೂ ಹೊತ್ತಿ ಉರಿಯತ್ತೆ. ಕರಿ ನಮ್ ಕುಟ್ಟಿನ ಇಲ್ಲಿ"

ವಡಿವು ಬಂದು ಬಾಗಿಲಲಿ ನಿಂತಳು. ಅವಳ ಮುಖ ಕೆನ್ನೆ ಊದಿಕೊಂಡಿತ್ತು. ಕಂಗಳು ಕೆಂಪಗೆ ಬಾತುಕೊಂಡಿದ್ದವು.

"ಮಗೂ, ವಡಿವೂ"

"ಮ್"

"ಸಿಟ್ಟಾ?"

"ಇಲ್ಲ"

"ಸ್ನಾನಕ್ಕೆ ಹೋಗಿದ್ದಾಗ ಒಬ್ಬ ಹುಚ್ಚುಬಡ್ಡಿಮಗ ಬಾಯಿಗೆ ಬಂದಂಗೆ ಮಾತಾಡಿಬಿಟ್ಟ ಕುಟ್ಟೀ, ಅದಕೆ ಓಡಿ ಬಂದುಬಿಟ್ಟೆ"

ಅವಳು ಅಲ್ಲಾಡಲಿಲ್ಲ. ಮುಖ ಹಂಡೆಯಂತೆ ಇತ್ತು.

"ನಿಂಗೂ ಆ ಲಾರೆನ್ಸ್‌ಗೂ ಏನು ಸಂಬಂಧ?"

"ಏನೂ ಇಲ್ಲ"

"ಇಲ್ನೋಡು, ಅಪ್ಪನ ಮುಖ ನೋಡಿ ಮಾತಾಡು."

ಅವಳು ತಲೆಎತ್ತಿ ಅವರನ್ನ ನೋಡಿದಳು. ದಿಟ್ಟ ಕಂಗಳು. ದಿಟ್ಟ ಮುಖ. ಸೋತ ದನಿಯಲ್ಲಿ "ನಿಮ್ಮ ಮೇಲಾಣೆ, ಮುರುಗನ ಮೇಲೆ ಆಣೆ ಏನೂ ಇಲ್ಲ ಅಪ್ಪ" ಅಂದಳು.

ಪಂಡಾರಂನ ಎದೆಯಿಂದ ಭಾರ ಇಳಿಯಿತು. "ನೀನೇನೂಂತ ನಂಗೆ ಗೊತ್ತು ಕುಟ್ಟೀ. ಆದರೆ ಊರೋರು ಆಡೋ ಮಾತು ಕೇಳಿ ನಾನೂ ಒಂದು ಕ್ಷಣ ಕಕ್ಕಾಬಿಕ್ಕಿ ಆಗೋದೆ" ಅನ್ನುತ್ತಾ ಪಂಡಾರಂ ಕೈನೀಡಿ ಬಾ ಇಲ್ಲಿ ಎನ್ನುವಂತೆ ಕರೆದರು. ಅವಳು ಹತ್ತಿರ ಹೋಗಲಿಲ್ಲ.

"ಅವನು ದೊಡ್ಡ ರೌಡಿ ಅದು ಗೊತ್ತಾ ನಿಂಗೆ? ಕುಲಸೇಕರಂ ಸಂತೆಯಲ್ಲಿ ಅವನಿಗೆ ಜಗಳಜೂಟಿನೇ ಕೆಲಸ ಅಂತೆ, ಜೈಲಿಗೆ ಸಹಾ ಹೋಗಿ ಬಂದಿದಾನಂತೆ."

"ಅವನು ಚಂದ ಹಾಡು ಹಾಡ್ತಾನೆ ಅಪ್ಪಾ, ಸಿನಿಮಾಗೆ ಕತೆ ಬರೀತಾನೆ."

"ಸರಿ, ಅದುಕ್ಕಾಗಿ ನೀನು ಅವನ ಸಿನಿಮಾ ಕತೆ ಕೇಳ್ತಾ ಹೋಗ್ಬೇಕಾ ಕುಟ್ಟಿ? ನೀನು ಬುದ್ಧಿವಂತೆ ಅಲ್ವಾ? ನಾಳೆ ಇನ್ನೊಬ್ಬನ ಜೊತೆ ಬದುಕು ಮಾಡಲು ಹೋಗ್ಬೇಕಾದೋಳು, ಹೆಣ್ಣುಮಕ್ಳ ಮೇಲೆ ಒಂದು ಮಾತು ಬಂದು ಕೂತ್ರೆ ಅದು ಯಾವತ್ತಿಗಾದ್ರೂ ಹೋಗ್ತದಾ ಕುಟ್ಟಿ?"

"ಸರಿಯಪ್ಪಾ"

"ಸರಿ ಹೋಗು ಆಡಿಕೋ"

"ಅಪ್ಪನದ್ದೂ ಮಗಳದ್ದೂ ಆಯ್ತಾ ಮುದ್ದು ಮಾಡಿದ್ದು? ಆಚಾರಿ ಬಂದಿದಾನೆ" ಎಂದಳು ಎಕ್ಕಿಯಮ್ಮ.

ಪಂಡಾರಂ ಉತ್ಸಾಹದಿಂದ ಎದ್ದರು "ನೀ ಚೆನ್ನಾಗಿ ಒಂದು ಕಾಫಿ ಮಾಡೇ. ಹೊಟ್ಟೆ ಹಸಿತಾ ಇದೆ" ಅಂದರು.

ಮೀನಾಕ್ಷಿ "ಅಪ್ಪಾ ನಾನು ನಿಂಜೊತೆ ಟೂ" ಎಂದಳು.

"ಯಾಕೆ? ಯಾಕೇ ಕುಟ್ಟಿ?"

"ನೀ ಯಾಕೆ ಅಕ್ಕನ ಹೊಡೆದೆ?"

"ಇನ್ಮೇಲೆ ಹೊಡೆಯಲ್ಲ"

"ಈಗ ಯಾಕೆ ಹೊಡೆದೆ?"

"ಬನ್ನಿ ಬನ್ನಿ ಆಚಾರಿಗಳೆ"

"ಸಾಮಾನೆಲ್ಲ ರೆಡಿ ಆಯ್ತು, ಅದನ್ನ ಕೊಟ್ಟು ಹೋಗಣಾಂತ ಬಂದೆ. ಇನ್ನು ಒಂದು ನೆಕ್ಲೇಸು, ಎಂಟು ಬಳೆಗಳು ಬಾಕಿ ಇದಾವೆ. ಅದನ್ನ ಭಾನುವಾರ ಕೊಡ್ತೀನಿ"

"ನೆಕ್ಲೇಸ್ ಸ್ಟೈಲ್ ಬದಲಿಸ್ಬೇಕೂಂದ್ರೆ"

"ಏನೂ ಬದಲಿಸದುಬೇಡ, ಇರೋ ಸ್ಟೈಲೇ ಸಾಕು" ಅಂದಳು ಎಕ್ಕಿಯಮ್ಮ.

"ಬಾಕಿದೆಲ್ಲ ಜೋಪಾನ ಎತ್ತಿಡಿ. ಮಕ್ಕಳು ಹಾಕ್ಕಳಕೆ ಆಸೆ ಪಡ್ತವೆ ಅನಿಸ್ತು. ಅದಕ್ಕೇ ಮೊದ್ಲೇ ತಂದೆ."

"ಬಂದು ನೋಡೇ" ಕರೆದರು ಪಂಡಾರಂ.

ಸುಬ್ಬಮ್ಮ ಬಂದು ಪೆಟ್ಟಿಗೆಯನ್ನು ಈಸಿಕೊಂಡು ತೆರೆದಳು.

ಚಿಕ್ಕಚಿಕ್ಕ ಗುಲಾಬಿ ಪೇಪರಿನಲ್ಲಿ ಸುತ್ತಿದ್ದ ಆಭರಣಗಳಿದ್ದವು. ಅವನ್ನು ನೋಡಿ ಸುಬ್ಬಮ್ಮಳ ಮುಖ ಕೆಂಪಾಗಿತ್ತು.

"ಎಷ್ಟಿದೆಯೆ?"

"ಎಂಟು ಬಳೆ, ಓಲೆ, ಚೈನು, ಹಾರ"

"ಚೆನ್ನಾಗಿ ನೋಡಿ, ಒಮ್ಮೆ ಒರೆಸಿ ನೋಡಿ" ಅಂದರು ಆಚಾರಿ.

"ಅದೆಲ್ಲ ಏನೂ ಬೇಡ, ನಮ್ಮದೇನು ಇವತ್ತು ನಿನ್ನೆಯ ಸಂಬಂಧವಾ?"

"ಆದರೂ ಚಿನ್ನ ಚಿನ್ನನೆ, ಅದರ ಲೆಕ್ಕ ಬೇರೆನೇ"

ಒಳಗೆ ಆಭರಣವನ್ನು ಪರಿಶೀಲಿಸುವ ಮಾತುಗಳು, ಕೈಯಿಂದ ಕಿತ್ತುಕೊಳ್ಳುವ ಜಗಳದ ದನಿಗಳು ಕೇಳಿಬಂದವು.

"ಅಪ್ಪಾ ಅಕ್ಕ ಹೊಡೀತಿದ್ದಾಳೆ"

"ಯಾಕೆ?"

"ಆಭರಣ ಕೀಳ್ತಾ ಇದ್ದಾಳೆ"

"ಯಾಕೇ ಕೀಳ್ತೀಯಾ, ಏನಾದ್ರು ಮುರಗಿರದು ಹೋದ್ರೆ ಯಾರನ್ನ ಕೇಳ್ತೀಯಾ"

"ಕಿತ್ತರೆಲ್ಲ ಏನು ಮುರ್ದು ಹೋಗಲ್ಲ" ಅಂದರು ಆಚಾರಿ ನಗುತ್ತಾ.

ಕಾಫಿ ಬಂತು. ಆಚಾರಿ ಕುಡಿಯುತ್ತಾ "ನೆಕ್ಲೆಸಲ್ಲಿ ಇವಾಗ ಯಾರೂ ಹರಳು ಇಡಲ್ಲ. ಕರಗಿಸಿದರೆ ನಷ್ಟ" ಅಂದರು.

"ಹೇಳಿದ್ರೆ ಯಾರು ಕೇಳ್ತಾರೆ"

"ಕರಗಿಸಕ್ಕಾ ನೆಕ್ಲೆಸ್ ಮಾಡ್ತಾರೆ? ಹಾಕಂಡ್ರೆ ಕೊರಳು ಪೂರ್ತಿ ತುಂಬಿದಂಗೆ ಕಾಣಬೇಡ್ವಾ? ಮಲಯಾಳದವರು ಹರಳೂ ಇಡಿಸ್ದೆ, ಹೂವೂ ಕೂರಿಸ್ದೆ ಸುಮ್ನೆ ಏನೋ ಉರುಟುರುಟಾಗಿ ಹಾಕ್ಕಂತಾರೆ. ನಂಗೆ ಅದೆಲ್ಲ ಆಗಲ್ಲ. ನೆಕ್ಲೆಸ್ ಹಂಗೇ ಹೊಳಿಬೇಕು, ಮಂಕಾಗಿದ್ರೆ ಅದು ನೆಕ್ಲೇಸಾ?"

"ಅವಕ್ಕೆ ಗೊತ್ತಿಲ್ಲ, ಇವಳು ಹೇಳಿಕೊಡ್ತಾಳೆ" ಅಂದರು ಪಂಡಾರಂ.

"ಅಪ್ಪಾ ಚೆನ್ನಾಗಿದೆಯಾ?" ಕೇಳಿದಳು ದೊಡ್ಡವಳು. ಮೈತುಂಬ ಆಭರಣ. ಪಂಡಾರಂಗೆ ಅವಳು ಬೇರೆ ಯಾರೋ ಎಂಬಂತೆ ತೋರಿತು.

"ಮಹಾಲಕ್ಷ್ಮಿಯ ಹಾಗೆ ಇದ್ದಾಳೆ" ಅಂದರು ಆಚಾರಿ.

"ಮಹಾಲಕ್ಷ್ಮಿನ ನೀವು ನೋಡಿದ್ದೀರಾ?" ಕೇಳಿದಳು ಮೀನಾಕ್ಷಿ.

"ನಮ್ ಉದ್ಯೋಗನ ಏನಂತ ತಿಳಕಂಡಿದ್ದೀಯಾ? ಹೆಣ್ಣುಮಕ್ಕಳನ್ನ ಮಹಾಲಕ್ಷ್ಮಿಯಾಗಿ ಬದಲಾಯಿಸೋದೇ ನಮ್ ಉದ್ಯೋಗ."

"ದೃಷ್ಟಿ ಸುತ್ತಾಕೆ" ಅಂದರು ಪಂಡಾರಂ "ಹೆತ್ತವರ ಕಣ್ ದೃಷ್ಟಿನೇ ದೊಡ್ಡದು."

"ಒಂದು ಮಾಲೆ ಚಿಕ್ಕವಳಿಗೆ ಹಾಕಿ ಅಮ್ಮಣ್ಣಿ" ಅಂದರು ಆಚಾರಿ.

"ಅವಳಿಗಾ ಮಾಡಿರೋದು?" ಕೇಳಿದಳು ಸುಬ್ಬಮ್ಮ ಕಡುಕೋಪದಿಂದ.

"ನಿಮಗೇ ಮಾಡಿಸಿರೋದು, ಮದುವೆಗೆ ಇನ್ನೂ ಹತ್ತು ದಿನ ಇದೆಯಲ್ಲ. ಇಬ್ಬರಿಗೂ ಒಂದೊಂದು ಕೊಡಿ"

"ಕೊಡಕ್ಕಾಗಲ್ಲ, ಇವೆಲ್ಲ ನಂದು"

"ನಿನ್ನ ನಗ ಬೇಡ ಹೋಗು, ಒಳ್ಳೆ ತೆಂಗಿನಮರದ ಬೇರಿನ ತರ ಇದೆ" ಅಂದಳು ಮೀನಾಕ್ಷಿ.

"ಅವಳು, ಒಂದನ್ನೂ ಹಂಚಿಕೊಳ್ಳಲ್ಲ" ಅಂದರು ಪಂಡಾರಂ.

"ಹೆಣ್ಣುಮಕ್ಕಳೆಲ್ಲ ಹಂಗೇ. ನಂಗೂ ಇದಾವೆ ಎರಡು. ಹೆಣ್ಮಕ್ಕಳಿದ್ರೇನೆ ಮನೆ ತುಂಬಿದ ಹಾಗೆ. ಅವರಿಗೆ ನಾವು ಎಷ್ಟೇ ಮಾಡಿ ಹಾಕಿದ್ರೂ ಅವಕ್ಕೆ ಮನಸಿಗೆ ಸಮಾಧಾನ ಆಗಲ್ಲ. ನಮಗಾ... ಅವಕ್ಕೆ ಎಷ್ಟು ಮಾಡಿಸಿ ಹಾಕಿದ್ರೂ ಸಮಾಧಾನ ಆಗಲ್ಲ."

"ಏನೇ ಆದ್ರೂ ನಿಂಗೆ ಒಳ್ಳೆ ಕೆಲಸ."

"ಮತ್ತೆ ಅದು ಮಹಾಲಕ್ಷ್ಮಿ ಸೇವೆ ಅಲ್ವಾ?" ಅನ್ನುತ್ತಾ ಆಚಾರಿ ಎದ್ದರು. "ಸರಿ ಬರ್ಲ?"

ಪಂಡಾರಂ ತುಂಬಿದ ಮನಸಿನೊಂದಿಗೆ ಹಣದೊಂದಿಗೆ ಅಂದು ಸಂಜೆ ದೇವಸ್ಥಾನಕ್ಕೆ ಹೋದರು. ಪೋತ್ತಿ ಇರಲಿಲ್ಲ. ಅವರ ಅಳಿಯ ಇದ್ದ. ದೇವಸ್ಥಾನದ ಅರ್ಥಮಂಟಪದ ಕೆಳಗೆ ಸುಮ್ಮನೆ ಒಂದರ್ಧ ಗಂಟೆ ಕೂತಿದ್ದರು. "ಮುರುಗಾ ನನ್ನಪ್ಪನೇ, ನನ್ನ ಮನಸು ತುಂಬಿ ಬಂದಿದೆಯಲ್ಲಪ್ಪಾ ಮುರುಗಾ" ಎಂದು ಮನದಲ್ಲೇ ಮುರುಗನನ್ನು ನೆನೆದರು.

ರಾತ್ರಿ ಎಕ್ಕಿಯಮ್ಮ ಮೀನಿನ ಸಾರು ಮಾಡಿದ್ದಳು. ಅವರು ಎಂದೂ ಇಲ್ಲದಂತೆ ಅಂದಿನ ರಾತ್ರಿ ಮಕ್ಕಳನ್ನು ಒಟ್ಟಿಗೇ ಕೂರಿಸಿಕೊಂಡು ಅನ್ನ ಸಾರು ಕಲೆಸಿ ತುತ್ತು ಮಾಡಿ ಕೈಗೆ ಇತ್ತಿದ್ದರು.

ವಡಿವು ಆದರೂ ಮುಗುಮ್ಮಾಗೇ ಇದ್ದಳು. ಅವಳ ಭುಜವನು ತಟ್ಟಿ "ಇನ್ನೂ ನೋಯ್ತಾ ಇದೆಯಾ ಕುಟ್ಟಿ?" ಎಂದು ಕೇಳಿದರು.

"ಮ್"

"ಇರಲಿ ಬಿಡು ಕುಟ್ಟಿ, ಅಪ್ಪ ತಾನೆ? ಎಷ್ಟೊಂದು ಮುತ್ತು ಕೊಟ್ಟಿದ್ದೇನೆ. ಅದಕ್ಕೆ ಸಮ ಅಂದುಕೋ."

"ಅಪ್ಪಾ ನಂಗೂ ಹೊಡೀತೀರಾ?" ಕೇಳಿದಳು ಮೀನಾಕ್ಷಿ.

"ನಿಂಗೆ ಡಬಲ್ ಏಟು ಬೀಳ್ತವೆ"

"ನಾನು ತಿರುಗ್ಸಿ ಹೊಡೀತೀನಿ"

"ಏಯ್, ಮಾತು ಬೆಳಿಸ್ಬೇಡ" ಬಯ್ದಳು ಎಕ್ಕಿಯಮ್ಮ.

"ಅವಳು ವಿಜಯಲಲಿತಾ ಅಲ್ವಾ? ಎಗರಿ ಹೊಡಿತಾಳೆ."

"ಏ ನಗ ಬಿಚ್ಚಿಡೇ"

"ಹಾಕ್ಕೊಂಡು ಮಲಕ್ಕೊಳ್ಳಲಿ" ಅಂದರು ಪಂಡಾರಂ.

"ಹೊಳಪು ಕಮ್ಮಿಯಾಗತ್ತೆ"

"ಬಿಚ್ತೀನಿ"

"ಸ್ವಲ್ಪ ಕಷ್ಟ" ಅಂದಳು ಎಕ್ಕಿಯಮ್ಮ "ಕುಟ್ಟಿ ಅನ್ಕೊಕತಾ ಇದಾಳೆ, ಇನ್ಮೇಲೆ ಈ ನಗನ ಯಾವತ್ತೂ ಹಾಕ್ಕೋಬಹುದು ಅಂತ."

"ಯಾಕೆ ಹಾಕ್ಕೊಳ್ಳಕ್ಕಾಗಲ್ವಾ?"

"ಐವತ್ತು ಪವನು ನಗ ಹಾಕ್ಕೊಂಡು ಅಡುಗೆ ಮಾಡ್ತಾಳಾ?"

"ಯಾಕೆ ಮಾಡ್ಬಾರ್ದಾ?"

"ಹೋಗೇ ಕತ್ತೆ" ಅಂದಳು ಎಕ್ಕಿಯಮ್ಮ

ಅವತ್ತು ಊಟದ ನಂತರ ಆ ದಿನವನ್ನು ಕೊಂಡಾಡಬೇಕೆಂದು ಪಂಡಾರಂ ಯೋಚಿಸಿದರು. ಪೆಟ್ಟಿಗೆಯನ್ನು ತೆರೆದು ರೇಷ್ಮೆ ಬಟ್ಟೆಗಳಿಗೂ, ಆಸ್ತಿ ಪತ್ರಗಳಿಗೂ ಕೆಳಗೆ ಇಟ್ಟಿದ್ದ ವಿಸ್ಕಿ ಬಾಟಲಿಯನ್ನು ತೆಗೆದರು. ಅದನ್ನು ಬಹಳ ದಿನಗಳ ಹಿಂದೆಯೇ ತಂದಿಡಲಾಗಿತ್ತು. ಎಕ್ಕಿಯಮ್ಮ ಅದನ್ನು ಕಂಡು ಬಾಗಿಲು ಮುಚ್ಚಿದಳು.

"ಮಕ್ಕಳು ಮಲಗಿದರಾ?"

"ಮಲಗಿದ್ದಾರೆ ಆದರೆ ಯಾವಾಗ ಏಳ್ತಾರೆ ಅಂತ ಹೇಳಕ್ಕಾಗಲ್ಲ"

"ಒಂದು ಬಾಯಿ ಕುಡೀತೀಯೇನೆ?"

"ಅಯ್ಯೋ, ಸತ್ತದ್ದು ಎಂಥ ವಾಸನೆ! ಇದನ್ನ ಹೋಗಿ ಕುಡೀತಾರಾ?"

"ಇದೊಂಥರ ಅಮೃತ ಕಣೆ ತಿಳಕೊ. ಶರೀರಕ್ಕೆ ಒಳ್ಳೆದು, ಉಷ್ಣ ಇಳೀತದೆ"

ಅವರು ಕುಡಿಯುವುದನ್ನು ಎಕ್ಕಿಯಮ್ಮ ಕುತೂಹಲದಿಂದ ನೋಡಿದಳು.

"ಸರಿ ಮಲಗಿ, ಇಲ್ಲಾಂದರೆ ನಿಮಗೆ ಹಾಡು, ಕುಣಿತ ಅಂತ ಶುರುವಾಗಿಬಿಡ್ತದೆ"

ಮಲಗಿದೊಡನೇ ಪಂಡಾರಂನ ತಲೆ ಭಾರವಾಯ್ತು. ಮಾಂಗಾಡು ಸಾಮಿಯ ನೆನಪಾಯ್ತು. ಅವನ ಹಾಡು ಕೇಳಿಸಿದಂತಾಯ್ತು.

ಎಕ್ಕಿಯಮ್ಮ ಕುಲುಕಿ ಎಬ್ಬಿಸಿದಾಗ ಅವರಿಗೆ ಎಚ್ಚರವಾಯ್ತು.

"ಎದ್ದೇಳಿ, ಎದ್ದೇಳಿ, ತಲೆಮೇಲೆ ಕಲ್ಲು ಎತ್ತಿಹಾಕಿ ಹೋಗಿಬಿಟ್ಟಿದ್ದಾಳೆ"

"ಯಾರು? ಯಾರು?"

"ವಡಿವು, ಬೆಳಗ್ಗೆ ನೋಡಿದರೆ ಬಾಗಿಲು ತೆರೆದಿತ್ತು. ಏನಪ್ಪಾಂತ ನೋಡಿದರೆ ವಡಿವು ಇಲ್ಲ, ಸರಿ ಅಂತ ಅವಳ ರೂಮಿಗೆ ಹೋಗಿ ನೋಡಿದರೆ ಅವಳ ಬಟ್ಟೆಗಳೂ ಇಲ್ಲ. ಪಾಪಿ, ಮೋಸ ಮಾಡಿ ಹೊರಟೋಗಿದ್ದಾಳೆ."

"ನಗ ಇದೆಯಾ ನೋಡು, ಮೊದಲು ಪೆಟ್ಟಿಗೆ ತೆರೆದು ನೋಡು. ಪೆಟ್ಟಿಗೆ ತೆರೆ"

ಪೆಟ್ಟಿಗೆ ತೆರೆದಿತ್ತು. ಆಭರಣ, ಅರುವತ್ತು ಸಾವಿರ ರುಪಾಯಿ, ರೇಷ್ಮೆ ಸೀರೆ, ಬೆಳ್ಳಿಯ ದೀಪ, ಬೆಳ್ಳಿ ತಟ್ಟೆ ಯಾವುದೂ ಇಲ್ಲ.

***

19

ಪಂಡಾರಂ "ಮನೆ ಬಾಗಿಲು ಹಾಕಿಕೊಳ್ಳಿ, ಯಾರು ಬಂದರೂ ತೆಗೆಯಬೇಡಿ" ಎಂದು ಹೇಳಿ ಓಡುನಡಿಗೆಯಲ್ಲಿ ದೇವಸ್ಥಾನಕ್ಕೆ ಹೋದರು. ಪೋತ್ತಿ ಅದಾಗಲೇ ಬಂದಿದ್ದರು. "ಸ್ವಾಮಿ ಒಂದ್ನಿಮಿಷ ಖಾಸಗಿ ಮಾತಾಡೋದಿತ್ತು"

"ಏನಲೇ?" ಕೇಳಿದರು ಪೋತ್ತಿ. ಮರುಕ್ಷಣವೇ ಮೆಲ್ಲಗೆ "ಕುಟ್ಟಿ ಓಡೋಗಿಬಿಟ್ಲಾ?" ಎಂದು ಕೇಳಿದರು.

"ಹೌದು ಸ್ವಾಮಿ, ರೊಕ್ಕ, ನಗ ಯಾವುದೂ ಇಲ್ಲ."

"ಹಾಗಾದ್ರೆ ಇವಳು ಮುಂಚೆನೇ ಪ್ಲ್ಯಾನ್ ಮಾಡಿಕೊಂಡಿದ್ದಾಳೆ. ನಗವೂ ಹಣವೂ ಬರೋತನಕ ಕಾದಿದ್ದಾಳೆ ಅಷ್ಟೆ."

"ನನ್ ಮಕ್ಕಳು ನನಗೆ ಮೋಸ ಮಾಡಿಬಿಟ್ರಲ್ಲ ಸ್ವಾಮಿಗಳೇ, ಯಾಮಾರಿಸಿಬಿಟ್ರಲ್ಲಾ."

"ಏನೂ ಮಾಡಕ್ಕಾಗಲ್ಲಾ, ಶಿವಾ... ಇಬ್ಬರೂ ಹೋಗಿ ಪೋಲಿಸತ್ರ ಒಂದು ಕಂಪ್ಲೇಂಟ್ ಕೊಡಣ"

"ಸುದ್ದಿ ಹರಡತ್ತಲ್ಲ."

"ಈಗ ಏನು ಹೊಸದಾಗಿ ಹರಡತ್ತಾ ಹೇಗೆ? ಬಾರಲೇ, ಇರು ಶರಟು ಹಾಕ್ಕಂಡು ಬರತೀನಿ."

ಪೋತ್ತಿ ಹೋಗಿ ಶರಟು ಹಾಕಿಕೊಂಡು ಬಂದರು. ಒಂದು ಬಾಳೆ ಎಲೆಯಲ್ಲಿ ದೇವಸ್ಥಾನದ ಪ್ರಸಾದ ಸುತ್ತಿಕೊಂಡರು.

ಸ್ಟೇಷನ್ನಿನಲ್ಲಿ ಎಸ್ ಐ ಇರಲಿಲ್ಲ. ಹೆಡ್ ಕಾನ್ಸ್ಟೇಬಲ್ ನಾಯನಾರ್ ಪಿಳ್ಳೈಗೆ ಪೋತ್ತಿ ನಮಸ್ಕರಿಸಿದರು.

"ನಮಸ್ಕಾರ ಪಿಳ್ಳೈಯವರಿಗೆ, ನನ್ನ ಪರಿಚಯ ಉಂಟಾ?"

"ವೇಲಪ್ಪ ದೇವಸ್ಥಾನದ ಸ್ವಾಮಿ ತಾನೆ?"

"ಹೌದು, ಸಾರ್ ಹೇಗಿದೀರಿ? ಸೌಖ್ಯವಾ?"

"ಕೂತ್ಕೊಳ್ಳಿ, ಅದ್ಯಾರು?"

"ಇದು ಪಂಡಾರಂ ಪೋತ್ತಿವೇಲು ಅಂತ ಹೆಸರು. ಹೂ ಕಟ್ಟೋ ವ್ಯಾಪಾರ ಮಾಡ್ತಾರೆ."

"ಏನು ವಿಷಯ ಬಂದದ್ದು"

ಪೋತ್ತಿ ಎಲ್ಲವನ್ನೂ ವಿವರವಾಗಿ ತಿಳಿಸಿ ಹೇಳಿದರು. ನಾಯನಾರ್ ಪಿಳ್ಳೈ ಮೀಸೆ ತಿರುಗಿಸುತ್ತಾ ಎಲ್ಲವನ್ನೂ ಕೇಳಿಸಿಕೊಂಡರು. "ಸ್ವಲ್ಪ ಹೊರಗೆ ಬರ್ತೀರಾ?" ಎಂದು ಕೇಳಿದವರು ತಿರುಗಿ "ಏ ಕುರಿಸಪ್ಪಾ ಫೋನ್ ಬಂದರೆ ಬರೆದಿಡು" ಎಂದು ಹೇಳಿ ಹೊರಗೆ ನಡೆದರು.

ಮಣಿಕಂಠ ವಿಲಾಸದಲ್ಲಿ ಎರಡು ಟೀಗೆ ಹೇಳಿದರು. ಪೋತ್ತಿ ಒಂದು ನೇಂದ್ರ ಹಣ್ಣು ತಿಂದರು. "ಕೆಲಸ ಕಷ್ಟ. ಹುಡುಗ ಬಹಳ ಮೋಸ. ಕೈಲಿ ಹಿಡಿಯದು ಕಷ್ಟ. ಇದೇ ಸ್ಟೇಷನ್ನಲಿ ಅವನ ಮೇಲೆ ಎಲ್ಲಾ ರೆಕಾರ್ಡು ಇದೆ. ನಾನೇ ಅವನನ್ನು ಹಿಡಿದು ಹೊಡೆದಿದ್ದೀನಿ. ಆದ್ರೆ ನಂಗೆ ಒಂದು ಅರ್ಥ ಆಗ್ತಾ ಇಲ್ಲ. ಅವನು ಕಳ್ಳ, ಸಾಲ್ದಕ್ಕೆ ಕುಳ್ಳ. ಒಂದು ಸರಿಯಾದ ಕೆಲಸ ಸಹಾ ಇಲ್ಲ. ಅವನಿಗೆ ಅಂತ ಒಂದು ಅಂತಸ್ತಿಲ್ಲ. ಆದ್ರೆ ಅದು ಹೇಗೋ ವರ್ಷಕ್ಕೆ ಒಂದು ಹುಡುಗಿ ಇವನನ್ನ ನಂಬಿಕೊಂಡು ಓಡಿಹೋಗ್ತಾಳೆ. ಏನಕ್ಕೋಪ್ಪ!"

"ಹುಡುಗಿರಿಗೆ ಲವ್ವಾಗ್ತದಲ್ಲ" ಅಂದರು ಪೋತ್ತಿ.

"ಕಳ್ಳನ ಪ್ರೇಯಸಿ ಅಂತ ಒಂದು ಕತೆ ಇದೆ, ಗೊತ್ತಾ? ಈ ಮಗು ಮನೆಯೊಳಗೇ ಬೆಳೆದ ಹುಡುಗಿ, ಲೋಕ ಗೊತ್ತಿಲ್ಲ. ಅವರು ನೋಡೋ ಗಂಡಸರು ಅಂದರೆ ಅಪ್ಪಂದಿರು ಮಾತ್ರ. ಅಪ್ಪ ಅಂದರೆ ಇವನ ಹಾಗಲ್ಲ. ಅಪ್ಪಂದಿರು 'ಮಗಳೇ ಅಲ್ಲಿಗೆ ಹೋಗ್ಬೇಡ, ಇಲ್ಲಿಗೆ ಹೋಗ್ಬೇಡ' ಅನ್ನೋದರ ಹೊರತು ಏನೂ ಮಾತಾಡಲ್ಲ. ಅವಾಗ ಇವನು ಬರ್ತಾನೆ. ಮಾತಾಡ್ತಾನೆ. ಸಿನಿಮಾ ಬಗ್ಗೆ ಮಾತಾಡ್ತಾನೆ, ಸರ್ಕಸ್ ಅಂತಾನೆ, ಜಗಳ ಹೊಡೆದಾಟ, ಪೋಲಿಸ್ ಸ್ಟೇಷನ್, ಮದುರೈ ಹೀಗೆ ಎಲ್ಲಾ ಮಾತಾಡ್ತಾನೆ. ಹುಡುಗಿ ಬಿದ್ಹೋಗ್ತಾಳೆ, ಅದು ಕತೆ."

"ಆದರೂ ಇದು ಕಷ್ಟ. ಇದೀಗ ಮೂರನೇ ಕೇಸು ನಂಗೊತ್ತಿರಂಗೆ."

"ಅವನು ಹುಡುಗಿರನ್ನ ಮದುವೆ ಮಾಡ್ಕೊಂತಾನಾ?"

"ಮದುವೆ ಮಾಡ್ಕಂಡಿರ್ತಾನೆ ಇಷ್ಟೊತ್ತಿಗೆಲ್ಲ. ಯಾವ್ದಾರ ದೇವಸ್ಥಾನಕ್ಕೆ ಕರಕೊಂಡು ಹೋಗಿ ತಾಳಿ ಕಟ್ಟಿರ್ತಾನೆ. ಸೀದಾ ಕನ್ಯಾಕುಮಾರಿಗೋ, ತಿರುಚೆಂಡೂರಿಗೋ ಕರಕೊಂಡು ಹೋಗ್ತಾನೆ. ಒಂದ್ಹತ್ತು ದಿನ ಜಾಲಿ ಮಾಡ್ತಾನೆ. ಆಮೇಲೆ ಒಂದು ಮನೆ ನೋಡಿ ಇಡತಾನೆ. ದುಡ್ಡು ಖಾಲಿ ಆಗೋ ತನಕ ಜೊತೆಗಿರ್ತಾನೆ. ಆಮೇಲೆ ಅವನ ಕೆಲಸ ನೋಡ್ಕಂಡು ಹೋಗ್ತಾನೆ. ಅಷ್ಟೊತ್ತಿಗೆ ಹುಡುಗಿ ಹೊಟ್ಟೆಲಿ ಒಂದಿರತ್ತೆ."

ಪಂಡಾರಂ ಬಿಕ್ಕಿ ಬಿಕ್ಕಿ ಅಳತೊಡಗಿದರು.

"ಇನ್ನೇನು ಮಾಡೋದು?"

"ಏನೂ ಮಾಡಕ್ಕಾಗಲ್ಲ. ಕಂಪ್ಲೇಂಟ್ ಕೊಡೋದರಲ್ಲೂ ಸಮಸ್ಯೆ ಇದೆ. ನಾನು ಹುಡುಗರ ಹತ್ರ ಹೇಳಿ ಹುಡುಕಕ್ಕೆ ಹೇಳ್ತೀನಿ. ಹುಡುಗ ನಗ ಎಲ್ಲಾ ತಗಂಡು ಹುಡುಗಿನ ಬಿಟ್ಟರೆ ನಿಮ್ಮ ಲಕ್ಕು."

ಪೋತ್ತಿ ಒಂದು ಮುನ್ನೂರು ರುಪಾಯಿ ತೆಗೆದು ದೇವಸ್ಥಾನದ ಪ್ರಸಾದದ ಜೊತೆ ಇಟ್ಟು ನಾಯನಾರ್ ಪಿಳ್ಳೈಗೆ ಕೊಟ್ಟರು.

"ಅಯ್ಯೋ ಇದೇನಕ್ಕೆ?"

"ದಕ್ಷಿಣೆ ಅಂದುಕೊಳ್ಳಿ"

"ಸರಿ"

"ಏನಾದ್ರು ಸುದ್ದಿ ಸಿಕ್ಕಿದ್ರೆ ನಮ್ ಪಂಚಾಯ್ತಿ ಮೆಂಬರ್ ಮನೆಲಿ ಫೋನಿದೆ. ಇಪ್ಪತ್ತೆರಡು, ಮುವ್ವತ್ತೆಂಟು ಡಯಲ್ ಮಾಡಿದರೆ ಸಾಕು. ಬಂದು ಬಿಡ್ತೇನೆ"

ನಾಯನಾರ್ ಹೊರಟವರು ಮತ್ತೆ ತಿರುಗಿ ನಿಂತು "ನೀನು ಆ ತಿರುಪೆ ಪಂಡಾರಂ ತಾನೆ?" ಎಂದು ಕೇಳಿದರು.

"ಹೌದು"

"ನಿಂದು ಕೆಲಸ ಪೋತ್ತಿಗಳಿಗೆ ಗೊತ್ತಿಲ್ವಾ?"

"ಇಲ್ಲ"

"ಒಳ್ಳೆ ಕತೆ ಕಣಲೆ, ಏನೋ ದೊಡ್ಡವರು ಹೇಳ್ತಾ ಇದಾರಲ್ಲಾಂತ ಕೇಳ್ತಾ ಇದೀನಿ."

ಪೋತ್ತಿ ಹಿಂತಿರುಗಿ ಬರುವಾಗ "ಹೆದರಬೇಡ, ನೋಡಿ ಹೇಳ್ತಾನೆ, ಇಲ್ಲಾಂದರೆ ಎಸ್‌ಪಿ ಹತ್ರ ಹೇಳಣ ಬಿಡು, ಹೇಗೂ ನೀರಲ್ಲಿ ಮುಳುಗಾಯ್ತು, ಇನ್ನು ಯಾವ ಲೆಕ್ಕ?" ಅಂದರು.

ಹಿಂತಿರುಗಿದಾಗ ಉಣ್ಣಿಯಮ್ಮ ಆಚ್ಚಿ ಮನೆಯ ಮೆಟ್ಟಿಲಲ್ಲೇ ಕುಳಿತಿದ್ದಳು. "ಬಾ ಪಂಡಾರಮೇ, ಏನು ಸಮಸ್ಯೆ, ಇವರು ಬಾಗಿಲೇ ತೆರೀತಾ ಇಲ್ವಲ್ಲ. ಎಲ್ಲಿ ವಡಿವು?" ಕೇಳಿದಳು.

ಪಂಡಾರಂ ಮುದುಕಿಯತ್ತ ನಿಟ್ಟಿಸಿದರು. "ಅವಳು ಓಡಿ ಹೋದಳು" ಅಂದರು. ಉಣ್ಣಿಯಮ್ಮ ಆಚ್ಚಿ ಬಾಯಿ ಬಿಟ್ಟು ಬೆರಗಾಗಿ ನಿಂತಳು.

"ಸಾಕಾ, ಸಮಾಧಾನವಾ? ಈಗ ಹೋಗಿ ಊರೆಲ್ಲ ಡಂಗುರ ಸಾರು"

"ನಾ ಯಾಕೆ ಸಾರ್ಲಿ..."

"ಹೋಗೇ ಸೂಳೆ, ಒದ್ದು ಬಟ್ಟಿ ದಾಟಿಸ್ತೀನಿ ನೋಡ್ಕ"

ಮುದುಕಿ ಹೊರಗೆ ಇಣುಕಿ ನೋಡಿದ ಎಕ್ಕಿಯಮ್ಮಳನ್ನು ನೋಡಿ "ಏನೇ ಮಗಳೆ ನಿಮ್ಮ ಗತಿ ಹಿಂಗಾಗೋಯ್ತಲ್ಲ, ನಂಗೆ ಗಂಟಲು ಹಿಡಕೊಳ್ತಾ ಇದೆ" ಎಂದು ಶುರು ಮಾಡಿದಳು.

"ಬಾಗಿಲು ತೆಗೆಯೇ" ಅನ್ನುತ್ತ ಒಳಗೆ ಹೊರಟರು ಪಂಡಾರಂ. ಅವರ ಹಿಂದೆಯೇ "ಮಗಾ ಪೋತ್ತಿವೇಲೂ" ಅನ್ನುತ್ತ ಉಣ್ಣಿಯಮ್ಮಳೂ ಒಳ ನುಗ್ಗಲು ಯತ್ನಿಸಿದಳು. ಪಂಡಾರಂ ಅವಳನ್ನು ಹಿಡಿದು ಹೊರತಳ್ಳಿ ಬಾಗಿಲು ಚಿಲಕ ಹಾಕಿದರು.

"ಏನಾದ್ರು ತಿಂದಳಾ ಕುಟ್ಟಿ?"

ಮೀನಾಕ್ಷಿ "ಇಲ್ಲ ಅಪ್ಪ" ಎಂದು ಉತ್ತರಿಸಿದಳು.

"ನನ್ನ ಮಗಳೆಲ್ಲಿ?"

"ಅವಳಿನ್ನು ಬರಲ್ಲ. ಅವಳಿಗೆ ಈಗ ತಾಳಿ ಕಟ್ಟಿರ‍್ತಾನೆ" ಪಂಡಾರಂಗೆ ಒಂದು ಅಸಂಬದ್ಧ ನಗು ಬಂತು. "ಮಾಂಗಲ್ಯ ಭಾಗ್ಯ ಇರೋ ಮಗಳು ಹ್ಹಹ್ಹ ಹ್ಹ" ಎನ್ನುತ್ತ ಜೋರಾಗಿ ನಕ್ಕರು. ಕಂಗಳಲಿ ನೀರುಕ್ಕಿತು.

"ಏನೇಳ್ತಾ ಇದೀರ? ಇದೆಂಥಾ ಶೋಧನೆ" ಅತ್ತಳು ಎಕ್ಕಿಯಮ್ಮ.

"ಅವಳು ಹೋಗಾಯ್ತು ಕುಟ್ಟಿ, ಹೆತ್ತ ಅಪ್ಪನೂ ಅಮ್ಮನೂ ಅವಳಿಗೆ ಶಾಟಕ್ಕೆ ಸಮ ಗೊತ್ತಾಯ್ತಾ?"

ಎಕ್ಕಿಯಮ್ಮ ಒಂದು ಮೂಲೆಯಲ್ಲಿ ಕೂತು 'ನನ್ನ ಮಗಳೇ...' ಅನ್ನುತ್ತಾ ತಲೆ ಚಚ್ಚಿಕೊಂಡು ಅಳತೊಡಗಿದಳು.

ಪೋತ್ತಿವೇಲು ರೂಮಿಗೆ ಹೋಗಿ ಮಂಚದಲ್ಲಿ ಕೂತರು. ಬಹಳ ಹೊತ್ತಿನವರೆಗೆ ಮನದಲ್ಲಿ ಅರ್ಥವಿಲ್ಲದ ತಳಮಳ ಕುದಿಯಿತು. ಆಮೇಲೆ ನಿಧಾನಕೆ ಅದು ತಣಿಯುವಂತೆ ಕಂಡಾಗ ಪಂಡಾರಂ ನಶ್ಯ ಹಾಕಿಕೊಂಡರು.

"ಅಕ್ಕ ಎಲ್ಲಿ ಕುಟ್ಟಿ?"

"ರೂಮಲ್ಲಿದ್ದಾಳೆ"

"ಏನ್ಮಾಡ್ತಾ ಇದಾಳೆ"

"ಮಲಗಿದ್ದಾಳೆ"

"ನೀ ಏನಾದರೂ ಕುಡಿದ್ಯಾ ಕುಟ್ಟಿ?"

"ಕಾಪಿ"

"ಯಾರು ಮಾಡಿದ್ದು ಕಾಪಿ?"

"ನಾನೇ"

ಪಂಡಾರಂ ಒಳಗೆ ಹೋಗಿ ನೋಡಿದರು. ಒಂದು ದೊಡ್ಡ ಪಾತ್ರೆಯ ತುಂಬ ಕಾಫಿಯಿತ್ತು. ಪಂಡಾರಂ ಪೇಪರ್ ಹೊತ್ತಿಸಿ ಒಲೆ ಹೂಡಿದರು.

"ಯಾಕೆ ಇಷ್ಟು ಕಾಪಿ ಮಾಡಿದೀಯ?"

"ನೀರು ಜಾಸ್ತಿ ಆಗೋಯ್ತು ಅಪ್ಪ. ಅದಕೆ ಜಾಸ್ತಿ ಬೆಲ್ಲ ಹಾಕಿದೆ, ಆಮೇಲೆ ಕಾಪಿಮುಡಿ, ಆಮೇಲೆ ಮತ್ತೆ ಬೆಲ್ಲ..."

"ಸರಿ ಸರಿ"

"ಬಿಸಿ ಕಾಪಿ ತಗೊಂಡೋಗಿ ಅಮ್ಮಂಗೆ ಕೊಡು ಕುಟ್ಟಿ"

"ಅಮ್ಮ ಕುಡಿಯಲ್ಲ"

"ಕುಡಿತಾಳೆ ತಗೊಂಡೋಗಿ ಹತ್ರ ಇಡು. ಕುಡಿತಾಳೆ. ಹಾಗೆ ಅಕ್ಕನಿಗೂ ಕೊಡು"

ಪಂಡಾರಂ ಪಾತ್ರೆಯ ತುಂಬ ಗಂಜಿ ಕಾಸಿದರು. ಹಾರ್ಲಿಕ್ಸ್ ಬಾಟಲಿಯ ತುಂಬ ಉಪ್ಪಿನಕಾಯಿ ಇತ್ತು.

"ಕುಟ್ಟಿ ಗಂಜಿ ಕುಡಿ ಆಯ್ತಾ, ಅಮ್ಮನಿಗೂ ಕೊಡು. ಯಾರು ಬಂದರೂ ಬಾಗಿಲು ತೆರೀಬಾರದು ತಿಳೀತಾ?"

ಮನೆಯ ಬಾಗಿಲು ಮುಚ್ಚಿ ಸೀದಾ ಅವರು ನಾಗರ್‌ಕೋಯಿಲ್‌ಗೆ ಹೋದರು. ರಾಮಪ್ಪನೂ ಅಹಮದ್ ಗುಯ್ಯನೂ ಕೊಲ್ಲಂಗೋಡಿಗೆ ಕೊಂಡೊಯ್ಯಲ್ಪಟ್ಟಿದ್ದರು. ನಾಗರಾಜ ದೇವಸ್ಥಾನದ ಮುಂದೆ ಪೆರುಮಾಳ್ ಮಾತ್ರ ಇದ್ದ.

"ಪೆರುಮಾಳ್ ನಾನೆಲ್ಲಿಗೂ ಬರಕ್ಕಾಗಲ್ಲ ಕಣಲೆ, ಎಲ್ಲ ನೀನೇ ನೋಡ್ಕೋಬೇಕು" ಅಂದರು.

"ಏನಾಯ್ತು ಮೊದಲಾಳಿ?"

ಪಂಡಾರಂ ವಿಷಯ ತಿಳಿಸಿದರು. ಒಂದು ಬಾರಿ ಎಲ್ಲವನ್ನೂ ವಿವರವಾಗಿ ಹೇಳಿಕೊಂಡ ಮೇಲೆ ಅವರಿಗೊಂದು ನೆಮ್ಮದಿಯೆನಿಸಿತು. ಎಲ್ಲವೂ ಒಂದು ಕತೆಯಾಗಿ ಬದಲಾಗಿ ಹೋದಂತೆ ಅವರಿಗನಿಸಿತು. ಆ ಕತೆ ಒಂದು ಬಗೆಯಾದ ಅರಿವಿನಿಂದಲೂ ತರ್ಕದಿಂದಲೂ ಕೂಡಿರುವಂತೆ ಅನಿಸಿತು.

"ಮೊದಲಾಳಿ ಅವಳನ್ನ ಇನ್ನು ಎದುರು ನೋಡಲಾಗುವುದಿಲ್ಲ. ಒಂದು ಗಂಡನ್ನ ನಂಬಿ ಕೆಳಗಿಳಿದು ಹೋದವಳು. ಇನ್ನು ಅವನು ಹೊಡೆದರೂ ಬಡಿದರೂ ಸಹಿಸಿಕೊಂಡಿರ್ತಾಳೆ ವಿನಾ ವಾಪಸ್ ಬರಲ್ಲ."

ಪಂಡಾರಂ ನಿಟ್ಟುಸಿರು ಬಿಟ್ಟರು. ಹಗಲಿಡೀ ನಾಗರಾಜ ದೇವಸ್ಥಾನದ ಮುಂದೆ ಕೂತಿದ್ದರು. ಹಿಂದೆಂದೋ ಒಂದು ಬಾರಿ ದೇವರಿಗೆ ಪೂಜೆ ಸಲ್ಲಿಸಲು ಬಂದಿದ್ದ ನೆನಪು ತೋರಿತು. ಮೀನಾಕ್ಷಿಗೆ ಕಿವಿಚುಚ್ಚಿದ ಮರುದಿನ. ಮಗು ಇನ್ನೂ ಕೊಸರುತ್ತಿತ್ತು.

ಮೊದಲಿಬ್ಬರು ಮಕ್ಕಳಿಗೆ ಮೊದಮೊದಲು ರೇಷ್ಮೆ ಲಂಗ ಜಾಕೀಟು ಹೊಲಿಸಿದ ದಿನವದು. ಇಬ್ಬರಿಗೂ ಅದನ್ನು ಎಷ್ಟು ನೋಡಿಕೊಂಡರೂ ತೃಪ್ತಿಯಿಲ್ಲ. ನನ್ನ ಬಟ್ಟೆಗಿಂತ ಅವಳದು ಹೆಚ್ಚಿನ ಬೆಲೆಯದ್ದೋ ಎಂಬ ಸಂದೇಹ ಇಬ್ಬರಿಗೂ. ಮುಟ್ಟಿಮುಟ್ಟಿ ನೋಡಿಕೊಳ್ಳುವ ತವಕ ಬೇರೆ. ಮಕ್ಕಳು ಓಡಿಯಾಡಿ ಆಟವಾಡುತ್ತಿದ್ದರೆ "ಏ ಹುಡುಗಿರಾ, ಓಡಬೇಡಿ ಓಡಬೇಡಿ" ಎಂದು ಎಕ್ಕಿಯಮ್ಮ ಕೂಗಾಡುತ್ತಿದ್ದಳು.

ಪಂಡಾರಂನ ಮನಸು ನೊಂದು ಬೆಂದು ಕಣ್ಣೀರಾಗಿ ಹರಿಯಿತು. ದೇವಸ್ಥಾನದ ಕಂಬಕ್ಕೊರಗಿ ಬಿಕ್ಕಿಬಿಕ್ಕಿ ಅತ್ತರು. ಆ ದಿನಗಳೆಲ್ಲಾ ನಿಜಕ್ಕೂ ಇದ್ದವಾ? ಇಲ್ಲಾ ಅದೆಲ್ಲ ಕನಸಾ? ಮತ್ತೆ ಆ ದಿನಗಳಿಗೆ ಮರಳಿ ಹೋಗಬಹುದಾ? ಯಾವ ಚಿಂತೆಯಲ್ಲ. ಕೈ ತುಂಬ ಹಣ. ಮುದ್ದಾದ ಮಕ್ಕಳು. ಪಂಡಾರಂಗೆ ಒಂದಂತೂ ಅರ್ಥವಾಯ್ತು. ಯಾವ ಮನುಷ್ಯನಿಗೇ ಆಗಲಿ ಅವನ ಜೀವನದ ಬಲು ಸಂತೋಷದ ದಿನಗಳೆಂದರೆ ಅದು ಅವನ ಮಕ್ಕಳು ಬೆಳೆಯುತ್ತಾ ಬರುವ ಆ ಕಾಲಘಟ್ಟವೇ. ಆಮೇಲಷ್ಟೇ ಸಮಸ್ಯೆಗಳು, ತಲೆಬಿಸಿಗಳು.

ನಿಟ್ಟುಸಿರು ಬಿಡುತ್ತಾ ಎದ್ದರು. 'ಅದನ್ನೆಲ್ಲ ವಡಿವು ನೆನಪಿಸಿಕೊಳ್ತಾಳಾ?' ಯೋಚಿಸಿದರು. 'ಪಾಪಿ ಪಾಪಿ ಪಾಪಿ' ಎಂದು ಮನಸು ಅತ್ತುಕೊಂಡಿತು. ಒಳಗೆ ಹೋಗಿ ದೇವರಿಗೆ ನಮಸ್ಕರಿಸಲೂ ತೋಚಲಿಲ್ಲ. ಸೀದಾ ಆಟೋ ಹಿಡಿದು ಬಸ್‌ಸ್ಟಾಂಡಿಗೆ ಹೋದರು. ಬಸ್ಸು ಹಿಡಿದು ದೇವಸ್ಥಾನದ ಮುಂದೆ ಇಳಿದು ನಡೆದೇ ಹೊರಟರು. ಎದುರಿಗೆ ಬಂದ ಅಚ್ಯುತನ್‌ಕುಟ್ಟಿ "ಏನು ಪಂಡಾರಮೇ ವಿಶೇಷ?" ಎಂದು ಕೇಳುತ್ತಾ "ಮಗಳ ಬಗ್ಗೆ ಕೇಳಿ..." ಎಂದು ಆರಂಭಿಸಿದರು.

ಪಂಡಾರಂ ತಲೆತಗ್ಗಿಸಿ ಏನೊಂದು ಮಾತಾಡದೆ ನಡೆದರು. ಕೃಪಾಕರನ್ ತಂಬಿ ಎದುರಿಗೆ ಬಂದರು. ಷಣ್ಮುಗ ನಾಡಾರ್ ವಿಚಾರಿಸಿದರು. ಯಾರೇನು ಕೇಳುತ್ತಿದ್ದಾರೆ ಎಂಬುವುದೇ ಕಿವಿಗೆ ಬೀಳಲಿಲ್ಲ. ಕೊಳದ ಹತ್ತಿರ ಬಂದು ನಿಂತರು. ನೀಲಿ ನೀರು ತುಂಬಿದ ಕೆರೆಯ ಮೇಲೆ ಗಾಳಿ ಬಂದು ದೇಹವನ್ನು ಸೋಕಿತು. ನವಿರಾದ ತಣ್ಣಗಿನ ಗಾಳಿ. ಕೊಕ್ಕರೆಯೊಂದು ನೀರ ಮೇಲೆ ಹಾರಿಹೋದಾಗ ಅದನ್ನು ನೋಡಿ ಒಂದು ಕ್ಷಣ ಅವರ ಮನಸಿಗೆ ಒಂದು ಅಪೂರ್ವ ಶಾಂತಿ ದೊರೆಯಿತು. ಏನೂ ಇಲ್ಲ ಅನಿಸಿತು. ಇದರಲ್ಲಿ ಏನಿದೆ? ಏನೂ ಇಲ್ಲ. ಯಾಕಾಗಿ ಇದೆಲ್ಲ? ಅವಳಿಗೆ ಬೇಕಾದಂತೆ ಬದುಕಲಿಕ್ಕಾಗಿ ಅವಳು ಹೋಗಿದ್ದಾಳೆ. ಅವಳ ಬದುಕು ಇದು. ರೆಕ್ಕೆ ಬಲಿತ ಹಕ್ಕಿ ಹಾರಿ ಹೋಗಿದೆ.

ಮನೆಗೆ ಬಂದರೆ ಉಣ್ಣಿಯಮ್ಮ ಆಚಿ ಮನೆ ಮೆಟ್ಟಿಲಲ್ಲಿ ಕುಳಿತಿದ್ದಳು.

"ಬಾರ್ಲೇ ಪಂಡಾರಮೇ, ಅವರನ್ನ ಒಳಗೆ ಬಿಟ್ಟು ಬಾಗಿಲು ಬೀಗ ಹಾಕಿ ಹೋಗ್ತೀಯಾ? ಏನಲೇ ನೀನು? ಸ್ವಲ್ಪ ಊಟ ಕೊಟ್ಟು ಹೋಗಣಾಂತ ಬಂದೆ"

ಪಂಡಾರಂ ಬಾಗಿಲು ತೆರೆಯುತ್ತಿದ್ದಂತೆಯೇ ಮುದುಕಿ 'ಎಕ್ಕಿ ಮಗಳೇ' ಅನ್ನುತ್ತಾ ಒಳ ನುಗ್ಗಲು ಯತ್ನಿಸಿದಳು. ಪಂಡಾರಂ ಅವಳನ್ನು ಹೊರತಳ್ಳಿ ಬಾಗಿಲು ಹಾಕಿಕೊಂಡರು. ಉಣ್ಣಿಯಮ್ಮ ಆಚ್ಚಿ ಹೊರಗಿನಿಂದ ಬಾಗಿಲು ಬಡಿಯುತ್ತಾ "ಏನ್ಲೇ ಪೋತ್ತಿವೇಲು, ಇದೇನಿದು

ಅನ್ಯಾಯ? ಯಾಕೆ ಹೀಗ್ಮಾಡ್ತೀಯಾ? ಹೋಗ್ಲಿ ದೊಡ್ಡೋಳೆಲ್ಲಿ? ಅವಳೂ ಕಾಣ್ತಾ ಇಲ್ವಲ್ಲ? ಅವಳೂ ಓಡೋದಳಾ ಹೆಂಗೆ? ಈಗಿನ ಕಾಲನೇ ಹಂಗಲ್ವಾ? ಹುಡುಗೀರು ಯಾವನು ಸಿಕ್ತಾನೆ ಅಂತ ಅಲೀತಾ ಇರ್ತವಲ್ಲ" ಅಂದಳು.

ಪಂಡಾರಂ ನಿಟ್ಟುಸಿರು ಬಿಡುತ್ತಾ ಶರಟು ಕಳಚಿದರು.

"ಪಂಡಾರಮೇ ನೀನು ಕಾಸು ಇಸಕೊಂಡು ಹುಡುಗಿನ ಬಿಟ್ಟು ಕಳಿಸಿದೀಯಾಂತ ಊರಲ್ಲಿ ಮಾತು ತಿಳಕೋ, ತಿರುಪೆಗಳನ್ನ ಮಾರೋನು ಮಕ್ಕಳನ್ನೂ ಮಾರಿದ್ದಾನೆ ಅಂತಿದಾರೆ. ನಾನಂದೆ ನಾವು ಹಾಗೆಲ್ಲ ಅನ್ಯಾಯದ ಮಾತಾಡಬಾರ್ದು. ಇನ್ನೊಬ್ಬರಿಗೆ ನೋವು ಕೊಡೋವಂತ ಮಾತು ಯಾವತ್ತಿಗೂ ಆಡಬಾರದು. ಅವನ ಮಕ್ಕಳು, ಮಾರಿದರೆ ಮಾರ್‍ಕೊತ್ತಾನೆ. ಅವನ ಇಷ್ಟ, ಅವನ ಪಾಡು. ಅದು ಅವನ ಬದುಕು. ಅದನ್ನ ಕೇಳಲಿಕ್ಕೆ ನಾವು ಯಾರು ಅಂತ."

ಪಂಡಾರಂ ಕೋಪದಿಂದ ಬಾಗಿಲು ತೆರೆಯ ಹೋದವರು ಹಾಗೆಯೇ ತನ್ನನ್ನು ನಿಯಂತ್ರಿಸಿಕೊಂಡರು.

ಮೀನಾಕ್ಷಿ ಬಂದಳು.

"ಅಮ್ಮ ಎಲ್ಲಿ ಕುಟ್ಟಿ?"

"ಮಲಗಿದ್ದಾಳೆ"

"ಗಂಜಿ ಕುಡಿದ್ಲಾ?"

"ಕುಡಿದ್ಲು"

"ಸರಿ ನೀನು ನಂಗೆ ಸ್ವಲ್ಪ ಕಾಪಿ ತಗಂಡು ಬಾ"

ಶರಟು ಕಳಚುತ್ತಿರುವಾಗ ಹೊರಗೆ ಯಾರೋ ಬಾಗಿಲು ತಟ್ಟುವ ಸದ್ದು ಸಂದಿಯಲಿ ಇಣುಕಿ ನೋಡಿದರೆ ನಾಯರ್! ಹಿಂಜರಿಯುತ್ತಲೇ ಬಾಗಿಲು ತೆರೆದರು. ನಾಯರ್ ಕೊಡೆ ಹಿಡಿದುಕೊಂಡು ತಲೆ ತಗ್ಗಿಸಿ ನಿಂತಿದ್ದರು.

"ಒಳಗೆ ಬನ್ನಿ"

ಅವರು ಮೌನವಾಗಿ ಒಳಬಂದು ಕುಳಿತು ಒಂದು ದೀರ್ಘ ನಿಟ್ಟುಸಿರು ಬಿಟ್ಟರು. ಕೊಡೆಯನ್ನು ಖುರ್ಚಿಯ ಕೈಹಿಡಿಯ ಮೇಲೆ ತೂಗ ಬಿಟ್ಟರು. ಪಂಡಾರಂ ಮೌನವಾಗಿ ಕುಳಿತಿದ್ದರು.

"ಅವರಿಗೆ ತುಂಬ ದುಃಖ" ಅಂದರು ನಾಯರ್ "ಅಲ್ಲಿ ಬಹಳ ಜಗಳ, ಮುದುಕಿ ಬಹಳ ಜೋರು."

"ಮ್"

"ಏನು ನಡೆದಿರೋದು ಸಂಗತಿ."

"ನಿಮಗೆ ಗೊತ್ತಿರೋದೆ"

"ನಿಜವಾ?"

"ಹೌದು"

"ಪೋಲಿಸರಿಗೆ ಹೇಳಿ ಮಗಳನ್ನ ಹುಡುಕೋದು ಬೇಡವಾ?"

"ಪೋಲಿಸರಿಗೆ ಬೇರೆ ಕೆಲಸ ಇಲ್ಲವಾ? ಅವಳೆಲ್ಲಿದ್ದಾಳೆ ಅಂತ ಯಾರಿಗೆ ಗೊತ್ತು. ಸತ್ತ ಹೆಣ ಮೂರನೇ ದಿನ ತಾನಾಗಿ ಮೇಲೆ ಬರತ್ತೆ ಬಿಡಿ"

"ಹಾಗೆಲ್ಲ ಹೇಳಬಾರದು. ಏನೇ ಅದರೂ ಇದು ಮಂಗಳ ಕಾರ್ಯ. ಹಿಂದಿನ ಕಾಲದಲ್ಲೂ ಗಂಧರ್ವ ವಿವಾಹ ಅಂತ ಇತ್ತು. ಅವರು ಕ್ಷತ್ರಿಯರು. ಇರಲಿ ಬಿಡಿ, ಈಗ ಏನು ಮಾಡಕ್ಕಾಗತ್ತೆ. ನಡೆದದ್ದು ನಡೆದುಹೋಯ್ತು."

"ಮ್"

"ಅವರಿಗೆ ಈಗ ಸ್ವಲ್ಪ ತಳಮಳ, ಗೊಂದಲ. ಹಿರಿಯವಳು ಹೇಗೆ ಮರ್ಯಾದಸ್ಥಳಾಗಿರ್ತಾಳಾ ಏನು ಅಂತ ಸಂದೇಹ, ನನ್ನತ್ರ ಮೂವತ್ತೈದು ಸಲ ಕೇಳಿದರು, ಕೇಳಿದ್ದನ್ನೇ."

"ಇನ್ನು ಯಾರು ಏನು ಬೇಕಾದರೂ ಹೇಳಬಹುದಲ್ವಾ ನನ್ನ ಮಗಳ ಬಗ್ಗೆ?"

"ಪಂಡಾರಮೇ, ಎಲ್ಲರಿಗೂ ಮಕ್ಕಳಿವೆ ಕಣಲೇ. ಎಲ್ಲರಿಗೂ ವಿಧಿ ಅಂತ ಒಂದಿರತ್ತೆ."

"ಮುರುಗ ತೋರಿಸಿದ ದಾರಿ."

"ಅದು ನ್ಯಾಯವಾದ ಮಾತು. ಸುಮ್ಮನೆ ಭಾರನೆಲ್ಲ ಎತ್ತಿ ಅವನ ಮೇಲೆ ಹಾಕಿಬಿಡಿ. ಮನಸು ಒಡೆಯಲ್ಲ."

"ಮದುವೆಯಲ್ಲಿ ಯಾವ ಸಮಸ್ಯೆಯಿಲ್ಲ ತಾನೆ?" ಕೇಳಿದಳು ಎಕ್ಕಿಯಮ್ಮ ಇಣುಕಿನೋಡಿ.

"ಸಮಸ್ಯೆ ಇಲ್ಲಾಂತ ಹೇಳಕ್ಕಾಗಲ್ಲ."

"ಏನು ಸಮಸ್ಯೆ?"

"ಅವರಿಗೆ ಈಗ ಅಷ್ಟಾಗಿ ಇಷ್ಟ ಇಲ್ಲ. ನಿಧಾನಕೆ ಯೋಚಿಸಣಾಂತ ಅಂತಿದಾರೆ. ಬೇರೆ ಒಂದು ಯೋಚನೆಯೂ ಇದೆ."

"ನಾಯರೇ, ನಾವು ಹೋಗಿ ಕಾಲು ಹಿಡಕೊಳ್ತೀವಿ, ಈ ಹೊತ್ತಲ್ಲಿ ಈ ಮದುವೆನೂ ತಪ್ಪಿ ಹೋದರೆ ಆಮೇಲೆ ಹಗ್ಗನೇ ಗತಿ" ಅಂದಳು ಎಕ್ಕಿಯಮ್ಮ.

"ನಾನು ಒಳ್ಳೆದಾಗೇ ಮಾತಾಡಿದೀನಿ. ಒಪ್ತಾ ಇಲ್ಲ. ಇನ್ನೊಂದು ದಾರಿ ಇದೆ. ವಿವರವಾಗಿ

ಹೇಳ್ತೇನೆ ಕೇಳಿ. ಆ ಹೆಂಗಸು ಒಂದು ಹಣದ ಹುಚ್ಚು ಹಿಡಿದವಳು. ಹಣ ಅಂದರೆ ಹೆಣನೂ ಬಾಯಿ ಬಿಡತ್ತೆ ಅಂತಾರಲ್ಲ. ನಾವೊಂದು ಲಕ್ಷ ಸೇರಿಸಿ ಕೊಡ್ತೇವೆ ಅಂತ ಮಾತಾಡಬಹುದು"

"ಒಂದು ಲಕ್ಷ?" ಕೇಳಿದರು ಪಂಡಾರಂ.

"ಇಲ್ಲ ಒಂದು ಮಾತಿಗೆ ಹೇಳ್ತಾ ಇದೀನಿ. ಹೇಗೂ ನೀವು ವಡಿವಿಗೆ ಮಾಡಬೇಕಿರದನ್ನ ಮಾಡಬೇಕಿತ್ತು ತಾನೆ? ಅದೀಗ ಮಿಕ್ಕಿದ ಲೆಕ್ಕ ತಾನೆ? ಆ ಲೆಕ್ಕನ ಇಲ್ಲಿ ಸರಿಗಟ್ಟಿದರೆ ಆಯ್ತಲ್ಲ? ಮತ್ತೆ ಮದುವೆನ ಜೋರಾಗಿ ಮಾಡಕ್ಕಾಗಲ್ಲ. ಯಾವ್ದಾರ ದೇವಸ್ಥಾನದಲ್ಲಿ ಸಣ್ಣದಾಗಿ ಮುಗಿಸಣ. ಅದರಲ್ಲಿ ಒಂದು ಮೂವತ್ತು ಸಾವಿರ ಮಿಕ್ತದೆ. ಅದನ್ನ ಕೈಯಲ್ಲೇ ಕೊಟ್ಟುಬಿಡಣ.."

"ಒಂದು ವಿಷಯ ನಾಯರೇ..." ಅಂದರು ಪಂಡಾರಂ. "ಇದು ನೀವು ಹೇಳ್ತಾ ಇರೋದಾ ಇಲ್ಲಾ ಅವಳು ಹೇಳಿ ಕಳಿಸಿದ್ದಾ?"

ನಾಯರ್ "ನಾನು" ಅಂದರು.

"ಇರೋದನ್ನ ಹೇಳಿ"

"ಸರಿ, ಅವಳು ಹೇಳಿಕಳಿಸಿರೋದು"

"ಆ ಹುಡುಗ ಏನೇಳ್ತಾನೆ?"

"ಅವನು ಬಾಯಿಲ್ಲದ ಮೂಗ"

"ಕೊಡಕ್ಕಾಗಲ್ಲ. ಮದುವೆ ನಡೆಯೋದು ಬೇಡ. ಬೆನ್ನೆಲುಬಿಲ್ಲದ ತಾಯ್ಗಂಡನಿಗೆ ಹೆಣ್ಣು ಕೊಡಕ್ಕಾಗಲ್ಲ. ಹೋಗಿ ಹೇಳಿ" ಪಂಡಾರಂ ಎದ್ದರು.

"ಇರಿ ನಾಯರೇ" ಅಂದಳು ಎಕ್ಕಿಯಮ್ಮ. "ಒಂದುಕಾಲು ಲಕ್ಷ ಹೆಂಗೋ ಮಾಡಿ ಕೊಡ್ತೇವೆ. ಅದೇ ಮುಹೂರ್ತಕ್ಕೆ ಮದುವೆ ಆದರೆ ಸಾಕು"

"ಎಕ್ಕಿಯಮ್ಮಾ" ಅಂದರು ಪಂಡಾರಂ.

"ಸುಮ್ನೆ ಇರ್ತೀರಾ? ನಾನೂ ನನ್ನ ಮಕ್ಕಳೂ ನೇಣು ಹಾಕ್ಕಳದಾ?"

ಪಂಡಾರಂ ಮಾತಾಡದೆ ಮೌನವಾಗಿ ನಿಂತರು.

ನಾಯರ್ "ಹಾಗಾದರೆ ಕತೆ ಹಾಗೆ" ಅಂದರು. "ಇನ್ನೆಲ್ಲ ನಾನು ಸರಿ ಮಾಡ್ತೀನಿ. ಒಂದೂ ಚಿಂತೆ ಬೇಡ. ಟೀ ಇದೆಯಾ?" ಎಂದು ಕೇಳಿದರು.

"ಹಾಲಿಲ್ಲ"

"ಅದೂ ಸರಿಯೇ, ಈಗ ಕತ್ತಲಾಯ್ತು ಬೇರೆ. ಈ ಹೊತ್ತಲ್ಲಿ ಎಲ್ಲಿಂದ ಕಾಫಿ, ಟೀ? ಊಟ ಮಾಡಿ ಮಲಗೋ ಹೊತ್ತು"

"ಗಂಜಿ ಮಾತ್ರ ಇರೋದು" ಅಂದಳು ಮೀನಾಕ್ಷಿ "ಅಪ್ಪ ಮಾಡಿದ್ದು".

"ಗಂಜಿ ಶರೀರಕ್ಕೆ ಬಹಳ ಒಳ್ಳೆಯದು" ಅಂದರು ನಾಯರ್. "ನಾನು ರಾತ್ರಿಯಾದರೆ ಗಂಜಿನೇ ಕುಡಿಯೋದು. ಮಾವಿನ ಕಾಯಿ ಇಲ್ಲ ನಿಂಬೆ ಉಪ್ಪಿನಕಾಯಿ ಇದ್ದರಂತೂ ಸ್ವರ್ಗ"

ಒಂದು ಬಟ್ಟಲು ಗಂಜಿ ಕುಡಿದು, ಇನ್ನೂರು ರೂಪಾಯಿ ದಕ್ಷಿಣೆ ಪಡೆದು ನಾಯರ್ ಹೊರಟು ಹೋದರು.

ಬಾಗಿಲು ಮುಚ್ಚುವಾಗ "ಮಗಾ, ಒಂದು ವಿಷಯ" ಎನ್ನುತ್ತಾ ಉಣ್ಣಿಯಮ್ಮ ಓಡಿ ಬಂದಳು. ಪಂಡಾರಂ ಬಾಗಿಲು ಮುಚ್ಚಲಿಲ್ಲ "ಬನ್ನಿ ಆಚ್ಚಿ" ಎಂದರು.

"ಎಕ್ಕಿಯಮ್ಮಾ... ಎಲ್ಲಿ ಮಗಾ? ನನ್ನ ಹೊಟ್ಟೆ ಉರೀತದೆ ಕಣೆ. ಇಂಥಾ ಗತಿ ಆಗೋಯ್ತಲ್ಲಾಂತ. ಹೋಗಲಿ ಬಿಡು, ನೀನು ಅಳಬೇಡ. ನಾವೆಲ್ಲ ಇದೀವಿ ತಾನೆ? ಈ ಮದುವೆ ನಿಂತರೆ ನಿಲ್ಲಲಿ ಬಿಡು, ಮಗಳು ನಮ್ಮತ್ರ ಇದಾಳಲ್ಲ ಅದು ಸಾಕು. ಮಗಳು ಒಳ್ಳೆ ಬಂಗಾರು ಬಣ್ಣದವಳಲ್ವಾ? ಬೇರೆ ಕಡೆ ಒಳ್ಳೆ ವರ ಹುಡುಕಿ ಕೊಟ್ಟರಾಯ್ತು ಬಿಡು. ಸರಿ, ನಡೆದ ಕತೆ ನಡೆದಾಯ್ತು. ಇನ್ನು ಕುಂಟನಾ ಕುರುಡನಾ ಅಂತೆಲ್ಲ ನೋಡೋದು ಬೇಡ. ಸುಮ್ನೆ ಮಾಡಿದರಾಯ್ತು. ಇದಕ್ಕೆಲ್ಲ ಹೋಗಿ ಅಳ್ತಾರ?" ಎಂದವಳು ದನಿ ತಗ್ಗಿಸಿ "ಬೇರೇನಾದ್ರು ಆಗಿದ್ದರೆ ಹೇಳೇ ಜನ ಇದ್ದಾರೆ" ಅಂದಳು.

ಎಕ್ಕಿಯಮ್ಮ ಮೆಲುನಕ್ಕಳು. "ಮದುವೆ ಇದೇ ವೈಕಾಸಿಯಲ್ಲೇ ಆಚ್ಚಿ, ಮಹಾದೇವನ ದೇವಸ್ಥಾನ ಅಂದರೆ ಅವರಿಗೂ ಸೌಕರ್ಯ ಆಂತೆ ಹಾಗಾಗಿ ಅಲ್ಲೇ ಮಾಡ್ತೀವಿ" ಅಂದವಳು ತಲೆಮುಡಿ ಬಿಗಿದುಕೊಂಡು "ಒಲೆಯಲ್ಲಿ ನೀರಿಡೇ, ರಾತ್ರಿ ಆಯ್ತಲ್ಲ" ಅಂದಳು.

"ಅವರಿಗೆ ವಿಷಯ ಗೊತ್ತಿಲ್ಲವಾ?" ಕೇಳಿದಳು ಮುದುಕಿ.

"ಗೊತ್ತಿಲ್ಲದೆ? ನೀವೆಲ್ಲ ಇನ್ನೇನಕ್ಕಿದ್ದೀರಾ?"

ಮುದುಕಿ ಮುಖ ಸಣ್ಣದಾಯ್ತು. ಗದ್ದಕ್ಕೆ ಕೈಯಿಟ್ಟುಕೊಂಡಳು.

"ಎಕ್ಕಿ, ನಾನು ದೇವಸ್ಥಾನಕ್ಕೆ ಹೋಗಿ ಬರ್ತೀನಿ" ಅಂದರು ಪಂಡಾರಂ

"ಆಚಾರಿಯನ್ನ ಹೋಗಿ ನೋಡಿ ಬನ್ನಿ. ಬೆಳಗೆ ಬಂದರೆ ಡಿಸೈನ್ ಕೊಟ್ಟುಬಿಡಬಹುದು"

"ಎಕ್ಕೀ, ನೀನು ಏನು ಮಾತಾಡ್ತಾ ಇದೀಯ? ನಾನು ಇಲ್ಲಿತನಕ ಯಾರ ಬಗೆಯೂ ಮನಸಲ್ಲಿ ಕೂಡ ಕೆಟ್ಟದು ಬಗೆದಿಲ್ಲ. ಎಕ್ಕಿ ನಾನು ನಿನ್ನ ಬಗ್ಗೆ ಏನನ್ನೂ ಹೇಳಿಲ್ಲ. ಯಾರತ್ರಾದು ಕೇಳಿನೋಡು, ಯಾರಾದ್ರು ಹೇಳಿದರೆ ನನ್ನ ಹೀಗೆ ಹೀಗೆ ಹೀಗೆ ಕರಿ" ಅಂದಳು ಉಣ್ಣಿಯಮ್ಮ.

ಪಂಡಾರಂ ನಗುತ್ತಾ ಮೆಟ್ಟಿಲಿಳಿದರು.

***

20

ಪಂಡಾರಂನ ತಿರುಪೆಗಳು ಆಟ್ರಂಗಲ್, ಕೊಲ್ಲಂಗೋಡು, ಕೂಟ್ಟಾಲುಮೂಡು ಎಂದು ಚದುರಿಕೊಂಡಿದ್ದರು. ಕೊಲ್ಲಂಗೋಡಿನಲ್ಲಿ ದೇವರ ಧ್ವಜ ಇಳಿಸಿದ ಮೇಲೆ ಮತ್ತೆ ಎಲ್ಲರನ್ನೂ ಹೆಕ್ಕಿಕೊಂಡು ಆಟ್ರಂಗಲ್‌ಗೆ ತರಬೇಕಿತ್ತು. ಕೊಲ್ಲಂಗೋಡಿನಲ್ಲಿ ಕುಮರೇಶನೂ ಅವನ ಹೆಂಡತಿಯೂ ಇದ್ದರೆ ಕೂಟ್ಟಾಲುಮೂಡಿನಲ್ಲಿ ವಂಡಿಮಲೆ ಇದ್ದ. ಆಟ್ರಂಗಲ್ಲಿಗೆ ಪೆರುಮಾಳ್ ಬರುವಾಗ ಅವನ ಜೊತೆಗೆ ಸಹಾಯಕರಿರಲಿಲ್ಲ. ಎರಡನೆ ದಿನ ಬೀಡಿ ತರಲು ಸಹಾಯ ಮಾಡಿದ ಚೇಂಡನ್‌ನಾಯರ್ ಅವನ ಜೊತೆ ಸೇರಿಕೊಂಡ. ಕಿರಿಯತ್ತು ನಾಯರ್ ನಾನು ಅಂತ ಆಗಾಗ ಹೇಳಿಕೊಳ್ಳುತ್ತಿದ್ದ. ಒಂದು ಕಾಲು ಊನ, ಒಂದು ಕೈ ವಕ್ರ. ದೇಹವೇ ಸೊಟ್ಟಂಬಟ್ಟೆ. ಅವನ ಇಡೀ ದೇಹವೇ ಎಲುಬಿನ ಹಂದರದಂತೆ ಕಾಣುತ್ತಿದ್ದರೂ ಅಸಾಧಾರಣ ಬಲವುಳ್ಳ ಆಸಾಮಿ. ಇವನಿಗೆ ಏನೇ ಕೆಲಸ ವಹಿಸಿದರೂ ಮಾಡಬಲ್ಲ ಎಂಬುವುದನ್ನು ಪೆರುಮಾಳ್ ಅವನನ್ನು ನೋಡಿದೊಡನೆಯೇ ಕಂಡುಹಿಡಿದಿದ್ದ. ಹಣ್ಣಿನಂಗಡಿಯವನ ಗಾಡಿಯಿಂದ ಜಾರಿಹೋಗಿ ಚರಂಡಿಯಲಿ ಬಿದ್ದ ಸೇಬನ್ನು ಹೆಕ್ಕಿ ತೊಳೆದು ಅವನು ತಿನ್ನುವುದನ್ನು ಕಂಡದ್ದೇ ಪೆರುಮಾಳ್ ಅವನು ನಮಗೆ ತಕ್ಕವನೆಂದು ನಿರ್ಧರಿಸಿದ್ದ. ಪೆರುಮಾಳ್ ಮೊದಲ ದಿನದ ಕೆಲಸವಾಗಿ ಎರುಕ್ಕುವಿಗೆ ಸಂಡಾಸಿಗೆ ಹೋಗಲು ಸಹಾಯ ಮಾಡುವಂತೆ ಹೇಳಿದ. ಚೆಂಡನಿಗೆ ಅದೆಲ್ಲ ಒಂದು ಸಮಸ್ಯೆಯಂತೆ ಕಾಣಲೇ ಇಲ್ಲ, ತಟ್ಟನೆ ಅವಳನ್ನು ಎತ್ತಿ ತನಗೆ ಒರಗಿಸಿಕೊಂಡು ಕೂರಿಸಿ ಅವಳ ಕೆಳಗೆ ಒಂದು ಹಾಳೆಯನ್ನು ಹಾಸಿದ. ಎರುಕ್ಕು ಅವನಿಗೆ ಬಯ್ಯುತ್ತಾ ಜಿಗುಟಿದಳು. ಅವಳಿಗೆ ಬೇರೆ ಗಂಡಸರು ಅದರಲ್ಲೂ ಪೆರುಮಾಳ್‌ನ ಎದುರಲ್ಲೇ ಬೇರೆ ಗಂಡಸರು ತನ್ನನ್ನು ಮುಟ್ಟುವುದನ್ನು ಸಹಿಸಿಕೊಳ್ಳಲಾಗುತ್ತಿರಲಿಲ್ಲ. "ಥೂ ಮಾನಗೆಟ್ಟವನೇ, ನೀನು ಒಬ್ಬ ಮನುಷ್ಯನಾ, ನಿನ್ನ ಹೆಂಡತಿನ ಯಾರೋ ಒಬ್ಬ ಹಿಡಕೊಂಡಿದ್ದಾನೆ. ನೀನು ಕೂತ್ಕಂಡು ಬೀಡಿ ಸೇದ್ತೀಯಾ ಬೀಡಿ? ನಿನು ಸರ್ವನಾಶ ಆಗೋಗ್ತೀಯ, ವಾಂತಿ ಭೇದಿ ಬಂದು ಸಾಯ್ತೀಯ, ಹೊತ್ಕಂಡು ಹೋಗ್ತಾರೆ ನಿನ್ನ" ಎಂದು ಬಯ್ದು 'ಥೂ' ಎಂದು ಕಾರಿ ತುಪ್ಪಿದಳು.

"ನೀನೀಗ ಹೊಡ್ಸಕಂತೀಯ" ಎಂದು ನಗುತ್ತಾ ಹೇಳಿದ ಪೆರುಮಾಳ್.

ಚಿಂಡನ್ ಆ ಮಲವನ್ನು ಸುತ್ತಿ ಪೊಟ್ಟಣ ಕಟ್ಟಿ ಅದನ್ನು ಮತ್ತೊಂದು ಹಾಳೆಯಲ್ಲಿ ಸುತ್ತಿ ಬೀದಿಯ ಕೊನೆಯಲ್ಲಿ ಹೋಗಿ ಬಿಸಾಕಿ ಬಂದ. "ಯಾರಾದ್ರು ತಗಂಡೋಗ್ಲಿ ಚೇಟ್ಟಾ" ಅಂದ.

"ಸರಿ ಸರಿ ಒರೆಸಿಬಿಡಲೇ" ಅಂದ ಪೆರುಮಾಳ್ ಗೇಲಿಮಾಡುವಂತೆ ನಗುತ್ತಾ ಹೇಳಿದ. "ಸರಿ" ಅನ್ನುತ್ತ ಮುಂದೆ ಬಂದ ಚಿಂಡನನ್ನು ಅವಾಚ್ಯ ಶಬ್ದಗಳಿಂದ ನಿಂದಿಸುತ್ತಾ ಎರುಕ್ಕು ಮಣ್ಣು ಬಾಚಿ ಅವನತ್ತ ತೂರಿದಳು.

ಚಿಂಡನ್ ಅದನ್ನು ಒರೆಸಿಕೊಂಡು "ಸತ್ತದ್ದಕ್ಕೇನು ಹುಚ್ಚುಗಿಚ್ಚಾ?" ಎದು ಕೇಳಿದ.

ಆಟ್ರಂಗಲ್ಲಿನಲಿ ಪೆರುಮಾಳ್‌ನ ಕೆಳಗೆ ಸುಮಾರು ಹದಿನೇಳು ತಿರುಪೆಗಳು ಇದ್ದವು. ಮುತ್ತಮ್ಮನೂ ಮಗುವೂ ಸರತಿಯಲ್ಲಿ ಮೊದಲಿದ್ದರು. ಅದರಲ್ಲೂ ರಜನೀಕಾಂತನ ಕಲೆಕ್ಷನ್ನೇ ಜೋರು. "ಮತ್ತದು ಸುಪರ್‌ಸ್ಟಾರ್ ಅಲ್ವಾ?" ಅನ್ನುತ್ತಿದ್ದ ಪೆರುಮಾಳ್. ರಜನೀಕಾಂತ್ ಚಕ್ರದಂತೆ ಸುತ್ತುವುದನ್ನು ಎಲ್ಲರೂ ಮೆಚ್ಚುತ್ತಿದ್ದರು. ಅವನು ಹೊಟ್ಟೆ ಭುಜ ತೊಡೆ ಎಲ್ಲವೂ ಒಂದೇ ಎಂಬಂತೆ ಉರುಟಾಗಿ ದಷ್ಟಪುಷ್ಟವಾಗಿ, ಬಲಶಾಲಿಯಾಗಿ ಇದ್ದ. ತನ್ನ ಬಳಿಯಲ್ಲಿ ಸಾಗುವ ಕಾಲುಗಳನ್ನ ನೋಡಿ ಜ ಜ ಎಂದು ಕೂಗುತ್ತಿದ್ದ. ಬಾಯಲ್ಲಿ ಮೇಲೆಯೂ ಕೆಳಗೆಯೂ ಚಿಕ್ಕ ಹಲ್ಲುಗಳು ಮೊಳೆತಿದ್ದವು. ಅವನ ಪಕ್ಕದಲ್ಲಿದ್ದ ಮಯಿಲ್‌ಸಾಮಿ ತನ್ನ ದೊಣ್ಣೆಯ ತುದಿಯನ್ನು ರಜನೀಕಾಂತನ ಬಾಯಲ್ಲಿ ಇಡುತ್ತಿದ್ದ. ಅದಕ್ಕೆ ಅಂಟಿಕೊಂಡಿರುತ್ತಿದ್ದ ಮಣ್ಣಿನ ರುಚಿ ಮಗುವಿಗೆ ಬಹಳ ಇಷ್ಟವಾಗಿತ್ತು. ಅವನು ಅದನ್ನು ಚೀಪೀ ಚೀಪೀ ಬೆಳ್ಳಗೆ ಮಾಡಿಬಿಡುತ್ತಿದ್ದ. ಅವನ ಬಾಯೊಳಗೆ ಯಾವಾಗಲೂ ಕಲ್ಲೂ ಮಣ್ಣೂ ತುಂಬಿರುತ್ತಿದ್ದವು.

ಇಡುಂಬಿ ನಾರಾಯಣಿ ಮುತ್ತಮ್ಮಳ ಬಳಿ ಹೇಳುತ್ತಿದ್ದಳು "ನಿನ್ನ ಮಗನಿಗೆ ಯಾವ ಸಮಸ್ಯೆನೂ ಇರಲ್ಲ ಮುತ್ತಮ್ಮಾ, ಅವನು ಕಲ್ಲು ಮಣ್ಣು ತಿಂದೇ ಬದುಕಿಕೊಳ್ತಾನೆ"

"ಏನೇಳ್ಲಿ ಅಕ್ಕ, ಇವನಿಂದಾಗಿ ಒಂದು ಸ್ವಲ್ಪ ಹೊತ್ತು ಕೂಡ ನೆಮ್ದಿಯಾಗಿ ಮಲಗಕ್ಕಾಗಲ್ಲ, ಯಾವಾಗ್ಲೂ ಗಲಾಟೆ. ಒಂದ್ನಿಮಿಷ ಕಣ್ಮುಚ್ಚಿದರೆ ಅಯ್ಯೋ ಅಮ್ಮಾಂತ ಕೂಗು. ಏನೂ ಹೇಳ್ಲಿಕ್ಕಿಲ್ಲ" ಅನ್ನುತ್ತಿದ್ದಳು ಮುತ್ತಮ್ಮ ಸ್ವಲ್ಪ ಬೇಸರದೊಂದಿಗೂ ಒಂದಷ್ಟು ಹೆಮ್ಮೆಯೊಂದಿಗೂ.

"ಹುಷಾರು ಹುಡುಗ" ಅನ್ನುತ್ತಿದ್ದ ಮಯಿಲ್‌ಸಾಮಿ. "ಗಂಡುಹುಡುಗ ಅಲ್ವಾ? ರಜನೀಕಾಂತ್ ಬೇರೆ, ಮಗಾ ಮಾಲ್ಗಣ್ಣಾ"

"ಮಾಲುಗಣ್ಣ ನಿನ್ ಮೊಗ ಆಗಿರ್ಬೋದು, ವಯಸ್ಸಾಯ್ತಲ್ಲ ಅಂತ ಸುಮ್ನೆ ಇದೀನಿ" ಬಯ್ಯುತ್ತಿದ್ದಳು ಮುತ್ತಮ್ಮ ಕೋಪದಿಂದ.

"ಸುಮ್ನೆ ಕರೆದೆ ಕಣೇ" ಅನ್ನುತ್ತಿದ್ದ ಮಯಿಲ್‌ಸಾಮಿ.

"ನಿಂಗೆ ಎಷ್ಟೋ ಸಲ ಹೇಳಿಯಾಯ್ತು. ಮೊಗೀಗೆ ಒಳ್ಳೆ ಹೆಸರಿದೆ ತಾನೆ? ಮಾರಾಜನ ಹೆಸರು. ನೋಡಿದ್ರ ಅಕ್ಕ, ಎಷ್ಟೊಳ್ಳೆ ಹೆಸರಿಟ್ರೂ, ಬೇದಿ ಬಂದು ಸಾಯಕ್ಕಿರೋ ಈ ತಿರುಪೆ ನನ್ ಮಗ ಬೇರೆ ಹೆಸರಿಟ್ಟು ಕರಿಯೋದ? ಹಾಗೆ ಕರೀತ ಕರೀತ ಅದೇ ನಿಂತೋಗತ್ತೆ. ಇಟ್ಟ ಹೆಸರು ಅಮ್ಮನಿಗೇನೆ ಮರ್ತೋಗತ್ತೆ ಕಡೆಗೆ"

"ಕರಿಯಕ್ಕೊಂದು ಹೆಸರು ಬೇಕು ಅಷ್ಟೇ ತಾನೆ?"

"ನಾನು ನಿಂಗೆ ಆ ಹೆಸರಿಟ್ಟು ಕರೀಲಾ ಹಂಗಾದ್ರೆ" ಅನ್ನುತ್ತಾ ಮುತ್ತಮ್ಮ ಹೆಣ್ಣಿನ ಒಳಾಂಗವನ್ನು ಹೆಸರಿಸಿ ಕರೆದಳು.

"ಕರಿ ಕರಿ, ಹಾಗಾದರೂ ನಂಗೊಂದು ಯೋನಿಪ್ರಸಾದ ಸಿಗಲಿ" ಅನ್ನುತ್ತ ಮಯಿಲ್‌ಸಾಮಿ ಬಿದ್ದು ಬಿದ್ದು ನಕ್ಕ.

"ಸಾಯಲ್ಲವಲ್ಲಾ... ಇವ್ನು" ಬಯ್ದಳು ಮುತ್ತಮ್ಮ.

ರಜನೀಕಾಂತ್‌ಗೆ ಕೆಂಬಣ್ಣದ ಸೀರೆ ಇಷ್ಟ. ಯಾರಾದರೂ ಕೆಂಬಣ್ಣದ ಸೀರೆ ಉಟ್ಟುಕೊಂಡು ನಡೆದುಹೋದರೆ 'ಏಸ್' ಎಂದು ಹೊಟ್ಟೆಯಾಳದಿಂದ ಕೂಗುತ್ತಿದ್ದ. ಹಾಗೆ ಒಮ್ಮೆ ಒಬ್ಬಾಕೆಯ ಕೆಂಪು ಬಣ್ಣದ ಸೀರೆ ಅವನ ಕೈಯಲ್ಲಿ ಸಿಲುಕಿಕೊಂಡಿತು. ಅವನು ಅದನ್ನು ಹಿಡಿದುಕೊಂಡ. ಒಡನೇ ಆಕೆ ಗಾಬರಿಯಿಂದ ಅಯ್ಯೋ ಎಂದು ಕೂಗುತ್ತ ಅಲ್ಲಿಂದ ಮುಂದೆ ಓಡಿದಳು. ಮಗುವೂ ಜೊತೆಯಲ್ಲೇ ಜರುಗುತ್ತಾ ಹೋಯಿತು. ಆಕೆ ಕಿರುಚುತ್ತಾ ಅಯ್ಯೋ ಇಲ್ಲಿ ನೋಡೀಂದ್ರೆ ಎಂದು ಕೂಗಿಕೊಂಡಳು. ಆಗ ಬಂದ ಅವಳ ಗಂಡ ಮಗುವನ್ನು ಒದ್ದ. ರಜನೀಕಾಂತ್ ಕಿರುಚುತ್ತಾ ಸುರುಳಿ ಸುತ್ತಿ ಬಂದು ಬಿದ್ದ.

"ಇಲ್ಲಿ ಹೇಳಕ್ಕೆ ಕೇಳಕ್ಕೆ ಯಾರೂ ಇಲ್ವಾ? ಜನ್ರಿಗೆ ನಡೆಯಕ್ಕೆ ಜಾಗ ಬೇಡ್ವಾ, ಕಂಡ ಕಂಡ ಹುಚ್ಚು ತಮಿಳರನ್ನ ತಂದು ಇಲ್ಲಿ ಬಿಟ್ಟಿದ್ದಾರಲ್ಲ" ಬಯ್ದ ಅವನು.

"ಪೋ ಸಾರೆ, ಕೊಚ್ಚು ಪಿಳ್ಳೆಯಲ್ಲೆ?" ಅಂದಳು ಮುತ್ತಮ್ಮ

ಆತ ಸೀದಾ ಪೋಲಿಸರ ಹತ್ತಿರ ಹೋಗಿ ಏನೋ ಅಂದ. ಆಕೆ ಅತ್ತಳು. ರಜನೀಕಾಂತನ ಬಾಯಿಗೆ ರೊಟ್ಟಿಯೊಂದನ್ನು ಇಡಲು, ಅವನು ಉತ್ಸಾಹದಿಂದ ಕಾಲು ಅಲ್ಲಾಡಿಸಿ ಒದ್ದ.

"ದುರಹಂಕಾರಿ, ಮೊಗುನ ಒದ್ದು ಬಿಟ್ನಲ್ಲ" ಬಯ್ದಳು ಮುತ್ತಮ್ಮ.

"ಅವನಿಗೆ ಅವನ ಮಗು ಮಾತ್ರ ಮಗು" ಅಂದಳು ಇಡುಂಬಿ. ನಂಗೆ ಈ ಬಿಳಿ ಮಕ್ಕಳನ್ನ ಕಂಡ್ರೆ ಮಕ್ಕಳಂತ ಅನಿಸೋದೆ ಇಲ್ಲ ಕಣೆ. ಅವ್ಳೊಳ್ಳೆ ಮಿಠಾಯಿ ಬೊಂಬೆಗಳ ತರ ಕಾಣ್ತಾವೆ."

ರಜನೀಕಾಂತ್ ಕಾಲನ್ನು ನೀಡಿ, ಪೃಷ್ಠವನ್ನೆತ್ತಿ ಮಗುಚಿಕೊಂಡು, ಹೊಟ್ಟೆಕೆಳಗಾಗಿ ಹಾಗೇ ಈಜಿದಂತೆ ಸಾಗುತ್ತ, ಪಕ್ಕದಲ್ಲಿದ್ದ ಸಣಕಲ ತಿರುಪೆಯ ತಟ್ಟೆಯತ್ತ ಹೊರಟ.

"ಮೊಗೀಗೆ ಒಂದು ಒಳ್ಳೆ ಕಾಲ್‌ಚೈನು ತೆಗೀಬೇಕಕ್ಕ, ನನ್ನತ್ರ ಹಣ ಇದೆ. ಅಲ್ಯುಮಿನಿಯಮ್ ಚೈನು ಐದು ರುಪಾಯಿಗೆ ಸಿಗಲ್ವಾ?"

"ಇವಾಗ ತೆಗೀಬೇಡ, ಈಗ ಆನೆ ಬೆಲೆ ಹೇಳ್ತಾನೆ. ಜಾತ್ರೆ ಮುಗೀಲಿ ಅವನೇ ತಗ್ಗಿ ಬರ್ತಾನೆ."

"ಈಗ ಹಾಕಿದರೆ ನಾಲ್ಕು ಜನ ನೋಡ್ತಾರೆ."

"ನಿನ್ ಮಗು ಯಾವಾಗಲೂ ನಿನ್ ಮಡ್ಲಲ್ಲಿ ತಾನೇ ಮಲಗಿರತ್ತೆ."

"ಇವಾಗ ಜಾತ್ರೆ ಅಲ್ವಾ?"

"ಲೇ ಮಾಲ್ಗಣ್ಣಾ, ನಿಂಗೆ ಗೆಜ್ಜೆ ಬೇಕೇನ್ಲೇ?" ಕೇಳಿದ ಮಯಿಲ್‌ಸಾಮಿ.

"ಮಾಲ್ಗಣ್ಣಾನಾ ನಿಂಗೆ ಹುಚ್ಚ" ಬಯ್ದಳು ಮುತ್ತಮ್ಮ.

ಅಷ್ಟರಲಿ ಸಣಕಲನ ತಟ್ಟೆ ಹಣದೊಡನೆ ಚದುರಿಬಿದ್ದ ಸದ್ದು ಕೇಳಿಸಿತು. ರಜನೀಕಾಂತ್ ಗೆದ್ದವನಂತೆ ಬೀಗಿ ಕೇಕೆ ಹಾಕಿದ ಸದ್ದು ಕೇಳಿಸಿತು. ಹಾಗೇ ಆ ತಟ್ಟೆಯನ್ನು ಎತ್ತಿ ಕೆಳಗೆ ಹಾಕಿ ಅದು ಸುತ್ತುವುದನ್ನು ನೋಡಿ ಅವನು ನಗುತ್ತಿದ್ದ.

"ಅಯ್ಯೋ ನನ್ನ ಹಣ"

"ಇರೋ ಕೂಗ್ಬೇಡ, ಹೆಕ್ಕಿ ಕೊಡ್ತೀನಿ"

"ಮುತ್ತಮ್ಮಾ ನಿನ್ ಮಗ ಒಳ್ಳೆ ಕಳ್ಳನಾಗ್ತಾನೆ"

"ಅವನು ವೀರಪ್ಪನಲ್ವಾ?" ಅಂದ ಮಯಿಲ್‌ಸಾಮಿ.

ಇಡುಂಬಿ ಮಗುವಿನ ಬಾಯಿಗೆ ಕೈಹಾಕಿ ನಾಣ್ಯವೊಂದನ್ನು ಹೊರತೆಗೆದಳು. ಮಗುವಿಗೆ ಅದು ಇಷ್ಟವಾಗದೆ ಕುಯ್ಯೋ ಅಂತ ಅಳತೊಡಗಿತು. ಆಗ ಮಯಿಲ್‌ಸಾಮಿ ತನ್ನ ಊರುಗೋಲನ್ನು ಮಗುವಿನ ಬಾಯಲ್ಲಿ ಇಟ್ಟ. ಅದನ್ನು ರಜನೀಕಾಂತ್ ಹೊರತಳ್ಳಿ ಮತ್ತೆ ಅಳತೊಡಗಿದ. ಆಗ ಮಯಿಲ್‌ಸಾಮಿ ತನ್ನ ಊರುಗೋಲನ್ನು ಎರಡು ಬಾರಿ ಮಣ್ಣಲ್ಲಿ ಹೊರಳಿಸಿ ಮತ್ತೆ ಮಗುವಿನ ಬಾಯಿಗಿಟ್ಟ. ಮಗು, ಅದನ್ನು ಬಾಯಲ್ಲಿಟ್ಟುಕೊಂಡು ಚಪ್ಪರಿಸತೊಡಗಿತು.

ಮುತ್ತಮ್ಮ ಕೈಚಾಚಿ ಮಯಿಲ್‌ಸಾಮಿಯ ಕಾಲನ್ನು ಪರಚಿದಳು. "ನನ್ ಮೊಗ ಒಂದಿನ ಎಂ.ಎ., ಬಿ.ಎ. ಓದ್ತಾನೆ. ಪುಲ್ ಪ್ಯಾಂಟ್ ಹಾಕ್ಕೋತ್ತಾನೆ. ಕನ್ನಡಿ ಹಾಕ್ಕೊಂಡು ಕೊಡೆ ಹಿಡಕೊಂಡು ಹೋಗ್ತಾನೆ ನೋಡ್ತಾ ಇರು."

ಮಯಿಲ್‌ಸಾಮಿ "ಬಿಎ, ಎಂಎ? ತಿರುಪೆ ನನ್ ಮಗನೆ ಫುಲ್ ಪ್ಯಾಂಟು, ಕನ್ನಾಡಿ, ಕೊಡೆ ವುವ್ವವ್ವೇ..." ಎಂದು ಮುದ್ದಿಸಿದ.

"ಒಳ್ಳೆ ಲಕ್ಷಣವುಳ್ಳ ನಗು ಮುತ್ತಮ್ಮ" ಅಂದ ಪಕ್ಕದ ಸಾಲಿನಲ್ಲಿದ್ದ ಷಣ್ಮುಖ. "ಮಗು ಒಳ್ಳೆ ಐಶ್ವರ್ಯವಂತನಾಗ್ತಾನೆ." ಮುತ್ತಮ್ಮ ಸಂತೋಷದಿಂದ ಕುಲುಕುಲು ನಕ್ಕು "ಅಯ್ಯೋ ಕಣ್ಣಾಕ್ಬೇಡ, ನನ್ ರಾಜಂಗೆ ಕಣ್ಣಾಕಿಬಿಟ್ಯಾ?" ಎಂದು ಹೇಳಿದಳು.

ಅಷ್ಟರಲಿ ಚೀಂಡನ್ ನಾಯರ್ ಕೈಯಲ್ಲಿ ಟೀ ಟಂಬ್ಲರ್‌ಗಳನ್ನ ಹಿಡಿದುಕೊಂಡು ಕೊಡೆ ಹಿಡಿದುಕೊಂಡು ಹೋದ. ಯಾರೋ ಒಬ್ಬ ತಿರುಪೆಯವನು ಏನೋ ಹುಚ್ಚುಚ್ಚಾರ ಹಾಡಿದ.

"ನಿನ್ನಜ್ಜಿ..." ಬಯ್ಯತ್ತಾ ಜೋಲಿ ಹೊಡೆಯುವಂತೆ ನಡೆಯುತ್ತಾ ಹೋದ ನಾಯರ್.

ಪೆರುಮಾಳ್ "ತಗಂಡು ಬಾರ್ಲೇ ಸುಮ್ನೆ ವಾಲಾಡ್ಕಂಡು ಬರ್ತ್ವನೆ" ಎಂದು ರೇಗಿದ.

"ಇದೋ ತರ್ತೇನೆ. ಸರಸ್ವತಿ ಟೀ ಬೇಕಾ?"

"ಚೀ ಹೋಗೋ, ಪರದೇಸಿ ನಾಯಿ" ಎರುಕ್ಕು ಬಯ್ದಳು.

"ನಿಂಗ್ಯಾಕೆ ಅವನುನ್ನ ನೋಡಿ ಸಿಟ್ಟು, ನಿನ್ನ ಮಾತಾಡ್ಸಿಲ್ಲಾಂತಾನ?"

"ಅವನೂ ಅವನ ನಗುವೂ, ಹೇಲು ಕಂಡ ನಾಯಿ ತರ ನಗ್ತಾನೆ"

"ನಿಂಗೆ ಸೊಕ್ಕು"

"ಒಂದ್ಸಲ ಅವ್ರು ಸಿಕ್ಲಿ. ಒಂದು ಒಳ್ಳೆ ಮಾತು ಹೇಳಿಟ್ಟಿರ್ತೀನಿ. ಆಮೇಲೆ ಈ ಹುಡುಗ ಇಲ್ಲಿರಲ್ಲ. ಕುಂಟ ಮುಂಡೆ ಮಗ, ಥೂ."

ಟೀ ಕುಡಿಯುತ್ತಿರುವಾಗ ಪಂಡಾರಂ ಬಂದರು. ಕಂಕುಳಲ್ಲಿ ಚರ್ಮದ ಚೀಲವಿತ್ತು,

"ಏನೋ ಪೆರುಮಾಳ್ ಹೆಂಗೆ ನಡೀತಿದೆ ಎಲ್ಲ?"

"ಕಡಿಮೆ ಏನಿಲ್ಲ ಮೊದಲಾಳಿ, ಪರವಾಗಿಲ್ಲ."

"ಹೇಗೆ?"

"ಒಟ್ಟು ಹದಿನೆಂಟು ಸಾವಿರ ವಸೂಲಾಗಿದೆ, ಖರ್ಚು ಕಳೆದು" ಅಂದ ಪೆರುಮಾಳ್.

ಪಂಡಾರಂ ತನ್ನ ಲೆಕ್ಕದ ನೋಟ್‌ಬುಕ್ ತೆಗೆದು ಗುರ್ತು ಹಾಕಿಕೊಂಡರು.

"ಆರು ದಿನಕ್ಕೆ ಹದಿನೆಂಟು ಸಾವಿರ. ದೊಡ್ಡ ಪ್ರಯೋಜನ ಏನಾಗಿಲ್ಲ ತಿಳಕೋ"

"ಇನ್ಮೇಲೆ ತಾನೆ ಜನ ಸೇರೋದು. ಕೂಟ್ಟಾಲ್‌ಮೂಡಿನಲ್ಲಿ ಹೇಗೆ?"

"ನಡೀತಾ ಇದೆ. ಇನ್ನೂ ಎರಡು ತಿರುಪೆಗಳನ್ನ ಮಾರ್ಬೇಕಲೆ."

"ಇವಾಗ ಯಾಕೆ ಮಾರ್ತೀರಿ? ಇನ್ನೇನು ಕಲೆಶನ್ ಹೆಚ್ಚಾಗೋ ಹೊತ್ತು. ಆಡಿ ಮಾಸ ಬಂದರೆ ಅಮ್ಮನ ದೇವಸ್ಥಾನದಲ್ಲಿ ಕಲೆಶನ್."

"ನಿಜ ಕಣಲೆ, ಆದರೆ ನಂಗೆ ದುಡ್ಡಿಲ್ಲದೆ ಆಗಲ್ವಲ್ಲ. ಮದುವೆಗೆ ಇನ್ನು ಎಂಟು ದಿನ ಮಾತ್ರ ಬಾಕಿ ಇರದು. ಯಾವುದೂ ಅರೇಂಜಾಗಿಲ್ಲ, ಎಲ್ಲ ಹಂಗಂಗೇ ಇದೆ."

"ಮೊದಲಾಳಿ, ನಿಮ್ಮ ಮಗಳ ವಿಚಾರ ತಿಳೀತು. ಮಗಳು ಈಗ ಇಲ್ಲೇ ಇದ್ದಾಳೆ."

ಪಂಡಾರಂ ಉಕ್ಕಿಬಂದ ಕಣ್ಣೀರನ್ನು ನಿಯಂತ್ರಿಸಲು ಪಾಡು ಪಟ್ಟರು. ಅವರ ಮೂಗು ಉಬ್ಬಿ ಇಳಿಯಿತು.

"ಪಾರಸಾಲೈ ಮಹಾದೇವ ದೇವಸ್ಥಾನದ ಹಿಂದೆ ಒಂದು ದೊಡ್ಡ ಹುಣಸೆ ಮರ ಇದೆ. ಅದರ ಕೆಳಗೆ ಒಂದು ಕೈಪಂಪು ಇದೆ, ಅದರ ಮುಂದೆ ಹಸಿರು ಬಣ್ಣದ ಪೈಂಟ್ ಹಚ್ಚಿದ

ಒಂದು ವಾಲೆಗರಿ ಗುಡಿಸಲಿದೆ" ಅಂದ ಪೆರುಮಾಳ್. "ನಾನು ನೋಡ್ಲಿಲ್ಲ. ಆದ್ರೆ ನಮ್ಮ ಎರೆಯುಂಬನ್ ನೋಡಿದ್ದಾನೆ."

"ಅದನ್ನ ಬಿಡು, ನಮ್ಮ ಕೆಲಸಕ್ಕೆ ಏನು ದಾರಿ?"

"ಇಲ್ಲಿ ಬೇರೆ ತಿರುಪೆಗಳನ್ನ ಮಾರಕ್ಕಾಗಲ್ಲ. ಮುತ್ತಮ್ಮಂಗೂ ಮಗೂಗೂ ಬೆಲೆ ಇದೆ. ಇಪ್ಪತ್ತೈದರ ತನಕ ಹೋಗತ್ತೆ."

"ಮಯಿಲ್‌ಸಾಮಿ ಹೋಗತ್ತೇನಲೆ?"

"ಹುಚ್ಚುಮಂಡೆದಲ್ಲವಾ? ಐದಕ್ಕೆ ಹೋದರೆ ಹೆಚ್ಚು."

"ಒಂದು ಐವತ್ತು ಹೊಂದಿಸ್ಬೇಕಲೆ, ಅಲ್ಲೊಂದು ನಾಲ್ಕಿದೆ ನೋಡು. ಮೇಲ್ಸೈಕಲ್ ಕೇಸವನ್ ಬಂದನಾ?"

"ನಿನ್ನೆ ಬಂದಿದ್ದ. ಈಗ ಅವ್ನದ್ದೇ ಅಲ್ವಾ ಜೋರು ಬ್ಯುಸಿನೆಸ್ಸು. ಆಟ್ರುಕ್ಕಲ್ ಪಳ್ಳಿಯಲ್ಲಿ ಎಂಟು ಹಾಕಿದ್ದಾನೆ. ಇಲ್ಲೊಂದು ಮೂವತ್ತು ಬಿಟ್ಟಿದ್ದಾನೆ"

"ನಿನ್ನೆ ತನಕ ಟೌಸರ್ ಹಾಕ್ಕೊಂಡು ನೆಲಗಡಲೆ ಮಾರ್ತಾ ಇದ್ದೋನು ಕಣಲೆ ಅವ್ನು, ಈಗ ನೋಡಿದ್ರೆ ಕೂಲಿಂಗ್‌ಗ್ಲಾಸು, ಚಾರ್ಮಿನಾರ್ ಸಿಗರೇಟು, ಚರ್ಮದ ಚಪ್ಪಲಿ... ಯೋಗ ಅಂದ್ರೆ ಹಿಂಗೆ ಬರಬೇಕು ಕಣಲೆ."

"ದುಡ್ಡಿನ ವಿಷಯ ಅಂದ್ರೆ ಹಂಗೇ. ಬರತ್ತೆ ಹೋಗತ್ತೆ. ನಿನ್ನೆ ಬಿಕ್ಷೆಕಾರನಾಗಿದ್ದೋನು ಇವತ್ತು ಮಾರಾಜ ಆಗಿರ್ತಾನೆ. ಏನಂತೀರಿ?"

"ಹೆಂಗಲೆ ಅವನು?" ಕೇಳಿದರು ಪಂಡಾರಂ ಚೇಂಡನ್‌ನಾಯರ್ ಕುರಿತು.

"ಇನ್ನೂ ಹುಡುಗ ಅಲ್ವಾ? ವಂಡಿಮಲೆ ತರ ಬರಲ್ಲ. ಮನಸು ಒಳ್ಳೆ ನೈಲೆಕ್ಸ್ ಸೀರೆಗೆ ಬೆಂಕಿ ಹತ್ತುದಂಗೇಂತ ಅಂದುಕೊಳ್ಳಿ."

"ಈ ನಾಯರ್‌ಗಳನ್ನ ಇಡೊ ಜಾಗದಲ್ಲಿ ಇಡ್ಬೇಕು. ಹೆಚ್ಚು ಸಲಿಗೆ ಕೊಡಬಾರದು ತಿಳಿತಾ?"

"ಇವನು ನಾಯರ್ ಅಲ್ಲ ಮೊದಲಾಳಿ. ಬಾಯಿ ತೆರೆದ್ರೆ ಸಾಕು ನಾನು ನಾಯರ್ ನಾಯರ್ ಅಂತಿರ್ತಾನೆ. ಈಗ ಅವ್ರಮ್ಮ ಯಾರೂ ಏನೂಂತ ಯಾರೋಗಿ ವಿಚಾರ್ಸಿ ನೋಡ್ತಾರೆ?"

ನಾಯರ್ ಬಂದು "ನಮಸ್ತೆ ಮೊದಲಾಳಿ" ಅಂದ. "ಮೊದಲಾಳಿಯನ್ನ ನೋಡಿದರೆ ಒಳ್ಳೆ ಶ್ರೀಮಂತ ಲಕ್ಷಣ. ಮುಖದಲ್ಲಿ ತೇಜಸ್ಸು ಬೇರೆ. ಕುಂಕುಮ, ವಿಭೂತಿ ಎಲ್ಲ ಇಟ್ಕೊಂಡು..."

ಪಂಡಾರಂ ಖುಷಿಗೊಂಡು "ಮನಸಲಿ ಭಕ್ತಿ ಇದ್ದರೆ ಮುಖದಲ್ಲಿ ಅದು ಗೊತ್ತಾಗತ್ತೆ ಕಣೋ" ಅಂದರು.

"ಪಳನಿಗೆ ಹೋಗಿದ್ದೀರಾ?"

"ಮತ್ತೆ? ನಾನು ಪಳನಿಗೆ ಹೋಗತೊಡಗಿ ಈಗ ವರ್ಷ ನಲುವತ್ತಾಯ್ತು. ಜ್ಞಾನಪಂಡಿತನನ್ನ ನಾನು ಕರೆದೇಂತಂದ್ರೆ ಅವುನು 'ಓ' ಅನ್ದೇ ಇರಲ್ಲ ತಿಳಕೋ."

"ಮತ್ತೆ ಅದು ನೋಡಿದ್ರೇ ಗೊತ್ತಾಗ್ತಾ ಇದೆಯಲ್ಲ. ಮತ್ತೆ ಮೊದಲಾಳಿ ನಾನೊಂದು ಮಾತು ಹೇಳ್ಲಾ? ಭಕ್ತನ ಮುಖ ಒಳ್ಳೆ ಕಳಿತ ಹಣ್ಣಿನ ಹಾಗೆ. ಅದ್ರಲ್ಲಿ ಒಂದು ಸಿಹಿಯೂ, ಮಾಧುರ್ಯವೂ ಕೂಡಿ ಬರ್ತದೆ."

"ಸುಮ್ನೆ ವಿಭೂತಿ ಕುಂಕುಮ ಹಚ್ಚಿಕಂಡ್ರೆ ಆಗಲ್ಲ."

"ಮತ್ತೆ?"

"ನಿಷ್ಠೆ ಬೇಕು ನಿಷ್ಠೆ" ಅಂದವರು ತಿರುಗಿ "ಇವನು ಪರವಾಗಿಲ್ಲ ಒಳ್ಳೆಯವನಿದ್ದಾನೆ" ಅಂದರು. ಪೆರುಮಾಳ್ ಅವನತ್ತ ತಿರುಗಿ "ಓಯ್ ನಾಯರೇ, ಆ ಕೇಸವನ್ ವೈದ್ಯರ್ ಬಂದಿದ್ದಾರಾ ನೋಡ್ಕಂಡು ಬಾರಲೇ" ಅಂದ.

"ಇದ್ದಾರೆ"

"ಹೆಂಗಲೇ ಹೇಳ್ತಾ ಇದೀಯ?"

"ಮೊದಲಾಳಿ ಬರೋದನ್ನ ನೋಡಿದೆ, ಒಡನೇ ಕೇಸವನ್ ಬಂದಿದ್ದಾರಾ ಅಂತ ನೋಡಿದೆ. ಹೇಗೂ ಮೊದಲಾಳಿ ಬಂದಿದ್ದಾರೆ ಅಂದರೆ ಕೇಸವನ್‌ನ ನೋಡಿಯೇ ಹೋಗ್ತಾರೆ ಬ್ಯುಸಿನೆಸ್ ಅಲ್ವಾ" ಅಂದ.

"ಇವನು ಪರವಾಗಿಲ್ಲ ಕಣಲೇ" ಅಂದರು ಪಂಡಾರಂ "ಸರಿ ನಾನೋಗಿ ನೋಡ್ಕಂಡು ಬರ್ತೀನಿ, ಏನಾದ್ರು ತೋಚಿದ್ರೆ ಹೇಳು."

ಇಬ್ಬರೂ ಹೊರಟಾಗ ನಾಯರ್ "ಮೊದಲಾಳಿ ಇನ್ಮೇಲೆ ನೀವು ಪಳನಿಗೆ ಹೋಗುವಾಗ ನಂಗೆ ಪ್ರಸಾದ ತರಕ್ಕೆ ಮರೀಬೇಡಿ" ಅಂದ.

"ನಿಂಗ್ಯಾಕಲೇ ಪ್ರಸಾದ"

"ಮನಸಿಗೆ ಸಮಾಧಾನ ಇಲ್ಲ ಮೊದಲಾಳಿ. ಬದುಕು ಒಂತರ ಮರುಭೂಮಿ ತರ ಇದೆ. ಮೊದಲಾಳಿಯನ್ನ ಕಂಡಾಗ ಒಂದು ತೃಪ್ತಿ. ನಿಮ್ಮ ಕೈಯಾರೆ ಪ್ರಸಾದ ತಗೊಂಡರೆ ಒಂದು ನೆಮ್ಮದಿ ಸಿಗತ್ತೆ ಅನಿಸ್ತು."

"ಸರಿ ಕಣಲೇ ನೋಡ್ತೀನಿ."

"ಮೊದಲಾಳಿ ನಾನು ಬರ್ಲಾ? ಬಹಳ ಕೆಲಸ ಬಿದ್ದಿದೆ. ಪೆರುಮಾಳ್ ಚೇಟ್ಟನಿಗೆ ನಡೆಯಕ್ಕಾಗಲ್ಲ. ನಾನು ಚೆನ್ನಾಗಿ ಕೆಲಸ ಮಾಡ್ತೀನಿ."

"ಸರಿ ಹೋಗು."

"ಮೊದಲಾಳಿ ಮುಟ್ಟಿ ಅನುಗ್ರಹಿಸಬೇಕು" ಎಂದು ನಾಯರ್ ನಮಸ್ಕರಿಸಿದ.

ಪಂಡಾರಂ ಅವನ ಕೈಮುಟ್ಟಿ "ದೀರ್ಘಾಯುಷ್ಮಾನ್ ಭವ" ಎಂದರು.

ಶ್ರೀ ನಾರಾಯಣ ಆಯುರ್ವೇದ ಶಾಲೆಯಲ್ಲಿ ಕೇಸವನ್ ಇದ್ದ. ಒಳಗೆ ಒಬ್ಬ ಹುಡುಗ ಪೇಪರ್ ಓದುತ್ತಿದ್ದ. ಗೋಡೆಯ ತುಂಬ ಹಲವು ಬಗೆಯ ಬಾಟಲಿಗಳಲ್ಲಿ ತೈಲಗಳನ್ನೂ, ಹಸಿರೌಷಧಿಗಳನ್ನೂ ಜೋಡಿಸಿಡಲಾಗಿತ್ತು. ನಾರಾಯಣ ಗುರುಗಳ ದೊಡ್ಡ ಪಟಕ್ಕೆ ಹಾರ ಹಾಕಿ ದೀಪ ಹಚ್ಚಿಡಲಾಗಿತ್ತು. ವೈದ್ಯರು "ಬನ್ನಿ ಬನ್ನಿ, ಅರೆ ಬನ್ನಿ ಒಳಗೆ" ಅಂದರು.

ಪಂಡಾರಂ ಒಳಗೆ ಬಂದು ಕುಳಿತರು. "ಟೀ ತಗೊಂಬಾ ಮಾಧವಾ."

"ಬೇಡ, ಈಗಷ್ಟೆ ಕುಡಿದೆ. ಮತ್ತೆ ಹೇಗೆ ಹೋಗ್ತಾ ಇದೆ ನಿಮ್ಮ ಸಂಘದ ವಿಷಯ?"

"ಅದು ಮುಗೀದೇ ಇರೋ ಕತೆ ಬಿಡಿ. ಎಸ್ ಎನ್ ಟಿ ಪಿ ದುಡ್ಡು ಎಳೆಯೋ ಕಂಪೆನಿ ಹೆಂಗೋ ನಡಕೊಂಡು ಹೋಗತ್ತೆ, ಎಲ್ಲೋ ಹೋಗಿ ಮುಟ್ಟತ್ತೆ."

"ಈಗ ನೀನು ತಾನೆ ಸೆಕ್ರೆಟರಿ?"

"ಅದು ಸರಿ. ಇವಾಗ ನನ್ ಪ್ಲ್ಯಾನ್ ಎಲ್ಲ ಕೂಡಿ ಬರ್ತಾ ಇದೆ. ಅದೊಂದು ಹಣ ಹೂಡುವ ಆಟ. ದೊಡ್ಡ ಮೊತ್ತ."

"ಲಕ್ಷವೋ?"

"ಹಲವು ಲಕ್ಷಗಳು"

"ಹಣ ಹೂಡುವ ಆಟವಾ? ದೇವರ ಪೂಜೆಗಾ?"

"ಅದೊಂದು ಬಿಸಿನೆಸ್ ಪಿಳ್ಳೈಸಾರ್, ನಿಮಗೆ ಅರ್ಥ ಆಗಿಲ್ಲ. ಮತ್ತೆ ಏನು ವಿಶೇಷ?"

"ಮಗಳ ಮದುವೆ" ಅಂದರು ಪಂಡಾರಂ ಬ್ಯಾಗಿಂದ ಪತ್ರಿಕೆ ಹೊರತೆಗೆಯುತ್ತಾ. "ಒಂದು ವಾರದಲ್ಲಿ, ಚಿಕ್ಕದಾಗಿ ಮಾಡ್ತಾ ಇದೀವಿ"

"ಮದುವೆ ಮೊದಲ ಮಗಳದ್ದಲ್ವಾ ಮತ್ತೆ?"

"ಬಿಡಿ, ಅದನ್ನ ಪರವಾಗಿಲ್ಲ, ಏನು ಮಾಡಕ್ಕಾಗತ್ತೆ? ಸ್ವಲ್ಪ ಹಣ ಕಡಿಮೆ ಬೀಳ್ತಾ ಇದೆ. ಅದಕ್ಕೆ ಸರಿ, ಒಂದೆರಡು ತಿರುಪೆಗಳನ್ನ ಮಾರದಾಂತ ಅನ್ಕೊಂಡಿದೀನಿ"

"ಈಗ ತಿರುಪೆಗಳನ್ನ ಅಷ್ಟಾಗಿ ಕೊಳ್ತಾ ಇಲ್ಲ ಪಿಳ್ಳೈ ಸಾರೇ"

"ಸರಿ, ನಮಗೆ ಗೊತ್ತಿರೋದೆ ಅಲ್ವಾ? ವ್ಯಾಪಾರದ ವಿಷಯ. ವೈದ್ಯರು ಒಂದೆರಡಾದರೂ ತಗೋಬೇಕು"

"ಸರಿ ಆ ಮುತ್ತಮ್ಮಳನ್ನೂ ಮಗುವನ್ನೂ ತಗೋತೀನಿ, ಇಪ್ಪತ್ತಕ್ಕೆ ಆಗತ್ತಾ?"

"ಅಯ್ಯೋ ಅದೇ ನಂಗೆ ಐಶ್ವರ್ಯ."

"ಈಗ ಕಲೆಕ್ಷನ್ನಲ್ಲಿ ಅದೇ ಸ್ಟಾರು, ಬಾಕಿದೆಲ್ಲ ವೇಸ್ಟು"

"ಆದ್ರೆ..."

"ಬೇರೆ ಯಾವ್ದೂ ಬೇಡ"

"ಸರಿ ಹಾಗಾದ್ರೆ ಒಂದು ಕೆಲ್ಸ ಮಾಡಣ, ತಾಯೋ ಮಗುವೋ ಒಂದನ್ನ ತಗಳ್ಳಿ"

"ಸರಿ ಎಷ್ಟಕ್ಕೆ?"

"ಹದಿನೈದು?"

"ಒಂದಕ್ಕಾ? ಇದೇನಲೆ? ಆನೆಯಾ?"

"ಹದಿನೈದಕ್ಕೆ ಕಡಿಮೆ ಆಗಲ್ಲ ವೈದ್ಯರೇ"

"ಕೇಳಿದ್ಯಾ ಮಾಧವಾ? ನಿನ್ನನ್ನ ಮಾರಿದ್ರೆ ಏನು ಸಿಗತ್ತೆ? ಒಂದತ್ತು ರುಪಾಯಿಗಾದ್ರು ಬೆಲೆ ಬಾಳ್ತೀಯೇನಲೆ? ಇದನ್ನ ನೋಡಿದ್ರೆ ಕೈಯಿಲ್ಲ ಕಾಲಿಲ್ಲ, ಆದ್ರೆ ಹದಿನೈದು ಸಾವಿರ."

"ಹದಿನೈದು ಸರಿ ಅಂದ್ರೆ ಮಾತಾಡಣ."

"ನಂಗೆ ಆ ಮಗು ಸಾಕು, ಹತ್ತು ಕೊಡ್ತೀನಿ."

ಮಾತಾಡಿ ಮುಗಿಸುವಷ್ಟರಲ್ಲಿ ಹದಿಮೂರಕ್ಕೆ ವೈದ್ಯ ಒಪ್ಪಿಕೊಂಡಿದ್ದ. 'ಛೆ ಇಪ್ಪತ್ತೇ ಹೇಳಿರಬೇಕಿತ್ತು' ಪಂಡಾರಂ ಮಿಡುಕಿದ್ದರು.

"ಸರಿ ನಾನು ಕಳಿಸ್ತೀನಿ"

"ನೀವು ಚೆಕ್ ಇಸ್ಕೋತ್ತೀರಾ?"

"ಚೆಕ್ ಅಂದ್ರೆ ಕಷ್ಟ"

ಮಯಿಲ್‌ಸಾಮಿಗೂ, ಅಡುಪುಕಟ್ಟಿಗೂ ಸೇರಿ ಇಪ್ಪತ್ತೈದು ಸಾವಿರಕ್ಕೆ ಮಾತಾಡಿ ಮುಗಿಸಿದ ಪಂಡಾರಂ ಹಣ ಪಡೆದು ಜೇಬಿಗಿಟ್ಟುಕೊಂಡರು.

"ಮಗುವನ್ನ ರಾತ್ರಿ ಪೆರುಮಾಳ್ ತಂದು ಕೊಡ್ತಾನೆ. ನೀವು ಬೇಗ ಸಾಗಿಸಿಬಿಡಿ ಆಗ್ಲೇ ಆಗೋದು. ಎಲ್ಲಿಗೆ ತಗಂಡು ಹೋಗ್ತೀರಿ? ಗುರುವಾಯೂರಿಗಾ?"

"ಇಲ್ಲ ಶಿವಗಿರಿಗೆ. ಈಗ ಅಲ್ಲಿ ಒಳ್ಳೆ ಜನ."

ಪೆರುಮಾಳ್‌ಗೆ ವಿಷಯ ಮುಟ್ಟಿಸಿದರು ಪಂಡಾರಂ. ಅವನು "ಮೊದಲಾಳಿ ಹದಿಮೂರು ತುಂಬ ಕಡಿಮೆ. ಸುಮ್ನೆ ಬಿದ್ದಿರೋ ಕುಂಟು ತಿರುಪೆನೇ ಹತ್ತಕ್ಕೆ ಹೋಗತ್ತೆ. ಇದಿನ್ನೂ ಮೊಗ ಅಲ್ವಾ? ರೇಟು ಏರ್ತಾ ಇತ್ತು. ನೋಡಿ ಬೇಕಾದ್ರೆ ಮುಂದಿನ ವರ್ಷ ಇದೇ ಮೊಗೀಗೆ ಅವ್ನು ಮೂವತ್ತರಿಂದ ಮೂವತ್ತೈದು ಸಾವಿರ ಹೇಳ್ತಾನೆ" ಅಂದ.

"ಹೋಗಲಿ ಬಿಡೊ ಪೆರುಮಾಳ್. ಮುರುಗನ್ ನಮಗೆ ಏನು ಬರೆದಿದ್ದಾನೋ ಅದಷ್ಟೇ ನಮ್ಮ ಕೈಗೆ ಸಿಗೋದು. ಅವನು ಅಂದುಕೊಳ್ಳದೆ ಯಾವ್ದೂ ಆಗಲ್ಲ, ಏನಲೇ ನಾಯರ್?" ಕೇಳಿದರು.

"ಮೊದಲಾಳಿಯ ತುಂಬಿದ ಮನಸಿಗೆ ಯಾವ ಕೊರೆಯೂ ಆಗಲ್ಲ"

"ಲೋ ನೀನು ಹೋಗಿ ತಿರುಪೆಗಳು ಸರಿಯಾಗಿ ಕೂಗ್ತಾ ಇದಾವ ಅಂತ ನೋಡು."

"ಒಳ್ಳೆ ಹುಡುಗ, ಒಳ್ಳೆ ಬುದ್ಧಿ ಇದೆ" ಅನ್ನುತ್ತ ಎದ್ದ ಪಂಡಾರಂ "ಸರಿ ನಾನು ಬರ್ತೀನಿ" ಎಂದು ಹೊರಟರು.

"ಮೊದಲಾಳಿ ಮಗಳನ್ನ ನೋಡಕ್ಕೆ ಹೋಗಲ್ವಾ?"

"ಅವಳಿಗೆ ನಾನು ಎಳ್ಳುನೀರು ಬಿಟ್ಟಾಯ್ತು ತಿಳಕೊ, ಹಂಗೊಂದು ಮಗಳನ್ನ ನಾನು ಹೆತ್ತೇ ಇಲ್ಲ. ನನ್ನ ಕೊರಳು ಕೊಯ್ದು ಹೋದೋಳು ಅವ್ಳು" ಪಂಡಾರಂಗೆ ಗಂಟಲು ಕಟ್ಟಿತು.

ಆಟೋ ಹಿಡಿದು ತಂಬಾನೂರ್ ಬಸ್‌ಸ್ಟ್ಯಾಂಡಿಗೆ ಬಂದು, ಬಸ್ ಏರಿ ಕೂರುವವರೆಗೂ ಅವರ ಮನ ತಳಮಳಿಸಿಕೊಂಡೇ ಇತ್ತು. ನಾಗರ್‌ಕೋಯಿಲ್ ಬಸ್ಸಿನಲ್ಲಿ ಜನರೇ ಇರಲಿಲ್ಲ. ಆದರೆ ಅವರು ಏರಿ ಕೂತ ಕೆಲವೇ ಘಳಿಗೆಗಳಲ್ಲಿ ಇಡೀ ಬಸ್ಸೇ ತುಂಬಿಹೋಗಿತ್ತು. ಲಾಟರಿ ಮಾರುವವನು, ಸೋಪು, ಬಾಚಣಿಗೆ ಮಾರುವವನು, ಮಲಯಾಳಂ ಇಂಗ್ಲಿಷ್ ಪಾಠ ಪುಸ್ತಕ ಮಾರುವವರು – ಹೀಗೆ ಹಲವರು ನಾಟಕೀಯವಾದ ದನಿಯಲ್ಲಿ ಕೂಗಿ ಕೂಗಿ ವ್ಯಾಪಾರ ಮಾಡಿ ಇಳಿದು ಹೋದರು. ಆಗ ಪಂಡಾರಂನ ಕೈಯನ್ನು ಯಾರೋ ಮುಟ್ಟಿದರು. ನೋಡಿದರೆ ಎಣ್ಣೆಕಾಣದ ಒಣಗೂದಲೂ, ಹರಿದ ಬಟ್ಟೆಯೂ ಉಟ್ಟ ಎಳೆಯ ಹೆಣ್ಣುಮಗಳು. ಕಂಕುಳಲ್ಲಿ ಮಗುವನ್ನಿಟ್ಟುಕೊಂಡು ನಿಂತಿದ್ದಳು. ಮೆಲ್ಲಗೆ "ಅಯ್ಯಾ" ಎಂದಳು.

ಪಂಡಾರಂ ಚೀಲವನ್ನು ಮುಟ್ಟಿ ನೋಡಿದರು. ಒಂದು ರುಪಾಯಿ ಇಲ್ಲ. ಐದು ರುಪಾಯಿ ನಾಣ್ಯವಿತ್ತು. ಅದನ್ನೆತ್ತಿ ಹಾಕಿದರು. ಅವಳು ಅಲ್ಲಿಂದ ಸರಿದು ಬೇರೆಡೆ ಹೋದಳು. ಅಷ್ಟರಲಿ ಡ್ರೈವರ್ ಬಂದು ಗಾಡಿ ಶುರುಮಾಡಿದ. ಗಾಳಿಯಾಡಿದ್ದೇ ಪಂಡಾರಂ ನಿಟ್ಟುಸಿರು ಬಿಟ್ಟರು. ಅದು ಅಲ್ಲಿಯತನಕ ಅವರು ಹಾಕಿದ ಮೊದಲ ಭಿಕ್ಷೆ ಎಂಬುವುದು ಅವರಿಗೆ ಆ ಕ್ಷಣ ಅರಿವಾಯ್ತು. ಅಷ್ಟರಲ್ಲಿ ಬಸ್ಸಿನೊಳಗೆ ಹಾಡು ಹಾಕಿದರು. 'ಸಿಲೈ ಎಡುತ್ತಾನ್ ಒರ್ ಚಿಣ್ಣ ಪೊಣ್ಣುಕ್ಕು...' ಪಂಡಾರಂ ಹಿಂದೆ ಒರಗಿಕೊಂಡು ಕಣ್ಮುಚ್ಚಿಕೊಂಡರು. ಈ ಗಡಿಬಿಡಿಯೊಳಗೆ ಯಾರು ಏನು ಕೇಳಕ್ಕಾಗತ್ತೆ, ಯಾಕಾದರೂ ಈ ಹಾಡನ್ನೆಲ್ಲ ಹಾಕುತ್ತಾರೋ ಅಂದುಕೊಂಡರು. ಹಾಗೇ ಅಂದುಕೊಳ್ಳುತ್ತಾ ಅವರು ಒಂದು ಸಣ್ಣ ನಿದ್ದೆಗೆ ಜಾರಿದರು. ಮತ್ತೆ ಎಚ್ಚರವಾದಾಗ ಗಾಡಿ ಅದಾಗಲೇ ನೆಯ್ಯಾಂಟ್ರಂಗರೈ ದಾಟಿ ಹೋಗುತ್ತಲಿತ್ತು. ಪಾರಸಾಲೈಯಲ್ಲಿ ಇಳಿಯಲಿದ್ದೇನೆ ಎನ್ನುವುದು ಅವರಿಗೆ ಖಂಡಿತವಾಗಿಯೂ ಅರಿವಿಗೆ ಬಂತು... ತಪ್ಪಿಸಲಾಗುವುದಿಲ್ಲ. ಪೆರುಮಾಳ್ ದಾರಿ ಹೇಳಿದಾಗಲೇ ಅವರ ಮನದಂಗಳದಲ್ಲಿ ಆ ಮನೆಯ ಚಿತ್ರ ಮೂಡಿಬಿಟ್ಟಿತ್ತು. ಅವಳನ್ನು ನೋಡಲು ಹೋದರು. ವಡಿವಿಗೆ ಚಿಕ್ಕ ವಯಸಿನಲೇ ಹಲ್ಲು ಸ್ವಲ್ಪ ಉಬ್ಬು. ಅದಕ್ಕೆ ಯಾವಾಗಲೂ ಬಾಯನ್ನು ಮುಚ್ಚಿಕೊಂಡೇ

ಇರುತ್ತಿದ್ದಳು. ಮೇಲ್ತುಟಿಯನ್ನು ಎಳೆದು ಮುಚ್ಚಿದಂತೆ ಇಟ್ಟುಕೊಳ್ಳುವಳು. ಅದೇ ಅವಳ ಮುಖದ ಚಲನೆಯಾಗಿಬಿಟ್ಟಿತ್ತು. ದೊಡ್ಡವಳಾಗುತ್ತಿದ್ದಂತೆ ಕೆನ್ನೆಗಳು ಉಬ್ಬಿ ಹಲ್ಲಿನ ಉಬ್ಬು ಸರಿಯಾಗಿಬಿಟ್ಟಿತ್ತು. ಆದರೆ ಬಾಯಿಯ ಆ ಚಲನೆ ಬದಲಾಗಿರಲಿಲ್ಲ.

ಹಗಲು ರಾತ್ರಿ ಅನ್ನದೆ ನಿದ್ರೆ ಮಾಡ್ತಾ ಇದ್ದಳಲ್ಲಪ್ಪಾ ಅಂದುಕೊಂಡರು. ಒಂದು ಕ್ಷಣದಲ್ಲಿ ಕಲ್ಪನೆ ಅರಳಿಕೊಂಡಿತು. ಅವಳು ನನ್ನನ್ನು ಕಂಡೊಡನೆಯೇ ಓಡಿ ಬರುತ್ತಾಳೆ. ತೋಳಲ್ಲಿ ಮುಖವಿಟ್ಟು ಅಳುತ್ತಾಳೆ. 'ತಿಳೀದೆ ಮಾಡ್ಬಿಟ್ಟೆಪ್ಪಾ, ತಿಳೀದೆ ಮಾಡ್ಬಿಟ್ಟೆಪ್ಪಾ' ಎಂದು ಅಳುತ್ತಾಳೆ ಅಂದುಕೊಂಡರು. ಅವರು ತಲೆದಡವಿ 'ಸರಿ ಕುಟ್ಟಿ, ತಪ್ಪು ಎಲ್ಲರಿಂದಲೂ ಆಗತ್ತೆ. ಸರಿ ಬಿಡು, ನಂಗೆ ನಿನ್ಮೇಲೆ ಕೋಪ ಇಲ್ಲ. ನೀನು ನನ್ನ ಮುದ್ದು ಮಗ್ಳಲ್ಲವಾ? ನಿನ್ನ ಮರೆತು ಅಪ್ಪ ಒಂದಿನ ಕೂಡ ಇದ್ದದ್ದೇ ಇಲ್ಲ. ಯಾವಾಗ್ಲೂ ನಿಂದೇ ನೆನಪು ಕುಟ್ಟೀ' ಅಂದಂತೆ. ಅವಳು ಅವರ ಜೊತೆಯೇ ಹೊರಟು ಬಂದು ಬಿಟ್ಟಂತೆ, ಅವರೂ ಅವಳನ್ನ ಕರಕೊಂಡು ಮನೆಗೆ ಹೋದಂತೆ. ಎಕ್ಕಿಯಮ್ಮ ಅವಳನ್ನು ನೋಡಿ 'ನನ್ನ ಮಗಳೇ' ಎಂದು ಹಾರಿ ಓಡಿ ಬಂದಂತೆ...

ಪಂಡಾರಂ ಅಳುವನ್ನು ನಿಗ್ರಹಿಸಲು ತುಟಿಗಳನ್ನು ಬಿಗಿದರು. ಆದರೆ ಅವನೆಲ್ಲಾದರೂ ಬಂದು ಬಿಡ್ತಾನಾ? ಅವನು? ಅವನೇನು ದೊಡ್ಡ ಕೊಂಬನಾ? ಅವನ ಮೇಲೆ ಆಳು ಕಳಿಸಿದರೆ ಕತ್ತಿನ ಮೇಲೆ ತಲೆ ಇರುತ್ತಾ? ಅವನೇನು ಕಾನೂನಿನ ಪ್ರಕಾರನಾ ತಾಳಿ ಕಟ್ಟಿದ್ದಾನೆ? ಏನೋ ಶಾಸ್ತ್ರಕೆ ದೇವಸ್ಥಾನಕೆ ಕರಕೊಂಡು ಹೋಗಿ ತಾಳಿ ಕಟ್ಟಿಬಿಟ್ಟರೆ ಎಲ್ಲ ಸರಿಯಾಗಿಬಿಡತ್ತಾ? ನೀನು ಕ್ರಿಶ್ಚಿಯನ್ ನಿಂಗ್ಯಾಕಲೇ ಒಂದು ಹೆಂಡತಿ? ನೀನು ಹೆಂಗೆ ಅವ್ಳುನ್ನ ಹೆಂಡತಿ ಅಂತ ಕರಿಬಹುದು? ನಿನಗೆ ಪಂಡಾರಂ ಏನಂತ ಗೊತ್ತಿಲ್ಲ. ಪಂಡಾರಂ ನೋಡಕ್ಕೆ ಮಾತ್ರ ಸಾಧು, ಆದರೆ ಸಕಲ ವಿದ್ಯೆನೂ ಗೊತ್ತಿದ್ದೇ ಬಂದಿರೋನು.

ಪಾರಸಾಲೈಯಲ್ಲಿ ಇಳಿದು ವಿಚಾರಿಸುತ್ತಾ ನಡೆದರು. ಆ ಕೈಪಂಪಿನ ಹತ್ತಿರ ಒಂದು ಚಿಕ್ಕ ಬೀಡಿ ಅಂಗಡಿ. ಅದರಲ್ಲಿ ಒಬ್ಬ ನಡುವಯಸ್ಸಿನ ಹೆಂಗಸು. ಪಂಡಾರಂ ಅವಳ ಬಳಿ ಒಂದು ಡಬ್ಬಿ ನಶ್ಯ ಖರೀದಿಸಿದರು. ಹಸಿರು 'ಪೈಂಟ್' ಹೊಡೆದ ಮನೆಯನ್ನು ದಾಟಿ ಹೋದರು. ಹಟ್ಟಿಯಲಿ ಒಂದು ಎಝ್‌ಡಿ ಬೈಕ್ ನಿಂತಿತ್ತು. ಬೈಕಾ ಅದು, ಎಮ್ಮೆ ತರ ಇದೆ. ಒಳಗೆ ಮಾತಾಡುತ್ತಿರುವ ಸದ್ದು ಕೇಳಿಸಿತು. ಪಕ್ಕದಲಿ ಒಂದು ದೊಡ್ಡ ಕಾಡುಹಲಸಿನ ಮರ. ಹೋಗಿ ಅದರ ಕೆಳಗೆ ನಿಂತರು. ಅರ್ಧ ಘಂಟೆ ಕಳೆದು ಒಬ್ಬ ಹೆಣ್ಣುಮಗಳು ಹೊರಗೆ ಬಂದಳು. ನೈಟಿ ತೊಟ್ಟುಕೊಂಡಿದ್ದಳು. ಅಂಥಾ ದಿರಿಸನ್ನು ಪೋತ್ತಿಯ ಮನೆಯ ಹೆಣ್ಣುಗಳು ಧರಿಸುವುದನ್ನು ಪಂಡಾರಂ ನೋಡಿದ್ದರು. "ಅದೇನೇ ಅದು ನಾದಸ್ವರಕ್ಕೂ ತಬಲಕ್ಕೂ ಗೌನು ಹಾಕಿದ ಹಾಗೆ?" ಎಂದು ಕೇಳಲು ವಡಿವು "ನೈಟಿಪ್ಪಾ, ಈಗ ಅದೇ ಫ್ಯಾಶನ್" ಅಂದಿದ್ದಳು. 'ಫ್ಯಾಶನ್ನಂತೆ ಫ್ಯಾಶನ್ನು' ಬಯ್ದಿದ್ದರು ಪಂಡಾರಂ.

ನೋಡಿದರೆ ಅದು ವಡಿವೇ!

ಪಂಡಾರಂ ಕಿವುಚುತ್ತಿರುವ ಹೊಟ್ಟೆಯೊಡನೆ ಅಲ್ಲೇ ಹಾಗೇ ನಿಂತರು. ಅವರ ಮನಸು ಕರಗಿ 'ವಡಿವೂ ವಡಿವೂ' ಎಂದು ಕೂಗಿತು. ಸಂಬಂಧವೇ ಇಲ್ಲದಂತೆ 'ಸಿಲೈ ಎಡುತ್ತಾನ್ ಒರು ಚಿಣ್ಣ ಪೆಣ್ಣುಕ್ಕು...' ಹಾಡು ತಲೆಯೊಳಗೆ ಓಡಿತು.

ವಡಿವು ಹೊರಗೆ ಏನೋ ಕಸ ಎಸೆದವಳು ತಿರುಗುವಾಗ ಅಚಾನಕ್ಕಾಗಿ ಅವರನ್ನು ನೋಡಿಬಿಟ್ಟಳು. ಒಂದು ಕ್ಷಣ ಅವಳು ಹಾಗೇ ಅಲ್ಲೇ ಕಚ್ಚಿಕೊಂಡಂತೆ ನಿಂತವಳು, ಮರುಕ್ಷಣವೇ ಸರಸರನೆ ನಡೆದು ಮನೆಯೊಳಗೆ ಹೋಗಿಬಿಟ್ಟಳು. ಪಂಡಾರಂ ಎದೆ ಮೇಲೆ ಕೈಯಿಟ್ಟುಕೊಂಡರು. ಈಗ ಬಿದ್ದು ಬಿಡುತ್ತೇನೇನೋ ಎಂದು ತೋರಿತು. ಕಾಡುಹಲಸು ಮರವನ್ನು ಆಸರೆಗೆಂದು ಹಿಡಿದುಕೊಂಡರು. ಅದರಲ್ಲಿ ಗೆದ್ದಲು ಹತ್ತಿಕೊಂಡಿತ್ತು. ಕೈಒದರಿಕೊಂಡರು. ಈಗ ವಡಿವನ್ನು ಕೂಗುವುದು ಹೇಗೆ? ಬಾಗಿಲು ತಟ್ಟಿ 'ಮಗಳೇ ಮಗಳೇ...' ಅನ್ನುವುದೇ? ಯೋಚಿಸಿ ಹೈರಾಣಾದರು.

ಒಳಗೆ ನಗುವ ಸದ್ದು ಕೇಳಿಸಿತು. ಅಷ್ಟರಲಿ ಇನ್ನೂ ಒಂದೆರಡು ಬೈಕುಗಳು ಬಂದು ನಿಂತವು. ಅದರಲ್ಲಿ ಬಂದ ಇಬ್ಬರು ಒಳಗೆ ಹೋದರು. ಇನ್ನು ಅಲ್ಲಿ ನಿಲ್ಲುವುದು ಸರಿಯಲ್ಲ ಅನಿಸಿದಾಗ ಪಂಡಾರಂ ಅಲ್ಲಿಂದ ಮುಂದೆ ನಡೆದರು. ಅರ್ಧ ಘಂಟೆ ನಡೆದು ಒಂದು ಟೀ ಅಂಗಡಿಯಲ್ಲಿ ಟೀ ಕುಡಿದರು. ಅವಳು ಜಾಣೆ. ಈ ರೌಡಿಗಳಿಗೆ ಹೆದರಿದ್ದಾಳೆ. ಅವರು ಹೋದರೆ ಬಂದುಬಿಡುತ್ತಾಳೆ. 'ಸಿಲ್ಲೈಯೆಡುತ್ತಾನ್ ಒರು ಚೆಣ್ಣ ಪೆಣ್ಣುಕ್ಕು...'

ಅಪ್ಪನೇ ಜ್ಞಾನ ಪಂಡಿತಾ... ಮುರುಗಾ ಯಾಕ್ಹೀಗೆ ಶೋಧಿಸುತ್ತಿರುವೆ.

ಮತ್ತೆ ಕಾಡಲಸು ಮರದತ್ತ ಬಂದರು. ಇರುಳು ಕವಿಯತೊಡಗಿತ್ತು. ಸುತ್ತಲಿದ್ದ ತೋಪು ಕತ್ತಲಲಿ ಮುಳುಗಿತು. ದೂರದಲ್ಲೊಂದು ಮಿಣುಕು ಬೆಳಕು ಮಿಣಿಮಿಣಿ ಉರಿಯತೊಡಗಿತು.

ವಡಿವು ಮತ್ತೆ ಬಂದು ಏನನ್ನೋ ಎಸೆದು, ಇವರತ್ತ ನೋಡಿ ಹೋದಳು. ಕೆಲಹೊತ್ತಿನ ಬಳಿಕ ಒಳಗಿನಿಂದ ಒಂದು ಮಧ್ಯವಯಸಿನ ಹೆಣ್ಣುಮಗಳೂ, ಮೂವರು ಯುವಕರೂ ಹೊರಗೆ ಬಂದು ಬೈಕು ಏರಿಕೊಂಡರು. ಆ ಹೆಣ್ಣುಮಗಳು ಮಿಠಾಯಿ ಬಣ್ಣದ ಸೀರೆಯುಟ್ಟು ಹೇರಳವಾಗಿ ಹೂ ಮುಡಿದಿದ್ದಳು. ಗಾಡಿಗಳಲ್ಲಿ ಅವರು ಹಾರಿದಂತೆ ಹೊರಟು ಹೋದರು. ವಡಿವು ಬಂದು ಬಾಗಿಲಲಿ ನಿಂತಳು. ಅವರನ್ನ ಮತ್ತೆ ನೋಡಿದಳು. ಅವರು ಹೋದೊಡನೇ ದಢಾರ್ ಬಡಾರ್ ಎಂದು ಬಾಗಿಲು ಮುಚ್ಚಿದಳು. ಆ ಸದ್ದು ಪಂಡಾರಂನ ಎದೆಯನ್ನು ನಡುಗಿಸಿತು. 'ವಡಿವೂ ವಡಿವೂ' ಎಂದು ಅವರು ತನ್ನೊಳಗೇ ಕೂಗಿದರು. ಸೊಳ್ಳೆಗಳು ಬೇರೆ ತಾಕುತ್ತಿದ್ದವು. ಸರಿಯಾಗಿ ಕತ್ತಲಾಗಿತ್ತು. ಹೋಗಿ ಬಾಗಿಲು ಬಡಿಯೋಣ, ಅವಳು ನನ್ನ ಮಗಳು ತಾನೆ? ಆ ಸಂಬಂಧ ಹೇಗಾದರೂ ಮುರಿದು ಹೋಗುತ್ತದೆಯೇ? ಸಾಯುವತನಕ ಇರುವ ಸಂಬಂಧ. ಆದರೆ ಅವರ ಕೈಯಿಂದ ಮುಂಬರಿಯಲಾಗಲಿಲ್ಲ. ಆಮೇಲೆ ಮೆಲ್ಲಗೆ ಕಾಲು ಹೊರಡಿಸಿಕೊಂಡು ಅಲ್ಲಿಂದ ಹೊರಟರು. ಒಳಗೆ ಟಿವಿ ಓಡುವ ಬೆಳಕು ತೋರಿತು. ಸ್ವಲ್ಪ ಹೊತ್ತಿನ ಬಳಿಕ ಮತ್ತೆ ಬಂದರು ಅದೇ ಕಾಡಲಸು ಮರದ ಕೆಳಗೆ ನಿಂತರು.

ವಡಿವು ಒಂದು ಬರಲಿನೊಂದಿಗೆ ಬಂದಳು. ಹೊರಗೆ ಸ್ವಲ್ಪ ಗುಡಿಸಿ ಸೀದ ಅವರಿದ್ದಲ್ಲಿಗೆ ಬಂದಳು "ಪಟ್ಟಿ ನಾಯೇ, ಗೊತ್ತಾಗ್ತಾ ಇಲ್ವಾ ಬರೋದು? ಓಡು ನಾಯೆ, ಓಡು" ಎಂದು ಕಿರುಚಿದಳು. ಮತ್ತೆ ಒಳಗೆ ಹೋಗಿ ಬಾಗಿಲು ಹಾಕಿಕೊಂಡಳು. ರಾತ್ರಿಯ ರೀಂಕಾರ ಕೇಳಿಸಿತು. ಒಂದು ಬಸ್ಸು ಬೆಳಕು ಹಾರಿಸುತ್ತಾ ಹೋಯಿತು. ಪಂಡಾರಂ ಭಾರವಾದ ಕಾಲುಗಳೊಂದಿಗೆ ಆ ಮನೆಯನ್ನು ದಾಟಿ ನಡೆದರು.

"ಅಪ್ಪ ಅಲ್ವಾ?" ಕೇಳಿದಳು ಅವಳು.

"ಹೌದು" ಪಂಡಾರಂ ಸ್ವಲ್ಪ ಗೊಂದಲಿಸಿಕೊಂಡರು.

"ತಮಿಳಾ?"

"ಹೌದು"

"ಅವಳಿನ್ನು ಬರಲ್ಲ. ಸುಮ್ಮನೆ ಬಂದು ಕಾವಲು ಕಾಯಬೇಡಿ."

ಪಂಡಾರಂ ಏನೂ ಹೇಳಲಿಲ್ಲ.

"ಅವಳಿಗೆ ಈಗ ಒಳ್ಳೆಯ ಕೆಲಸ. ದಿನಾ ಎಷ್ಟೋ ಜನ ಬರ್ತಾರೆ. ಹೋದ ಜನರನ್ನ ನೋಡಿದ್ಯಾ? ಪರಸಾಲ್ಯೆ ಸರೋಜ. ಹೆಸರಾದ ಹೆಂಗಸು"

"ಹಾಗಾ?"

"ರಾತ್ರಿ ಪೂರ ಹಾಡೇನು ಕುಣಿತ ಏನು? ಅಂಬಾಸಿಡರ್ ಕಾರು, ಮಾರುತಿ ಕಾರು, ಆ ಮನೆಲಿ ಇಲ್ದೆ ಇರ ಸಾಮಾನೇ ಇಲ್ಲ. ಟಿವಿ, ಫ್ರಿಜ್ಜು, ವಾಶಿಂಗ್‌ಮಿಶಿನ್ನು ಎಲ್ಲಾ ಇದೆ. ಕರೆಂಟಲ್ಲಿ ಅಡುಗೆ ಮಾಡೊ ಒಲೆನೂ ಇದೆ. ಟಿವಿ ತರ ಇರೋ ಒಲೆ."

ಪಂಡಾರಂ ನಿಟ್ಟುಸಿರು ಬಿಟ್ಟರು. ನಶ್ಯದ ಡಬ್ಬಿ ಹಿಡಿದುಕೊಂಡು ನಡೆದರು.

***

21

ಬೆಳ್ಳಂಬೆಳಗ್ಗೆ ಕಾರಿನಲ್ಲಿ ಎಕ್ಕಿಯಮ್ಮನೂ ಮದುಮಗಳೂ ಊರಿನ ಏಳೆಂಟು ಹೆಣ್ಣುಮಕ್ಕಳೂ ಹೊರಟರು. ಪಂಡಾರಂ ಗಾಡಿ ಏರಲಿಲ್ಲ. ಆಭರಣಗಳೂ ರೇಷ್ಮೆ ಸೀರೆಗಳೂ ಹಣವೂ ಮನೆಯಲ್ಲೇ ಇದ್ದವು. ಅವುಗಳನೆಲ್ಲ ತೆಗೆದುಕೊಂಡು ಕಾರಿನ ಗುಂಪುಗೋಜಲಿನೊಳಗೆ ಹೋಗಬೇಕೆನಿಸಲಿಲ್ಲ. ಆರು ಗಂಟೆಗೆ ಮುಂಚೆಯೇ ಟ್ಯಾಕ್ಸಿ ತಿರುಗಿ ಬಂದಿತು. ಪಂಡಾರಂ ತಾನೇ ಎಲ್ಲವನ್ನೂ ಎತ್ತಿ ಒಳಗಿಟ್ಟು ಎಲ್ಲವೂ ಸರಿಯಾಗಿದೆಯೇ ಎಂದು ನೋಡಿದರು. ಕುಮರೇಸನ ಹೆಂಡತಿ ಮನೆಯನ್ನು ಗಮನಿಸಿಕೊಳ್ಳಲು ನಿಯಮಿಸಲ್ಪಟ್ಟಿದ್ದಳು. ಮನೆಗೆ ಬರುವವರು ಹೆಚ್ಚೇನೂ ಇರಲಿಲ್ಲವಾದರೂ ಮದುವೆ ಮನೆಯನ್ನು ಹಾಗೆಯೇ ಮುಚ್ಚಿ ಇಡುವಂತಿರಲಿಲ್ಲ. ಕಾರು ಏರುವ ವೇಳೆ ಕುಮರೇಸ ಬಂದ. "ಎಲ್ಲಿದ್ದಲೇ ಬೆಳಗೆ ಕಾಣಿಸ್ತಿರಲಿಲ್ಲ" ಕೇಳಿದರು ಪಂಡಾರಂ. "ಮೊದಲಾಳೀ ಆ ತಿರುಪೆ ಹೇಳಿದ ಮಾತು ಕೇಳಲ್ಲಾಂತಳಲ್ಲ, ಊಟ ಮಾಡದೆ ಸಾಯ್ತೀನಿ ಅಂತವ್ಳೆ."

"ಯಾರ್ಲೇ?"

"ಅವಳು, ಒಂದು ಬಾಯಿ ನೀರು ಕುಡಿದು ಏಳು ದಿನ ಆಯ್ತು ಮೊದಲಾಳಿ. ಏಳಕ್ಕೂ ಆಗ್ತಾ ಇಲ್ಲ. ಸುಮ್ನೆ ಏನೇನೋ ಗೊಣಗ್ತಾ ಇದ್ದಾಳೆ. ಹತ್ರ ಹೋದರೆ ಕಚ್ಚಕ್ಕೆ ಬರ್ತಾಳೆ."

"ಮಗೂನ ಕಳಕೊಂಡಿರೋ ದುಃಖ, ಅದು ಹಂಗೆ ಇರತ್ತೆ. ಒಂದು ವಾರನಾದ್ರೂ ಬೇಕು ಇಳಿಯಕ್ಕೆ."

"ಅದೀಗ ಏಳುದಿನ ಆಯ್ತಲ್ಲ."

"ಹೆದರಬೇಡ ಕಣಲೇ, ಏನೂ ಸಾಯಲ್ಲ. ನೀನು ಯಾವಾಗ್ಲೂ, ಬಿಸಿ ಬಿಸಿ ಟೀ, ಇಡ್ಲಿ ವಡೆ ಊಟ ತಗಂಡುಹೋಗಿ ಅವಳತ್ರ ಇಡು. ತಿಂದ್ರು ಸರಿ, ತಿನ್ನದೇ ಇದ್ದರೂ ಸರಿ. ಎಷ್ಟು ದಿನಾಂತ ಇರಕ್ಕಾಗತ್ತೆ? ಇನ್ನೆರಡು ದಿನ ಇರ್ತಾಳೆ. ನಾಲ್ಕು ವರ್ಷಗಳ ಹಿಂದೆ ಹೀಗೇ ಒಂಬತ್ತು ದಿನ ಇದ್ಲು."

"ಗೊಣಗ್ತಾ ಇದ್ದಾಳೆ ಮೊದಲಾಳಿ."

"ನಾಲ್ಕು ಕೊಡು. ಅಲ್ಲೇ ಇರು, ಆದ್ರೆ ಹತ್ರ ಹೋಗ್ಬೇಡ. ಕಚ್ಚಿದ್ರೆ ಕಾಲು ಕೆಜಿ ಮಾಂಸ ತೆಗೆದುಹಾಕ್ತಾಳೆ. ನಿನ್ ಹೆಂಡ್ತಿ ಇಲ್ಲಿರಲಿ."

ಕಾರು ತಿರು ಪರಪ್ಪು ದೇವಸ್ಥಾನಕ್ಕೆ ಆರೂವರೆಗೆ ಹೋಗಿ ತಲುಪಿತು. ದೇವಸ್ಥಾನದಲ್ಲಿ ಜನರೇ ಇರಲಿಲ್ಲ. ಹೆಣ್ಣಿನ ಕಡೆಯಿಂದ ಒಟ್ಟು ಹದಿನೆಂಟು ಜನ ಮಾತ್ರವೇ ಇದ್ದರು. ಅದನ್ನ ನೋಡಿ ಪಂಡಾರಂನ ಹೊಟ್ಟೆಯೊಳಗೆ ಏನೋ ಮಗುಚಿಹಾಕಿದ ಹಾಗೆ ಅನಿಸಿತು. ಹೂಮಾಲೆ, ಆಭರಣ ಎಲ್ಲವನ್ನೂ ರೂಮಿನೊಳಗೆ ಕಳಿಸಲಾಯ್ತು. ಪಂಡಾರಂ ಅಂಗವಸ್ತ್ರದಿಂದ ಬೆವರೊರೆಸಿಕೊಂಡರು.

"ಪಂಡಾರಂ ಮಗನೆ, ಅಂತೂ ಸುಲಭದಲಿ ಮುಗಿಸಿಬಿಟ್ಟೆ ಅನ್ನೋ, ಪಾಯಸಾನಾದ್ರೂ ಹಾಕಿಸ್ತೀಯಾ ಅಥವಾ ಒಂದು ಸಕ್ಕರೆತುಂಡು ಕೊಟ್ಟು ನೆಕ್ಕೊಳ್ಳಿ ಅಂದುಬಿಡ್ತೀಯಾ?" ರಾಮನ್ ಪಿಳ್ಳೈ ತಾತ ತನ್ನ ಬೊಚ್ಚುಬಾಯಗಲಿಸಿ ನಗುತ್ತಾ ಕೇಳಿದರು.

'ನಿನ್ನ ಸಾವುನ್ನ ನಾನು ದೊಡ್ಡುದಾಗಿ ಎತ್ತುಸ್ತೀನಿ ಬಿಡಲೇ' ಎಂದು ಮನಸಿನಲೇ ಅಂದು ಕೊಳ್ಳುತ್ತಾ ಅಲ್ಲಿಂದ ನಗುತ್ತಾ ಸರಿದರು ಪಂಡಾರಂ.

"ಹುಡುಗನ ಮನೆಯಲ್ಲಿ ಇದಕ್ಕೆಲ್ಲ ಒಪ್ತಾರ? ಈ ಕಾಲದಲ್ಲೂ ಹೀಗೆ ಉಂಟ?"

"ಅದು ಅವರ ಇಷ್ಟ ಅಲ್ವಾ? ಅವರ ಮನೆಯಲ್ಲಿ ಇದಕ್ಕಿಂತ ದೊಡ್ಡದೇನಾದರೂ ಉಂಟೋ ಏನೋ."

"ತಿಕ ಮಾರಿ ಲಂಗೋಟಿ ಕೊಳ್ಳೋ ಕಾಲ ಇದು."

ಪಂಡಾರಂ ಈ ಮಾತುಗಳನ್ನು ಕೇಳಿಸಿಕೊಳ್ಳದಿರಲು ಶ್ರಮಿಸಿದರು.

ನಾದಸ್ವರವೂ, ಮೃದಂಗವೂ ದನಿಯೇಳಿಸುತ್ತಿತ್ತು. ದೇವಸ್ಥಾನದ ಮಂಟಪದಲ್ಲಿ ಹೆಣ್ಣುಮಕ್ಕಳು ಕೂರುವ ಜಾಗದ ಮೂಲೆಯಲ್ಲಿ ಕುಸಿದಂತೆ ಕುಳಿತಿದ್ದಳು ಸುಬ್ಬಮ್ಮ. ಪಂಡಾರಂನನ್ನು ನೋಡಿ ಎಕ್ಕಿಯಮ್ಮ ಎದ್ದು ಬಂದು "ಏನು?" ಎಂದು ಕೇಳಿದಳು.

"ಮುಹೂರ್ತ ಸಮಯ ಆಗ್ತಾ ಇದೆ. ಯಾರು ಏನಂದ್ರೂ ನೀನು ತಿರುಗ್ಸಿ ಏನೂ ಅನ್ನಕ್ಕೆ ಹೋಗ್ಬೇಡ."

"ನಾನೇನು ಮಾಡಣ. ಆಳಾಳಿಗೆ ಒಂದೊಂದು ಖಾರವಾದ ಮಾತು ಎಸೆದು ಹೋಗ್ತಾ ಇದ್ದಾರೆ."

"ಗೂಳಿ ಬೆನ್ನಲ್ಲಿ ಹುಣ್ಣಾದ್ರೆ ಕಾಗೆಗೆ ಮಜಾ ತಾನೆ?"

"ಏನಲೆ ಪಂಡಾರಂ ಚಿಕ್ಕೋಳ ಬಗೆ ಏನಾದ್ರೂ ಗೊತ್ತಾಯಿತಾ?" ಕೇಳಿದಳು ಮೀನಾಕ್ಷಿ ಮುದುಕಿ.

"ಗೊತ್ತಾದರೆ ಹೇಳ್ತಿನಜ್ಜಿ. ಅಂದಂಗೆ ನಿಮ್ ಸುಬ್ರಮಣಿ ಈಗ ಹೆಂಗಿದಾನೆ?"

"ಚೆನ್ನಾಗಿದ್ದಾನೆ" ಅಂದಳು ಮುದುಕಿ ತಗ್ಗಿದ ಸ್ವರದಲ್ಲಿ. ಸುಬ್ರಮಣಿ ಅವಳ ಮೊಮ್ಮಗ. ಒಬ್ಬ ನಲುವತ್ತು ವಯಸಿನ ಬ್ರಾಹ್ಮಣ ಸ್ತ್ರೀಯೊಡನೆ ಓಡಿ ಹೋಗಿ ಅರುಮನೈಯಲ್ಲಿ ವಾಸವಿದ್ದ.

"ಬರ್ತಾ ಇದ್ದಾರೆ" ಅಂದಳು ಎಕ್ಕಿಯಮ್ಮ ರೇಜಿಗೆಯಿಂದ.

ಮುದುಕಿ ತಕ್ಷಣವೇ ಅಲ್ಲಿಂದ ಸರಿದುಹೋಗಿ ತನ್ನ ಕೋಪ ಪ್ರದರ್ಶಿಸಿದಳು. ಪೋತ್ತಿ ಬಂದರು. ಬಂದವರು ಪಂಡಾರಂನನ್ನು ನೋಡಿ "ನೀನು ಹೀಗೆ ನಿಂತರೆ ಹೇಗೆ? ವಾದ್ಯದವರು ಹೊರಟಾಯ್ತು. ಇನ್ನೇನು ಬಂದುಬಿಡ್ತಾರೆ" ಅಂದರು.

"ನನ್ನ ಕೈಲಿ ಏನೂ ಆಗ್ತಾ ಇಲ್ಲ ಪೋತ್ತಿ"

"ನೀನು ಯಾವ ಶಾಟನೂ ನೋಡಬೇಡ. ನಾನೇ ಎಲ್ಲ ನೋಡ್ಕೋತ್ತೀನಿ ಬಿಡು. ನೀನು ಮಾತಾಡ್ದೆ ಜೊತೆಲಿ ನಿಂತ್ಕೊಂಡ್ರೆ ಸಾಕು" ಪೋತ್ತಿ ಅವರ ತೋಳನ್ನು ಅದುಮಿದರು. "ಏನಲೇ ಪಂಡಾರಂ ಒಳ್ಳೆ ತೂತು ಮಡಿಕೆ ತರ ಆಗೋಗಿದೆಯಲ್ಲ ನಿನ್ ಮನಸು. ಮಾತಾಡೋನು ಮಾತಾಡ್ತಾನೆ, ನೀನು ಧೈರ್ಯವಾಗಿದ್ರೆ ಯಾರು ಏನು ಮಾತಾಡಕ್ಕಾಗತ್ತೆ?"

"ಮುಳ್ಳಿಂದ ಚುಚ್ತಾ ಇದ್ದಾರಲ್ಲ?"

"ನೀನು ಸುಮ್ನೆ ಇರು. ಇಲ್ನೋಡು, ಇಲ್ಲಿರೋ ಎಲ್ಲರ ಬಗೆನೂ ನಂಗೆ ಗೊತ್ತು. ಇವರೇನು ಯೋಗ್ಯ ಶಿಖಾಮಣಿಗಳಾ? ಸುಮ್ನೆ ಬಾರಲೆ."

ನಾಯರೇ ಮುಂಚೆ ಬಂದರು. "ಬೆಳ್ಳಿ ತಟ್ಟೆ ಇದೆಯಾ ಪಂಡಾರಮೇ?" ಕೇಳಿದರು.

"ಯಾಕೆ?"

"ಯಾಕಾ? ಮತ್ತೆ ದೀಪ ಯಾವುದರಲ್ಲಿಡ್ತೀಯಾ? ತಾಮ್ರದ ತಟ್ಟೇಲಾ? ಅವ್ರು ಕೇಳ್ತಾ ಇದಾರೆ."

"ಕೇಳದೆ ಮತ್ತೆ? ಅವರು ಬೆಳ್ಳಿ ತಟ್ಟೆಲಿ ಹೇಲೋರಲ್ವಾ? ಲೇ ನಾಯರೇ ಇವರಲ್ಲಿ ನಂಬರ್ ಒನ್ ವಿಷ ಅಂದರೆ ನೀನೆ ಕಣೋ. ನಮ್ಮ ದಾನು ಪಂಡಾರಂ ತಾನೆ ಅದು? ನಮ್ಮ ಹೂಗಾರ ಸುಬ್ಬಮ್ಮನ ಮಗ? ಅವನೆಷ್ಟು ಬೆಳ್ಳಿ ಕಂಡಿದಾನೆ ನಾನೂ ನೋಡಿದೀನಿ" ಅಂದರು ಪೋತ್ತಿ.

"ನಮ್ಮ ಕೆಲಸ ಸುದ್ದಿ ಮುಟ್ಟಿಸೋದು. ಮುಟ್ಟಿಸಿ ಆಯ್ತು. ಇನ್ನೇನಿದೆ" ಅನ್ನುತ್ತ ನಸುನಕ್ಕರು. ಎಲ್ಲವನ್ನೂ ಪೋತ್ತಿಯೇ ನೋಡಿಕೊಂಡರು. "ವಾದ್ಯದವರು ಬಂದಾಯ್ತು ಹೆಣ್ಮಕ್ಕಳೆಲ್ಲ ಏಳಿ" ಎಂದು ನಾಣಯಮ್ಮ ಅಜ್ಜಿ ಹೇಳಿದಳು.

"ಆ ಹುಡುಗ ಅಷ್ಟೊಂದು ಕಪ್ಪಗಿದ್ದಾನೆ!"

"ಇರಲಿ ಬಿಡೇ ಹುಡುಗಿ ಕೆಂಪಗಿದ್ದಾಳೆ. ಈಗ ಕಪ್ಪು ಕೆಂಪು ಸೇರಿದರೆ ಒಂದು ಪಕ್ಷ ಅಲ್ವಾ?" ಅಂದರು ಸುಬ್ಬಯ್ಯಜ್ಜ.

ಪೋತ್ತಿಯ ಹಿಂದೆಯೇ ನಡೆದರು ಪಂಡಾರಂ. ಅವರು ಜೊತೆಯಲ್ಲಿ ಇಲ್ಲದಿರುವ ಹೊತ್ತಲ್ಲಿ ಅವರಿಗೆ ಎದೆ ನಡುಗುತ್ತಿತ್ತು. ಅವರು ಹೇಳಿದ್ದನ್ನೆಲ್ಲ ಮಾಡಿದರು. ಏನೇ ಮಾಡುತ್ತಿದ್ದರೂ ಅದು ಆ ಹೊತ್ತಿಗೆ ಏನೋ ಮಾಡುತ್ತಿದ್ದೇನೆ ಅನಿಸುವುದು. ಎಷ್ಟೊಂದು ಆಚರಣೆಗಳು. ಮಾವನದ್ದು ಅಳಿಯನದ್ದು... ಇನ್ನೊಂದು ಮತ್ತೊಂದು! ಹೀಗೆ ಎಲ್ಲಾ ಮುಗಿದು ಹೆಣ್ಣಿನ ಕತ್ತಿಗೆ ತಾಳಿ ಏರಿದರೆ ಸಾಕು. ತಾಳಿಯೂ, ರೇಷ್ಮೆ ಸೀರೆಯೂ ಕಾಯುತ್ತಿತ್ತು. ಪಂಡಾರಂಗೆ ಅಲ್ಲಿ ಡೋಲು ಬಾರಿಸುತ್ತಿದ್ದರೆ ಅವರ ಹೊಟ್ಟೆಯೊಳಗೇ ಬಾರಿಸಿದ ಹಾಗೆ ಅನಿಸುತ್ತಿತ್ತು. ಮೌನ ಹೆಚ್ಚಾಯಿತು. ಪಂಡಾರಂ ತಾಳಿಯ ಹೊರತಾಗಿ ಬೇರೇನನ್ನೂ ನೋಡದೇ ನಿಂತುಕೊಂಡಿದ್ದರು. ತಾಳಿ ಎಲ್ಲರ ಕೈಯಲ್ಲೂ ಆಶೀರ್ವಾದ ಪಡೆಯಲು ಹೋಯಿತು. ಹುಡುಗ ತಾಳಿಯನ್ನೆತ್ತಿ ಹುಡುಗಿಯ ಕತ್ತಲ್ಲಿ ಕಟ್ಟಿದ. ಗಟ್ಟಿಮೇಳ ಸದ್ದು ಮಾಡಿತು. ಪಂಡಾರಂ ಪೋತ್ತಿಗಳ ಹೆಗಲನ್ನು ಗಟ್ಟಿಯಾಗಿ ಹಿಡಿದುಕೊಂಡರು. ಕೈಯೂ ಅಂಗಾಲೂ ಬೆವೆತು ಅವರಿಂದ ನಿಂತಲ್ಲಿ ನಿಲ್ಲಲಾಗದೇ ಹೋಯಿತು. ಹಾಗೇ ಕುಳಿತುಬಿಟ್ಟರು.

"ಸರಿ ಸರಿ, ಅದೊಂದು ಬಗೆಯ ಸುಸ್ತು ಕಾಣಿಸೋದು ಸಹಜ. ಈಗ ಎಲ್ಲ ಆಯ್ತು. ಮುಗಿತು ಇನ್ನೇನಿಲ್ಲ" ಅಂದರು ಪೋತ್ತಿ.

ಬಿಸಿಯಾದ ಒಂದು ಕಪ್ ಕಾಫಿ ಕುಡಿದ ಮೇಲೆ ಪಂಡಾರಂ ಎದ್ದು ನಿಂತರು. ಹತ್ತಿರದಲ್ಲಿ ಫರಮನ್ ಮಾತ್ರ ನಿಂತಿದ್ದ.

"ಊಟ ಮಾಡ್ತಾ ಇದ್ದಾರೇನಲೇ?"

"ಹೌದು ಮಾವಾ, ವಾದ್ಯದವರ ಪಂಕ್ತಿ"

"ಅವಳ ಅತ್ತೆ ಊಟ ಮಾಡಿದಳಾ?"

"ಮಾಡಿದ್ರು"

ಎಕ್ಕಿಯಮ್ಮ ಬಂದಳು. "ಎದ್ರಾ?" ಕೇಳಿದಳು.

"ಈಗ ಜೀವ ವಾಪಸ್ ಬಂತು, ಯಬ್ಬಾ ಏನಾಟ ಆಡ್ತಾಳೆ"

"ಯಾರು?"

"ಅವಳೇ, ಅವಳ ಅತ್ತೆ! ರೇಷ್ಮೆಸೀರೆ ಬೆಲೆ ಕಡಿಮೆ ಅಂತ ಒಂದೇ ರಗಳೆ. ಬೆಳ್ಳಿ ಪಾತ್ರೆ ಚಿಕ್ಕದೂಂತ ರಗಳೆ. ಪೋತ್ತಿಯನ್ನ ನೋಡಿದರೆ ಮಾತ್ರ ಸುಮ್ನಾಗ್ತಾಳೆ. ಊಟಕ್ಕೆ ಕೂತಲ್ಲಿ ಹುಳಿ ಚೆನ್ನಾಗಿಲ್ಲಾಂತ ದೂರು ಶುರು ಮಾಡಿದ್ಲು, ಸರಿಯಾಗಿ ಅಷ್ಟೊತ್ತಿಗೆ ಪೋತ್ತಿಗಳು ಬಂದು ಬಿಟ್ರು, ಬಂದವರು 'ನಿನ್ ಹುಳಿ ಕತೆ ನಂಗೆ ಗೊತ್ತು, ಸುಮ್ನೆ ತಿನ್ನು' ಅಂದ್ಮೇಲೆ ಹಂಗೇ ಬಾಯ್ಮುಚ್ಚಿಕೊಂಡ್ಲು. ಅವರಿರಲಿಲ್ಲಾಂದ್ರೆ ಇಲ್ಲಿ ಖಂಡಿತ ಹೊಡಿಬಡಿ ಗಲಾಟೆ ಆಗಿರೋದು" ಅಂದಳು.

ರಾಮನ್ ಪಿಳ್ಳೈ ತಾತ ಬಂದರು. ಎಕ್ಕಿಯಮ್ಮ ಮೆತ್ತಗೆ ಹೇಳಿದಳು. "ಗಂಡಿನ ಕಡೆಯೋರ ಜೊತೆ ಕೂತ್ಕೊಂಡು ಚೆನ್ನಾಗಿ ತಿಂದು ಬರ್ತಾ ಇದಾನೆ, ಯಪ್ಪಾ ಏನು ತಿಂತಾನೆ ಅಂತೀರಿ, ಸೇರಕ್ಕಿ ಅನ್ನ, ಇದೋ ಅನ್ನಷ್ಟರಲ್ಲಿ ಖಾಲಿ."

"ಲೋ ಪಂಡಾರಂ ನನ್ನ ಜೀವಮಾನದಲ್ಲಿ ಇದೇ ಮೊದ್ಲು ಕೆಸುವಿನ ಗಡ್ಡೆ ಇಲ್ಲದ ಸಾಂಬಾರ್ ತಿಂದಿದೀನಿ ಕಣೋ, ಪರವಾಗಿಲ್ಲ ಬಿಡು, ಏನ್ಮಾಡಕ್ಕಾಗತ್ತೆ. ಕಲಿಗಾಲ, ಇನ್ನೇನು ಹೇಳಕ್ಕಾಗತೆ."

"ಸರಿ ತಾತಾ, ಸ್ವಲ್ಪೊತ್ತು ಮಲಗಿ."

"ಹತ್ತಿರದಲಿ ಎಲ್ಲಾದ್ರು ಟೀ ಅಂಗಡಿ ಇದೆಯಾ? ನಂಗೆ ಸರಿಯಾಗಿ ಹೊಟ್ಟೆ ತುಂಬಿಲ್ಲ, ಅಡುಗೆಯವನು ಯಾರು ನಾಯರಾ ಇಲ್ಲ ಬೇರೆ ಯಾರಾದ್ರಾ? ಹಂಗೇ ಮೆಣಸಿನಪುಡಿ ಸುರಿದು ಅಡುಗೆ ಮಾಡಾಕಿದ್ದಾನೆ." ಅನ್ನುತ್ತಾ ದಿಣ್ಣೆಯ ಮೇಲೆ ಮೈ ಚಾಚಿ ಮಲಗಿಕೊಂಡು "ಸ್ವಾಮಿ ಪದ್ಮನಾಭಾ, ಬಾಯೆಲ್ಲ ಕಹಿಯಾಗ್ತಾ ಇದೆಯಲ್ಲಾ" ಎಂದು ಗೊಣಗಿಕೊಂಡರು.

ಪಂಡಾರಂ ಹೊರಗೆ ಹೋದರು. ಮೊದಲ ಪಂಕ್ತಿ ಮುಗಿಸಿದವರು ಕಡ್ಡಿಯಿಂದ ಹಲ್ಲು ಚುಚ್ಚಿ ಶುದ್ಧಮಾಡಿಕೊಳ್ಳುತ್ತಿದ್ದರು. ಷಣ್ಮುಗ ಪಿಳ್ಳೈ ತೇಗುತ್ತಾ "ಒಂದು ಮಾತು ಹೇಳ್ತೀನಿ ಪಂಡಾರಂ, ಪಾಯಸಕ್ಕೆ ಯಾವತ್ತೂ ಕಪ್ಪು ಬೆಲ್ಲ ಹಾಕ್ಬೇಕು, ಬಿಳೀ ಬೆಲ್ಲ ಹಾಕಿದ್ರೆ ಅದೊಂಥರ ರುಚಿ ಕೊಟ್ಟುಬಿಡತ್ತೆ ತಿಳ್ಕೋ" ಅನ್ನುತ್ತ ಮತ್ತೆ ತೇಗಿ "ಉಬ್ಬರಿಸ್ಕೊಂಡು ಬರ್ತಾ ಇದೆ" ಅಂದರು.

"ಅಂತೂ ಸುಲಭದಲಿ ಮುಗಿಸಿಬಿಟ್ಟೆ ಕಣಲೇ" ಅಂದರು ಗೂನ ಆಚಾರಿ. "ಹೇಳಿದ ಮಾತು ಕೇಳದ ಮಕ್ಕಳಿಂದ ಹೀಗೆಲ್ಲ ಒಳ್ಳೇದು ನಡೀತದೆ ನೋಡು ಹ್ಹೆಹ್ಹೆಹ್ಹೆ" ಅನ್ನುತ್ತ ನಕ್ಕರು.

ಹುಡುಗನ ಕಡೆಯಿಂದ ಗೂನು ಬೆನ್ನಿನ, ಮುಂಚಾಚಿದ ಎದೆಯ, ಕಂಕುಳಲ್ಲಿ ಕೊಡೆ ಸಿಕ್ಕಿಸಿಕೊಂಡ ಮುದುಕನೊಬ್ಬ ಬಂದು "ನೀನೇನೋ ಹುಡುಗಿಯ ತಂದೆ?" ಎಂದು ಕೇಳಿದರು.

"ಹೌದು"

"ಹುಡುಗಿಗೆ ಒಂದು ಮಗು ತೆಗೆಸಿದಾರೆ ಅಂತಿದಾರೆ"

"ಒಂದಲ್ಲ ಎರಡು"

"ಆಂ?"

"ಈಗ ಏನು ಮಾಡಣಾಂತೀಯ?"

"ಕಲಿಗಾಲ"

"ಕಲಿಗಾಲ ತಾನೆ? ಹೋಗಿ ಕೂತ್ಕೊಳ್ಳಿ ಬಾಳೆ ಹಣ್ಣು ತಂದುಕೊಡಕ್ಕೇಳ್ತೀನಿ" ಅಂದವರು ಮ್ಯಾನೇಜರ್ ಬಳಿ ಹೋಗಿ "ಎಷ್ಟು ಎಲೆ ಬಿತ್ತು?" ಎಂದು ಕೇಳಿದರು.

"ನೀವು ಐವತ್ತು ಎಲೆ ಹೇಳಿದ್ರಿ, ಈಗ ಮೂವತ್ತು ಆಗಿದೆ" ಅಂದ ಮ್ಯಾನೇಜರ್

"ಸರಿ ಇನ್ನೊಂದು ಹತ್ತು ಬೀಳಬಹುದು ಅಷ್ಟೇ, ಉಳಿದದ್ದನ್ನು ಸರಿಯಾಗಿ ತೆಗೆದು ಕಟ್ಟಿ ಕಳಿಸಿಬಿಡಿ, ನಮಗೆ ತಿನ್ನಕ್ಕೆ ಜನ ಇದ್ದಾರೆ. ಕೆಲಸದವರು. ಅವರು ತಿಂತಾರೆ" ಅಂದರು.

ಅಷ್ಟರಲಿ ಎಕ್ಕಿಯಮ್ಮ ಬಂದು "ಇಲ್ಲಿ ಬನ್ನಿ" ಎಂದು ಕರೆದಳು.

"ಏನು ಕುಟ್ಟಿ"

"ಹುಡುಗಿ ಸಿಟ್ಟು ಮಾಡ್ಕೊಂಡು ನಿಂತಿದ್ದಾಳೆ"

"ಯಾರು?"

"ಸುಬ್ಬಮ್ಮ, ನೀವು ಬನ್ನಿ ಇಲ್ಲಿ"

"ಏನಾಯ್ತು" ಅನ್ನುತ್ತಾ ಪಂಡಾರಂ ಅವಳೊಂದಿಗೆ ನಡೆದರು

"ಅವಳಿಗೆ ಮಾವಿನಕಾಯಿ ಡಿಸೈನಿನ ನೆಕ್ಲೆಸ್ ಬೇಕಂತೆ."

"ಯಾಕಂತೆ?"

"ಅವಳಿಗೆ ಮಾಡಿಸಿದ ಮಾವಿನಕಾಯಿ ನೆಕ್ಲೆಸನ್ನ ಚಿಕ್ಕೋಳು ಎತ್ಕಂಡು ಹೊರಟೋದಳಲ್ಲ, ಅವಳಿಗೆ ಅದೇ ಬೇಕಂತೆ. ಈಗ ಕೇಳ್ತಾ ಇದ್ದಾಳೆ"

"ಇವಳಿಗೆ ಅದಕ್ಕಿಂತ ಹತ್ತು ಪೌನು ಸೇರಿಸಿ ತಾನೇ ಕೊಟ್ಟಿದ್ದೀವಿ?"

"ಅವಳೆಲ್ಲಿ ಕೇಳ್ತಾಳೆ ಹಾಗಂದ್ರೆ? ನೀವು ಬಂದು ಒಂದ್ಮಾತು ಹೇಳಿ. ಸುಮ್ನೆ ಅಳ್ತಾ ಇದಾಳೆ"

ಮಂಟಪದ ಮೂಲೆಯಲಿ ಸುಬ್ಬಮ್ಮ ಮಲಗಿದ್ದಳು. ಅವಳ ಪಕ್ಕ ಹಲವು ಬ್ಯಾಗುಗಳು ಇದ್ದವು.

"ಮಗಳೇ ಏನಿದು? ನೀನು ಕೇಳಿದ್ದನೆಲ್ಲ ಮಾಡಿಸಿ ಹಾಕಿದ್ದೀವಿ ತಾನೆ?"

"ನನ್ನ ಮಾವಿನಕಾಯಿ ನೆಕ್ಲೇಸನ್ನ ಅವಳು ತೆಗೆದುಕೊಂಡು ಹೋಗ್ಲಿಲ್ವಾ?"

"ಸರಿ, ಅದಕ್ಕೇಂತ ನಿಂಗೆ ಅಕ್ಕಿಡಿಸೈನು ಮಾಡಿಸಿ ಹಾಕಿದೀವಲ್ಲ."

"ಇದು ಹಳೇ ಡಿಸೈನು, ಅದು ಹೊಸದು"

"ಸರಿ ಕುಟ್ಟಿ, ಡಿಸೈನ್‌ಗಳು ಬದಲಾಗ್ತಾ ಇರ್ತವೆ. ಅದುಕ್ಕಾ ಅಳ್ತಾರೆ"

"ಏನೂ ಮಾತಾಡ್ಬೇಡಿ, ನಿಮಗೆ ಅವಳೇ ಬೇಕು. ಊರು ನಾರುವ ಹಾಗೆ ಮನೆ ಬಿಟ್ಟು ಓಡಿಹೋದೋಳನ್ನ ಹೋಗಿ ನೋಡ್ತೀರಿ. ನಾನು ಯಾರಿಗೂ ಮುಖ್ಯ ಅಲ್ಲ, ನಂಗೊಂದು ಬೆಲೆನೇ ಇಲ್ಲ. ಅಡುಗೆ ಮನೆಲಿ ಬಿದ್ದು ಸಾಯೋದು ನನ್ನ ಹಣೆಬರಹ."

"ಕುಟ್ಟಿ ಇದೇನು ಮಾತೂಂತ ಆಡ್ತಾ ಇದೀಯ? ಈಗ ಇದೆಲ್ಲ ನಿಂಗೋಸ್ಕರ ತಾನೆ ಮಾಡಿದ್ದು?"

"ಓಡಿ ಹೋದೋಳಿಗೂ ಐವತ್ತು ಪವನು, ನಂಗೂ ಐವತ್ತು ಪವನು. ಏನೂ ಬೇಡ. ನಾನು ಅವರತ್ರ ಮಾತಾಡಿ ಎಲ್ಲಾ ಬಿಚ್ಚಿ ಕೊಡ್ತೀನಿ. ಇದನ್ನೂ ತಗಂಡೋಗಿ ಆ ಮೂರೂಬಿಟ್ಟೋಳಿಗೆ ಕೊಡಿ."

"ಇಲ್ನೋಡಿಲ್ಲಿ, ಜಾಸ್ತಿ ಮಾತಾಡ್ಬೇಡ."

"ಯಾಕೆ? ನನ್ನ ಕೊಂದಾಕಿ, ಕೊಂದು ಎಲ್ಲಾನೂ ತಗಂಡೋಗಿ ಅವಳಿಗೆ ಕೊಡಿ."

"ಸರಿ ಕುಟ್ಟಿ, ಈಗ ನಿಂಗೆ ಮಾವಿನಕಾಯಿ ನೆಕ್ಲೆಸ್ ತಾನೆ ಬೇಕು, ಇನ್ನು ಆರು ತಿಂಗಳಲ್ಲಿ ಮಾಡಿಸಿ ಕೊಡ್ತೀನಿ."

"ನಂಗೆ ಬೇಡ, ನಾನು ಹೋಗ್ತೀನಿ."

"ಉಣ್ಣಿಯಮ್ಮ ಬರ್ತಾ ಇದ್ದಾಳೆ, ಸತ್ತೋಳು ಅವಳ ಬಾಯಲ್ಲಿ ಒಂದು ಕುಕ್ಕೆ ಹೇಲು ತುಂಬಬೇಕು" ಬಯ್ದಳು ಎಕ್ಕಿಯಮ್ಮ.

ಉಣ್ಣಿಯಮ್ಮ ದುಡದುಡನೆ ಓಡಿಬಂದು "ಏನಾಯ್ತು? ಕುಟ್ಟಿ ಅಳ್ತಾ ಇದ್ದಾಳೆ? ನನ್ನ ಮುದ್ದು ಮಗಳಲ್ವಾ? ಹಿಂಗೆ ಸಾವಿರ ಬರತ್ತೆ ಕುಟ್ಟಿ. ನಾವೇ ಸ್ವಲ್ಪ ಬಿಟ್ಟುಕೊಟ್ಟು ಪಾಲಿಶಾಗಿ ಹೋಗಬೇಕು. ಗಂಡಸರ ವಿಷಯದಲ್ಲಿ ಸರೀಗೆ ಸರಿ ನಿಂತ್ರೆ ನಾರೋಗತ್ತೆ ಕುಟ್ಟಿ."

"ಅಚ್ಚೀ, ನೀವು ನಿಮ್ಮ ಕೆಲಸ ಏನಿದೆಯೋ ಅದುನ್ನ ನೋಡಿ ಹೋಗಿ" ಸಿಡುಕಿದಳು ಎಕ್ಕಿಯಮ್ಮ.

ಪೋತ್ತಿ ಅಲ್ಲಿಂದಲೇ "ಲೇ ಪಂಡಾರಂ, ಏನಲೇ ಮಾಡ್ತಾ ಇದೀಯ?" ಎಂದು ಕೇಳಿದರು.

"ಇದೋ ಬರ್ತೀನಿ"

"ಹುಡುಗನ ಕಡೆ ಆಫೀಸಿಂದ ಒಂದು ಐವತ್ತು ಜನ ಬಂದು ಬಿಟ್ಟಿದ್ದಾರೆ... ನಾನು ಸಾಂಬಾರನ್ನೂ ರಸಂ ಅನ್ನೂ ನೀರು ಹಾಕಿ ಉದ್ದ ಮಾಡಿದ್ದೀನಿ, ಅನ್ನಕ್ಕೆ ಇಟ್ಟಾಯ್ತು. ಇನ್ನೇನು ಆಗೋಗತ್ತೆ. ಪಾಯಸ ಕಮ್ಮಿ ಇದೆ. ಒಂದೈವತ್ತು ಲಡ್ಡು ತರಕ್ಕೆ ಹೇಳಿದ್ದೀನಿ. ಅದು ಬಂದ್ಮೇಲೆ ಅದನ್ನ ಒಡೆದು ಪಾಯಸಕ್ಕೆ ಸೇರಿಸಿ ಮಗುಚಿಬಿಟ್ಟರೆ ಪಾಯಸವೂ ರೆಡಿ"

"ಐವತ್ತು ಜನರಾ? ಒಟ್ಟು ಹದಿನೈದು ಜನ ಅಂದರಲ್ಲ?"

"ಸರಿ ಬಂದು ಬಿಟ್ಟಿದ್ದಾರೆ, ಹೋಗೀಂತ ಹೇಳಕ್ಕಾಗತ್ತಾ? ಸಂಭಾಳಿಸಬೇಕು. ಒಂದು ಫಂಕ್ಷನ್ ಅಂದರೆ ಹೀಗೆ ನಾಲ್ಕಾರು ತರ ನಡೆಯತ್ತೆ. ಒಂದು ಬಾಳೆಗೊನೆಗೆ ಹೇಳಿದೀನಿ" ಅವರು ಹೇಳುತ್ತಿರುವಂತೆಯೇ ಸೈಕಲಿನಲ್ಲಿ ರಾಮನ್ ಲಡ್ಡುಗಳೊಂದಿಗೆ ಬಂದಿಳಿದ.

"ಮೈಸೂರು ಪಾಕು ಒಂದೈವತ್ತು ತಗೊಂಡೆ ಪೋತ್ತಿಗಳೇ"

"ಸರಿ. ಅನ್ನ ಬೆಂತಾ?"

"ಬೆಂದಿರಬೇಕು, ವಾಸನೆ ಬರ್ತಾ ಇದೆ."

"ಸರಿ, ಬಿಸಿ ಅನ್ನಕ್ಕೆ ಆರೋಗಿರ ಅನ್ನನ ಕಲ್ಸಿ ಬಡ್ಸಕ್ಕೇಳು. ಮ್, ಇನ್ನು ಸುಬ್ಬಣಿ ತೋಟದಿಂದ ನಾಲ್ಕಾರು ಬಾಳೆ ಎಲೆಗೆ ಹೇಳಿದ್ದೀನಿ."

ಒಳಗೆ ಪಂಕ್ತಿ ಶುರುವಾಯ್ತು. ಪಂಡಾರಂ ಕತ್ತು ಎತ್ತರಿಸಿ ನೋಡಿದರು. ಒಳಗೆ ಬಡಿಸಲಾಗುತ್ತಿತ್ತು.

"ಸಾರು ಪಲ್ಯ..." ಅಂದರು ಪೋತ್ತಿಗಳೊಡನೆ.

"ಅದೇ... ಪಾಯಸಕೆ ತೆಂಗಿನಹಾಲು ತೆಗೆದು ಮಿಕ್ಕಿತ್ತಲ್ಲ ಗಸಿ, ಅದಕೆ ಮೆಣಸು ಉಪ್ಪು ಹಾಕಿ ಒಗ್ಗರಣೆ ಕೊಟ್ಟು ಬಡಿಸಕ್ಕೆ ಹೇಳಿದ್ದೀನಿ."

"ಅದನ್ನ ಹೆಂಗೆ ತಿನ್ನೋದು?"

"ಅಲ್ಲಿ ಬಂದೋರನ್ನ ನೋಡಿದ್ಯಾ? ಯಾರಿಗೂ ಕಾಲು ನೆಲದ ಮೇಲೆ ನಿಲ್ತಾ ಇಲ್ಲ. ಎಲ್ಲಾ ಚೆನ್ನಾಗಿ ಹೊಡಕೊಂಡು ಬಂದಿದ್ದಾರೆ, ಈಗ ಮಣ್ಣು ಕೊಟ್ರೂ ತಿಂತಾರೆ."

ಎಕ್ಕಿಯಮ್ಮ ಬಂದು ಹತ್ತಿರ ಕರೆದು "ಅಲ್ಲ ಒಂದು ಬಾಯಿ ಅನ್ನ ತಿನ್ನಿ, ಹೊಟ್ಟೆ ಕಾಯ್ತದೆ ಇಲ್ಲಾಂದ್ರೆ" ಅಂದಳು.

"ನಂಗೆ ಇಳಿಯಲ್ಲ ಕಣೆ, ನೀನು ಊಟ ಮಾಡಿದ್ಯಾ?"

"ಎಲ್ಲಿ? ನಂಗೂ ಇಳೀಲಿಲ್ಲ. ಅಪ್ಪನೇ ಮುರುಗಾ, ಇದೊಂದು ಆಗಿ ಮುಗಿದ್ರೆ ಸಾಕು. ಪಳನಿಗೆ ಬಂದು ಮುಡಿ ಕೊಡ್ತೀನಿ."

ಗಂಡಿನ ಕಡೆಯವರು ಒಬ್ಬೊಬ್ಬರಾಗಿ ಬಂದು ಕೈ ತೊಳೆದರು.

"ಯಾರಿಗೂ ಕಾಲು ನಿಲ್ತಾ ಇಲ್ಲ" ಅಂದಳು ಎಕ್ಕಿಯಮ್ಮ.

"ಹುಡುಗ ಕುಡಿಯಲ್ಲಾಂದ್ರು, ಗೊತ್ತಿಲ್ಲ, ಮುರುಗ ತೋರಿದ ದಾರಿ."

"ಇಷ್ಟೊಂದು ಜನ ಬರ್ತಾ ಇದ್ದಾರಲ್ಲ, ಅನ್ನ ಮಿಕ್ಕತ್ತೆ, ತಿರುಪೆಗಳಿಗೆ ಕೊಟ್ಟು ಕಳಿಸಣಾಂತಿದ್ದೆ."

"ನಾನೂ ಹೇಳಿದ್ದೆ ಆದ್ರೆ ಈಗ ಯಾವುದೂ ಮಿಕ್ಕಿಲ್ಲವಲ್ಲ"

"ಪಾಪ ಸತ್ತವು, ಕಾಯ್ತಾ ಇರ್ತವೆ"

"ಏ ಅವುಗಳಿಗೆ ಈ ವಡೆ ಪಾಯಸ ಬೇರೆ ಕೇಡು, ಸುಮ್ನೆ ನಿನ್ನ ಕೆಲಸ ನೋಡೆ" ಸಿಡುಕಿದರು ಪಂಡಾರಂ.

ಪೋತ್ತಿ ಬಂದರು. "ಎಲ್ಲಾ ಮಂಗಳಕರವಾಗಿ ಮುಗಿತು ಕಣಲೆ ಪಂಡಾರಂ. ನಾನು ಈಗಷ್ಟೆ ಹಣ್ಣು ಎಳನೀರು ತಗೊಂಡೆ, ನೀನು ಏನಾದರೂ ತಿಂದ್ಯಾ?"

"ಇಲ್ಲ ತಿನ್ಬೇಕು"

"ನಿಂಗೆ ಪ್ರೆಷರಿದೆ ತಿಳಕೊ. ಒಳ್ಳೆ ಡಾಕ್ಟರ್ ಹತ್ರ ತೋರಿಸ್ಬೇಕು" ಅನ್ನುತ್ತಾ ಪೋತ್ತಿ ದಿಣ್ಣೆಯ ಮೇಲೆ ಕೂತರು. "ಸೊಂಟ ಬಿದ್ಹೋಯ್ತು ತಗೋ, ಮೂರುವರೆಗೆ ಹುಡುಗಿನ ಕರಕೊಂಡು ಹೋಗ್ತಾರಂತೆ"

"ಮುರುಗಾ" ಅಂದರು ಪಂಡಾರಂ.

ಬಸಿದ ಗಂಜಿಯೂ, ಉಪ್ಪಿನಕಾಯಿಯ ರಸವೂ ಮಿಕ್ಕಿತ್ತು. ಪಂಡಾರಂಮೂ ಎಕ್ಕಿಯಮ್ಮನೂ ಹೋಗಿ ಆಳಿಗೆ ಎರಡು ಗ್ಲಾಸು ಗಂಜಿ ಕುಡಿದರು. ಹೊಟ್ಟೆ ತುಂಬಿದಾಗ ಪಂಡಾರಂಗೆ ಹಾಯೆನಿಸಿತು.

"ಎಷ್ಟೊಂದು ರುಚಿಯಾಗಿದೆ" ಅಂದರು.

"ತೆಳ್ಳಗಿದೆ ಗಂಜಿ" ಅಂದಳು ಎಕ್ಕಿಯಮ್ಮ.

"ಸರಿ ನೀನೋಗಿ ಮಗಳ ಹತ್ರ ಇರು, ಆ ಉಣ್ಣಿಯಮ್ಮ ಬಂದು ಮಾತುಗೀತು ಕೊಟ್ಟಾಳು. ಸರಿಯಾದ ವಿಷ ಅವಳು, ಸುಮ್ಮನೆ ಬಾಯಿಗೆ ಕೈ ಹಾಕಿ ಇಲ್ಲದ್ದನ್ನೂ ಹೊರಗೆ ತರ್ತಾಳೆ."

ಮೂರು ಗಂಟೆಗೆ ಬೆಳ್ಳಿ ಸಾಮಾನು ಜವಳಿ ಎಲ್ಲವನ್ನೂ ಗಾಡಿಗೆ ಹಾಕಿ, ಗಾಡಿಯ ಮುಂದೆ ಸೇವಂತಿಗೆ ಹಾರ ಹಾಕಲಾಯ್ತು. ಪಂಡಾರಂ ನಿಲ್ಲಲಾರದೆ ನಿಂತರು.

"ಮುಹೂರ್ತ ಸಮಯ ಆಯ್ತು" ಅಂದರು ರಾಮನ್ ಪಿಳ್ಳೈ ತಾತ.

ಸುಬ್ಬಮ್ಮ ತಗ್ಗಿಸಿದ ತಲೆ ಎತ್ತದೆ ಮುಖ ಬಿಗಿದುಕೊಂಡು ನಡೆದುಹೋಗಿ ಕಾರಿನ ಹಿಂಬದಿಯ ಸೀಟಿನಲ್ಲಿ ಗಂಡನ ಪಕ್ಕ ಕೂತಳು. ಅವಳ ಕತ್ತಿನಲಿ ಹೂಮಾಲೆ, ತಲೆತುಂಬ ಹೂವು ಮುಖವೇ ಸರಿಯಾಗಿ ಕಾಣಿಸುತ್ತಿರಲಿಲ್ಲ.

"ಕುಟ್ಟಿ ಏನೂ ಮಾತಾಡ್ದೆ ಗಾಡಿ ಹತ್ತುತಾ ಇದಾಳಲ್ಲ? ಮಗಳೇ ಅಮ್ಮ ಅಪ್ಪನಿಗೆ ಕಾಲಿಗೆ ಬಿದ್ದು ನಮಸ್ಕಾರ ಮಾಡಿ ಹೋಗು, ಅವರ ಆಶೀರ್ವಾದ ಬೇಕು" ಅಂದಳೊಬ್ಬ ಮುದುಕಿ.

ಸುಬ್ಬಮ್ಮ ಇಳಿದಳು. ಅವಳ ಮುಖ ಕಲ್ಲಿನಂತಿತ್ತು.

"ಅದೂ ಸರಿಯೇ, ಚಿಕ್ಕವಳೇನು ಆಶೀರ್ವಾದ ತಗಂಡಾ ಹೋದಳು?" ಕೇಳಿದಳು ಉಣ್ಣಿಯಮ್ಮ.

ಸುಬ್ಬಮ್ಮ ಹೂಮಾಲೆಭರಿತ ಭಾರವಾದ ಕತ್ತು ಬಗ್ಗಿಸಿ ಪಂಡಾರಂನ ಕಾಲಿಗೆ ನಮಸ್ಕರಿಸಿದಳು. ಪಂಡಾರಂ ಕೈ ನೀಡಿ ಆಶೀರ್ವಾದ ಮಾಡಿದರು. ಆದರೆ ಒಂದೇ ಒಂದು ಮಾತೂ ಆಡಲಿಲ್ಲ.

"ಏನಾದ್ರು ಒಳ್ಳೆ ಮಾತಾಡು ಪಂಡಾರಂ. ಅವಳು ತಾಳಿಕಟ್ಟಿಕೊಂಡು ಬಂದಾಗ ನಿನಗೆ ಬೋಧೆಯೆ ಇರಲಿಲ್ಲ. ಹುಡುಗನೂ ಹುಡುಗಿಯೂ ಸುಮ್ಮನೆ ನಿನ್ನ ಕಾಲು ಮುಟ್ಟಿ ಹೋದರು" ಅಂದರು ಪೋತ್ತಿ. "ಇನ್ನೊಮ್ಮೆ ನಮಸ್ಕಾರ ಮಾಡಮ್ಮ" ಅಂದರು.

ಸುಬ್ಬಮ್ಮ ಮತ್ತೆ ನಮಸ್ಕರಿಸಿದಳು. ಪಂಡಾರಂನ ಬಾಯಿಂದ ಆಗಲೂ ಒಂದು ಮಾತು ಹೊರಡಲಿಲ್ಲ.

"ಸರಿ ಅಮ್ಮನಿಗೆ ನಮಸ್ಕಾರ ಮಾಡು."

ಎಕ್ಕಿಯಮ್ಮನಿಗೆ ನಮಸ್ಕಾರ ಮಾಡುವಾಗ ಉಣ್ಣಿಯಮ್ಮ "ನೋಡಿ ಮಾಡಿ ಇರು ಕುಟ್ಟಿ. ನಿನ್ನ ಹಳೇ ಅಭ್ಯಾಸಗಳನ್ನೆಲ್ಲ ಬಿಟ್ಟುಬಿಡು" ಅಂದಳು.

ಸುಬ್ಬಮ್ಮ ಎದ್ದಾಗ ಎಕ್ಕಿಯಮ್ಮ ಅಳತೊಡಗಿದಳು "ಮಗಳೇ ಸುಬ್ಬಮ್ಮಾ... ಮಗಳೇ..." ಎಂದು ಅಳಲು ಮೀನಾಕ್ಷಿಯೂ "ಅಕ್ಕಾ ಅಕ್ಕಾ" ಎಂದು ಅಳತೊಡಗಿದಳು.

"ನೀನು ಗಾಡಿ ಹತ್ತು ಕುಟ್ಟಿ, ಅವಳಿಗೆ ಚಿಕ್ಕವಳ ನೆನಪು ಬರ್ತಾ ಇದೆ" ಅಂದಳು ಉಣ್ಣಿಯಮ್ಮ.

"ಹೊತ್ತಾಗ್ತಾ ಇದೆಯಲ್ಲ" ಅಂದರು ದಾನು ಪಂಡಾರಂ. ಕಾರಿಗೆ ಹತ್ತಲು ಹೊರಟಾಗ ಎಕ್ಕಿಯಮ್ಮ "ಮಗಳೇ, ಅಂಗತ್ತೆಯನ್ನು ನಮಸ್ಕರಿಸಿ ಹೋಗಮ್ಮಾ" ಅಂದಳು.

ಸುಬ್ಬಮ್ಮ ಪೋತ್ತಿಗಳಿಗೆ ಮಂಡಿಯೂರಿ ನಮಸ್ಕರಿಸಿದಳು. ಪೋತ್ತಿ ಅವಳ ತಲೆಮೇಲೆ ಕೈಯಿಟ್ಟು "ಸರ್ವಮಂಗಲ ಭವತಿ" ಅಂದರು. "ಮಗಳೇ ಸುಬ್ಬಮ್ಮ, ನೀನು ಹುಟ್ಟಿದ ಮೂರನೇ ದಿನವೇ ನಾನು ನಿನ್ನ ಎತ್ತಿಕೊಂಡಿದ್ದೀನಿ, ನಿನ್ನ ಎಲ್ಲ ಶುಭಕಾರ್ಯಕ್ಕೂ ಜೊತೆಗೆ ಇದ್ದೀನಿ, ಇವತ್ತು ನಿಂಗೊಂದು ಮಾತು ಹೇಳ್ತೀನಿ ಕೇಳು, ಯಾವ ವಿಷಯವೇ ಇರಲಿ ಮೊದಲು ಅದು ದೊಡ್ಡದಾಗೇ ಕಾಣತ್ತೆ. ಆಮೇಲೆ ಸ್ವಲ್ಪ ದಿನ ಆದಮೇಲೆ ಅದೇ ವಿಷಯ ಚಿಕ್ಕದಾಗಿ ಕಾಣಿಸತ್ತೆ. ಆ ಒಂದು ಹತ್ತುದಿನ ಹಲ್ಲುಕಚ್ಚಿಕೊಂಡು ದಾಟುವುದೇ ಸವಾಲು. ಅದಕ್ಕೇ ಮನೋಬಲ ಅಂತ ಹೇಳೋದು. ಈ ಮನೋಬಲ ಒಂದು ಇದ್ದುಬಿಟ್ಟರೆ ಸಾಕು, ಮನುಷ್ಯನಿಗೆ ಬೇರೆ ಏನೂ ಬೇಕಿಲ್ಲ. ನಿನಗೆ ಅದು ಇರಬೇಕು. ಮಗಳೇ ಹೋಗು ಕುಟ್ಟಿ, ನಿನಗೆ ಯಾವ ಕೊರತೆಯೂ ಬರಲ್ಲ" ಅಂದರು.

ಸುಬ್ಬಮ್ಮ ಗಾಡಿ ಹತ್ತುವಾಗ ಎಕ್ಕಿಯಮ್ಮ "ಮಗಳೇ ಸುಬ್ಬಮ್ಮಾ" ಎಂದು ರೋದಿಸಿದಳು.

"ಎಕ್ಕಿ, ಎಲ್ಲಿಗೆ ಹೋಗ್ತಿದ್ದಾಳೆ ಅವ್ಳು. ಇಲ್ಲೇ ತಾನೆ ಇರ್ತಾಳೆ?" ಸಮಾಧಾನಿಸಿದರು ಪೋತ್ತಿ.

ಗಾಡಿ ಕುಲುಕುತ್ತಾ ಹೊರಡತೊಡಗಿದ್ದೇ ಪಂಡಾರಂ ಧಿಡೀರನೆ ಎಚ್ಚೆತ್ತರು.

ಗಾಡಿ ವೇಗ ಹೆಚ್ಚಿಸಿಕೊಂಡಂತೇ ಆವೇಶ ಬಂದವರಂತೆ "ಮಗಳೇ ಸುಬ್ಬೂ" ಎಂದು ಗಾಡಿಯ ಹಿಂದೆ ಓಡಿದರು. ಅವರು ಓಡುವಾಗ ಅವರ ಹೊಟ್ಟೆ ಅಲುಗಾಡಿತು. ಹೆಗಲ ಮೇಲಿನ ಅಂಗವಸ್ತ್ರ ಕೆಳಸೇರಿತು. ಪೋತ್ತಿ ಹಿಂದೆಯೇ ಹೋಗಿ ಹಿಡಿದು ನಿಲ್ಲಿಸಿದರು.

***

22

ಪಂಡಾರಂ ಬಟ್ಟೆ ಧರಿಸಿಕೊಂಡು ಬಂದು ಕುಳಿತರು. "ಈಗ ಮತ್ತೆ ಇಂಜೆಕ್ಷನ್ ಹಾಕಿದೀನಿ. ಈ ಸಲ ಮೂರು ಇಂಜೆಕ್ಷನ್ ಹಾಕಬೇಕು. ಸದ್ಯಕ್ಕೆ ಸಾಕು. ಆದರೆ ಈಗ ಬಹಳಷ್ಟು ಹೊಸಹೊಸ ಖಾಯಿಲೆಗಳು ಬರ್ತಾ ಇದಾವೆ ಗೊತ್ತಿದೆಯಾ?" ಕೇಳಿದರು ಡಾಕ್ಟರ್.

"ಎಲ್ಲಿ ನಮಗೆ ನಮ್ಮ ಕೆಲಸ ನೋಡದೇ ಆಗ್ತದಲ್ಲ."

"ಏಯ್ಡ್ಸ್ ಅಂತ ಬಂದಿದೆ ಅದು ಗೊತ್ತಾ?"

"ಹೌದೂ, ಅದು ಹಿಂಗಾ ಬರೋದು?"

"ಯಾಕೆ ಪೇಪರ್ ಗೀಪರ್ ಓದೋ ಅಭ್ಯಾಸ ಇಲ್ವಾ?"

"ಎಲ್ಲಿ ಸಮಯ ಇದ್ರಲ್ಲ."

"ಒಂದು ಚಿಕ್ಕ ಪುಸ್ತಕ ಕೊಡ್ತೀನಿ. ಮನೆಲಿ ಕೂತ್ಕಂಡು ಓದಿ ನೋಡಿ. ಅದರಲಿ ಇರೋ ಯಾವುದಾದರೂ ಸಮಸ್ಯೆ ನಿಮಗೂ ಇದ್ರೆ ಬಂದು ನೋಡಿ, ಸರಿಯಾಗಿ ಓದಬೇಕು ಮತ್ತೆ."

ಪಂಡಾರಂ ಭೀತಿಯಿಂದ "ಅದು ನನಗೆ ಬಂದಿರಬಹುದೋ?" ಎಂದು ಕೇಳಿದರು.

"ಇಲ್ಲ, ಅದರ ಲಕ್ಷಣ ಯಾವುದೂ ಕಾಣಿಸ್ತಾ ಇಲ್ಲ. ಆದರೆ ನಿಮಗೆ ಬುದ್ಧಿ ಹೇಳಿ ನಿಮ್ಮನ್ನ ದಾರಿಗೆ ತರಕ್ಕೆ ನನ್ನ ಕೈಲಂತೂ ಆಗಿಲ್ಲ. ಇದೀಗ ಎಷ್ಟನೇ ಸರಿ ಹೀಗೆ ಎಲ್ಲಾದರೂ ಹೋಗಿ ಬರೋದು ಇಂಜೆಕ್ಷನ್ ಹಾಕಿಸ್ಕೊಳ್ಳೋದು?"

ಪಂಡಾರಂ ವಿನೀತವಾಗಿ "ಇನ್ಮೇಲೆ ಹಿಂಗಾಗಲ್ಲ" ಎಂದರು.

"ನೋಡಿ ಮಾಡಿ ನಡಕೊಂಡ್ರೆ ನಿಮಗೇ ಒಳ್ಳೇದು. ಇದು ಹಳೇ ಕಾಲ ಅಲ್ಲ, ಇಂಜೆಕ್ಷನ್‌ಲಿ ಸರಿಯಾಗಕ್ಕೆ."

"ಸರಿ ಇನ್ಮೇಲೆ ಜಾಗ್ರತೆಯಾಗಿರ್ತೀನಿ."

ಆಸ್ಪತ್ರೆಯಿಂದ ಸೀದಾ ನಾಗರಾಜ ದೇವಸ್ಥಾನಕ್ಕೆ ಹೋದರು. ಮದುವೆ, ಮತ್ತೆ ಮನೆಗೆ ಕರೆಸೋದು ಅದೂ ಇದೂ ಅಂತ ಎಲ್ಲ ಮುಗಿಸಿ ಈಗಷ್ಟೇ ಬಿಡುವಾಗಿ ಅವರು ಹೊರಗೆ ಬಂದಿದ್ದರು. ತಿರುಪೆಗಳನ್ನ ಮತ್ತೆ ಹಳೆಯ ಜಾಗಗಳಿಗೇ ಒಯ್ಯಲಾಗಿದೆ ಅಂತ ಪೆರುಮಾಳ್ ಸುದ್ದಿ ಮುಟ್ಟಿಸಿದ್ದ. ಮುತ್ತಮ್ಮಳನ್ನು ಸವೇರಿಯರ್ ದೇವಸ್ಥಾನಕ್ಕೆ ಒಯ್ದು ಬಿಡುವಂತೆ ಹೇಳಿದ್ದರು. ಹತ್ತು ದಿನ ಉಪವಾಸವಿದ್ದು ಅವಳು ಎಲುಬುಗೂಡಿನ ಹಾಗೆ ಆಗಿಬಿಟ್ಟಿದ್ದಳು. ಸವೇರಿಯರ್ ದೇವಸ್ಥಾನದ ಮುಂದೆ ಬೇರೆ ತಿರುಪೆಗಳಿದ್ದರು. ಮಾತು ಜಗಳ ನಗು ಎಂದು ಮೆಲ್ಲಮೆಲ್ಲಗೆ ಅವಳನ್ನು ಅವರು ಬದಲಾಯಿಸಿಬಿಡುತ್ತಾರೆ ಎಂದು ಅವರಿಗೆ ಅನಿಸಿತ್ತು. ಕುಮರೇಸನ್ ಅವಳಿಗೆ ಅಲ್ಲಿ ಜೊತೆಯಾಗಿದ್ದ.

ಎಳೆಬಿಸಿಲು ಹೊಡೆಯುತ್ತಿತ್ತು. ಅಹಮದ್ ಪೇಪರ್‌ನ ಮೇಲೆ ತನ್ನ ನೆರಳು ಬೀಳುವಂತೆ ಹಿಡಿದುಕೊಂಡು ಗಮನವಿಟ್ಟು ಓದುತ್ತಿದ್ದ. ಪಕ್ಕದಲ್ಲಿ ರಾಮಪ್ಪ ಪರವಶತೆಯಿಂದ ಅವನನ್ನೇ ನೋಡುತ್ತ ಕುಳಿತಿದ್ದ. ಗುಯ್ಯ ತನ್ನ ಭಿಕ್ಷಾಪಾತ್ರೆಯಲ್ಲಿ ತಾಳ ಹಾಕುತ್ತ ಎರುಕ್ಕುವನ್ನು ನೋಡಿ ಕಣ್ಣುಹೊಡೆದ. ಎರುಕ್ಕು ಕೋಪದಿಂದ "ಭೇದಿ ಬಂದು ಸಾಯಿ" ಎಂದು ಶಾಪ ಹಾಕಿ ನಕ್ಕಳು.

"ಬನ್ನಿ ಮೊದಲಾಳಿ ಬನ್ನಿ" ಎಂದ ಅಹಮದ್.

"ಪೇಪರಲ್ಲಿ ಏನಲೇ ವಿಶೇಷ?"

"ಏನು ವಿಶೇಷ? ಕೇರಳ ನಾಶವಾಯ್ತು. ಯಾವಾಗ ಕಾಡು ಕಡಿದು ನಾಶ ಮಾಡಲು ಆರಂಭಿಸಿದರೋ ಅಂದೇ ಕೇರಳದ ನಾಶವೂ ಶುರುವಾಯ್ತು. ಮಾತಾಡಿ ಪ್ರಯೋಜನ ಇಲ್ಲ. ನಯನಾರೂ ಅಷ್ಟೇ ಕರುಣಾಕರನೂ ಅಷ್ಟೆ! ಹೋಗಲಿ ಬಿಡಿ. ಮೊದಲಾಳಿ ಒಂದು ಟೇಪ್ ರೆಕಾರ್ಡರ್ ತೆಗೆದುಕೊಡಿ ಆಯ್ತಾ? ಚಿಕ್ಕದು. ಕೈಯಲ್ಲಿ ಇಟ್ಟುಕೊಂಡಿದ್ದರೆ ದೇವರಿಗೂ ಗೊತ್ತಾಗಬಾರದು."

"ಒಂದು ಪೇಪರನ್ನು ಎಷ್ಟು ಸಲ ಮುಚ್ಚಾ ಓದಬೇಕು?" ಕೇಳಿದ ರಾಮಪ್ಪ.

"ಅದು ಒಬ್ಬೊಬ್ಬರದು ಒಂದೊಂದು ಲೆಕ್ಕ ಮಾಮ. ಕೆಲವರು ಸುಮ್ನೆ ಹೆಡ್‌ಲೈನ್ ಓದ್ತಾರೆ. ನಾನು ಹಾಗಲ್ಲ. ಅಚ್ಚಾಗಿರೋ ಅಷ್ಟನ್ನೂ ಓದ್ತೇನೆ. ನ್ಯೂಸ್, ಕೋರ್ಟ್ ಅಡ್ವರ್ಟೈಸ್‌ಮೆಂಟ್, ಸಿನಿಮಾ, ಅಂಕಣ ಎಲ್ಲಾ. ಒಂದು ಸಾಲು, ಒಂದು ಪದ ಕೂಡ ಬಿಡಲ್ಲ. ಅಚ್ಚು ಮಾಡಿರೋದು ಓದಕ್ಕೆ ತಾನೆ? ಪೇಪರಲ್ಲಿ ಅಚ್ಚಾಗಿರೋ ಎಲ್ಲ ಪದಕ್ಕೂ ಒಂದು ಬೆಲೆ ಇದೆ. ಓದಲಿಲ್ಲಾಂದ್ರೆ ನಷ್ಟ ನಮಗೇ. ಅವನಿಗಲ್ಲ. ಒಂದು ಚಾಯ ತಗೊಂಡರೆ ಕಡೇ ಗುಟುಕಿನ ತನಕ ಬಿಡದೆ ಕುಡೀತೀವಿ ತಾನೆ?"

"ಅಲ್ವಾ ಮತ್ತೆ?" ಅಂದ ರಾಮಪ್ಪ.

"ಮತ್ತೆ ಈ ಪೇಪರ್ ಓದೋನು ಯಾವ ಎಂಎ, ಪಿಎಚ್ಡಿನೂ ಮಾಡಬೇಕಿಲ್ಲ. ಪೇಪರಲ್ಲಿ ಸಕಲ ವಿಷಯಗಳೂ ಇರುತ್ತವೆ. ಕೃಷಿ, ವೈದ್ಯಕೀಯ, ಆಟೋಟ, ಜ್ಯೋತಿಷ್ಯ, ಸರ್ಕಾರದ ಕಾರ್ಯಗಳು ಎಲ್ಲಾ ಇರತ್ತೆ ಮಾಮಾ."

"ಮತ್ತೆ ಪೇಪರ್ ಅಂದರೆ ಸರಸ್ವತಿ ಅಲ್ವಾ?" ರಾಮಪ್ಪ ಪಂಡಾರಂ ಅನ್ನು ಸವಾಲು ಹಾಕುವವನಂತೆ ನೋಡುತ್ತಾ ಹೇಳಿದ. "ಏನೇ ಆದರೂ ಪೇಪರ್ ಓದುವವನು ಮಾತ್ರ ಮನುಷ್ಯ. ಓದಲಿಕ್ಕೆ ಬರದವನು ದನಕರಗಳಿಗೆ ಸಮ. ಅದಕ್ಕೆ ಅಲ್ವಾ ಪೇಪರಿಗೆ ಮಾತೃಭೂಮಿ ಅಂತ ಹೆಸರಿಟ್ಟಿರೋದು?"

ಪಂಡಾರಂ ವಿಷಯ ಬದಲಿಸಲು ಯತ್ನಿಸಿದರು. "ಪೆರುಮಾಳ್ ಎಲ್ಲಲೇ?"

"ಬರ್ತಾರೆ, ಬೀಡಿ ತರಕ್ಕೆ ಹೋಗಿದ್ದಾರೆ" ಅಂದ ಗುಯ್ಯ. "ಮೊದಲಾಳಿಯನ್ನ ಹುಡುಕಿಕೊಂಡು ಒಬ್ಬ ಬಂದಿದ್ದ. ಇವತ್ತೂ ಬರ್ತಾನೆ ಅಂದ ಪೆರುಮಾಳ್."

"ಯಾರಲೇ?"

"ಯಾರು? ಇಲ್ಲಿ ನೋಡಿ ಮೊದಲಾಳಿ, ನನ್ನ ಹೆಸರು ಗುಯ್ಯ ಅಲ್ಲ, ಮುನುಸ್ವಾಮಿ. ಅದು ಯಾರಿಗಾದರೂ ಗೊತ್ತಾ? ಗೊತ್ತಿಲ್ಲ. ಅದೇ ತರ ನನಗೂ ಬೇರೆ ವಿಚಾರ ಗೊತ್ತಿಲ್ಲ. ಇವಾಗ ಮೊದಲಾಳಿ ಕೇಳ್ತೀರಿ 'ಏನಲೇ ಗುಯ್ಯ ಎಷ್ಟಲೇ ವಸೂಲು' ಅಂತ. ನಾನು ಹೇಳ್ತೀನಿ. ನಾನು ನಿರಪರಾಧಿ ಅಂತ "

"ಹೊಡಿಯಲೇ ಅವನನ್ನ" ಅಂದರು ರಾಮಪ್ಪ. "ಇನ್ನೊಂದು ಸಲ ಅವನು 'ನಿರಪರಾಧಿ' ಅಂದರೆ ಅವನನ್ನ ಹೊಡೆದೇ ಸಾಯಿಸ್ತೀನಿ"

ಗುಯ್ಯ ನಾಯಿಯಂತೆ ಕಣ್ಣು ಕೆಳಗೆ ಹಾಕುತ್ತ, "ಮಾತಾಡಲೂ ಬಿಡಲ್ಲವಲ್ಲ" ಅಂದ.

ಚೇಂಡನ್ ನಾಯರ್ ಗಾಳಿಯಲ್ಲಿ ತೇಲಾಡಿದಂತೆ ನಡೆದು ಬಂದ. ದೊಡ್ಡ ದೊಡ್ಡ ಹಲ್ಲುಗಳನ್ನು ತೋರಿಸುತ್ತ ನಕ್ಕು "ಮೊದಲಾಳಿ ಬಂದಿರಾ, ನೀವು ಬಂದಮೇಲೆ ಇಲ್ಲೊಂದು ಪ್ರಕಾಶವೇ ಬಂತು" ಅಂದ.

"ಯಾಕೆ ಅವರು ಬಟ್ಟೆ ಹಾಕದೆ ಬರ್ತಾರಾ?" ಕೇಳಿದ ರಾಮಪ್ಪ.

ಗುಯ್ಯ "ಹೆಹೆಹೆ" ಎಂದು ನಕ್ಕ.

"ಪೆರುಮಾಳ್ ಎಲ್ಲಲೇ?"

"ದೊಮ್ಮನ್ ಬಂದಿದಾನೆ ಮೊದಲಾಳಿ"

"ದೊಮ್ಮನಾ? ಅದ್ಯಾರು?"

"ಕೊಚ್ಚನ್ ಸಖಾವಿನ ಜನ. ಸಖಾ ಈಗ ಇಲ್ಲಿ ಇದ್ದಾರೆ. ಮೊದಲಾಳಿಯನ್ನ ನೋಡಬೇಕು ಅಂತಿದ್ದರು."

"ನನ್ನನ್ನಾ?"

"ಹೌದು ನಿಮ್ಮನ್ನೆ"

"ಸರಸ್ವತಿ ಚಾಯ ಬೇಕೇನೇ?"

ಎರುಕ್ಕು ನಕ್ಕು "ಮತ್ತೆ ಬೇಡವಾ? ಇವಾಗ ಗಂಟೆ ಹತ್ತು. ಹತ್ತು ಗಂಟೆಗೆ ಟೀ ಕುಡಿಯಲಿಲ್ಲಾಂದರೆ ನನ್ನ ಜೀವ ಕೇಳಲ್ಲ."

ಚೀಂಡನ್ ನಾಯರ್ ಎರುಕ್ಕುವಿನ ಬಳಿ ಕುಳಿತುಕೊಂಡ. ಇಬ್ಬರೂ ಟೀ ಸುರಿದುಕೊಂಡು ಕುಡಿಯತೊಡಗಿದರು. "ಇವರಿಬ್ಬರೂ ಯಾವಾಗಲೇ ಒಂದಾದರು?"

"ಮೊದಲಾಳಿ ಅವನೀಗ ಎರುಕ್ಕುವಿನ ಸವತಿ ಅಲ್ವಾ? ಸವತಿ ಅಲ್ಲ ಸವತ."

ಪಂಡಾರಂ ಅವರಿಬ್ಬರನ್ನೂ ತಿರುಗಿ ನೋಡಿದರು. ಎರುಕ್ಕು ಚೀಂಡನ್ ನಾಯರ್‌ನ ತೋಳಿಗೆ ಹೊಡೆದು ನಕ್ಕಳು.

"ಹಾಗಾದರೆ ಕತೆ ಹಾಗೆ ಹೋಗ್ತಾ ಇದೆ. ಈ ಹುಡುಗ ಪೆರುಮಾಳಿನ ಏರ್ಪಾಡು ಅಂತ ಗೊತ್ತಾಗಲಿಲ್ಲವೆ."

"ಹುಚ್ಚನಿಗೆ ಮಾತಾಡಕ್ಕೆ ಗೊತ್ತಿಲ್ಲವಲ್ಲ."

ರಾಮಪ್ಪ ತಟ್ಟನೆ ಏನನ್ನೋ ನೆನಪಿಸಿಕೊಂಡು "ಮೊದಲಾಳಿ ಮಗಳಿಗೆ ಮದುವೆ ಯಾವಾಗ? ವೈಕಾಸಿ ಮುಗೀತಾ ಬಂತಲ್ಲ?"

ಪಂಡಾರಂ "ಮದುವೆ ಮುಗಿದು ಏಳು ದಿನ ಆಯ್ತಲ್ಲ. ಇವಾಗ ಕೇಳ್ತಾ ಇದೀಯ?" ಅನ್ನುತ್ತಾ "ಪೆರುಮಾಳ್ ಎಲ್ಲಲೇ? ನನಗೆ ಬಹಳ ಕೆಲಸ ಇದೆ" ಅಂದರು. ಅಲ್ಲಿ ಒಂದು ವಿನಾಕಾರಣ ಮೌನ ನೆಲೆಸಿದ್ದನ್ನು ಪಂಡಾರಂ ಅರಿತರು.

"ಯಾಕಲೇ ಏನೋ ಒಂಥರ ಇದೀರಿ? ನಿಮ್ಮನೆಲ್ಲ ಕರೆದು ಊಟ ಹಾಕಲಿಲ್ಲಾಂತನಾ?"

"ಆದರೂ ಒಂದು ಮಾತು ಹೇಳಬಹುದಿತ್ತು" ಅಂದ ಅಹಮದ್.

"ಮೊದಲಾಳಿ ರಾಜವಂಶದವರಲ್ವಾ? ಹಂಗೆಲ್ಲ ಕರೆಯಕ್ಕಾಗತ್ತಾ?"

ರಾಮಪ್ಪ ಮೆತ್ತಗೆ "ಮೊದಲಾಳಿ, ಇಲ್ಲಿ ಎಲ್ಲರೂ ಎಲೆಯಲ್ಲಿ ಊಟ ಮಾಡಕ್ಕೇಂತ ಕಾದು ಸಾಯ್ತಾ ಇದ್ದರು" ಅಂದ.

ಗುಯ್ಯನಿಗೆ ಈಗ ಅರ್ಥವಾಯ್ತು "ಮೊದಲಾಳಿ ಅನ್ನ? ಅನ್ನ?"

"ಅನ್ನ ಏಳುದಿನದ ಹಿಂದಿಂದು ಈಗ ಹಳಸಿಹೋಗಿದೆ. ಬೇಕೆನಲೆ ಗುಯ್ಯ?" ಕೇಳಿದ ಅಹಮದ್.

"ಮೊದಲಾಳಿ ಪಾಯಸ?"

"ಲೇ ಇವನೊಬ್ಬ, ನೀನು ಸತ್ರೆ ನಿನ್ ತಿಥಿಗೆ ಮೊದಲಾಳಿ ಪಾಯಸ ಹಾಕಿಸ್ತಾರೆ. ಆತ್ಮವಾಗಿ ಬಂದು ಕುಡಿ ಹೋಗಲೆ."

ಪೆರುಮಾಳ್ ದೂರದಲಿ ಕಾಣಿಸಿಕೊಂಡ. ಪಂಡಾರಂ ಕೈಯಾಡಿಸಿ ಅವನನ್ನು ಕೂಗಿ ಕರೆದರು.

ಗುಯ್ಯನ ಮುಖ ಬದಲಾಗಿಬಿಟ್ಟಿತು. ಅವನು ಮೌನವಾಗಿ ಮೂಲೆಯಲಿ ಕುಸಿದಂತೆ ಕುಳಿತುಬಿಟ್ಟ.

"ಯಾಕೋ ಬೇಜಾರಾಗಿದೀಯ?" ಕೇಳಿದ ರಾಮಪ್ಪ.

ಗುಯ್ಯ ಬಟ್ಟೆ ಹರಿದ ಶಬ್ದದಂತೆ ಅಳತೊಡಗಿದ.

"ಇವನ್ಯಾಕಲೇ ಅಳ್ತಾ ಇದಾನೆ?"

"ಮೊದಲಾಳಿ ಅವನಿಗೆ ಮೂಲರೋಗ ಬಲಿತೋಗಿದೆ. ಪಾಯಸ ಕುಡಿದರೇನೆ ಸರಿ ಹೋಗೋದಂತೆ. ಅದಕೆ ಅಳ್ತಾ ಇದಾನೆ."

"ಇರೋದು ತಿಪ್ಪೆಲಿ, ಬಾಯಿಮುಕ್ಕಳಿಸಕ್ಕೆ ಪನ್ನೀರು ಬೇಕ? ಹೆಣ ಹೊತ್ತವನಿಗೆ ಹೊಳೆನೀರು ಗತಿ ಅಂತಾರಲ್ಲ ಹಂಗೆ. ಬಾರೋ ಪೆರುಮಾಳ್ ಏನೋ ವಿಶೇಷ?" ಕೇಳಿದರು ಪಂಡಾರಂ.

"ಮೊದಲಾಳಿ ಕೊಚ್ಚನ್ ಇಲ್ಲೇ ಇದಾರೆ. ನಿಮ್ಮನ್ನ ಅವಶ್ಯ ನೋಡ್ಲೇ ಬೇಕಂತೆ ಕರಕೊಂಡು ಬರಕ್ಕೆ ಹೇಳಿದ್ರು."

"ಏನು ವಿಷಯ?"

"ಅದೆಲ್ಲ ಹೇಳ್ತಾ ಇಲ್ಲ."

"ಲೆಕ್ಕ ಏನಾದ್ರು ಬಾಕಿ ಇದೆಯೇನಲೆ? ಇಲ್ಲೇ ನೋಡ್ಕಂಡು ಹೋದ್ರೆ ಒಳ್ಳೇದು. ಮತ್ತೆ ವಾಪಸ್ ಬರಂಗಿರಲ್ವಲ್ಲ."

ಪಂಡಾರಂ ಮತ್ತು ಪೆರುಮಾಳ್ ನಾಗರಾಜ ದೇವಸ್ಥಾನದ ವರಾಂಡದೊಳಗೆ ನಡೆದುಹೋದರು.

ಗುಯ್ಯ ಬಿಕ್ಕಿಬಿಕ್ಕಿ ಅತ್ತ. ರಾಮಪ್ಪ ದೊಣ್ಣೆಯನ್ನು ಎತ್ತಿ ಹೊಡೆಯುವಂತೆ ತೋರಿಸುತ್ತ "ಮಾನಗೆಟ್ಟವನೆ, ನೀನು ಹುಳಬಂದು ಸಾಯ. ನಿಂಗ್ಯಾಕಲೇ ಪಾಯಸ?" ಎಂದು ಬಯ್ದ.

"ನಾನು ಸಾಯ್ತೀನಿ, ನಾನು ಸಾಯ್ತೀನಿ"

"ಪಾಯಸ ಸಿಕ್ಕಿಲ್ಲಾಂತ ಸಾಯ್ತೀನಿ ಅಂತೀಯಲ್ಲ ಒಳ್ಳೆ ಕತೆಲೆ ನಿಂದು."

ಗುಯ್ಯ ದಿಡೀರೆಂದು ಆವೇಶದಿಂದ ನಾನಿನ್ನು ಬದುಕಲ್ಲ, ಸಾಯ್ತೀನಿ. ಅಮ್ಮಾ. ನನ್ನಮ್ಮಾ" ಎಂದು ಜೋರಾಗಿ ಕೂಗುತ್ತ ತಲೆಯನ್ನು ಗೋಡೆಗೆ ಚಚ್ಚಿಕೊಂಡ.

"ಪಾಪ ಬಹಳ ಆಸೆ ಪಟ್ಟಿದ್ದ ಅನಿಸುತ್ತೆ, ಚಿಕ್ಕ ಹುಡುಗ ಅಲ್ವಾ" ಅಂದ ರಾಮಪ್ಪ.

"ಗುಯ್ಯಾ, ಲೇ ನಿಂಗೆ ಪಾಯಸ ತಾನೆಲೆ ಬೇಕು?" ಕೇಳಿದ ಅಹಮದ್.

ಗುಯ್ಯ "ನಾನು ಸಾಯ್ತೀನಿ" ಅಂತ ಅತ್ತ.

"ನಿಲ್ಸಲೇ, ನಿಂಗೆ ಈಗ ಪಾಯಸ ಹಪ್ಪಳ ತಿನ್ನಬೇಕು ಅಷ್ಟೇ ತಾನೆ?"

ರಾಮಪ್ಪ "ಮಚ್ಚಾ, ಇವನ ಮೇಲೆ ಒಂದು ಕಣ್ಣಿಡು. ಎಲ್ಲಾದರು ಮದುವೆ ಮನೆ ಮುಂದೆ ಹೋಗಿ ನಿಂತು ಗಿಂತಾನು. ಅಲ್ಲೂ ಹಳಸಿದ ಪಾಯಸನೆ ಕೊಡೋದು" ಅಂದ.

ಅಹಮದ್ "ಅವನನ್ನ ನೀವು ನೋಡ್ಕೊಳ್ಳಿ. ಈಗ ಒಂದು ಹತ್ತು ರುಪಾಯಿ ಹೊಂದಿಸಬಹುದಾ ನೋಡಿ."

"ಹತ್ತಿಲ್ಲ ಐದಿದೆ. ಸತ್ತದ್ದು ಈಗ ಅಷ್ಟು ವಸೂಲಿ ಇಲ್ಲವಲ್ಲ."

"ನನ್ನತ್ರ ಇಪ್ಪತ್ತು ರುಪಾಯಿ ಇದೆ. ಇನ್ನೊಂದು ಇಪ್ಪತ್ತು ರುಪಾಯಿ ಬೇಕು" ಅಂದ ಅಹಮದ್.

"ಅಯಮದೆ, ನಾನೊಂದು ಐದು ರುಪಾಯಿ ಕೊಡ್ತೀನಿ" ಅಂದಳು ಎರುಕ್ಕು.

"ಹಾಗದ್ರೆ ಸರಿ, ಹತ್ತು ರುಪಾಯಿ ನಾವು ದಾನು ಪಿಳ್ಳೈ ಹತ್ರ ಕೇಳಣ"

ಚೀಂಡನ್ ನಾಯರ್ "ನಾನು ಕೊಡ್ತೀನಿ ಹತ್ರುಪಾಯಿ" ಅಂದ.

"ಗುಯ್ಯನ ಹತ್ರ ಎಷ್ಟಿದೆಲೆ?" ಕೇಳಿದ ಅಹಮದ್.

ಎರುಕ್ಕು ಕಿಸಕ್ಕನೆ ನಕ್ಕಳು. ರಾಮಪ್ಪನೂ ನಕ್ಕ "ಅವನ ಹತ್ರ ಎಲ್ಲಿಂದಲೇ ಕಾಸು? ಆ ಮಾತೇ ಇಲ್ಲ. ಐವತ್ತು ಪೈಸೆ ಇದ್ರೆ ಸಾಕು, ಏನು ಸಿಗತ್ತೆ ಅಂತ ಅಲೀತಾನೆ."

ಎರುಕ್ಕು "ಕಾಸಿಟ್ಟುಕೊಂಡು ಏನು ಮಾಡಕ್ಕಿದೆ? ಅದೇ ಅದನ್ನ ಕೊಟ್ರೆ ಹೋಟೆಲಲ್ಲಿ ಕಾಸಿಸ್ಕೊಂಡು, ಹಳಸಿ ನಾರಿರೋದನ್ನ ತಂದು ಹಾಕ್ತಾರೆ."

"ದಾರಿ ಇದೆ ಇರು ಸುಂದರೀ, ದಾನು ಪಿಳ್ಳೈ ಬರಲಿ" ಅಂದ ಅಹಮದ್.

ಗುಯ್ಯ ಇದನ್ನೆಲ್ಲ ಕೇಳಿ ಒಡನೇ ತಯಾರಾಗಿಬಿಟ್ಟ. ತನ್ನ ಅದೇ ಕೊಳಕು ಶರಟನ್ನು ಕಳಚಿ ಒದರಿ ಖುಷಿಯಿಂದ ಬೀಗುವ ಮೊಗದೊಡನೆ ಮತ್ತೆ ತೊಟ್ಟುಕೊಂಡ.

"ರಾಮಪ್ಪಣ್ಣಾ ವಿಬೂತಿ ಇದೆಯ?"

"ಯಾಕಲೆ?"

"ವಿಬೂತಿ ಹಾಕ್ಕೊಂಡ್ರೆ ಒಂದು 'ಇದು' ಇರತ್ತೆ."

"ಒಳ್ಳೆ ಬೂದಿಗುಂಡಿಲಿ ಬಿದ್ದೇಳೋ ಹೆಗ್ಗಣ ತರ ಕಾಣೆಸ್ತೀಯ, ಬಿಡೋ ಸುಮ್ನೆ ಜಾಸ್ತಿ ಆಡಬೇಡ."

"ದಾನು ಪಿಳ್ಳೈ ಬರಲಿ" ಅಂದ ಅಹಮದ್.

ಗುಯ್ಯ ನಿಂತಲ್ಲಿ ನಿಲ್ಲಲಾರದೆ ಅಲ್ಲೇ ಸುತ್ತಿ ಸುತ್ತಿ ನಡೆಯತೊಡಗಿದ. "ಸತ್ತದ್ದು ಎಂಥಾ ಬಿಸಿಲು. ಈ ಪೋಲೀಸೋನು ಅದೆಲ್ಲಿ ಹಾಳಾಗೋದ? ಅಯ್ಯಾ ಅಮ್ಮಾ ಬಿಕ್ಷೆ ಹಾಕಿ, ಈ ಕಣ್ಣಿಲ್ಲದ ಕಪೋತಿ ಮಕ್ಕಳನ್ನ ಕಣ್ತೆರೆದು ನೋಡಿ."

"ಲೋ ಗುಯ್ಯಾ, ನೀನೀಗ ಔತಣ ಊಟ ಮಾಡಕ್ಕೋಗ್ತ ಇದೀಯ. ಅದಕ್ಕೆ ಯಾಕಲೆ ಈಗ ಹಿಂಗೆ ಹಾಡ್ತಾ ಇದೀಯ"

ಅಷ್ಟರಲಿ ದಾನು ಪಿಳ್ಳೈ ಟಿವಿಎಸ್ ಫಿಫ್ಟಿಯಲ್ಲಿ ಗಣಪತಿಯಂತೆ ಬಂದ.

"ಬಂದುಬಿಟ್ಟರು, ನಾನು ಹೋಗಿಬರ್ತೀನಿ" ಅಂದ ಗುಯ್ಯ.

"ಇರಲೇ"

"ಏನು ವಿಷಯ? ಅಹಮದೇ ನೀನು ಹೇಳಿದ್ದು ಕರೆಕ್ಟ್. ಅಕ್ಯೂಸ್ಡ್ ಕುಟುಂಬದವರ ಹೆಸರನ್ನ ಸೇರಿಸದೆ ಬಿಟ್ಟು ಬಿಟ್ಟಿದ್ದೀನಿ. ಅದು ಎವಿಡೆನ್ಸ್ ಅಲ್ಲ. ಈ ಇವರ ಬುದ್ದಿ ನೋಡಿದ್ಯ?" ಅಂದ ದಾನುಪಿಳ್ಳೈ

ಅಹಮದ್ "ದಾನುಪಿಳ್ಳೈ ಸಾರ್, ನಮ್ಮ ಗುಯ್ಯನಿಗೆ ಆರ್ಯಭವನ್‌ನಿಂದ ಒಂದು ಸ್ಪೆಷಲ್ ಮೀಲ್ಸ್ ತಂದು ಕೊಡಬೇಕಿತ್ತಲ್ಲ, ಹಣ ಇದೆ"

"ಆರ್ಯಭವನಾ? ಸರಿಯಾದ ಕಾಸು ಅಲ್ಲಿ"

"ನಲುವತ್ತು ರುಪಾಯಿ ಇದೆ. ಸ್ಪೆಷಲ್ ಮೀಲ್ಸ್‌ಗೆ ಎಷ್ಟು? ಅದರಲ್ಲಿ ಪಾಯಸ, ವಡೆ, ಹಪ್ಪಳ ಎಲ್ಲ ಇರಬೇಕು."

"ಪಲ್ಯ ಪಲ್ಯ ಇರಬೇಕು. ಹುಳಿ, ಕೂಟು ಸಹಾ ಇರಬೇಕು. ಆದರೆ ಹುಳಿ ಜೊತೆ ರಸಂ ಸೇರಿಸಬಾರದು. ಯಾವುದನ್ನೂ ಒಟ್ಟಿಗೆ ಕಟ್ಟಬಾರದು. ಎಲ್ಲ ಬೇರೆಬೇರೆಯಾಗಿ ಬೇಕು. ಹಾಗೆ ಎಲ್ಲ ಬೆರೆಸಿ ಕಟ್ಟಿಕೊಟ್ಟರೆ ಆಮೇಲೆ ಹಣ ಕೊಡಲ್ಲ ಅಷ್ಟೆ. ನಂಗೆ ಮಜ್ಜಿಗೆ ಬೇಡ." ಗುಯ್ಯ ನಗುತ್ತಾ ಮತ್ತೊಂದು ಸುತ್ತುಹಾಕಿದ. "ಬೇಕಾದ್ರೆ ಮಜ್ಜಿಗೆ ಬದಲಿಗೆ ಸ್ವಲ್ಪ ಪಾಯಸ ಸೇರಿಸಿ ಕಟ್ಟಿಕೊಡ್ಲಿ. ಇಲ್ಲಾಂದ್ರೆ ಒಳ್ಳೆ ಹಳದಿಗಿರೋ ಬಾಳೆಹಣ್ಣಾದ್ರು ಅಗಬಹುದು."

"ಇವನಿಗೆ ತಲೆ ಕೆಟ್ಟೋಗಿದೆ" ಅಂದ ರಾಮಪ್ಪ.

"ಇಲ್ಲಿ ನೋಡಿ ದಾನು ಪಿಳ್ಳೈ ಸಾರ್, ಇವನನ್ನ ಯಾಮಾರಿಸಿ ಬಿಡ್ತಾರೆ. ಇವನು ಒಂದು ಮುಖ್ಯ ಸಾಕ್ಷಿ ಅಂತ ಹೇಳಬೇಕು. ಇವನಿಗೆ ಸ್ಪೆಷಲ್ ಊಟ ಕೊಡಿಸಬೇಕು ಅಂತ ಎಸ್ ಐ ಸಾಹೆಬ್ರು ಹಣ ಕೊಟ್ಟು ಕಳಿಸಿದ್ದಾರೆ ಅಂತ ಹೇಳಬೇಕು, ಅವನ ಊಟ ಮುಗಿಯುವವರೆಗೆ ಜೊತೆಗೆ ಕೂತಿರಬೇಕು. ಎದ್ದೇಳಲೇ ಬಾರದು. ಒಂದೊಂದು ಐಟಮ್ಮನ್ನೂ ಕೇಳಿ ತೆಗೆಸಿಕೊಡಬೇಕು. ಇಲ್ಲಾಂದ್ರೆ ಕೊಡಲ್ಲ. ಹೊರಗಡೆ ಕೂರಿಸಿ ಕೊಟ್ಟರೂ ಸರಿ. ಆದರೆ ನಿಮ್ಮ ಕಣ್ಣ ಮುಂದೆ ಕೂತೇ ಇವನು ಊಟ ಮಾಡಬೇಕು."

"ಸ್ಪೆಷಲ್ ಮೀಲ್ಸಿಗೆ ಐವತ್ತು ರುಪಾಯಿ ಆಗತ್ತಲ್ಲ."

ಅಹಮದ್ ಯೋಚಿಸಿದ. "ಸರಿ ನನ್ನತ್ರ ಸ್ವಲ್ಪ ಹಳೇ ಪೇಪರಿದೆ. ಅದನ್ನ ಕೊಟ್ಟು ಕಳಿಸ್ತೀನಿ. ಅದನ್ನ ಗುಜರಿ ಅಂಗಡಿಯಲ್ಲಿ ಹಾಕಿದರೆ ಹತ್ತುರುಪಾಯಿಗೆ ಮೋಸ ಇಲ್ಲ" ಅನ್ನುತ್ತ ತಾನು ಕುಳಿತಿದ್ದ ಕಳ್ಳಿಮರದ ಪೆಟ್ಟಿಗೆಯನ್ನು ತೆರೆಯಲು ಹೋದ.

"ಸರಿ ಕಣಲೇ, ಬೇಡ ಅದು ನಿನ್ನ ಕಿತಾಬು ಅಲ್ವಾ? ಅದು ಇರಲಿ ಬಿಡು. ಹತ್ತು ರುಪಾಯಿಗೆ ನಾನು ಏನಾದ್ರು ದಾರಿ ಹುಡುಕ್ತೀನಿ. ಲೋ, ಗುಯ್ಯ ಈ ಐವತ್ತು ರುಪಾಯಿಗೆ ನೀನು ಹತ್ತು ದಿನ ಇಡ್ಲಿಯೂ, ದನದ ಮಾಂಸವೂ ತಿನ್ನಬಹುದು. ನಿಂಗ್ಯಾಕಲೇ?" ಎಂದು ಕೇಳಿದ.

ಗುಯ್ಯ ಮನಸು ಬದಲಾಯಿಸಿಕೊಂಡು "ಹಂಗಾದ್ರೆ ಸರಿ, ಅಯಮದೇ, ನಾನು ಹೋಗಲ್ಲ. ಕಾಸು ಕೈಲಿ ಕೊಡಿ" ಅಂದ. "ನಂಗೆ ದನದ ಮಾಂಸವೇ ಸಾಕು. ಆದರೆ ಅದರಲ್ಲಿ ರಾಮಪ್ಪಣ್ಣಾ ನೀವು ಪಾಲಿಗೆ ಬರಬಾರದು" ಅಂದ.

"ಹೋಗಿ ತಿಂದು ಬಾರಲೇ ನಾಯಿಗೆ ಹುಟ್ಟಿದವನೇ" ಎಂದು ಬಡಿಗೆ ಎತ್ತಿ ನೆಲಕ್ಕೆ ಬಡಿದ ರಾಮಪ್ಪ.

"ಸರಿ ಬರ್ತೀನಿ" ಅನ್ನುತ್ತ ಗುಯ್ಯ ಹೊರಟ.

"ಗುಗ್ಯಾ ಪಾಯಸ ಹೇಗಿತ್ತು ಅಂತ ಹೇಳಬೇಕು ತಿಳಕೋ."

"ಇಲ್ನೋಡು ಪಾಯಸ ಸಿಕ್ತು ಅಂತ ಹಂಗೇ ಗೋರಿ ಕುಡಿದುಬಿಡಬೇಡ, ಮೆತ್ತಗೆ ಸ್ವಲ್ಪಸ್ವಲ್ಪ ಕುಡೀಬೇಕು, ಇಲ್ನೋಡು ಹೀಗೆ." ರಾಮಪ್ಪ ಕೈಯನ್ನು ನಿಧಾನಕೆ ಬಾಯಿಯ ಬಳಿ ಕೊಂಡೊಯ್ದು ನಟಿಸಿ ತೋರಿಸಿದ. "ಆತ್ರಪಟ್ಟು ತಿನ್ನಬಾರದು, ಮೆಲ್ಲಗೆ ತಿನ್ನಬೇಕು."

"ಸರಿ ಅಣ್ಣಾ"

"ಸರಿ ಹೋಗು" ಅಂದ ಅಹಮದ್.

ದಾನು ಪಿಳ್ಳೈ ತೊಪ್ಪಿಯನು ಬಿಚ್ಚಿ ಸರಿಪಡಿಸಿ ಹಾಕಿಕೊಂಡರು.

"ಬಾರ್ಲೇ ಗುಯ್ಯಾ"

"ರಾಮಪ್ಪಣ್ಣಾ ನಾನು ಬರ್ತೀನಿ. ಎರುಕ್ಕು, ಚೀಂಡನ್ ನಾಯರೇ ನಾನು ಬರ್ತೀನಿ. ಅಯಮದೇ ಬರ್ತೀನಿ ಆಯ್ತಾ."

ಚೀಂಡನ್ "ಗುಯ್ಯ, ಎಲ್ಲಿ ಯುದ್ಧಕ್ಕಾ ಹೋಗ್ತಾ ಇದೀಯ?" ಎಂದು ಛೇಡಿಸಿದ.

"ಪರಯಾನ್ ಪಟ್ಟುಲ ಚೀಂಡಾ, ವೀರಮರಣಂ ಕಿಟ್ಟಿಯಾಲುಂ ಆಯಿ*" ಅಂದ ಅಹಮದ್.

---

* ಹೇಳಕ್ಕಾಗಲ್ಲ ಚೀಂಡಾ, ವೀರಮರಣ ಹೊಂದಿದರೂ ಹೊಂದಬಹುದು

ದಾನು ಪಿಳ್ಳೈಯ ಹಿಂದೆ ಗುಯ್ಯ ಕುಣಿಯುತ್ತಾ ಹೊರಟ. ದಾರಿಯಲಿ ಸಿಕ್ಕಿದ ಗಣಪತಿ ದೇವಸ್ಥಾನದ ಮುಂದೆ ಕೆನ್ನೆ ಬಡಿದುಕೊಂಡು ನಮಸ್ಕಾರ ಮಾಡಿ ಹೊರಟ.

ರಾಮಪ್ಪ "ಇಲ್ಲಿ ಕೇಳು ಎರುಕ್ಕು, ಗಂಟಲಿಗೆ ಅನ್ನ ಸಿಕ್ಕಾಕೊಂಡು ಸತ್ತೋರೂ ಇದ್ದಾರೆ, ಅದು ಮೋಕ್ಷ. ಸೀದಾ ಸ್ವರ್ಗ. ಅಲ್ಲಿ ಹೆಂಗಂದ್ರೆ ಅಲ್ಲಿರೋದು ಎಲ್ಲಾನೂ ತಿನ್ನಬೋದು. ಕಲ್ಲು, ಮಣ್ಣು, ಮರ, ತೊಗಟೆ ಎಲ್ಲವೂ ರುಚಿನೇ. ಒಮ್ಮೆ ನಾನದನ್ನ ಕನಸಲ್ಲಿ ಕಂಡಿದೀನಿ."

"ಗುಯ್ಯ ವಾಪಸ್ ಬರೋ ಲಕ್ಷಣ ಕಾಣ್ತಾ ಇಲ್ಲ ಸೀದಾ ಸ್ವರ್ಗನೇ."

"ಪಾಪ ಹುಡುಗ ಆಸೆಪಟ್ಟ. ಆದರೆ ನಾಳೆ ಇರೋದು ಕತೆ. ಈ ಶ್ರೀಮಂತರು ತಿನ್ನೋ ಅನ್ನ, ಸಾರು, ಪಾಯಸ ಎಲ್ಲ ನಮ್ಮ ಹೊಟ್ಟೆಗೆ ಸೆಟ್ಟಾಗಲ್ಲ ಗೊತ್ತಾ? ಅಂಥವನ್ನೆಲ್ಲ ತಿಂದು ತಿಂದು ಹೊಟ್ಟೆ ಒಂದು ಹದಕ್ಕೆ ಬಂದಿರಬೇಕು, ಇವತ್ತು ರಾತ್ರಿನೇ ನೋಡ್ಕೊ, ಅಯ್ಯೋ ಅಮ್ಮಾಂತ ಹೊಟ್ಟೆ ಹಿಡಕೊಂಡು ನರಳದೆ ಇದ್ರೆ ಕೇಳು."

"ಚೀಂಡಾ, ಹೇನು ಕಚ್ತಾ ಇದೆ" ಅನ್ನುತ್ತ ಎರುಕ್ಕು ತನ್ನ ತಲೆಗೂದಲನ್ನ ಬಿಚ್ಚಿ ಹರಡಿದಳು.

ಚೀಂಡ ಅವಳ ಹಿಂದೆ ಕುಳಿತು ಹೇನು ಹಿಡಿಯಲು ಆರಂಭಿಸಿದ.

"ಅವರು ಎಲ್ಲಿಗೆ ಹೋಗಿದ್ದಾರೆ?" ಕೇಳಿದಳು ಎರುಕ್ಕು.

"ಲೆಕ್ಕ ನೋಡಲು, ವಸೂಲಿ ಲೆಕ್ಕ" ಅನ್ನುತ್ತ ಚೀಂಡನ್ ನಾಯರ್ ಹೇನು ಕುಕ್ಕಿದ.

***

23

ಪಂಡಾರಂ ಗೋಮತಿ ಟ್ರಾವೆಲ್ಸ್‌ನ ಕೆಲಸದ ಹುಡುಗಿಯ ಬಳಿ ಹೋಗಿ "ಸಖಾ ಇದ್ದಾರ?" ಎಂದು ಕೇಳಿದರು.

"ಮಹಡಿಯಲ್ಲಿದ್ದಾರೆ. ನೀವು ಯಾರು?"

"ಅವರ ಫ್ರೆಂಡು"

"ಒಳಗೆ ಹೋಗಿ ಈ ಕಡೆ ಮೆಟ್ಟಿಲಿದೆ"

ಅವಳು ತೋರಿಸಿದ ಕಡೆ ಚಿಕ್ಕ ಮೆಟ್ಟಿಲುಗಳ ಮೇಲೆ ಪಂಡಾರಂ ಏರಿ ಹೋದರು.

ರಸ್ತೆ ಕಾಣುವಂತೆ ಹೊಂದಿಸಿಟ್ಟ ಮೇಜು, ಮಂಚ. ರಸ್ತೆಯ ಎದುರು ಬದಿಯಲ್ಲಿ ಒಂದು ಹೋಲಿಗೆ ಅಂಗಡಿಯಿತ್ತು. ಕೊಚ್ಚನ್ ಮಂಚದ ಮೇಲೆ ಕುಳಿತುಕೊಂಡು ಮೇಜಿನ ಮೇಲೆ ಬಾಗಿ ಏನನ್ನೋ ಬರೆಯುತ್ತಿದ್ದರು.

"ಬನ್ನಿ ಬನ್ನಿ ಪಂಡಾರಮೇ? ಏನು ಸಮಾಚಾರ?"

"ನಡೀತಾ ಇದೆ"

"ಮಗಳ ಮದುವೆ ಆಯ್ತೂಂತ ಕೇಳ್ಪಟ್ಟೆ."

"ಸುಮ್ಮನೆ ಸಣ್ಣದಾಗಿ ಮಾಡಿದ್ವಿ. ಕಿರಿಯವಳು ನನ್ನ ಯಾಮಾರಿಸಿ ಹೋಗಿಬಿಟ್ಟಳಲ್ಲ."

"ಗೊತ್ತಾಯ್ತು, ಕೂತ್ಕೊಳಿ"

ಪಂಡಾರಂ ಸ್ಟೂಲಲ್ಲಿ ಕುಳಿತರು.

"ಮಗಳನ್ನ ಕರೆದ್ರಾ?"

"ಅವ್ಳು ಬರಲ್ಲ. ಅವಳಿಗೆ ಹಾಗೆ ಇರೋದು ಇಷ್ಟ ಆಗಿದೆ"

"ಇಲ್ಕೇಳು ಪಂಡಾರಂ, ಆತ್ಮಪ್ರಕಾಶ ಅಂತ ಒಂದಿರತ್ತೆ. ಆತ್ಮ ತನ್ನ ಬೆಳಕನ್ನ ಹೊರಪಡಿಸೋ

ರೀತಿ ಅದು. ನಮ್ ಇ.ಎಂ.ಎಸ್‌ಗೆ ರಾಷ್ಟ್ರೀಯತೆ ಆತ್ಮಪ್ರಕಾಶ. ಚಾರ್ಲ್ಸ್ ಶೋಭರಾಜ್‌ಗೆ ಕದಿಯೋದೇ ಆತ್ಮಪ್ರಕಾಶ. ಒಬ್ಬೊಬ್ಬರಿಗೆ ಒಂದೊಂದು. ಒಬ್ಬರ ವಿಷಯ ಮತ್ತೊಬ್ಬರಿಗೆ ಅರ್ಥ ಆಗಲ್ಲ. ಮನುಷ್ಯ ಅಂದರೆ ಇದೇ ನೋಡು."

"ಕೊಚ್ಚನ್ ಈಗ ವೇದಾಂತದ ದಾರಿ ಹಿಡಿದಂಗೆ ಇದೆಯಲ್ಲ."

"ಮತ್ತೆ? ಇವಾಗ ನಾವು ಅದೇ ಲೈನು. ದೊಮ್ಮಾ ಎರಡು ಟೀ. ಮತ್ತೆ ಮಾತ್ರೆ ತಗಂಡ್ರಾ?"

"ಯಾತಕ್ಕೆ?"

"ಆ ಅದುಕ್ಕೆ"

"ಇಂಜೆಕ್ಷನ್ ಕೊಟ್ರು"

"ಇಂಜೆಕ್ಷನ್ ಹಳೆ ಕಾಲ. ಈಗ ಮಾತ್ರೆ ಇದೆ"

"ಕೊಚ್ಚನ್‌ಗೆ ಈಗ ಇಲ್ಲೇನು ಕೆಲಸ?"

"ನಮ್ ಪಾರ್ಟಿ ಮೀಟಿಂಗ್. ನಾನೊಂದು ಪೇಪರ್ ಕೊಡ್ತಾ ಇದೀನಿ."

"ಅಹಮದು ಓದ್ತಾನೆ ಓದ್ತಾನೆ ಓದ್ತಾನೆ, ಹಂಗೋದ್ತಾನೆ ಪೇಪರು"

"ಆ ಪೇಪರಲ್ಲ, ಇದು ಲೇಖನ. ನಾನೇ ಬರೆದಿರೋದು. ಇನ್ನು ಅಹಮದ್ ವಿಚಾರ. ಅವನೊಂದು ವಿಷಪಾರ್ಟಿ. ನಮ್ಮತ್ರ ಸ್ವಲ್ಪ ಆಟ ತೋರಿಸ್ದ. ಕಟ್ಟಡದಲ್ಲಿ ಬೆಳೆಯೋ ಆಲದ ಮರನ ಗಿಡದಲ್ಲೇ ಚಿವುಟಿ ಖಾಲಿ ಮಾಡ್ಬೇಕು. ಇಲ್ಲಾಂದ್ರೆ ಅದು ಕಟ್ಟಡನೇ ಬೀಳಿಸತ್ತೆ. ಅದಕ್ಕೇ ಮಾರಿದ್ದು. ಜನ ಕೇರಳ ಡೌನ್ ಟ್ರಾಡನ್ ಪೀಪಲ್ಸ್ ಅಸೋಸಿಯೇಶನ್ಸ್ ಸೆಕ್ರೆಟರಿ ಪೋಸ್ಟಿಗೆ ಸ್ಪರ್ಧೆಗೆ ನಿಂತೋನು. ಆಗೋ ಕೆಲಸನ ಅದೆಲ್ಲ?"

"ಸಾಮಿ ಹೇಗಿದೆ?"

"ಅದರ ಬಗೆ ಮಾತಾಡೋಕೇನೆ ಕರೆಸಿದ್ದು" ಅಂದರು ಕೊಚ್ಚನ್.

"ಸಾಮಿ ಈಗ ದೊಡ್ಡ ದೇವ್ರಲ್ಲ?"

"ಸುಮ್ನೆ ಇರಪ್ಪಾ, ಅದೂ ಮತ್ತೆ, ಅವತ್ತು ಅವನು ಹಾಡಿದ ಹಾಡು ಕೇಳಿ ಶ್ರೀಕಂಠ ಅದನ್ನ ತಗೊಂಡಿದ್ದು. ಅಲ್ಲಿಗೆ ಬಂದ್ಮೇಲೆ ಅದಕ್ಕೆ ಏನೋ ಲೂಸಾಗೋಯ್ತು. ಇವಾಗ ನೋಡು, ಬಂದು ಎಂಟು ತಿಂಗಳುಗಳಾಗೋದ್ವು. ಒಂದು ಸಾಲು ಹಾಡಬೇಕಲ್ಲ! ಉಹೂಂ.ಯಾರನ್ನ ನೋಡಿದ್ರೂ ಒಂದೇ ಮಾತು. 'ಅಯ್ಯಾ ಸಾಮಿ, ಬಿಕ್ಷೆ ಹಾಕಿಪ್ಪ ಸಾಮಿ' ಗಬ್ಬೆದ್ದೋಯ್ತು! ನಿಜಾ ಗಬ್ಬೆದ್ದೋಯ್ತು. ಒಂದಿನ ಒಂದು ಪತ್ರಿಕೆ ರಿಪೋರ್ಟರ್ ಬಂದ. ಅವನತ್ರ ಇದು 'ಅಯ್ಯಾ ಸಾಮಿ' ಅಂತ ಭಿಕ್ಷೆ ಕೇಳಿ ಆತ ಅದನ್ನ ಹಿಡಕೊಂಡು ಸುಮ್ನೆ ಸುಳ್ಳೇ ಊರನ್ನ ಯಾಮಾರಿಸ್ತಾ ಇದ್ದಾರೆ ಅಂತ ಪೇಪರಲ್ಲಿ ಬರೀತೀನಿ ಅಂತ ಧಮಕಿ ಹಾಕಿ, ಆಮೇಲೆ ನಾವು ಹೋಗಿ ಪೇಪರ್ ಓನರನ್ನ ನೋಡಿ ಹಣ ಕೊಟ್ಟು

ಸುಮ್ಮನಾಗಿಸಿದ್ದಾಯ್ತು. ಆಮೇಲೆ ಆಶ್ರಮ ಕಟ್ಟಿ ಪ್ರಚಾರ ಕೊಟ್ಟಿದ್ದಕ್ಕೆ ಎಂಟು ಲಕ್ಷ ವೇಸ್ಟು ಬೇರೆ. ಆದರೆ ಅದನ್ನ ಬೇರೆ ದಾರಿಲಿ ಸಂಪಾದಿಸಿದ ಅನ್ನೊ. ಅದು ಶ್ರೀಕಂಠನ ಟ್ಯಾಲೆಂಟು, ಅದು ಬೇರೆ ವಿಷಯ."

"ಸಾಮಿಯಾ?" ಕೇಳಿದರು ಪಂಡಾರಂ.

"ಹೌದು ಕಣಲೇ, ನಿಮ್ ಸ್ವಾಮಿನೆ."

"ನಿಜ ಓಯ್, ನಂಗೆ ಗೊತ್ತಿರೋ ಹಂಗೆ ಅದು ಯಾರತ್ರನೂ ಒಂದೇ ಒಂದು ಮಾತೂ ಆಡಿಲ್ಲ. ಯಾರತ್ರನೂ ಭಿಕ್ಷೆ ಕೇಳಿದ್ದೂ ಇಲ್ಲ. ಹಾಡಕ್ಕೆ ಮಾತ್ರ ಬಾಯಿ ತೆರೆಯೋದು ಬಿಟ್ಟರೆ ಸುಮ್ನೆ ನಗೋದು ಅಷ್ಟೆ."

"ಚೆನ್ನಾಗಿ ಹೊಡೆದ್ವಿ, ಕರೆಂಟು ಶಾಕು ಕೂಡ ಕೊಟ್ವಿ. ಉಪವಾಸ ಇಟ್ವೋ, ತಿಕಕ್ಕೆ ಮೆಣಸಿನಕಾಯಿ ಅರೆದು ಹಚ್ದೊ, ಉಗುರಿಗೆ ಆಸಿಡು ಸುರುದ್ವಿ, ಆದ್ರೂ ಏನೂ ಆಗ್ಲಿಲ್ಲ. ದಿನಾ ಒಂದೇ ಹಾಡು 'ಅಯ್ಯಾ ಸಾಮಿ ಭಿಕ್ಷೆ ಹಾಕಿ' ಅಷ್ಟೆ."

"ಈ ಸಾಮಿ ಏನು ಆಟ ಆಡ್ತಾ ಇದಾನೋ ನಂಗೆ ಒಂದೂ ಅರ್ಥ ಆಗ್ತಾ ಇಲ್ಲ" ಅಂದರು ಪಂಡಾರಂ.

"ಸಾಮಿಯ ಮೋಟು ದೇಹ ಕಣ್ಣಿಗೆ ಬೀಳಲ್ಲಾಂತೇನಿಲ್ಲ, ಅದರಿಂದ ಯಾವ ಉಪಯೋಗನೂ ಇಲ್ಲ. ಶ್ರೀಕಂಠ ಇವಾಗ ಆಶ್ರಮದಲ್ಲಿ ಒಬ್ಬ ಮಾತೆಯನ್ನ ಕೂರಿಸಿದ್ದಾನೆ. ಊಟಿಯಲ್ಲಿ ಹಿಡಿದ ಕೇಸು. ಮಂದಬುದ್ಧಿ. 'ಶುಕ್ರಿಯಾ ಶುಕ್ರಿಯಾ' ಅಂತ ಮಾತ್ರ ಹೇಳತ್ತೆ. ಬೀಡಿಯೂ, ದಿನಾ ಒಂದು ಇಡ್ಲಿಯೂ ಸಾಕು. ಒಳ್ಳೆ ಕಿರೀಟ ಹಾಕಿ ಕಾವಿ ಉಡಿಸಿ ಕೂರಿಸಿದ್ದಾನೆ. ಈಗ ಚಿಗುರ್ತಾ ಇದೆ. ಈಗ ವಸೂಲಿ ಕಡಿಮೆನೇ, ಆದ್ರೆ ಇನ್ನು ಹತ್ತು ವರ್ಷದಲ್ಲಿ ಹಿಡಿದು ನಿಲ್ಸಕ್ಕಾಗಲ್ಲ."

"ಹಾಗಾದ್ರೆ ಸಾಮಿ?"

"ಅವನು ಸಮಾಧಿ ಹೊಂದಿದ ಅಂತ ಈಗ ಸುದ್ದಿ. ಮಾತಾ ಸಾಮಿಯ ಶಿಷ್ಯೆ. ಆಶ್ರಮದೊಳಗೆ ಸಾಮಿಗೆ ಸಮಾಧಿನೂ ಕಟ್ಟಾಯ್ತು. ಸಾಮಿನ ನಾನು ಇಲ್ಲಿಗೆ ಕರಕೊಂಡು ಬಂದಿದೀನಿ. ಶ್ರೀಕಂಠ ಮುಗಿಸ್ಬಿಡಣಾಂತ ಅಂದ. ನಾನು ಬೇಡ ಶ್ರೀಕಂಠ, ಮಾರಿದ್ರೆ ಕಾಸು ಬರತ್ತೆ ಅಂತ ಕರಕೊಂಡು ಬಂದೆ. ಸಾಮಿಗೆ ಇಲ್ಲಿ ಒಳ್ಳೆ ವಸೂಲಾಗತ್ತೆ ಅಂದ್ರಲ್ಲ."

"ಹೌದೂ, ಆದ್ರೆ ಸಾಮಿಗೆ ಹಾಡು ಬೇಕಲ್ಲ. ಪಂಡಾರಂ ಪರದೇಸಿಯಾಗಿ ಕೈ ಚಾಚಿದ್ರೆ ಯಾರು ಹಾಕ್ತಾರೆ? ಒಂದು ಆಕರ್ಷಣೆ ಬೇಡವಾ?"

"ಸರಿ ಈಗ ಅದನ್ನ ತಗಂಡು ಏನು ಕೊಡ್ತೀಯ?"

"ಹತ್ತು"

"ಅರುವತ್ತಕ್ಕೆ ತಗೊಂಡಿದ್ದು"

"ಆಗ ಸಾಮಿ ಹಾಡ್ತಾ ಇತ್ತು. ಹಣ ಹಾಡಿಗೆ ತಾನೆ? ಹಾಡಿಸಿ ಕೊಡಿ, ಇಪ್ಪತ್ತು ಕೊಡ್ತೀನಿ."

"ಹಂಗೆ ಹೇಳಿದಂಗೆ ಹಾಡಿಸಕ್ಕೆ ಅದೇನು ಟೇಪ್ ರೆಕಾರ್ಡೆನಲೆ?"

"ಸೂಜಿ ತುದಿನೇ ಮುರ್ದು ಹೋಗಿದೆಯಲ್ಲ"

"ಸರಿ ಹತ್ತಂದ್ರೆ ಮತ್ತೆ ಹತ್ತೆ"

"ಎಲ್ಲಿ ಸರಕು?"

"ಇಲ್ಲೇ ಇದೆ. ನಮ್ ಪಾರ್ಟಿ ಆಫೀಸ್ ಪಕ್ಕ ಒಂದು ಶೆಡ್ಡಲ್ಲಿ"

"ಅದೇನಕ್ಕೆ ಪಾರ್ಟಿ ಆಫೀಸಲ್ಲಿ?"

"ಮತ್ತೆ? ಮೆರವಣಿಗೆಲಿ ನಾಲ್ಕು ತಿರುಪೆಗಳೂ ಘೋಷ ಕೂಗಿದರೆ ಒಂದು ಇದು ಇರಲ್ವ? ಸರಿ ದೊಮ್ಮನನ್ನ ಕಳಿಸ್ತೀನಿ ಹೋಗಿ ನೋಡಿ. ಹಣ ಕೂಡ್ಲೇ ಕೊಡಬೇಕು."

"ಹಣಕ್ಕೇನು ಹಾರೋಗತ್ತಾ?"

"ಬಾಕಿ ತಿರುಪೆಗಳು ಹೇಗಿದಾವೆ? ಮುತ್ತಮ್ಮಳನ್ನ ಕೊಡ್ತೀಯ?"

"ಅದು ಕಾಮಧೇನು ಅಲ್ವಾ? ಮತ್ತೆ ಮುಂದಿನ ಸಲ ಈಯ್ಸಕ್ಕೆ ರೆಡಿ ಮಾಡಿಸಿಸ್ಬೇಕು. ಈದು ಬಹಳದಿನ ಆಯ್ತಲ್ಲ. ಅದಕ್ಕೂ ಮತ್ತೆ ಮೈ ಕುದೀತಾ ಇದೆ. ಹೌದೂ ಕೊಚ್ಚನ್‌ಗೆ ಈಗ ಆಶ್ರಮದ ಕೆಲಸ ಇಲ್ವಾ?"

"ನಮ್ಮ ದಾರಿ ಬೇರೆ ಅಲ್ವಾ? ಅದು ಧಾರ್ಮಿಕತೆ ರಿಗ್ರೆಸಿವ್. ಇದು ಕ್ರಾಂತಿ ಪ್ರೊಗ್ರೆಸಿವ್."

"ಬ್ರಾಂದಿ ವಿಸ್ಕಿ ಎಲ್ಲ ಒಂದೇ ಜಾತಿ ಅಂತಿದ್ದ ಪೆರುಮಾಳ್" ಅಂದರು ಪಂಡಾರಂ

ಕೊಚ್ಚನ್ ಜೋರಾಗಿ ನಕ್ಕರು. ನಂತರ "ಒಂದೇ ಆದ ಅದನ್ನ ಕವಿಗಳು ಹಲವು ಹೆಸರಿಟ್ಟು ಕೊಂಡಾಡ್ತಾರೆ" ಅಂದರು.

"ಏನದು?"

"ವೇದ"

"ನಾಲ್ಕನೇ ವೇದ?"

"ಅಲ್ಲ ನಿಜವಾದ ಸ್ವಯಂಭೂ ಋಗ್ವೇದ" ಕೊಚ್ಚನ್ ನಕ್ಕರು.

ಪಂಡಾರಂ ಅಲ್ಲಿಂದ ಬೀಳ್ಕೊಂಡು ಸೀದಾ ನಾಗರಾಜ ದೇವಸ್ಥಾನಕ್ಕೆ ಹೋದರು. ಅಲ್ಲಿ ಬಹಳ ಗದ್ದಲ ಶುರುವಾಗಿತ್ತು. ನೋಡಿದರೆ ಅಲ್ಲಿ ವಿಭೂತಿ ಕುಂಕುಮ ಹಚ್ಚಿಕೊಂಡು ಗುಯ್ಯ ಕುಣಿಯುತ್ತಾ ಮಾತಾಡುತ್ತಿದ್ದ.

"ಸಾಂಬಾರು ಬೇಕಾ ಅಂತ ಕೇಳ್ತಾ ಇದಾನೆ, ಹಾಗೆ ಯಾಕೋ ಕೇಳ್ತೀಯ, ಸುಮ್ನೆ

ಹುಯ್ಯಿ. ಸಾಂಬಾರಂದ್ರೆ ಮತ್ತೆ ಸಾಧಾರಣ ಸಾಂಬಾರಲ್ಲ ದೇವಲೋಕದ ಸಾಂಬಾರು ತಿಳಕೊ. ಮೂಸಿನೋಡು ಸಾಂಬಾರಿನ ಘಮ."

ಎರುಕ್ಕು ಅವನ ಕೈಯನ್ನ ಮೂಸಿ "ಆಹಾ ಒಳ್ಳೆ ಘಮ" ಅಂದಳು.

"ತೊಳೀದೆ ಬಂದ್ರೆ ಮತ್ತೆ ಘಮ ಇಲ್ದೆ ಇರ್ತದಾ?"

"ಏನಲೇ?" ಕೇಳಿದರು ಪಂಡಾರಂ.

"ಈ ಕೈಯಲ್ಲಿ ಸಾಂಬಾರಿನ ವಾಸನೆ, ಈ ಕೈಯಲ್ಲಿ ಪಾಯಸದ ವಾಸನೆ, ಮೂಸಿ ನೋಡ್ತೀರಾ?"

"ಸತ್ತೋನೆ, ಸರಿ ಆಚೆ, ಎಲ್ಲೋಗಿ ತಿಂದಲೇ?"

"ಮೊದಲಾಳಿ, ಅವನಿಗೆ ದಾನು ಪಿಳ್ಳೈ ಸಾರ್ ಸ್ಪೆಷಲ್ ಮೀಲ್ಸ್ ಕೊಡಿಸಿದರು."

"ಯಾಕಲೇ?" ಕೇಳಿದರು ಪಂಡಾರಂ ಸಂದೇಹದಿಂದ.

"ಇವನು ಸಾಕ್ಷಿ, ಕೊಲೆ ಕೇಸಿಗೆ ಸಾಕ್ಷಿ."

"ಸತ್ತದ್ದು, ಇವುನುನ್ನ ಯಾರ್ಲೆ ಕೋರ್ಟಿಗೆ ಕಳಿಸಿದ್ದು?"

"ಸುಮ್ನೆ ಮೊದಲಾಳೀ, ಒಂದು ಮಾತಿಗೆ"

ಗುಯ್ಯನ ಕೈಯನ್ನ ಚೇಂಡನ್ ನಾಯರ್ ಮೂಸಿ "ಬೇಳೆ ಪಾಯಸ" ಅಂದ.

"ಒಳ್ಳೆ ಮೈಸೂರು ಬೇಳೆ. ಹೇಳಿದೆ. ಪಾಯಸ ಹಾಕಿ ಭಟ್ರೆ, ನಾನು ನಿರಪರಾಧಿ, ನಿರಪರಾಧಿನ ಉಪವಾಸ ಹಾಕ್ಬಾರದು. ನಿರಪರಾಧಿ ಪಾಪ ಅಂದೆ"

"ಪೆರುಮಾಳ್ ಎಲ್ಲಲೆ?" ಕೇಳಿದರು ಪಂಡಾರಂ.

ನಂತರ ಪಂಡಾರಂ ಪೆರುಮಾಳನ್ನ ಕರೆದುಕೊಂಡು ಆಟೋದಲ್ಲಿ ವಡಿವೀಸ್ವರ ದೇವಸ್ಥಾನಕ್ಕೆ ಹೋದರೆ ಅಲ್ಲಿ ಕೊಟ್ಟಿಗೆಯಲ್ಲಿ ಒಂದು ಐವತ್ತು ತಿರುಪೆಗಳು ಇದ್ದವು. ಒಬ್ಬ ವೃದ್ಧ ಕಕ್ಕಸ್ಸು ಮಾಡಿಕೊಂಡು ಅದರ ಮೇಲೆಯೇ ಕುಳಿತುಕೊಂಡು ಯಾರನ್ನೋ ಕೆಟ್ಟಾ ಕೊಳಕು ಮಾತುಗಳಲ್ಲಿ ಬಯ್ಯುತ್ತಾ ಕುಳಿತಿದ್ದ. ದೊಮ್ಮ ಇದ್ದ "ಮೊದಲಾಳಿ ಹೇಳಿದ್ರು" ಅಂದ.

"ಇವನು ಹೀಗೆ ಒಂದೊಂದೇ ವಾಕ್ಯ ಆಡೋದು" ಅಂದರು ಪಂಡಾರಂ ಪೆರುಮಾಳ್ ಬಳಿ.

"ಸರಿ, ಎಲ್ಲಲೇ ಸಾಮಿ?"

ಸಾಮಿ ಒಂದು ಬದಿಯಲ್ಲಿ ಬಿದ್ದಿತ್ತು. ಸಣ್ಣಗಾಗಿ ಎಲುಬುಗೂಡಾಗಿ ಕೆನ್ನೆ ಬತ್ತಿಹೋಗಿ ವಿಕಾರವಾಗಿ ಕಾಣುತ್ತಿತ್ತು.

"ಒಂದು ಕಾಲು ಕೆಜಿ ಕೂಡ ಇಲ್ವೇನೋ ಅಂತ ಅನಿಸ್ತಾ ಇದೆ" ಅಂದ ಪೆರುಮಾಳ್.

"ಸಾಮಿ ಬರ್ತೀರಾ? ನಾನು ಮತ್ತೆ ನಿಮ್ಮನ್ನ ತಗೊಂಡೆ" ಅಂದರು ಪಂಡಾರಂ.

ಸಾಮಿಯ ಮುಖದಲ್ಲಿ ನಗುವಿನ ಗೆರೆಗಳೊಡನೆ ಹಾಗೇ ಅಲುಗಾಡದೆ ಇತ್ತು.

"ಎತ್ತಲೆ"

"ಮೊದಲಾಳಿ ಆ ಗೂನನನ್ನ ನೋಡಿದ್ರ?"

"ಯಾರಲೆ?"

"ಅದು ಹುಟ್ಟು ಗೂನು, ಕುರುಡು, ಎಳೇ ಮಾಲು. ವಯಸು ಹದಿನೇಳು ದಾಟಿದ್ರೆ ಹೆಚ್ಚು."

"ಆದ್ರೆ ಬೆಲೆ ಜಾಸ್ತಿ ಹೇಳ್ತಾನೆ"

"ಇವಾಗ ನಮಗೆ ಒಂದು ಬೇಕಲ್ಲ? ಮುತ್ತಮ್ಮಳನ್ನ ಸೇರಕ್ಕೆ ಜನ ಇಲ್ವಲ್ಲ?"

"ಹೌದಲ್ವಾ?" ಅನ್ನುತ್ತಾ ಪಂಡಾರಂ ಗೂನನ ಬಳಿ ಹೋಗಿ ಅವನನ್ನ ಮುಟ್ಟಿ ನೋಡಿದ್ರು... ಮುಟ್ಟಿದ ಕಡೆ ನೋಡುತ್ತ ಅವನು ನಕ್ಕ."

"ಒಳ್ಳೆ ಹುಷಾರಿದ್ದಾನೆ" ಅಂದರು ಪಂಡಾರಂ.

ಪೆರುಮಾಳ್ ಅವನ ಕಾಲ ಸಂಧಿಗೆ ಕೈ ತೂರಿಸಿ ಪರೀಕ್ಷಿಸಿದ. ಗೂನನ ಕೈ ಕಾಲುಗಳಷ್ಟೇ ಊನವಾಗಿದ್ದವು.

"ಮೊದಲಾಳಿ ಫಸ್ಟ್ ಕ್ಲಾಸ್ ಸರಕು. ಮುಟ್ಟಿದ್ರೆ ಎದ್ದು ನಿಲ್ತಾ ಇದೆ, ಅಂಥಾ ತಿರುಪೆ"

"ತಗೋಬಿಡಣಾ ಅಲಾ?"

"ಮತ್ತೆ ಬೇರೆ ಯೋಚನೆ ಉಂಟಾ?"

"ಸರಿ, ಲೇ ದೊಮ್ಮಾ, ನಾನು ಇದನ್ನೂ ತಗೋತೀನಿ. ನಾನು ನಾಯರತ್ರ ಮಾತಾಡ್ಕೊತ್ತೀನಿ, ಇವೆರಡನ್ನೂ ಎತ್ತಾಕು"

"ಸರಿ"

"ಇದು ಮಾತಾಡತ್ತಾ?"

"ಇಲ್ಲ ಬಾಯಿಬರಲ್ಲ"

"ಹಾಗಾದ್ರೆ ಸರಿ, ಪೆರುಮಾಳ್ ನಾನು ಹೋಗಿ ಕೊಚ್ಚನ್ ಹತ್ತ ಮಾತಾಡಿ ಬರ್ತೀನಿ. ನೀನು ತಗಂಡು ಹೋಗು. ಸಾಮಿನ ನಾಗರಾಜ ದೇವಸ್ಥಾನದಲ್ಲಿ ಇಳ್ಸು. ಕತ್ತಿಗೆ ಮಾಲೆ ಹಾಕು. ಇವತ್ತು ಒಳ್ಳೆ ದಿನ ಅಲ್ವಾ?"

ಪಂಡಾರಂ ಹೋದಮೇಲೆ ಪೆರುಮಾಳ್ ಸಾಮಿಯನ್ನ ಆಟೋದಲ್ಲಿ ಕೂರಿಸಿದ. ಗೂನನಿಂದ ಹತ್ತಲಾಗಲಿಲ್ಲ. ಆದರೆ ದೇಹದಲ್ಲಿ ಯೌವನದ ಕಾವು ಹರಿದು ಅವನ ದೇಹ ಬಿಗಿದು ಅಲ್ಲಾಡಿತು. ಏನೋ ಗೊಣಗಿದ. ಆಮೇಲೆ ದೊಮ್ಮ ಅವನ ಕಾಲುಗಳನ್ನೂ ಕೈಗಳನ್ನೂ ಬೇರೆಬೇರೆಯಾಗಿ ಬಿಗಿದು ಕಟ್ಟಿದ. ನಂತರ ಅವನೊಂದು ಮಾಂಸದ ಮುದ್ದೆಯೇನೋ ಎಂಬಂತೆ ಪೆರುಮಾಳ್ ಒಂದು ಕಡೆ, ದೊಮ್ಮ ಒಂದು ಕಡೆ ಹಿಡಿದುಕೊಂಡು ಆಟೋದೊಳಗೆ ಇರಿಸಿದರು.

"ಒಳ್ಳೆ ಮದ" ಅಂದ ದೊಮ್ಮ.

"ಮತ್ತೆ ವಯಸು ಹಾಗೆ ಅಲ್ವಾ?" ಅಂದ ಪೆರುಮಾಳ್.

ಇಷ್ಟಾಗುವಷ್ಟರಲಿ ರಾತ್ರಿಯೇರಿಬಿಟ್ಟಿತ್ತು. ಪೆರುಮಾಳ್ ಮೊದಲಿಗೆ ಸಾಮಿಯನ್ನು ನಾಗರಾಜ ದೇವಸ್ಥಾನದಲ್ಲಿ ಇಳಿಸಿ ನಂತರ ಅದೇ ಆಟೋದಲ್ಲಿ ಗೂನನನ್ನು ಸವೇರಿಯರ್ ದೇವಸ್ಥಾನದಲ್ಲಿ ಇಳಿಸಿದ.

ಸೀದಾ ಹೋಗಿ ಒಂದು ಬಾಟಲಿ ಸಾರಾಯಿ ಇಳಿಸಿ, ನಂತರ ಮತ್ತೊಂದಷ್ಟನ್ನ ಬಾಟಲಿಯಲಿ ಪಡೆದುಕೊಂಡ. ಮುತ್ತಮ್ಮ ಬೀದಿಯ ಬದಿಯಲ್ಲಿ ಮಣ್ಣಲ್ಲಿ ಬಿದ್ದುಕೊಂಡಿದ್ದಳು. ಪಕ್ಕದಲ್ಲಿದ್ದ ಗೂನು ಮುದುಕಿಯ ಜೊತೆ ಏನೋ ಮಾತಾಡುತ್ತಿದ್ದಳು. ಗೂಡಂಗಡಿಯ ಬಳಿ ಇದ್ದ ಲಾರಿಯವರ ಜೊತೆ ಕುಮರೇಸ ನಿಂತುಕೊಂಡು ಏನೋ ಮಾತಾಡುತ್ತಿದ್ದ.

"ಕುಮರೇಸಾ ಇವಳನ್ನ ಎತ್ತೋ" ಕರೆದ ಪೆರುಮಾಳ್.

ಇಬ್ಬರೂ ಸೇರಿ ಮುತ್ತಮ್ಮಳನ್ನ ಎತ್ತಿಕೊಂಡರು. "ಮಾಲು ಸಣ್ಣಗಾಗೋಗಿದೆ ಕಣೋ ಕುಮರೇಸ" ಅಂದ ಪೆರುಮಾಳ್.

"ಇನ್ಮೇಲೆ ಮಾಂಸ ಕಚ್ಚಿಕೊಳ್ಳತ್ತೆ"

"ಎಲ್ಲಿಗೆ ಕರಕೊಂಡು ಹೋಗ್ತಾ ಇದೀರಿ" ಕೇಳಿದಳು ಮುತ್ತಮ್ಮ ಬೆದರಿ.

"ರಂಗಮಂಚಕೆ, ಇವತ್ತು ನಿಂಗೆ ಫಸ್ಟ್ ನೈಟ್."

"ಅಯ್ಯೋ ನನ್ ಕೈಲಿ ಆಗಲ್ಲಪ್ಪಾ, ಅಯ್ಯೋ."

"ನಿಂದು ದಿನದ ಲೆಕ್ಕ ಎಲ್ಲ ನಾವು ಇಟ್ಟಿದ್ದೀವಿ ನಿಂಗೊತ್ತಾ?" ಅಂದ ಕುಮರೇಸ. "ಇವತ್ತು ಪೌರ್ಣಮಿ ಬೇರೆ. ಮುಟ್ಟಿದ್ರೆ ಸಾಕು. ಗರ್ಭ ನಿಂತೋಗತ್ತೆ."

ಮುತ್ತಮ್ಮ ಬಿಕ್ಕಿಬಿಕ್ಕಿ ಅತ್ತಳು.

"ಹೊಸಮದುಮಗಳಲ್ವಾ ಅಳ್ತಾ ಇದೆ" ಪೆರುಮಾಳ್ ಹೇಳಿದ.

ಬೀದಿಯ ಆ ಬದಿಯಲ್ಲಿ ಒಳ್ಳೆಯ ಕತ್ತಲೆ. ರೈಲ್ವೇನಿಲ್ದಾಣದ ದಾರಿಯಲ್ಲಿ ಎರಡೂ ಕಡೆ ಗಿಡಗಂಟಿಗಳು ಬೆಳೆದಿದ್ದವು. ಅಲ್ಲಿ ಜೀರುಂಡೆಗಳೂ, ಕಪ್ಪೆಗಳೂ ಸೇರಿಕೊಂಡು

ವಟಗುಟ್ಟುತ್ತಿದ್ದವು. ಅವರು ಮುತ್ತಮ್ಮಳನ್ನ ಇಳಿಸಿ ಕಲ್ಲಿನ ಸೇತುವೆಯ ಕೆಳಗೆ ತೆಗೆದುಕೊಂಡು ಹೋದರು. ಆ ಬದಿಯೆಲ್ಲ ಕಕ್ಕಸಿನ ರಾಶಿಯೇ ಬಿದ್ದಿತ್ತು. ಹಂದಿಗಳು ಗುದ್ದಾಡಿಕೊಂಡು ಗದ್ದಲವೆಬ್ಬಿಸುತ್ತಿದ್ದವು. ಅವು ಇವರನ್ನ ನೋಡಿ ಬೆದರಿ ಓಡಿದವು.

"ಹಾಕು"

"ಒಡೆಯರೆ, ಹೇಲು"

"ಹೇಲಿಲ್ಲದ ಜಾಗ ಇಲ್ಲಿ ಎಲ್ಲಿದೆ, ಮಲಗಿಸ್ಲೇ."

ಅವಳನ್ನ ನೆಲದಲ್ಲಿ ಹಾಕಿ ಪೆರುಮಾಳ್ "ಇಲ್ಲಿರು, ನಾನು ಹೋಗಿ ಸರಕು ತಗೋ ಬರ್ತೀನಿ" ಅಂದ.

"ಎತ್ತಬೇಕಾ?"

"ಅಷ್ಟು ಭಾರ ಇಲ್ಲ"

ಹಂದಿಗಳು ಮತ್ತೆ ಬಂದು ಗುದ್ದಾಡಿಕೊಂಡವು. ಮೇಲೆ ಒಂದು ಮೊಪೆಡ್ ಗಾಡಿ ಹೋದಾಗ ಅದು ಚೆಲ್ಲಿದ ಬೆಳಕಿನಲಿ ಹಂದಿಗಳ ಕಂಗಳು ಹೊಳೆದವು.

ಪೆರುಮಾಳ್ ಗೂನನನ್ನು ಹಗ್ಗ ಬಿಚ್ಚದೆ ಹಾಗೇ ಹೊತ್ತು ತಂದ. ಸಾರಾಯಿ ಬಾಟಲಿಯನ್ನು ಬಿಚ್ಚಿ ಅವನ ಬಾಯಿಗೆ ಸುರಿದ.

ಮುತ್ತಮ್ಮ ಸೇತುವೆಯ ಕೆಳಗಿನಿಂದ "ಒಡೇರೆ ಗೂನ ಬೇಡ, ಒಡೇರೆ ಗೂನ ಬೇಡ, ಒಡೇರೇ" ಎಂದು ಕಿರುಚಿದಳು.

"ಇಲ್ಲ ಕಣೆ ಇವನು ಮನ್ಮಥ. ಹೆಸರು ಕಮಲಹಾಸನ್. ನಕ್ಕರೆ ಹಂಗೇ ರಾಜಕುಮಾರ" ಅಂದ ಪೆರುಮಾಳ್.

"ಒಡೇರೆ"

"ಸುಮ್ನೆ ಮಲಗೇ"

ದೇಹವನ್ನು ತೆರೆದುತೋರಿಸಿದಾಗ ಗೂನ ನಿಮಿರಿ ಏನೇನೋ ಮಣಮಣಿಸತೊಡಗಿದ. ಬೋಧೆಯೂ ಏರತೊಡಗಿತ್ತು.

ಅವನ ಕಟ್ಟುಗಳನ್ನ ಬಿಚ್ಚಿ ಇಬ್ಬರೂ ಅವನನ್ನ ಎತ್ತಿ ಮುತ್ತಮ್ಮಳ ಮೇಲೆ ಬಿಟ್ಟರು. ಮುತ್ತಮ್ಮಳ ಅಳುವೂ, ಗೂನ ಹಂದಿಯಂತೆ ಗುಟುರು ಹಾಕಿದ್ದೂ ಕೇಳಿಸಿತು. ಮೇಲೆ ಒಂದು ಕಾರು ಬೆಳಕು ಚೆಲ್ಲಿ ಹಾದುಹೋಯಿತು. ಇನ್ನೊಂದು ಕಾರು ಎದುರು ಬಂದು ನಿಂತಿತು.

ಮುತ್ತಮ್ಮ ದಿಢೀರನೆ "ಒಡೇರೆ ಒಂದು ಬೆರಳು ಒಡೇರೇ, ಒಂದು ಬೆರಳು ಒಡೇರೇ, ಇವನು ಬೇಡ ಒಡೇರೆ, ಇವನು ಮಾತ್ರ ಬೇಡ ಒಡೇರೇ" ಎಂದು ಚೀರಿದಳು. ಅವಳು ಬದಿಗೆ ಹೊರಳುವುದೂ, ಗೂನ ಅವಳನ್ನು ಹಿಡಿದು ಅಮುಕುವುದೂ ಕಾಣಿಸಿತು.

"ಏನೇ?" ಕೇಳಿದ ಪೆರುಮಾಳ್.

ಮುತ್ತಮ್ಮ "ಒಡೇರೆ ಇವನು ಬೇಡ, ಒಂದೇ ಬೆರಳು ಒಡೇರೆ" ಎಂದು ಕೂಗಿದಳು. ಅದರೆ ಅಷ್ಟರಲ್ಲಿ ಗೂನ ಅವಳನ್ನು ಸಂಪೂರ್ಣ ಆಕ್ರಮಿಸಿಬಿಟ್ಟಿದ್ದ. "ನನ್ನ ದೇವರೇ" ಎಂದು ಮುತ್ತಮ್ಮ ಮನನೊಂದು ಸೋತ ದನಿಯಲ್ಲಿ ಹೇಳಿ ಬಿಕ್ಕಿಬಿಕ್ಕಿ ಅತ್ತಳು.

"ಸತ್ತ ಮೂದೇವಿಗೆ ಹುಚ್ಚು ಹತ್ತಿಬಿಡ್ತು ಅಂತ ಕಾಣ್ತದೆ" ಬಯ್ದ ಪೆರುಮಾಳ್.

***

24

ಚಂದ್ರ ಚೆನ್ನಾಗಿ ಮೇಲೆ ಬಂದು ಬಲು ದೊಡ್ಡದಾಗಿ ಮೋಡಗಳೇ ಇಲ್ಲದ ಬಾನಿನಲ್ಲಿ ಎಳೇ ಕಿತ್ತಳೆ ಬಣ್ಣ ತುಂಬಿಕೊಂಡು ತೇಲಿ ನಿಂತಿದ್ದ. ರಾತ್ರಿಯ ಎರಡನೆ ಆಟ ಮುಗಿದು ಜನರ ಗುಂಪೆಲ್ಲ ಕರಗಿ ನಗರ ಪೂರ್ತಿ ತಣ್ಣಗಾಗಿತ್ತು. ದೂರದಲ್ಲಿ ಎಲ್ಲೋ ಒಂದು ದನಿ "ನಾನ್ ಆಣೈಯಿಟ್ಟಾಲ್, ಅದು ನಡಂದುವಿಟ್ಟಾಲ್" ಎಂದು ಹಾಡುತ್ತಿತ್ತು.

ಗುಯ್ಯ ಮಲಗಿಬಿಟ್ಟ. ಉಂಡ ಸುಸ್ತು. ಚೀಂಡನ್ ನಾಯರ್ ಅಲ್ಲಾಡುತ್ತಾ ಬಂದ.

"ಸಿಕ್ತೇನಲೆ?"

"ಸಿಕ್ತು ಸಿಕ್ತು"

ಗಂಜಾವನ್ನು ಬಿಚ್ಚಿ ಬೀಡಿಯೊಳಗೆ ತುರುಕಿ ರಾಮಪ್ಪ "ಒಳ್ಳೆ ಅನ್ನ ತಿಂದರೆ ಇದು ಬೇಕಾಗೇ ಇಲ್ಲ ಗೊತ್ತಾ? ಅನ್ನವೇ ಒಂದು ಬೋದೆ... ಇವತ್ತು ನೋಡು ಗುಯ್ಯನಿಗೆ ಬೋದೆ ಏರೋಗಿದೆ. ಹಾಡೇನು ಡ್ಯಾನ್ಸೇನು? ಇಂಗ್ಲಿಷ್ ಮಾತೇನು?" ಅಂದ. ಗಾಂಜಾವನ್ನು ಸಾಮಿಗೆ ತೋರಿಸಿ ಬಂದ ಚೀಂಡನ್ ಅದನ್ನು ಎರುಕ್ಕುವಿಗೆ ಕೊಟ್ಟ. ಅದು ಹಾಗೇ ಸುತ್ತಿಸುತ್ತಿ ಬಂತು.

"ಇಲ್ಲ ಸಾಮಿ, ಯಾಕೆ ಹೀಗೆ ಸೊರಗೋಗಿದ್ದೀಯ? ಅಲ್ಲಿ ಏನು ಕಡಿಮೆ ಇತ್ತು? ಒಳ್ಳೆ ಹಾಸಿಗೆ, ಒಳ್ಳೆ ಊಟ, ಹಣ್ಣು, ಹಾಲು..." ಅಂದ ರಾಮಪ್ಪ

"ಅದನ್ನ ಅದೆಷ್ಟು ಸಲ ಕೇಳ್ತೀಯ? ಸಾಮಿಗೆ ಇಷ್ಟ ಆಗ್ಲಿಲ್ಲ. ಬಂದುಬಿಟ್ಟ" ಅಂದ ವಟ್ಟನ್.

"ಸಾಮಿಗೆ ಹೊಟ್ಟೆಗೆ ಅನ್ನ ಇಲ್ದೇ ಇದ್ರೆ ಹಾಡು ಬರತ್ತೆ. ಅವರು ಹಾಲು ತುಪ್ಪ ಅಂತ ಕೊಟ್ಟರೆ ಸಾಮಿಗೆ ಹೂಸು ಬರತ್ತೆ ಅಷ್ಟೆ. ಅದಕ್ಕೆ ತಂದು ಬಿಟ್ಟೋಗಿದ್ದಾರೆ" ಅಂದ ರಾಮಪ್ಪ.

ಕ್ರೀಚ್ ಎಂದು ಸದ್ದು ಮಾಡುತ್ತಾ ಒಂದು ಬೈಕು ಹಾದು ಹೋಯಿತು. ಹಿಂದೆಯೇ ಒಂದು ಕಾರು.

"ಅಯ್ಯೋ ನಮ್ಮ ಟೈಮು, ಈ ಹುಡುಗರಿಗೇನು ನಿದ್ದೆ ಇಲ್ವ? ಸುತ್ತುತಾ ಇದಾವಲ್ಲ" ಬಯ್ದ ರಾಮಪ್ಪ. "ಅಲ್ಲಾ... ಸಾಮಿಗೆ ಏನು ಕಡಿಮೆಯಾಗಿತ್ತೂಂತ ವಾಪಸ್ ಬಂದ?" ಎಂದು ಮತ್ತೆ ಅಂದ.

"ಅದನ್ನ ಬಿಡು ಮಾಮಾ, ದೇಶದಲಿ ಸಾವಿರ ಸಮಸ್ಯೆಗಳಿದಾವೆ. ಸಾಮಿ ಏನು ಸತ್ಯ ಸಾಯಿಬಾಬಾನ? ಸಾಧಾರಣ ಸಾಮಿ ತಾನೆ?"

"ಪಾಪಿಗಳಿಗೆ ಬಿಕ್ಷೆಗಾರರಿಗೆ ಸಾಮಿ ಬೇಡವಾ? ಕಳ್ಳರಿಗೆ ಸೂಳೆರಿಗೆ ಸಾಮಿ ಬೇಡವಾ? ತೋಟಿಗಳಿಗೆ ಬೇಡವಾ? ಇಲ್ಲಿ ಇರ್ಲಿ ಬಿಡಿ ಸಾಮಿ" ಅಂದಳು ಎರುಕ್ಕು.

"ಅಲ್ಲಾ ಈ ಸಾಮಿಗೆ ಏನು ಕಡಿಮೆಯಾಗಿತ್ತೂಂತ?"

ಗುಯ್ಯ ನಿದ್ದೆಯಿಂದೆದ್ದು ಕುಳಿತು "ಅಯ್ಯಾ ಸಾಮಿ ತಂಬಿದೊರ್ರೈ ಮಾರಾಣಿ ಬಿಕ್ಷೆ ಹಾಕಿ" ಎಂದು ಕೂಗಿ ಪರಪರನೆ ತಲೆಕೆರೆದುಕೊಂಡು ಮತ್ತೆ ಮಲಗಿದ.

"ಈ ತರ ಕೂಗದು ಅವನಲ್ಲ. ಅವನ ಆತ್ಮ" ಅಂದ ರಾಮಪ್ಪ.

"ಅತ್ಮಕ್ಕೆ ಮಾರಾಜ, ಬಿಕ್ಷುಕ ಅಂತೆಲ್ಲ ಇದೆಯಾ?" ಕೇಳಿದಳು ಎರುಕ್ಕು.

"ಆತ್ಮದಲ್ಲಿ ಇರುವೆ ಆನೆ ಅಂತೆಲ್ಲ ಇದೆಯಲ್ಲ"

ಎರುಕ್ಕು "ನಿದ್ದೆ ಬರ್ತಾ ಇದೆ" ಅಂದಳು.

ಸಾಮಿ ಒಂದು ಕಲ್ಲನ್ನು ಎತ್ತಿ ಗೋಡೆಗೆ ಮೆಲ್ಲಗೆ ತಟ್ಟಲಾರಂಭಿಸಿತು. ಮುಖ ಚಂದ್ರನನ್ನು ನೋಡುತ್ತಿತ್ತು. ನಗು ತುಂಬಿದ ಮುಖ.

ತಾಳ ಜೋರಾಗಲು ಒಂದು ಕ್ಷಣದಲ್ಲಿ ಮಾಂಗಾಡುಸಾಮಿಯ ದನಿ ಮೊಳಗಿತು.

ತಿಂಗಳಿಗೆ ತಿಳಿಯದೋ
ಬೆಂದು ಕರಗುತಿರೋ ನನ ಮನಸು
ನೊಂದು ಅಳುವುದೆಲ್ಲಾ...
ಕಣ್ಣೀಗೆ ಬೀಳದೋ...
ಹೇಳಿದೆಲ್ಲಾ ಮರೆತೀರೋ
ನಿಮ್ಮ ಆಸ್ತಿ ಇದ, ಹೇಗೆ ಮರೆವಿರೋ
ಏನೋ ಎತ್ತೋ ಎಂದು ಕಾತರಿಸಿ
ಕಾದಿರುವೆ ಚಂದಿರನೇ...

ರಾಮಪ್ಪ ತನ್ನ ಬಡಿಗೆಯನ್ನು ಮೆಲ್ಲಗೆ ಬಡಿಯುತ್ತಾ ತಾಳ ಹಾಕತೊಡಗಿದ. ಅಹಮದ್ ಪೆಟ್ಟಿಗೆಯ ಮೇಲೆ ಮಲಗಿದ್ದ. ತಿಂಗಳ ಬೆಳಕು ಸರಿಯಾಗಿ ಮುಖದ ಮೇಲೆ ಬೀಳುವಂತೆ ಗುಯ್ಯ ಹೊರಳಿ ಮಲಗಿ, ತಲೆ ಕೆರೆದುಕೊಂಡು ಎರಡುಬಾರಿ ಬಾಯಿ ಚಪ್ಪರಿಸಿ, ದಿಢೀರನೆ ಮುಖ ಅರಳಿಸಿ ನಕ್ಕ.

***

ಓದಿ ಓದಿ ಮರುಳಾಗಿ!

ಛಂದ ಪುಸ್ತಕ ಬಹುಮಾನ

ಹೊಸ ಕತೆಗಾರರನ್ನು ಗುರುತಿಸುವ ಸಲುವಾಗಿ ನಮ್ಮ ಪ್ರಕಾಶನ ಸಂಸ್ಥೆಯು ಕಳೆದ ಇಪ್ಪತ್ತು ವರ್ಷಗಳಿಂದ ಕತೆಗಳ ಹಸ್ತಪ್ರತಿ ಸ್ಪರ್ಧೆಯನ್ನು ನಡೆಸುತ್ತಾ ಬಂದಿದೆ. ಈವರೆಗೆ ಒಂದೂ ಕಥಾಸಂಕಲನವನ್ನು ಪ್ರಕಟಿಸದವರು ಈ ಸ್ಪರ್ಧೆಯಲ್ಲಿ ಭಾಗವಹಿಸಬಹುದು. ಇತರ ಪ್ರಕಾರಗಳಲ್ಲಿ ಒಂದೆರಡು ಪುಸ್ತಕಗಳನ್ನು ಪ್ರಕಟ ಮಾಡಿದವರೂ ಇದರಲ್ಲಿ ಭಾಗವಹಿಸುವ ಅವಕಾಶವಿರುತ್ತದೆ. ಮೊದಲ ಸುತ್ತಿನ ಆಯ್ಕೆಯನ್ನು ಪ್ರಕಾಶನದ ಸದಸ್ಯರು ಮಾಡಿ, ಕೊನೆಯ ಆಯ್ಕೆಗಾಗಿ ಸುಮಾರು ಹತ್ತು ಹಸ್ತಪ್ರತಿಗಳನ್ನು ನಾಡಿನ ಹಿರಿಯ ಸಾಹಿತಿಗಳಿಗೆ ಒಪ್ಪಿಸುತ್ತಾರೆ. ಆಯ್ಕೆಯಾದ ಹಸ್ತಪ್ರತಿಯನ್ನು ಪುಸ್ತಕ ರೂಪದಲ್ಲಿ ಪ್ರಕಟಿಸಿ, ಪ್ರಶಸ್ತಿ ಪತ್ರ, ಫಲಕ ಹಾಗೂ ನಲವತ್ತು ಸಾವಿರ ರೂಪಾಯಿ ಬಹುಮಾನವನ್ನು ನೀಡಲಾಗುತ್ತದೆ. ಈವರೆಗೂ ಈ ಸ್ಪರ್ಧೆಯಲ್ಲಿ ಬಹುಮಾನ ಪಡೆದವರ ವಿವರಗಳ ಪಟ್ಟಿಯನ್ನು ಮುಂದಿನ ಪುಟದಲ್ಲಿ ನೀಡಿದ್ದೇವೆ.

ಇವರಲ್ಲಿ ಮೌನೇಶ ಬಡಿಗೇರ, ಶಾಂತಿ ಕೆ ಅಪ್ಪಣ್ಣ, ಪದ್ಮನಾಭ ಭಟ್ ಶೇವ್ಕಾರ ಮತ್ತು ಸ್ವಾಮಿ ಪೊನ್ನಾಚಿ ಅವರಿಗೆ ಕೇಂದ್ರ ಸಾಹಿತ್ಯ ಅಕಾಡೆಮಿಯ ಯುವ ಪುರಸ್ಕಾರ ದೊರೆತಿದೆ. ವಿನಯಾ, ಶಾಂತಿ ಕೆ ಅಪ್ಪಣ್ಣ ಮತ್ತು ಪದ್ಮನಾಭ ಭಟ್ ಶೇವ್ಕಾರರ ಪುಸ್ತಕಗಳಿಗೆ ಕರ್ನಾಟಕ ಸಾಹಿತ್ಯ ಅಕಾಡೆಮಿಯ ಪುಸ್ತಕ ಬಹುಮಾನ ಅಥವಾ ದತ್ತಿ ಬಹುಮಾನಗಳು ಸಂದಿವೆ. ಇನ್ನೂ ಹಲವಾರು ನಾಡಿನ ಪ್ರಮುಖ ಪ್ರಶಸ್ತಿ ಮತ್ತು ಬಹುಮಾನಗಳೂ ಈ ಕೃತಿಗಳಿಗೆ ಲಭ್ಯವಾಗಿವೆ.

ನೀವು ಈ ಸ್ಪರ್ಧೆಯಲ್ಲಿ ಭಾಗವಹಿಸಬೇಕೆ? ಹಾಗಿದ್ದರೆ ನಮ್ಮ ಮುಂದಿನ ವರ್ಷದ ಸ್ಪರ್ಧೆಯ ಆಹ್ವಾನವನ್ನು ಖ್ಯಾತ ಕನ್ನಡ ನಿಯತಕಾಲಿಕಗಳಲ್ಲಿ ಅಥವಾ ಸಾಮಾಜಿಕ ಜಾಲತಾಣಗಳಲ್ಲಿ ನಿರೀಕ್ಷಿಸಿರಿ. ಹೆಚ್ಚಿನ ವಿವರಗಳಿಗೆ 98444 22782 ಗೆ ಸಂದೇಶ ಕಳುಹಿಸಿರಿ.

ಓದಿ ಓದಿ ಮರುಳಾಗಿ!

ಛಂದ ಪುಸ್ತಕ ಬಹುಮಾನ ಪಡೆದ ಕೃತಿಗಳು

ಕತೆಗಾರರು	ಕಥಾಸಂಕಲನ	ತೀರ್ಪುಗಾರರು
ಸುನಂದಾ ಕಡಮೆ	ಪುಟ್ಟ ಪಾದದ ಗುರುತು	ಅಶೋಕ ಹೆಗಡೆ/ ಸುಮಂಗಲಾ
ಅಲಕ ತೀರ್ಥಹಳ್ಳಿ	ಈ ಕತೆಗಳ ಸಹವಾಸವೇ ಸಾಕು	ಕೇಶವ ಮಳಗಿ/ ಸುಮಂಗಲಾ
ಲೋಕೇಶ ಅಗಸನಕಟ್ಟೆ	ಹಟ್ಟಿಯೆಂಬ ಭೂಮಿಯ ತುಣುಕು	ಬೊಳುವಾರು
ವಿನಯಾ	ಊರ ಒಳಗಣ ಬಯಲು	ನೇಮಿಚಂದ್ರ
ಸಂದೀಪ ನಾಯಕ	ಗೋಡೆಗೆ ಬರೆದ ನವಿಲು	ಅಮರೇಶ ನುಗಡೋಣಿ
ಕಣಾದ ರಾಘವ	ಮೊದಲ ಮಳೆಯ ಮಣ್ಣು	ಕೆ. ಸತ್ಯನಾರಾಯಣ
ಬಸವಣ್ಣೆಪ್ಪಾ ಕಂಬಾರ	ಆಟಿಕೆ	ಕುಂ. ವೀರಭದ್ರಪ್ಪ
ಮೌನೇಶ ಬಡಿಗೇರ	ಮಾಯಾಕೋಲಾಹಲ	ಓ.ಎಲ್.ಎನ್. ಸ್ವಾಮಿ
ಪದ್ಮನಾಭ ಭಟ್	ಕೇಪಿನ ಡಬ್ಬಿ	ಎಂ. ಎಸ್. ಆಶಾದೇವಿ
ಶಾಂತಿ ಕೆ ಅಪ್ಪಣ್ಣ	ಮನಸು ಅಭಿಸಾರಿಕೆ	ಎಚ್.ಎಸ್.ಆರ್
ದಯಾನಂದ	ದೇವರು ಕಚ್ಚಿದ ಸೇಬು	ನಾ. ಡಿಸೋಜಾ
ಸ್ವಾಮಿ ಪೊನ್ನಾಚಿ	ಧೂಪದ ಮಕ್ಕಳು	ಎಂ. ಎಸ್. ಶ್ರೀರಾಮ್
ಶಶಿ ತರೀಕೆರೆ	ಡುಮಿಂಗ	ಲಲಿತಾ ಸಿದ್ಧಬಸವಯ್ಯ
ಛಾಯಾ ಭಟ್	ಬಯಲರಸಿ ಹೊರಟವಳು	ತಾರಿಣಿ ಶುಭದಾಯಿನಿ
ಕಾವ್ಯಾ ಕಡಮೆ	ಮಾಕೋನ ಏಕಾಂತ	ಟಿ.ಪಿ. ಅಶೋಕ

ಛಂದ ಪುಸ್ತಕ ಬಹುಮಾನ

ಪುಟ್ಟ ಪಾದದ ಗುರುತು - ಸುನಂದಾ ಪ್ರಕಾಶ ಕಡಮೆ - ₹ 130
ಈ ಕತೆಗಳ ಸಹವಾಸವೇ ಸಾಕು - ಅಲಕ ತೀರ್ಥಹಳ್ಳಿ - ₹ 60
ಹಟ್ಟಿಯೆಂಬ ಭೂಮಿಯ ತುಣುಕು - ಲೋಕೇಶ ಅಗಸನಕಟ್ಟೆ - ₹ 180
ಗೋಡೆಗೆ ಬರೆದ ನವಿಲು - ಸಂದೀಪ ನಾಯಕ - ₹ 60
ಮೊದಲ ಮಳೆಯ ಮಣ್ಣು - ಕಣಾದ ರಾಘವ - ₹ 140
ಆಟಿಕೆ - ಬಸವಣ್ಣೆಪ್ಪಾ ಕಂಬಾರ - ₹ 100
ಮಾಯಾಕೋಲಾಹಲ - ಮೌನೇಶ ಬಡಿಗೇರ - ₹ 165
ಕೇಪಿನ ಡಬ್ಬಿ - ಪದ್ಮನಾಭ ಭಟ್, ಶೇವ್ಕಾರ - ₹ 150
ಮನಸು ಅಭಿಸಾರಿಕೆ - ಶಾಂತಿ ಕೆ ಅಪ್ಪಣ್ಣ - ₹ 230
ದೇವರು ಕಚ್ಚಿದ ಸೇಬು - ದಯಾನಂದ - ₹ 140
ಧೂಪದ ಮಕ್ಕಳು - ಸ್ವಾಮಿ ಪೊನ್ನಾಚಿ - ₹ 130
ಡುಮಿಂಗ - ಶಶಿ ತರೀಕೆರೆ - ₹ 130
ಬಯಲರಸಿ ಹೊರಟವಳು - ಛಾಯಾ ಭಟ್ - ₹ 150
ಮಾಕೋನ ಏಕಾಂತ - ಕಾವ್ಯಾ ಕಡಮೆ - ₹ 130

ಕಥಾಸಂಕಲನ

ಶಕುಂತಲಾ - ಗುರುಪ್ರಸಾದ್ ಕಾಗಿನೆಲೆ - ₹ 80
ಜುಮುರು ಮಳೆ - ಸುಮಂಗಲಾ - ₹ 220
ಶಾಲಭಂಜಿಕೆ - ಡಾ. ಕೆ. ಎನ್. ಗಣೇಶಯ್ಯ - ₹ 180 (7ನೇ ಮುದ್ರಣ)
ಕಾರಂತಜ್ಜನಿಗೊಂದು ಪತ್ರ - ಸಚ್ಚಿದಾನಂದ ಹೆಗಡೆ - ₹ 150
ಹಕೂನ ಮಟಾಟ - ನಾಗರಾಜ ವಸ್ತಾರೆ - ₹ 80
ಕಾಲಿಟ್ಟಲ್ಲಿ ಕಾಲುದಾರಿ - ಸುಮಂಗಲಾ - ₹ 80
ಹುಲಿರಾಯ - ಕೀರ್ತಿರಾಜ್ - ₹ 80
ನಿರವಯವ - ನಾಗರಾಜ ವಸ್ತಾರೆ - ₹ 125
ಹನ್ನೊಂದನೇ ಅಡ್ಡರಸ್ತೆ - ಸುಮಂಗಲಾ - ₹ 170
ಗಾಳಿಗೆ ಮೆತ್ತಿದ ಬಣ್ಣ - ಕರ್ಕಿ ಕೃಷ್ಣಮೂರ್ತಿ - ₹ 180
ಕನ್ನಡಿ ಹರಳು - ಪದ್ಮನಾಭ ಭಟ್, ಶೇವ್ಕಾರ - ₹ 130
ಒಂದು ಚಿಟಿಕೆ ಮಣ್ಣು - ಲಕ್ಷ್ಮಣ ಬಾದಾಮಿ - ₹ 130
ಬಂಡಲ್ ಕತೆಗಳು - ಎಸ್ ಸುರೇಂದ್ರನಾಥ್ - ₹ 160
ದೇವರ ರಜಾ - ಗುರುಪ್ರಸಾದ್ ಕಾಗಿನೆಲೆ - ₹ 225 (2ನೇ ಮುದ್ರಣ)
ಕಟ್ಟು ಕತೆಗಳು - ಎಸ್ ಸುರೇಂದ್ರನಾಥ್ - ₹ 210
ಮಡಿಲು (ನೀಳ್ಗತೆ) - ನಾಗರಾಜ ವಸ್ತಾರೆ - ₹ 15

ತಿರಾಮಿಸು - ಶಶಿ ತರೀಕೆರೆ - ₹ 210
ತೊಟ್ಟು ಕ್ರಾಂತಿ - ಕಾವ್ಯಾ ಕಡಮೆ - ₹ 180
ಒಂದು ಬಾಗಿಲು ಮತ್ತು ಮೂರೂ ಚಿಲ್ಲರೆ ವರ್ಷಗಳು - ಶಾಂತಿ ಕೆ ಅಪ್ಪಣ್ಣ - ₹ 190

ಪ್ರಬಂಧ

ಪೂರ್ವ ಪಶ್ಚಿಮ - ಎಂ. ಆರ್. ದತ್ತಾತ್ರಿ - ₹ 80
ರಾಗಿಮುದ್ದೆ - ರಘುನಾಥ ಚ. ಹ. - ₹ 120
ಕುಟ್ಟವಲಕ್ಕಿ / ಗೊಜ್ಜವಲಕ್ಕಿ - ಪ್ರಶಾಂತ ಆಡೂರ - ₹ 170 / ₹ 170
ಕಿಲಿಮಂಜಾರೋ - ಪ್ರಶಾಂತ್ ಬೀಚಿ - ₹ 80
ಮಿಸಳ್ ಭಾಜಿ - ಭಾರತಿ ಬಿ ವಿ - ₹ 190
ಸಾವೆಂಬ ಲಹರಿ - ಗುರುಪ್ರಸಾದ ಕಾಗಿನೆಲೆ - ₹ 140
ವೈದ್ಯ, ಮತ್ತೊಬ್ಬ - ಗುರುಪ್ರಸಾದ ಕಾಗಿನೆಲೆ - ₹ 120
ಅಪ್ಪನ ರ್‍ಯಾಲೀಸ್ ಸೈಕಲ್ - ದರ್ಶನ್ ಜಯಣ್ಣ - ₹ 110
ಇಮೋಜಿ ಭಾಷೆ - ಕರ್ಕಿ ಕೃಷ್ಣಮೂರ್ತಿ - ₹ 150

ಅನುವಾದ

ದಿ ಚಾಯ್ಸ್ - ಈಡಿತ್ ಎವಾ ಎಗರ್ (ಜಯಶ್ರೀ ಭಟ್) - ₹ 280
ದೇಹವೇ ದೇಶ - ಗರಿಮಾ ಶ್ರೀವಾಸ್ತವ (ವಿಕ್ರಮ ವಿಸಾಜಿ) - ₹ 250
ಪರ್ಸೆಪೊಲಿಸ್- ಮಾರ್ಜಾನ್ ಸತ್ರಪಿ (ಪ್ರೀತಿ ನಾಗರಾಜ) - ₹ 395
ಗಾಳಿ ಪಳಗಿಸಿದ ಬಾಲಕ - ವಿಲಿಯಂ ಕಾಂಕ್ವಾಂಬಾ (ಕರುಣಾ ಬಿ ಎಸ್) - ₹ 320
ಅಮೋಸ್ ಫಾರ್ಚೂನ್ - ಎಲಿಝಬೆತ್ ಯೇಟ್ಸ್ (ಜಯಶ್ರೀ ಭಟ್) - ₹ 110
ನವ ಜೀವಗಳು - ವಿಲಿಯಂ ಡಾಲ್ರಿಂಪಲ್ (ನವೀನ ಗಂಗೋತ್ರಿ) - ₹ 250
ಮೈಕೆಲ್ ಕೆ - ಜೆ.ಎಂ. ಕುಟ್‌ಸೀ (ಸುನಿಲ್ ರಾವ್) - ₹ 170
ಲೇರಿಯೊಂಕ - ಹೆನ್ರಿ ಆರ್. ಓಲೆ ಕುಲೆಟ್ (ಪ್ರಶಾಂತ ಬೀಚಿ) - ₹ 140
ಅರೆಶತಮಾನದ ಮೌನ - ಯಾನ್ ರಫ್-ಓ'ಹರ್ನ್ (ಅರುಣ್) - ₹ 310
ಪರ್ವತದಲ್ಲಿ ಪವಾಡ - ನ್ಯಾಂಡೊ ಪರಾಡೊ (ಸಂಯುಕ್ತಾ ಪುಲಿಗಲ್) - ₹ 340
ಚಂದಿರ ಬೇಕೆಂದವನು - ಮಿಮಿ ಬೇರ್ಡ್ (ಪ್ರಜ್ಞಾ ಶಾಸ್ತ್ರಿ) - ₹ 180
ಬಂಡೂಲ - ವಿಕಿ ಕಾನ್‌ಸ್ಟಂಟೀನ್ ಕ್ರುಕ್ (ರಾಜ್ಯಶ್ರೀ ಕುಳಮರ್ವ) - ₹ 425
ರೆಬೆಲ್ ಸುಲ್ತಾನರು - ಮನು ಎಸ್ ಪಿಳ್ಳೈ (ಸಂಯುಕ್ತಾ ಪುಲಿಗಲ್) - ₹ 420
ಫಾಲೋಯಿಂಗ್ ಫಿಶ್ - ಸಮಂತ್ ಸುಬ್ರಮಣಿಯನ್ (ಸಹನಾ ಹೆಗಡೆ) - ₹ 280
ಜಗವ ಚುಂಬಿಸು - ಸುಬ್ರೊತೋ ಬಾಗ್ಚಿ (ವಂದನಾ ಪಿ ಸಿ) - ₹ 240
ಪರ್ದಾ ಅಂಡ್ ಪಾಲಿಗಮಿ - ಇಕ್ಬಾಲುನ್ನೀಸಾ ಹುಸೇನ್ (ದಾದಾಪೀರ್) - ₹ 380
ವಾಡಿವಾಸಲ್ - ಚಿ. ಸು. ಚೆಲ್ಲಪ್ಪ (ಸತ್ಯಕಿ) - ₹ 100

ನಾಲ್ಕನೇ ಎಕರೆ - ಶ್ರೀರಮಣ (ಅಜಯ್ ವರ್ಮಾ ಅಲ್ಲೂರಿ) - ₹ 100
ಮಾವೋನ ಕೊನೆಯ ನರ್ತಕ - ಲೀ ಶ್ವಿನ್‌ಶಿಂಗ್ (ಜಯಶ್ರೀ ಭಟ್) - ₹ 340
ಕೋಬಾಲ್ಟ್ ಬ್ಲೂ - ಸಚಿನ್ ಕುಂಡಲ್‌ಕರ್ (ಸಪ್ನಾ ಕಟ್ಟಿ) - ₹ 150
ವಿದ್ಯಾವಂತ ವೇಶ್ಯೆಯ ಆತ್ಮಕಥೆ - ಮಾನದಾ ದೇವಿ (ನಾಗ ಹುಬ್ಬಿ) - ₹ 240
ದಿ ಲೈಟ್‌ಹೌಸ್ ಫ್ಯಾಮಿಲಿ - ಫಿರಾತ್ ಸುನೇಲ್ (ಮಾಧುರಿ ಕುಲಕರ್ಣಿ) - ₹ 230
ನನ್ನ ತಂಗಿ ಈಡಾ - ಕಾರೊಲೀನ ವಾಲ್ (ಹರ್ಷ ರಘುರಾಮ್) - ₹ 260
ಸತ್ತವರ ಸೊಲ್ಲು - ಆಶುತೋಷ್ ಭಾರದ್ವಾಜ್ (ಕಾರ್ತಿಕ್ ಆರ್.) - ₹ 380
ಮುರಿದ ಕಡಲು - ಮನೋಜ್ ರೂಪ್ಡಾ (ಚಂದ್ರಶೇಖರ ಮದಭಾವಿ) - ₹ 230
ತಳಾತಳ - ಬಿ. ಜೆಯಮೋಹನ್ (ಶಾಂತಿ ಕೆ ಅಪ್ಪಣ್ಣ) - ₹ 295

ವಸುಧೇಂದ್ರ

ಮನೀಷೆ - ಕತೆಗಳು - ₹ 120 (8ನೇ ಮುದ್ರಣ)
ಯುಗಾದಿ - ಕತೆಗಳು - ₹ 190 (9ನೇ ಮುದ್ರಣ)
ಚೇಳು - ಕತೆಗಳು - ₹ 120 (8ನೇ ಮುದ್ರಣ)
ಹಂಪಿ ಎಕ್ಸ್‌ಪ್ರೆಸ್ - ಕತೆಗಳು - ₹ 195 (10ನೇ ಮುದ್ರಣ)
ಮೋಹನಸ್ವಾಮಿ - ಕತೆಗಳು - ₹ 270 (8ನೇ ಮುದ್ರಣ)
ವಿಷಮ ಭಿನ್ನರಾಶಿ - ಕತೆಗಳು - ₹ 280 (5ನೇ ಮುದ್ರಣ)
ಕೋತಿಗಳು - ಪ್ರಬಂಧ - ₹ 120 (8ನೇ ಮುದ್ರಣ)
ನಮ್ಮಮ್ಮ ಅಂದ್ರೆ ನಂಗಿಷ್ಟ - ಪ್ರಬಂಧ - ₹ 100 (29ನೇ ಮುದ್ರಣ)
ರಕ್ಷಕ ಅನಾಥ - ಪ್ರಬಂಧ - ₹ 110 (5ನೇ ಮುದ್ರಣ)
ವರ್ಣಮಯ - ಪ್ರಬಂಧ - ₹ 225 (7ನೇ ಮುದ್ರಣ)
ಐದು ಪೈಸೆ ವರದಕ್ಷಿಣೆ - ಪ್ರಬಂಧ - ₹ 280 (6ನೇ ಮುದ್ರಣ)
ಹರಿಚಿತ್ತ ಸತ್ಯ - ಕಾದಂಬರಿ - ₹ 200 (6ನೇ ಮುದ್ರಣ)
ತೇಜೋ-ತುಂಗಭದ್ರಾ - ಕಾದಂಬರಿ - ಉತ್ತಮ/ಸಾದಾ (₹500/₹450) (17ನೇ ಮುದ್ರಣ)
ಮಿಥುನ - ಶ್ರೀರಮಣರ ಕತೆಗಳು - ₹ 135 (8ನೇ ಮುದ್ರಣ)
ಎವರೆಸ್ಟ್ - ಜಾನ್ ಕ್ರಾಕೌರ್ - ₹ 420 (4ನೇ ಮುದ್ರಣ)
ರೇಷ್ಮೆ ಬಟ್ಟೆ - ಕಾದಂಬರಿ - ₹ 450 (7ನೇ ಮುದ್ರಣ)

ಕಾದಂಬರಿ

ಎನ್ನ ಭವದ ಕೇಡು - ಎಸ್ ಸುರೇಂದ್ರನಾಥ್ - ₹ 75
ನ್ಯಾಸ - ಹರೀಶ ಹಾಗಲವಾಡಿ - ₹ 470
ಗುಣ - ಗುರುಪ್ರಸಾದ್ ಕಾಗಿನೆಲೆ - ₹ 150
ದ್ವೀಪವ ಬಯಸಿ - ಎಂ. ಆರ್. ದತ್ತಾತ್ರಿ - ₹ 320 (2ನೇ ಮುದ್ರಣ)

ತಾರಾಬಾಯಿಯ ಪತ್ರ - ದತ್ತಾತ್ರಿ ಎಂ ಆರ್ - ₹ 160
ಅಗೆದಷ್ಟೂ ನಕ್ಷತ್ರ - ಸುಮಂಗಲಾ - ₹ 230
ಪ್ರಿಯೇ ಚಾರುಶೀಲೆ - ನಾಗರಾಜ ವಸ್ತಾರೆ - ₹ 380
ಋಷ್ಯಶೃಂಗ - ಹರೀಶ ಹಾಗಲವಾಡಿ - ₹ 160
ಅಂತು - ಪ್ರಕಾಶ ನಾಯಕ್ - ₹ 200
ಚುಕ್ಕಿ ಬೆಳಕಿನ ಜಾಡು - ಕರ್ಕಿ ಕೃಷ್ಣಮೂರ್ತಿ - ₹ 200
ದೀಪವಿರದ ದಾರಿಯಲ್ಲಿ - ಸುಶಾಂತ್ ಕೋಟ್ಯಾನ್ - ₹ 160
ದಾರಿ - ಕುಸುಮಾ ಆಯರಹಳ್ಳಿ - ₹ 395
ಬರೀ ಎರಡು ರೆಕ್ಕೆ - ಸುನಂದಾ ಪ್ರಕಾಶ ಕಡಮೆ - ₹ 260 (2ನೇ ಮುದ್ರಣ)

ಕವಿತೆ

ಮದ್ಯಸಾರ - ಅಪಾರ - ₹ 90 (2ನೇ ಮುದ್ರಣ)
ಪೂರ್ಣನ ಗರಿಗಳು - ಪೂರ್ಣಪ್ರಜ್ಞ - ₹ 70
ಹಲೋ ಹಲೋ ಚಂದಮಾಮ - ರಾಧೇಶ ತೋಳ್ಪಾಡಿ - ₹ 50

ಪದಚರಿತೆ

ಸರಿಗನ್ನಡಂ ಗೆಲ್ಗೆ - ಅಪಾರ - ₹ 390 (3ನೇ ಮುದ್ರಣ)

www.ingramcontent.com/pod-product-compliance
Lightning Source LLC
La Vergne TN
LVHW090320051026
849518LV00005B/1824
9788197599156